மொழியின் மறுபுனைவு

மொழியின் மறுபுனைவு

எஸ்.சண்முகம் கட்டுரைகள்

தொகுப்பு : வேதநாயக்

Mozhiyin Marupunaivu (Reconstructing Language) - A Collection of Essays by S.Shanmugam on Literature, Criticism, Theory, Music and Cinema by S. Shanmugam, Compiled and Edited by Vedha Nayak, published Yavarum Publishers, 24, Shop no - B, S.G.P Naidu Complex, Dhandeeswaram Bus Stop, Opp: Bharathiar Park,Velachery Main Road,Velachery, Chennai - 600 042, Url : www.yaavarum.com; www.be4books.com, First Edition: September 2021

560 pp, Price: Rs. 650

மொழியின் மறு புனைவு (இலக்கியம், இலக்கியக் கோட்பாடுகள், திறனாய்வு, இசை, திரைப்படம் பற்றி எஸ்.சண்முகம் எழுதிய கட்டுரைகள்.) சேகரித்துத் தொகுத்தவர்: வேதநாயக். இது ஒரு யாவரும் பதிப்பகம் வெளியீடு, முதல் பதிப்பு: செப்டம்பர் 2021

560 பக்கங்கள். விலை ரூபாய் 650

Cover design: Gobu Rasuvel
Inside design: Santhosh Kolanji

The views and opinions expressed in this book are the author's own. The facts contained herein were reported to be true as on the date of publication by the author to the publishers of the book, and the publishers are not in any way liable for their accuracy or veracity.

All rights, including professional, amateur, motion pictures, recitation, public reading, broadcasting and the rights of translation into foreign languages are strictly reserved. No part of this book may be reproduced in whole or in part or utilized in any form or by any means electronic or mechanical, including photocopying, recording or by any information storage and retrieval system now known or hereafter invented, without the prior written permission of the author/publisher.

ஆசிரியர் குறிப்பு

நவீனத் தமிழ் இலக்கியத்தின் விமர்சகர்களில் முக்கியமானவரும், மொழிபெயர்ப்பாளரும் கவிஞருமான எஸ். சண்முகம் அவர்கள் 05.05.1963 இல் பிறந்தார். சென்னை பச்சையப்பன் கல்லூரியில் தனது இளங்கலைப் பட்டப்படிப்பை முடித்துவிட்டு, மார்கெட்டிங் துறையில் தனது பணியைத் தொடங்கியவர்.

1983இல் இவரது முதல் கவிதைத் தொகுப்பு வெளியானது. அரும்பு, புதிய மனிதன், புதிய நம்பிக்கை, புதிய பார்வை, நிழல், விருட்சம், காலக்குறி, கல்குதிரை, மாற்றுவெளி, இடைவெளி, பிரதி, வித்தியாசம், தீராநதி, கணையாழி உள்ளிட்ட சிற்றிதழ்களில் எழுதி வருகிறார். விமர்சனங்கள் மட்டுமல்லாது நேர்காணல், தொகுப்பு நூல்கள் என தொடர்ந்து 35 ஆண்டுகளுக்கும் மேலாக இயங்கி வருகிறார்.

இவரது முந்தைய படைப்புகள்:

கவிதைகள்: புகைந்த மழைப்பொழுது, ஒரு பழைய கதவு, பொம்மை அறை, ஈரப்பின் பெருமலர், உலரிலைப் பக்கங்கள், முன்பாதி கயல், இப்போது கேட்கும் நீரோசை, மறதியின் புகை நிறம்

கட்டுரை: சமன் குலைக்கும் ராக் இசை, கதை மொழி

மொழிபெயர்ப்பு: துயிலின் இருநிலங்கள்

நேர்காணல்: இன்மை அனுபூதி இலக்கியம், மொழி எனது எதிரி (லீனா), உறையும் மாயக் கனவு (முபீன் சாதிகா), பிரபஞ்சம் உயிர் சக்தி அறிவுத்தோற்றம் (எம்.டி. முத்துக்குமாரசாமி), மறுதுறை மூட்டம் (நாகார்ஜுனன்), ஓவியர் சந்ரு, அமந்தா வைட் மென் (Amanda wideman)

தொகுப்பு நூல்கள்: மா.அரங்கநாதன் ஒரு வாசிப்பு

விருதுகள்: விமர்சகருக்கான 'மேலும் விருது', மொழிபெயர்ப்பிற்கான 'விகடன் விருது', ம.அரங்கநாதன் விருது, இலக்கியவீதி அன்னம் விருது, கபிலர் விருது,

மின்னஞ்சல் முகவரி: s.shanmugam65@gmail.com

சமர்ப்பணம்

இலக்கிய விமர்சனத்திற்கு
என்னை ஆற்றுப்படுத்தி ஊக்குவித்த
எனது ஆசிரியர்
பேராசிரியர் தமிழவனுக்கு

எஸ். சண்முகத்தின்
'மொழியின் மறுபுனைவு'

ஒரு முன்னுரை

உலக இலக்கியத் தளத்திற்கு, குறிப்பாக உலக இலக்கிய விமர்சனத்தளத்திற்கு இணையாக நமது மொழிகள் வளராமல் போனதற்கு நமது மொழியை நாம் நவீனப்படுத்தாததே காரணம் எனச் சொல்லலாம். ஒரு படைப்பாக்கத்திற்கு மொழி என்பது சமூகத்திடமிருந்தே பெறப்படுகிறது. படைப்பாளிகள் சமூகத்தின் எப்பகுதியிலிருந்தும் வரலாம். அந்த சமூகத்தின் மொழியைக் கொண்டு எதையும் படைக்கலாம். ஆனால் விமர்சனம் என்பது ஒரு சிலரால் மட்டுமே செய்யப்படுவது. அதற்கான மொழியும் ஒரு சிலராலேயே உருவாக்கப்படுவது... விமர்சன மொழி பெரும்பாலும் நகரச் சூழலிலேயே உருவாகிறது. அதை உருவாக்கும் பொறுப்பு கல்விப்புலத்தையே சார்ந்திருக்கிறது. தமிழ்க் கல்விப்புலம் அதில் கவனம் செலுத்தவில்லை. கல்விப்புலத்திற்கு அப்பாலிருந்த இலக்கிய ஆர்வலர்களே பெரும்பாலும் நவீன விமர்சன மொழியை உருவாக்கி வந்திருக்கிறார்கள். சி.சு.செல்லப்பா, வெங்கட் சாமிநாதன், தமிழவன், ஞானி என்று வரும் அந்த வரிசையில் உலகமயத் தலைமுறையிலிருந்து இப்போது வந்திருப்பவர் எஸ்.சண்முகம். விமர்சனத்திற்கான ஒரு மொழியின் தேவையை சண்முகம் உணர்ந்திருக்கிறார் என்பதற்கு அவரது விமர்சன நூல்களின் தலைப்புகள் முதல் சாட்சியாக இருக்கின்றன *(கதை மொழி, மொழியின் மறு புனைவு)*. அவரது கவிதைத் தொகுப்புகளின் தலைப்புகளும் மொழியில் சோதனை செய்து பார்த்தவையே

மிக சிக்கலான மொழிச் சோதனைகள் ஒரு இலக்கியச் சமூகத்தின் எல்லாப் பிரிவினராலும் புரிந்து கொள்ளப்பட மாட்டா. அப்படிப்புரிந்து கொள்ளப்பட வேண்டும் என்ற அவசியமும் இல்லை. ஒரு பிரிவினர் இன்னொரு பிரிவினரை புரிந்துகொண்டால் அங்கே நாகரிக வளர்ச்சி ஏதுமில்லை என்று தானே பொருள்? சண்முகம் எல்லாப் பிரிவினர்க்கிடையிலும்

சுலபமாகச் சென்று வருபவர் என்பதாலும், எல்லாப் பிரி—வினராலும் புறக்கணிக்க முடியாதவராக இருக்கிறார் என்பதாலும் விமர்சன மொழி உருவாக்கத்தில் அவருக்கு கூடுதல் சுதந்திரம் கிடைக்கிறது. அது அவர் வாழும் ராயப்பேட்டையின் மகிமை. இதே ராயப்பேட்டை அல்லவா திரு.வி.க.வையும், மயிலை. சீனி. வேங்கடசாமியையும் உருவாக்கித் தந்தது?

சண்முகத்துக்கு இத்தகைய மனோபலம் வந்ததற்குக் காரணம் அவர் ஒரு புதிய நூற்றாண்டின் சாளரங்களை நன்றாகத் திறந்து வைத்துக் கொண்டது தான். அது மட்டுமில்லை திரு.வி.க. மாதிரி, வேங்கடசாமி மாதிரி இதுவரை உள்முகமாக மட்டுமே பார்த்துக் கொண்டிருந்த புலன்கள் (கண் மற்றும் காது) உலகின் நாற்பக்கமும் சுற்றிப் பார்க்கும் மரபையும் இந்தத் தலைமுறை உருவாக்கித் தந்தது. உலகமயமாதல் ஒரு தற்செயல் நிகழ்வு. பலம் சேர்க்கும் நிகழ்வு. அவ்வளவு தான்.

இந்தச் சுற்றிப்பார்த்தலால் தான் தென்னமெரிக்காவும், ஆப்பிரிக்காவும் உருவாக்கிய புனைகதைச் சோதனைகளை அவரால் உன்னிப்பாகக் கவனிக்க முடிகிறது. உலக சினிமாவில் நடக்கும் சோதனைகளைப் பார்க்க முடிகிறது. கோட்பாடுகளைப் பிய்த்துப் பார்த்து நமக்கு அதன் பொருத்தப்பாடுகளைக் கண்டறிய முடிகிறது. பிங்க் ஃப்ளாய்ட் மாதிரி சமன் குலைக்கிற மாதிரியான இசை ஏன் நம்முடைய கர்நாடக சங்கீதத்திற்கு இல்லை என்று யோசிக்கச் சொல்லுகிறது. ஆரம்பகாலத்திலிருந்து இன்று வரை கர்நாடக சங்கீதம் ஆழமான ஒரு சமுத்திரத்தைப் போல அமைதியாக இருந்திருக்கிறது என்றால் அது எத்தனையோ நீரோட்டங்களைத் தனக்குள் இழுத்து, அழுத்திச் சாகடித்திருக்கிறது என்றும் பொருள் கொள்ள வைக்கிறது. இது சரியா தவறா எனத்தெரியவில்லை

○

இத்தொகுப்பில் மொத்தம் 71 கட்டுரைகள் இருக்கின்றன. கட்டுரைகள் காலவரிசைப்படியோ, பொருள் நிரலாகவோ அமைக்கப்படவில்லை. சண்முகத்திற்கு அதில் நம்பிக்கை இல்லை போல. இதில் பெரும்பாலான கட்டுரைகள் கவிதை பற்றியனவாக இருக்கின்றன.. அதிலும் குறிப்பாக இப்போது எழுத வருகிற கவிஞர்களின் தொகுப்புகளுக்கு எழுதப்பட்ட முன்னுரைகளாக இருக்கின்றன.. சண்முகத்தின் விமர்சனம் புதிய சொல்லாக்கங்களை உருவாக்கிச் செல்கிறது. அவை தோற்றத்தில் மிரட்டுபவையாக இருந்தாலும் எழுத்தில் மாறிவரும் போக்குகளைச் சுட்டுபவையாக இருக்கின்றன. அகப்பரப்பின்

அழிப்பாக்கம் என்றொரு தொடரை உருவாக்குகிறார். சிக்கலான இந்தச் சமூக வாழ்வினுள் அகப்பட்டு, அல்லல்பட்டு மீண்டு வரத்துடிக்கும் மனிதர்களின் அகப்பரப்பு தக்க வைத்துக்கொள்ளக் கூடியதா அல்லது அழித்து உருவாக்கக் கூடியதா என்பதை அந்த மனிதன் தானே தீர்மானிக்க வேண்டும்? அதை ஒரு விமர்சகன் தானே கண்டறிந்து சொல்ல வேண்டும்? அந்தத் தடுமாற்றத்தை இந்தச் சொல்லாக்கம் துல்லியமாகச் சொல்கிறது. ஒரு நல்ல இலக்கியத்தைக் கண்டுகொள்வதற்கான அடிப்படைப் பதங்களாக இருக்கிற பொருண்மை, இருண்மை, புதிர்மை போன்ற சொற்களிலிருந்து அடுத்த கட்டத்திற்கு நகர்கிற ஒரு சொல்லாக்க முயற்சி இது.. தமிழவனின் ஆற்றுப்படுத்தலினாலும், அவரது எழுத்தின் தாக்கத்தினாலும் அவர் பரிச்சயப்படுத்தித் தந்த வரைதோல் சரித்திரம் (பேலிம்செஸ்ட் ஹிஸ்டரி) போன்ற சொற்கள் இலக்கியம் மட்டுமல்லாமல் பண்பாட்டையும் அறிந்து கொள்ள உதவும் கூர்மையான கருவிகள் எடுத்துக் காட்டுக்காகச் சில சொல்லாக்கங்கள் மட்டுமே இங்கு பேசப்படுகின்றன. சண்முகத்தின் விமர்சன மொழி உருவாக்கத்தின் எல்லா முயற்சிகளையும் இங்கு பட்டியல் போடுவது கடினம். அது தேவையுமில்லை.

பேயாட்டம் போடுகிற விமர்சகன் தான் கவனிக்கப்படுவான். அதுவும் அந்தப் பேயாட்டம் ஒப்பாரியாக மாறுகிறபோது அதிலிருந்து நெஞ்சைத் தொடுகிற அனுபவங்கள் கிடைக்கும்.. அப்படி அனுபவம் தருகிற இரண்டு கட்டுரைகள் கபீரைப் பற்றியதும், கவிஞர் இன்குலாபைப் பற்றியதும் ஆகும். கபீரைப் பற்றிய சண்முகத்தின் கட்டுரை நம்மை ஒரு ஆழமான ஏக்கத்தில் தள்ளுகிறது.. இத்தனை நூற்றாண்டுச் சரித்திரத்தில் நமக்குக் கிடைத்தது ஒரே கபீர் தானா என்ற ஏக்கம்.. இனியொரு கபீர் தோன்ற முடியுமா என்ற ஆதங்கம்... நிர்குணம், சற்குணம் என்னும் இறையியல் நிலைமைகள் அப்படியொன்றும் அடையமுடியாதவையல்ல என்னும் நம்பிக்கை. கபீரைப் போலவே இன்குலாப்பும் ஒருவகையான இறையியலைக் காண்பிப்பவர் தான். இது தெய்வத்தை நோக்கியிராத இறையியல்....மனித நேயம் என்ற ஒன்றை மட்டுமே தனது இறுதிக்காலம் வரை விடாப்பிடியாகப் பிடித்துக் கொண்ட இறையியல்...சங்கப் பாடல்கள் மூலமாகவும், சித்தர் பாடல்கள் மூலமாகவும் தென்படும் இறையியல்.. இன்குலாப்பின் சமூகச்செயல்பாடுகளைத் தாண்டி அவரிடம் தெரியும் ‘தன்னிலை இழப்பு’ம், ‘மாற்றுக்கவித்துவப் புள்ளி’களும் இந்த இறையியலின் பகுதிகள்.

ராயப்பேட்டை – ஜாம் பஜாரிலிருக்கும் சண்முக மாமுனிவரின் பர்ணசாலை எப்போதும் எல்லோருக்கும் திறந்திருப்பது... பொதுவாக இளம் கவிஞர்களும், எழுத்தாளர்களும் அவருடன் உரையாடுவதைப் பெரிதும் விரும்புவார்கள். உலகமயப்பண்புகள் நிறைந்த ஒரு புதிய தமிழ் மொழியை அவர் பேசுவதும் ஒரு காரணமாக இருக்கலாம். அந்த மொழியில் 'ங்.......தா' என்ற சொல்லும் ஒரு பகுதி என்பதையும் இங்கு குறிப்பிட வேண்டும். சி.சு.செல்லப்பா போன்றவர்களுக்கு அப்படி ஒரு சொல் இருக்கிறதா என்று கூடத்தெரிந்திருக்காது. அந்தச் சொல் அப்போதும் இருந்தது. இப்போதும் இருக்கிறது.

படைப்புமொழியில் நடத்தப்படும் சோதனைகளை சண்முகம் தமிழ்ப் புனைகதையின் ஆரம்ப காலத்திலிருந்தே கவனிக்கிறார். தொடர்ந்து மௌனியினுடையதும், புதுமைப்பித்தனுடையதுமான மொழியின் தனித்தன்மைகள் கவனிக்கப் படுகின்றன. மௌனியின் மொழி 'பன்முனைகளைக் கொண்ட சொல்லாடலாக' இருக்கிறது என்பது தமிழ்ச்சூழலில் ஏற்கனவே கவனிக்கப்பட்டது தான். இதன் நீட்சியாக கோணங்கியின் எழுத்தை (சண்முகமும், அவரது சிந்தனைத் தோழர்களும் பயன்படுத்தும் 'பிரதி' என்ற சொல்லை ஏற்றுக்கொள்ள முடியாததற்காக என்னை மன்னிக்க வேண்டும்) பார்க்கும் அவர் 'சொல்லுதலின் மொழியை ஒரு நூதனமான நிலைக்கு உந்தித் தள்ளியவர்களில் முக்கியமானவர்' என்று கூறுகிறார். இதே மாதிரியான ஆனால் வேறு நிலைப்பட்ட மொழிநிலையை நபக்கோவ், முரகாமி ஆகியோரிடம் பார்ப்பதாக அவர் சொல்ல வருவது மிகச்சுருக்கமாக நின்று போயிற்று. அக்கட்டுரைகள் விரிவாக எழுதப்படுமானால் அவரது விமர்சன மொழி மேலும் வளப்படும். புதிய மொழி என்பது சொற்களை மட்டும் பற்றியதல்ல என்பதையும் இங்கு சொல்லத் தேவை—யில்லை. இந்த உற்சாகமான கரகாட்டத்தில் வள்ளலாரையும் இழுத்துக்கொண்டு வந்து நிறுத்தியிருப்பது தான் சண்முகம் போட்டுக் கொண்டிருக்கும் புதிய பாதை. அசலான பாதை. உலகத்தின் எல்லாப்பாகத்திலிருந்தும் வருகிற சிந்தனைகளோடு, அதுவும் மரபார்ந்த இறையியல் சிந்தனைகளோடு இணைப்பது அவ்வளவு எளிதானதல்ல. ஏனெனில் சமகாலத் தமிழ்க் கருத்துலகம் தத்தமக்கான தீவுகளை உருவாக்கிக் கொண்டு அங்கே தீமூட்டிக்கொண்டு குளிர் காய்ந்து கொண்டிருக்கிறது. இவரது முயற்சி உலகமயத்தனத்தின் சாதகமான பகுதியைக் கட்டமைக்கும் அரிய முயற்சி. தற்போதம் (தற்செருக்கு) என்பது மனிதனால் இப்போதும் சமாளிக்க முடியாத ஒரு பிரச்சினை. 'தங்களது நினைவிலியில் இருந்து இப்பண்பை இனம் கண்டு

அதனைத் துறப்பதற்கான வழிகளைத்தேடி அலையும் நிலையை ஒரு வித அனுபூதி நிலை' என்று சொல்லும் சண்முகம் இதே அனுபூதி நிலையைத்தான் எல்லா எழுத்துக்களிலும் தேடுவதாகத் தெரிகிறது. மிகவும் பரவலாகக் கவனம் பெற்ற சண்முகத்தின் மா.அரங்கநாதனுடனான செவ்வியின் தலைப்பும், இன்மை—அனுபூதி—இலக்கியம் என்பதாகத் தான் இருக்கிறது. இத்தொகுப்பில் வள்ளலார் போன்ற ஆட்களை சண்முகம் மிகக் குறைவாகவே விட்டிருக்கிறார். இலக்கியம் மட்டுமல்லாமல் வரலாறு, தத்துவம், மானுடவியல், பண்பாட்டியல் தொடர்பான ஏராளமான பழைய, புதிய ஆட்கள் அவரிடமிருந்து வெளிவரத் துடித்துக் கொண்டிருக்கிறார்கள் என்பது அவருடன் தொடர்ச்சியான கூர்விவாதத் திலிருப்பவர்களுக்குத் தெரியும். குணங்குடி மஸ்தான் சாகிபு, பண்டாரத்தார், சிவவாக்கியர் ஆகியோரைப் பற்றிய கட்டுரைகள் நான் மிகவும் எதிர்பார்ப்பவை. வெளி உலகத்தைத் தனக்குள் பார்க்கும் அதே மனசோடு தனது உலகத்தையும் தனக்குள்ளே பார்த்துக்கொள்வது வேர் கொண்ட விமர்சகனின் வேலை அல்லவா?

இளம் கவிஞர்களின் கவிதைத் தொகுப்புகளுக்கு முன்னுரை எழுதித்தர சண்முகம் சம்மதிப்பதற்கு அவர்களை ஊக்கப்படுத்த வேண்டும் என்பது மட்டுமே காரணமாக இருக்க முடியாது. புதிய கவிதை அனுபவம் பெற வேண்டும் என்ற அவரது ஆசையும் காரணமாக இருக்கலாம்.

.... முழுக்க மறைத்த தேகத்தின்
ஏற்ற இறக்கப் பரிமாணங்களை எதேச்சையாக
சுழன்று படமெடுத்த காற்று
உன் விழித்திரைக்குள் பிரதியிட்டு காட்சிப்படுத்தியது தான்
உனைப் பித்தனாக்கியதெனின்
என் வனப்பைக் கிழித்து வசீகரிக்கும் அவயவங்களை
அறுத்தெறிகிறேன்.... நீ கழுகாகிக்கொள்....!
அன்றேல்......

என் சிந்தைகாட்டில் வெண்பட்டு நூலிழைத்த சல்லரிக்குள்
வடித்தெடுத்து கரை நீக்கி கடந்தகால கலக்கங்களை
பரிசுத்தப் பிரிகைக்குற்படுத்தி
தெளிவித்த என் படிமத்துள் மெய் நனைத்து
புத்தனாக துயில் கொள்ளும் தூய உள்ளமிருப்பின்
தொடர்ந்து வா அனுமதிக்கிறேன்....!

(கவிஞர் ஷகி.... நிறங்கள் உதிர்க்கும் இரவு)

என்கிற ஒரு கவிதை ஒரு முன்னுரையில் மேற்கோள் காட்டப்பட்டிருக்கிறது. வண்டி வண்டியாக எழுதப்படுகிற பெண்ணியக் கருத்துக்களை விட இந்த ஒரு கவிதை அதிகம் சாதிக்கிறதில்லையா ?

புதிய படைப்பு மொழியும், புதிய விமர்சன மொழியும் உருவாக்கப் படுவது எந்த அளவுக்கு அவசியமோ அந்த அளவுக்கு அவசியமானது அதைச் சொல்லுகிற விதமும்.. தமிழில் சொல்லப்படுகிற எந்த ஒரு கருத்தும் ஒரு சாதாரணத் தமிழனுக்குச் சொல்லப்படுகிற மொழி நடையில் இருக்க வேண்டும். அந்த வகையில் சண்முகம் தனது கட்டுரைத் தயாரிப்பில் ஒழுக்கம் பேண வேண்டும். ஆங்கிலச் சொற்களையும், தொடர்களையும் அப்படியே தருதல் கூடாது. மொழியாக்கம் செய்தல் வேண்டும். பெயர்களை தமிழ் எழுத்துருவில் தருதல் வேண்டும்.

இலக்கிய விமர்சனம், பண்பாட்டு விமர்சனம் தொடர்பான அறிவுசார் விவாதங்கள் பெரும்பாலும் உரையாடல்களிலிருந்தே தொடங்குகின்றன. இது சாக்ரடீஸ் காலத்திலிருந்து தொடர்ந்து வரும் ஒரு மரபு. கன்னட இலக்கிய உலகில் கீரம். நாகராஜ் என்னும் பேராசிரியர் இப்படிப்பட்ட உரையாடலுக்குப் பெயர் பெற்றவர். அவர் எழுதியதை விட அவருடனான உரையாடலின் மூலம் உற்சாகம் பெற்று எழுதியவர்கள் ஏராளம். தற்காலத் தமிழ் இலக்கியத்திலும் அப்படிப்பட்டவர்கள் இருக்கிறார்கள். ஆனால் அவர்கள் எப்போதும் கவசங்களுடனும், கேடயங்களுடனுமாகவே இருப்பதால் அவர்களை நெருங்க முடியாமலிருக்கிறது. சண்முகம் அப்படிப்பட்டவரல்லர். ராயப்பேட்டையில் மட்டும் கிடைக்கும் ‘டம்கா ரொட்டி’ யிலிருந்து கோர்த்தசார் வரை எதைப் பற்றியும் அவரிடம் பேசலாம். அந்த வகையில் அவர் ஓர் அபூர்வ நிகழ்வு.. அபூர்வ நிகழ்வுகளை அவர்கள் வாழுங்காலத்தில் புரிந்து கொள்ள மாட்டார்கள் என்பது தமிழர்களைப் பற்றிய ஒரு சிறப்புச்செய்தி அல்லவா ?

பிலவ, புரட்டாசி 31 **ப.சகதேவன்**
(17.10.2021)

பொருளடக்கம்

1. புதுக்கவிதை + (நவீனத்துவமும் பின்-நவீனத்துவமும்) 19
2. கதையாடல்களின் சுழற்சியும் நிறங்களின் புதிர்மையும் 39
3. தமிழ் புனைகதை மரபும் கோணங்கியும் 47
4. மறையும் யானையின் கதையாடல் 58
5. புறவுலகின் அதீதங்களும் புலனாகா பிறிதொரு அடுக்கின் இருத்தலும் (*பூனைகள் நகரம்* - தமிழில்:ஜி.குப்புசாமி) 63
6. அகம் / புறம் கோட்பாட்டுப் பின்னணியில் மேற்கத்திய கவிதை 71
7. ஆனந்த் கவிதைகளில் வார்த்தைகளின் அர்த்த உற்பத்தி அர்த்த பிழற்சி அர்த்த உற்பத்தி மறுப்பு 79
8. கட்அவுட் கவிதையின் தொன்ம விரிவு 88
9. தொண்ணூறுகளுக்குப் பிந்தைய தமிழ்க்கவிதையின் நீர்வீழ்ச்சிக்கான புதிய பாதை 92
10. வேட்கையின் வரைதோல் எழுத்து 98
11. வள்ளலார் தன் செருக்கு இழப்பு 103
12. கபீர் கவிதைகள் 108
13. நவீன கலை மனமும் எதிர் எதார்த்தக் கூறுகளும் மௌனியிலிருந்து.... 115
14. கதைமொழி சொல்லுகிற அகப்பரப்பு 139
15. கலாச்சார முக்கியமின்மை மொழி அமைப்பு தேசம் 150
16. ஜெராக்ஸ் கத்திகள் 154
17. தமிழவன் என்கிற கதை சொல்லி 163
18. பிரதிகளின் பன்முகக் கலாச்சாரமும் இலக்கிய விமர்சனக் கோட்பாடுகளின் எல்லைகளும் 176
19. அழிப்பாக்கத்தின் மறு ஒப்பனை பெண் வேடமிட்ட பெண் 185
20. சமன் குலைக்கும் ராக் இசை பிங்க் ஃப்ளாய்ட் 191

21. தமிழ்க்கவிதையின் கொடி மரபில்
    ஒரு மொழியாக்கக் குரல் — 217

22. மெய்ம்மை X பொய்ம்மை இடையேயான ஊடாட்டத்தின்
    வெளிப்பாடுகள் (லாடம் - பாலைவன லாந்தரின் கவிதைகள்) — 227

23. இன்றைய வாழ்வின் எந்திர மொழிச்சேர்க்கையின்
    வாக்கியங்களாக சாமான்யனின் கவிதைகள்
    (சாஅய் - கோ.சாமான்யன்) — 234

24. தன்னிலையின் கையொப்பமும் இருவேறு
    உணர்நிலைகளில் கிளைத்தெழும் வேட்கையும்
    (தமிழச்சி தங்கபாண்டியனின் கவிதை வெளி) — 240

25. *வார்சாவில் ஒரு கடவுள்*
    பரஸ்பர பிரதியாக்கம் இரட்டைகள் இன்மைகள் — 251

26. அகற்றப்பட்ட நிலப்பரப்பும் இன்மையாகும் காலமும்
    (*அகாலத்தின் நித்தியக் கடல் - தமிழ் உதயா*) — 265

27. மொழி வெளியில் மிதக்கும்
    முபீன் சாதிகாவின் எழுத்துருக்கள் (*உளம் எனும் குமிழி*) — 272

28. புனைவின் ஆழத்தில் நிழலாடும் சாராவின் கவிதைகள்
    (*45°செல்சியஸ் கவிதைகள்*) — 283

29. மொழிக்குள் கனவுகளாய் தன்னைப் புனையும்
    ஷகியின் கவிதைகள் (*நிறங்கள் உதிர்க்கும் இரவு*) — 291

30. உணர்வின் சுழற்சியும் இருண்மையின் குறியீட்டாக்கமும்
    (ரா.த.ஜீவித்தாவின் கவிதைகள்) — 301

31. உணர்வுப்புலத்தை உடலின் ரகசிய வேட்கையாய்
    தாங்கி நிற்கும் (சசிகலா பாபுவின் கவிதைகள்) — 308

32. இயற்கையின் எல்லை கடந்த தன்மைக்குள்
    பயணிக்கும் கவிமனம் (காயா - தேன்மொழி தாஸ்) — 317

33. கதைமொழியும் கதை நகரமும்
    (ஜி.கே.எழுதிய *மர்ம நாவல்* - தமிழவன்) — 330

34. உடலுணர்தலும், உடலழித்தலும் மற்றுமொரு இருத்தலும்
    (றாம் சந்தோஷின் - *சொல்வெளித் தவளைகள்*) — 345

35. *கரசேவை* - *பிரதிபா ஜெயச்சந்திரன்* - மாற்று நவீனத்துவம் — 353

36. அனார் கவிதைகளில் இரட்டை அருபம் — 363

37. ஆ. அமிர்தராஜ் கவிதைகள் ஓர் இலக்கிய நோக்கு — 376
38. ஹாருகி முராகாமி - கதைசொல்லும் கள்ளமும் களிப்பும் ஒன்றையொன்று தொட்டு மகிழ்கிறது — 383
39. கிம்-கி-டுக்கின் இயல்பு இயல்பின்மையின் தகர்ந்த வரையறைகள் — 385
40. நபக்கோவ் — 388
41. ஒரு பரமபத வரைபடம் முன்வைக்கும் ஆட்டக்களிப்பைத் தருகிறது 'யோகநித்திரை ஏகினான் ஸ்ரீமான் எம்.டி.எம்' என்ற பிரதி — 391
42. படிமங்களுக்குள் உறையும் கணங்கள் அய்யப்ப மாதவனின் கவிதைகள் — 395
43. நிஜ உலகை புனை உலகாக வாசிக்கும் தமிழவன் (இரட்டைச் சொற்கள்) — 397
44. கடிகாரத்தை கழற்றி வீசியெறிந்த பின்னும் ஒலி அதிர்ந்து கொண்டே இருக்கிறது (நந்தாகுமாரனின் மைனஸ் ஒன்-1) — 401
45. தன்னிலைத் தகர்வின் சொல்நீட்சியாகும் ரவிசுப்பிரமணியனின் 'மாநகரச் செடி' — 403
46. நிலத்தின்மீது தன்னை மறுமுறை எழுதிக்கொள்கிறது பாலைநிலவனின் கவிதைகள் — 405
47. அதிகாரத்துவ பிம்பங்களும் பரிமாணங்களும் தமிழவனின் ஷம்பாலா — 408
48. மொழியுடலில் பட்ரும் அருபத் தாவரம் ஏ.ஏ. பைசால் கவிதை — 415
49. நொறுக்கப்பட்ட சொல்லாடல்களின் நூதனச் சேர்க்கை தமிழவனின் முஸல்பனி — 418
50. ஒரு பிறழ்கணத்தில் நிகழும் அதீதம் (மைத்ரேயி மற்றும் பல கதைகள்) எம்.டி.முத்துக்குமாரசாமி. — 420
51. நாவல் புதிர்மை - புரியாமை பதார்த்த ஸாரம் — 422
52. எழுத்தை நிறத்தில் எழுதித் திளைக்கும் போர்ஹே — 425
53. அமனித பிரதிமைகளின் தேடலைக் கதையாக்கும் விர்ஜீனியா வுல்பின் மொழி — 429
54. கோமாளி ஆடிகள் முன் நிகழ்த்தப்பட்ட பரிகாச விளையாட்டு பெசோவாவின் கவிதை — 432

55. அற்புத கணங்களை யாத்தெடுக்கிறது யுஜினியோ மொன்டேலின் கவிதை	435
56. மின்னற் சலனம் - இன்குலாப்	438
57. துடிப்புடன் உள்ள மொழி நினைவின் புறப்பருண்மையே ஆடிப்பாவைபோல எனும் நாவல்	444
58. தன்னிலையை எழுதி அவிழ்த்தல் – ஜமாலனின் 'உடலரசியல்'	453
59. துயிலும் விழிப்பும் ஒன்றன்பின் ஒன்றாக அச்சிடப்பட்ட கதை 'கனவு மிருகம்'	458
60. உண்மையின் மரணமும்; பொய்மையின் மரணமும் டிலன் தாமசின் கவிதைக்குள்...	466
61. இயற்கையில் தன் நுண்ணுணர்வைப் பதிலிப்படுத்தல் -பழநிபாரதி	469
62. வாசக மனங்களை பெருங்கதையாடல்களின் பிடியிலிருந்து விடுவிக்கும் ஜமாலனின் திறனாய்வுச் சட்டகம்	478
63. அலையுமொரு இலையாய் கவிதைசொல்லியின் குரல் *(விதானத்துச் சித்திரம்)* - ரவிசுப்பிரமணியன்	488
64. ஆதிவாசிகள், தொன்மங்கள் – லெவி ஸ்ட்ராஸ்	493
65. நிறமறியாத ஆழத்தில் நிகழும் மொழிநடனம் வெய்யிலின் *யாமருசி*	499
66. ஒலிக்காத இளவேனில்	501
67. பாரதியின் நிகழ்த்துதல்	510
68. ஆர்.ஆர்.தாமஸ், ரொபர்டோ பொலெனோ, தூரன் குணா, ஸ்ரீநேசன், தவசி கருப்பசாமி, நியாஸ் குரானா	514
69. நியான்சொற்கள் வாக்கியமற்று திணறும் பேரோசையின் இரைச்சலை படிசெய்கின்றன - நேசமித்ரன் கவிதைகள்	526
70. அமைப்பியல் - பின்அமைப்பியல் - பின்நவீனத்துவம்	528
71. என் தமிழ் விமரிசனப் பயணம் 'மேலும்' விருது ஏற்புரை	547

புதுக்கவிதை
நவீனத்துவமும்
பின் - நவீனத்துவமும்

> இன்றைய கலை சொல்லவியலாததையும் மற்றும் கண்ணுக்குப் புலனாகாததைக் கண்டெடுக்கப் பயணப்படுவதை உள்ளடக்கியுள்ளது.
>
> -ழான் பிரான்சுவா லயோடார்ட் கான்ட்ரிபியூஷன் டு அன் ஐடியா ஆப் போஸ்ட் மாடர்னிட்டி

எங்கிருந்தெல்லாமோ என்று தொடங்கும் எழுத்தின் சொல்லுதல் ஒரு தொடர் செயல்பாடு, அதன் வகைகளில் ஒன்றாகக் கருதப்படுவது கவிதை, கவிதையானது வடிவத்துடன் தொடர்புடைய ஒன்றாக இதுவரை கருதப்பட்டது. இந்தச் சிந்தனையானது 'தன்னிலிருந்து' வெளியாகும் மொழியாலான எழுத்து வடிவாக தன்னை மறுசித்தரிப்புக்கு உட்படுத்திக் கொள்கிறது இப்போது.

அதாவது, எழுத்து என்பது இப்போது வகைமைகளை துறந்த நிலையை அடைந்து விட்டது. ஆசிரியர் அல்லது கவிதை சொல்லி / கதைசொல்லி ஆகியவர்கள், படைப்பாளிகளாகவும் எழுத்தில் அர்த்தத்தைத் தேடுபவர்களாகவும் மாறினர். இதன் விளைவாக ஆசிரியர் என்பவர் எழுத்தின் மீது இறையாண்மையை நிறுவுகிற நிலை ஏற்பட்டது. பின்னர், தான் விரும்பிய ஒற்றைப் பரிமாண அர்த்துக்கான வெளிப்பாடாக எழுத்தைப் பயன்படுத்தித் தன்னை நிறுவிக்கொள்கிறான். ஆசிரியனை அவனுடைய இறையாண்மையிலிருந்து கீழிறக்குகிற முயற்சியாக 'ஆசிரியர் இறந்து விட்டார்' என்று கூறிவிட்டார்கள் வாசகர்கள் / விமர்சகர்கள் இருகுரலில்.

இந்தக் கூற்றின் எதிரொலிப்புத் தன்மையைக் கேட்டுவிட்ட ஆசிரியர் மாற்றுருவம் பூண்டு எழுத்துக்களில் "நான்" உள்ளார்ந்து

இருக்கத்தான் செய்கிறேன் என்று தலை நீட்டியபோது எண்பது களின் நடுப்பகுதி இல்லை. "நான்" எழுத்தில் அழிந்துதான் விட்டது' என்ற கட்டுரை வெளியானதும் அக்காலமே. *(1)*

நான் - அழிந்த எழுத்துக்களை எவ்வாறு கணிப்பது, அவற்றின் தற்கால நிலை என்னவாக உள்ளது எனும்போது அணுகுமுறைகள் பலதாக இருக்க முடியும். எழுத்தில் அடுத்த கட்டத்தை பற்றி யோசிக்கும்போது, 'எழுத்து இறந்துவிட்டது. ஏனென்றால் மொழியானது அதன் பிறப்பிடமான உடலிலிருந்து பிரிந்துவிட அது சூழலமைவுகளை உள்வாங்குவதை நிறுத்தி விடுகிறது. பல்வித சூழலமைவுகளை உள்வாங்கி மறு உபயோகத்துக்குத் தயாராகிவிட்ட நிலையில் மொழி உள்ளபோது நான் இறந்துவிட்டேன் என்பதை எழுத்து ஒன்றில் தான் சொல்ல முடியும் - என்ற கூற்றை நினைவுறுத்தியாக வேண்டும். *(2)*

'நான் இறந்துவிட்டேன்' என்று கவிதைசொல்லி எழுத்தில் அறிவிக்கும் கணத்தில் லயோடார்ட் கூறுகின்ற அர்த்தத்தின் மீதான விடாப்பிடியான நாட்டம் என்பதிலிருந்து விடுபடுகிறான். எழுத்தில் இறந்துபோகிற கவிதைசொல்லி ஒற்றை அர்த்தம் தேடும் அலைச்சலிலிருந்து ஓய்வு பெறுகிறான். எனவே வாசகனோடு சேர்ந்து ஆசிரியனும் பன்முக - அர்த்தங்களைத் தேடிக் கண்டடையும் மொழி விளையாட்டில் கரைந்து எண்ணற்ற சாத்தியங்களை எழுத்தில் ஏற்பவனாகிறான். ஆக, எழுதுதல் என்பது ஒரு தொடர் - நுட்பமுறை போல கவிதை சொல்லி / வாசகன் / விமர்சகன் ஆகியோர் சேர்ந்து உருவாக்குகிற பிரதியியல் சுழற்சியாக அமைகிறது. இம்மூவரும் இன்றி சுழற்சி சாத்தியமில்லை என்பதால் எழுதுதல் என்பது ஏதோ ஒருவரின் சொந்தச் செயலாக இன்றி நுண்ணிய பிரதியியல் சமூகச் செயல்பாடாகிறது. எழுதுதலின் போக்கில் பேச்சு என்பது என்னவாகிறது.

வார்த்தைகளின் சப்தங்கள்
அதற்குள்ளேயே மடிந்து விடுகின்றன.
எழுதுங்கள்
பேனாமுனையின் உரசலாவது கேட்கட்டும்
எழுதுங்கள்

(ஆத்மாநாம்)

இந்தக் கட்டத்தில், எழுதுபவன் தன் செயலின் உடன் நிகழ்வாக என்ன செய்கிறான் என்பதைக் குறிப்பது போல

லயோடார்டின் கருத்து வருகிறது : 'எழுதுதலின் மூலம்' தன் அடையாளத்தை வென்றெடுக்கும் ஆசிரியன் எழுதுதலின் போக்கில் அடையாளத்தைச் சிதறடிக்கிறான். தன் சொந்தச் சாயலை எழுத்தில் சிதறடிக்கக் கூடியவன்தான் மாடர்னிசத்தைக் கடப்பவன். *(3)*

படிகக் குளத்தோரம்
கொக்கு
செங்கால் நெடுக்கு
வெண்பட்டுடம்புக்
குறுக்கு
முடியில் நீரை நோக்கும்
மஞ்சள் கட்டாரி மூக்கு
உண்டுண்டு

அழகு கண்காட்சிக்குக்
கட்டாயக் கட்டணம்
சில வேளை மீனும்
பல வேளை நிழலும்

நவீனத்துவத் தன்மைகள் அடங்கிய புதுக்கவிதைகள் எவையென இனி காணலாம். இதற்கு புதுக்கவிதையின் பொதுவான கட்டமைப்பை காண்பது அவசியம், அப்போதுதான் நவீனத்துவக் கவிதையை வேறுபடுத்தி அடையாளம் காண முடியும், பலராலும் பிரஸ்தாபிக்கப்பட்ட ந.பிச்சமூர்த்தியின் கொக்கு என்ற புதுக்கவிதையின் சொல்லுதலில் நிழலும் என்ற வரியுடன் கவிதை முடித்திருந்தால் பலவேறு அர்த்த விளையாட்டுக்கு அது இடம் அளித்திருக்கும். படிகக்... கொக்கு / நெடுக்கு / குறுக்கு / மூக்கு என்ற தொடர்ச்சியற்ற சொல்லாடல் வடிவம் வாசகனின் கையில் ஒரு பகடையைப் போல உருள உருள மீனும் / நிழலும் மாறி மாறி ஸ்தூலம் / அரூபம் என்கிற அதிசயிக்கும்படியான பரிமாணங்கள் வெளிப்பட்டிருக்கும்

வாழ்வும் குளம்
செயலும் கலை
நாமும் கொக்கு
சில வேளை மீனழகு
பலவேளை நிழலழகா ?

எதுவாயினென்ன?
தவறாது குளப்பரப்பில்
நம்மழகு
தெரிவதே போதாதா

ஆனால் இதற்கெல்லாம் நேர்மாறாக இக்கவிதையின் மூன்றாவது பத்தியாக எழுதப்பட்டுள்ளதில் அர்த்தமானது வாழ்க்கையைப் பற்றிய ஒன்றே ஒன்றாக ந.பிச்சமூர்த்தி வாசகனின் மனவிரல்களைக் கட்டிப் போடுகிறார். மூன்றாவது பத்தியைப் படிக்கும் வாசகனின் பகடைகள் உருளாது. வாழ்வென்ற குளம் / செயல் கலை / நாமும் கொக்கு என்று கவிதைக்குள் பங்கேற்க வருகிற அத்தனை பேரையும் கவிதையை வாழ்க்கைப் பற்றியதாக மட்டுமே வாசிக்க வைக்கிறார். கொக்கு / குளம் / மீன் / நிழல் ஆகியவற்றைக் குறிகளாகக் காணாமல் வாழ்க்கையைச் சுமக்கிற வாகனங்கள் மாற்றி விடுகிறார். நவீனத்துவத்திற்குத் தாவ இயலாத வெறும் புதுக்கவிதையாகவே இது எஞ்சுகிறது.

தலைவரார்களேங்...
தமிழ்ப் பெருமக்களேங்...
தமிழ்ப் பெருமக்களேங்... வணக்கொம்
தொண்ணூறாம் வாட்டத்தில் பாசும் வாய்ப்பயத்
தாந்தமைக்கு மகிழ்கின்றேன். இன்றயத் தீனம்
கண்ணீரில் பசித்தொய்ரில் மாக்களெல்லாம்
காலங்கும் காட்சியினெய்க் காண்கின்றோம் நாம்'

'வண்ணாரப் பேட்டகிள சார்பில் மாலெ'

'வளமான தமிழர்கள் வாடலாமா'
கண்ணாலா போருக்குப் போய்வா யேன்ற
பெற நாற்று தாயெய் நாம் மறுந்துட்டோமா?
தமிழர்கள் சொக வாழ்வாய்த் திட்டாமிட்டுக்
கெடுப்பவர்கள் பொணக்குவயல் காண்போ மின்றே
நாமெல்லாம் வரிப்பொலிகள் பகைவர் பூனெய்
நாரிமதி படைத்தோரை ஓழிப்போம் வாரீர்
தலைவர்களேங் நானின்னும்
யிருகூட்டம் பேசயிருப்பதால்
வெடய் பெறுகிறோன் வணக்கொம்'

இன்னுமிரு வர்பேச இருக்கிறார்கள்

அமைதி.... அமைதி......

உருவகமாக அடைபடுகிற இந்தக் கவிதைக்கு நேர்மாறான கவிதை ஞானக்கூத்தனின் காலவழுவமைதி, இங்கே உருவகங்கள் கவிதையின் சொல்லாடலுக்குள் அனுமதிக்கப்படுவதில்லை எனலாம்.

எள்ளல் தன்மை கொண்டது என்பதாக மட்டுமே அடையாளம் காணப்பட்டுள்ள இந்தக் கவிதையில் மேடையாளனின் கண்ணாடி பிம்பம் பிரதியாக்கப்பட்டிருக்கிறது.

அதாவது, பேச்சை எழுத்தில் mime போலச் செய்தல் செய்கிறது. அல்லது தாளின் மீது மறுபடியெடுத்தல் செய்கிற தன்மையைக் கொண்டுள்ளது. எனவே ஒரே ஒரு அர்த்த நோக்குடன் மேடையாளனை எள்ளல் செய்கிறபோதிலும் உருவகங்களை நம்பாத போக்கை கொண்டிருப்பதனால் கவிதை நவீனத்துவப் பண்புகள் கொண்டிருக்கிறது எனலாம்.

ஆக, இக்கவிதை ஒரே சமயத்தில் மூன்று அடுக்குகளில் இயங்குகிறது.

1. மேடைப் பேச்சை எள்ளல் செய்தல்

2. மேடைப் பேச்சை எழுத்தில் பதிவு செய்தல்

3. டேப்பில் பதிவு செய்வதுபோல மேடைப் பேச்சை வெள்ளைத்தாளில் மறுபடியெடுத்தல் செய்தல்

இவற்றுடன் அகவயமான 'தான்' என்ற தன்னிலை எழுத்தில் நினைவு கொள்ளப்படாமல் பேச்சாக மறக்கடிக்கப்படுகிறது.

பின்-நவீனத்துவம் நவீனத்துவத்தின் இயந்திரத் தன்மைக்கு எதிராக முழுமையான விமர்சனத்தை வைக்கிறது. உருவகத்தின் மீதும் ஆழ்ந்த அவநம்பிக்கையைக் கொண்டுள்ளது. உருவகத்தை மீட்டெடுக்கிற நவீனத்துவம் பின்-நவீனத்துவ எழுத்தாளர்கள் சந்தேகிப்பதோடு அதை நிராகரிக்கவும் செய்கிறார்கள்' என்கிற கருத்தை இங்கே சொல்லியாக வேண்டும்.(3)

உருவகத்தில் நம்பிக்கை இல்லாததாகையால் காலவழுவமைதி கவிதையின் பாடுபொருளுக்கு உருவகம் அயலான இணைவாகிறது. இதனால்தான் பேச்சாளனின் வாய்மொழிப்பிரதி மட்டுமே செய்யப்பட்டு கவிதை சாத்தியமாகிறது. கவிதை கட்டப்படுவதான

இந்தப் புதிய உத்தியை உருவகத்தை உடைத்தெறியும் பிரதியியல் - சொல்லாடலாகக் கொள்ள இடமுண்டு.

நவீனத்துவத்திற்கும், பின்-நவீனத்துவத்திற்கு இடைநிலையில் ஊடாடக் கூடிய கவிதை சொல்லுதலானது, கவிதைகள் உறைந்துள்ள எதிர்வுகளை விட்டுத் தொடர்ந்து பெயர்ந்து கொண்டே செல்கிறது. இவ்வாறாக, தன்னை நவீனத்துவத்திலிருந்து விடுவித்துக்கொள்ளும் முயற்சியில் ஈடுபடுகிறார். எதிர்வுகளை கணக்கற்ற விதங்களில் பொருத்திக் கொண்டும் அவற்றிலிருந்து மீண்டும் மீண்டும் பெயர்ந்து சென்றும் ஒரு சுழற்சியாக இயங்கும். 'சொல்லுதல் முடிவற்ற இடம்பெயர்தல் அது துவங்கும் இடத்— திலிருந்து' என்று விளக்குகிறார் ஸ்டீவன் கானர்.

இப்போது "யெதிரெதிர் உலகங்கள்" என்கிற ஞானக்கூத்தன் கவிதையின் சுழற்சியை ஆராயுமுகமாக சுழலத் துவங்குகிற குறிகளின் தொடரை வாசிக்கலாம்.

கண்ணிமையாக் கால் தோயாக்

மயிலுக்கு வான்கோழி புலிக்குப் பூனை
குதிரைக்குக் கழுதை குயிலுக்குக் காக்கை
கவிஞர்களுக் கெந்நாளும்

பண்டிட் ஜீ க்கள்

முதல் எதிர்வு

மயில் X வான்கோழி புலி X பூனை
குதிரை X குதிரை குயில் X காக்கை

இந்த வரிசையைக் கிடைக்கோட்டில் (horizontal) வாசித்தால் வருவது

மயிலுக்கு எதிர்வு வான்கோழி (பறவை X பறவை)
புலிக்கு எதிர்வு பூனை (மிருகம் X மிருகம்)
குதிரைக்கு எதிர்வு கழுதை (மிருகம் X மிருகம்)

குயிலுக்கு எதிர்வு காக்கை (பறவை X பறவை)

இரண்டாவது எதிர்வு

மயில் வான்கோழி புலி பூனை
குதிரை கழுதை குயில் காக்கை

பறவை X மிருகம்
பறவை X மிருகம்
மிருகம் X பறவை
மிருகம் X பறவை

இது குத்துக்கோட்டு வாசிப்பின் விளைவு

இங்கே முதலாவது எதிர்வின் திசைக்குறியும் மற்றொன்றின்

மூன்றாவது எதிர்வு:

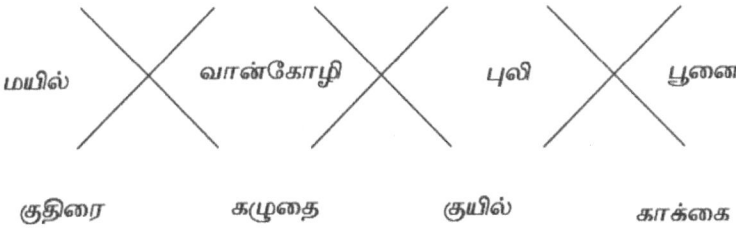

திசை குறியும் சந்திக்கும் இணைவு நிகழ்கிறது. இத்தகைய மொழி விளையாட்டு இறுதியில் எதிரெதிர் குறிகள் (உலகங்கள்) மட்டுமே இணைய முடியும்.

இதேபோன்ற அமைப்பிலுள்ள ஆத்மாநாமின் உலக மகாயுத்தம் கவிதையில் இருவித எதிர்வுகள் பிரதியின் தளத்தில் புதிய பாய்ச்சலை ஏற்படுத்துகின்றன. எதிர் எதிர் உலகங்கள் கவிதையில் குறி என்ற அளவில் இயங்கிய பறவை X மிருகம் எதிர்வானது, ஆத்மாநாம் கவிதைக் குறிகளில் உள்முகப் பண்பு மாற்றத்தைச் சாத்தியமாக்குகிறது.

ஒரு கூரை மேல்
காக்கைக்கும் அணிலுக்கும் சண்டை
அணில் துரத்த காக்கை பறந்தது
காக்கை பறக்க அணில் தாவியது
முடிவில்

அணில் பறந்தது காக்கை ஓடியது
ஒன்றுக்கும் ஒன்றும் ஆகவில்லை

காக்கைக்கும் அணிலுக்கும் சண்டையெனக் கவிதை துவங்குகிறது. இந்த இரண்டு குறியும் பிரதியை நடத்தப் (அல்லது நிர்மாணிக்க) போகின்றன என்று கொண்டால், யுத்தம் என்பதைச் செய்விக்கும் இயல்புகளாக, யுத்த பதிலியாக கவிதையில் உருக்கொள்கின்றன.

முதலாவது : துரத்த - பறந்தது
இரண்டாவது : பறக்க - தாவியது

இந்த நான்கு உடலியல் - செய்கைகளையும் தனக்குள் X; செய்து கொள்கிறது கவிதை. துரத்தலில் பறத்தல் பறத்தலில் தாவுவதும் பிரதியியல் - யுத்தமாகின்றன. உள்ளுறைந்த இழைகளாக இவை பின்னிக்கொள்ள, கவிதை இவற்றை வேறொரு தளத்துக்குக் கொண்டு செல்கிறது. மேற்கண்ட இரண்டு குறிகளும் தத்தம் உடலியல் சாத்தியங்களைத் தலைகீழாக்கிக் கொள்கின்றன.

அணில் பறந்தது
காக்கை ஓடியது

முற்றிலுமாக சுய சாத்தியத்தை இழந்த இரண்டும் தன்னுணர்வு இல்லாமல் போகின்றன. யுத்தம் கொண்டு வருகிற மாற்றங்கள் மறைபொருளாக உடலியல் - சாத்தியங்களின் மாற்றத்தால் சுட்டப்படுகிறது. கவிதையின் கடைசி வரியான,

ஒன்றுக்கும் ஒன்றும் ஆகவில்லை

என்பது கவிதை சொல்லியின் குரலாக ஒலிக்கிறது. கவிதை முழுவதுமே குட்டிக்கதை சொல்லும் பாணி வெளிப்பாட்டில் வருகிறது. அதன் பொருட்டே 'ஒன்றும் ஆகவில்லை' என்கிற வாசகனைக் கேட்போனாக்குகிறது கதை சொல்லல்.

ஆக, கவிதை சொல்லலும் ஒருவித கதைசொல்லல் என்ற புதிய பரிமாணம் மாடர்னிசக் கவிதையின் பண்புகளிலிருந்து விடுபட்ட பின்-நவீனத்துவக் கவிதையின் உத்தியாகிறது. இதன் அடுத்த படிநிலையாக, கவிதை சொல்லுதலை கதை சொல்லுதலாக தள்ளிப்போடும் ஆத்மாநாமின் இன்னொரு கவிதை குட்டி இளவரசிக்கு ஒரு கடிதம். 'ஹலோ என்ன சவுக்கியமா' எனத் தொடங்கும் கவிதையின் சொல்லாடல், ஓர் அற்புத உலகத்துக்குள் வாசகனைக் கூட்டிச் செல்கிறது. வண்ணத்துப்பூச்சியுடன் சிவப்பு

வீட்டைக் காண்பிக்கிறது. பிறகு scamp-ஐ நமக்கு அறிமுகம் செய்கிறது. பழுப்பு நாயோடு பலவண்ண நாய் ஒன்றும் தெரிகிறது. இவ்வாறான ஒரு மங்கிய, மாயங்கள் நிறைந்த, மத்திரத்தனமான உலகத்தை கவிதை சொல்லி காட்டுகிறார். அவர் சொல்லச் சொல்ல தலையாட்டுகிற அத்தனை பேரையும் நோக்கிக் கேட்கிறார்.

அடுத்த கதையை நீ சொல்
அன்புடன் என்றும் உன்

என முற்றுப்புள்ளி இடப்படாத கதை சொல்லும் பாணியை இந்தக் கவிதையின் மூலம் முன்வைக்கிறார். இவ்வகையான கவிதை / கதை சொல்லுதல் பேச்சின் தொடர்ச்சி / தொடர்ச்சி— யின்மையோடு நகர்ந்து செல்கிறது. அடுத்த கதை இதோ சொல்றேன் என்ற புதிய உத்தியுடன் வாசகனே கதையை நகர்த்தலாம். ஆக, அவனே கவிதை சொல்லி / கதைசொல்லி அவனுக்கு உகந்த தொழில்நுட்பம் பற்றிக் கூறுகிற லயோடார்ட்,

'அவன் சொல்லாடல்களைக் கட்டுவதற்குப் பதிலாக உடைக்கிறான்.

எதையெல்லாம் நோக்கிச் சொல்லாடல்கள் செலுத்தப்படுகின்றனவோ அதுவெல்லாம் incommensurable-இன் ஒழுங்காக மாறி எண்ணற்றவற்றின் ஒழுங்காகிறது' என்கிறார். (4) இவ்வாறு உடைக்கப்படுகிற சொல்லாடல்கள் நுண்ணிய குறித்தொடர்களாக உருமாறுகின்றன. அர்த்தத்தின் ஒருமைத்தன்மையை விரிவுறவைத்தும் தகர்த்தும் தம்மளவில் இயங்கத் தொடங்குகின்றன. எண்ணற்ற மறை பொருட்களின் உறைவிடமான மாற்றம் பெறுகின்றன.

ஓவிய உலகம் என்ற ஆத்மாநாம் கவிதையில் இவ்வாறான உடைக்கப்பட்ட வரிகளை மறுவாசிப்பு செய்யலாம். ஓவியம் / ஓவியத்துக்குள் என்றான இரண்டக நிலையை இவ்வரிகளில் காண முடியும் :

ஒரு முகம்
ஒரு ஜாடி
ஒரு காட்சி

எல்லாம் ஒவ்வொன்றாய் சட்டமாகும்

என்ற வரிகளில் ஓவியம் என்பதைச் சட்டகமாகக் கொண்டால் ஓவியத்துக்குள் முகம் - ஜாடி - காட்சி என்ற மூன்றும் உள்

வடிவமாகின்றன. இம்முறையை நுண்ணிய - சொல்லுதல்களாகக் கொள்ளலாம். இவற்றை இடம் மாற்றிப் பெயர்த்தாலும் சட்டக வடிவமானது பாதுகாக்கப்படுகிறது

இதேபோன்ற அமைப்புக்கொண்ட இன்னொரு கவிதை இசை / ஓசை இதன் இரண்டக அமைப்பை சொல்லாடலின் புள்ளியிலிருந்து பார்க்கலாம்.

அவ்வளவு துல்லியமாக
அவ்வளவு மெல்லியதாக
அவ்வளவு கூர்மையாக
கூர்ந்து கேட்டால்
அதே துல்லியம்
அதே மென்மை
அதே கூர்மை

முதலில் கூர்மையாக, இரண்டாவது கூர்ந்து, மூன்றாவது கூர்மை. இவை மூன்றுக்கும் இடையே நடக்கும் இடப்பெயர்வுதான் இசை / ஓசை என்ற தலைப்பின் குறியிலக்கற்ற தன்மையை விரிவடையச் வைக்கிறது.

நினைவின் நிலவறையிலிருந்து வாழ்வியல் வடிவங்கள் சுக்குநூறாக உடைத்தெறியப்பட்டாலும் அதன் சிதிலங்கள் காலம் / அகாலம் என்பதின் மாறாட்டத்தில் ஏதாவது ஒரு பொருளில் சாயலாகவோ, அதனை ஒத்த இருத்தலிலிருந்து மீண்டும் பழைய வாழ்வியல் வடிவங்களை மறுபடியாக்கம் செய்து, ஓரளவு பன்முகப்பட்ட மறதிகளின் உடன் நிகழ்வுடன் கணக்கில்லா வடிவங்களாகப் படியெடுக்கும். கவிதையிலும் இது சாத்தியம்தான். பழைய கவிதை ஒன்றின் ஓரிரு கூறுகளை பிரதியியல் புள்ளிகளாகக் கைக்கொண்டு மறுமுறை எழுதுவதின் வழியாக, பழையதன் கூறுகளைப் புதிய பிரதியினுள் ஊடாட வைக்க இயலும். இவ்வகையாக எழுதப்படும் கவிதைகள் பல பிரதியின் ஒற்றுருவமாக இருக்கும்.

டீக்கடை பெஞ்சின் மேல்
உட்காருகையில்
அதன் மேலிருக்கும்
கைகால்களைப் பார்த்து
அதன் மூதாதையர்
நினைவெனக்கு வருகிறது
கட்டிடக் கண்ணாடியின்

பிம்பத்தைப் பார்த்து
எதிரிலிருக்கும் ஒளி தெரிகிறது
பண்டைய காலம் இன்றைய காலத்துடன்
இணையும் இடைவேளையில்

அலைவு என்ற இந்த ஆத்மாநாம் கவிதை வரிகளில், கட்டிடம் கண்ணாடியின் பிம்பத்தைப் பார்ப்பதன் மூலம் நடப்பதை விளக்கலாம் :

எதிரே உள்ள ஒளியைக் காண்பதன் மூலம் கண்ணாடியின் ஒளி ஊடுருவும் தன்மை போய் - பிம்பம் தெரிவதால் - கண்ணாடி ஒளி ஊடுருவலாததாக மாறுகிறது. அதன் வழியே நுழைந்து வெளியேறிய ஒளியை அடையாளம் காண்பதாகக் கூறுகிறார் கவிதை-சொல்லி, வெளியேறிய ஒளியானது பாதரச கண்ணாடி எனில் ஒளிபட்டுப் பாயும் திசையில் சிதறும். அடையாளம் காணுதல் என்பது ஒருவகை எதிர்ப்படல். பெஞ்சின் மேல் பார்த்த கால்களை வைத்தே மூதாதையரின் நினைவு இனங் காணப்படும்போது, அகாலத்தில் உழலக்கூடிய மூதாதையர். காலத்துக்குள் நினைவுக்குள் மறுஒப்பனை செய்யப்படுகிறார்கள் அப்போது கை-கால் என்பதை கட்டவிழ்க்கிற - பார்த்தல் என்று சொல்ல முடியும். முழு உடலெனக் கவிதையில் சொல்லப்படவில்லை. ஆகையால் இரண்டு உடல்-உறுப்பு என்பதை அகால முதாதையர் ஊடுருவியலாத குறி எனலாம்.

காணடிக்கப்பட்ட அகவய 'தான்' என்பதை இந்த மறுபடியெடுத்தல் மறு ஒப்பனையின் மூலம் எங்கே ஸ்தூலப்படுத்துகிறதை என்பதை இப்போது பார்க்கலாம்: கவிதை இந்த இடத்தைத்தான் பண்டைய காலமும் இன்றைய காலமும் இணையும் இடைவேளை என்கிறது. அகாலத்துக்கும் காலத்துக்கும் நடுவிலுள்ள வெளியை 'இடைவேளை' எனக்கொண்டு உடைத்துப் பார்த்தால், பின்நவீனத்துவம் கூறுகிற மறுகட்டமைப்பு / மறு ஒப்பனை குறித்த விவாதம் விளங்கும். இந்தக் கவிதையின் கட்டுடைக்கப்பட்ட சொல்லாடல் புரியும்.

கவிதை ஒன்றின் சொல்லாடல் களத்தை அலசி வேறொரு குறிச்சேர்க்கையின் மூலம் மறுமுறை எழுதும் செயல்பாட்டின் தத்துவார்த்த முறையை இங்கே முக்கியமாகிறது. இச்செயல்பாட்டின் போது, முதல் கவிதையிலுள்ள காலப்புள்ளியை, அதன அகவயப் பரப்பை, மீட்டெடுத்தல் என்பது நிகழ்கிறது. ஆக, முந்தைய நினைவாக உறைந்து போய்விட்ட அகவயமான 'தான்' என்பதை மறுமுறை எழுதுவதால் இன்றைய

மறதிக்குள் தொலைந்து போன அகவயம் படி செய்யப்படுகிறது. இத்தகைய எழுத்தின் புதிய சாத்தியப்பாடு இன்றைய அகம். இதுகடந்த கால அகத்துடனும் சேரும். அகம் என்பது ஒன்றாக மட்டுமே இருக்க முடியும் என்ற ஏகமுக வலையை இத்தகைய எழுத்து அறுத்தெறிகிறது. இந்த வலையானது சங்கிலிகளின் வளைவுகளாக இணைக்கப்பட்டு, அகம் என்பதன் ஒற்றைப் புனிதப் பார்வை தகர்க்கப்படுகிறது. பின்பு ஒப்புமைகளற்ற நிலையில் எண்ணற்ற தன்மைகளை பல்திசைகளில் செலுத்தக்கூடியதாக அகவயதளத்தைப் புதுக்குகிறது. இத்தகைய மறுமுறை எழுதுதல்' என்பது புதுக்கவிதையின் முதல் வம்சத்தைச் சேர்ந்த எஸ்ரா பவுண்டிடம் உட்சரடாக இயங்கியுள்ளதைக் காண முடிகிறது. இவ்வாறாகப் பழைய கவிதையை மறுவாசிப்பு செய்கிற இன்றைய கலைஞன் அதிலுள்ள உட்துடிப்பான அம்சங்களை மறுமுறை படியெடுப்புக்கு உட்படுத்தும்போது புதிய அர்த்தங்கள் வெளிக்கிளம்பும்: இல்லையென்றால், மீட்டெடுத்தல் என இளங்காணவும் இடமுண்டு.

பவுண்ட் ஒடிசியுடன் தன் தொடர்பை மறுவாசிப்பு செய்தார். சிதறுண்ட சமீபத்திய கடந்தகாலமாக இருந்தது அது. ஹோமரின் Periplum-யை படியெடுத்தல் செய்வதன் மூலம் தாந்தே தொடர்பான தன் வேர்களைக் கண்டெடுத்தார். ஒருவேளை இதுதான் காலத்தை மீட்டெடுக்கும் செயல்பாடோ?

- சி.டேவிட் ஹெமன் -

ஞானக்கூத்தனால் எழுதப்பட்ட வகுப்புக்கு வரும் எலும்புக் கூடு (1970) கவிதையில்

மாணவர்கள் சிரித்தார்கள் விலாவெடிக்க
ஒட்டிவைத்தாற் போலிருக்கும் சிரிப்பைக் காட்டி
அறை நடுவில் நின்றதந்த எலும்புக்கூடு

என்பது கடைசி வரிகள். இக்கவிதையின் சொல்லாடலை வைத்தே ஆத்மாநாம் மாணவர்கள் தாம் எலும்புக்கூட்டின் குறிப்பீடு என்று மறுவாசிப்பு செய்து கொண்டு எழுதுகிறார்.

இரண்டாம் பதிப்பு என்ற கவிதை
வகுப்புக்கு வந்த எலும்புக்கூடுகள்
இன்று
படித்து பட்டம் பெற்று
டாக்டர் பட்டமும் பெற்று
ஆட்சி புரியத் துவங்கின

> கலகலத்து
> மினுமினுக்கி, சிலுசிலுக்கும்
> சந்தோஷமாய் இருப்பதாய்
> பாவனை செய்தன

என்று போகிறது. ஞானக்கூத்தன் கவிதையில் இல்லாமல் போய்விட்ட 'தான்' என்பதை பாவனை செய்தல் என்பதாக ஆத்மாநாம் ஓரளவு மறுவாசிப்பு செய்கிறார்.

> அதற்குள் எலும்புக்கூடுகள்
> ஓட்டுச் சீட்டைக் கையில்
> தயாராக வைத்துக் கொண்டன

வகுப்புக்குள்ளேயே முடிகிற ஞானக்கூத்தனின் கவிதை - அறையின் மாணவர்களை வளர்த்து வாக்குச்சாவடி வரை அழைத்து வருகிறார் ஆத்மாநாம். இத்தகைய மறுவாசிப்பு ஊடாக ஆம்மாநாம் பல்வேறு கவிதைப் பிரயத்தனங்களில் ஈடுபட்டுள்ளதைக் காண முடிகிறது. Gunter Grass-இன் Do Something கவிதையை முன்வைத்து ஏதாவது செய் எழுதப்பட்டதாக ஆத்மாநாம் கவிதைகளின் தொகுப்பாசிரியர் குறிப்பிடுகிறார். Charles Bokowski-யின் They all of them, know கவிதையை முன்வைத்து இவர்களை எல்லாம் எனக்குத் தெரியும். எழுதப்பட்டுள்ள அதையும் கூட இதேபோல் நவீனத்துவத்திற்குப் பிந்தி வந்துள்ள அமெரிக்க எழுத்தாளரான Jack Sanders, தம் Evil Genius நினைவுக்கல்லில் உள்ள எழுத்து என்ற வகையில் Charles Bokowski, Jack Kerouac போன்றவர்களை மறுஉருவாக்கம் செய்கிறார்கள். இதை முறையாக, பின்-நவீனத்துவத் தந்திரமாகக் கொள்ள முடியும்.

2083 ஆகஸ்ட் 11 கவிதை

> கடற்கரையில்
> நானும் ஞானக்கூத்தனும்
> பேசிக்கொண்டிருந்தோம்
> சுண்டல் வாங்கிப் பிரித்தால்
> காகிதத்தில் ஒரு கோடு
> ஆத்மாநாம் எனும் வாசகங்கள்
>
> ....
>
> ....
> ஞானக்கூத்தனைக் கேட்டேன்
> இன்னும் இங்கேவா இருக்கிறோம்

அவர்
சூளைச்செங்கல் குவியலிலே
தனிக்கல் ஒன்று சரிகிறது
என்றார்.

வருங்கால டைரிக்குறிப்பு போல் ஆரம்பிக்கும் கவிதை *2083 11* தேதியை கனவு மூலமாக எழுதுகிறது. இதில் ஞானக்கூத்தனின் கவிதை சொல்லி உடனிருக்கிறார். இத்துடன் நினைவுக்கல் குறிப்பு ஒன்றாகக் கவிதை மாறுகிறது. தன் கவிதை ஒரு சுண்டல் மடிக்கப்பட்ட காகிதத்தில் கண்டு இன்னும் இங்கேவா இருக்கிறோம் என்று கடந்த காலத்துக்கு இழுத்து வரப்பட்டதாக ஆத்மாநாமும் ஞானக்கூத்தனும் உணர்கிறார்கள் என்ற ஞானக்கூத்தன் பதில் மறைபொருளாக 'ஆம்' என்று ஒலிக்கிறது.

நகுலன் எங்கே என்றேன்
நவீனன் இறந்து மறுநாளே இறந்துவிட்டார்
என்றார்

கடந்த காலத்துக்குக் கவிதை வரிகளால் கொண்டு வரப்பட்டவர்கள் தம் சக-கலைஞனின் இறப்பை அறிகிறார்கள். அதன் எதிரொலியாக,

ஓர் அணுகுண்டு வெடித்த
சப்தம் கேட்டது
இருவரும்
அகதிகள் முகாமுக்குத் திரும்பினோம்

அணுகுண்டு வெடித்த சப்தம் காலத்தைத் தகர்த்துவிட 2083 என்கிற ஆண்டு மறுபடி முன்னே புரள்கிறது. இருவரும் அகதிகள் முகாமுக்குத் திரும்புகிறார்கள். பிரபஞ்ச நினைவுக்குள் வந்து சேருவதைக் கவிதை குறிக்கிறது. அங்கே யார் இருக்கிறார்கள் என்பதைக் கவிதை குறிப்பதில்லை . ஆயினும் இருவரிடமும் மொழி எவ்வாறு மிஞ்சுகிறது என்றால், அவை முதற்கூறான எழுத்துக்களின் / ஓசைகள் :

உங்கள் சமீபத்திய கவிதை என்றேன்
ஆ ஈ ஊ ஏ ஐ ஓ ஔ

என்றார்

அகதி முகாமில் பல மொழியினர் உடனிருப்பதால், எந்த ஒருவரின் மொழியின் பேச்சும் சக மனிதனுக்கு எழுத்தாகவும் ஓசையாகவும் மட்டும்தான் பிரபஞ்ச நினைவுக்குள் சஞ்சரிக்கும்.

முகாமில் சிதறியவர்களைக் குறிப்பீடு செய்யும் முகமாகவே ஆ-ஈ-ஊ-ஏ-ஓ-ஔ என ஒன்றோடொன்று உறவற்ற தனி எழுத்துக்களாக கவிதையின் சொல்லாடல் கலைந்து போய் மனிதச் சிதறலாய் இனம் காணப்படுகிறது.

எழுத்தின் சிதறலிலிருந்து பிரபஞ்ச நினைவுக்குள் புகுகின்ற ஆத்மாநாமின் *2083 ஆகஸ்ட் 11* கவிதையின் அடுத்த கட்டமாக, பக்கமாக, நகர வாழ்வின் பூகோளச் சிக்கலையும் அன்றாட நகர்வுகளை ஆளுகைக்குள் வைத்திருக்கும் போக்குவரத்துக்குறிகளையும் சமிக்ஞைகளையும் வைத்து அதனுடைய உப உத்தரவுகளால் இயக்கமானது நிறுவப்படுகிறது: சுற்றியுள்ள ஓசை வடிவமான மொழியின் சிதறிய வலையாக இயக்கம் மாறுகிறது. எழுத்துக்களை முன்வைக்கும் நினைவு பிரபஞ்சம் நோக்காமல் தலைகீழாகத் திசை திரும்புகிறது. நொறுக்கப்பட்ட சொல்லாடலாக முழுக் கவிதையாக இதை எழுதியுள்ளார் இந்திரன். சாம்பல் வார்த்தைகள் என்ற இக்கவிதையில் ஒருவித குவிப்பு சிதறுண்டதாக ஆவதைப் பார்க்க முடிகிறது.

வல்லின எழுத்துக்களையும் இடையின எழுத்துக்களையும் கொண்டு தன்னியல்பின் முறைமையைத் தலைகீழாக்கி, போக்குக்குவரத்து ஸ்தம்பித்துப் போன பிரதேச வரைபடத்தில்

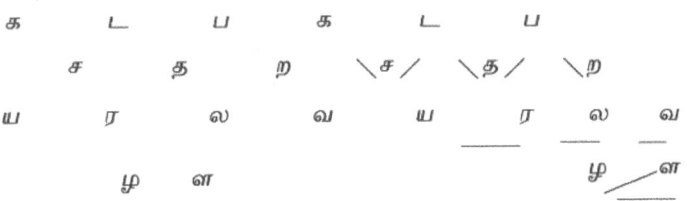

மொழியின் அடி ஆழத்தில்

க ட ப க ட ப

ச த ற \ச/ \த/ \ற

ய ர ல வ ய ர ல வ

ழ ள ழ ள

மொழியின் நீர்ச்சுழலில்

மாட்டியிருக்கிறேன்

நின்று போன வாகனங்களாக கவிதை செயல்படுகிறது. கசடதபற யரலவழள முன்னும் பின்னுமாக நகர்வின்றி fluorescent signs-ஆகக் கிடக்கின்றன. அப்போது எழுப்பப்படும் இயலாமையின் நனைவிலிச் செயலான ஓசையிடுதலை, மொழியின் கலைப்பில்

எழுகிற சப்தமாகக் கொள்ளலாம். அதனோடு தான் மொழியின் கட்டற்ற ஓசையில் மாட்டியிருக்கிறது. அதைத்தான் அடியாழம் என்று கவிதை குறிக்கிறது. மற்றொரு கோணத்தில் இதே கவிதையை சாய்த்துப் பார்த்தால் பிரபஞ்ச நினைவுக்குள் நுழைய முடியாத நகரம்தான் என்பதன் ஓலமாக சொல்லிப் பார்க்கலாம். மேற்கண்டு வந்த இரண்டு கவிதைகளிலும்

1. பிரபஞ்ச நினைவுக்குள்ளான பயணத்தையும்

2. பிரபஞ்ச நினைவு அடையாத தானின் மொழியையும்

காணக்கிடைப்பதால், இவற்றை புதுக்கவிதையின் அகமாகவும் மற்றும் முன்நிலை என்றும் கொள்ள முடியும். ஏறக்குறைய மாடர்னிசக் கவிதையைத் தாண்டிய இன்றைய அதீத சாத்தியப்பாடு இது எனலாம்.

இதன் சாயலாக மனித உடலிய - உறவை முன்னெடுத்த ஆத்மாநாமின் மற்றொரு முக்கிய கவிதை திருஷ்டி. இக்கவிதை பற்றிய விரிவான குறியியல் உரை சாத்தியப்பாட்டை தமிழவன் நிகழ்த்துகிறார். 5 பானைத்தலை சாய்த்து புல் பிதுங்கிய கை கொண்ட உருவத்தை தமிழவன் மனிதனல்லாத பொம்மையாகக் காண்கிறார். இப்போக்கில் சென்ற மனிதனின் தான் அற்றுப்போன வடிவத்தை ஆழமாக்க குறித்துள்ளார். இந்த வாசிப்பின் வழிசென்று அதன் நீட்சியைக் காணலாம்

உம்பர்ட்டோ ஈகோ முக்கிய குறியியல் சிந்தனையாளர். நாவல்களையும் எழுதுகிறார். இவரது அமெரிக்கப் பயணம் பற்றிய நீண்ட கட்டுரையில் மெழுகு பொம்மை காட்சியகத்தில் கண்டவற்றை disembowelled என்று குறித்துக் கொள்கிறார். இதே பரிமாணம் ஆத்மாநாம் காட்டுகிற திருஷ்டிப் பொம்மைக்கும் உண்டு.

புல் பிதுங்கும் கைகளோடு
சட்டை பொத்தான் வெடிக்க
தொப்பையில் புல் தெரிய

ஆத்மா நாம்
உனக்குத் தந்த காற்சட்டையுடன்
சென்றுன் எதிரியைக் கண்டாயா ?
உன்னெதிரியைக் குறித்து
உனக்காக யோசி.

அனாதி காலந்தொட்டு
யந்திரத்தின் அசுரப்பிடிக்கு
சிக்காமல் தப்பி
உன் சுயத்தை இழக்காதிருக்கிறாய்.
மைக்கேலாஞ்சலோவின் டேவிட்ருக்கு
எதிர் குறைச்சல் நீ
ஜோராய் மாற்றிக் கொள் உன்னை.
சுடுகாட்டுச் சாம்பலில்
மயங்கிக் கிடக்கும் சிவனை
தட்டியெழுப்பி
அவன் ருத்ராட்ச மாலையை
வாங்கி நீ மாட்டு
பெண் தேடி கல்யாணம் செய்துகொள்
நானுனக்கு தருவேன்
ஆணுறை ஒன்று

கடைசி வரியானது disembowelled தன்மையைக் குறிப்பதாக இருக்கிறது. ஆலன் திலக்கால் எழுதப்பட்ட இதுதொடர்பான கவிதையில் அத்மாநாமையே குறிப்பீடு செய்கிறார். அதாவது, disembowelled உடலை உண்மையான குடல் இயக்கம் உள்ள உடலாக உருமாற்றி, வைக்கோலை தசைநாராக்கி, கவிதையைப் பின்னிக் காண்பிக்கிறார் ஆலன் திலக் இவருடைய கவிதையின் சொல்லாடல்களை கவனத்துடன் வாசித்தால் திருஷ்டிப் பொம்மையை அங்கம் அங்கமாக ஆத்மாநாமாக உருமாற்றும் வித்தையை கவிதை நிகழ்த்துவது அறியலாம். ஆத்மாநாமின் திருஷ்டி கவிதையின் கடைசி சொல்லாடலில் ஆலன் திலக்கின் கவிதை துவங்குவதை இதற்கான பின்புலமாகக் கொள்ளலாம்.

புல்பிதுங்கும் / தொப்பையில் புல் தெரிய என்ற கூறுகளை disembowelled body-யாக இனங்காணுகிற ஆலன் திலக்கின் கவிதை, அக்கூறுகளை தன் தூண்டுசக்தியாக கிரகித்துக் கொள்கிறது. ஆத்மாநாம் கவிதையில் சென்றுன் எதிரியைத் தேடு என்ற கடைசி வரி திருஷ்டிப் பொம்மைக்கு உயிர்கொடுப்பதைப் போன்ற தொனியுடன் நிற்கிறது. தேடு என்கிற குறியை முதல் உந்துதலாகக் கொண்டு ஆல் திலக் கவிதை திருஷ்டி பொம்மையை ஆத்மாநாமின் மூலம் குடல் இயக்கமுள்ள உடலாக மாற்றுகிறது. உன் சுயத்தை இழக்காதிருக்கிறாய் என்ற வரி பானைத் தலை சாய்த்து என்கிறவர் overwriteசெய்கிறது. மைக்கலாஞ்சலோவின் டேவிட்டுக்கு எதில் குறைச்சல் நீ என்ற வரியாவது மேல்பதிவு செய்யப்பட்ட ஆத்மாநாமை நிலைபேறுடைமையின் குறியாக

மாற்றுகிறது. கடைசியாக கவிதை திருஷ்டிப் பொம்மையை மனித உடலியத் துடிப்பின் மனத்துயரத்தின், பதற்றத்தின் உச்சக்கட்டமாக முன்வைக்கிறது. Disembowelled உடலை மனித துடிப்புள்ள உடலியலாக மாற்றியதில் விளைவாக இறுதியில் உடலியலின் உணர்வெழுச்சியை கவிதை சொல்லுகிறது. காற்சட்டை தரப்பட்ட பொம்மை உடலிய-அதிர்வைப் பெற்றதும் தன் மனத்துயரம் ஆறுதலைப் பெற்றுக் கொள்கிறது.

எங்கிருந்து என்றில்லாது வந்துள்ளது இறுதிக்கட்டம். சில முக்கியக் கருத்துருவக் கூறுகளை மட்டும் நினைவுறுத்திக் கொள்ளலாம். பின்நவீனத்துவம் என்று பிரயோகப்படுத்தப்படுகிற படத்தை எவ்வாறு அறிதலுக்கு உட்படுத்துவது என்றால் போஸ்ட்-பின், எதனுடையது என்றால் நவீனத்துவத்திற்குப் பின் என்பதை விளக்குமுகமாக லயோடார்ட் கூறுகிற இந்த வரைபடத்தைக் காணலாம்

பின்-நவீனத்துவம், நவீனத்துவத்தின் எதிர்காலமாகவும் முன் நிகழ்வாகவும் சித்தரிக்கப்படுகிறது. லயோடார்ட் போஸ்ட் மாடர்னிசத்தைக் கறாராக மாடர்னிசத்துக்கான

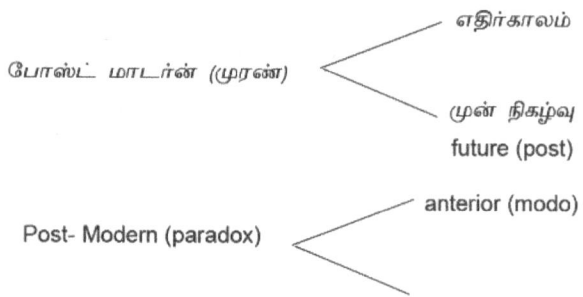

எதிர்வினையாகச் சித்தரிக்கவில்லை; நவீனத்துவத்திற்குள்ளாகவே உறைந்துள்ள ஒருவித உந்துதலைத்தான் பின்-நவீனத்துவம் என்கிறார். அவருடைய கருத்துருவமானது குறிப்பிட்ட எந்த ஒரு வரலாற்றையும் சுட்டுவதாக இல்லை. தாம் உணர்த்த விழைகிற உந்துதலின் சித்தரிப்பாக அதை வரையறுக்கிறார் Kevin.H.Dettmar.

எழுத்துக்களைச் சுற்றி முன் அனுமானமாக ஏதோ ஒரு இருத்தல் இருக்கிறது. அதுவே ஒரு பெருங்கதையாடலாக, தத்துவச் சொல்லாடலாக மாறிக்கொண்டு வரலாற்றுக் குறிப்பீட்டைப் பெற்றுவிடுகிறது. அந்த பெருங்கதையாடலை வெளிப்புறமிருந்து

அகற்ற விழைவதை விடவும் உள்ளுறைந்த உந்துதலை வைத்து விடுவிக்கிற செயல்பாடே பின்-நவீனத்துவப் பிரதியியல் சூட்சுமுமாகும்.

மாடர்னிசப் பிரதிகளிலிருக்கும் சொல்லப்படாத உந்துதலை முன் நிறுத்தி மறுமுறை எழுதுவதன் மூலமே பெருங்கதையாடல்களாகப் பெருக்கியுள்ள தத்துவச் சொல்லாடல்களை மொழி விளையாட்டுக்களில் ஈடுபடுத்தி உடைப்பதே பின்-நவீனத்துவத்தின் உட்சரடாகும். இவ்வாறு செய்வதால் பழம் பிரதிகளின் ஒரு கட்டத்து அர்த்த நிலையைப் பெயர்த்து விடலாம். பெயர்த்த பின்பு பிரதிகளை வெவ்வேறு சட்டகங்களில் பொருத்தியும் / அகற்றியும் கால நிலையை ஒத்திப்போட்டு அவற்றின் பிரதியியல் தன்மைகளைப் புதுப்பிக்க இயலும். ஆக, பிரதிகளில் அடைப்பட்டிருக்கும் வாழ்வியலை அதீதமாக எழுதுவதில் புதுப்பித்தல் என்பது மட்டுமே இயங்கவில்லை என்பது புரியலாம்.

மறுமுறை எழுதுதல் / அதீத எழுத்து முறையை பின்னோக்கிப் போகிற நாட்டம், தொலைந்து போன பழையவை மீதான லயிப்பு என்றெல்லாம் இதைக் கருத வாய்ப்புண்டு. ஆனால் கடந்தகால வாழ்வியல் / இன்றைய வாழ்வியல் என்ற இரண்டே கோணங்கள் கொண்டதாக இயங்கிய அறிவின் தளம் இங்கே மறுக்கப்படுவதை நினைவுகொள்ள வேண்டும். இரு கோணங்களைத் தகர்க்கும் பன்முகமாகவே லயோடார்ட்டின் கருதுகோள்கள் இயங்குகின்றன. லயோடார்ட் கூறுகிற முன்-நினைவாக்கம் அதாவது ana-mnesing என்பது, அலசுதல் மற்றும் நினைவில் பிரதிபலித்தல், இவற்றின் மொழியியல்-குறிப்பீடாக மாறுவது பின்-நவீனத்துவம்.

பின்-நவீனத்துவத்தில் பிரதிக்கான எழுதுதல் முறை புதிய ரசவாதமாக தன்மை மாற்றம் கொள்கிறது. மறுமுறை எழுதுதல் என்பது, புதிய ரசவாதம், ஒரு (பொருளின்) பிரதியை புதிய வேறு பிரதியாக (பொருளாக) மாற்றுவதை அடிப்படையாகக் கொள்கிறது. கோணங்களும் திசைகளும் நொறுங்கிய நவீன குறி - அர்த்தங்களின் வான் மண்டலமாக விரிவடைகிறது. அந்த வான் மண்டலத்துள் பல கோணங்களும் திசைகளும் அர்த்தங்களும் சுழன்று மிதந்து கொண்டே இருக்கும்.

அடிக்குறிப்புகள்

1. தமிழவன் நவீன கலாச்சாரம்: நாடகம்: வார்த்தை கட்டுரை, படைப்பும், படைப்பாளியும், 1989,

2. Steven Connor, what? Where? presence and repetition in beckett's theatre Rethinking Beckett, 1990.

3. Kevin J. Dettmar, The figure in Beckett's Carpet: Molloy and the Assault on Metaphor, 1990.

4. All Quotations from Lyotard:A.Reader, 1989.

தமிழும் குறியியலும், 1992 — தமிழவன்

கதைமொழி டிசம்பர்-2008 காவ்யா

கதையாடல்களின் சுழற்சியும் நிறங்களின் புதிர்மையும்

புனைகதையின் பிரதி ஆணா பெண்ணா என்று தீர்மானிக்க முடியுமா? புனைகதை பிரதிக்கு பாலினம் உண்டா? என்ற கேள்விகள் சற்று விநோதமானது. ஆனால் இந்தக் கேள்வி எழுப்பியவர் 'மிலோராட் பாவிச்', அவரால் நிகண்டு நாவலாக எழுதப்பட்ட 'கசார்களின் அகராதியில்' இருவேறு பண்புகள் பதினாறு வரிகள் வித்தியாசப்பட்ட ஒரே நாவல் ஆணாகவும், பெண்ணாகவும் இரட்டைப் பிரதிகளாக பதிப்பிக்கப்படுகிறது.

பதினாறு வித்தியாசமான வரிகளால் ஒரு நாவல் ஆண் பதிப்பாகவும், பெண் பதிப்பாகவும் இரு நாவலாக மாறுகிறது. இப்படி ஒரு நாவல் இரண்டு வெவ்வேறு ஆண், பெண் நாவலாக மாற்றம் கொள்ளத் தகுந்த புதிய புனைகதைப் பிரதி உத்தியை பாவிச் நமக்கு எழுதிக் காட்டியுள்ளார். நாவலின் பக்கம் 293-ல் ஆண் / பெண் பிரதிகளில் வரும் பதினாறு வெவ்வேறு வரிகள் ஒரு நாவலை இரட்டை நாவலாக மாற்றும் புதிர்மையைக் கொண்டிருக்கிறது

'சலூன் நாற்காலியில் சுழன்றபடியில்' தலை துண்டிக்கப்பட்ட ஒருவனுக்கு இரு தலைகளை ஒரே தலையாக மாற்றும் வித்தையுள்ள மாயக்கிழவன் "என் கழுத்தில் அமர்ந்தது ஆணும் பெண்ணுமான ஒரே தலை" இந்த பால் வேறுபாடற்ற நிலையை மாயக்கிழவன் உருவாக்குகிறான். இதுவும் மேற்கண்டதுபோல் ஆண் பெண் என்ற மொழிப்புனைவின் பிரதி. மேற்கண்ட வகையான பிரதியியல் ஆக்கப் புதிர்மைகள் புதிய புனைகதை எழுத்தை உருவப்படுத்த வழிகோலின. ஒருவர் இருவராகவும் இருவர் ஒருவராகவும் ஆக்கும் தந்திரம் புனைகதைகளுக்கு உண்டு. புதிர்மையின் புற வெளிப்பாடே இரட்டைகள்.

பிரதிகளில் வரும் இரட்டைகளை பிரதிகளில் வரும் மொழி இரட்டைகள்; பிறப்பினால் வரும் இரட்டைகள்; உடலிய இரட்டைகள் இவை இரு வகைமைகளுக்குள் நடக்கும் அகப்பரப்பின் அழிப்பாக்கத்தில் (erasure) தோன்றுவது இரட்டைகள். தந்ரா தேசம் என்ற கோணங்கியின் இப்பிரதியில் வரும் வரிகளை வாசிக்கலாம். "சாம்பல் புத்தகத்தில் திறந்துகொண்ட காமோஸ் இருவராக இருக்கக்கூடும். மற்றவன் வாசிப்பவனாகவும் புஸ்தகத்தில் வரையப்பட்ட காமோஸ் அவனாகவும் இருக்கக்கூடும்" இது புதிர்மை

இரட்டை - மற்றவன் வாசிப்பவனாகவும்
புஸ்தகத்தில் வரையப்பட்ட
காமோஸ் அவனாகவும் இருக்கக்கூடும்.

ஒரு புதிர்மை ஓவியத்தில் இரட்டைப் பண்புகள் உண்டு. ஒருமுறை பார்த்ததில் மனத்துயரமும் / மோனப் புன்னகையும் ஒன்றுக்குள் ஒன்றாக இணைந்து இருக்கும் பார்வையாளனின் இரட்டை நிலை ஓவியத்தில் கண்ணாடிப் பிரதிநிலை தொனிக்கிறது.

பாழி என்ற பெண் ஏழு நிலமாக மாறுகிறாள். நிலம் நிறமாகவும், பெண் புஸ்தகமாகவும் இணைவு பெறுகிறது. பச்சைப் புஸ்தகம், வைலெட் புஸ்தகம், ரத்தாம்பரப் புஸ்தகம், இருள் புஸ்தகம். வாசனைப் புஸ்தகம், நிறமற்ற புஸ்தகம், சாம்பல் புஸ்தகம். இப்படி ஏழு நிறங்களாக மாறுவதின் ஆறுநிறப் புஸ்தகங்கள் ஒன்று வாசனைப் புஸ்தகம், ஆசிரியன் நிறங்களில் எழுதுவதும் வாசகன் அதை நிறங்களாகவும் வாசனைகளாகவும் வாசிக்கிறான். இத்தகைய உத்தி நவீனத்துவப் புனைகதை எழுத்துக்குப் பிந்தய ஒரு பிரதியியல் தந்திரமாகக் கொள்ளலாம். இதன் நீட்சியாக கோணங்கியின் பல கதைகளில் நிறங்களை மனிதராக்கும் பிற உயிர்களாக மாற்றும் ரஸவாதம் நிகழ்கிறது.

அடுத்த நெடுங்கதையான 'தழும்புகள் சிவந்த அணங்கு நிலத்தில்' வரும் நீலத்தின் கற்சாளரம்: "பல கருமையான சாபம் / ஒலி வழியான மொழி / சிமியோன் லெவிக்கும் ஆகப்பட்ட சாபத்தினால் நீலம் கருமை அடைகிறது சாபம் என்ற அழிவைக் குறிக்கும் குறியாக கருமை பிரதிப்படுகிறது. சாபம் இளநீலமாக இருந்து கருநீலமாகும்". மேலே குறிப்பிட்ட வாக்கியங்கள் புதிரின் பிரதி நிலை பின்வரும் வரிகளால் கதையாடலாக வருகிறது. "பிறப்பின் நுனியில் வாய் திறந்த சுழல் அது சாவின் வசீகரத்தில் நீலமாய் இருக்கிறது. சாபம் இளநீலமாக இருந்து பகைமையால் கருநீலம் ஆனது."

சாபம் = இள நீலம்

கருநீலம் = பகைமை.

மற்றொரு இடத்தின் நீலஇனம் என்று நிறத்தால் இனம் அடைகிறது. ரோகத்தை நீலமாகக் காண்கிறது பிரதி. புனைகதைகளில் பாத்திரப் படைப்பின் தொகுப்பு நெரிசல்தான் புனைகதையாக பலகாலம் அறியப்பட்டு வந்தது. நவீனத்துவத்துக்குப் பிந்தய எழுத்து முறைமை இதை பல தளங்களில் தவிர்த்து வந்திருக்கிறது. முதன்மைப் பத்திரத்தைச் சுற்றி முதன்மைப் பாத்திரத்தின் மீது போர்த்தப்படும் மொழிப்பின்னலாக எதார்த்தவாத எழுத்துகள் புழங்கிய சூழலில் அவைகளைத் தகர்த்தெறியும் முகம் நிறங்களாகவும் நிறங்களைக் குறிகளாகவும் புதிர்மைவழிக் கதையாடல் பண்பு இரட்டைகளின் (Double) இரட்டை முறைப் பிரதியாக்கம் யதார்த்தவாதத்தின் ஏகத்துவப் பிரதிமையை கீழறுப்புச் செய்கிறது. இதை பிரதிபலிக்கும் முகமாக 'அலையும் கண்ணாடியுள் ரஸவாதியில்' - 'எழுத்து பாத்திரங்களின் நெரிசலான ரயில் பயணமென நினைக்கவில்லை' என்ற வரி புதிய புனைகதை மரபின் துவக்கப் புள்ளியைக் குறிக்கிறது,

அதே கதையில் வரும் வரிகள் புனைகதையாடல் ஓட்டத்துக்கு துவக்கப் புள்ளியற்ற கதையாடல் மரபை விளக்கும் முகமாக வரும் இவ்வரிகளை வாசிக்கலாம்.

'படு மோசமானவற்றை அழகாகவும் பிரதிபலிக்கக் கூடிய கலையின் பரிமாணங்களை படைப்பாளி நெருங்குவதற்குள் சிதறடிக்கப்படுகிறது மையம் / படரும் கதையைச் சுற்றிய மையத்தை விட்டு வெகுதூரம் விலகி பயணிப்பதில்தான் எதேச்சையான எதிர் ஓட்டம் சாத்தியமாகும் போலும்' என்ற இவ்வரிகள் புதிய புனைகதை எழுத்தின் பிரதியியல் தத்துவத்தை மொழிகிறது. இத்துடன் எதார்த்த எழுத்தின் தகர்வை முன்னிறுத்தும் 'பொம்மைகள் உடைபடும் நகரம்' என்ற கதையில் வருபவர்களின் சொல்லாடல்களாலான காட்சியை வாசியுங்கள்.

"எல்லா நகரங்களிலும் பொம்மைகள் உடைக்கப்படும் சத்தங்கள் கேட்டது. நகரங்களின் மீது பறந்து சென்ற பொம்மைகள் வெடித்துச் சிதறியது. உடைந்த பொம்மைகளின் சிறு துண்டுகள் தெருக்களில் சிதறிக் கிடக்கின்றன." கோணங்கியின் பனிவாள் கதையில் 'தானாக இருந்த நீரில் ஒரு துளை விழ அதன் வழி ஆலிஸ் பிறந்தாள் என்பதைச் சொல்ல வேண்டும்' என்ற பிரதித் தோற்றம்

போலவே பொம்மைகளிலிருந்து ஒரு சிறுமி வெளிப்படுகிறாள். அவள் கருப்பழகி. தன் கண்கள் விரியச் சிரித்தபடி "ரயில் பூச்சி, ரயில் பூச்சி அதோ... அதோ" என மொழிகிறாள். உயிர் இயக்கமற்ற பொம்மைகள் உடைபட்டு அதிலிருந்து உயிரியக்கமுள்ள கருப்பழகி தோன்றுவது ஒருவகையான பொம்மைகள் என்பது இங்கே இறுகிய நிலையில் பிரதிமையாக்கப்பட்ட எதார்த்தம். அவை உடைந்து தாறுமாறாகச் சிதைவதில் இருந்து ஒரு எதிர் எதார்த்த அசைவுகளையுடைய சிறுமி கருப்பழகி தோன்றுகிறாள். எதார்த்த உலகில் அவள் காணும் ரயிலான எந்திரத்தை பூச்சியாக மறுபுனைவாக்கம் செய்தாள்.

அதே கதையில் மரணத்தறுவாயில் இருக்கும் அம்மாவின் பிறந்தநாள் பரிசாக பொம்மைகள் வாங்கிச் செல்லும் பையன் பயணிக்கும் நகரங்களில் பொம்மைகள் உடைபடுகின்றன. சிதறிக்கிடந்த பொம்மையில் இருந்து தோன்றும் கருப்பழகி கோணங்கியின் பனிவாள் கதையில் தோன்றும் ஆலீஸின் மாற்று நிறப்பிரதிமைதான் இந்த கருப்பழகி. ஒருவகையில் தன் இளமைக்காலத்தை அவ்வப்போது கதையாடலின் ஊடே முகிழ்க்கச் செய்யும் போக்கில் அம்மாவின் குழந்தைமையை பதிலி செய்யும் விதமாக இந்தக் கருப்பழகி என்ற பிரதியியல் குறி செயல்படுகிறது. ரயில் பூச்சி எனத் தோன்றும் மற்றொரு குறியீடு தொடர்ந்து கதையாடலில் மாற்று அற்புத உலகத்தை ஊர்ந்து ஊர்ந்து எழுதிச் செல்கிறது. அதன் 27-ஆவது பெட்டி தாயின் தனி அறை உள்ளதாக வருகிறது.

அதில் தாயின் இளமைக்கால வாழிடம் உள்ளது. ஒரு வாசகக் கணத்தில் பூச்சி ரயில் அறையாக உருமாறுகிறது. காஃப்காவிடம் மனிதன் பூச்சியாக மாறுகிறான். ஆக பூச்சியாக உருமாற்றம் பெறும் மனிதன் பூச்சிக்குள் ஒடுக்கம் பெறுகிறான். இதன் மற்றொரு பரிமாணமாக பூச்சியும், இயந்திரமும் சேர்ந்த ஒரு புனைஉயிரியில் அம்மா வசித்த வாழிடம் புகைப்படம் எடுப்பதின் வழியாக வாசகனுக்கு குறிக்கப்படுகிறது.

இந்தப் பூச்சி ஒருவகையில் இக்கதையின் கதை சொல்லியாகவும் இயங்குகிறது. நிலப்பரப்பை கதைப்பிரதிக்குள் விரிக்கும் கோணங்கியின் கதைப் பிரதியாக்கம் இதில் ஒரு சொல்லாடல் மூலம் விரிக்கப்படுகிறது. 'சின்னஞ்சிறு இடத்தை பன்மடங்காக விரித்து கதை சொன்ன ரயில் பூச்சியிடம் தோற்றுத்தான் போனேன். அதன் கதை முழுவதும் கட்டுக்கதை என்று முடிவு கட்டினேன்'. இங்கு கட்டுக்கதை என்றத் தொடர் பொய்மை

என்பதன் மாற்றுச் சொல்லாக பயன்படுகிறது. கதையும் ஒருவகையில் பொய்மைதான் மொழியைப் போல. பொய்மை என்பது இங்கு குறிப்பிடப்படுவது எதார்த்தம் நீங்கிய அதீத புனைவைக் குறிக்கிறது. இது புனைகதையில் மாற்றுலகு என்ற கோட்பாட்டை விளக்கக்கூடியதாக உள்ளது. இதே கதையில் மற்றொரு கதையை வாசிக்கலாம். "காற்று இல்லாத இடத்தில் காற்றை ஏற்படுத்திக்கொண்டு வாழ்வதைச் சொன்னது" இந்த வரி காற்று இல்லாத மாற்றுலகம் என்பது கதையுலகம் என்கிறது.

இதேபோல 'அலையும் கண்ணாடியுள் ரஸவாதி' வாப்பாவிடம் ஊமையான மகள் புறா கேட்டு கெஞ்சுகிறாள். வெளிக்குள் கடந்து வந்த கடவுளிடம் சொர்ணப்புறா ஒன்று கேட்டழுதாள் ஊமைப்பெண். தருவதாகச் சொல்லி மற்றொன்றும் வாங்கிச் சென்றார் வாப்பா. சந்தனக்கூடு எடுத்த நாளில் அவளை நோக்கி கர்ண புறா ஒன்று பறந்து வருவதை கரைமேல் பார்த்தான் செனாய் கிழவன், அவன் இசையில் மயங்கி அந்தரத்தில் சிறகடித்தது மஞ் சள் விசிறி. இதில் ஊமைப் பெண்ணின் மாற்றுலகம் சந்தனக்கூடு விழாவில் வாசிக்கப்படும் செனாயின் இசைவெளி. அவளை நோக்கிய சொர்ணப்புறாவின் சிறகடிப்பு மஞ்சள் விசிறியாக விரிகிறது.

நவீனப் புனைகதை வாசிப்பில் வாசகனின் பங்கு குறித்து பல கோட்பாடுகள் வாதிக்கப்பட்டுள்ளன. புனைகதைப் பிரதியாக்கத்தில் வாசகனின் பங்கு அச்சிடப்பட்ட பிரதியை வாசிப்பதன் மூலம் அல்லது குரல் வாசிப்பின் மூலமோ முதலில் தன்னை இணைத்துக் கொள்ளும் போக்கை மீறும் முகம் இடாலோ கால்வினோவின் 'குளிர் கால நிசியில் ஒரு பயணி' நாவலைப் பற்றி உம்பர்டோ எக்கோ தனது சொற்பொழிவு ஒன்றில் இவ்வாறு கூறுகிறார். 'நான் இத்தருணத்தில் அவரை நினைவுகூர்வது நண்பராக மட்டுமின்றி 'குளிர் கால நிசியில் ஒரு பயணி' ஆசிரியராகவும் நினைவு கூறுகிறேன். காரணம் அவரின் அந்த நாவல் புனைகதைக்குள் வாசகனின் இருப்பைப் புனைகிறார் என்பதே', நான் அவரை நினைவுகூர்கிறேன். இவ்வாறு புனைகதைக்குள் வாசகனின் இருப்பை பிரதிப்படுத்தும் உத்தி 'அலையும் கண்ணாடியுள் ரஸவாதி' என்ற சிறுகதையில் வெளிப்படுகிறது. இதில் வரும் செனாய் கிழவன் / ரஸவாதி / அருகன் / சுவேதன் / மாசி / பருதாப்பெண் / துறவி இவர்களோடு வாசகன் என்பவனும் ரயில் பயணத்தில் பங்கேற்கிறான்.

இக்கதையாடலுக்குள் வாசகனின் இருப்பைச் சுட்டும் பத்தியை வாசிக்கலாம்.

“வந்த ரஸவாதி ஒருவேளை கதையில் இடம் கொடுத்திருக்காவிட்டால் அருகன் எதிரில் சுவேதன் ஜன்னல் ஓரம் அமர்ந்துகொள்ள முடிந்திருக்காது. வாசகன் தன் எதிரெதிரே பார்த்தவேளை கண்களில் நீர் உருண்டு இருவரும் கண்ணீருக்குள் இருக்கும் கண்ணாடித் துளிகளை பழுப்புத் தாளாக மடித்து நீர்மைகளை வரைந்து உள்ளே பயணமாகிக் கொண்டிருந்தோம். வாசகன் பார்வை அதன்மீது பட்டு ஏனோ வெட்கமடைந்திருந்த மூக்கின் நுனி பார்த்தேன். ஆழ்ந்த மூச்சு. ரஸவாதியை ஊடுருவிய வாசகனை விசாரிக்காமல் செல்லும் தூரம் ஒரு தடவை ரஸவாதி வாசகனைப் பார்த்துவிட்டு கண்ணாடியில் சமதளமான அழகற்ற செயலுக்குள் விநோதமான நகைச்சுவையைப் படைத்துவிட்டு முகத்தைத் திருப்பிக் கொண்டான்”. இப்படி ரஸவாதி வாசகனையும் வாசகன் ரஸவாதியையும் நேர் எதிர் புறமாக பார்க்கும் நிகழ்வு இங்கு நடப்பதன் மூலம் வாசகனும் பிரதிக்குள் மொழி உயிரியாக கிடைக்கிறான். பின்பு இக்கதையில் ஒரு முக்கியமான உரையாடலில் வாசகன் எவ்வாறு இயங்குகிறான் என்பதைக் காணலாம்.

“எனக்கு உன் இருப்பை தெரிந்துகொள்ளும் வசீகரம் துக்கத்தில் இருப்பதாய் இருக்கிறது சுவேதா, இருவரும் நெருங்காமல் இருப்பதில் பிளவுபட்ட உயிர் பரவுவதை உணருகிறேன்” என்றான் ரஸவாதி. சிருஷ்டி சாத்தியமாகுமா எனக்கு தெரியவில்லை என்றான் அருகன். “கணம் என்பது மெய்காலம் இல்லை என்பதில் பொருள் இல்லை” என்று திருத்தினேன் தொடரை.

“காலம் இல்லை என்பதின் பொருள் என்ன? காலம்தான் நகர்ந்து கொண்டு இருப்பது அணுத்திரளில் விலக்கும் வெப்பத்தில் காலமற்ற கோடுகளை ரஸவாதம் என்பேன். ரஸவாதியை இடைமறித்தான் வாசகன். இல்லாமல் இருப்பதில் இருக்கும் காலம் எதன் இருப்பில் தங்குகிறது சுவேதா.” காலம் அது ஊழ் சேர்ந்த பால்வரை என்றான் துறவி. இவ்வுரையாடல்களுடன் கூடிய நீட்சியாகத்தான் இச்சிறுகதையாடல் மாசியின் ரயில் பயணமாக நிலங்களுக்குள் நகர்கிறது. கதையில் ஓரிடத்தில் இப்பயணச் சுழற்சி வெளி உலகிலன்றி உள்ளேயும் நிகழ்கிறது எனச் சொல்லப்படுகிறது. அகம் புறம், புறம் அகமாக நிகழும் இக்கதையாடல் பயணம் ஊழ் குறித்த சொல்லாடலாக நீள்கிறது. அதில் சுவேதா என்ற மொழிக்குறி சுவேதாம்பர மரபுப் புனை உயிரியாக மாற்றப்பட்டுள்ளது. அந்த உரையாடலில் அதி முக்கியப்புள்ளியை உரையாடல் புறத்தில் உள்ள ரஸவாதி / சுவேதா/ அருகன் /துறவி ஆகியோருடைய மொழியை இணைக்கும்

புள்ளியில் வாசகனும் இணைகிறான். இது ஒரு சிறுகதைப் பிரதியில் ஒரு புதிய இணைவை எதிர்கொள்கிறது. இந்தச் சிறுகதைப் பயணம் என்பது மாற்றுத்தளத்தில் ஊழ் பயணம் என்பதாக குறிவயப்படும் இடத்தை வாசிக்கத் தருகிறேன்.

"மூழ்கும் ஹெட்லைட் ஒளி நடுவில் பந்தங்களை அறுத்த துறவி எல்லோர் முன்னும் தனிமையில் செல்கிறான். காலம் தனித்தனி ஊழ் பாதையாய் பிரியும் தலைகீழ் பயணம், சுற்றிலும் வட்டமான நீள ஒளி வளையம், உயிர் கதிர்களை வீசி வீசி சீறிப் பாய்கிறது மகர ரேகை. குகைகளில் மீன்கள் மற்றும் ராசி வட்டம் சுற்றுவதை சுவேதன் பார்த்து விடுகிறான். கும்பம் மகரத்தை அடுத்த ஸ்டேசனில் ரயில் நிழல் விழுந்த வலமுறையில் ஜன்னல்கள் உருண்டோடும் உயரம். தனுஷை வடிவமைத்தான் ரஸவாதி. அவனுடைய ஸ்டேஷன் அது. அதிலிருந்து விடுபட்டு பாய்ந்த அம்புகளாய் ரயில் தொடர்ந்து ஓடிக்கொண்டே இருக்கும். அடுத்த விஷப்பரப்பில் விருச்சிகம் பல கால் கொப்புகளுடன் அசைந்து ரயிலை வழிமறித்து நிறுத்தும் வேகம். என் கையில் பெருவிரல் கீழ் வரைந்த பச்சை குத்தப்பட்ட விருச்சிகத்தில் சுழல் விஷம் பூசி ரயிலில் ஒட்டிக்கொண்டது. துலாம் சமநிலையில் வைத்தால் ரயில் நிதானமாக போகக்கூடிய பாதை அமைவதாகிறது."

ராசிக்கு ராசி உயிர்மெய் எழுத்துக்கள் மற்றும் பருவங்கள் இடம் மாறிக்கொள்ளும் சூதில் மகரரேகைப் பயணி ஒருவன் கடகரேகையில் இருக்கும் பீஷ்மரோடு சூதாடிக்கொண்டு இருக்கிறான். வரையறுக்கப்படாத இந்த விளையாட்டில் கிழக்கிலிருந்து வரும் ரஸவாதி பீஷ்மரை மோதி கிளை பிரிக்கிறான். கீழே மேலே நிழல்படாத பயணி அவன். சாவின் தொடுதலோடு ராசியில் உரசிச்செல்லும் இருட்சக்கரங்கள் பூட்டிய தேரில் காலன் வந்துகொண்டு இருக்கிறான் நாய்களுடன்...

இந்த ஊழ் பயணத்தை குறிவயப்படுத்தும் இந்தக் கதையாடலின் சுழற்சியில் ஒருவகையில் ராசி வட்டச் சுழற்சியாகவும் ஒவ்வொரு ஊரின் பெயரைக் குறிக்காமல் ராசிகளை வைத்து குறிகளாகப் பயன்படுத்தி ஊர்களைச் சுற்றும் ஒரு நவீனத் தமிழ்முறைக் கதையாடல் இங்கு உருவாகிறது. இதனோடு நிலப்பரப்புகளுக்கிடையே பயணப்படும்போது இடப்பெயர்ச்சி பருவப்பெயர்ச்சியாக உள்வயப்படுத்தப்படுகிறது. இந்த ஊழ் அறியும் பயணத்தில் "நிறங்களிலிருந்து துறவு கொள் என்றது சுரைக்குடுவை. மனதில் சுழலும் வினை ஓட்டத்தில் வர்ணமாய்ச் சேரும் கருவுரித்த வெற்றிடத்தில் குமிழ் மேல்

ஓடும் நிழல்கள். நார்நாராய் உரித்தெடுத்த மனஉருவை ஆகாயத்தில் கூடு கட்டும் குருவிகளின் மானசீகத்தில் கூடும் கலை இருக்கிறதென்கிறான் அருகன். அவன் இயற்கை நியதியில் சேரும் கலையிடம் வினையறுக்க ஏதுமில்லை" என்கிறான். என்றாலும் ஊழி பலபொருள், பால், முறை, நியதி, இயற்கை, பால், ஊழை வரையறுக்கிற கடவுள். அது ஆணும், பெண்ணும் அதுவும் அல்லதாகும் என்று ஊழ் குறித்த உரையாடல். சுரைக்குடுவையுள் ஜனிக்கிறான் ரஸவாதி. அவன் இந்தச் சுழல் பயணத்தின் நீட்சியாக "மேல் நோக்கிய விண் கூண்டில் உச்சிகளால் இணைக்கப்பட்ட நீலத்தில் துளையும் அமீபாவின் நிலையில் நெளியும் அலையலையான உயிரில் நழுவிச் செல்லும் நீலவண்ண பிந்து சூல் கொண்ட வட்டவெளி, மூச்சில் விலகும் உந்திய விசையில் காற்றில் மிகக்குறைவான எடைக்குள் விரியும் வெற்றிடத்தில் பரவிய ஓர் குமிழில் மிதந்து கொண்டு இருக்கிறான் ரஸவாதி".

"வரைபடத்திற்குள் வரையப்பட்ட நீலநிறப் பூவில் நடமாடும் உயரங்களில் ஊழின் சுழற்சியில் வெளிமேல் ஏறும் சுரைக்கூடு மிதந்து மேல் ஏறும் நீலத்துள் கருநீலமாய் ஒரு துளி இருளில் வெண்ணிற இடைவெளி சுருளும் நீலப்புழுக்குளம்" என்ற வண்ணங்களின் சுழற்சியாய் ஊழ் சுழற்சி வண்ணங்களின் சுழற்சியாய் பிரதியாக்கப்படுகிறது.

தீராநதி ஜனவரி-2010

தமிழ் புனைகதை மரபும் கோணங்கியும்

ஒவ்வொரு ஆசிரியனும் அடுத்த ஆசிரியரின் வாசகன். ஒவ்வொரு வாசகனும் ஆசிரியன். அவனை அவனது வாசகர்கள் வாசிக்கிறார்கள். ஒவ்வொரு முதல் வரிசை கதைசொல்லியும் இரண்டாம் வரிசை கதை கூறுபவன் / எழுதுபவன், ஒவ்வொரு முதல் வரிசை கதை கூறுபவன் (ஒவ்வொரு முதல் வாசகன்) இரண்டாம் வரிசை கதைசொல்லி. கதை கூறுபவர்களில் எதிரீட்டு தொகுதியும் ஒத்தத்தன்மையுடையவர்கள், மேலும் அந்த அடையாளம் "கதையாடலாக கூறப்பட்டவைகளின் தொகுதியை" அமைக்கிறது.

-மூான் பிரான்சுவா லயோடார்ட்
(லெசன்ஸ் இன் பேகனிசம்)

கதையென வழங்கிய ஒருவகை எழுதுதல் முறைமையானது இன்று பல்வேறு மாறுதல்களினால் வித்யாசப்படுத்தப்பட்டுள்ளது. (1) முறைமாற்று (2) வரிசை மாற்று என்ற இருவகையான மொழி ரீதியான வேறுபாடுகளை அடைத்துள்ளதாக பின்-நவீனத்துவ சிந்தனையாளரான மூான் பிரான்சுவா லியோடார்ட் சொல்கிறார். வழமையான கதை ஆசிரியன் / கதை / வாசகன் என்ற பாகுபாட்டிலிருந்து மொழிக்களனானது மாறியுள்ளது.

இன்று

மீள் கதை சொல்லி / கதைசொல்லி

மீள் கதைசொல்லி / கதையாடலாகச் சொல்லப்பட்டது

கதைசொல்லி / கதையாடலாகச் சொல்லப்பட்டது

என்ற மொழி வகையில் மாற்றம் கண்டிருக்கிறது என்றார். மேற்கண்டவாறு பல்வேறு "நிலைப்பாடுகளாய்" முறைமாறியும் வரிசைமாறியும் வந்துள்ளது. கதைக்கு மனிதப் பண்பு மையம்

கொண்ட கதையாடல்கள், கதையாட்டம் புனைக்கதை ஆக சொல்லுதல்களின் தொகுப்பாக கட்டவிழ்த்து இருக்கிறது. 'மனிதப் பண்பை' நோக்கியே குவிக்கப்பட்ட வாசகனின் வாசித்தல் சிதறடிக்கப்பட்டது. தமிழ் புனைக்கதை மரபில் முதல் இருநாவல்களின் போக்கே இருவேறு எதிரெதிர் பண்புகளை கொண்டிருக்கிறது. 1.பிரதாப முதலியார் சரித்திரம் எழுதிய வேதநாயகம் பிள்ளை ஸ்பானிய நாவலாசிரியரின் Don Quixote-ல் உள்ள வீரப்பண்பு என்ற கூற்றை அடிப்படை பிரதியியல் நுட்பமாக கொண்டு எழுதினார். 2.இரண்டாவதாக கமலாம்பாள் சரித்திரம் எழுதிய பி.ஆர் ராஜமய்யர். அவருடைய நாவலுக்கு "நற்பண்புகளை" பாத்திரவயப்படுத்தலை செய்வதையே எனது பிரதியிய கோட்பாடு எனக் கண்டறிகிறார். ஆக தமிழ் நாவல் ஊற்று கண்ணிலிருந்து இருவேறு கிளைகள் பிரிந்துள்ளன.

1. பிரதாப முதலியார் சரித்திரம் - வீரப்பண்பு வழியான அறநெறியை மனித வயப்படுத்துவது.

2. கமலாம்பாள் சரித்திரம் - நற்பண்பை மீட்டெடுத்தல்,

இவ்விரு பண்புகளின் வழியே தமிழ் புனைகதையானது வளர்ந்துள்ளமை நோக்கத்தக்கது. இந்த இரு நாவலாசிரியர்களும் சரித்திரம் என்பதை

1. வேதநாயகம் பிள்ளை - காலவரன்முறைப் பதிலாகவும்

2. ராஜமய்யர் - சரிதமாகவும் மாற்றியுள்ளனர்.

மேலும் தங்களின் கதை பிரதியாக்கத்தைத் தீர்மானித்தவையாக அவர்களுள் கருதும் விஷயத்தைக் காணலாம் :

1. பிரதாப முதலியார் சரித்திரம் - இந்தக் 'கதைக்கு' நிலைக்களமாக தென் இந்தியாவை நிலப்பரப்பாக்கி முன்னர் எழுதிய அறநெறி நூல்களுக்கு உதாரணங்களாகக் காட்ட எழுதினேன் என்கிறார். தேசியப் பண்பு, இல்வாழ்க்கை, தென்னிந்திய மக்களின் பழக்கவழக்கங்கள்.

2. கமலாம்பாள் சரித்திரம் - இச்சரித்திரமெழுதுவதில் எனக்கு 'கதையே' முக்கிய கருத்தன்று.

மேற்கண்ட இருவரிடமும் ஓரளவில் அறநெறியை பாத்திர வயப்படுத்தல் அதாவது பிரதிக்குள் அறங்களை உள்வயப்படுத்தலைச் செய்யும் போக்கு இருந்திருக்கிறது. ஆனால் வேதநாயகம் பிள்ளை கதை புனைகதை என்பதற்கு

அழுத்தம் தந்திருக்கிறார் என்பது அவரது கூற்றாலேயே தெரிய வருகிறது. அவரது நாவலின் ஒவ்வொரு பகுதியும் வீரப்பண்பின் புனைகதையாகவே கட்டமைத்துள்ளது. 'புலியெனும் கிலி' போன்றவை இதற்கு தக்க பிரதியல் சான்றாகும். அறநெறியை மனிதவயப்படுத்துவதில் நகைச்சுவையை மொழிக்கட்டமைப்பில் ஒரு இரண்டக நிலையைக் காணலாம். கவர்னருக்கு வணக்கம் சொல்லும் காவலர்களைக் காணும் கவர்னருடன் அமர்ந்துள்ள சிறுவன் தனக்குத்தான் அது அளிக்கப்படுகிறது என நினைப்பதை அப்பிரதியில் இழைய விட்டிருப்பது வணக்கம் என்ற மரியாதையை நையாண்டிப் போலி செய்வதும் இது மொழியின் ஒரு இழைப்பின்னலாக நாவல் முழுவதும் காணமுடிகிறது. ஆனால் ராஜமய்யர் பிற்கூற்று என்ற நாவலின் கடைசி—யிலுள்ள குறிப்பில் "எனக்கு கதையே முக்கிய கருத்தன்று" என்று கூறுவதில் புனைகதை என்பதை மறுதலித்தும் அதை ஒரு கருத்தாக மொழிப்படுத்தும் கதை மரபுக்கு எதிரான போக்கை கடைபிடிக்கிறார். இவ்வாறு இருவேறு நேரெதிர் பண்புகளோடு உருவான தமிழ் புதினம் ஒருபுறம் 'பிரதாபமாகவும்' ஒருபுறம் 'சரித்திரமாகவும்' வளர்ந்துள்ளது.

2

அடுத்ததாக புதுமைப்பித்தனும், மௌனியும் சிறுகதையை எவ்வாறு மொழிச் செயல்பாடாக மாற்றினார்கள் என்பதை சுருக்கமாக பார்க்கலாம். புதுமைப்பித்தன் சிறுகதைகளில் ஒவ்வொரு கதையையும் ஒரு பிரத்யேகமான மொழி அமைப்பில் கட்டமைக்கும் போக்கைக் காணலாம். பெரும்பாலாக (1) எதார்த்த எழுத்து (2) எதிர் எதார்த்த எழுத்து (3) முழுக்க முழுக்க மொழிமய சிறுகதைகளாகப் பிரித்து அறியலாம். இங்கு மேற்கண்டவைகளைப் புதுமைப்பித்தன் சிறுகதை என்ற மொழியை அவர் அறிந்த அறிதல் கட்டமைப்பாகக் கருதலாம். அதோடன்றி இதிலிருந்து விடுபட்ட விதமாய் பத்து வெவ்வேறு விதமான கதையாடல்களில் பத்து பத்தாக சிறுகதைகளை எழுதியுள்ளமை குறிப்பிடத்தக்கது. இவை விரிவாக வேறொரு தனிக் கட்டுரையாக காணத்தக்கதாகும்.

இதற்கு இணையாக மௌனியின் சிறுகதைகள் எழுதிய போதிலும் புதுமைப்பித்தனின் காணக்கிடைக்கும் பன்முனைச் சொல்லாடல் தன்மையதான மொழி விளையாட்டு அமையப் பெற்ற சிறுகதைகள் அதிகம் இல்லாத போதிலும் மௌனியின் குறிப்பிடத்தக்க போக்காக ஒரே சிறுகதையில் பல்வேறு விதமான மொழி அமைப்பை சிறுகதை சட்டகத்தினுள் அடக்கி

பிரதியாக்கியுள்ளமை முக்கியமானது. சிறுகதையை மௌனி 'பன்முக முனைகளைக்' கொண்ட சொல்லாடல் தொகுப்பாக தருகிறார். கதை என்பதை ஒருவகையான மொழி கூற்றின் தன்மை வழியாகவே கட்டமைக்கிறார் மௌனி, தமிழ் சிறுகதையில் புதுமைப்பித்தனும் மௌனியும் இரண்டு எதிரும் புதிருமான போக்கிலேயே தங்களது எழுத்துக்களைக் கட்டமைத்துள்ளனர்.

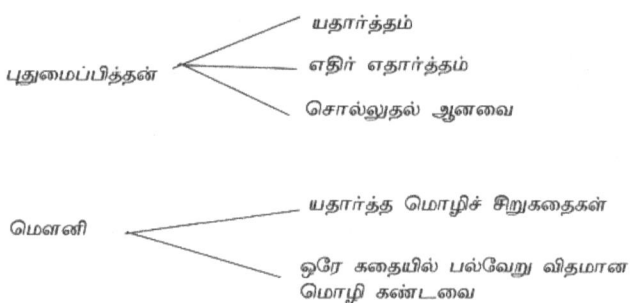

இவ்வாறு நீண்டுள்ள புனைகதை மரபில் ஒருபுறம் வலிமையான ஒற்றை மொழி கிளைத்தல் யதார்த்த வகையான எழுத்துமுறை வாசக தளத்தை கரடுதட்ட வைத்துள்ள வகைமையாக மாறியுள்ளதை அறியலாம். மற்றொரு போக்காக "சொல்லுதல்" என்ற மொழிக்களனை சொல்லாடல் வயமான பிரதியாக்க நுட்பமாக கொண்ட எதிர் - எதார்த்த போக்கின் புனைகதை மரபு ஒன்று வளர்ந்து வந்துள்ளது. அந்தப் போக்கு தொடர்ந்து கதைசொல்லியை அடுத்தக் கதையை பிரதிப்படுத்தும் கதைசொல்லி வாசகனாக்கும் மரபை தமிழில் சாத்தியப்படுத்த முயன்று கொண்டிருக்கிறது.

3

இன்று புனைகதை மரபில் மைய அழுத்தம் பெற்றுள்ள எதார்த்த எழுத்து முறை அதற்கு எதிரான எதிர் எதார்த்தப் போக்குகளை விளிம்புகளுக்கு வெளியே தள்ளிவிட்டு வாசகரின் கற்பனை பாதுகாவலர்களாக தங்களை முன்னிறுத்தி கொண்டுள்ளது. விளிம்புகளுக்கு வெளியே இயங்கும் இந்த எதிர் எதார்த்த புனைகதை பீட்டர் லமார்க்சின் 'புனைகதை' - 'கதையாடல்' ஆகிய இரண்டையும் குறித்த கருத்துக்களை அறிவது உதவும்.

1. 'புனைகதை' என்பது சாதாரணமாக 'நாவல்' அல்லது கதையை குறிக்கும்.

2. 'கதையாடல்' என்பது செய்யப்படுவதும் மற்றும் அமைப்பாக்கம் என்ற சொற்பண்பைத் தெளிவாகக் குறிக்கும். ஆனால் மெய்பொருள் தெளிவின் குணமின்றி உருவாக்கப்பட்ட அல்லது கதையாடல்களின் வாயிலாக புனைந்துருவாக்கப்படுவதில் பெருண்மையிலும் மற்றும் சித்தரிப்புப் பொருளிலும் புனைகதை பயிலலாம். ஆனால் கதையாடல்கள் என்பது புனைகதை என்ற தன்மைகளோடு மட்டுமே நின்று விடுவதில்லை

இவ்வாறு சொல்லுதல் என்பதை ஒரு குறிப்பிட்ட வரையறையில் கட்டுப்படுத்த முடியாது என தெரிகிறது. கதை பிரதியில் சொல்லுதல் ஒரு கட்டமைப்பை பருண்மைப்படுத்த முயல்கிறது. இதனோடு தொடர்புள்ள பீட்டர் லமார்க்கின் மற்றொரு கருத்தைப் பார்ப்போம். எதிர் எதார்த்தத்தை கட்டமைக்கும் இரண்டு பண்புகளை தருகிறார். அதில் இரண்டாவது அவர் தரும் குறிப்பு.

1. புனைகதை என்பது எதுவாயினும் மனிதனால் தயாரிக்கப்பட்டது.

2. உண்மையும் மனிதனால் தயாரிக்கப்பட்டது. (கருத்துருவத்தில் அல்லது மொழியியலில்)

3. ஆகையால், உண்மை என்பது புனைகதையில் வாழும் ஒரு உயிரி.

மேற்கண்டவற்றை வைத்துப் பார்க்கும்போது கதைப்படுத்தல் அல்லது பிரதிப்படுத்தல் என்பது அடிப்படையில் மொழி ரீதியாக செய்யப்படுகிறது என்பது நன்கு விளங்கும். ஆக மொழியால் சொல்லப்பட்டு செய்யப்பட்ட கதை என்பது ஒருவன் அதை கையாளும் போது அவனுக்கும் முன்பு அதே மொழியை மற்றொருவன் வேறு ஒரு 'சொல்லுதலுக்கு' அதைப் பயன்படுத்தி கதைப்படுத்தி இருப்பான். ஒரு கதைப்பிரதியென்பதின் மொழியானது கதைக்கு முன்பும் / கதை முடிந்த பின்பும் / சொல்ல வந்த கதையையுமின்றி / வேறு கதையைச் சொல்லியும் இருந்து வந்துள்ளது என்பது அதன் சாத்தியம். ஆகையால் ஒரு கதைசொல்லி கையகப்படுத்தும் மொழிக்கு அர்த்தம் என்பதே அவனது 'சொல்லுதலின்' நிமித்தம் உருவாகி கதையானதும் கரைந்து போய் அடுத்துவரும் மற்றொரு 'கதைசொல்லி'யின் சொல்லுதலுக்காக காத்திருக்கிறது. கதையை யூகங்களின் அடிப்படையில் வாசித்தல் என்ற பின்நவீனத்துவ முறையை

அறிமுகப்படுத்திய தமிழவனின் 'சரித்திரத்தில் படிந்த நிழல்கள்' என்ற நாவலையும் இங்கு குறிப்பிட வேண்டும். இப்படி பல்வேறு கதைசொல்லிகளைக் கண்ட தமிழ் புனைகதையின் ஏடுகளில் கோணங்கியின் கதை பிரதியையும் ஒருமுறை வாசிப்போம்.

4

சிறுகதையின் 'சொல்லுதலின் மொழியை' தன்னால் இயன்றவரை ஒரு நூதனமான நிலைக்கு உந்தித் தள்ளியவர்களில் 'கோணங்கி' என்ற கதைசொல்லியும் ஒருவர். அவரது 'பனிவாள்' மற்றும் 'உப்புக்கத்தியில் மறையும் சிறுத்தை' ஆகிய இரண்டு புனைகதைகளின் மொழி வழியில் நமக்கு வாசிக்கக் கிடைக்கக் கூடிய புதிய மொழிப்பரப்பைக் காணலாம். பனிவாள் என்ற கதையில் வரும் முதல் வரி "தானாக இருந்த நீரில் ஒருதுளை விழ அதன் வழி ஆலிஸ் பிறந்தாள்" என்பதைச் சொல்ல வேண்டும்.

ஆலிஸ் என்ற 'குறி' தமிழில் பிரயோகப்படுத்துவதில் பொதுவாக உணரப்படும் சிக்கல் ஆலிஸ் என்பதை கதை சொல்லுதலின் துவக்கமாக கொள்ளும் போது, 'ஆலிஸ்' என்ற லூயி கரோலின் 'கதைக்குறி' தமிழில் பரஸ்பர பிரதியாக்கம் செய்யப்படுவதோடு மறு பிரதியாக்கப்படுவதையும் கவனிக்க முடியும். ஆலிஸ் பிறந்தாள் என்பதை சொல்ல வேண்டும் என்பதில் தமிழ் புனைகதை பரப்பிற்கு அதை கதை சொல்லுதலின் துவக்கமாகச் சொல்லாம். ஆலிஸ் எங்கிருந்து கதைமொழியில் முகிழ்க்கிறாள் என்று பார்ப்போம். "எல்லா துளைகளிலும் ஆலிஸ்" எனும்போது கதையின் பரப்பில் இருக்கக் கூடிய எல்லாவிதமான aporia-வில் இருந்து ஒரு தமிழ்ப்படுத்தப்பட்ட மொழிக்குறியாக்கம் நிகழ்கிறது. அவளது முன்பிரதியாக்க நிலையான முயலை துரத்தியபடி அதன் குழியில் விழுந்ததில் லூயிகரோலின் விந்தை உலகமானது மொழியுள் கதவை திறக்கிறது. ஆனால் இங்கு அவள் பின்னால் ஓடிய யாவரும் அவள் விழுந்த மொழி விந்தையின் ஆழத்தைப் பார்க்க ஆலிஸின் மாற்றம் கதையாகத் தொடங்குகிறது. "உறைந்து உறையாத நீரில் "பனிவாளாக" மாறித் தத்தளித்துக் கொண்டிருக்கிறாள்" என கதையில் வருகிறது. ஆலிஸ் என்ற விந்தையான 'குறி' தமிழில் "பனிவாளாக' பிரதிப்படுத்தப்படுகிறது. இவ்வாறு பிரதிப்படுத்தப்படும் போது ஆலிஸின் தோற்றம் தமிழ் மொழி பிறப்பு மாறுவதைக் குறிக்கும் கோணங்கியின் கதை சொல்லுதலில் எவ்வாறு மொழிப்படுத்தப்படுகிறது. "நீரை வாளாக ஏந்தி வாளின் கூர்முனை கொண்டு நீரில் ஒரு துளைவிழ 'அவள்' பிறந்தாள்", 'அவள்' என்பதை ஆலிஸ் பனிவாளாகிய பிரதியியல்

விந்தையில் பனிவாள் அவளாக பதிலிப்படுத்தப்படுகிறது. இக்கதையில் நிகழும் இந்தப் பிரதியியல் ரசவாதம் முழு கதையின் முதல் பத்தி வரப்போகும் கதைக்கு கதைசொல்லியின் பரஸ்பர பிரதியாக்கமாகச் செய்யும் பிரதியல் மொழிச் சாத்தியப்பாட்டை ஒரு சிறிய முகவுரை போல் அறிவிக்கிறது.

1. ஆலிஸ் தோன்றுதல்
2. பனிவாளாக பதிலியாதல்
3. 'அவள்' எனப் பிறத்தல்

ஆகியவை கதைக்குள் ஒரு பிரதியியல் நுட்பமாகக் கட்டமைக்கப்பட்டுள்ளது.

இவ்வாறு பனிவாளாக மொழி மாற்றம் பெறும் ஆலிஸ் இருவேறு எதிரெதிரான பண்புகளைக் கொண்ட மூதாதை கூட்டத்தினரின் இடையே இருக்கத் துவங்குகிறாள். பனிமனிதர்கள் X மணல் மனிதர்கள். இவர்களின் இடையே மிதந்து போகும் பனிவாளை இரு கூட்டத்தினர் கையகப்படுத்த எத்தனித்த வண்ணம் இருக்கிறார்கள். இந்தப் பனிவாளின் கீழ் கட்டப்பட்டுள்ள இருவேறு கற்பனை நிலப்பரப்பாக பனிவெளியும் X மணல்வெளியும் பிரதியில் தோற்றம் கொள்கிறது. பனி மனிதர்களின் உடல் விளிம்பில் பனித்துகளும் X மணல் மனிதர்களின் உடலில் விளிம்பில் மண்துகளும் பூசப்பட்டு நிலப்பரப்பு, உடற்பரப்பாக மாற்றம் கொள்ளும்போது அதற்கிணையாக ஆலீஸின் மனதில் உள்ளதையெல்லாம் உடலில் வரைந்து கோலமிடுகிறாள். கதைப்பிரதியின் கற்பனை மனிதர்களுக்கீடாக ஆலிஸ் என்ற மொழிக்குறியும் தன்னை மறு ஒப்பனை செய்து கொள்ள தனது அகம் என்ற மனதை உடல்மேல் வரைந்து மாற்றிக் கொள்கிறாள். இன்று பின்-நவீனத்துவக் கோட்பாடுகளில் ஒன்றாகக் கூறப்படும் மேற்பரப்பு / சுய மறுஒப்பனை இங்கு கதையின் சொல்லுதலில் நடந்தேறுகிறது.

பனிவாளைச் சுற்றி வலைப்பின்னலாக அமைக்கப்பெற்றிருக்கும் சொல்லுதல்களை விளங்கிக் கொள்ள, முதலில் இருவேறு மொழிபரப்புகளை இனங்காண வேண்டும். கதையை மொழி ரீதியாக நகர்த்தும். 'பளிவாள்' என்ற ஆலிஸின் மறுபுனைவாக்கம் பனி X மண் என்று இரு கற்பனையான பிரதியியல் பிரதேசங்களை உருவாக்கியுள்ளது. அதில் உருப்பெறும் இருவேறு எதிரிடை மனிதர்களிடம் வசப்படாமல் மிதக்கும் பனிவாள கைக்கொள்ள நடக்கும் பிரதியிய நீட்சியின் மொழியாக்கமே கதையை கட்டமைக்கும் சொல்லுதல்கள்.

இப்படி இருவரிடமும் சிக்காமல் திரவக் கதையாடலாகி நகர்ந்து போகிறது. இதுவரை கதைமொழியில் வந்தவைகளின் அடுத்தகட்டச் சொல்லுதலாக பனிமனிதர்கள் X மண் மனிதர்களின் மூதாதையர்களின் வருகையும் அவர்கள் எப்படி நினைவு உறைந்த மொழிக்குறியாக மாறி உள்ளனரோ அதுபோல பள்ளிவாளும், ஒரு குகைக்குள் புகுவதன் மூலம் இருவேறு உலகங்களின் இடையே இடையாட்டமாக விளங்கிய பளிவாள் ஸ்படிகக் கல்லாக மாறுகிறது.

பளிவாளைத் தொடர்ந்து வரும் இரண்டுவித கதை சொல்லுதலின் பதிலியாக பனிமனிதர்களையும் X மண் மனிதர்களையும் கொள்ளலாம். இவ்விரு மொழிச் சொல்லுதலும் பனிவாளைப் பின்பற்றி குகைக்குள் நுழையும்போது அங்கு புதிய 'மிருகிய பெண் இணைவை' எதிர்கொள்கிறார்கள்.

நிர்வாணமான ஆதிக்குடி பெண்ணின் நரபலி ஆட்டத்தில் தான் பளிவாளானது வசப்படுகிறது. அவள் மீது மிருக நாற்றம் வீசுகிறது. அவளிடமே பனிவாள் வசப்படுகிறது. ஆலிஸ் பளிவாளாக மாறியதிலிருந்து குகைக்குள் ஸ்படிக கல்லில் உறைகிறாள். கதையின் முன்பகுதியில் வரும் நீரின் குழியிலிருந்து தோன்றிய 'அவள்' இட வசப்படுகிறாள். ஆக கதையின் முதல் குறியாக வந்த 'ஆலிஸ்' 'தோன்றினாள்' என்பது இடையில் அவள் பிறந்தாள் எனவும், கடைசியில் ஸ்படிகமாக உருமாறி ஆதிக்குடி பெண்ணிடமிருந்து "பனிவாளின் வெள்ளை உருவம் துருவ நட்சத்திரத்தில் 'தோன்றுவதாக' விழித்திருந்து பார்த்துக் கொண்டிருக்கிறார்கள்" சிலர் (வாசகர்கள்). இதன் வழியே கோணங்கியின் பிரதியாக்கச் செயல்பாட்டைக் காணும்போது புனைகதை 'மரபில்' லூயி கரோலின் 'ஆலிஸ்' என்ற விந்தையான குறியை தமிழ்ப் பிரதிமயப்படுத்தலில் எவ்வாறு இரு எதிரிடையான கற்பனையான நிலப்பரப்புகளை மொழிப்படுத்தி சாத்தியமாக்குகிறார் என்பது விளங்கும்.

5

மிருகியல் நாற்றத்துடனும் நரபலி ஆட்டத்துடன் முடியும் பனிவாளின் பிரதியியலின் வழியே கோணங்கியின் அடுத்த கட்ட கதை மொழியாடலாய் மொழி விளையாட்டு "உப்புக் கத்தியில் மறையும் சிறுத்தை"-க்கு வருவோம். இதன் முதல் வரி— யிலேயே கூறப்படும் முன் அறியப்படாத உயரமான மஞ்சள் நிற அலியின் தலைமுடியின் வாசனை அந்த அறையை ஊடுருவி மிருக நாற்றத்திலிருந்து அலியின் தலைமுடி வாசனையோடு

கதை பிரதியின் சொல்லுதல் துவங்குகிறது. அலிகளின் எதிரிடை 'குறியாக' சிறுத்தைத் தோல் கொண்ட யுவதி, ஏற்கனவே மிருகிய நாற்றமுடையவள் இந்தப் பிரதியில் தனது உடலின் மேற்பரப்பை சிறுத்தையின் தோலைப் போர்த்துக் கொள்கிறாள். இந்தக் கதைப்பிரதியில் வரும் பெண்கள் கைகளில் 'உப்புக்கத்தி' என்ற பனிவாளின் மூலம் மற்றொரு பிரதியிய சாத்தியப்பாடு விரிவடைகிறது. இனி உப்புக்கத்தியின் கதை சொல்லுதல்களைக் காணலாம்.

மஞ்சள் நிற அலிகள்
சிறுத்தை யுவதி

இந்த அலிகளின் கதையாடலை நிர்மாணிக்க ஒரு கற்பனை நகரம் கட்டமைக்க பெறுகிறது. 'எரிது' என்று அம்மொழிக் குறியில் இரண்டு சொல்லுதல்களைக் கொண்டுள்ளது.

எரிது என்ற நகரானது அலிகளின் கற்பனையான நிலப்பரப்பாக கொள்ளலாம். அங்கு கதை சொல்லுதல் என்பதை ஆடியுள் நிகழ்த்தப்படும் அசைவுக் கோர்வைகளாகவும் ஒன்றோடு ஒன்று இணைவற்ற பிம்பங்களை அடுக்குதலையே கோணங்கி தனது கதைமொழியின் போக்காகச் சொல்லிச் செல்கிறார். 'உப்புக் கத்தி'யைத் தேடிய இருவேறு பண்புகளை கொண்டவர்களின், உடைத்தெறியப்பட்ட, சொல்லாடல்களின் தொகுப்பாகக் கொள்கிறார். *"பழங்கண்ணாடி வேவுபார்க்கும் பாழ் அறைக்கு ரகசிய அலிகளும் வந்து உப்புக்கத்தியைத் தேடுகிறார்கள்."*

"கூட்டமாக வரும் மிருகங்கள் மஞ்சள் அலி மீது ஊர்ந்து நெருங்க உடலனைத்தும் கொண்ட மூர்க்க வெறி தாபமாய் சிதறி வெடிக்கக் காத்திருக்கிறான் கண்ணாடி முன்"

முதலில் உப்புக்கத்தியை தேடி அலிகளும் யுவதிகளும் வேவு பார்க்கும் கண்ணாடியுள் பிரவேசிக்கிறவர்கள். "வேவு பார்க்கும் கண்ணாடி" தான் எதிரிடையான உடல் சாத்தியங்கள் பிரதியிய பரப்பாகும். இந்த இரண்டு எதிரிடைகளைத் தாண்டிய கூட்டமான மிருகங்கள் மஞ்சள் அலியின் மீது தாக்க தன்னுள் உள்ள இன்மைப் பண்பான 'தாபம்' வெடித்துச் சிதறும் காட்சி கண்ணாடியின் முன்னின்ற அலியால் பார்க்கப்படுகிறது. தன்னிலையின் சிதறலை தானே பிரதிப்படுத்துவதன் மூலமாக பிணைக்கும் 'தாபம்' என்ற பெருந்தத்துவ சொல்லாடல் தகர்கிறது. இவ்வாறு 'மஞ்சள் அலி' என்பதை அலியில் பொருள்படுத்த பிரதியில் 'மஞ்சள்' என்ற நிற ஜீவியாக குறியாக்கம் செய்கிறார்

கதைசொல்லி. இந்த மஞ்சள் நிறத்தை அலிக்கு பதிலிப்படுத்த பிரதியின் ஓரிடத்தில் 'பச்சைபெண்? என்ற குறியை இதற்கு நேரெதிராக பயன்படுத்துகிறார். 'பாசீ' என்ற சங்கேதச் சொல்லின் துணைக்கொண்டு அடையாளப்படுத்துகிறது கதைமொழி.

மஞ்சள் X பச்சை

இங்கு மஞ்சள் என்ற நிறத்தை, பச்சை என்ற எதிரிடையாகவும் ஒருவித சமிக்ஞையாகவும் மொழியால் இணைத்துக் காட்டப்படுகிறது. இங்கு மஞ்சள் என்பது anti-fertility-யாகக் குறிக்கப்பெறுகிறது. மேலும் இங்கு இருக்க வேண்டியதின் இன்மை என்பது ஒரு பாலுக்கான பாலியல் உறுப்பு இல்லாமல் போகும்போது அதனை மறு கண்டெடுத்தலை செய்யுமுகமாக மஞ் சள் நிற அலியின் செயல்பாட்டை மொழி ரீதியாக கண்டறிவதைக் காணலாம். "உப்புக்கத்தியை எடுத்து சுரோணிதப் பையைக் கீறி சுரோணித கல்லை எடுத்து மண்ணைக் கீறி கண்மேல் பதித்த சுரோணிதக்கல்"

தன்னிடமுள்ள உப்புக்கத்தியால் தன்னிடம் இல்லாத 'சிறுத்தை யுவதியின்' சுரோணிதப் பையைக் கீறிக்கிடைத்த கல்லை தனது உடலில் சாத்தியப்பாட்டை மாற்றி அமைக்கும் முகம் கண்களின் மேல் அந்தக் 'கல்லை' பதித்து மாற்றிப் பார்த்தல் என்பதை மறு கட்டமைப்பு பார்வை எனப் புனைகதையின் புதிய மொழி சொல்லுதலாக கொள்ளலாம்.

உப்புக்கத்தியை வைத்து தன்னை மறுகட்டமைப்புக்கு உட்படுத்தும் மஞ்சள் அலிகள், "பும்மைதுனைக்காரர்களை கத்தியின் விளிம்பால் தொடுகிற" செயல் தன்னையொத்த பும்மைதுனைக்காரர்களின் உடல் விளிம்பைக் கத்தியால் தொடுவது, விளம்பு மற்றொரு விளிம்பைத் தொடும் ஒரு நுண்ணிய சொல்லுதலாக பிரதியாகிறது.

அடுத்ததாக, அலிகளின் மொழிப்பிரதேசமாக கட்டப்பட்டுள்ள உப்பு வெளியில் அலிகள் தங்கள் உடலை மஞ்சளாகப் பதிலிப்படுத்துதலை கீறுப்பு செய்யுமுகமாக தங்களின் உடல்களை மாற்று உடல்களோடு சேர்த்து இழை பின்னுதலை,

"வண்ணத்துப் பூச்சிகளை அலி உடல்களில் சேர்த்து தைத்துவிடும் அந்நியனைத் தேடி பலர் வந்து போகிறார்கள். வர்ண இறகுகளின் நிறப்பொடியில் ஆணைப் பெண்ணாக மாற்றும் தையல் வேலை நடந்து வந்தது ரகசியமாக" எனவும்,

"அலிகள் அலைவுறும் சந்துகளில் ஒவ்வொருவர் உடலிலும் விநோதப் பிராணிகளை ஒட்டி தைக்கும் தோல் தையலில் 'இழைக்கட்டு' பிறந்ததும் இணைந்து கொண்ட ஒரு உயிரினமான விநோதம் நகரை நெருக்கடியில் சிக்க வைத்தது" எனவும் மேற்கண்டவாறு மொழிவயப்படுத்துகிறார் கோணங்கி. அலியின் உடலியல் விடுதலையின் குறியீடாக வண்ணத்துப் பூச்சியின் இறகுகளின் நிறப்பொடியில் ஒரு பாலை (ஆண்) வேறொரு பாலாக (பெண்) மாற்றுவதை 'வண்ணம்' என்ற குறிப்பீடு மஞ்சள் நிறத்தைக் கீழறுப்பு செய்து பல வண்ணங்கள் பிரதியியல் விடுவிக்கிறது. ஆனால் அலிகளின் உடல் மீது ஊர்ந்து தாபத்தை சிதறடித்த பிராணிகள் உங்கள் நினைவுக்கு வரலாம். அதே பிராணிகளை அலிகள் உடலில் ஒட்டி தைத்து விளிம்பில் தனிமைப்படுத்தப்பட்ட நிலையிலிருந்து அவர்கள் 'இரு உயிரினமாக' மாறும் புதிய பிரதி சாத்தியத்தை கோணங்கி கட்டமைக்கிறார்.

அலிகளின் கதை நகரமான 'எரிது' அதன் இரகசிய சமூகத்தின் வரலாற்றை பல்வேறு நுண்ணிய சொல்லுதல்களினால் கட்டியுள்ளதைக் கண்டோம். இந்தப் பிரதியில் வரும் ஒரு கிழட்டு அலி மீது பல சிறுமிகள் தங்கள் ரேகைகளைப் பதிக்கிறார்கள். அந்த அலியின் உடல் மீது உள்ள சுருக்கங்களை அலிகளின் வரலாற்றின் வரிகளாக கோணங்கி பிரதிவயப்படுத்தியுள்ளார். சிறுமிகள் கைரேகைகளை பதிப்பதைப் போல.

கட்டுரைக்கு பயன்படுத்தப்பட்ட நூல்கள்

1. Narrative & Invention: The limits of fictionality - Peter Lamarque (Narrative & Culture - Edited by Christopher Nash)

2. Lessons in paganism - Jean Francois Lyotard (The Lyotard Reader - Edited by Andrew Benjamin)

3. பிரதாப முதலியார் சரித்திரம் : மாயூரம் வேதநாயகம் பிள்ளை

4. கமலாம்பாள் சரித்திரம் : பி.ஆர்.ராஜமய்யர்

5. சரித்திரத்தில் படிந்த நிழல்கள் : தமிழவன்

6. பட்டுப்பூச்சிகள் உறங்கும் மூன்றாம் ஜாமம் : கோணங்கி

7. உப்புக்கத்தியில் மறையும் சிறுத்தை : கோணங்கி

கதைமொழி டிசம்பர்-2008 காவ்யா

மறையும் யானையின் கதையாடல்

> "I had been looking for some one - a good listener - to whom I could present my own, unique view on the elephant's disappearance",
>
> -The Elephant Vanishes - Haruki Murakami

நவீன வாழ்வின் அன்றாட எதிர்வுகளின் கதையாடல்களில் உட்புதைந்து பின்னப்பட்டுள்ள கதையாடல்களின், வலைப்பின்னலை ஹருக்கி முரகாமியின் சிறுகதைகள் இயல்பாக அவிழ்வதை நம்மால் வாசிக்க முடிகிறது. முரகாமியின் கதைகளை வாசிப்பதன் மூலம் இதனை அறிந்து கொள்ளலாம். அதிலும் குறிப்பாக இன்றைய நகர நிலப்பரப்பு அவரது கதைகளின் ஊடுபாவாக இழையோடுகிறது. இதில் ஒருவித 'உறைதல்' தன்மை அன்றாட வாழ்வியலைச் சூழ்ந்துள்ளதை வெளிப்படுத்துகிறது. அனைத்தும் தூர்ந்து போன மனிதச் செயல்பாடு இவரது கதைகளில் கதையாடல்களாக ஊடாடிக் கிளைக்கிறது. குறிப்பாக இவரது சிறுகதைகளை ஊன்றி வாசிக்கும் தருணங்களில் - கதையின் மொழிச்சரடில் திடீரென பிறழும் வேகத்தை நகர வாழ்வின் கண்மூடித்தனமாகக் கருதமுடியும். இயற்கை அற்றுப் போன உறைநிலை நிலப்பரப்பாக நகரம் நமக்கு காட்சியளிக்கிறது. தொழில் நுட்பத்தின் அதீத இயக்கம் - மனித இயக்கத்தை முரகாமி தனது கதையாடல் மூலம் மாற்றிப் போடுகிறார். அன்றாட வாழ்வியலில் முகிழ்க்கும் அபூர்வ தருணங்களைக் கதைகளாக கட்டமைக்கிறார் முராகாமி. சில கதைகளில் பிரதியையும் X வாசகனையும் ஒன்றுக்குள் ஒன்றாக மாற்றிப் போடுகிறார். யார் வாசகன்? எது பிரதி என்பது மங்கி மறைகிறது.

டோக்கியோ நகரத்தின் யானைக் கொட்டகையிலிருந்து யானை மறைந்து போன செய்தியை தினசரி பத்திரிகையில் உடன் வாசிப்பதில் துவங்குகிறது இந்தக் கதை. இதனைத் தொடர்ந்து யானை மறைந்து போனதைக் குறித்த நுண்ணிய கதையாடல்களை (Micro Narratives) கொண்டுள்ளது. மெல்லிய

காற்றில் மறைந்து போனதாகவும் பல சொல்லுதல்களின் மூலம் 'யானை' பிரதியில் கட்டமைக்கப்படுகிறது. யானையைப் பற்றிய செய்திகளைச் சொல்லும்போது முரகாமி இப்படிச் சொல்கிறார். இம்மறைவை ஷெர்லாக் ஹோம்ஸ் அறிந்திருந்தால் கண்டிப்பாகப் பரவசப்பட்டிருப்பார் என்கிறார். இது வாசகனை, அதாவது கதையைச் சொல்லிச் செல்லும் கதைசொல்லியான (Sales Representative) விற்பனையாளனையும் X வாசகனையும் இணைக்கும் இணைவுப் புள்ளியாக்குகிறது.

2

யானை என்ன ஆனது? என்ற பிரதியின் உந்துதல் எல்லோரையும் கதைப்பிரதியைப் பரிசோதிக்கச் சொல்கிறது. இக்கதையில் தனியார் மிருகக்காட்சிசாலையில் உள்ள வயதான யானையைத் தவிர மற்ற விலங்குகளுக்கு மாற்று இடத்தை விலங்கின வியாபாரி பொருத்தி விடுகிறான். இதில் வயதான யானையும் அதன் பாகனும் தங்கி விடுகின்றனர். இந்த யானையை நகராட்சியே சுவீகரித்துக் கொள்கிறது. பழைய மிருகக்காட்சி சாலை இருந்த இடம் ஒரு பெரிய கட்டுமான நிறுவனம் வாங்கி விடுகிறது. அந்நிறுவனத்திற்கு இந்த யானையை இடம்பெயர்த்தே தீரவேண்டிய நிர்பந்தம், அந்த இடத்தில் புதிய கட்டிடம் கட்ட வேண்டிய கால நிர்பந்தத்தால் யானையையும் அதன் பாகனையும் இடம் மாற்ற வேண்டியுள்ளது. ஆகையால் நகராட்சியே அப்பொறுப்பை ஏற்கிறது. அக்கட்டுமான நிறுவனம் யானைக்கு மாற்றிடம் தருகின்றது. மிருகக்காட்சி சாலையின் பழைய நிறுவனர்கள் பராமரிப்புச் செலவை ஏற்கின்றனர். புதிய இடத்தில் வைக்கப்படும் யானை மே 18 மதியம் இரண்டு மணிக்கு இல்லாமல் போகிறது.

இங்கு துவங்கும் கதையாடலின் நுண்ணிய சொல்லுதல்கள், கதையைக் கட்டமைக்கிறது. தினசரி பத்திரிகைகளில் வெளியாகும் யானையின் மறைவைப் பற்றி செய்திகள் விற்பனையாளன் தனது குறிப்பேட்டில் தினமும் குறித்து வைத்துக் கொள்கிறான். யானை டோக்கியோ நகரின் குறியீடாக மாறுகிறது. நகரவாசிகள் பலதரப்பினரும் பள்ளிக் குழந்தைகளும் யானையை அன்றாடம் சென்று பார்க்கின்றனர். வயதான யானை திடீரென ஒருநாள் மறைந்து போகும் என்பதை யாராலும் முன்கூட்டியே சொல்லி—யிருக்க முடியாது என முரகாமி சொல்கிறார். இத்தகைய அபூர்வ நிகழ்வு இதுவரை அந்நகரில் நிகழவில்லை. அதாவது டோக்கியோ நகரத்தின் குறியீடாக மாறிவந்த யானை மறைந்து போகிறது. இது

ஒருவகையில் 'நகரம்' குறியீடற்றதாக - பிரதியின் உள்ளார்ந்த தளத்தில் மாற்றப்படுகிறது.

நகரவாசிகளுக்கும் x மிருகங்களுக்கும் இடையே உள்ள தொடர்பு என்பது அற்றுப் போனதாகத் தோன்றுகிறது. நகரங்களை நிரப்பிக் கொண்டிருக்கும் மனிதனுக்கும் மிருகங்களுக்கும் இடையேயான சமன்பாடு இல்லாதிருக்கிறது. இத்தகைய சமனற்ற தன்மைதான் யானை மறைவதற்கான காரணியாகக் கருதலாம். இவ்வாறு இக்கதையில் சொல்லப்படுகிறது. நகர மனிதனுக்கான குறியீடாக வயோதிக பாகனும்; அவனுக்கும் அந்த யானையின் தன்னிலை கடந்த இயைபும் கதையில் சொல்லப்படுகிறது.

பார்வையாளர்கள் யாருமற்ற திசையில் யானையுடன் அதன் பாகன் கொள்ளும் அந்த நெருக்கத்தை முரகாமி சுட்டுகிறார். இத்தகைய இயைபான நெருக்கம் அற்ற வெளியாக நகரம் வாழ்கிறது. இதனை ஒரு எதிர்மறையான குறியீட்டின் மூலம் முரகாமி கதைப்பின்னலை உருவாக்குகிறார். யாருமற்ற நேரத்தில் யானையைப் பார்க்கும் விற்பனையாளனின் பேரார்வம் கதையின் அதீத வாசிப்பு வெளியைத் திறக்கிறது.

3

யானை வசிக்கும் கொட்டகையின் பின்புறம் உள்ள மலைச்சரிவின் வழியாக இறங்கிவந்து விற்பனையாளர் யானையை நூதனமான வியப்புடன் காண்கிறான். ஒருநாள் யானை - உடல் அளவில் சிறிதாகிக் கொண்டு வருவதை - பாகனின் உடல் அளவைக் கொண்டு கணிக்கிறான். இத்தகைய நிகழ்வு எவ்வாறு கதைக்குள் நிகழ்கிறது என்ற புதிர்மை வாசகனையும் பீடிக்கிறது. அப்போது கதையின் போக்கில் முரகாமி சொல்லும் குறிப்பு

"It is the way they looked something
about the balance between them.
"In size, of their bodies"
"The Balance" - (Page - 324)

இவ்வரிகள் கதைப்பிரதியின் நுட்பத்தை சற்று ஆழமாகப் புரிந்து கொள்ள நமக்கு உதவுகிறது. யானை X பாகன் ஆகிய இரு உடல்கள் அளவில் நிகழும் சமனற்ற தன்மை மறைவின் துவக்கமாகிறது. மேலும் இத்தகைய உடலில் சமன் - மாற்றத்தினை பிரதியின் குறிகளான யானையும் X பாகனும் எதிர்க்கவில்லை. இம்மாற்றத்தை அல்லது சமன் இழப்பை இரண்டையுமே தன்னுணர்வோடு ஏற்கின்றனர்.

"The elephant and the keeper were gladly giving themselves over to this new order that was trying to envelope them" P-326

இதில் ஏற்படும் புதிய ஒழுங்கை பாகனும், யானையும் ஏற்றுக்கொள்வதை கதை சொல்லிச் செல்கிறது. ஒரு புதிய கதையாடலை முரகாமி இங்கு கட்டமைக்கிறார். யானையின் மறைவை தான் ஒரு விருந்தில் சந்திக்கும் தன்னையொத்த ஒரு பெண்ணிடம் சொல்கிறார். அந்தப் பெண்ணால் கவரப்பட்டு நெருக்கத்தை ஏற்படுத்தத் துவங்கும் உரையாடல் யானையின் மறைவை வாய்மொழியாகவே சொல்கிறார். அதைக்கேட்ட பெண்ணும் தன் இளம் வயதில் வளர்த்த பூனை ஒன்றும் மறைந்து போனதாக ஓர் எதிர் கதையாடலைக் கட்டமைக்கிறார். இப்புள்ளியில் இருவருக்குமான இணைவு சம்பவிக்கிறது.

4

மலைச்சரிவிலிருந்து யானையின் அறையை ஒரு துவாரம் வழியாகக் காணும் தருணத்தில் யானை - சிறிதாகிக்கொண்டே போவதைக் காண்கிறார். ஏழரை மணியளவில் மின்சாரம் துண்டிக்கப்படுகிறது. அது முதற்கொண்டு அனைத்துமே இருளில் இரண்டறக் கலக்கிறது. மீண்டும் ஒளி சம்பவிக்கும் எதிர்பார்ப்பில் காத்திருந்த மின்சாரம் வரவில்லை. அதுவே அவன் யானையைப் பார்க்கும் கடைசித் தருணம். அக்கணத்தில் என்ன நிகழ்ந்திருக்கலாம் என யோசிக்கும் போது கதையாடலில் வரும் வரிகள் :

"So then, you believe that the elephant kept shrinking until it was small enough to escape through the bars, or else that is simply dissolved into nothingness. Is that it?"

மென்மேலும் சுருங்கிச் சுருங்கி கம்பிகளின் வழியாகத் தப்பித்திருக்குமோ? அல்லது இன்மை வெளியில் கரைந்து போ— யிருக்குமோ? என்ற புதிர்மை நிலைகளை வாசகனின் மனதில் ஏற்படுத்துகிறது. ஆனால் கதையாளனான விற்பனையாளன் தான் கண்ட காட்சி துல்லியமானது அதில் வேறுபாடில்லை என்று நினைக்கிறான்.

"That was all I could about
the elephant's disappearance"

இக்கதையை அவள் உன்னிப்பாக ஆர்வத்துடன் கேட்டுக் கொண்டிருந்தாள். இருவருக்கும் இடையில் ஒருவித அந்யோன்யம்

முகிழ்க்கத் துவங்குகிறது. அவள் cocktail பானத்தைப் பருகியபடி கதையைக் கேட்டு வந்தாள். கதை சொல்லியான விற்பனையாளன் - தான் பல ஆண்டுகள் புகைபிடிக்காதிருந்ததாகவும்; ஆனால் யானை மறைவிற்குப் பிறகு மீண்டும் இப்போது புகைக்கத் துவங்கியதாக சொல்கிறான். அவளோ தனது இளம் வயதில் இறந்து போன பூனையைப் பற்றிச் சொல்கிறாள். பூனை மறைவது சரி, யானை மறைவது? - ஆனால் இரண்டும் இரு வெவ்வேறு கதைகள் என்கிறது கதையாடல்.

மந்திரச்சிமிழ் ஆகஸ்ட்-2012 ஜீன்-2013

புறவுலகின் அதீதங்களும் புலனாகா பிறிதொரு அடுக்கின் இருத்தலும்

[பூனைகள் நகரம் - தமிழில் ஜி.குப்புசாமி]

1

தமிழ் புனைகதையின் நவீனத்துவத்திற்கு பிந்தைய-கால கதையாடல்களின் போக்கை ஆழமாக பாதித்த மற்றும் அதன்மீது பெரும் ஆளுகையைச் செலுத்தியவர்களில் ஹாருகி முரகாமியும் ஒருவர். அவரது சிறுகதைகளும், நாவல்களும் மார்டனிட்டியிலிருந்து கிளைத்து; பின்-நவீனத்துவ உந்துதல்கள் கூறுகளைக் கொண்டிருப்பவை. முரகாமியின் சிறுகதைகளைத் தமிழாக்கித் தந்தவர்களில் ஒருவர் திரு.ஜி.குப்புசாமி ஆவார். இதில் குப்புசாமியின் பங்களிப்பினை கொடையென்றே அழைக்கலாம். ஓரான் பாமுக்கை ஏறக்குறைய முழுமையாகத் தமிழாக்கி வருபவர்.

ஒரு மொழியாக்கம் படைப்பிலக்கியத்திற்கு அளிக்கும் பங்களிப்பும், ஊக்கமும் மிக காத்திரமானவை. இருவேறு கலாச்சாரத்திற்கு இடையே இயங்கவேண்டிய கவனமான பணியை மொழியாக்குவோர் செய்து வருகின்றனர். ஓரான் பாமுக்கை தமிழாக்குகையில் கையாளும் தனிமொழிக்கூறும், மேலும் முரகாமியை மொழியாக்குகையில் கைக்கொள்ளவேண்டிய முறைமையானது முற்றிலும் வேறுபட்டவை. பாமுக்கின் மொழியாக்கங்களில் பயின்று வரும் செவ்வியல் சாயலோடு நவீனமும் குழைந்து உருவாக்கப்பட்டிருக்கும் வாக்கியங்களில் உள்ள அபாரமான ஆற்றலை வாசிக்கையில் உணரமுடியும். ஒருபுறம் நம்மை துருக்கியின் நிலப்பரப்பிற்கும்; அதன் உள்ளீடாக உள்ள கலாச்சார வெளியின் உருவகங்களை வாக்கியங்களில் கொணர்வது மிகுந்த சவால்களை உள்ளடக்கியுள்ளது. இம்மொழியாக்கப் பணியை லாவகமாக செய்தவர்

திரு.ஜி.குப்புசாமி அவர்கள். இவரது பாமுக்கின் மொழியாக்க நுட்பத்தைக் குறித்து விரிவாக அலச வேண்டும். இங்கு ஒருசில பத்திகளைக் கீழே வாசிக்கத் தருகிறேன்.

“மைக்கூட்டால் அடித்த அடிகளால் உண்டான ரத்தத்தில் நனைந்து வலியில் துடித்துக் கொண்டிருந்த என் உடம்பிலிருந்து என் ஆன்மா தற்காலிகமாக வெளியேறி, உக்கிரமான வெளிச்சம் ஒன்றிற்குள் சிறிது நேரத்திற்கு படபடத்துக் கொண்டிருந்தது. பின்னர் ஞாயிற்றைப் போன்ற பிரகாச முகம் கொண்ட இரு அழகிய புன்னகை தேவதைகள் ஆன்மாக்களின் நூலில் கணக்கற்ற முறை நான் படித்திருப்பதைப் போலவே இந்த தெய்வ ஆவி வடிவான ஒளிமையத்திற்குள்ளிருந்த என்னை மெதுவாக அணுகி, நான் இன்னமும் உடலாக இருப்பதைப் போல, என் கையைப் பற்றிக்கொண்டு மேலே எழும்பத் தொடங்கினார்.” (பக்கம்:366)

இப்பத்தியில் நான் முக்கியமாகக் குறிப்பிட விரும்பும் ஒன்று என்னவெனில்; “உக்கிரமான வெளிச்சம்“ மற்றொன்று “பிரகாச முகம்“. இவ்விருவேறு பிரயோகங்களும் ஒளிர்தலைக் குறிப்பிட்டு நிற்கின்றன. ஆனால், அதே பத்தியில் வரும் மற்றொரு வரியினை முன்னதிலிருந்து வேறுபடுத்திக் காண்பிக்கிறது குப்புசாமியின் தமிழாக்கம். ஒரு பிரதியை மொழியாக்கும் தருணங்களில் அப்பிரதியினை enhance நயம் கூட்டல் செய்வதும்; மொழியாக்கத்தின் நுட்பமான பணியாகும்.

வெவ்வேறு தன்மையுள்ள (கவித்துவம்) புனைகதைப் பிரதிகளை மொழியாக்கம் செய்தல் என்பது கடினமான செயல்பாடாகும். ஒன்றிலிருந்து மற்றொரு Cognitive Pattern-க்கு அறிதல் வகை மாறி அதன் வழியே வாசித்துவிட்டு, அதனை உட்கிரகித்து வேறொரு மொழி - அறிதலுக்குள் மொழியாக்குகையில் ஆக்கியோனின் மொழித் தனித்தன்மையையும், கதையாடல்களின் சேர்கைகளைத் தக்கவைத்துக் கொள்வதும்; பெரும் சவாலான விஷயங்கள். உதாரணமாக பாமுக்கின் ‘பனி” நாவலின் ஒரு பகுதியை வாசிக்கலாம்.

“இருந்தாலும், சென்ட்ரல் ரயில்வே ஸ்டேஷனை சுற்றியிருக்கும் தெருக்களிலும், ‘டூனர்-கபாப்’ உணவகங்கள், டிராவல் ஏஜென்ஸிகள், ஐஸ்கிரீம் பார்லர்கள், செக்ஸ் ஷாப்புகள் வரிசை—யிட்டிருந்த நடைபாதைகளிலும் எல்லா பெருநகரங்களையும் உயிர்ப்போடு வைத்திருக்கும் ஆதார சக்தியின் அடையாளங்கள் தெரிவது சந்தோஷத்தையளிக்கிறது.” (பக்கம்:339)

ஒரு பெருநகர புலத்தை இயக்குவிக்கும் ரயில் நிலையத்தைச் சுற்றி பின்னப்பட்டிருக்கும் தெருக்கள் இருக்கின்றன. கதையாடலின் நவீனத்துவத்தைச் சுட்டும் இப்பிரதியினை - 'என் பெயர் சிவப்பு'-இன் மொழியாக்கத்தின் மாற்றுச் சாத்தியப்பாட்டை முன்னிறுத்துகிறது. இதில் இவர் பயன்படுத்தியிருக்கும் "ஆதார சக்தியின் அடையாளங்கள்" என்ற வார்த்தைகள் முந்தைய செவ்வியல் பிரயோகத்தின் நீட்சியாகவும், மற்றவை நவீனத்துவமாகவும் கிளைக்கின்றன. இன்னொரு சாத்தியமாக ஜான் பான்வில் நாவல் 'கடல்" தமிழாக்கத்தையும் குறிப்பிட்டாக வேண்டும். மொழியாக்கத்தின் இருவேறு நிலைப்புள்ளிகளுக்கும் இடையே மெல்லியல்பான மொழிப்பிரயோகத்தை அறிய முடிகிறது. செவ்வியலும் அன்றி முற்றிலும் மார்டனிட்டியும் அல்லாது ஒருவித இடைமொழி-ஊடாட்டம் நிறைந்ததாக கடல் விளங்குகிறது. கீழே இதனை வெளிப்படுத்தும் பத்தி :

"மீண்டும் அவள் அம்மாவை நினைத்துக் கொண்டேன். இம்முறை ஏதோ கூராக, மார்பில் எரிவதைப் போல ஒரு கணம் உணர்ந்தேன். பழுக்கக் காய்ச்சிய ஊசி இதயத்தைத் தொட்டதுபோல, குற்றவுணர்ச்சியா? ஐஸ்கிரீம் சோடாவை கடைசிதுளி வரை உறிஞ்சிக் குடித்துக் கொண்டிருக்கும் அவள் மகளின் கன்னத்தின் சரிவில் படிந்த டெல் ஊதா நிழலை ரசித்துக் கொண்டிருக்கும் என்னை, எங்களை மிஸஸ் கிரேஸ் பார்க்க நேர்ந்தால் அவளுக்கு எப்படியிருக்கும்.. என்ன சொல்வாள்?"

மேற்குறிப்பிட்டுள்ள பகுதி முந்தைய இரண்டிற்கும் இடையே இயங்கும் அகவுணர்வின் கதையாடலை முன்வைக்கிறது. இதனை இங்கு குறிப்பிடுவதற்கான காரணம் என்னவெனில்; குப்புசாமியின் மொழியாக்கம் பிரதிகளுக்கிடையே நிலவும் வேறுபாடும் அவைகளுக்கிடையே அவர் கட்டமைக்கும் ஒத்த தன்மையின் பரிமாண நீட்சிகளையும் நாம் கவனமாக வாசித்தறிய வேண்டும் என்பதற்காகத்தான்.

2

இப்போது திரு.ஜி.குப்புசாமி அவர்களின் மொழியாக்கத்தில் வெளி வந்திருக்கும் ஹாருகி முரகாமியின் "பூனைகள் நகரம்" சிறுகதைகளையும் சற்றே நீண்டிருக்கும் சிறுகதையான "வினோத நூலகம்" உள்ளடக்கியுள்ளது. வழக்கமாக; முரகாமியின் வாசகனின் முன்விரியும் கதைவெளியும் அதில் சஞ்சரிக்கும் உயிரிகளும்தான் நிறைந்திருக்கும். இதில் பெரும்பாலும் பெருநகர

வாசிகளின் மன-உள்ளோட்டமும், புறவுலகின் அதீதங்களும் கட்டியெழுப்பும் அல்லது உருவாக்கும் மிகை-உபரி நம்முன் வருபவை. தனித்திருக்கும் மனத்தின் துணைதேடும் விழைவு, கணங்களில் அவிழ்ந்து பரவும் மனித அன்பு; மேலும் தொலைந்து போதல். புறவுலகின் கீழ் புலனாகா பிறிதொரு அடுக்கின் இருத்தல்; இவற்றோடு கூட கனவு நனவு இடையேயான வகைமைக் கோட்டினை அழிப்பாக்கம் செய்பவை முரகாமியின் கதைப்பிரதிகள்.

இதிலிருந்து சற்றே வித்தியாசமான நீள் பிரதிதான் 'விநோத நூலகம்'.

திரு.குப்புசாமி மொழியாக்கியதிலேயே இப்பிரதி அதிமுக்கியத்துவம் வாய்ந்ததாகத் தோன்றுகிறது. ஒரு பெருங்கதையாடலுக்கு எதிராக; அதைத் தகர்க்கும் வல்லமை வாய்ந்த கதையாடல் சாத்தியத்தைக் கொண்டுள்ளது விநோத நூலகம். நுண்-கதையாடல்களின் சேர்க்கையாக இருக்கிறது. முழுமையினை தவிர்க்கும் ஒருவர் புனைவுத் துண்டுகளால் Fantasy Fragments-களால் இக்கதை எழுதப்பட்டுள்ளது.

புறவுலகின் உயிரியும் புறவுலகின் அமைப்பின் கீழமைந்துள்ள ஒரு வெளிக்குள் பிரவேசித்தலும் நிகழ்கிறது. அதிலிருந்து மீண்டு வருதலுமான கதையாடல் விநோத நூலகத்தின் பிரத்யேகம். ஆயினும் கதையின் இறுதியில் பிரதி நிகழ்த்தியது கனவா அல்லது நனவா எனும் ஊடாட்ட நிலையைக் கதை முன்வைக்கிறது. இங்கு 'ஷூ' என்பதை பிரயாணித்த புலத்தினில் தொலைத்துவிட்டு திரும்புவது ஒரு குறியீடாக மாறுகிறது. கீழ்வெளியில் சென்றுவந்ததின் நினைவாக. சுவடாக அவ்வுலகின் சாட்சியமாக மனதினில் எஞ்சுவதும் இதுவே. இருவேறு முடிச்சுபோல் இறுகி இறுதியில் அவிழ்கிறது கதை. கதையின் துவக்கத்தில் முரகாமி சொல்லும் மூளையின் இருவேறு செயல்பாட்டை வாசிக்கலாம்.

"அவளைப் பார்க்கும்போது, புத்தகத்தின் பக்கத்தை வலது பக்கத்தை அவளுடைய வலது கண்ணாலும், இடது பக்கத்தை அவளுடைய இடது கண்ணாலும் படித்துக் கொண்டிருப்பதைப் போலிருந்தது." (பக்கம்:192)

எனும் புதிர்மையான நிலையிலிருந்து துவங்குகிறது விநோத நூலகம். ஆனால் கதையில் உருக்கொள்ளும் அமானுஷ்ய உலகிற்குள் நுழைந்து...

"இந்த அமானுஷ்யமான சூழலிலிருந்து எவ்வளவு சீக்கிரம் முடியுமோ வெளியேறிவிட வேண்டும் என்ற துடிப்பில் அங்கிருந்து இடத்தை காலி செய்யத் தயாரானேன்."

"நூலகத்தில் குறும்பு விளையாட்டு விளையாடலாம் என்ற எண்ணத்தோடு வந்திருக்கிறாயா? கிண்டலா உனக்கு?"

என்று சீறும் கிழவரின் கூற்றில் இக்கதையின் முழு சூட்சுமமும் அடங்கியிருக்கிறது. புத்தகம் வாசித்தல், அறிவாக்கம், நூலகம் போன்றவைகள்; மனித அறிவாக்கத்தில் எத்தகைய பங்கை வகிக்கின்றன என்பதைக் குறித்தே ஒரு வினாவை எழுப்புகிறது. மேலும் குழந்தை பண்பையும் இது முன்மொழிகிறது. கிழவருக்கும் X சிறுவனுக்கும் இடையிலும்; மேலடுக்கு X கீழடுக்கு எனும் ஒருவித இருமை எதிர்வின் tensor-இல் வினோத நூலகம் பிரதி இயங்குகிறது.

3

முரகாமியின் நுண்-சித்தரிப்புகளால் நம்முன்னே தோன்றி உலவும் புனைமாந்தர்களின் அகநிலை மாற்றத்தை; அவர் பெரும்பாலும் புறவெளியில் கவனிக்கத்தக்கதாக அல்லாதவைகளைக் கொண்டே எழுதுவார். இந்த விநோத நூலகத்தில் வரும் கிழவரின் முகத்தில் நிகழும் அகநிலையினைச் சுட்டும் வரிகளை எத்துணை நேர்த்தியாக மொழியாக்கம் செய்திருக்கிறார் பாருங்கள்...

"முகத்திலிருந்து கரும்புள்ளிகள் வெறியோடு நடனமாடிக் கொண்டிருந்தன." (பக்கம்:198)

"The black speckles on his face were dancing with rage"

இன்னுமொரு கவித்துவமான வரி

"அண்டவெளியில் கருந்துளை ஒன்றைக் குத்தி வைத்திருப்பதைப்போலக் கதவுகளுக்கு பின்னால் இருட்டாக இருந்தது". (பக்கம்:200)

"as if a hole had been pierced in the cosmos"

நூலகத்தின் உள்வெளி பிரயாணத்தில் விரியும் பிரபஞ்சம் கருமையின் கவித்துவ வரிகள் இங்கு எத்துணை அனாயாசமாக சுவை கூட்டுகின்றன பாருங்கள்.

ஏறக்குறைய ஒரே பொருண்மைபட வரும் பொருட்களுக்கிடையில் நிலவும் சிறுவேறுபாட்டைச் சுட்டும் இடங்களை மொழியாக்குவதில் பெருத்த சிரமம் நிறைந்துள்ளது. இரண்டையும் வித்தியாசப்படுத்தவும் வேண்டும். அதேசமயம் இரண்டிற்குமிடையே உள்ள ஒப்புமைப் பண்பையும் பாதுகாக்கவும் வேண்டும். ஒரு தேர்ந்த மொழியாக்குவோனது பணியும் இதுவே.

"அந்த ஆட்டு மனிதனைப் பார்க்க பாவமாக இருந்தது. சிறைக்குள் சென்றேன். ஒரு சாதாரண படுக்கை, ஒரு மேஜை, கை அலம்புமிடம், கழிப்பறை எல்லாம் உள்ளேயே இருந்தது. கை கழுவுமிடத்துக்குப் பக்கத்தில் டூத்-பிரஷும், ஒரு கப்பும் இருந்தது".

"I felt sorry for the sheep man, so I entered the cell. It had a simple bed, a desk, a sink"

மேலே ஒரு குறிப்பிட்ட வார்த்தைச் சேர்க்கை ஒரு நுண்ணியதான பொருளைக் குறிக்கிறது. அதனை வாசிக்கும் வாசகனுக்குள் எழுப்பக்கூடிய உணர்வு நிலையை; நுண்ணிய வேறுபாடுகளைக் கொண்டு மிக இயல்பாக பதிவாக்கிக் கொண்டே செல்கிறார். இதன் பின்னால் இயங்கும் குப்புசாமியின் மொழியாக்க கவனவுணர்வு குறிப்பிடும்படியான அம்சமாகும்.

"விக்கித்து ஸ்தம்பித்தேன் நா எழவில்லை" என்ற பகுதியும் அத்துணை அழகாய் ஜொலிக்கிறது. "மிகவும் அழகான பெண். பார்க்கும் போது கண்கள் கூசும் அளவுக்கு அதீத அழகு, என் வயதுதான் இருப்பாள். கழுத்து, மணிக்கட்டுகள், கணுக்கால்கள் எல்லாம் லேசாக இறுக்கினாலே உடைந்து விடும் போலத் தோன்றினாள். அவளது நீண்ட நேரான கூந்தல் நகை இழைகளால் பின்னப்பட்டவைப் போல மின்னின." (பக்கம்: 209)

"She was pretty that looking at her made my eyes hurt. She appeared to be about my age. Her neck, wrists, and ankles were so slender they seemed as if they might break under slightest pressure, Her long, straight hair shone as if it were spun with jewels."

கண்முன்னே நிற்கும் பெண்ணொருவளின் அழகிய சித்திரத்தை இவ்வரிகள் நமக்குப் புலனாக்குகின்றன. கதையாடல்களின் முக்கிய அம்சம் தான், நாம் வாசிக்கும் பிரதியை மனவெளியில் புலனாக்குகின்றன. முரகாமியின் கனவுவெளியில் தோன்றும் பெண்ணை சித்திரப்படுத்தி இருப்பதைச் சற்றும் பிசகாது படிவப்படுத்தியிருக்கிறது. முரகாமியின் அசாத்திய பாய்ச்சல் மிக்க ஒருவரியை மொழியாக்கம் செய்து எத்துணை அணுக்கமாக வெளிப்படுத்தியிருக்கிறார் குப்புசாமி..

"குருட்டு டால்ஃபினைப் போல் அமாவாசை இரவு மௌனமாக நெருங்கி வந்தது." (பக்கம்:218)

"முன்பு போலவே ஆட்டமன் வரித்தண்டலர் நாட்குறிப்புகள் நூலின் ஆசிரியர் இபின் அர்மூத் ஹ ஸீராக மாறினேன். பகல் முழுக்க இஸ்தான்புல் வீதிகளில் வரிவசூல் செய்து கொண்டிருந்தேன் மாலையானது வீட்டுக்குத் திரும்பினதும் எனது பேசும்கிளிக்கு உணவளித்தேன். இரவு வானில் மெல்லியக் கோடாக பிறைச்சந்திரன் மிதந்து கொண்டிருந்தது. தூரத்தில் யாரோ புல்லாங்குழல் வாசிப்பது கேட்டது. என்னுடைய ஆப்பிரிக்க வேலையாள் அறையில் ஊதுவத்தி ஏற்றி வைத்துவிட்டு, கொசு விரட்டி போன்ற ஏதோ ஒன்றை வைத்துப் பூச்சிகளை விரட்டிக் கொண்டிருந்தான்." (பக்கம்:217)

4

வினோத நூலகம் எனும் இந்நீள்-கதையில் விரியும் விந்தை வெளியினுள் பிரவேசித்துவிட்டு வெளியேறும் வாசகர்கள் எதிர்கொள்ளும் பகுத்து அறியவியலாத ஒரு பிரிதி அனுபவம் உள்ளது. அது இவ்வாசிப்பில் ஒவ்வொரு வாசகனோடும் கைகோர்த்து உலவும் கிழவர் / சிறுவன் / ஆட்டு மனிதன் / அழகிய பெண் / பேசும் குருவி / கிளி / வரித்தண்டலரின் நாட்குறிப்பிற்குள் தட்டுப்படும் பூச்சிகள் / பிறைசந்திரன் / நூலகம் / புத்தகங்கள். நூலகத்தின் பல்வேறு புனை வடிவங்கள் யாவும் சித்திரத் தன்மையுள்ளவை. இடையிடையே நாமும் அப்புலத்தினில் உலவினோமா இல்லையா? என்ற புதிர்மைக்கான விடை; கதையாடலின் பகுதி நமக்கு அளிக்கிறது. இருள் சூழ் வெளியைத் திறக்கும் திறவுகோலாக உள்ளது ஆசிரியர் குரல்...

"ஆட்டு மனிதனுக்கென்று ஓர் உலகம் இருக்கிறது. எனக்கென்று ஒன்று. உனக்கென்று ஒன்று.

நான் சொல்வது சரியா?

சரிதான்

'ஆட்டு மனிதன் உலகத்தில் நான் இருக்கவில்லை என்பதற்காக நான் இல்லவேயில்லை என்று சொல்லிவிட முடியாதல்லவா?' (பக்கம்:214)

புரிகிறது நமது உலகங்கள் / எனது உலகம் / எனது உலகம். ஆட்டுமனிதனின் உலகம். எல்லாம் ஒன்றோடொன்று பிணைந்திருக்கின்றன. சிலநேரங்களில் அவை ஒன்றின்

மேல் மற்றொன்று கவிந்து கொள்கின்றன. சில நேரங்களில் தனித்திருக்கின்றன. இதுதானே நீ சொல்வது. இத்தகைய அற்புதவுலக வாசக-அனுபவத்தை தொடர்ந்து அளித்து வரும் எனது அன்பு நண்பரும், மொழிபெயர்ப்பாளருமான திருஜி.குப்புசாமி அவர்களுக்கு; ஒரு வாசகனாக எனது அன்பையும் நன்றியையும் உரித்தாக்குகிறேன்.

இடைவெளி
ஜீலை-2017

அகம் / புறம் கோட்பாட்டுப் பின்னணியில் மேற்கத்திய கவிதை

தமிழ் மொழிக்கும் அதன் கவிதைக்கும் நீண்டதொரு பரம்பரை உண்டு. அகம் / புறம் என்ற கோட்பாட்டை வறட்டுப் பாகுபாடாகச் சுருங்க விடாமல், ஒருவர் மாற்றி ஒருவராக உரையெழுதிப் பயன்படுத்தியுள்ளனர். சங்கக் கவிதை காலம் தொட்டு அகமும் புறமும் பண்பாட்டின் இருமுனைகளில் இயங்கி வருகின்றன. நம் கவிதை மரபைக் காணும் போது இது தெளிவாகிறது. பெரும்பாலும் பிறமொழிக் கவிதை அணுகுவதற்கு இதுவரை அகம் / புறம் கோட்பாட்டை நாம் பயன்படுத்தவில்லை. அதற்குப் பதிலாக மேற்கத்திய முன்மாதிரிகளின் துணைகொண்டே இதுவரை அணுகினோம். அகம் / புறம் என்ற சுய அறிதல் முறையைப் பயன்படுத்தி மேற்கத்திய கவிதைகளை நாம் அணுகினால், தமிழ் மொழிக்குள்ள விமர்சன உரை மரபை வளர்த்தெடுக்க முடியும்.

தமிழ் மொழியைக் கற்கக்கூடிய அனைவருக்கும் அகம் / புறம் மரபு விமர்சன ரீதியாகப் பயிற்றுவிக்கப்படுவதில்லை. இக்கோட்பாட்டைப் படைப்பு ரீதியாகக் கற்றுத் தராததே இலக்கியத் திறனாய்வில் காலனிய மாதிரிகள் புழக்கத்திற்கு வரக் காரணம். இலக்கியத் திறனாய்வில் முக்கியமான மாறுதல்களை அண்மையில் ஏற்படுத்தியவை அமைப்பியலும் பின் - அமைப்பியலும்(1) தான் இவற்றுடன் குறியியல்(2) என்ற மொழி சார்ந்த சிந்தனையும் சுய விமர்சன மரபை வளப்படுத்த வல்லது. காலனிய சிந்தனை மாதிரிகளின் சிறையிலிருந்து விடுபட்டுப் பின் - அமைப்பியல் சார்ந்த பின் - காலனியக் கருத்தாக்கம்(3) உருவாகிறது. அது இலக்கியத் திறனாய்வு புதுதிசையில் வழிநடத்துகிறது. இந்தப் போக்கின் இணை ஒப்புமையை நம் மொழிக்குள் கண்டெடுக்க வேண்டும். அப்படிக் கண்டெடுப்பது புதியதொரு கலைச்சொல் மரபைத் தோற்றுவிக்கும்.

அகம் / புறம் கோட்பாட்டை இன்று காலத்தன்மையுடன் நோக்க இயலாது. அதை அ-காலத் தன்மையுடன் காண வேண்டும். அகம் / புறம் எனும் சொற்கள் ஒரே குறிப்பீட்டைச் செய்வது அல்ல. எடுத்துக்காட்டாக, குறிஞ்சி என்பது அக வகைக்குள் உள்ள ஓர் குறி. பன்னிரண்டு ஆண்டுகளுக்கு ஒருமுறை மலர்வது அது. அக்குறிஞ்சி வகைமையைச் சார்ந்த நிலத்து மக்களின் தலைமகன் தலைவியைக் களவிற் கொள்ளின், அது அக ஒழுக்கமாகும். குறிஞ்சியின் புற எதிர்வு வெட்சி. அது அந்நிலத்து ஆநிரையைக் களவிற் கொள்ளின் புற ஒழுக்கமாகிறது. (நச்சினார்கினியர், தொல்காப்பியம், பொருளதிகார உரை. 1986)

மேற்கூறியதிலிருந்து அகம் / புறம் அமைப்புகளின் இயக்கத்தைப் பின்வருமாறு அறிந்துகொள்ளலாம் :

1. குறிஞ்சி நில மக்களின் தலைவன் தலைவியைக் ' களவிற்' கொண்டால், அது அக ஒழுக்கம்.

2. வெட்சித் திணையில் ஆநிரையை 'களவிற்' கொண்டால், அது புற ஒழுக்கம்.

இவ்விரு திணைகளிலும் 'களவு' எனும் செயல் அக-புற நிகழ்வாக இயங்குகிறது. தலைமகளின் மனத்தைக் (வீட்டிற்குள்) களவு செய்வது அகநிலை சார்ந்த நிகழ்வு. ஆநிரையை உடலியல் ரீதியாக வீட்டுக்கு வெளியே களவு செய்வது புறநிலை சார்ந்த நிகழ்வு.

அகத்தை interior என்றும், புறத்தை exterior எனவும் வரையறுக்கிறார் ஏ.கே.ராமானுஜன். இப்பாகுபாட்டைக் கோட்பாடாக விளங்கிக் கொள்ள வேண்டும். அதற்கு இதுவரை பார்த்த சிந்தனைகளைக் கீழ்வருமாறு பட்டியல் போடலாம் :

குறிஞ்சி : தலைவியைக் களவிற் கொள்ளல் அகம்(வீட்டிற்குள்ளே)

வெட்சி : ஆநிரையைக் களவிற் கொள்ளல் புறம் (வீட்டிற்கு வெளியே)

குறிஞ்சி, வெட்சி இரண்டிலும் களவிற் கொள்ளல் வருகிறது. களவிற்கொள்ளலை மையத்தில் வரும் வெளி எல்லாம். இரண்டு திணைகளுக்கிடையில் வரும் இந்த வெளி குறிஞ்சியையும் வெட்சியையும் எதிர்வுகளாக மாற்றுகிறது. அது ஒற்றுமையோடும் வேற்றுமையோடும் பிணைந்து இயங்குகிறது. இதனைத் தெளிவாக விளங்கிக் கொள்ள தமிழவனின் 'மாயா-

எதிர்வு' என்ற கோட்பாடு அவசியம். (தமிழவன் 1994:20), ஜோர்ஜ் லூயி போர்ஹே என்ற புகழ்பெற்ற எழுத்தாளரின் சிறுகதையை அலச தமிழவன் இக்கோட்பாட்டை பயன்படுத்துகிறார். எதிர்வு சார்ந்ததும் சாராததுமான ஓர் அமைப்புதான் மாயா- எதிர்வு என்கிறார் தமிழவன்.

மாயா-எதிர்வு என்பதை வைத்துப் பார்க்கும் போது இரு திணைகளும் ஒருமையுடன் காட்சி தருவது தெரிய வரும். இனிக் குறிஞ்சியும் வெட்சியும் குறிப்பீட்டிற்கு உள்ளாகும் முறையைக் காண்போம்.

```
              குறிஞ்சி      X      வெட்சி
  அகம் ——————— களவு ——————— புறம்
              தலைமகள்       X      ஆநிரை
```

குறிஞ்சி / வெட்சி ஆகிய இரு திணைகளுக்கும் இடையில் வரும் 'களவு' ஒப்புமையுள்ள பொதுச்செயல், குறிஞ்சித் தலைமகளின் மனத்தைக் கவர்தல் அகச்செயல், வெட்சி நிரை கவர்தல் புறச்செயல்.

"அகம் / புறம் எதிர்ப்பதம் நேர்ப்பதம் / எதிர்ப்பதமாகப் பார்க்காமல் கால்பந்தாட்ட மைதானத்தின் எதிரெதிர் தூண்களாகப் பார்க்கலாம். இவ்வெதிர்வின் நடுவில் ஒரு வெளி உள்ளது. இந்த வெளி சூன்யம் அல்ல. இது இரு எதிர்வுகளுக்கு நடுவிலான அர்த்த வெளி. இரு எதிர்வுகளின் வீரியத்தால் உருபெற்றதால் இந்த வெளி புற எதிர்வுகளைப் பெற்றுக் கொடுத்துக் கொண்டேயிருக்க முடியும்" என்கிறார் தமிழவன் (தமிழவன் 1994:18). நான் X நீ என்ற இணை ஜோடியின் படைப்பியக்கம் பற்றித் தமிழவன் மற்றொரு கட்டுரையில் ஆராய்வதையும் இங்கு பொருத்திப் பார்க்க முடியும். (தமிழவன் 1992:58-77)

கால்பந்தாட்ட மைதானத்தின் எதிரெதிர் தூண்களைப் போல் அகம் / புறம் அமைகின்றன. அதுபோல நான் X நீ என்ற ஜோடியும் அகத்திணைக்குள் இருமொழி எதிர்வுகளாக உருக்கொள்கிறது. இந்த எதிர்வுகளுக்கு இடையில் உள்ள வெளியே

அகப்பரப்பு எனலாம். இத்தகைய நான் X நீயின் இடையிலுள்ள வெளியானது உருவக எதிர்வை தோற்றுவிக்கிறது. இதனை விளங்கிக்கொள்ள குறுந்தொகையின் நாற்பதாவது பாடலைச் செய்முறை திறனாய்விற்கு உட்படுத்தலாம்.

யாயும் ஞாயும் யார் ஆகியரோ
எந்தையும் நுந்தையும் எம்முறை கேளிர்
யானும் நீயும் எவ்வழி அறிதும்
செம்புலப் பெயல்நீர் போல
அன்புடை நெஞ்சம் தாம் கலந்தனவே.

ஜார்ஜ் எல்.ஹார்ட் என்ற மேற்கத்தியத் தமிழறிஞர் இது குறித்துக் கீழ்வருமாறு கருத்துரைக்கிறார்:

"ஆண் மழையும் பெண் பூமியும் இரண்டறக் கூடுவதிலிருந்து உருக்கொள்வதுதான் பூமியின் வளமை. ஆணும் பெண்ணும் கூடுவதன் மூலம் பெண் குழந்தைகளை ஈன்றெடுக்கிறாள். இப்பொருள் கொண்ட பாடலின் இயக்கமானது சீராகக் கட்டமைக்கப்படுகிறது. 'என்', 'உன்' எனத் துவங்கி, 'நான்', 'நீ' என வளர்ந்து பாடல் 'நாமிருவரும்' என முடிகிறது.

மேலே ஹார்ட் அவர்கள் கூறுவதிலிருந்து

1. என்னுடைய X உன்னுடைய

2. நான் X நீ

3. நாமிருவரும்

என்பதான மூன்றுவித வகைமைகள் கிடைக்கின்றன. இவற்றின் அடிப்படையில் பாடலை வாசித்தால் என் X உன் என்ற உடைமைப் பொருள் தன்மை முன்னிலையாகிறது. நான் X நீ யின் இடைவெளியில் நிகழும் காதல்தான் இப்பாடல் ஆகும்.

என் X உன், நான் X நீ ஆகியவற்றை மொழி எதிர்வுகளாகவும் காணலாம். இவற்றின் இடையே நிகழக்கூடியது மொழி-விளையாட்டு.

இப்பாடலின் உள்ளீடு ஆண்X,பெண் என்ற அகத்திணைக்குரிய கூடல். 'என்'னை ஆணாகவும், 'உன்'னைப் பெண்ணாகவும் உருவகிக்கலாம். அகநிகழ்வில் வரும் கூடலைப் புறரீதியான உருவகங்களைக் கொண்டு பாடல் சாத்தியப்படுத்துகிறது. பாடலின் கர்த்தாக்களான ஆண் மழையாகவும் பெண் செம்மண்

பூமியாகவும் உவமிக்கப்படுகின்றனர். மழையில் திசையின் துருவமாக கொள்ளலாம். செம்மண் நிலத்தை மழையின் எதிர்த்திசையைக் குறிப்பதாகச் சொல்லலாம். இவ்வாறு எதிரெதிரான தன்மையுள்ள பொருட்கள் சொற்சேர்க்கை—யினால் இணைகின்றன. இதுதான் 'செம்புலப் பெயல்நீர்' என்ற உவமையாக உருவாகிறது. இந்த உவமை அகத்திணையில் கூடல் என்பதை மொழி வெளிப்பாடாக சாத்தியப்படுத்துகிறது.

உவமையாகக் கலந்துள்ளவர்கள் ஆண் X பெண் இருவரும். அவர்களின் கூடல் ஐம்புலன்களும் இயைந்ததாகும். அக்கூடலைச் சொல்லும் புறரீதியான உருவகங்கள் மழைநீர், செம்மண் முதலியன. இயற்கையின் கூறுகளான இவ்விரண்டும் ஐம்பூதங்களின் கலப்பைச் சுட்டுகின்றன. இவ்வகையான சாத்தியங்கள் பாடலின் உள்வடிவத்தின் எதிர்வுகளாய் எழுகின்றன.

தமிழ்க்கவிதையை அகம் / புறம் கோட்பாட்டைக் கொண்டு ஆராய்ந்தோம்.

இனி மேற்கத்திய கலாச்சாரத்தைச் சார்ந்த ஸ்பானிய மொழியில் முக்கியக் கவிஞர் பாப்லோ நெருடாவின் நிர்வாணம் என்ற கவிதையைக் காண்போம்.

நிர்வாணம்

இந்தக் கதிர்தான் ஓடும் சூரியன்
இந்த வட்டம்தான் கிழக்கு
காற்றில் ஊடுருவக்கூடிய— தூது
அதனுள்ளேயே சிக்கிக் கொள்கிறது
நடுப்பகலானது, உச்சியிலும் நேராகக் குத்திட்டும்.
கொடிக்கம்பம் வானத்தைத் தாங்குகையில்
தெளிவான அம்புகள் பறக்கின்றன
மௌனத்திலிருந்து மௌனம் வரையில்
மெல்லிய பறவைகள் காற்றில் மிதந்தபடி,
விதியின் கோடுகள்
தன்பால் எடுத்துக் கொள்ளப்படுகின்றன.

'யாயும் ஞாயும்' என்ற குறுந்தொகைப் பாடலில் பல எதிர்வுகளைக் கண்டோம். நெருடாவின் கவிதையிலும் அகம் / புறம் சார்ந்த எதிர்வுகள் உள்ளன. அவை பல்வேறு வகையாக வெளிப்படுகின்றன. 'மௌனத்திலிருந்து மௌனம் வரை' என்பதில்

இருவேறு எதிர்வுகளாக மௌனங்கள் வருகின்றன. கவிதையின் கிழக்கு என்ற திசை வெளிப்படையாகச் சொல்லப்படுகிறது. கிழக்கை ஆண் - மௌனம் எல்லாம். வெளிப்படையாகச் சொல்லப்படாதது மேற்கு). ஒரு மௌனம் ஆணாக, மற்றொன்று மேற்கு என்ற பெண் மௌனமாகிறது. நடுப்பகல் என வரும் குறியீடு, கிழக்கையும் (ஆண்) மேற்கையும் (பெண்) இணைக்கின்ற புள்ளியாகும். அந்தப் புள்ளியே கூடல், சொல்லப்படாத அகத்திணைக் குறியீடு ஆண் X பெண்ணின் இணைவு. அதைப் புறரீதியான மொழிக் குறிகளின் உதவியுடன் நெருடா தன் கவிதையில் சாத்தியப்படுத்துகிறார்.

செம்புலப்பெயல் நீராரின் கவிதையிலும் நெருடாவின் கவிதையிலும் எதிர்வுகளின் இணைவுகள் உள்ளன. அவை பின்வருமாறு அமைகின்றன.

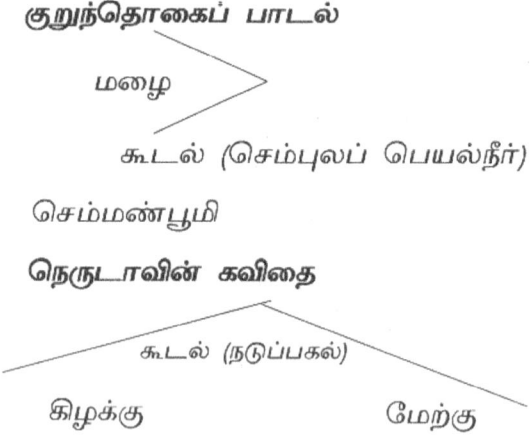

குறுந்தொகைப் பாடல்

மழை

கூடல் (செம்புலப் பெயல்நீர்)

செம்மண்பூமி

நெருடாவின் கவிதை

கூடல் (நடுப்பகல்)

கிழக்கு மேற்கு

குறுந்தொகைப் பாடல் அகத்திணைக்குரிய வரையறையில் கூறப்படுகிறது. அதனால் நிகழும் கூடல் உடல்களின் கூடலாகிறது. நெருடாவின் கவிதை உடலுக்குப் பதிலியாகக் கவிஞரின் நுட்பமான பார்வையை முன்னிறுத்துகிறது. அதன் வழிக்கூடல் சொல்லப்படுகிறது. ஆக பழந்தமிழ்ப் பாடலும் நெருடாவின் பாடலும் தத்தம் போக்கில் பிரபஞ்ச ஒருமையை உள்ளீடாக மொழிகின்றன.

செம்ண்ணும் மழைநீரும் இணைவதை ஆண் / பெண்ணின் பௌதீகக் கூடல் என்றால், நெருடாவின் கவிதைகள் 'நடுப்பகல்' என்ற கிழக்கு / மேற்கின் கூடல் அ-பௌதீகத் தன்மையுடையது. இயற்கை வெளியின் எதிர்வுகள் இணைவதில் நடுப்பகல் பிரபஞ்ச சங்கமப் புள்ளியாகும். நிர்வாணம் என்ற இக்கவிதையில் மனிதத் தடம் நேரடியாக இடம்பெறவில்லை . எனினும் 'கொடிமரம்' என்ற குறியீட்டை வைத்து மனிதர்களின் கலாச்சாரத்தைச் சொல்லியுள்ளார் நெருடா. இதன் மூலம் மறைமுகமாக மனித இருப்பு உணர்த்தப்படுகிறது.

குறுந்தொகைப் பாடலில் உள்ள கூடல் அகத்திணைக்குரியது. இதிலிருந்து நெரூடா கவிதையின் கூடல் வித்தியாசப்படுகிறது. இந்த வேறுபாட்டிற்குக் காரணம் நெருடா என்ற கவிஞரின் காலமே. தமிழ்க்கவிதையில் சொல்லப்பட்ட கூடலானது நெருடாவால் பிரபஞ்ச வெளிக்கு விரிக்கப்படுகிறது.

தமிழ்ப் பாடலின் உடல் சார்ந்த கூடல் இயற்கை கூறுகள் கலப்புடன் நிகழ்கிறது. நெருடாவின் கவிதைகள் பிரபஞ்சம் சார்ந்த கலாச்சாரம் கூடலாக விகசிக்கிறது. இவ்வாறு தமிழ் மரபான அகத்திணையின் பாங்கை வளர்த்தெடுக்கும் முகம் நெருடாவின் கவிதை அமைகிறது.

அடிக்குறிப்புகள்

1. பின் அமைப்பியல் : இச்சிந்தனையின் அடித்தளத்தை அமைத்தவர் ழாக் தெரிதா என்ற பிரெஞ்சு சிந்தனையாளர். மொழியின் உள்-அமைப்புகள் கண்டறிய முற்பட்ட சொல்லாடல் வகைமைப்பட்ட (அமைப்பியல்) சிந்தனை மரபைக் கட்டுடைத்தல் என்கிற புதிய நெறியைக் கொண்டு, தத்துவத்துக்கும் இலக்கியத்துக்கும் உள்ள பாகுபாட்டை எழுத்து என்ற கருத்தாக்கத்தைக் கொண்டு களைய முற்படுகிறார். எந்த ஒரு பிரதியும் தன் மொழியின் மூலம் தன்னைக் கட்டுடைத்துக் கொள்கிறது என்பது இவருடைய கண்டுபிடிப்பு.

2. குறியியல் : மொழி என்பது குறிகளால் ஆன தொகுப்பு என்ற புதிய அறிவு மரபைத் துவக்கியவர் பெர்டினான்ட் டி சசூர். அந்த அறிவு இன்று பல்வேறு வகைமைகளைக் கொண்ட ஆய்வு மரபாகத் தொடர்கிறது. இந்த அறிவு மரபின் மிக முக்கியமான தற்காலச் சிந்தனையாளர் உம்பர்ட்டோ ஈக்கோ. இவர் தன் முன்னோடிகளாக சசூரையும் சார்லஸ் சாண்டர்ஸ் பியர்ஸ் என்ற அமெரிக்க சிந்தனையாளரையும் குறிப்பிடுகிறார். இந்த

ஆய்வு மரபை மொழியோடு மட்டும் வரையறுத்துக் கொள்ளாமல் எல்லாம் பரப்புகளிலும் பிரித்துக் காண்கிறார் ஈக்கோ.

3. பின்-காலனியம் : மேற்கத்திய காலனிகளாக இருந்து அரசியல் விடுதலை பெற்றுள்ள பல்வேறு நாடுகளின் கலாச்சார சூழல்கள் தமக்கே உரித்தான தனித்த குணாம்சங்களை உடையன. அவற்றை அறிதலுக்கு உட்படுத்த உதவும் புதிய முறைகளை அந்தோனியோ கிராம்ஸி என்ற சிந்தனையாளரின் புத்தகங்களையும் பின்-அமைப்பியல் சிந்தனையைக் கொண்டும் கண்டறிபவர்கள் எட்வர்ட் செய்த் மற்றும் காயத்ரி சக்கரவர்த்தி ஸ்பிவாக்.

நூற்பட்டியல்

Hart, George L. (1970) Poets of Tamil Anthology. New Jersey.

Neruda, Pablo (1976) Poems. Translated Alastair Reid, London.

Ramanujan AK (1985) Poems Of Love And War, Oxford.

Ramanujan AK The Interior Landscape, New Delhi.

தமிழவன் (1992) தமிழ் கவிதையும் மொழிதல் கோட்பாடும், பெங்களூர்,

தமிழவன்(1994) அகம்/புறம்:எதிர்வும்மாயா-எதிர்வும், கட்டுரை, வித்யாசம் இதழ் 1, பெங்களூர்.

நச்சினார்க்கினியர் (1986) தொல்காப்பியம் பொருளதிகாரம் முதற்பகுதி உரை (பதிப்பாசிரியர்) கு.சுந்தரமூர்த்தி அண்ணாமலை பல்கலைக்கழகம், திருப்பனந்தாள் வெளியீடு.

கதைமொழி டிசம்பர்-2008 காவ்யா

ஆனந்த் கவிதைகளில்
வார்த்தைகளின் அர்த்த உற்பத்தி அர்த்த பிழற்சி அர்த்த உற்பத்தி மறுப்பு

> "எழுத்தாளர் கருத்தாக்கங்களின் வாயிலாகவும் விமர்சகன் குறிகளின் வாயிலாகவும் இயங்குகிறார்கள்."
>
> - ஜெரால்ட் ஜெனட்

இன்று 'நவீன கவிதை' என்ற வார்த்தைக்கான அர்த்த சாத்தியத்தை ஸ்தாபிக்க; கவிதை என்பது எவ்வகை வடிவ ரீதியில் இயங்குகிறது / இயங்க வேண்டும் என்ற இரு இணைவுகளை அடிப்படையாகக் கொண்டு தீர்மானிக்கலாம். முதலில் கவிதை என்ற வடிவம் அதன் உபகரணங்களாக விளங்கும் வார்த்தைகளின் (குறிகளின்) ஒழுங்கின் மூலம் நிர்மாணிக்கக் கூடிய வாக்கிய அமைப்புப் பற்றி அறிவது முக்கியமாகிறது. சாதாரண உரைநடையில், வார்த்தைகளுக்கென்று ஒரு ஒழுங்கு (முறைமை) வாக்கியத்தில் உண்டு. அந்த ஒழுங்கின் மூலமே உரைநடையின் வாக்கிய அமைதி நிறுவப்படுகிறது. இதற்கு நேர்மாறாக நவீன கவிதையின் வார்த்தைகள் தங்களது ஒழுங்கில் வித்தியாசமான நிலையை வாக்கியத்தில் கால்கொள்வதாய் உரைநடையின் அமைதி கலைக்கப்பட்டு, நவீன கவிதையின் தொழில்நுட்பம் வாக்கியம் தனக்கான உள்ளொலி அமைப்பை அடைகிறது. அர்த்த உற்பத்தி உள்வயப்படுகிறது. இன்று பரவலாக அறியப்படுகிற தமிழ்க்கவிதை உற்பத்தி செய்யக்கூடிய மொழி என்பது வார்த்தைகளின் / குறிகளின் கூட்டுத் தொகையாகவும் அதன் தர்க்கமாகவும் மொழியாகவும் காணலாம்.

மேலும் கவிதை என்கிற கட்டமைப்பை நிர்மாணிக்கக் கூடிய ஆசிரியன் என்பவனின் ஆளுமை மனம் ஆகியவற்றின் படிநிலை அமைப்பு எவ்வகையில் இன்றுள்ளது என்பதைப் பொதுவாகக் காணுவதும் இன்றைய நிலையில் கவிதையை உள்வாங்க உதவும்.

நாகரீக மனிதனின் காலியான மனம் என்பது காலம் / அன்றாடம் / காமம் / தூக்கம் / கனவு / விஞ்ஞானம் / அரசியல் / கலை / கலாச்சாரம் / பொருளியல் / சட்டம் / பொது ஒழுங்கு / தனியொழுங்கு / சட்டம் / நனவிலியின் விரக்தி / சாதி / தொன்மம் / புராணம் / மதம் / தத்துவம் / தான் என்கிற தனித்தன்மை / மனம் / உடல் என்று பல்வேறு வகையில் கூறுபட்டு ஒற்றை முழுமையற்ற ஒன்றையொன்றை சார்ந்த இடையாட்ட அகம் கொண்ட மனமுறைமையில் வாழ்தல் நடக்கிறது. இருபத்தி நாலு மணிநேரம் என்பதில் மனதுக்கும் X உடலுக்கும் இடையிலான தொடர் ஊசலாட்டத்துடனே மனிதன் இயங்குகிறான்.

இத்தகைய மனிதனின் மூளையை அடிப்படையாகக் கொண்டு இன்றைய நவீன கவிதை தொழில் மயப்படுகிறது. இத்தகைய சிக்கலான சூழலில் கவிதைகளை விமர்சன பூர்வமாக நாம் எவ்வகையில் எதிர்கொள்வது என்பதைக் குறித்தும் பார்ப்பது. ஆனந்தின் கவிதையை வாசிக்க உதவக்கூடும்.

பின்-அமைப்பியல் நான்கு தொழில் நுட்பமாக மிசேல் பூக்கோ தொகுத்துள்ள முறைமைகளை காணலாம்.

1. உற்பத்தியின் தொழில்நுட்பம் : இது ஒரு பொருளை உற்பத்தி செய்யவும், மாற்றவும் மற்றும் கையாளவும் உதவுகிறது.

2. குறிகளின் தொழில்நுட்பம் : இது நம்மை குறிகளை, அர்த்தங்கள், குறியீடுகள், குறிப்பிடப்பெறும் பொருளை (குறிப்பான்) உபயோகிக்க, கையாள அனுமதிக்கிறது.

3. அதிகாரத்தின் தொழில்நுட்பம் : இது தனிமனிதனின் நடத்தையும் அதனை ஒரு குறிப்பிட்ட அதிகார எல்லைக்கு இட்டுச் செல்கிறது. அதன்மூலம் எண்ணம் சார்ந்ததை (இலக்கு) குறி சார்ந்ததாய் மாற்றுகிறது.

4. தான் என்பதின் தொழில்நுட்பம்: அது தனி மனிதர்களை தானாகவோ அல்லது மற்றவர்கள் உதவியுடன் ஒரு முறைமையை மனதிலும் உடலில், எண்ணத்திலும், ஒழுக்கத்திலும், வாழ்நிலையிலும் (இருத்தலிலும்) மேற்கொண்டு தன்னை நிலைமாற்றிக் கொண்டு, சந்தோஷ மனநிலை, ஒழுக்கம், ஞானம், முழுமை, மற்றும் சாவற்ற இறவாத்தன்மை ஆகியவைகளை அடைய உதவுகிறது.

ஆகிய நான்கு தொழில்நுட்பங்களில் முதல் வகையான உற்பத்தியின் தொழில்நுட்பத்தைக் கூட ஓரளவிலும், மற்ற மூன்று

வகையானவைகளை அடிப்படையாகவும் கொண்டு ஆனந்த் கவிதைகளை அணுகலாம்.

2

முதலாவதாக 'எல்லாமும் எப்போதும்' என்ற கவிதையை உறுப்பியல் அணுகுமுறை ஒழுங்கில் பிரித்து வாசிக்கலாம். பொதுவாக இவ்வகையான வாசிப்புமுறை அணுக்க மூடிய வாசிப்பு முறையாக அமெரிக்காவின் நவீன கவிஞர்கள்; எலியட்டின் மரபை எதிர்த்து எழுந்த டிலன் தாமஸ், கின்ஸ்பெர்க், லாரன்ஸ் பெர்லிங் ஹடி மற்றும் டி.எம்.தாமஸ், ஆர்.எம். தாமஸ், டொனால்ட் டேவி, சார்லஸ் டாம்லின்ஸன் ஆகிய ஆங்கிலக் கவிஞர்கள் கவிதைகளை வாசிக்கவும், பகுத்துணரவும் பயன்படுத்தப்படுகிறது. இதைத்தான் 'பிரதியை வெளியதார்த்தத்திலிருந்து விடுவித்தல்' என ரோலன்ட் பார்த் கூறுகிறார். ஆசிரியரின் (இறப்பு) என அழைக்கலாம். ஆசிரியரின் காலம், அவரின் புறத்தொடர்பு போன்றவற்றுடன் கவிதையை அணுகத் தேவையில்லை. ஏனெனில் ஓர் கவிதைப் பிரதியை எழுதி முடித்தவுடன் அதில் கையெழுத்திடுவதன் மூலம் ஆசிரியர் என்ற தொன்ம மதிப்பீடு உருவாகிறது. அது அவனைப் பற்றி ஏற்கனவே சேமிப்பில் உள்ள கணிப்புகளை நினைவு கொள்ளச் செய்து கவிதையை பாரபட்சமின்றி வாசிக்க அனுமதிக்காது.

முதலாவதாக, மேற்சொன்ன கவிதையின் அடிப்படை அமைப்பை (கட்டமைப்பு) ஆதாரமாக்கி உள்ள முக்கியக் குறித்தொடரை (வார்த்தைத் தொடரை) எடுக்கலாம்.

முதல் உறுப்பு -

• எனக்கு இறப்பு இல்லை

இரண்டாவது உறுப்பு -

• நான் மண்ணுள்ளே போன பின்பு

மூன்றாவது உறுப்பு -

1. சிலை செய்யும் பாட்டன் தென்பட்டார் - என்னை கவனிக்கவில்லை

2. கொள்ளுப்பாட்டன் - அவரும் கவனிக்கவில்லை

3. முப்பாட்டன் கல் தேர்ந்து கொண்டிருந்தார். (வெற்றிடம்)

நான்காவது உறுப்பு -

• பாட்டனுக்கு எனக்கு இடையே உள்ள வெற்றிடம்

ஐந்தாவது உறுப்பு -

• நானும் சிலை செய்து கொண்டிருந்தேன்.

ஆறாவது உறுப்பு -

• பளீரென்று புரிந்தது மகன் சிலை.

மேலே கண்ட உறுப்புகளின் தர்க்கவிரிவை இப்போது காணலாம். முதலாவதாக சிறப்பற்றவனாக (விழிப்பற்றவனாக) தன்னை அறிவித்துவிட்டு, மண்ணுக்குள் போகிறான் மரபைத் தேடி. அங்கு பாட்டனைக் காண்கிறான் (கவனிக்கிறான்). ஆனால் அவர் இவனைக் கவனிக்கவில்லை. ஏனெனில் அவர் தன்னியக்கமாகி சிலை வடிப்பதில் மூழ்கியுள்ளார். தன்னுடைய பயணமாகத் துவங்கி அடுத்து பாட்டன் என்ற நிலைக்கு கீழிறங்கும் இவனுக்கும் பாட்டனுக்கும் இடையே தகப்பன் யார் என்பது வெற்றிடமாய் மௌனப்படுத்தப்படுகிறது இந்நிலையில், கொள்ளுப்பாட்டன் அவரும் இதனை கவனிக்கவில்லை. இதில் கவனிக்கவில்லை என்ற குறிச்சொல்லை தன்னியக்கமாகியதின் குறிப்பானாய் அறியலாம். பிறகு முப்பாட்டன் கல்தேர்ந்து கொண்டிருக்கிறார். மேற்கண்ட வரிகளில் காணும் கவனிக்கவில்லை என்பதின் குறிப்பு இங்கு மறைகிறது. தன்னியக்கமான (மரபை) சிலையைச் செதுக்குவதில் செயலிழக்கிறது. கடைசியாக தான் விழிப்புற்றவுடன் மகன் சிலையை தானே (தகப்பனாய்) செதுக்குவதை அறிகிறான் மரபை மீற முடியாத தன்னியக்கத்தில் சிக்குண்டுள்ளவன். இங்கே தனக்கும் பாட்டனாருக்கும் இடையே இருந்த வெற்றிடம் (தகப்பன் நிலை) ஆனால் கடைசியாக நிரப்பப்படுகிறது.

இதன்முலம் மரபை மீற முடியாத ஒரு செயலிழந்த “நான்’ இங்கே வெளிப்படுகிறது. முறையீட்டுத் தொனியில் இதைத் ‘தான்’ என்பதின் தொழில் நுட்பமாகும் காண வாய்ப்புண்டு. முதலில் தான் சிறப்புற்று மண்ணுக்குள் போய் தன் பயணத்தை துவங்குகிறது. பின் தனது இருமை எதிர்வான விழிப்புறும் நிலையை அடைந்து ‘தான்’ என்பது மரபு உற்பத்தியில் தன்னியக்கம் ஆனதை உணருகிறது. இந்தக் கவிதையின் உறுப்புகள் கவிதை வாசிப்பிற்கான சாத்திய விஸ்தீரணத்தை முன்னிறுத்துகிறது.

இனி ‘இல்லாத கோடு’ என்ற கவிதைக்குள் இயங்கும் மனிதனின் தற்போதைய நிலைக்கும்; முந்தைய தலைமுறையினளான

பாட்டிக்கும். கடவுள் இவர்களிடையே ஊடாடும் காலம்; இல்லாத கோடாய் நிலை கொள்கிறது. முதலாவதாக இல்லாத கோடு எரிகிறது. பின் மனிதனும் கடவுளரும் கருகிய பகுதியில் பேசுகிறார்கள். இருவருக்கும் இடையே உள்ள பரிவர்த்தனைத் தடை இடைவெளி தன்னை தாண்டிச்செல்ல எரிகிறது. எரிகிறான். பின் மூன்று நிலைகளும் மாறி தான் கடவுளாக மாறுகிறான். இந்த அனுபவத்தின் மூலம் காலமறிந்து யதார்த்தம் கருகிய நிலையில் உணர்கிறான்.

மேற்காணும் நிலையைக் குறித்து பாட்டி தனது பழைய நினைவிலிருந்து முதலிலேயே சொல்கிறாள். இக்கவிதையில் பாட்டியின் வாய்வழியான புராணிக சொல்லாடல் துணுக்காய்' இங்கே இடம்பெறுகிறது. ஆனால் அதைக் கேட்கும் பேரனின் உடலியல் சார்ந்த அனுபவம் நீட்சியாக கடவுள் X மனிதன் என்ற வார்த்தைகளின் சொல்லாடல் களமாய் கவிதை விரிவு பெறுகிறது. மரபாக கடவுளின் நிலையோடு தன்னை உயர்த்திக் கொள்ள நாளை பல்வேறு வழிகளின் மூலமும், மதமரபு ரீதியான ஊடகத்தின் வாயிலாகவும் அடைய விரும்புகிறான். ஆனால் இக்கவிதையில் இல்லாத கோட்டை X காலத்தை எந்த மரபு ரீதியான தொழில் நுட்பத்தை கைக்கொள்ளாமல் காலம் இல்லாத கோட்டை எரித்து அதன் கறிகளில் எல்லா நிலைகளான பேரன் / பாட்டி / கடவுள் அனைவரும் இணைகின்றனர். இல்லாத கோட்டில் மரபான தொழில்நுட்பம் மூலமன்றி அதற்கு நேரெதிரான எதிர்வை கவிதை அடைகிறது.

'கணக்கில் தான்' வேறுபாடு என்ற கவிதையை காணும் முன்பு; இன்று பொதுவாக பல்வேறு இலக்கிய விமர்சனத்தில் மொழி குறித்த கருத்தியல்கள் பல்வேறு விதமாய் வளர்ந்துள்ளன என்று பார்க்கலாம். மனித உலகின் பருண்மை மற்றும் சூட்சும அளவில் இயங்கக் கூடிய மூன்றுவித மொழிகளாக ப்ராக் அமைப்பியலாளர் Hauraner வரையறுக்கிறார்.

1. விஞ்ஞான மொழி : அதன் செயல்பாடு துல்லியமானது.

2. அன்றாட மொழி : இது மரபான வார்த்தைகளில் அந்த வெளியீட்டைச் செய்கிறது.

3. கவிதை மொழி : இது தன்மீதே தன் கவனத்தை குவிப்பது. அர்த்தம் பிறழ்ச்சியை அடிப்படையாகக் கொண்டது. கவிதை வார்த்தையானது உள்வயப்பட்டுள்ள அர்த்தம் முன்னிலைப்படுத்துவதாக இயங்குகிறது.

கவிதை மொழி என்பது பிரத்யேகமாக; ஒரு வார்த்தையின் உள்வயப்பட்ட அர்த்தத்தை முன்னிலைப்படுத்தி, மரபான அர்த்தத்தை பிறழ்வுபடுத்தி தொழில்நுட்பப்படுகிறது. இது 'கணக்கில்தான்' எனும் கவிதையில் இரண்டு வார்த்தைகள் நடத்தும் முன்னிலைப்படுத்தியும் மற்றும் உள்வயப்படுத்துவதைப் பார்க்கலாம்.

கணக்கில் தான்

*உனக்கும் எனக்கும் இடையில்
*கணக்கில் தான் Xவேறுபாடு

*உன் பலநூறு வருடங்கள்
என்சிறுபொழுதில் விரைந்தோடும்.

*என் வானில் ஒரு பறவையின்
ஒரு சிறகடிப்பில்
உனக்கு முதுமை வந்து சேரும்.

*உன் காலடித்தடங்களை கணக்கிட்டு
நீ சொல்வாய்
காலம் பறந்தோடி விட்டதென்று

*நான்
பறவையின் அடுத்த சிறகு வீச்சில்
கவனம் கொள்வேன்

இருவேறு நபர்களுக்கிடையில் இயங்கும் காலம் X முதுமை X வருடங்கள் என்பவை குறித்த தர்க்கமாய் கவிதை விரிய, அதனை செய்விக்கும் கருவியாக பறவை என்ற குறியீடு இயங்குகிறது.

இக்கவிதையில் வரும் கணக்கு வித்தியாசம் என்ற சொற்கள் நிகழ்த்தும் பிறழ்ச்சியை பார்க்கலாம். கணக்கு என்பது மரபான சாரத்தில் எண்கள் / நிலைகள் / வித்தியாசம் என்ற அர்த்தங்களை உள்வயப்படுத்தும் சொல் மற்றும் இரண்டு மூன்று / நான்கு என்கிற ஸ்தானம் அதற்கிடையிலான தர்க்க செயல்பாடான கூட்டல் / கழித்தல் / வகுத்தல் ஆகியவையும் இதில் உண்டு. இதேகோட்டில் கண்டால் வித்தியாசம் என்பதும் கணக்கு

என்பதின் உப-அர்த்தம் இயங்கக் கூடியது. ஆனால் கவிதையில் கணக்கில் தான் வித்தியாசம் என்று ஒரே தொடராய் வருவதைக் கவனிக்கலாம்.

உனக்கும் எனக்கும் இடையில் கணக்கில்தான் வித்தியாசம் என்பதில் கணக்கு எனும் சொல் X இருவேறு நபர்களிடையிலான மனோவியல் மனோநிலையின் சட்டகமாக மாறுகிறது. வித்தியாசம் என்ற சொல்லின் அர்த்தம் காட்சிரீதியாக செயல்படுகிறது. அதாவது,

முதல் காட்சி :

என் வானில் ஒரு பறவையின்
ஒரு சிறகடிப்பில்
உனக்கு முதுமை வந்து சேரும்.

இரண்டாவது காட்சி :

உன் காலடித்தடங்களை கணக்கிட்டு
நீ சொல்வாய்
காலம் பறந்தோடி விட்டதென்று

மூன்றாவது காட்சி :

நான்
பறவையின் அடுத்த சிறகுவீச்சில்
கவனம் கொள்வேன்.

மேற்கண்ட மூன்று பகுதிகளான கவிதை மூன்றுவித காட்சிகளாகத் தென்படுகிறது.

முதலில் வருவது; என்னில் நடக்கும் ஒரு (பறவையின் ஒரு சிறகடிப்பு) செயல்பாட்டில் உன்னில் வேறு செயல்பாடாக மாறுகிறது. காலடித் தடங்களாக, அடுத்த நிலையாக எதிராளியை கவனிப்பதை விடுத்து அடுத்த சிறகு வீச்சின் நிலையில் ஆழ்கிறான். காலம் என்ற கருத்தியல்வாதம் மனோநிலையின் சட்டகத்திலுள்ளே நடக்கிறது. அந்த மனோநிலையில் சட்டகத்தை கணக்கு என்ற வார்த்தை உள்வயப்படுத்தி மரபா கணக்கிற்கான அர்த்தத்தை பிறழ்வுப்படுத்தி முன்னிலைப்படுத்துகிறது.

வித்தியாசம் என்ற வார்த்தை இங்கு மூன்றுவித காட்சிகளுக்கிடையிலான இடைவெளியெனக் காணலாம். இந்த

வாசிப்போடு தமிழவனின் நான் X நீ என்பது தர்க்க தொழில் நுட்பமாகவும் இதைக் காண வாய்ப்புண்டு.

3

இதுவரை நாம் கண்ட விதங்களிலிருந்து வித்தியாசமான மற்றொரு போக்குள்ள கவிதைகளைக் காணலாம். பொதுவாக அர்த்த உற்பத்தியை அடிப்படையாகவும் / அர்த்த பிறழ்ச்சியை அடிப்படையாகவும் கொண்டு இயங்கிய கவிதைகள் வார்த்தைகளுக்கிடையிலான அரசியல் இடையீட்டோடு கண்டோம்.

அடுத்த வகையாக: இவரின் கவிதைகளில் கணிசமான பங்கை வகிக்கும் அரத்த உற்பத்தியைச் செய்ய மறுக்கும் வார்த்தைகளை கொண்டவற்றைக் காணலாம். இந்த விதத்தினை எதிர்கொள்ளும் முன்பு அதன் அடிப்படை அணுகுமுறையைக் காணலாம்.

கவிதையை வாசிக்கும் போது உற்பத்தியாகும் அர்த்தத்தை வைத்தே கவிதை செய்யும் மூளையின் அனுபவத்தை அனுமானிப்பது சாத்தியம். உடல் / மனம் / மூளை மற்றும் பொருட்கள் இவைகளின் கூட்டுத் தொகுப்பாய் வெளியாகும் கவிதையில் வார்த்தைக்குள் அடங்காத அனுபவம் ஒருவிதமாய் இருக்கிறது. அதைத்தான் அர்த்த உற்பத்தியை மறுக்கும் கவிதைகளில் காண்கிறேன், அதை விட்ஜென்ஸ்டீன் கருத்தியலோடு ஒப்புமை கொண்டு அணுகும்போது, அவ்வகைக் கவிதைகளை அவருடைய வார்த்தைகளைக் கொண்டே நோக்கலாம்.

“வார்த்தைக்குள் அடங்க மறுக்கும் அனுபவமானது ‘அனுபூதியியம் X மௌனம் X அர்த்த உற்பத்தி மறுப்பு’” என்று அழைக்கலாம்.

இவ்வகை தர்க்க முறைமையில் துவங்கும் கவிதை பின்பு, திடீரென வார்த்தையை மீறி செயல்படுவதை ஆனந்தின் இரட்டை கவிதை என்பதில் அகாலம் என்பதைப் பார்க்கலாம். 1) இலை உதிர்வதால் மரத்துக்கு ஒன்றுமில்லை. இதற்கு அடுத்த முன்னேற்றமாக 2) மரம் படுவதால் பூமிக்கு ஒன்றுமில்லை, சரி, 3) பூமி அழிவதால் பிரபஞ்சத்துக்கு ஒன்றுமில்லை என்ற இந்த வரி வரை வார்த்தைகள் தர்க்கமாய் வளர்கிறது. அடுத்த வரியை மிக கவனமாக கவனியுங்கள் 4) ஒரு பிரபஞ்சம் போவதால் எனக்கு ஒன்றுமில்லை என அர்த்த உற்பத்தியை மறுப்பதாக உருமாறுகிறது.

இலை என்பது மரத்தின் ஒரு உறுப்பு, மரம் பூமியின் மீதான மற்றொரு உறுப்பு, பூமி பிரபஞ்சம் என்ற A-Priori-க்குள் ஒரு உறுப்பு. இவையாவும் அழிவதால் பிரபஞ்சம் என்பதற்கு ஒன்றுமில்லை. ஆனால் பிரபஞ்சம் என்பது நாம் நினைத்துக் கொண்டாலும் நினைத்துக் கொள்ளாவிட்டாலும் இருக்க / இயங்கக் கூடிய ஒன்று. அந்த பிரபஞ்சம் அழிவதால் எனக்கு ஒன்றுமில்லை என்ற வார்த்தைகளில் தர்க்கம் அழிகிறது. வார்த்தைகளில் அர்த்தம் உற்பத்தியாக மறுக்கிறது. அதன்மூலம் இந்நிலையை கவிதை அடைகிறது. இதன் மற்றொரு செயல்பாடாய் எனக்கொன்றுமில்லை என்ற வார்த்தை உடலியல் சார்ந்து இயங்குவதுபோல் தோற்றமளித்தாலும் உண்மையில் உடலுக்கு எதிராக மாறி 'தான்' என்ற அகங்காரம் ஒரு Alter Ego-வை படைத்து, அதன்மூலம் தான் என்பதின் அழிவை மறுத்து அகங்காரம் அதிகாரமயப்படுதலும் இந்த அர்த்த உற்பத்தி மறுப்புச் சொல்லாடலின் மற்றொரு பக்கமாய் காணவும் வாய்ப்புள்ளது. உடல் மனம் என்ற இரண்டின் இணைவை தவிர்க்கும் போக்கும் இதன்மூலம் எழ வாய்ப்புள்ளது.

இத்தகைய போக்கு இவரின் கவிதைகள் ஒழுங்கில் ஓர் முக்கியப் பங்கு வகிக்கிறது. இதே வகையில் 'பாழில்' என்ற கவிதையை ஓரளவு நான் சென்ஸிக்கல் (Non-Sensical) சொல்லாடலாய் காணலாம். இக்கவிதைகளை அனுபூதியியம் X மௌனம் X நான்சென்ஸிக்கல் ஆகிய கருத்தியல்களோடு இணைந்து வாசிப்பது ஒரு புதிய ஒழுங்கை கவிதை வாசிப்பில் திறக்கும்.

கதைமொழி டிசம்பர்-2008 காவ்யா

கட்அவுட் கவிதையின் தொன்ம விரிவு

Myth is a type of speech

- Roland Barthes

தற்காலிகம் என்பது சமகால வாழ்வியலின் நினைவில் பதிய வைத்திருப்பதையே சமுகத்திரள் தொன்மமாக உயிர்ப்பிக்கிறது. ஒவ்வொரு தொன்மமும் அதன் அடித்தளமாக 'உள்ளார்ந்த சொல்லாடலை' (Immanent Discourse) அடக்கி வைத்திருக்கும். அது நினைவிலியாக சமூக நிலையில் முதன்மைப்படாமல் இயங்கிக் கொண்டேயிருக்கும்.

ஒரு காலகட்டத்தில் தன்னை வெளிப்படுத்திக்கொள்ள சமூகத்தில் பரவலாக நிலவக்கூடிய சமிக்ஞைகளைத் தனது உயிர்ப்பின் நிலமாக வரித்து பூதாகரப்பட்டு, முதல்நிலைச் சொல்லாடலாக வெளிக்கிளம்பும். அத்தகைய தொன்மம் ஒரு கருத்தியலாகத் தொடர்குறிகளால் நிறுவப்பட்டு, அதனிடையே ஊடாடக் கூடிய ஒழுங்கும் ஒழுங்கின்மையுமே கருத்தியலை நிறுவ முற்படுகின்றன.

ஒரு தொன்ம சமிக்ஞை மங்கத்துவங்கும் பொழுது அத்தொன்மமே மற்றொரு சொல்லாடலை துவக்கிவிட்டுச் சாகிறது. பின்பு அதுவே முன்னதின் நீட்சியாக விரிவடைந்து மக்கள் கூட்டத்தில் தொடர் சுய உற்பத்தியாக்கத்தில் தொன்மங்களை ஊதிப் பெருக்கும்போது ரோலண்ட் பார்த் மொழிந்ததைப் போல, அத்தொன்மம் ஒரு புதிய மொழியாகவே (மொழித்தொடராக) மாறிவிடுகிறது.

அதாவது மனித சமூகத்தில் அதுவும் ஒரு நுண்வகையான மௌன மொழி வடிவமாய்த் தன் இருப்பை நீட்டித்துக் கொண்டே காலம் கடத்துகிறது. முடிவுறாமல் தொடர்ச்சியான மறுஉருவாக்கக் கூறாகத் தொன்மம் திகழ்கிறது.

மேற்கண்ட குறிப்புகளை மனதில் கொண்டு 'கட் அவுட்' கவிதையை புரிந்துகொள்ள முற்படலாம். அதில் தொன்மம்+எதிர் எதார்த்தக் (Anti-Realistic) கூறுகள் எவ்வாறு கவிதையின் கட்டுமானத்தை தீர்மானிக்கின்றன என்பதைப் பார்க்கலாம்.

கவிதை table no 1

1. கட் - அவுட்

2. உப்புக் காற்றின் நமைச்சலில் விழித்து எழுந்த ஆத்மாநாமின் ஆவி

3. ரோஜா பதியன்களிடம் சொல்லிக்கொண்டு தேடிப்போனது ஞானக்கூத்தனை

4. கொளுத்தும் வெயில். நடந்த வழியில் கட் அவுட்டொன்றை அண்ணாந்து பார்த்திருந்த இன்னொரு ஆவியின் பக்கம் போய் வணக்கம் சொல்லி

5. கவிதை ஒன்று தரக்கேட்டது

6. கட்-அவுட் பெரியாருக்கு கற்பூரம் மூகாம்பிகைக்கு சொல்லி மீண்டும்

7. தலை தூக்கிப் பார்த்தது எம்.ஜி.ஆரின் ஆவி

....

கவிதை சொல்லாடலின் செயல்பாடு table no 2

1. தொன்மமாக மாறிவிட்ட சொல்

2. ஆவியாக மாறிவிட்ட எதார்த்தத்திலிருந்து தப்பிவிட்ட இரண்டக நிலையை அடைந்துவிட்ட ஆத்மநாம் உப்புக்காற்றின் நமைச்சல் என்ற வெற்று எதார்த்தத்தால் உயிர்த்தெழுகிறார்.

3. கவிதையின் மையக்களம் தொன்மையானது (ஆத்மாநாம்) எதார்த்தமானதைத் (ஞா.கூத்தன்) தேடிப்போகிறது தனது பழைய உறவை புதுப்பிக்க

4. ஆத்மாநாம் என்ற தொன்மக்குறியீடு கட்-அவுட் என்ற மற்றொரு பிரதிமையான தொன்மத்தைக் காண்கிறது.

வணக்கம் போன்ற சடங்கு செயல்பாடுகள் ஆவியின் தளத்தில் அறியப்படாதது / வெளிப்படாதது.

ஆனால் எதார்த்தத்திடம் தொடர்பு கொள்ளும்போது அதன் எல்லைக்குள் கட்டுப்படல் சம்பவிக்கிறது.(Physicality)

5. கவிதை என்பது வரிவடிவத்தின் செயல்பாடாகும். ஆவியிடம் இத்தகைய பருண்மைப் பண்புகளை எதிர்பார்ப்பது இரண்டக நிலையைக் குறிக்கும்.

6. பெரியார் மூகாம்பிகை என்ற இரண்டு வடிவங்களுமே எதிர் நிலைப்பண்புகளை உடையன. ஆவி - ஆத்மாநாம் உயர்நிலை... ஞானக்கூத்தன்

7. இதுவரை ஞானக்கூத்தன் ஆத்மாநாம் என்ற இரண்டு வேறு நிலைகளுக்கிடையே நடந்த சொல்லாடல் எம்.ஜி ஆர் என்ற புதிய மூன்றாவது தொன்மத்திடம் கவிதை கேட்பதின் மூலம் ஒரு தொன்மத்திடம் தன்னைப் பற்றியேக் கூறக் கேட்பது Parody.

இந்த 'கட் அவுட்' கவிதையில் தொன்மம், அதன் மற்றொரு வடிவமான (பருண்மைப்படுத்தப்பட்ட) 'கட்-அவுட்' ஆகியவைப் பற்றி ஒரு கதையாடலாக Narrative சொல்லாடல் நிறுவப்படுகிறது. இக்கவிதையே மற்றொரு கவிதையை உருவாக்க (Consitute) வல்லதாய் இருக்கிறது. கவிதையின் இறுதி அடிகளை எடுத்துக் கொண்டால், அதில் உள்ள சில பெயர்களை நகர்த்தி விட்டு இன்றைய தகவல் தொடர்பு சாதனங்கள் மூலம் நிறுவபட்டு வரும் தொன்ம உருவங்களைப் பொருத்தினாலும் கவிதை அசையாமல் குலையாமல் கட்டுமானம் கொள்ளும்.

மூலப் (முதல்) பிரதி

கட்-அவுட் பெரியாருக்கு,
கற்பூரம் மூகாம்பிகைக்கு
சொல்லி
மீண்டும்
தலைதூக்கிப் பார்த்தது
எம்.ஜி.ஆரின் ஆவி

இரண்டாம் பிரதி

கட்-அவுட் தாய்குலத்திற்கு
கற்பூரம் ஆதிபராசக்திக்கு
சொல்லி
'மீண்டும்'

தலைதூக்கி பார்த்தது
கழுதை மேயாத குஷ்பு
போஸ்டரை
அல்லது
முலை பிதுங்கிய மடோனாவை.

இவ்வாறாக வாசக மனதில் வாசிப்புக்கும் வாழ்நிலைக்கும் தகுந்தாற்போல் இக்கவிதையைக் கையாள இதன் வடிவம் இடமளிக்கிறது. கவிதையின் சொல்லாடலை கையாள Manipulate செய்ய இது விரிவான அமைப்பாக்கமாக அமைந்திருக்கிறது. இக்கவிதையை துவக்கப்புள்ளியாய் வைத்துக்கொண்டு இன்னும் மூன்று நான்கு என வாசகப் பிரதிகளை உருவாக்கிக் கொள்ளலாம்.

பிரதி - ஜனவரி 1993

தொண்ணூறுகளுக்குப் பிந்தைய தமிழ்க்கவிதையின் நீர்வீழ்ச்சிக்கான புதிய பாதை

ஒரு கடற்கரையில் உறங்கினேன்.
மற்றொன்றில் விழிக்கிறேன்

-ரேமண்ட் கார்வர்

அமெரிக்க 'செக்காவ்' என்று அழைக்கப்படும் ரேமெண்ட் கார்வர் தனது சிறுகதைகள் அதீத வெற்றியடையும் போதெல்லாம் அதனைத் தொடர்ந்து மற்றொரு சிறுகதையை எழுதுவதைத் தவிர்த்துவிட்டு கவிதை எழுதிக் கொண்டிருப்பார் என்று அவரது துணைவி டெஸ்கலேகர் கார்வரின் 'நீர்வீழ்ச்சிக்கு புதிய பாதை' என்ற கவிதைத் தொகுப்பின் முன்னுரையில் குறிப்பிடுகிறார். ஒரு சிறுகதை வெற்றியடையும்போது அது ஏற்படுத்தும் அதீத அழுத்தத்தைச் சற்று தள்ளிப்போடுவதற்கு ஒரு மாற்றுவடிவம் உதவியது என்கிறார். அப்படி அவர் எழுதிய கவிதைகளின் இடையே அவர் பெரிதும் விரும்பி வாசித்த ஆண்டன் செக்காவின் கதைகளில் பிடித்த பகுதிகளை கவிதை வடிவில் மீள் உருவாக்கி தனது தொகுப்புகளுக்கு இடையே சேர்த்திருக்கிறார். புனைகதையின் உரைநடை வடிவத்துக்கும் கவிதை உரைநடையைத் தன் வடிவத்தோடு இணைவு கண்டு உரைநடையில் செயல்படும் தொழில்நுட்பங்களை அடைந்ததில் புனைகதை / கவிதை இரண்டுமே ஒன்றோடொன்று தொடர்பும் தொடர்பின்மையிலும் சாத்தியப்படுகிறது.

இந்த இருவகைமைகளுக்கு இடையிலான பரிமாற்றத்தின் கொடையாக (Tale)நவிலல் கதை என்ற புனைகதையின் உட்பரிமாணம் கவிதையிலும் இயைந்து வெளிப்படுகிறது.

இந்த நூற்றாண்டின் மிகப்பெரும் புனைகதையாளர்களான காஃப்கா, போர்ஹேஸ், கால்வினோ, சல்மான் ருஷ்டி போன்றவர்கள் குறுநவிலல் கதைகள் எழுதியுள்ளனர். அவை ஒரு மாற்று வாசிப்பில் கவிதை போலவும் தொனிக்கும் பண்புடையவை.

பொதுவாக இத்தகைய நவில்கதைகளில் தொடர்ச்சியாகக் காணப்படும் பண்புகளில் ஒன்று ஒரு குறியீடோ அல்லது ஒரு உருவகமோ பலகதைகளில் பயின்று வருவதையும் நாம் காணலாம். அவை பொருட்களோ, அல்லது உயிரினங்களாகவும் இருக்கலாம். இவை ஒரு நெடிய பிரதி மரபுக்கு உட்படும்போது குறிகளாக உருமாற்றமடைகின்றன. இக்குறிகளை ஒன்றுக்கும் மேற்பட்டவர்கள் தங்கள் பிரதிகளில் பயன்படுத்தலாம்.

இவை நவீன எழுத்து மரபிற்குப் புதிய உந்துதலை அளிக்கக் கூடியவை. இவ்வகையான கதை சொல்லும் மொழிப்பாங்கு கவிதைக்குள்ளும் விரவியிருப்பது புதிய சாத்தியப்பாடு.

'விதி என்பது இலைதான்' என்ற ராணிதிலக்கின் கவிதைத் தொகுதியில் : வண்ணத்துப்பூச்சி / பட்டாம்பூச்சி என்ற இருகுறிகள் பல்வேறு முன் / பின் கிரமமாற்றத்தின் மூலம் கவிதையின் பிரதியை இயக்குகிறது. நகரத்தைப் பிரதி செய்ய நகரம் என்று குறிப்பீடற்ற எதிர்மறையான படிமங்கள் மற்றும் காட்சிக்குறி— யீடுகள் மூலம் நகரத்தைச் சுட்டிச் செல்லும் கதையாடல் இக்கவிதைகளில் கையாளப்படுகிறது. இவரது கவிதைகள் 'ஓடும் நீரில் சென்று' என்ற கவிதையில் 'மிக உயர்ந்த கட்டிடம்' என்ற தொடரைத் தவிர அக்கவிதையில் வரும் பிற வரிகள் : 'சின்னஞ் சிறு புறா / சில மேகங்கள் தெளித்த வானம் / அதிகாலை வெளி... அதிகாலை என்று நகரத்தோடு நேரடித் தொடர்பற்ற அல்லது நகரமனத்தின் இன்மைப்பண்பாக இவைகள் மூலம் நகரத்தைக் குறிப்பீடு செய்யும் உத்தியாக இவை நீள்கின்றன. இவை முந்தைய தலைமுறையின் நகரம் குறித்த கதையாடலில் இருந்து சற்று வேறுபடக்கூடிய பண்பு.

காட்சிகள் கவிதைகளில் பருண்மைப் பண்புகளாக மாறும் ரசவாதம் நிகழக்கூடியதுதான். இதற்கென்று ஒரு கொடி மரபு தமிழ் நவீனக் கவிதைகளில் தொடர்ந்து வழங்கி வந்துள்ளது.

'நான் கவனிக்கிறேன் நதியின் சுழிகளை
நிச்சயம் அது இறந்தவளின் தொப்புளாய் இருக்க வேண்டும்.
ஏனெனில் அங்கே தான் பனிக்குடம் பிறக்கிறது உயிர் பிறக்கிறது.
ஓலம் பிறக்கிறது வாழ்தல் இனிமையாகிறது...'

இதில் 'நதியின் சுழி' என்ற இயற்கை சார்ந்த காட்சிப்படிமம் இறந்த தாயின் உடலிய அங்கமான தொப்புளோடு இணைவுபடுத்தும் கவிதை ஒரு தாயை நிலத்தோடு ஒப்புமை கொள்ளச் செய்யும் கவிதைப்பண்பின் மரபு நீட்சியமாக இங்கே

நீரின் சுழியைத் தாயின் தொப்புள் உருவகிக்கும் அதீத நவீன கவிதைப்பண்பு செயல்படுகிறது.

யாயும் ஞாயும் யார் ஆகியரோ
எந்தையும் நுந்தையும் எம்முறை கேளிர்
யானும் நீயும் எவ்வழி அறிதும்
செம்புலப்பெயல் நீர் போல
அன்புடை நெஞ்சம் தாம் கலந்தனவே
(செம்புலப் பெயல் நீரார்)

என்ற குறுந்தொகைப் பாடலில் வரும் செம்புலப்பெயல்நீர் என்பதில் ஆண் மழையாகவும் பெண் பூமியாகவும் இரண்டறக் கூடுவதிலிருந்து உருக்கொள்வதுதான் பூமியின் வளமை (Fertility). ஆணும் பெண்ணும் கூடுவதன் மூலம் பெண் குழந்தைகளை ஈன்றெடுக்கிறாள் என்று ஜார்ஜ் எல்.ஹார்ட் உரைக்கிறார். இதில் மரபாகப் பெண்ணைப் பூமியாகக் கொள்ளும் கவிதைப்பண்பு புலனாகிறது. ஆனால் ராணி திலக்கின் மேற்கண்ட கவிதையில் 'நதியின் சுழி' இறந்தவளின் தொப்புளாய் இருக்கும் என்று கவிதை சொல்லும்போது பெண் நீர்ப்படிமமான மழைத்துளி ஆண் என்ற படிமம் தலைகீழ் மாற்றம் கவிதையில் சாத்தியமாகிறது. இதை ஒரு நவீனத்துவத்திற்குப் பிந்தைய கவிதைக்கூறாக நம்மால் இனம்காண முடியும். (நான் என் நிலத்தை இழந்தது போலவே தான்) இவர் கவிதைகளில் பல இடங்களில் வரும் வண்ணாத்திப்பூச்சி / பட்டாம்பூச்சி என்ற குறி பல்வேறு சாத்தியப்பாட்டை கவிதைகளில் நிகழ்த்தியுள்ளது— 'பட்டாம்பூச்சி பிறக்கிறது / அதன் கால்களில் பூமியும் இல்லை / அதன் தலையில் வானமும் இல்லை' என்ற இந்த வரிகள் மூலம் கோடையில் நகரம் மிதக்கிறது என்ற வரிக்கான ஒரு கானல்நீர் கவிதை அனுபவத்தைப் பட்டாம்பூச்சியின் மிதக்கும் தன்மையோடு குறிப்பீடு செய்கிறார். இந்தப் பட்டாம்பூச்சி என்ற குறியை படிமக்கவிஞர் பிரமிள் வேறொரு உருவகமாகப் பிரதிப்படுத்தி இருக்கிறார். ஒரு குறியை இவ்வாறு பல்வேறு கவிஞர்கள் தங்கள் கவிதைகளில் பன்மைத் தன்மையுடன் தங்களின் பிரதிகளுக்குள் மறுமுறை எழுதிக் கொள்ளலாம்.

'வண்ணாத்திப்பூச்சி ஒரு கூழாங்கல்' என்ற கவிதையில் இதே பண்பைக் காணமுடியும்.

'வண்ணாத்துப் பூச்சியை கூழாங்கல்லால் கொல்வேன்
ஒரு மென்மையால் இன்னொரு மென்மையை அழிப்பது
கொடூரம் என நீங்கள் நினைக்கும்போது
அவற்றை விரட்டி விட்டேன்...'

இதில் வண்ணாத்திப்பூச்சி என்ற உயிர் இயக்கவடிவம் கூழாங்கல் என்ற உறைவியக்கம் இடையிலான ஒரு புதிய மொழி வெளியை இக்கவிதை தீர்மானிக்கிறது.

'விதி என்பது இலைதான்' என்ற கவிதையில் விதி என்ற அரூப இன்மையை இயற்கை உரு ஆன இலையை வைத்து குறிப்பீடு செய்யும் இந்தக் கவிதையாடல் நவீனத்துவத்துக்குப் பிந்தைய கவிதையும் கைக்கொள்கிறது.

'வண்ணாத்திப்பூச்சி ஒரு பைத்தியக்காரனைப்போல்

ஒரு குறி சொல்பவனைப் போல்

ஒரு சாமியாடியைப் போல்

ஒரு வண்ணாத்திப்பூச்சி பேசியதாகச் சொல்லும் எப்படியும்'

என்ற கவிதையில் கடைசியில் 'வெயிலைத் தாங்கிக் கொண்டால் இரவு மழை பெய்தது' என்று கவிதை முடிவுறுகிறது. இதில் வண்ணாத்திப்பூச்சியின் நவில்கதையாக உருமாற்றமடைகிறது. இவ்வாறு வண்ணாத்திப்பூச்சி / பட்டாம்பூச்சி என்ற இரு குறிகள் ராணிதிலக்கின் கவிதைகள் பறந்தும் மிதந்தும் கவிதையில் பல நிறங்களை எழுதிச் செல்கின்றன.

புதுக்கவிதையின் முன்னோடியான ந.பிச்சமூர்த்தியின் 'கொக்கு' என்ற கவிதையில் பயன்படுத்தப்படும் இயற்கை சார்ந்த உருவகங்கள மறைபொருளாக வாழ்வையும் கலையையும் குறிப்பீடு செய்பவை.

'உண்டுண்டு

அழகுக் காட்சிக்குக்

கட்டாயக் கட்டணம்

சிலவேளை மீனும்

பலவேளை நிழலும்'

'வாழ்வும் குளம்

செயலும் கலை

நாமும் கொக்கு

சிலவேளை மீனழகு

பலவேளை நிழலழகா'

என்ற வரிகள் ராணி திலக்கின் 'நான்கு யாத்திரைகள் வழக்கம்போல் அல்லது பார்ப்பது' என்ற கவிதையில் வரும் வரிகளில் இவ்வாறு பரஸ்பரப் பிரதியாக்கம் நிகழ்கிறதைக் காணலாம்.

'நதியின் மையத்தில் ஒரு கொக்கு காத்திருப்பது
ஒரு மீனுக்காக அல்ல அதன் நிழலுக்காகத்தான்'

பரஸ்பரப் பிரதியாக்கம் என்ற கதையாடல் உத்தி கவிதையிலும் நிகழ்த்தப்படுகிறது.

நகரத்தை எரிநகரம் என்ற குறிமூலம் கவிதையை நடத்திச் செல்லும் ராணிதிலக் நகரம் எங்கே முழுமையடைகிறது என்பதற்கான பிரதியாக ஒரு பைத்தியக்காரன் என்ற கவிதை பித்தநிலை கண்ட ஒருவனின் அரூபச் செய்கைகளின் மூலம் கவிதையாடலை நிகழ்த்துகிறார்.

அவனின் இரண்டுகைகள்
சேரும்போது நகரம் முடிவடையும்
அவன் தன் கைகளைச்
சேர்த்துக்கொள்ள
ஒருவட்டம் முடிவடையும்
கைகளை சேர்த்துக் கொள்ளேன்
என்கின்றன
செடி, கொடி, மலர், விலங்குகள்
தன் கைகளைச் சேர்த்துக் கொள்கிறான்
ஒரு வட்டம் முழுமையாகிறது
ஒரு நகரம் முழுமையாகிறது

இவ்வரிகளில் முழுமையடையாத நகரம் என்ற கவிதைப் பிரதியின் புறவெளி வட்டம் என்ற கவிதைக்குறி முழுமையாகிறபோது நகரம் முழுமையாகிறது எனச் சொல்கிறது.

"நாம் பார்த்துக் கொண்டிருக்கும் போது
திடீரென
வட்டத்துக்கு வெளியே குதித்து
நம்மைப்பார்த்து சிரிக்கிறான்
அவன் கால்கள்
வட்டத்துக்கு வெளியே
அவன் சிரிப்பு
நகரத்துக்கு வெளியே
நாம்

*வட்டத்துக்குள் நகரத்துக்குள்
சிக்கியபடி முழிக்கிறோம்"*

இங்கு வட்டம் முழுமையாக நகரம் முழுமையடைகிறது எனும் கவிதையின் முதற்பகுதியிலிருந்து பிற்பகுதிக் கவிதை தன்னை விடுவித்துக் கொண்டு புதிய வெளியை சிருஷ்டிக்கிறது. திடீரென்று வட்டத்துக்கு வெளியே குதித்து நம்மைப் பார்த்துச் சிரிக்கிறான் அந்த பைத்தியக்காரன். அவனுடைய சிரிப்பும் அவனும் நகரத்தின் புறவெளியை அடைகின்றன. இது நகரம் என்ற நிலப்பரப்பை அதி மீறல் நிகழுமிடமாக்குகிறது. இந்தக் கவிதையை சொல்லிச் செல்லும் குரலான நாம் வட்டத்துக்குள் நகரத்துக்குள் சிக்கியபடி முழிக்கிறோம் என்கிறது கவிதை. இதில் பைத்தியக்காரனின் புதிர்மை இயக்கமானது நம்மால் நிகழ்த்த முடியாத அத்துமீறலை அவன் நிகழ்த்துவதன் மூலம் விளிம்புநிலைச் சொல்லாடல் கவிதைக்குள் இரண்டகமாக வெளிப்படுகிறது.

இதேபோன்ற கவிதையாடலைக் கொண்ட ஆத்மாநாமின் 'பிச்சை' என்ற கவிதையில்

*'உனக்கு பிச்சை இடவும் ஒருவருமில்லை
உன்னைத் தவிர...... 'இதனைச் சொல்வது நானில்லை
நீ தான்'*

என்பதில் இந்த இரண்டகநிலை வெளிப்படுவதைக் காணமுடியும். பைத்தியக்காரன் பிச்சைக்காரன் என்ற விளிம்பு நிலையினர் கவிதையின் புறவெளியில் சஞ்சரிக்கின்றனர். இவர்களுக்கும் கவிதையினுள்ளே கேட்கப்படும் குரலுக்கும் கவிதையைச் சொல்லும் குரலுக்கும் இடையே நிலவும் புதிர்மை இரண்டகம் நகரம் என்ற கவிதையாடலின் புதிய எல்லைகளைக் கடக்கின்றன.

*விதி என்பது இலைதான் — ராணிதிலக்
அனன்யா வெளியீடு
தஞ்சாவூர்*

கல்குதிரை பனிக்காலங்களின் இதழ் 15, 16, 17 (ஜனவரி 2010)

வேட்கையின் வரைதோல் எழுத்து

1

கவிதையின் இருள் புள்ளியிலிருந்து மொழியாய் பீறிட்டுக் கொண்டு பிரவாகமெடுக்கும் வேட்கை. நினைவின் இருவேறு வட்டங்களின் நடுவே அகப்படுத்தப்படுகிறது உணர்பிரவாகம். தன்னிலிருந்து உரிந்து கொண்டேயிருக்கும் கவிதை சொல்லியின் மறைவேட்கை மொழியில் கூடுபாய்கிறது. உள்ளிருந்து மொழிக்கதவு திறந்து பிரதி வெளியில் தன்னைப் பிதிமைப்படுத்திக் கொள்கிறது. வார்த்தையின் அடர்தலுக்கு முன்பிருந்த இறுக்கம் வெளியேறித் தளர்ந்து, கவிதையாடலில் மொழிப்படிமமாகிறது. உணர்பரப்பின் மீது அடர்ந்திருக்கும் வார்த்தைகளின் அகவயம் கனன்று கொண்டேயிருக்கிறது. அயர்வின் முகமாய் மொழி ஜாடைகள் செய்து எதிரிலுள்ளவனின் திசையைக் குழப்புகிறது. வாசித்தறியும் கவிதையின் உடலில் அதன் பதிலியாக மொழியை அடையும் முன்பு உருக்கொண்ட வார்த்தையின் ரூபம் அசைவாடிக் கொண்டேயிருக்கிறது.

மொழியுள் செழித்துக் கிளர்ந்தெழும் கதையாடல் பொருள்தளத்தின் பரப்பை அடைகிறது. உணரப்பட்ட வேட்கைக்கும் வெளியேறிய வேட்கைக்கும் இடையே ஒரு பொருண்மைக்குள் பிடிபடாத வெளி என்றைக்கும் நிலைக்கிறது. அதனை வாசிப்பில் தொட்டுணரும் தருணங்கள் கவிதையின் அநித்தியமாகிறது. வாசிப்பின் நிகழ்த்துதலுக்குள் நம்மேல் படரும் மொழியின் தீண்டல் கணத்தில் புகைந்து போகிறது. 'தன் / பிற' எனும் இரண்டற்ற சகவகைமைகள் இயைபுடன் கவிதையுள் படிகிறது. இந்த இரண்டினிடையே அண்மைக்குள்ளாகும் மொழியின் மறைவு, வேட்கையின் வரிகளாகின்றன

வேட்கையின் மொழியுடலாக எழுதப்படும் கவிதையாடல்கள் தங்களுக்குள் நிகழ்த்திக் கொள்கின்றன. உரையாடலில் கரைந்து மறு உயிர்ப்படைகிறது. வேட்கையின் வரைதோல் ஏடாய்

கவிதைப் பிரதிகள் விரிகின்றன. பன்னடுக்குகளின் ஊடே தென்படும் பிரதியின் தோற்றங்கள் ஒவ்வொன்றும் வேட்கையின் வேற்றுமையுருக்கள்.

நாம் ஒருவரையொருவர்
விடுவித்துக் கொண்டதும்
இருபக்கமும் கோள் காட்டுகிறான்
சூரியன்
அழிந்த அத்தியாயத்தை எரித்துவிடலாம் என்றால்
இன்னும் பச்சையத்தில் கவிதைகள்.

அழிந்ததாய் நினைத்திருந்த விதைகளை
முளைவிட்டு ஆற்றில் இறங்கி
கடவுளையும் தேர்ந்தெடுத்து
தம் பாடல்கள் தாமே பாடி
முப்போகம் விளைகின்றன

வேட்கை ஊறிய தோல்
உரித்தாலும் உப்பிட்டாலும்
உடலினும் பெரிதாய் வளர்ந்து
தங்கள் மதகுகள் திறந்து
கிரணங்களை கிளத்துகின்றன

ஒரு கொலை நிகழ்ந்தாலொழிய
ரத்தம் உறையாது

லீனா மணிமேகலை
(மணல் வீடு - 22-2014)

ஒரு உறைநிலையிலிருந்து இளகி விடுபடும் கணத்தில் அகப்படுத்துகிறது கவிதைப் பிரதி. ஒரு உரையாடலிலிருந்து விடுபட்டு அழிவின் தருணத்தைச் சொல்லவரும் கதைசொல்லி மொழியின் பிடியிலிருந்து நழுவி ஓடுகிறது. முற்றிலும் எரித்து விடாலாமெனத் தோன்றும் பொழுது ஈரம் ஊறிய பரிமாற்றத்தின் நிறமென 'பச்சையம்' பதிலிப்படுத்தப்படுகிறது. மேலும் பச்சையத்தில் மொழியாக கருவிருக்கும் கவிதைகள். தழைத்தலுக்கான ஈரம் ஆற்றிலும் மீள் உயிர்த்தலுக்கான

படைப்பியக்க நிலையை ‘கடவுள்’ என்ற குறிப்பீட்டில் தன்னியக்கமாகத் தழைக்கின்றன. கவிதையின் ஜனனப் புள்ளியாக உடலின் உள்ளார்ந்த ‘உணர்களம்’ வேட்கையின் உள்ளீடாகிறது. அழித்தொழிக்கும் எல்லையை மீறுகிறது.

சருமத்தின் புறவெளியைக் கடந்து வெளியேறும் வேட்கை தான் உருக்கொண்ட உடலையும் மீறிய மிகையாகிக் கொண்டே போகிறது. கட்டற்ற அவ்வேட்கையின் உறைப்புள்ளியைத் தேடுகிறது. தன்னிச்சையின் குறியீடாக மதகுகள் திறக்கப்படுகின்றன. வேட்கை எழும் அரூபம் உடலை மதகுகளாக உருவகிக்கிறது. உருவகத்தில் மொழியை கீழறுப்பு செய்கிறது. உடலினைப் பீடித்துக் கவ்வும் வேட்கை சர்ப்பத்தின் பிடியில் இறுகும் தன்னிலை வேட்கையின் பிடிதளர உணர்பெருக்கின் குருதி உறைய கொலை நிகழக் கேட்கிறது இக்கவிதை. உடலும் வேட்கையும் ஒன்றையொன்று வீழ்த்தும்.

2

மரணித்த வேட்கையின் உடலின் நீட்சியுறும் பிரதியாக

உனக்காக என் அன்பை
எதன் மீது எழுதி வைப்பேன்
காகிதங்களில் பதியக் கூடிய
உரிமையற்றும்
விலக்கப்பட்ட கனியின்
அதீத சுவை நிறைந்ததுமான

இல்லை மரணித்து போன
என்னுடலின் பிரதியென
அமிலம் பாரித்து கிடக்கும்
தரிசுக் காட்டில் புதைத்துவிட வா
அதை

காட்டுக் கருவைகளாக பெருகி
கைப்பை நினைவுறுத்தி
உனக்கான வெப்பத்தை
கொடுக்கும் விறகுகளான

> உன் பாதைகளில் எங்கும்
> நீ காணும் மரங்கள் உனக்கு கூறட்டும்
> எழுத முடியாத என் அன்பை
>
> - பிரேமா ரேவதி
> (தொகுப்பு: யாக்கையின் நீலம், காலச்சுவடு வெளியீடு)

எழுத்தில் தேங்கியுள்ள அன்பினை எழுதி அழிக்கும் விந்தையாய் கவிதைகள் விழிக்கின்றன. பிரிதலின் நிமித்தம் உலர்வுறும் சொற்களைப் பதியவிடாமல் தடுக்கும் நினைவின் அலையுறும் ஓசையிடையே அதீதச் சுவையென நீட்சி கொள்கிறது பிரதி.

உடலின் பிரதியைப் பதியும் மொழிப்பரப்பில் எழுதப்படும் பிரிவாற்றாமையின் ஊழ் பாடல். தரிசுக்காடு X உரிமையற்ற காகிதப் பதிவின் எதிரிடையாக கவிதைக்குள் எழுதப்பட்டுள்ளது. நேசத்தின் அடங்கா வெப்பத்தை தன்னுள் கனலச் செய்யும் விறகுகளாக பிரிதலின் குறியீடுகள் நடப்பட்டுள்ளன. நினைவின் புலம் நீங்காத அன்பின் நிறைதலில் கவிதையின் மொழி திளைக்கிறது. இருவேறு தன்னிலைகளின் இடைப்பட்ட தொலைவின் வெளியே காலமாக்கும் கவிதையாடல் அமிலம் பாரித்தல் என்ற குறியீட்டினால் கட்டமைக்கிறது. பாதையொன்று இருவருக்குமிடையே விரிந்து கொண்டே செல்கிறது. காகிதப் பரப்பில் பதியப்படும் எழுத்தின் கருமையுள் பிரிவாற்றாமையின் நிழலாடுகிறது. இளமையுள் பிரியாத இரட்டைகளாக முடிவறியாப் பயணம் செல்கிறது. இடையிடையே தொலைத்த தன்னிலையின் நீட்சியை அறியும் பேராவல் மொழியிடமிருந்து அகப்பட மறுத்துவிடுகிறது. ஆயினும் மரங்களின் அன்பின் குறியீடுகளாகக் காட்சியுறுகின்றன.

3

கொழுந்து விட்டெரியும் இருப்பினைக் கவிதையாக்கும் செயலின் தொடர்ச்சியின் பாடல்

> எனக்காக ஒரு கவிதை என்கிறாய்
> தன்னொளிர், நிலவு. உற்று நோக்குகிறது.
> எனக்காக ஒரு கவிதை என்கிறாய்
> உற்று நோக்குமிந்த கண்களின் சோகம்
> மூடா இமைகளுக்குள் புரளும் கனவு
> தீக்கொழுந்தாய் படரும் தேகம்

கொல்லும் தனிமை
புரண்டு புரண்டழும் நினைவின் புழுதி
கடக்காது நிற்குமிந்த இரவின் விளிம்பு
வெறுமையின் சரிதல்
எல்லாம் திரட்டி எழுதுகிறேன்
உனக்காக ஒரு கவிதை

-பரமேஸ்வரி திருநாவுக்கரசு

தனிமையின் வெம்மையுள் குமைந்து விம்மும் நினைவின் சாயல். தனது உணர்வினை புறவயப்படுத்திப் பார்க்கும் கவிதை மனம். எனக்காகவும் X உனக்காகவும் என்ற இருமை எதிர்வுகளுக்கிடையே எழுதப்பெறுகிறது. வெறித்தலில் அசையாது நொறுங்கும் தனிமையின் நேர்தல். தன்னொளிர் நிலவு X உற்றுநோக்குமிந்த கண்களின் சோகம், சோகத்தின் தன்னிலையாக்கம் இக்கவிதையில் பேசப்படுகிறது. கவிதைக்குள் குறிக்கப்பெறும் குறியீடுகள் தன்னிலை உணர்வின் புறவயமாக்கல் உடலின் தனிமை வாதையை கண்களுக்குள் புரளும் கனவு X தீக்கொழுந்தாய் படரும் தேகம் கனவு X தேகமும் தீக்கொழுந்தாய் தகிக்கிறது என்பதன் பொருள்படுத்துதலை கொல்லும் தனிமை என்று விரிவடையச் செய்கிறது. பிரிவாற்றாமையை நினைவுப்படுத்திக் கொண்டே பேசும் கவிதை இது, இரவின் விளிம்பில் நிகழும் இந்தத் துயருறும் கவிதை எனக்காக மற்றும் உனக்காகத் திரட்டி எழுதப்படுவதாகச் சொல்கிறது. எழுதுதல் என் X உன் என்ற இருமைகளுக்கிடையே நிகழும் திரட்டலாக குறிப்பீடு செய்கிறது கவிதை. தனிமையின் ஆறாத காயங்களை மொழிக்குள் கதறியழச் செய்யும் அபூர்வத் தொனியை கவிதை கைக்கொள்கிறது. எனக்காக என்று ஆரம்பிக்கும் குரல் உனக்காக என்று ஒலிக்கிறது. இவற்றின் இடையாட்டமாகப் பிரதி வளர்கிறது.

கல்குதிரை (இளவேனிற்கால இதழ்) ஏப்ரல்-2015

வள்ளலார் தன் செருக்கு இழப்பு

"A particular being can take itself for totality only it is unthinking. Not that it is wrong or thinks badly or foolishly - it simply does not think"
(The I and the Totality)

-Emmanuel Levinas

மாழை மாமணிப் பொதுநடம்
புரிகின்ற வள்ளலே அளிக்கின்ற
வாழை வான்பழச் சுவைஎனப்
பத்தர்தம் மனத்துள்ளே தித்திப்போய்
ஏழை நாயினேன் விண்ணப்பம்
திருச்செவிக் கேற்றருள் செயல் வேண்டும்
கோழை மானிடப் பிறப்பதில்
உன்னருட் கருஉருக் கொளும் ஆறே

(பாடல் 3720)

அனுபூதிமான்களின் மனோநிலை என்பது தான் எனும் தற்போதத்தை அழிக்கும் விதமாகவே தொடர்ந்து செயல்படும். அது அவர்களுக்கு மட்டுமல்ல நல்லறிவுடையோர் யாராயினும் இவ்வாறே இருப்பர். தங்களது நினைவிலியில் இருந்து இப்பண்பை இனம்கண்டு அதனை துறப்பதற்கான வழிகளைத் தேடி அலையும் நிலையை ஒருவித அனுபூதி நிலை எனலாம். முற்றிலுமாக ஒருவன் தற்போதத்தைக் (மனச் செருக்கு) கைவிடமுடியுமா? என்ற வினா நாம் எழுப்பிக் கொள்வது மிக அவசியமானது. பக்தி நெறியில் தோய்ந்து தனது ஆன்மீகப் பயணத்தைப் பாடல்களின் வழியே வாழ்ந்து சொன்னவர் வள்ளலார் ஆவார். 'தன் என்ற நிலை யிலிருந்து 'தானற்ற' வெளிக்குள் தன்னைப் பாய்ச்சிக் கொள்ள முற்பட்டவர் வள்ளலார். தனது பாடல்களில் வள்ளல் என்ற

சொல்லை இறையையும் அவ்வுணர்வை வழங்கும் தற்போதமற்ற அனுபவத்தையும் குறிக்கப் பயன்படுத்துகிறார். மேலும் தன் தனித்திருத்தலை மாற்றி பல்லோர் மத்தியில் தன்னை இழுத்து விட்டு, ஞானநெறியாளர் என காட்சிப்படுத்தியதும் அவ்வள்ளல் என்கிறார். ஆறாம் திருமுறையில் தற்போத இழப்பு என்ற பாடல் பகுதியில் விரித்துரைக்கிறார்.

அவ்வண்ணம் பழுத்தவரும் அறிந்திலர்
சற்றெனினும்
அறிந்தனம் ஓர் சிறிது குரு அருளாலே அந்தச்
செவ்வண்ணம் பழுத்ததனித் தனித் திரு உருக்
கண்டெவர்க்கும்
தெரியாமல் இருப்பம் எனச் சிந்தனை
செய்திருந்தேன்
இவ்வண்ணம் இருந்த எனைப் பிறர் அறியத்
தெருவில்
இழுத்து விடுத்தது கடவுள் இயற்கை
அரும் செயலோ
மவ்வண்ணப் பெருமாயை தன்செயலோ அறியேன்
மனம் ஆலைபாய்வதுகாண் மன்றில் நடத்தரசே

மேலே எடுத்தாண்டுள்ளப் பாடலில் வள்ளலார் முன்வைக்கும் அனுபூதி அனுபவம் தன் என்ற தன்மை எவ்வண்ணம் பொதுவில் வருகிறது என்பதைச் சுட்டுவதாகும். தனக்கு நேர்ந்த ஒன்றை யாரிடமும் பகிராமல், தன்னந்தனியாய் ஒடுங்கி இருத்தல் இருந்து மீண்டு எல்லோர் நடுவிலும் தெருவில் இட்டவரே இறையெனும் வள்ளல் என்கிறார். தனது தன்னிலை ஆன்ம அனுபவத்தை பிறரும் அறியும்படியும் அதன்வழி அனைவரும் தன்னிலையில் ஒளிந்திருக்கும் தற்போத உணர்வை அழிக்க வழிகோலுவதே இறைத்தேட்டத்தின் உட்பொருள் என்கிறார். தன்னைப் பிறர் சிவஞானி என அங்கிகரிக்க செய்தது இறையின் அருட்செயலோ அல்லது தன்னிலை மயக்கின் பெருமாயையின் வினையோ? என்று வினவுவதாக உரைகூறுகிறார் ஔவை சு.துரைசாமி. இதில் தனித்திருத்தலை தவிர்க்க முழுமைக்குள் இவ்வனுபவத்தை வைத்தலால் செருக்கு அழிக்கப்படுகிறது என்ற பொருள் இழையோடுகிறது.

ஒரு குறிப்பிட்ட தனிமனித அனுபவம் யாருடனும் பகிரப் படாத நிலையில் சிந்தனையற்ற வினையாக மாறுகிறது. அதன்

இறுக்கத்தை அன்றி அதனது வீர்யத்தைப் பரவலாக்க எல்லோர் மத்தியிலும் இருத்தப்படவேண்டும். தன்னளவிலேயே அது இருக்குமெனில் அந்த அனுபவத்தின் பொருண்மையென்பது ஒற்றைத் தன்மையுடையதாகவே இருந்துவிடும். ஆகையால் பிறருடைய அறிதலில் ஒரு நிகழ்த்துதலின் மூலம் மானுட முழுமையினுள் ஒருபகுதியாகவும் / பகுதியின் வினையாக நாம் வரித்துக் கொள்ளும் தற்போத இழப்பு என்பது எல்லோருக்குமான அனுபூதி அனுபவமாக மாறுகிறது. ஒருவர் தன்னையும், தனது இறைநாட்டத்தையும் யாவற்றிலும் இருந்து விடுபட்ட தனியானதாக நினைத்தல் என்பது சரியான நோக்கல்ல என்பது இதன் மூலம் விளங்கும். பிறனை அல்லது பொதுவெளியைத் தவிர்த்தல் முழுமையுறாததாக நிற்கும். பக்தி நெறியாளர்களின் குரல் என்பது அனைவரின் குரலாகவே பிறனையும் உள்ளழைத்து கொண்டே ஒலிக்கிறது தமிழில். பொதுவாசிப்பிற்கு உள்ளான பிறகு எந்த பாடல் பிரதியும் வாசகப் பங்கேற்பின் மற்றோர் முனையை நிராகரிக்க இயலாது. மேலே எடுத்துக்காட்டிய பாடலில் அருள் மயக்கம் என்ற இருமைகள் தென்படுகின்றன. ஆனால் இறையின் அருட்செயல் வள்ளலாரை பொதுவில் இழுத்து வந்துவிடுவதாக அவரே உரைக்கிறார்.

தற்போத இழப்பின் மூலம் ஏற்படும் மாற்றம் எத்தகையது என்ற வினாவிற்கான விடை என்பது இழப்பின் முன்பிருந்த மனநிலைக்கும். அதன்பின்னர் உணரப்படும் மனநிலைக்கும் உள்ள வேறுபாடுகள் எவ்வண்ணமான மானுட மேன்மையை அளிக்கிறது என்பது முக்கியம்.

தெளிவற்றுத் தனியே தனக்குள் நிகழும் இறையனுபவம் அல்லது அனுபூதி அனுபவம் தன்னைத் தவிர்த்த பிற நிலைகளோடு உரையாடலற்று உள்ளது. தெளிவின்மையினால் மனோ மயக்கு ஏற்படுகிறது, தனக்கு வாய்த்த அக அனுபவம் புறமாற்றமாக எப்போது உணரப்படுகிறதோ அப்போதுதான் முழுமையாக அருட்செயல் வினையாற்றுகிறது எனலாம். எப்போது மக்கள் நிறைந்த பொதுவெளியில் யாவரும் அறியக்கூடிய தருணம் வாய்க்கிறதோ அதுவே தற்போதம் அழிந்த அனுபூதியாகும். தன்னிலை மாற்றம் என்பது தனியொருவரின் அக எல்லையோடு மட்டுமே தொடர்புள்ளவை அல்ல இவை. தான் உணர்ந்த வெளியை அனைவருடன் பகிர்ந்து கொள்ளும் வெளியானது பிறரது உணர்வெளியை உள்ளடக்கியதாகும். அவ்வாறாக இருக்க வள்ளலாரின் தற்போத இழப்பு என்பது இறையால் எல்லோர் முன்பும் இழுத்து வரப்படுகிறது. அதைக் குறிக்கும் விதமாகவே

"பிறர் அறியத் தெருவில் இழுத்து விடுத்தது கடவுள்" எனச் சொல்கிறார். அப்படியெனில் தற்போத இழப்பு இங்கு அகத்தே கிடத்தல் எனும் நிலையைத் தாண்டி புறத்தே தன்னை வைப்பது என்பது பொதுமையாக்கப்படுகிறது. இறைநேயத்தின் பொருளே அகத்தின் வினையாற்றலை புறத்தே இழுத்துவிட்டார் இறை என்கிறார் வள்ளலார். இந்த அகத்தே இருந்து புறத்தே வருதல் அல்லது கொண்டுவரப்படலின் மூலம் வள்ளலார் பாடல்கள் வாசிப்போரின் உரை கூறலை வரவேற்கின்றன எனலாம். இதன் நுணுக்கம் பாடலின் பொருண்மையின் அமைப்பாக்கத்தில் பொதிந்துள்ளது. அவ்வாறான அழித்தலின் மொழியை வள்ளலார் தற்போத இழப்பில் கையாளுகிறார்.

அடிபிடித்துத் திரிகின்ற மலைகள் எலாம் காணா
அருள்வடிவைக் காட்டி நம்மை ஆண்டுகொண்ட
கருணைக்
கொடிபிடித்த குருமணியைக் கூடுமட்டும்
வேறோர்
குறிப்பின்றி இருப்பம் எனக் கொண்டகத்தே
இருந்தேன்
படிபிடித்த பலர்பலவும் பகர்ந்திட
இங்கெனைத்தான்
படுவழக்கிட்டுலகியலாம் வெளியில்
இழுத்தணைத்தே
மடிபிடித்துப் பறிக்க வந்த விதியை
நினைந்தையோ
மனம் ஆலைபாய்வதுகாண் மன்றில் நடத்தரசே

(பாடல் 3719)

இவ்வனுபங்களைப் பாடல்களாக வள்ளலார் ஏன் எழுதுகிறார்? என்ற கேள்வியும் நியாயமான ஒன்றுதான். இதற்கான விடையை நாம் காண

வேண்டுமெனில்; சற்றே நமது சுய அனுபவங்கள் எவையெல்லாம் அனுபூதி தன்மையுடையது என்பதை நாம் பகுத்து உணரவேண்டும். வெறும் தனியாயிருத்தல் அல்லது குழப்பத்தின் காரணமாக தெளிவின்மையில் தவித்தல் போன்றவைக்கும் வள்ளலார் கூறும் தனியிருத்தலுக்குமான வேறுபாடு பெரியது. ஒருமையுள்ள இறைச் சிந்தனையின் வழியே சதா சர்வகாலமும்

வாழ்வது என்பதுதான். இந்த விடயத்தைப் புரிந்துகொள்ளத் தொடங்கும் போது அதுவே வேறொரு வெளியாக உருமாறுகிறது. எல்லாவற்றையும் மீறி என் மனம் அலைவினில் இருந்து விடுபட வேண்டும் என்று தொனிக்கச் செய்கிறார். அதற்கான வழி மனதில் தங்கியுள்ள செருக்கு அல்லது அகங்காரத்தை இழப்பதேயாகும்.

அரும்பு ஜீன்-2019

கபீர் கவிதைகள்

பதினைந்தாம் நூற்றாண்டில் வாரணாசியில் இஸ்லாமிய நெசவுக் குடும்பப் பின்னணியில் தோன்றியவர் கபீர். சூபி இறையியல் மரபும் பக்தி மரபும் ஒருங்கிணைந்த கவிமனம் கொண்டவர் கபீர். இந்திய பக்தி வானில் ஒரு அபூர்வத் தாரகையாய் தோன்றியவர் இவர். வைதீகச் சமயத்தின் இறுக்கமான பிடியில் இருந்து மானுடத்தை விடுவிக்க எழுந்த தூயக் கவிக்குரலாக ஒலித்தார். சமயங்களுக்கிடையே தொன்று தொட்டு நீடித்து வந்த மரபானப் பிணக்குகளை இவரது கவிதைகள் வன்மையான எதிர்ப்புடன் சாடின. இப்பண்புகள் மிகுந்த கபீர் பக்திமார்க்க கவிஞர் என்று வரையறுப்பதைக் காட்டிலும் தமிழ் மண்ணில் உதித்த சித்தர் பெருமக்களுடன் ஒப்பிடுவதே மிகப் பொருத்தமானதாகும். ஏனெனில் தமிழ் சித்தர்களின் பண்புகள் அனைத்துமே கபீருக்கு பொருந்தக் கூடியதாகும். ஆகையால் கபீரை வட இந்தியாவின் சித்தர் எனலாம். இவரது வாழ்க்கையைக் குறித்த துல்லியமான விவரங்கள் தெளிவற்றே உள்ளது. அவை எண்ணற்ற நிகழ்வுகளை உள்ளடக்கியதாகவும் மேலும் பல வழக்காறுகள் சூழ்ந்துள்ளதாகவும் இருக்கின்றன. கபீரின் வாழ்வில் அரங்கேறியுள்ள அபூர்வ நிகழ்வுகளை அவர் எவ்வாறு எதிர்கொண்டார் என்பதை விளக்கக்கூடிய பல்வேறு குறிப்புகள் உள்ளன. கபீரின் கட்டற்ற கவியுள்ளத்தை நாம் புரிந்து கொள்ள, அவரது உள்ளம் எத்தகைய இறையனுபவத்தை எதிர்கொண்டடைந்துள்ளது என்பதை முதலில் நாம் காண வேண்டும். குறிப்பிட்டுச் சொல்வதென்றால் 'நிர்குண' எனும் இறையியல் நிலையை அவர் எவ்வாறு தழுவியிருந்தார் என்பதை ஆழமாக உள்வாங்கிக் கொள்ள வேண்டும். அவர்.'சர்குண' எனும் இறையியல் நிலைப்பாட்டையும் முழுமையாக அறிந்திருந்தார் என்பதையும் மனதில் கொள்ள வேண்டும். இவ்விரண்டிற்கும் இடையேயுள்ள வித்தியாசங்களையும் அழித்தெழுதும் விதமாகவே கபீரின் எழுத்துக்கள் இயங்கின எனலாம்.

குணபேதமற்ற உருவமற்ற இறைமையுணர்வை கபீர் தொடர்ச்சியாக தனது கவிதைகளில் வற்புறுத்தினார். மேலும் மானுட நேயத்தையும் வலியுறுத்தும் பணியைச் செய்தார். இந்து சமயம் மற்றும் இஸ்லாம் மார்க்கம் இடையே ஒரு அரிய இரசவாதத்தைத் தனது கவிதைகளின் வழியே சாத்தியப்படுத்தினார். 'ராம்' என்ற சொல்லை ஒரு குறியீடாகவே தனது கவிதைகளில் இழையோட விட்டார். இதில் நூதனமான விடயம் என்னவென்றால், 'ராம்' என்ற உச்சாடனம் தனது வைதீகப் பொருண்மையின் கட்டுகளைத் தகர்த்துக் கொண்டு எந்தக் குறிப்பிட்ட மதச்சார்பும் அற்ற நிலையில் உச்சரிக்கப்பட்டது கபீரால். ஒருவித நிர்குண அகக் கிளர்ச்சியை உண்டாக்க "ராம்" என்று அடிக்கடி உச்சாடனம் செய்து கொண்டிருந்தார். குறிப்பாக இந்தியச் சமூகத்தில் ஆழவேரோடியுள்ள சாதியின் அழுத்தத்தைத் தகர்க்க தனது கவிதையின் ஆற்றல் அனைத்தையும் அதன் வழியே ஆற்றுப்படுத்துனர். மற்றும் உபயோகமற்ற வெற்று மந்திர உச்சாடனங்கள். சடங்குகளால் ஒருநாளும் இறையை உணர்தல் இயலாது என்றும் கபீர் மானுட முழுமைக்கும் தெரிவித்தார்.

வேண்டுமெனில் நிர்வாணமாக செல்லுங்கள்.
விலங்குகளின் தோல் கூட அணிந்து கொள்ளுங்கள்.
அதனால் யாது விளையும் ராமனை உள்முகமாகக் காணாத போது?

வேதங்கள் புராணங்கள் - எதற்காக அவைகளை
வாசிக்க வேண்டும்?
அது ஒரு கழுதையின் மீது சந்தனக் கட்டைகள் அடுக்கி
பாரமேற்றுவதற்கு ஒப்பாகும்

ராமனின் நாமம் எவ்வாறு வினையாற்றி
பயனளிக்கிறது என்பதை கண்டறிந்து
கற்கவில்லையெனில்,
எவ்வாறு நீங்கள் சாலையைப் பின்பற்றி
உங்கள் இலக்கைச் சென்றடைவீர்கள்

உங்களது மனம் குருடாகிக் கிடக்கிறது
உங்களைக் குறித்த ஞானம் உங்களிடம் இல்லை

சொல்லுங்கள் எனது சகோதரரே
எப்படி உங்களால் வேறு யாரேனும் ஒருவருக்கு
கற்றுத் தர இயலும்?

கபீர் சொல்கிறான், 'நீங்கள் சென்று ராமனில்
உங்களைத் தொலைத்துக் கொள்ளுங்கள்
அவனன்றி சகோதரா நீ மூழ்கிப் போவாய்'!

இறைநிலையை. இறையைப் பெயரிட்டோ, ஒரு குறிப்பிட்ட குணவடிவமாக்கியோ சுருக்கிவிட முடியாது என்பது கபீரின் முடிவாகும். நிர்குண மயமானது. இறைநிலை என்பதை கபீர் முழுமையாக நம்பினார். இவ்வித வரம்பிற்கு உட்பட்டே அவரது கவிதைகளில் இறைவனை உருவகப்படுத்தினார். நேரடியான பெயரென்று சொன்னால், 'ராம்' என்ற சொல்லை மட்டுமே கபீர் தனது கவிதைகளில் கையாண்டார். ஆயினும் அச்சொல்லைக் கூட குறியீடாகவே பொருண்மைப்படுத்தினார். மனிதனுக்கும் X இறைக்கும் இடையில் நிலவி வரும் உறவு என்பது ஒருவிதமான நேசயிழையைக் கொண்டதாக உள்ளது. அது இவர் கவிதையில் காட்சியாகவோ அன்றி, தரிசனமாகவோ மலருகிறது. அதாவது, கனவு போல ரூபத்திற்கும் X அரூபத்திற்கும் மத்தியில் இவரது கவிதை எழுதப்படுகிறது. கபீரின் இத்தகைய கவிதையின் குரலைக் கேட்போம்...

கனவிலா எனது இறை என்னை அடைந்தார்?
அவரது இன்பத் தீண்டலுக்காக நான்
விழித்திருந்தேன்

எனது கனவின் இன்ப நிறைவை வசமாக்கிக் கொள்ள
எனது விழிகளைச் சிறிதேனும் மலர்த்தவில்லை

இறையுள்ளத்தின் நேசக்குறிப்பை
எனது சின்னஞ்சிறு நெஞ்சத்தின் மையத்தில் பதிக்கிறார்

துளியேனும் தண்ணீரைப் பருகாதிருக்கிறேன்
அந்தத் திருவுளக் குறிப்பைக் கரையவிடாமல் காத்திட
விழியறைக்குள் வந்தடையேன், நேசமே!

உடனே இமைத்திரையை இறக்குகிறேன்
அவ்வண்ணமாக
நான் மட்டுமே உன்னை அங்கு தரிசிப்பேன்
நீவீர் வேறு யாரையுமே காணாதிருப்பீர்

பொதுவாக நாயக-நாயகி பாவத்தில் எழுதப்படும் கவிதைகளில், மானுட இயல்புணர்வு என்பது இறையாகவே வருணிக்கப்படுகிறது. கடவுளை மனிதனின் உள்ளுணர்வு உருவாக்குகிறது கபீரின் மேற்கண்ட கவிதை.

கபீர் இந்து சமயத்திலுள்ள சடங்குகளும், சாதி வேற்றுமைகளையும் மட்டுமே சாடியவரில்லை. மாறாக அவர் இஸ்லாமியத்தில் உள்ள தேவையற்ற இறுக்கத்தையும் சாடவே செய்கிறார். எந்தவொரு சமயத்தையும் முற்றிலுமாக புறந்தள்ளிவிடும் காரியத்தைக் காட்டிலும், அதில் மண்டிக் கிடக்கும் மானுடத்திற்குப் புறம்பான நம்பிக்கைகளையும், நடைமுறைகளையும் களைந்து விடும் நோக்கில்தான் செயல்பட்டார் கபீர். இவரையொரு சீர்திருத்தவாதியாகவும், மானுட நேயர் என்றும், மேலும் அனுபூதிக் கவிஞராகவும் காணவேண்டும். வட இந்திய பக்தி மார்க்கத்தில் பெரும் உடைப்பை அதன் அறிதல் தளத்தில் நிகழ்த்தியவர் கபீர். இவரது ஞானத்தின் வேர்கள் நிர்குண தத்துவார்த்த மரபிலும், ஸூஃபிய ஞான மரபிலும் ஆழமாக ஊன்றியுள்ளன. ஸூஃபியியத்தின் உருவமற்ற இறையையும் இந்து சமய மானுட உருவத்திலான 'ராம்' என்ற சொல்லாக்கத்தையும் ஒருங்கே உருவகப்படுத்தி சகமனிதர்கள் மீதான நேசத்தைப் போற்றியவர். தனது கவிதை ஒன்றில் இவ்வாறாகக் கூறுகிறார் :

கபீர் சொல்கிறான்: யாரொருவரும் தாழ்ந்த பிறவியாக
ஜனிப்பதில்லை.

யாரெல்லாம் அவ்வகையினர் என்றால்,
யார் 'ராம்' குறித்து பேசாதிருக்கிறார்களோ
அவரே அத்தகையவர்!

கவனமாகக் கேளுங்கள்
வேதமோ அன்றி
திருக்குரானோ
இதை உங்களுக்குத் போதிக்கப் போவதில்லை

உடல் என்பது தூசு
உடல் என்பது காற்று

மேலும் தன்னிலை பற்றி அதனை இறையோடும் இணைத்துப் பாடுகையில் கபீர் தனது உடல் எல்லையினை விரித்து ஒரு பரந்துபட்ட வெளிக்குள் பிரவேசிக்கிறார். எதுவும் இதுவுமாக இருக்கிறேன்; ஆனாலும் இல்லை எனச் சொல்லிச் செல்கிறார்.

நான் வரவும் மாட்டேன்
நான் போகவும் மாட்டேன்
நான் வாழவும் மாட்டேன்
நான் மரிக்கவும் மாட்டேன்
நான் உச்சரித்த வண்ணமாகவே இருக்கிறேன்
உன் நாமத்தை
என்னைத் தொலைத்திழப்பேன்
அதனில்

நான் கிண்ணம்
மற்றும், நான் தட்டை!
நான் ஆண்,
மற்றும், நான் பெண்!

நான் மீன்
மற்றும் நான் வலை
நான் மீனவன்
மற்றும் காலம்

நான் ஏதும் இல்லை எனச்
சொல்கிறான், கபீர்
வாழ்வோரிலும் அல்லாது
மரித்தோரிலும் நான் இல்லை.

அதுபோல் இறை அனுபவத்தின் எல்லைகளை விரித்துச் செல்கின்றன கபீரின் கவிதைகள். அதிலொரு அம்சம்தான் நாயக நாயகி பாவத்தில் பாடுவதும். இயற்கையின் சூழலில்

உள்ள அனைத்தையும் கவிதையில் அகவயப்படுத்துவதும், அதன் வழியே குறிப்புணர்த்தச் செய்வதும், குறிப்பாக இரவில் இறையை விழைந்து ஏங்கும் கபீரின் தாங்கவியலாத பிரிவாற்றாமையின் துயரையும், கூடலை வேண்டி நிற்கும் மனவுணர்வையும் குழைத்து எழுதப்பட்டுள்ளது இக்கவிதை :

ஒருவழியாக இரவு அழிந்தது
இனிக் காலைப் பொழுதேனும் வீணில்
அழியாதிருக்கட்டும்

வண்டு பூக்களுக்கு வழிசெய்து விடைபெறுகிறது
நாரையொன்று வந்து சலனமின்றிச் சிலையாக
சமைந்துள்ளது

நீரைத் தேக்கும் வலிமையற்ற வேகாத களிமண் குடம்
போல்
நாடித் துடிப்பற்ற உடலோ பயனற்றது
என் நேசத்தவள் செய்வது இன்னதென அறியேன்
ஆகையால் நான் இடையறா பேரச்சத்தில் அதிர்கிறேன்

காகத்தை விரட்டி கரங்கள் ஓய்கின்றன
எனது நேசத்தவளின் உள்ளக் கிடக்கையும்
எனக்கு நேரிடப் போவதையும் யாதென அறியேன்

மேலே உள்ள கவிதை எத்தகைய பித்து நிலையில் எழுதப்பட்டுள்ளது எனப் பாருங்கள். சங்க அகப்பாடலின் குரல் தொனிக்கிறது. தனக்கு (கபீருக்கு) நேரிடப் போவது என்னவென்று அறிய வாசகர்களின் மனமும் ஆர்வம் கொள்கிறது. கவிதையின் முழுக்கவனமும் இடையிரவிற்கும் - முன் காலைப் புலர்வுக்கும் இடையிலுள்ள கால வெளியில் இயங்குகிறது. அக்காட்சியில் பல்வேறு படிமங்கள் மிளிர்கின்றன. இறைநேச உச்சநிலையை பேசும் கவிதைகளில் கபீரின் இக்கவிதையும் ஒன்று.

'வேகாத களிமண் குடம் போல்: நாடித் துடிப்பற்ற உடலோ'

போன்ற வரிகள் எத்துணை இறைநயம் மிக்கதாய் விளங்குகிறன பாருங்கள். இதற்கு முந்தைய வரிகளில் உள்ள 'நீரைத் தேக்கும் வலிமையற்ற' என்ற சொற்றொடருடன்

பிந்தய வரிகளை இணைத்து வாசிக்கும் போது உருவாகும் படிமம் எல்லையில்லாத பொருண்மையை விரிக்கும் விதமாக வெளிப்படுத்துகிறது. பேரச்சத்தினை மறைபொருளாக அல்லது உள்ளுறையாகக் கொண்டு இவ்வரிகள் எழுதப்பட்டுள்ளன. பெருங்காட்சித் தன்மையில் சங்க இலக்கியப் பாடலின் சொல்லல் நேர்த்தியைக் இக்கவிதை கொண்டிருப்பதை வாசகரான நம்மால் உணரமுடிகிறது. மேலும் கபீர் ஓரிடத்தில் பிஜாக்குகளில் சொல்வதைப் போல் 'சொல்லுக்கும் சொல்லுக்கும் இடையில் ஏராளமான வித்தியாசங்கள் உள்ளன' என்பார். இது கபீரின் நுண்மை மிக்க கவித்துவ நுட்பமாகும்.

கபீரின் கவிதைகளை ஆழமாகப் பயின்றால் அதில், அவர் தனது தத்துவார்த்த நிலைப்பாடாக 'நிர்குண' என்பதின் வெளிப்பாடுகளாகவே உலகின் எல்லாவற்றையும் கையாளுவதை அறியலாம். குணங்களற்ற உருவமற்ற இறையை, இறைநிலையை கவிதைகளில் உள்ளுறையாக இழையோட விடுவதை உணரலாம். இதைத் தொடர்ந்து 'சர்குணா' என்ற தத்துவார்த்தத்துடன் நீண்ட விவாதத்தை நிகழ்த்தியபடியே சொல்கிறார். கபீரின் வாழ்வில் ரவிதாஸுடன் எதிர்கொண்ட சம்பவங்களை இதற்கு எடுத்துக்காட்டாகச் சொல்லலாம். சமயவுணர்வினை முற்றிலும் நிராகரிக்காமலும், அதனுள் சிற்சில தன்மை மாற்றங்களைச் செய்யும் விதமாகவும் கபீர் இயங்கியுள்ளார்.

ஓ! அன்னப்பறவையே!
நாம் அந்நிலம் சேர சிறகசைப்போம்
எங்கென் நேசத்தவள் பேரரசியாய் ஆள்கிறாளோ,
கயிறு இன்றி, வாளியின்றி பருவ நங்கையர்
கிணற்றிலிருந்து நீரை இறைக்கின்றனர்
அங்கு மேகமில்லாது மழையாகிறது
உடலற்ற நம் உருவை முற்றிலும் நனைக்கிறது
நிறை — நிலா இரவுதோறும் சுடர்கின்றது
காலை ஒவ்வொன்றும் கதிரொளிர்ந்து
பிரகாசித்திருக்கிறது
கணக்கற்ற ஞாயிறுகளின் பேரொளியுடன்.

இத்தகைய சீர்திருத்த மனோபாவமே கபீரது படைப்பாக்கங்கள் அனைத்திலும் காணக் கிடக்கின்றது.

அரும்பு பிப்ரவரி-2019

நவீன கலை மனமும் எதிர் எதார்த்தக் கூறுகளும்

மௌனியிலிருந்து....

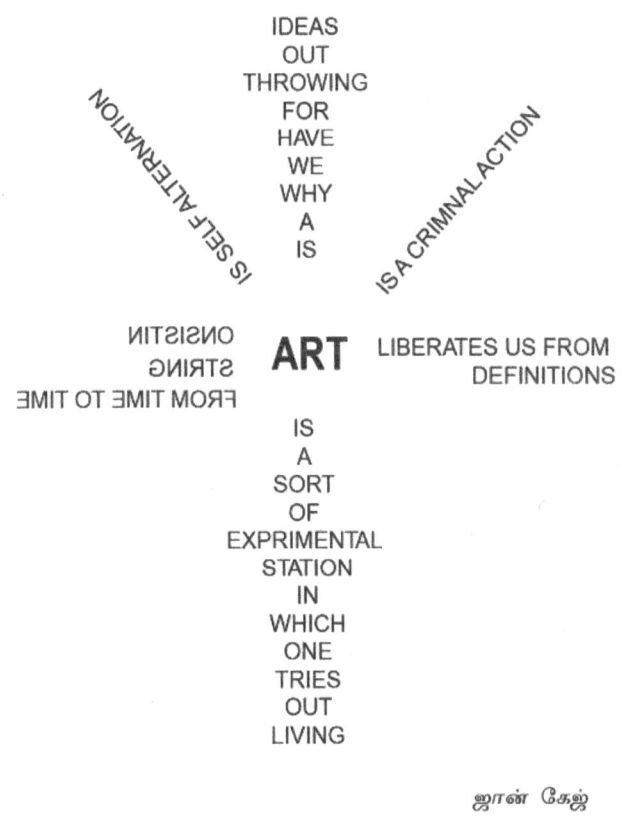

IDEAS
OUT
THROWING
FOR
HAVE
WE
WHY
A
IS

IS SELF ALTERNATION

IS A CRIMNAL ACTION

ONSISTIN
STRING
FROM TIME TO TIME

ART

LIBERATES US FROM
DEFINITIONS

IS
A
SORT
OF
EXPRIMENTAL
STATION
IN
WHICH
ONE
TRIES
OUT
LIVING

ஜான் கேஜ்

JOHN CAGE

‘கலை’ ஒரு நிலையான புள்ளியில் நின்று சாத்தியப்படுவது அல்ல. மாறாக அது தன் பதிவை பிரதியாக்கத்தின் பருண்மையாக பல்வேறு கோணங்களில் குறியிலக்கற்று சென்று கொண்டிருப்பதையே செயல்பாடாக கொண்டுள்ளது. அவ்வகையில் மேலே தரப்பட்டுள்ள ஜான் கேஜின் கலை குறித்த ஒரு கலைடாஸ்ஸ்கோபிக் நகர்வை கலையின் தன்மைகளைக் குறிப்பதாக உருவாக்கியுள்ளார்.

இந்த உருவாக்கத்தை கலை என்ற வார்த்தைக் குறியை எடுத்துவிட்டு அதன் உப குறிகளாக எழுத்து, கவிதைகள், ஓவியம், இசை, நாடகம், எவ்வகையான பருண்மையான பிரதியாக்கச் செயல்பாட்டிற்கும் பொருத்திப் பார்க்கலாம். ஏனெனில் கலை என்ற சொற்குறி அதன் தன்மைகளை தன்னுள்ளே அடக்கியுள்ளமையே காரணம். எழுதுதல், வரைதல், நடத்துதல், வாசித்தல் ஆகிய எவ்வகையிலான உடலியல் சார்ந்த கலை செயல்பாட்டிற்கும் இந்த கேஜின் கலைடாஸ்ஸ்கோபிக் கருத்துருவமும் பொருந்தும்.

இப்போது மேலே கண்ட அந்த கலை குறித்த பிரதியின், ஒவ்வொரு திசையில் இயங்கும் வாக்கியத் தொடரை எதிர் கடிகாரச் சுழற்சியில் ஒரு வரிசைக்கிரமத்திற்கு உட்படுத்திப் பார்க்கலாம். அதன்பின் இதை அவர் உருவாக்க அவருக்குப் பின்புலமாக இருந்த மொத்த கருத்துருவ அடிப்படையையும் காணலாம்.

	எழுத்து	(அ) என்பது நமது சிந்தனையை வெளியே எறிவதற்கான ஒரு வழி
கலை	கதை	(ஆ) என்பது ‘தான்’ என்பதின் திருத்தம்
	கவிதை	(இ) என்பது காலத்திற்குக் காலம் ஏற்படும் முதிர்வு
	நாடகம்	(ஈ) என்பது ஒரு வகையான பரீட்சார்த்த தளம் அதில் தான் ஒருவன் (கலைஞன்) வாழ முடியும்
	வரைதல்	(உ) என்பது நம்மைக் குறிப்பிட்ட வரையறையிலிருந்து விடுவிக்கிறது
	விமர்சனம்	(ஊ) என்பது ஒரு வகையான குற்றச் செயல் பாடு
	....	

கலை என்ற உடலியல் சார்ந்த செயல்பாட்டின் சில நகர்வுகளின் கூறுகளை நம்முன் வைக்கும் ஜான் கேஜ் கலையின் அனைத்து உப-பரப்பிலும் தன் செயல்பாட்டை நிகழ்த்தியவர் - இந்தப் பிரதியை உருவாக்க பின்புலமாக வைத்திருந்த அரிஸ்டாட்டிலிய கருத்தமைவுகளின் எதிர்மறைகளாக தனது கருத்தமைவுகளை கொண்டிருக்கிறார். அதை நடாலி க்ரோன் ஸ்கிமிட் தொகுத்தளிப்பதைக் கீழே பார்க்கலாம்

கேஜின் கருத்தமைவுகள்

(அ) நுட்பமான காட்சித்திறம் / நோக்கு

(ஆ) மொழியும், தொழில் நுட்பமும்

(இ) நிகழ்வியல் தன்மை

படிமுறை, செயல்முறை, நடைமுறை

செயல் எல்லை, பரப்பு

செயல் நிகழ்வு, எல்லை உறுதியற்ற, காரணமற்ற

தங்கு தடையற்ற ஊடுருவல்

இசை 'எழுத்து' என்ற கலையாக்கத்தை தீர்மானிக்கக் கூடியவை என அவர் கருதினார்; அதன் அடிப்படையில் தான் கேஜ் தனது கலை குறித்த எழுத்துப் பிரதியை உருவாக்கினார் - மேலே தரப்பட்டுள்ள கருத்தமைவுகளில் படிநிலை என்பது கேஜ் வைத்திருக்கவில்லை. அதைத் தொகுத்த நடாலியே அதனை வரிசைப்படுத்தினார். இதிலுள்ள ஒவ்வொரு வாக்கியத்தின் கருத்துருவமும் இன்றைய நவீன பிரதியாக்கத்தைப் புரிந்துகொள்ளவும் அதன் உள்பிரிவுகளைக் கண்டறிய உதவக் கூடியவை. ஏனெனில் பிரதியைத் தீர்மானிக்கக் கூடியவை இவை. நவீன கலை மனம் என்பது இந்த வரவால் ஆக்கங்களை அடிப்படையாக வைத்தே அதன் பின்புலமாகிறது.

இதை வைத்தே மனித மனப்பரப்பை அறிய முடியும். மேற்கண்ட விதத்தில் மௌனியும் அவரது எழுத்துக்களான கதைகளையும் அணுக முற்படலாம். இவற்றோடு, இன்னும் பல கருத்துக்களையும் பிரிக்கப்பட்ட மௌனியின் கதை கட்டமைப்பையும், அவரது எழுத்துக்களை தீர்மானிக்கும் மனநிலையையும் அவரால் பருண்மைப்படுத்தப்பட்ட கதைகள் விரவியுள்ள பல்வேறு திசைகளில் நகரும் தன்மைகளைக் கீழ்க்கண்டவாறு வாசிக்க முயலலாம்.

மௌனி கதைகளின் உப-பிரிவுகளாக

1.கதைச் சொல்லல், கதைக்கரு

2.ஸோல்னர் மாயத்தோற்றம், இரண்டக நிலை

3.தோற்றம் X எதார்த்தம் என்பதற்கு இடையிலான கட்டற்ற ஊடாட்டம்

4.எதிர் எதார்த்த கூறுகள்

காலத்தன்மை X தற்காலத்தன்மை

அறை X எதிர் அறை

இதன் அடிப்படையில் இனி கீழே சில வாசிப்புகளை மௌனியின் கதைகளின் இடையே செய்து பார்க்கலாம். அதற்கு முன்பு இந்த வாசிப்பின் அடிப்படையைக் குறிக்கும் விதமாக காயத்திரி சக்கரவர்த்தி ஸ்பீவாக்கின் கருத்தைச் சொல்லிவிட்டு நகரலாம்.

“பிரதியானது தனது இருமுனைகளிலும் திறந்த தன்மையுடையது. பிரதிக்கு ஒரு ஸ்திரமான தனித்துவம் என்பது கிடையாது. அதேபோல் ஸ்திரமான தோற்றம் உடையதும் அல்ல... ஒவ்வொரு வாசிப்பின் நிகழ்வும் மற்றொரு வாசிப்பிற்கான முன்னுரையாகும். இருப்பினும் தன்னுரிமை கொண்ட முன்னுரையின் வாசிப்பும் இவ்வகையில் விதிவிலக்கானது.”

ழாக் தெரிதாவின் ஆப் கிராமடலாஜி நூலின் முன்னுரை—யிலிருந்து

மௌனியின் கதைகள் கட்டுமான தொழில்நுட்பத்தில் சில முக்கியமான தன்மைகள் இடம்பெற்றிருக்கின்றன. இவைதான் அவரது மொத்த படைப்பு பரப்பை தீர்மானிக்கிறது. அந்தப் பண்புகளே அவரது கதைசொல்லல், கதைக்கரு முதலியன ஓர் தொடர் நிலையற்ற அமைப்பை கட்டமைக்கிறது. அதுவே பின்பு பெரிய அளவில் அவரது சித்தரிப்பில் மொழியையும், அதன் மொழித்தொடரின் பிரிவையும் பல்வேறு அமைப்புகள் கொண்ட மொத்த வடிவமாக மாற்றுகிறது. அந்த பண்புகள் என்னவென்றால்

கதை சொல்லலில்

(1) எல்லை உறுதி குறிப்பீடு அற்ற தன்மை

(2) காரணமற்ற வார்த்தைத் தொடர்கள் (குறித்தொடர்)

(3) ஊடுருவல்.

கதைக்கரு

1) நுட்பமான காட்சித்திறம்

2) செயல் நிகழ்வு

3) செயல் பரப்பு

ஆகியவை முதல்நிலைப் பண்புகளாக இயங்கி மற்றொரு தன்மை இதனால் கதைகளின் போக்கில் உருவாகவும் தளமாக அமைகிறது

மனக்கோட்டை மாறாட்டம் ஆகிய இரு சிறுகதைகளில் மேற்கண்ட தன்மைகள் வலுவாகக் கால்கொண்டிருப்பதைக் காண முடியும். அதில் ஸோல்னர் மாயத்தோற்றம் என்பதின் உருவம் காணக்கிடைக்கிறது. முதலில் ஸோல்னர் மாயத்தோற்றம் என்றால் என்ன? என்பதையும், மேலே சொன்ன கதைகளில் இது எவ்வாறு இயங்கி அடுத்த கட்டத்திற்கு மௌனியின் கதையை நகர்த்துகிறது என்பதையும் பார்க்கலாம்.

ஸோல்னர் மாயத்தோற்றம் என்பது ஒரு உணர்வுக் காட்சித்தன்மை கொண்ட மாயத்தோற்றம். அந்த மாயவெளி இரண்டு இணைகோடுகளைக் கொண்டது. இரண்டு இணைகோடுகளையும், பல்வேறு சிறுகோடுகள் குறுக்கீடு செய்தவண்ணம் இருக்கும். அதே நேர்க்கோட்டை இது இருவேறு நேர் எதிரான திசையில் குறுக்கீடு செய்த வண்ணமிருக்கும். அதன் வரைபடமொன்றை கீழே கண்டுவிட்டு கதைக்கு செல்லலாம்.

1 ஸோல்னர் மாயத்தோற்றம் வரைபடம் | 2 மௌனியில் ஸோல்னர் மாயத்தோற்றம்

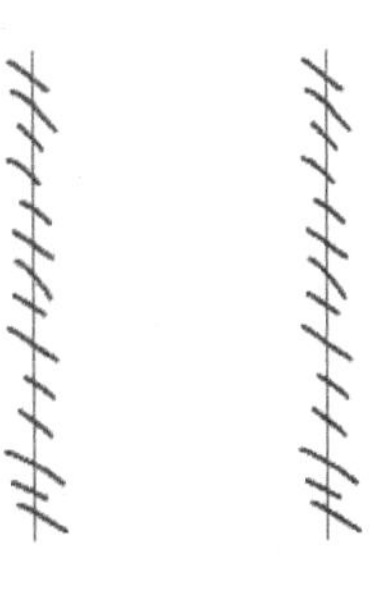

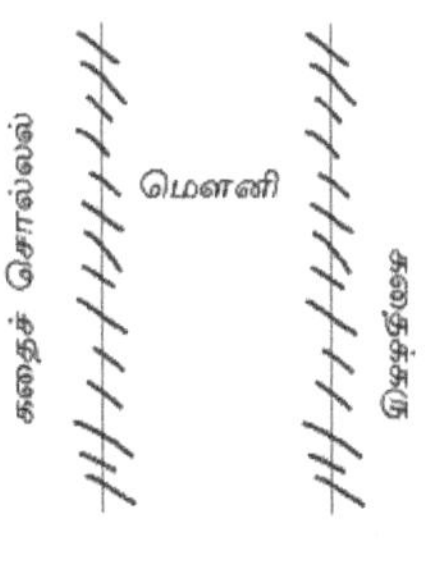

குறிப்பீடற்ற தன்மை கொண்ட 'நாடேடி' ஆவான். அவன் பல்வேறு ஊர்களுக்குச் சென்று பட்டணம் திரும்பியதும், எந்த உள்ளீடுமற்று வெளியே போகிறான். அப்போது,

(1) 'என்னப்பா சௌக்கியமா - எப்போது' என்றான். அவர்கள் அவரோடு படித்த நண்பர்கள்,

(2) மேலும் அவர்கள் தன்னைக் கடக்கும்போது பேசிக்கொண்டே போனதும் தன்னைப் பற்றித்தான் எனவும் இவன் நினைத்தான்

(3) அவன்தானே - இல்லை

அவனைப்போல - இல்லை

அவனேதான் என்பவைகள் ஒவ்வொருவருடைய பேச்சாகவும் (தொடர)

(4) உன் சிரிப்புகூட மாறிவிட்டது என்றவன்

(5) நேற்றுக் கூட நாங்கள் சங்கரைப் பற்றி பேசிக் கொண்டிருந்தோம்.

(6) உன்னைப் பார்த்தபோது நீயோவென கூட சந்தேகித்தோம்.

(7) சங்கர் இறந்தது உனக்குத் தெரியுமோ ?

(8) 'ஆம் சங்கர் இறந்து விட்டான்'

சங்கர் இறந்து விட்டான் என்ற தன்னிலை வார்த்தை வெளியேறும் வரை, அவனுக்கு சங்கர் என்றதின் நினைவின்றி இருப்பதோ ஒரு கோட்டில் இயங்கியவனை மேற்கண்ட ஐந்தாறு சொற்றொடர்கள், ஒரு நேர்க்கோடான அவனது பயணத்தில் இடையிடையே குறுக்கீடுகளை நடத்துகின்றன. காண்க ஸோல்னர் மாயத்தோற்றம். அடுத்த இணைகோடு கதைக்கருவான சங்கரின் இறப்பு என்ற பரப்பு இடையீடுகளின் முடிவில் ஸ்தாபகமாகிறது. அதற்குப் பிறகு அவர் சங்கரின் இல்லம் நோக்கி போக வைக்கிறது. அதுவும்கூட ஒரு நேர்க்கோடாக மாறுகிறது. சங்கரின் இல்லத்தை அடைந்ததும், கதைக்கரு விரிகிறது.

சங்கரின் இல்லத்தை அடைந்ததும் "தன்னை யாரென அறிமுகப்படுத்திக் கொள்ள முடியாத தன் நிலைமையைத் 'தான்' எண்ணிக்கொள்ள, மறுபடி கதைக்கருவான சங்கரின் மரணத்தை விசாரிக்கச் சென்றவனின் நிலையை அவனே "குருட்டுத்தனமான மனவெளி தேடுதலாகப்பட்டது அவர்களும் கூட இருப்பது

உங்களுக்குத் தெரியவில்லை. இப்போது - நான் இருப்பதில் - என்றான்." இவை இடையீடுகளின் மொழிக்கூறுகளாகவே மாறி விடுகின்றன.

இந்தக் கதையில் (1) கதை சொல்லலிலும் (2) கதைக்கருவிலும் மேலே கண்ட இடையீடுகள் / குறுக்கீடுகள் தொடர்ந்து இருவேறு எதிர்திசைகளில் இயங்க, சேகரின் சங்கர் மரணத்தை நோக்கிய பயணம்; அவனது மொழியைக் குறுக்குத் தொடராக மாற்றுகிறது. அதன் கடைசி உதாரணமாக

(1) சுமி

(2) சங்கரின் தந்தை

(3) சுமியின் கன்னிமை

(4) சேகர்

(5) சங்கரின் மரணம்

ஆகியவை சிறுசிறு இடையீட்டு குறித்தொடரமைப்பாக முடிகிறது. அதையே இங்கு அறையாக்கமாகச் செய்து பார்க்கலாம்

முதல் அறை X சுமியைக் குறித்தவை

(1) நீங்கள் உங்கள் மனைவியை பார்ப்பதுபோல,

(2) நானும் சுமியைப் பார்க்கிறேன்

(3) இப்போது பார்க்கிறேன்

இரண்டாவது அறை X சங்கரைக் குறித்தவை

(1) சங்கர் இறக்க முடியும்

(2) என் வாழ்க்கையை

என்னை, கனவு காணாது இருக்க முடியாது

(3) அவன் கனவில், நனவென வாழ்க்கை கொள்ளும்

மூன்றாவது அறை X சேகரைக் குறித்தவை

(1) நான் இருக்குமளவும் அவன் ?...

(2) அவனை நாடி அவன் கனவை நாடி சுமி போக முடியும் என்னை விட்டு... எப்படி முடியும்?

(3) நான் இப்படியாவதைத் தவிர்த்து, எப்படி வாழ முடியும்...?

இக்கதையின் நிறைவாக வரும் கடைசி பத்தியை மூன்று அறைகளாகப் பிரித்து இங்கே தந்துள்ளேன். 'ஸோல்னர் மாயத் தோற்றம்' கதை சொல்லியின் மொழியை எவ்வாறு பாதிக்கிறது என்பதைக் காட்ட இடைவிடாது இடையீடுகளால் X குறுக்கீடுகளால் தாக்கப்படும் போது இருகோடுகளின் தன்மை பாதிக்கப்படுகிறது என்பதை இவ்வாறு கண்டோம்.

'மாறாட்டம்' என்ற இன்னொரு கதையை இங்கே எடுத்துக் கொண்டு அதில் இயங்கும் குறுக்கீடுகளைக் காணலாம். அவை எவ்வாறு மௌனியின் அடுத்தகட்ட வளர்ச்சியான தோற்றம் X எதார்த்தம் X இரண்டகம் ஆகிய இரு இணைவின் இரண்டக நிலையினை நிர்மாணிக்கின்றன என்பதைக் கீழ்வரும் ஒரு கலைத்து வாசித்தல் மூலம் காணலாம்.

தன் சிநேகிதனைப் பற்றியும் அவனது குணாதிசயங்களைக் குறிப்பிடும் வண்ணமாகத் துவங்கும் மாறாட்டம் என்ற கதைப் பிரதியின் குரல் என்பதை 'மூன்றாவது குரல்' எனலாம். அதாவது கதாபாத்திரங்களின் குரல் அல்ல / கதைசொல்லியின் குரல் அல்ல / இது கதைப் பிரதியிலிருந்து எழும் மூன்றாவது குரலாகும்.

சாதாரணமாக சாயங்காலம் காலாற நடக்கத் துவங்கும் ஒருவனின் நடக்கும் செயல்பாட்டிலிருந்து கதையின் (சொல்லல்) / கருவும் இயங்க ஆரம்பிக்க திடீரென குறுக்கீடுகள் இவ்வாறு துவங்குகின்றன.

"அப்போது பின்னாலிருந்து ஒருவர் கைதட்டி கூப்பிடும் சப்தம், திடீரென்று அவன் பிடரியில் அடித்தது போன்றுதான் இருந்தது. கொஞ்சம் லாவகமாக அப்பேர்ப்பட்ட பிராணியைப் பார்ப்போமென்று தலையைத் திருப்பினான்"

மேலே வரும் "அப்படிப்பட்ட பிராணியை" என்ற சொல்லானது தன் நடையில் குறுக்கீடு செய்பவர்களை அவன் மனிதனாக கருதுவதில்லை என்பதைச் சொல்லப் பயன்படுத்தப்படுத்தும் ஒரு குறிப்பிடப்பெறும் குறியாக விளங்குகிறது. இதுதான் கதைக்கரு. இனி கதையில் ஒருவன் வார்த்தைத் தொடர்களால் குறுக்கீடுகள் செய்வதைக் காணலாம்.

(1) உங்களை தானுங்க என்றதும் அவனைத் தூக்கியே போட்டது.

(2) பக்கத்தில் வந்து 'உங்களைத் தானுங்க' என்று உரத்தே சொன்னான்.

இதைக் கேட்டதும் "ஆமாம் உன்னைத் தேடிக்கொண்டு தான் போகிறேன்" எனக்கூறி அவனைப் பின்தொடர அங்கு அழைக்க அரைமனதோடு கூற, 'ஆமாங்க, எனக்குத் தெரியுங்க' என்றான் நாட்டுப்புறத்தான். அடுத்ததாக நடப்பவனின் மனதில் அவன் ஒரு முடிச்சு மாறியாக / தாசிவீட்டுத் தரகனாக ஏன் இருக்கக் கூடாது என கதைக்கருவில் குறுக்கீடு நடக்கிறது. தன்னிடம் உள்ள பையில் உள்ள பர்ஸுக்காக இவன் வருகிறானோ மற்றொரு குறுக்கீடு கதாப்பாத்திரத்தின் மனதில் நடக்கிறது. பின்பு திடீரென சம்பந்தமில்லாது

ஒன்று: எதேச்சையான குறுக்கீடுகள் X கதை சொல்லல்

(1) ஆமாம் - என் சட்டைக்குப் பை இல்லை (என்றதும் பின்தொடருபவன்)

ஆமாங்க என அதே எதேச்சையுடன் பதிலளிக்கிறான்

(2) யார் யார் எப்படி எப்படி என தனிச் சொற்குறிகளால் தானே குறுக்கீடுகளை தன்மீதே விரித்துக் கொள்கிறான்

இரண்டு: எதேச்சையான குறுக்கீடுகள் X கதைக்கருவில்

(1) ஊரின் மைதானத்தை அடைந்ததும்

(2) 'என்னடா விசேஷம்' என்றான்.

(3) லெட்டருங்க என்று மடியிலிருந்து ஒரு கவரை எடுத்து நீட்டினான் 'ஐயா கொடுத்தாரு'

இங்கே மடியிலென்பதை / உள்பையின் இருமை எதிர்வாகக் காணலாம். இங்குதான் குறுக்கீடுகளால் 'உள்பை இல்லைடா' என்பதற்கு மடியிலிருந்து எடுக்கும் சொல்லாடலாக கதைக்குள் நிலைகொள்கிறது. அங்கேதான் சுதாரிக்கும் கதாபாத்திரம் 'யார் யார் எப்படி எப்படி' என சுய குறுக்கீடுகளைச் செய்து கொள்கிறான். இங்கிருந்துதான் தோற்றங்கள் X எதார்த்தம் இடையிலான விளையாட்டு பரப்பு உருவாகிறது. அதாவது தான் நினைத்த மாதிரியே அந்த நாட்டுப்புறத்தான் முடிச்சுமாறியோ / தாசிவீட்டு தரகனோ அல்ல, அவன் கேஸுக்காக தங்களைக் காண வந்தவன் என்பதோடு தனது யதார்த்தம் குறித்த கணிப்புகள் தகர்ந்து தோற்றங்களின் உள்ளே கழலும் எதார்த்தத்தை காண முடியாமல்

"கடைசியாக ஒன்றும் புலப்படாமல் 'பைத்தியக்காரத்தனம்' என்று ஒரு முணுமுணுத்து மூச்சுவிட்டான்" இதில் நடப்பவன்

மற்றும் நாட்டுப்புறத்தான் என்ற இரு இணைகோட்டில் எவ்வாறு குறுக்கீடுகள் இடையீடுகள் நடக்கின்றன என்பதைப் பார்த்தோம். அடுத்து இந்த குறுக்கீடுகள் இவ்வாறு தோற்றம் X எதார்த்தம் இரண்டிற்கும் இடையிலான புரிதலில் இருவேறு விட்டங்களின் இரண்டகமாக உருவாகிறது என்பதை வாசிக்கத் தொடங்கலாம்

2

கதையின் முக்கிய தனிக்கூறுகளாவன வாக்கிய அமைப்புகள் தான். அடுத்ததாக கதை கருவின் மொத்த உடலையும் சொல்லாடலில் குவிமையப்படுத்துகிறது இசை. இந்தச் சொல்லாடல்கள் குறுக்கீடுகளாகவும், இடையீடுகளாகவும் மாறும்போது, கதை சொல்லல்/கரு ஆகியவை தளர்வுக்குட்பட்டு, நிலைப்புள்ளியிலிருந்து தள்ளி அங்கும் இங்குமாக மிதக்கத் துவங்குகிறது. அப்படி நிலையற்று தவிக்கும் பிரதியின் பின்புலமாக இயங்கும் பிரதியின் ஆசிரியனின் நினைவும் / நினைவிலியும் ஒன்றன்மீது ஒன்று ஒளி / நிழலென மாறி மாறி எதார்த்த நோக்கை ஒருவித ஒளி நிழலாட்டமாக மாற்றுகிறது.

கதையின் சொல்லுதலை இறுக்கி நேர்கோட்டில் பிடிக்க முடியாதவண்ணம் தோற்றங்களுக்கும் X எதார்த்தத்திற்கும் இடையே ஊடாடி கதைக்கூறான வாக்கியங்களில் இரண்டக நிலையை உருவாக்கி, கதைக்கருவையும் நிழலாட்டமாக மாற்றுகிறது. இதைக் குறித்த பிரயன் டரோட் / டேவிட் சில்வர்மேனின் பிரதியல் / பாலியல் / பொருளியல் என்ற கட்டுரையில் அவர்கள் கூறும் இரு கருத்துக்களை இங்கு நினைவுகூர்ந்து விட்டு மௌனியுள் அதைக்காணப் புகலாம்.

"ஒன்றுக்கொன்று இயைபுடைய குறுக்கீடுகளானது; ஒரு குரல் மற்றொரு குரலின் மீது இடையீடு செய்யும் போது எது கேள்விக்கு உட்படுகிறதோ அது தனி முக்கியத்துவம் வாய்ந்ததாக இருக்காது. அதன் ஒவ்வொரு கூறும் தன் சொந்த கூற்றாக 'தோற்றங்களின்' உள்ளார்ந்த ஆதாரமாக (இயங்கக் கூடிய) உள்ள எதார்த்தத்தின் தனிச்சார்புடைய பதிவுகளாக மாறி இன்னொரு குரலால் மொழியப்படுகிறது. 'தோற்றங்களுக்கும் எதார்த்தத்திற்கும் உள்ள உறவு என்பது இவற்றால் உருவாக்கப்படுகின்றது. இந்தக் கட்டற்ற ஆட்டமானது அடிப்படையில் பிரதியியமயமானது தானே அன்றி குரலால் ஆன தன்மை கொண்டதல்ல."

மேற்கண்ட கருத்தானது தோற்றங்களுக்கும் X எதார்த்தத்திற்கும் இடையே நிலவக்கூடிய கட்டற்ற ஆட்டத்தை பிரதியியமயமானது

என்கிறது. அத்தகைய பிரதியியல் எவ்வாறு இயங்குகிறது என்பதைக் குறிக்க அதே ஆசிரியர்களால் மொழியப்படும் மற்றொரு கருத்தையும் நினைவுபடுத்திவிட்டு மௌனி நிழல் / நிஜ ஆட்டத்திற்கும் நகரலாம்.

"பிரதியியல் என்பது பல குரல்களின் ஊடாட்டங்களினால் ஆனது. அதுதான் தோற்றங்களையும் எதார்த்தத்தையும் சொல்லாடலில் பேச்சிலும், எழுத்திலும் நிறுவுகிறது"

இவ்வகையான கருத்துக்களோடு ஒப்புமை கொண்ட மௌனியின் கருத்தையும் காண்பது அவசியமாகிறது. 'மாபெரும் காவியம்' என்ற கதையில் வரும் ஒரு பத்தியை கவனியுங்கள்.

"என் வாழ்க்கை ஒரு உன்னத நிழல் ஆட்டம் ஒளி குன்றியது

என்னுடைய நிழலும் பார்வையினின்றும் மங்கி விட்டது

விலகி நின்று உலக நாடகத்தைப் பார்ப்பதுதான் இப்போது நான் செய்வது".

வாழ்க்கை உன்னத நிழல் ஆட்டம் ஒளி குன்றிய என்பதை முதல் உறுப்பாக எடுத்துக் கொண்டால் ஒளியின் பிரதிமையாய் நிழல் ஆட்டத்தை மௌனி மொழிகிறார். அவருடைய நிழலானது பார்வையினின்று மங்கிவிட்டது. அதாவது எதார்த்தம் X தோற்றமான பார்வையினுள் ஆழ்ந்து மறைந்து விட்டது. அடுத்த முக்கியமான சொல்லாடல் உறுப்பைப் பாருங்கள்.

விலகி நின்று உலக நாடகத்தைப் பார்ப்பதுதான் இப்போது நான் செய்வது

விலகி நின்று பார்ப்பது என்ற குறித்தொடரானது. அவர் கதைப்பிரதியை தொழில்படுத்தும் நுட்பமாக, தனது பிரதியியலாக பிரதியாக்கமாக அறிவிக்கிறார். தோற்றம் X எதார்த்தம் என்பவைகளின் ஊடாட்டமாக பிரதி செய்வதைக் கதை செய்வதைக் காண்கிறோம். பிளாட்டோவின் கருத்தோடு இது அருகில் வருவதாகும். உண்மையான குதிரை எங்கோ உள்ளது அதன் நிழலைத்தான் நாம் காண்கிறோம் என்பதின் உள் அமைப்பாய் உள்ள பொருளானது, நிழல் உண்மையானதைவிட உன்னதத்தன்மை வாய்ந்த ஊடாட்டம் மிக்கதாகும்.

இவ்வகையில் தான் 'அழியாச்சுடரில்' கூட

'அதோ, அந்த மரம் தான்' என்றேன். 'என்ன மரமா சரி' என்பதில் மரமா சரி என்ற தொடரானது 'மரம்' என்ற

பொருளின் எதார்த்தத்தையும் தோற்றத்தையும் கேள்விக்கு உட்படுத்துகிறது. மரம்தான் என்று ஸ்திரப்படுத்த முனையும் போது, 'மரமா சரி' என்பது, தோற்றத்ினுள் மரமென்ற பொருளை (எதார்த்தத்தை) மூழ்கடிக்கிறது. இதே கதையில் காட்சியொன்றை நிர்மாணிக்கும் மௌனி ஒருவித ஒளி / இருள் என்ற இரு நிலைகளை அறைமயமாகச் செய்து உண்மையான காலமென்பது இரண்டிற்கும் இடையேயான இடைவெளியைத் தகர்ப்பதைக் காணலாம்.

(1) சந்நிதி மௌனம் அவளால் உண்டான சப்தத்தின் எதிரொலியால் சிதைவுற்றது

வெளவால்கள் கிறீச்சிட்டுக் கொண்டு குறுக்கும் நெடுக்குமாக பறந்தன.

பகலில் பறக்கும் வெளவால் பகல் என்பதை அறியாது தான் கோவிலில் உலவுகின்றன.

இங்கு கோயில் என்பது இருள் அறையாக கணிக்கப்படுகின்றது. அதோடன்றி 'சந்நிதி மௌனம்' என்பது சப்தம் அழிந்த இடமாகக் குறிப்பிடப்படுகிறது. அப்படியே சந்நிதியின் வெளிப்புறம் வருவோம் அது எதிர் அறையாக ஒளியாக சப்தமாக நிர்மாணிக்கப்படுகிறது. குறுக்கும் நெடுக்குமாகப் பறந்தன என்பதோ இருள் - ஒளி என்ற பரப்பின் இடையிலான கட்டற்ற ஆட்டமாக வெளவால்கள் நிகழ்த்துகின்றன. இதே கருத்தமைவையே தலைகீழ்ப்படுத்தினால் வெளிப்புறம் ஒளியின் அறையை சந்நிதி அதன் எதிர் அறையாக இருமுனை எதிர்வாக உருக்கொள்கிறது. இந்தக் காட்சியில் சொல்லாடலுக்கு அடுத்த சொல்லாடலாக ஒரு குறித்தொடர் வருகிறது. அதுதான், *"நாம் சாயைதானா?"* இதுதான் உண்மை X நிழல் ஆகியவைக்கு இடையிலான கட்டற்ற ஆட்டமாகிறது. இவ்வகையாகத் தலைகீழ்ப்படுத்தி பார்ப்பதைக் கட்டவிழ்த்தல் செயல்பாட்டின் ஒரு முக்கிய கூறாக ஜோஸு வி ஹராரி தனது Critical Faction and Fiction-ல் கூறுகிறார்.

"கட்டவிழ்த்தல், வாசித்தல் என்பது கருத்தமைவுகளை படிநிலைப்படுத்துவது மட்டுமல்லX; அதனைத் தலைகீழ் படுத்துவதும்தான் என்கிறார்.

இதே இழையில் 'அத்துவான வெளி' கதையை வாசித்தால் இந்தக் கூறுகளின் உதவியுடன் வாசிக்கலாம். அவை மரம் X பார்ப்பவன் X பூனை X குரங்குகள் X பிசாசுகள் X நிழலென

ஒருவன் என மரமென்ற பொருளின் பருண்மையை பல்வேறு இரண்டகத்தின் வாயிலாக சொல் செயல்பாட்டைச் செய்யும்.

பன்முக நிழலாட்டமானது காலம் மற்றும் அதனுள் இயங்கக்கூடியவையையும் கூட தலைகீழாகப் பிரதி செய்யப்படுகிறது.

'சாவில் பிறந்த சிருஷ்டி' என்ற கதையில்,

"நாளைக்கு பின்னாலே நடக்கப் போகிறதெல்லாம் நேத்திக்கு முன்னாலே நடந்தது போல 'காலம் எல்லாம் தலைகீழே மாறிப்போகிறது சார்".. என்று என்னவெல்லாமோ"

காலம் எல்லாம் தலைகீழ் மாறிப் போகிறது என்பது அன்றாட செயல்பாடுகளைக் கூட வெற்றுத்தனமாக நிழலாட்டமாக மாற்றி சில இடங்களில் மௌனியின் தவிக்கிறது பாருங்கள் 'மனக்கோலம்' என்ற கதையில் வரும் பத்தியை,

"நேற்று நடந்ததை ஞாபகப்படுத்திக் கொள்ளும்போது நடந்ததா என்பதாகிறது

நடக்கிறதா எனில் அப்படியே காலமென்பதன்றி காலத்தையும் மீறியதாகும்

நாளைக்கு நடக்கப்போவது அவனுக்கு நிச்சயமில்லை"

என பருண்மையாக நடந்த / நடக்கக்கூடிய / நடக்கப் போவதின் நிச்சமின்மையோடு குழம்ப கட்டற்ற ஆட்டமானது திடீரென தன் பரப்பிலிருந்து அறுந்து காலத்தன்மை / தற்காலத்தன்மையதாக முழு முற்றாக மறுக்கும் போக்கும் தலைதூக்கி காலத்தன்மையையும் சிதைக்கிறது. இது மௌனியில் சில இடங்களில் நடப்பதற்குக் காரணம் அந்த கட்டற்ற நிழல் பொருளுக்கும் எதார்த்த பொருளுக்கும் இடையிலானது.

அடுத்த கட்டமாக எதார்த்தத்தையும் X தோற்றத்தையும் தாண்டி எதிர் - எதார்த்தம் என்ற நிலையை அடைகிறது. அதை மௌனி முழுவதுமாக உட்கிரகிக்க இயலாமல் தவிக்கிறார். அந்த எதிர் - எதார்த்த கூறுகள் மௌனியின் பிரதிகளிலேயே காணலாம். இனி அதற்கு முன்பு அவரிடம் நிழலாட்டத்தின் மற்றொரு பக்கமாக உயர்மனக்கிளர்வைக் காணலாம். அதை அவரின் சொற்களாலேயே காண்போம்.

"ஒரு அமானுஷ்ய மயானவெளி அமைதி அறிவிற்கப்பால் உணரும் வகை

ஒரு சங்கேத மௌன புதிர் புலக்காட்சி தோற்றம் கொடுத்தது”

(உறவு பந்தம் பாசம்)

இதில் வரும் சங்கேத மௌன புதிரென என்ற குறிகளை ஒன்றன்பின் ஒன்றாக வாசித்தால் அதன் உயர் மனோநிலை அனுபவமாக அவர் புறக்காட்சியின் தோற்றத்தைக் கண்டார் என்பது புரியும். இவ்வகையான சொல்லாடல் தொடர்கள் மௌனியில் முழுமை அடையாமல் அரைகுறையாக சிதறிக்கிடக்கின்றன. இதைப் பொய்யான மனவெழுச்சி என வாசிக்காது உயர்மனோநிலையின் செயல்பாடுகளாக வாசிக்கலாம். இதைப் ‘படைப்புத்தனமிக்க வாசிப்பாக’ கொள்ளலாம். அல்லது கிறிஸ்டபர் நாரிஸ் ரோலண் பார்த்தின் வாசிப்பு முறையைக் கடிந்து சொல்லும் ‘படைப்புத்தனமிக்க தப்பித்தலாகவும்’ பொருள் கொள்ளலாம். ஏனெனில் எந்தக் கட்டவிழ்த்தல் வாசிப்பின் செயல்பாடும், பிரதியும் பன்முகமானது எனக்கொள்ளும் நிலையில் நிற்க.

3

இதுவரை நாம் மௌனியிடம் எவ்வாறு கதையில் உருவென இயங்கிய சொல்லாடல்களின் அமைப்பாக்கம், வெவ்வேறான கூறுகள் உருவுற்றன, பின்பு அதுவும்கூட எவ்வகையில் சிதைந்தது என்பதை சற்று விரிவாக கண்ணுற்றோம். இனி இடையீடு - குறுக்கீடு = தோற்றங்கள் X எதார்த்தம் = நிழலாட்டம் X இருமுனை இரண்டகமென தோற்றமெடுத்தன என்பதோடு இவற்றின் இன்னொரு மறைவாக உள்ள ‘எதிர் - எதார்த்த கூறுகளை அடக்கிய சொல்லாடல்களைப் பிய்த்தெடுத்துப் பார்க்கலாம். அதற்கு முன் இத்தகைய எதிர் - எதார்த்த கூற்றை எளிதாக விளக்குமாறு அமைந்த ஓரளவுக்கு ஒப்புமை உடைய கருத்தாக மௌனியின் எழுத்து பழக்கத்தில் இருந்த காலகட்டத்திலேயே வாழ்ந்த புதுமைப்பித்தன் ஒரு பத்தியைக் கீழே பார்ப்போம்.

“கதையிலே கல் உயிர்பெற்று மனிதத்தன்மை அடைந்து விடும் மூட்டை பூச்சிகள் அபிவாதயே சொல்லும். அதற்கு நான் என்ன செய்யட்டும்? கதை உலகத்தின் நியதி அது. நீங்கள் கண்கூடாக காணும் உலகத்தில் மனிதன் கல்லுப் பிள்ளையார் மாதிரி உட்கார்ந்திருப்பதைப் பார்க்கவில்லையா? மனிதன் கல் மாதிரி இருக்கும்போது கல்தான் சற்று மனிதன் மாதிரி இருந்து பார்க்கட்டுமே”

-புதுமைப்பித்தன்

இந்தப் பத்தியில் 'கல்' என்ற சொல்லானது ஒரு குறியாகி எதார்த்தத்திற்கும் / எதிர் எதார்த்தத்திற்கும் இடையே இயங்கக் கூடிய குறியாக உபயோகப்படுத்தப்படுகிறது.

(1) கண்கூடாக காணும் உலகத்தில் = எதார்த்த உலகப் பரப்பு

(2) கல்லுப்பிள்ளையார் மாதிரி = எதார்த்தம் அசைவு உறைகிறது

(3) மனிதன் 'கல்' மாதிரி இருக்கும்போது = உறைந்து விட்ட எதார்த்தம்

(4) 'கல்' தான் சற்று மனிதன் மாதிரி = உறைதலின் குறிப்பீடாக 'கல்' எதார்த்தத்திற்கு மாறாக எழுந்து இருந்து பார்க்கட்டும் என்று எதிர் - எதார்த்த விளையாட்டை மொழியாகவே முன்மொழிகிறார் புதுமைப்பித்தன்.

இவ்வாறு 'கல்' என்ற குறியை = (வார்த்தை) வைத்து புதுமைப்பித்தன் செய்யும் மொழிவழியான ஒரு எதிர் - எதார்த்த விளையாட்டை முன்வைத்துவிட்டு, இதே வகையில் மௌனியின் பிரதி இதை செய்முறையாகக் காண்பிப்பதுபோல ஒரு கதையில் சொல்லாடல் ஒன்றை கொண்டு தருகிறார். அழியாச்சுடர் என்பதில் காட்சிப்படும் இவற்றோடு, இன்றும் வாழும் சில கதையாளிகளின் எதிர் - எதார்த்தச் சொல்லாடல்களை இணையாக அடுத்தடுத்து வைத்தல் செய்து வாசிக்கலாம். "என் வாக்கின் அழியாத 'சாக்ஷியாக' அமைந்து நின்ற அந்த யாளி எழுந்து நின்று கூத்தாடியதைத்தான் நான் பார்த்தேன். மேலே உற்று நோக்கியபோது ஐயோ மற்றொரு யாளி வெகுண்டு குனிந்து என்னைப் பார்த்துக் கொண்டிருந்தது."

இந்த வாக்கியக் கூட்டில் 'வாக்கின்' என்பது குறிப்பான். ஓசை வடிவமானது, சாஷியாக என்பது குறிப்பான் குறிப்பீடாக மாறுகிறது ஏன்? அந்த யாளி என்பது குறிப்பீட்டின் எதிர்குறியாக மாறி விடுகிறது. பின்பு யாளி அதாவது 'அமைந்து நின்ற எதார்த்தமாய் சிலையாய் இருக்க', திடீரென எதார்த்தம் கட்டி வைத்துள்ள கயிற்றை அறுத்துக் கொண்டு நின்று கூத்தாடியதைத்தான் நான் பார்த்தேன். 'நின்று' என்பது எதார்த்த பரப்பில் நிலைகொண்டு 'கூத்தாடியதைத்தான் பார்த்தேன்' என்பதோ 'அமைந்து நின்ற' என்பதின் எதிர் - எதார்த்தச் செயல்பாடாக பிரதியில் விரிகிறது.

எதிர் - எதார்த்தம் அமைத்து வைத்த நிலைப்படியைத் தாண்டி எதிராய் ஆடுகிறது. மற்றொரு யாளி 'வெகுண்டு குனிந்து' என்பது

மற்றுமொரு யாளி அமையாமல் அளிக்கிறது எதார்த்தத்தை மீறி. அடுத்து என்னைப் பார்த்துக் கொண்டிருந்தது என்ற குறித்தொடர் எதிர் - எதார்த்த விளையாட்டாய் வாசிக்கலாம். மௌனியின் மொழியில் கூத்தாட்டம். நம் சௌகரியத்துக்கு கட்டற்ற குறியின் எதிர் - எதார்த்த ஆட்டம். மேலே அடிக்கோடிட்ட வார்த்தைகள் பிரதியின் தொடர்ச்சியை உடைக்கப் பயன்படும் குறிகளாகும்.

இந்த 'யாளி' வழியாக நாம் வாசிப்பு எதிர் - எதார்த்தப் பிரதிக்கு ஒப்புமையான 'ஏற்கனவே சொல்லப்பட்ட மனிதர்கள்' என்ற தமிழவனின் நாவலில் வரும் இணைச்சொல்லாடலை இப்போது பார்க்கலாம்

"திகைத்தபடி நின்ற ராமு வைத்தியரின் தந்தைக்கு முன்னால் படுத்திருந்த தாத்தா திடீரென தூரத்தில் தெரியும் பாறையைக் காட்டி பேச ஆரம்பித்தார்.

'நான் இரண்டாயிரம் வருஷங்களின் ஞாபகத்தை நினைவில் ஒன்றுதிரட்டி மூளையில் வைத்துப் பேசுகிறேன்' என்று பேச ஆரம்பித்தார்.

தூரத்தில் தெரியும் பாறை எப்படி ஒருதுளி மழை மண்ணில் விழுந்து உருண்டு திரண்டு கறுப்பு நிறமாகிப் பின் பல்வித மாற்றங்களுக்குட்பட்டு பாறையாக மாறிற்று என்பதை விஸ்தாரமாகச் சொன்னார்.

அப்படி பேசிக்கொண்டிருக்கும்போதே மரங்களும் பரிணாம விதிப்படி குறுகிக் குறுகி, செடிகளாய் மாறியதையும், பெரு விலங்குகள் வானத்தில் பறந்து பறந்து காலகதியில் சிறு பருந்தாய், கழுகாய் உருமாற்றம் பெற்றதையும் நேரடியாகக் கண்டு விளக்கலானார்

மரங்கள் பேசிய பாஷையைத் தாத்தா சிலவேளைகளில் பேசினார் விலங்குகள், பறவைகளின் பாஷை சில வேளைகளில் பேசினார்."

-தமிழவன்

(ஏற்கனவே சொல்லப்பட்ட மனிதர்கள்)

இந்த பத்தியில் திகைத்தபடி நின்ற என ஆரம்பிக்கும் சொல்லாடல்களின் தொகுப்பான காட்சி துவங்குகிறது. ஒரு எதார்த்தமான கதை சொல்லலாகத் துவங்க அடுத்து தாத்தா தனது சொல்லாடலால் எவ்வாறு எதார்த்தத் தளத்தைத் தகர்க்கிறார் என்பதைப் பாருங்கள். "நான் இரண்டாயிரம்

வருஷங்களின் ஞாபகத்தை நினைவில் ஒன்றுதிரட்டி மூளையில் வைத்து பேசுகிறேன் என்றார்" தற்காலிகம் என்ற எதார்த்தத்தின் நினைவை உடைத்து விடுகிறார்.

எதார்த்தம் தளர்ந்துவிட்ட நிலையிலிருந்து அடுத்ததாக பேசத் துவங்குகிறார். தூரத்தில் தெரியும் பாறை எவ்வாறு துளி மழையாய் மண்ணில் விழுந்து உருண்டு திரண்டு பல்வித மாற்றம் அடைகிறது என்பதைக் காட்டுகிறார். இன்றைய நினைவை இரண்டாயிரம் வருட நினைவோடு மோதி தகர்த்துவிட்டு மிகை எதார்த்தத்தை எதார்த்த சொல்லாடலின் அடுத்தகட்ட வளர்ச்சியென அமைக்கிறார். இதில் பாறை என்பது இறுகிவிட்ட எதார்த்தத்தைக் குறிக்கும் சொற்குறியாய் கண்டால் துளி என்பது தகர்க்கப்பட்ட பாறை X எதார்த்தத்தின் எச்சம் என்பது இருமை எதிர்வாகும்.

நினைவு 'தற்போதில்' இருப்பதை பாறையாக இரண்டா— யிரம் ஆண்டுகள் இறுகலாகக் காட்டுகிறது. மறுபடியும் நினைவுபடுத்தல் என்பது அந்த எதார்த்த நினைவைக் கலைக்கும் எதிர் செயல்பாடாகக் கொள்ளலாம். அப்படி நினைவு X பாறை என்பவைகளை இச்சொல்லாடல் கலைத்தெறிய முற்படுகிறது. பின் எதார்த்த தளைகள் தூர்ந்து போக எதிர் எதார்த்த சொல்லாடல் முன்னே வருகிறது. கீழ்க்காணுமாறு :

"மரங்கள் பேசிக் கொண்டிருக்கும்போது குறுகி குறுகி, செடிகளாய் மாறுகிறது. இதைப் பாறை X துளி= மரம் X செடி என மிகையாகிய எதார்த்தம் நகர்ந்து விட, பெருவிலங்குகள் X சிறு கழுகாய் என்பதும்கூட தன்னிலைக் கலைந்து விட.

தாத்தா எதிர் - எதார்த்தச் செயல்பாட்டை சொல்லாடலாய்த் துவங்குகிறார்.

"மரங்கள் பேசிய பாஷையை தாத்தா சிலவேளைகளில் பேசினார். விலங்குகள் பறவைகளின் பாஷையை சிலவேளைகளில் பேசினார்."

மரங்களின் X விலங்குகளின் X பறவைகளின் பாஷை இன்றி எதார்த்த நிலையில் பேசி, எப்படி இரண்டாயிரம் வருட நினைவை முன் கலைத்தாரோ அதேபோல தற்போதைய பாஷையான இரண்டாயிர வருஷ எதார்த்த இறுக்கத்தை எதிர் - எதார்த்தப் பிரதியியலாக மனித பாஷைக்கு எதிரான விலங்குகள் மரங்கள் அஃறிணை பாஷை பேசி எதார்த்தம் பல்வேறு முறைகளில் தகர்க்கப்படுகிறது. மேற்கண்ட தமிழவனின் பிரதியியல் செயல்பாட்டில், இந்த மொத்த சொல்லாடலின்

உடலை மூாக் லக்கான் கூறியதோடு ஒப்பிட்டுப் பார்க்கலாம். ஒவ்வொரு காட்சியும் ஒரு குறி. அத்தனை குறிகளும் சேர்ந்த காட்சி சொல்லாடலாகும். அதுதான் கனவாகும். இந்த பிரதியின் காட்சித்தன்மையையும் இவ்வாறே குறிக்கலாம்.

அடுத்ததாக, 'மனக்கோட்டை' கதையில் வரும் ஒரு நீண்ட சித்தரிப்பில் இடம்பெறும் எதிர் - எதார்த்த சுற்று ஒன்றை பிய்த்து எடுத்துப் பார்ப்போம்.

"யாரோ ஒருவன் பெரிய பெட்டியை சுமந்து சென்று கொண்டிருந்தான். நீ பெட்டிக்குள்ளிருந்தே உன்னை தூக்கிக்கொண்டு போனால் சவுகரியமாகுமே என்று சொல்லியபோது எல்லாம் மறைந்தன"

பெட்டியைத் தலையில் வைத்து நடந்து போகிறோம் ஒருவர் காணும்போது அந்த காட்சி (எதார்த்தம்) துன்புறுத்தலாகப் படுகிறது. அப்போது அந்த எதார்த்த நிலையை சகிக்க முடியாது. அதற்கு எதிரான காட்சியை படைக்க முற்படுகிறான். அதுதான் பெட்டிக்குள்ளிருந்தே தன்னைத்தான் சுமந்து செல்லுதல் என்பதில் ஒருவித சவுகரியம் இருப்பதாக கருதுகிறான். சவுகரியமற்ற எதார்த்தத்தை தலைகீழாக்க பெட்டிக்குள் தானே போய் தன்னையே சுமக்க தலைப்படுதல் என்பது இங்கே ஒருவித மனோவியலாக உருப்பெறுகிறது. ஏனெனில் இதன் கடைசி வரியை சொல்லிய போது எல்லாம் மறைந்தன' என்கிறது. எதார்த்தம் மீறி எதிராக மறுபடி பழைய நிலத்திற்கே இறங்குகின்றன இச்செயல்பாடு. இதேபோல் மற்றொரு மௌனியின் கதை 'நினைவுச் சுழல்' என்றதில் வரும் சொல்லாடலைப் பாருங்கள்.

'ஒரு தரம் அவன் தலையை நிமிர்த்தி எதிரே நோக்கிய போது, நான்கைந்து பெண்கள் குதூகலமாய் பேசிக் கொண்டு எதிரே வருவதைப் பார்த்தான். அவர்களுடைய குதிகால் 'பூட்ஸ்' அவர்கள் மூளையைவிட பளபளவென மின்னின'

இந்தப் பிரதியை வாசிக்க இக்கட்டுரையின் வாசகர்களுக்கு இரண்டு சொற்குறியை தந்து விட்டு நகர நினைக்கிறேன். (1) ஒன்று ____ குதிகால் பூட்ஸ் (2) இரண்டு ________ அவர்கள் 'மூளையைவிட' பளபளவென மின்னின. குதிகால் பூட்ஸ் X; மூளை ஆகியவை வைத்து நீங்களே இப்போது கட்டவிழ்த்து வாசியுங்கள்.

இதுபோலவே கோணங்கியின் 'பொம்மைகள் உடைபடும் நகரம்' என்ற கதையில் வரும் பல சொல்லாடல்களால் ஆன காட்சியைக் காணுங்கள்.

"எல்லா நகரங்களிலுமே பொம்மைகள் உடைக்கப்படும் சத்தம் கேட்டது. நகரங்களின் மீது பறந்து சென்ற பொம்மை வெடித்துச் சிதறியது. உடைந்த பொம்மைகள் சிறு துண்டுகள் தெருக்களில் சிதறிக் கிடக்கின்றன. பொம்மைக்குள்ளிருந்து வெளிப்பட்ட சிறுமி கருப்பழகி கண்கள் விரிய சிரித்தபடி ரயில் பூச்சி... ரயில் பூச்சி அதோ...அதோ..."

என நீளுகிறது...

இதில் பொம்மைகள் உடைக்கப்படும் சத்தம் கேட்பது யதார்த்தத்தின் உடைப்பாகக் கண்டால் அது 'எல்லா நகரங்களிலும்' என்பது எல்லா திசைகளிலும் அது எழுத்து, கலை மற்றும் அனைத்துச் செயல்பாடுகளிலும் நிகழுகிறது. பொம்மைகள் என்பது இங்கே இறுகி; பிரதிமை செய்யப்பட்ட எதார்த்தம். அப்படி அவை உடைந்து தாறுமாறாய் சிதைவ— திலிருந்து ஒரு எதிர் - எதார்த்த அசைவுகளையுடைய உறையாத 'சிறுமி (கருப்பழகி)" தோன்றுகிறாள்.

அவன் உயிர்ப்புற்று செயல் நடத்த துவங்குகிறாள், ரயில் பூச்சி அதோ என பேசுவதின் மூலம். இதில் எவ்வாறு எதிர் - எதார்த்தம் சாத்தியப்படுகிறது என்பதைப் பார்த்தோம். கோணங்கி எதார்த்தத்தின் மொழியை மறுத்துவிட்டு எழுதும்போது ஒரு உன்னதத்தை உருவாக்க முயலுகையில் மறுபடியும் அவரது மொழியானது புனைவியல் தன்மையதாக மாறி விடுகிறது இவரது காட்சி தன்மையில் உள்ள எதிர்போக்கு மொழிச் சித்தரிப்பில் தெரிகிறது ஒருவகையான புனைவில்லாத சித்தரிப்பை இவரால் கைக்கொள்ள முடியாமல் போகிறது. ஆயினும் எதார்த்தம் மீறும் இவரிடம் கதைக்கூறுகள் உண்டு.

அடுத்ததாக மற்றொரு காட்சியாய் - மாறும் நிகழ்வை - உடைய தமிழவனின் வெளிவர இருக்கும் 'தெகிமொலாக்கள்' என்ற மனிதக் குழுவினரைப் பற்றிய தட்டச்சுப் பிரதியிலிருந்து ஒன்றை மேற்கண்டதின் இணைப்பிரதியாய்த் தருகிறேன்.

"திருமணமான இந்த நாற்பது வருடங்களாக அவரது கோபத்தை பார்த்து அதனை அதன் பல்வேறு...

அப்போதுதான் அந்த மாற்றம் அவள் உடலில் ஏற்பட்டது. செத்த பெருச்சாளி எப்படி நீரில் விழுந்தால் உப்புமோ அப்படி ராணி உப்ப ஆரம்பித்தாள். பின்பு ஒரு அறையை நிரப்பும் அளவுக்கு அவள் உப்பிப் பெருத்து விடுகிறாள்."

இந்தக் காட்சியில் ஒரு முக்கியமான அம்சம் என்னவென்றால் ஒரு ராணி 'கோபம்' கொள்வதின் உடன் நிகழ்வாய், அவள் உப்புவது நடக்கிறது. 'கோபம்' என்பது எதார்த்தத்தில் நடக்கும் ஒரு மன / உடல் எழுச்சி. அது இங்கே எதார்த்தமற்று போய் அவளது உடலியல் மாற்றமாக, உடல் பெருக்க பருண்மையாகவே பெருத்து ஒரு அறையையே நிரப்பிவிடுகிறது. இந்த எதிர் - எதார்த்தப் பிரதியில் உன்னதம் காட்சி ரீதியாக புனைவில்லாத மொழியில் நீரில் விழுந்த பெருச்சாளியென நிறுவப்படுகிறது. இது கோணங்கி கொண்டு வரும் உன்னதத்தின் எதிர்நிலை உன்னதமாக மொழியைக் கையாளும் விதத்தில் மாற்றமடைகிறது. நீரில் விழுந்த பெருச்சாளி-————————மிதக்கும், அதை ழூாக் லக்கானின் ஒரு கருத்தமைவோடு ஒப்பிடலாம். ஒரு குறியென்பது எதையும் குறிப்பிடத் தேவையில்லை அது மிதந்தபடியே இருக்கலாம். அப்படித்தான் எதிர் — எதார்த்தக் குறிகளும் மிதக்கலாம் என்பதையுமே குறிப்பிட அவசியமில்லை.

இக்கட்டம் வரை நாம் எதிர் - எதார்த்த காட்சி ரீதியாகவும் மற்ற குறி சொல்லாடல் முறைமைகளிலும் கண்டு வந்தோம். இப்போது அதுவே எவ்வாறு இருவேறு ஒழுக்கவியல் பரப்பில் இயங்கும் மனிதர்களை இருமை எதிர்வாகக் கண்டு சாத்தியமாகிறது என்பதை நோக்கிய பார்வையாக மௌனியின் 'குடை நிழல்' கதையில் வரும் சொல்லாடல் துணுக்கொன்றை அதனோட ஒப்பிடத்தக்க நாகார்ஜுனனின் 'ட்ரெயின் சுதந்திர இலக்கண வரையறைகளில் மயக்கம்' என்ற கதையில் ஒரு சொல்லாடலை குடை நிழலோடு ஒப்பீடு செய்ய முற்படலாம்

'குடைநிழல்' கதையானது ஒரு மழைதான் பஸ் நிலையத்தில் குடையோடு பஸ்ஸுக்காக நிற்கும் இளைஞன் ஒருவன், அங்கு வந்து மழையில் நனைந்து நிற்கும் ஒரு பெண்ணை அவன் போக வேண்டிய இடம் நோக்கி தனது குடை நிழலில் இட்டுச் செல்கிறான். அவளோடு ஏற்படும் பழக்கத்தில் அவள் ஒரு விலைமாது என்பதை அறிந்தும் இருவரும் நண்பர்களென சுய - எதிர்ப்பாப்பின்றி பழகுவதில் அந்தப் பெண் கூறுகிறாள்.

"ஆமாம். உங்களைப் பெண்ணுடையில் பெண்ணாக்கி என் சிநேகிதியாக என்பக்கத்திலேயே ஏன் என் உள்ளேயே வைத்துக்கொள்ள ஆசையாக இருக்கிறது."

என்ற இந்தப் பெண்ணின் வார்த்தைகளை ஆழமாக வாசித்தோமெனில்,

அதில் வரும் ஆணை X பெண்ணாக்கி உடையில் மட்டுமல்லாமல் உடலியலாகவும் மாற்றி தன்னுள்ளேயே வைத்துக்கொள்ள வெளியே விடாது இருக்க விரும்பும் இச் சொல்லாடலில் தான் தனது உடலால் மற்ற "உடலான' ஆண்கள் அன்றாடம் படும் அவஸ்தையைத் தொலைக்க தன்னுடன் மற்ற ஆண் உடலியல் நோக்கமற்ற தன் சிநேகிதனை தன் உடலாக; பெண்ணாக மாற்றிட நினைக்கிறது. இது இருவேறு ஒழுக்கவியலின் எதிர்கொள்ளலில் எழுகிறது. இந்தப் போக்கில் உடல் இயக்கத்தை மறுப்பதாக அடுத்த வாக்கியத்தைப் பாருங்கள்.

"அதோ அங்கே பார் பூமியின் கீழ் ஐந்தடிக்குக் கீழ் சிறு புல் என்மேல் படர்ந்தால், இனிமையான பஷிகள் என்மேல் பாடினால், வெளியுலகம் அப்போது பாழடைந்து மடியும்."

எனும் இப்பத்தியை சிறுபுல் என்மேல் படர்ந்தால் X பஷிகள் என்மேல் பாடினால் X வெளியுலகம் (உடல் சார்புடைய) அப்போது மடியும் என்ற திறவுகோல் குறிகளோடு பன்முக வாசிப்புக்கலை சாதகமாகவும் ஒரு நிலையில் பாதகமாகவும் வாசிக்கலாம்.

மேற்கண்டு வந்த பிரதியோடு சில ஒப்புமைத் தன்மை கொண்ட நாகார்ஜுனன் பிரதியைப் பார்க்கலாம். இது ஒருவர் ஒரு ஊரிலிருந்து மற்றொரு ஊருக்கு இடம் பெயரும் போக்கில், ஒரு விஞ்ஞான புதினத்தின் பிரதி மறுபிரதியாக்கமாக செய்யப்படுகிறது. பூமியிலிருந்து வெற்று கிரகத்திற்குச் செல்லும் ஒருவன் அங்கே எதிர்கொள்ளும் ஒழுக்கவியல் மற்றும் அறக்கோட்பாடு குறித்த மோதலில் எதிர் - எதார்த்தம் நிலை கொள்கிறது

"இது ஒரு சயன்ஸ் ஃபிக்ஷன் கதை. இதில் வருபவர்கள் அந்நிய கிரகத்து மனிதர்கள்."

என்ற முன் அறிவிப்புடன் தொடங்கி,

"அங்கே சமுதாயத்தின் மனைவியை கொல்வது என்பது சாதாரணமானது மட்டுமல்ல தேவையானது கூட. பொதுநலன் சமூக நலன் கருதி இது செய்யப்படுகிறது".

"மனைவியை 25 நாட்களுக்கு ஒருமுறை கொல்லும் வழக்கம் நாம் ஏற்றுக்கொள்ள முடியாததாக நின்று நம்மை கதிகலங்க அடிக்கிறது. இந்தியா போன்ற நாடுகளில் இது நடந்து கொண்டிருந்தாலும்"

"கதவில் சாய்ந்து கொண்டு அவன் பணிவுடன் நின்றாள். தன் வாலை சுழற்றி ஒரே அடியில் அவளை கார்டோவிர் கொன்றான்.

உடலை இழுத்து விட்டுக்கு வெளியே போட்டுவிட்டு சாப்பிட உட்கார்ந்தான்”

முதலில் இதை விஞ்ஞான புதினம் என்று கூறி, அங்கே அந்த சமுதாயத்தில் என்பதை இங்கிருந்து போனவனின் சமுதாயம் என; இரண்டு எதிர்முனையுள்ள சமூகங்களாக கட்டமைக்கப்படுகிறது. ஆகையால் ஒழுக்கவியல் அறிவியல் நியதிகள் ஒன்றுக்கொன்று ஒப்புடைமையதாகாது என்பது தெளிவு பெறுகிறது. அடுத்ததாக அங்கே மனைவியை கொல்வது சாதாரணமானது / தேவையானது. அது பொது நலன் / சமூக நலனை அடிப்படையாகக் கொண்ட செயல்பாடு. ஏனெனில் பெண்களின் இருப்புத் தொகை அங்கு அதிகம். ஆனால் இங்கிருந்து இந்தியாவிலிருந்து போனவனுக்கு பெண்களைக் கொல்லும் செயல்பாடு புதியதல்ல. ஆனால் கல்யாணமான 25 நாட்களுக்குள் கொல்வது ஏற்புடையதாகவில்லை இவனது ஒழுக்க / அறிவியல் மனோசட்டகத்தினுள்.

அடுத்துதான் எதிர் / எதார்த்த செயல் ‘கொலை’ நிகழ்த்தப்படுகிறது. கதவில் பணிவுடன் (பணிவு இங்கிருந்து போளவனின் சமூகப் பெண்ணின் நிலையோடு ஒப்புமை உள்ளது) நின்றிருந்தவளை ‘தன் வாலை’ சுழற்றி ஒரே அடியில் கார்டோவிர் என்ற அந்நிய கிரகத்தவன் கொல்கிறான். பின் அவ்வுடலை இழுத்து போட்டுவிட்டு வெளியே.. உள்ளே சாப்பிட உட்காருகிறான். இந்தக் கொலை செய்தல் மிகச் சாதாரணமான வழக்காக நடக்கிறது. இதில் ‘தன் வாலை’ என்பதுதான் இரு கிரக மனிதர்களுள் உள்ள ‘எதிர் உடலியல் குறி’, வால் இல்லாதது வால் இருப்பவனுக்கு எதிர் - எதார்த்தமாகிறது. வால் இல்லாதவனுக்கு ‘வால்’ உள்ளது எதிராகிறது

4

தற்போது இக்கட்டுரையை முடிக்கும் முன்பு இன்னும் மௌனியின் சில போக்குகளைக் குறித்த கருத்துக்களைக் காணும் முகமாக மௌனி எழுதிப் பார்த்த (அல்லது) உருவாக்க முற்பட்ட சமூக பிரதியாக சில கதைகள் காணக் கிடைக்கின்றன. அவை யாவுமே சிதைக்கப்பட்ட முயற்சியாகவே இங்கு குறிப்பிட வேண்டும். அவரது ‘மிஸ்டேக் கதையோடுகூட இந்நேரம் இந்நேரம்’, ‘காதல் சாலை’, “தவறு’ ஆகியவை சமூகப் பிரதியாக்க முயன்றதின் தோல்வியைக் காட்டுகின்றன. இதை தெரிதா எழுத்தைக் குறித்து Off Grammatology-ல் குறிப்பிடும் கருத்தோடு ஒப்பிடலாம். “சுயமைதுனம் ஆபத்தானது. ஏனென்றால் அது

இயற்கையான உறவுமுறையை இணைச்சேர்க்கையாக்குகிறது" : மௌனி தொழில்படுத்த முனைந்த சமூக பிரதி என்ற எழுத்தானது அவரின் சயமைத்துன பிரயத்தனங்களே தவிர அவரால் பருண்மை படுத்தப்பட்ட அல்லது அறிவெல்லை கடந்த பிரதிவயப்படுத்தல் இயலவில்லை.

அதற்கு முக்கிய காரணம் ஒரு சமூகப்பிரதியை உருவாக்க விழைபவனுக்கு அந்த சமூகப் பிரதியில் இயங்கக் கூடிய சமூக நிறுவனங்கள் என்ற குறிகளின் தன்மை மற்றும் அதன் செயல்பாடு ஆகியவை குறித்த நோக்கு இருக்க வேண்டும். எவ்வாறு எட்வர்ட் செய்த தன் "பிரதி, உலகம், விமர்சகன்" என்ற கட்டுரையில் கூறுவதைப் போல, அப்போதுதான் சமூகப் பிரதியியலின் மிசேல் பூக்கோ முன்மொழிந்த தனிமனிதனின் அரசியல் தொழில்நுட்பம் என்பது உருவாகி இயற்கையான பிரதியாக்கமாக சமூகப் பிரதி மாற முடியும். அல்லது அது பேச்சுக்கும் / எழுத்துக்கும் இடையே உள்ள இடைவெளிகளோடு இருந்து சுய மைதுன எழுத்துச் செயல்பாடாக நின்றுவிடும். அவ்வகையில் மௌனியின் மிகப்பெரிய போதாமை இந்த சமூகப் பிரதி உருவாக்கத்தில் தென்படுகிறது

5

மௌனியின் எழுத்துக்கள் உரைநடை என்ற வடிவிலும் சிறுகதை வரையறைகளிலுமே இதுவரை ஒரு பரவலான பல்வேறு திசையிலான வாசிப்பை நடத்திப் பார்த்தோம். இறுதியாக மௌனியிலிருந்த எதிர் எதார்த்தக் கூறுகளை அவருடைய நவீன கலைமனமாக அதன் பருண்மையான வார்த்தைகளிடையேயான ஒரு சொல்லாடலின் 'உருவமான' X 'உடலான' பத்தியை எதார்த்தமாக கொண்டுள்ளதை பயன் படுத்தி அந்த உரைநடை வடிவத்திற்கு (எதார்த்தத்திற்கு) எதிரான எதிர்வடிவமாக X எதிர் உடலாக ஒரு நிகழ்த்துதலை இப்போது செய்யும் அந்தப் பத்தியில் வரும் 'அவள்' என்ற குறியின் பல்வேறு வாசிப்பின் சாத்தியப்பாட்டை முன்வைத்து குறிகளின் தன்மை குறித்து உம்பர்டோ ஈகோ கூறும் ஒரு கருத்தை வாசித்துவிட்டு அதைச் செய்ய முற்படலாம்.

"குறிகள் என்பது வார்த்தைகளோ, படிமங்களோ மட்டுமல்ல. அவை சமூக நடத்தையின் வடிவமாகவும், அரசியல் செயல்பாடாகவும், செயற்கையான நிலப்பரப்பாகவும் இருக்கலாம்."

-உம்பர்டோ எக்கோ

அதீத எதார்த்தத்தில் பயணம்

மௌனியின் 'மாறுதல்' கதையில் வரும் இப்பத்தியை ஒரு பிரதியின் 'அவளின்' உடலாக உடலமைப்பாக வைக்கப்பட்டிருக்கிறது இவ்வாறு,

"ஆமாம் எதிரில் இருக்கிறாள் நிற்கிறாள், ஆனால் நகருகிறாள், பக்கத்தில் மறையவா - அவள் என் பார்வையில் நகர்ந்து மறையவா? மாறுபடவா? இல்லை. பக்கத்தில் இல்லை மேலும் கீழும்தான்"

மாற்றி அமைக்கப்பட்ட / அமைப்பு உடைக்கப்பட்ட மௌனி 'அவள்' பிரதியின் 'எதிர் உடல்'.

மாற்றி அமைக்கப்பட்ட / அமைப்பு உடைக்கப்பட்ட
மௌனி 'அவள்' பிரதியின் 'எதிர் உடல்'

இக்கட்டுரை தன்னுரிமை கொண்ட முன்னுரிமையின் வாசிப்பும்தான்

கதைமொழி டிசம்பர்-2008 காவ்யா

கதைமொழி சொல்லுகிற அகப்பரப்பு

எதார்த்த உலகு மாயம் நிறைந்ததாக உள்ளது என்பது அவனுக்கு நன்றாக தெரிந்திருந்தது. ஆகையால் மாயத்தன்மை மிக்க உலகங்கள் நிஜமாக இருக்கும்.

- சல்மான் ருஷ்டி
(ஹருன் அண்ட் தி சீ ஆப் ஸ்டோரி)

1

East, West என்கிற சிறுகதைத் தொகுதியை எழுதி வெளி—யிட்டிருக்கிற சல்மான் ருஷ்டியின் முந்தைய கதைத் தொகுதி Haroun and the Sea of Stories. அந்தத் தொகுப்பில் பார்த்தால் ஒரு கதைநாடு உள்ளது தெரிய வரும். அந்தக் கதை நாட்டில் பல்வேறு நகரங்கள் உள்ளன. அவற்றைக் குறிக்க பெயர்கள் போதவில்லை என்பதால் மொழியின் எழுத்துக்கள் பெயர்களாகச் சூட்டப்படுகின்றன. இந்தப் போக்கின் ஒரு கட்டத்தில் எழுத்துக்களின் எண்ணிக்கையை விட நகரங்கள் அதிகமாக ஒரே எழுத்து ஒன்றுக்கு மேற்பட்ட நகரங்களுக்குப் பெயராகின்றது. இதில் K என்கிற எழுத்து முக்கியமாகிறது. இந்த K என்ற எழுத்து ஒன்றைக் குறியீடாக அன்றி, ஒரு நிச்சயமற்ற குறியாக இயங்குகிறது.

ஆக, சல்மான் ருஷ்டியின் கதைநாட்டுக்கு ஒரு பிரத்யேகமான கதை வரைபடம் இருப்பதையும் அந்த வரைபடத்தைக் குறிப்பதாகவே கதை சொல்லும் செயல் இயங்குவதையும் அறிய முடிகிறது. வரைபடத்தின் எந்த ஒரு மூலையிலிருந்தும் துவங்கி எந்த வழியாகவும் கதைப் பிரதேசங்களையும் நகரங்களையும் ஒவ்வொன்றாகப் பார்த்துக்கொண்டே போக முடியும்.

பின்-நவீனத்துவம் எழுத்தில் குறிப்பிட்ட ஒரு முறையை கொண்டு வருகிறது. கதை சொல்லுதலைக் குறியீடுகளைக் கொண்டு அடுக்குகளாக எழுத்தை அமைத்துக் கொள்கிறது. இதன்மூலம் கதைப் பிரதிக்கான நேர்க்கோட்டு ரீதியான

சாத்தியப்பாட்டை வாசிப்பவன் அழித்துக் கொண்டு விட முடிகிறது. இதை ஒருவித கீழறுப்புச் செயலாக பின் நவீனத்துவம் கணிக்கிறது. ஆக கதையானது சொல்லப்படும்போது, கேட்பவர்கள் கதையின் சொல்லுதலைக் கதைசொல்லியின் மன ஒழுங்கிலேயே உள்வாங்குதல் என்ற நிச்சயம் தகர்ந்து விடுகிறது. கதை சொல்லியானவன் குறிப்பிட்ட ஓர் ஒழுங்கிலேயே சொல்லி போனாலும் கேட்பவன் / வாசிப்பவன் தன் இஷ்டப்படி அடுக்குகளைச் செய்துகொள்ள முடிகிறது எனலாம். இந்த அளவில் கதைசொல்லி முன்வைக்கும் முறைமையைக் குலைக்கும் செயலை வாசிப்பதனால் செய்ய முடிகிறது. பிறகு கதையை நினைவு கொள்வதில் ஏற்கனவே கூறப்பட்ட வரிசை மாறிப்போய்விட, கதை சொல்லுதல் நிச்சயமற்ற தன்மையானது ஒவ்வொரு வாசிப்பிலும் சுழன்று கொண்டிருக்கிறது. எனவே கதை சொல்லுவதும் சரி, வாசிப்பதும் சரி, நினைவுகளின் வட்டச்சுழலைக் கதைகளுக்குள்ளே தகர்ப்பதாக இருக்கின்றன. (இருக்க வேண்டும்) என்கிறது பின்-நவீனத்துவம். கதையின் நிலப்பரப்பில் கதை சொல்லுதல் ஒருவிதமான நிச்சயமற்ற குறியீடாக இயங்குகிறது என்பதைக் கண்டோம். ஸல்மான் ருஷ்டியின் நாவல்களும் பின்-நவீனத்துவ காலக்கட்டத்தில் வருகிற இதர நாவல்கள் சிலவற்றிலும் இத்தகைய தன்மையைப் பார்க்க முடிகிறது. இத்தகைய கதைகளை ஒவ்வொருமுறை வாசிக்கும் போதும் இவற்றுக்கான "கதை சொல்லல்கள்" வெவ்வேறாக ஆரம்பித்து முடிவதைக் கவனிக்க வேண்டும். ஒருமுறை நாவலை வாசித்து முடித்துவிட்டு, வாசிப்பில் நாம் தாண்டிச்சென்ற வாக்கியங்களை நினைவுபடுத்திப் பார்த்தால், அந்த வாக்கியங்கள் நிச்சயமற்றதாக நாம் குறிப்பிடுகிற குறியீட்டை நகர்த்திக் கொண்டே போவதைத் தெரிந்து கொள்ளலாம். இந்த நகர்த்தும் செயலையே கதை சொல்லுதல் என்று பின்-நவீனத்துவம் குறிப்பிடுகிறது.

கதை சொல்லுதல் அதாவது கதையாடல் பற்றிய புதிய புரிதலுக்கு இப்போது வந்து சேர்ந்திருக்கிறோம். கதைசொல்லுதலில் கதையின் வாக்கியங்கள் இரண்டு அடுக்குகளாகக் கட்டப்பட்டிருக்கின்றன.

1. எழுத்தாக வாசிக்கும்போது தெரிகிற அடுக்கு.

2. ஓசையாக வாய் விட்டு மீண்டும் படிக்கும்போதோ அல்லது பிம்பங்களாக நினைவுச் சூழலிலிருந்து மீட்க முயலும் போதோ உணரப்படுகிற அடுக்கு.

இவ்விரண்டு அடுக்குகளின் இடையே ஊடாடக்கூடிய துடிப்பு ஒன்று உண்டு. அதுதான் கதை சொல்லுதல். இதை மூன்றாவதான அடுக்காகவும் பார்க்க முடியும். சல்மான் ருஷ்டியின் குறிப்பிட்ட ஒரு கதையிலும் நமக்கு நன்கு பரிச்சயமான வேறு கதைகளிலும் இந்த மூன்றாவது அடுக்கைப் பிரித்தெடுத்துப் பார்க்க முடியும்.

2

எந்த ஒரு பிரதிக்கும் அகப்பரப்பு என்பது உண்டு. உதாரணமாக சங்க இலக்கியத்தின் அகப்பரப்பு என்றால் அது எதைக் குறிக்கிறது என்று நமக்குத் தெரியும். தற்காலத்தில் அது என்ன என்பதுதான் இங்கே முக்கியமான கேள்வி. இதற்கு இப்போதைய பதிலாக ஒன்றை மட்டும் சொல்லி வைப்போம். அகப்பரப்பு என்பது பல்வேறு காலகட்டங்களில் புதிது புதிதான எழுத்துமுறைகளால் தன்னை மாற்றிக்கொண்டு வந்திருக்கிறது. இது குறித்து பின்-நவீனத்துவத்தில் பல்வேறு விவாதங்கள் நடந்து வருகின்றன. எழுத்தில் மட்டுமின்றி ஓவியத்தில், இசையில் தொடர்புச் சாதனங்கள் எனப்படும் ஊடகங்களில் ஆய்வு செய்து இத்தகைய அகப்பரப்பைக் குறிக்க பின்-நவீனத்துவம் விழைகின்றது. அகப்பரப்பின் பன்முக முனைகளை அடையாளம் கண்டு எழுதுகிறார் ழான்- பிரான்சுவா லயோடார்ட் அவர் அதிநவீன ஓவியரான நியுமென்னுடைய ஓவியங்களை அலசும்போது அவற்றின் அகப்பரப்பு எத்தகையது என்ற கேள்வியைக் கேட்டே துவங்குகிறார்; எல்லாப் படைப்புகளுக்கும் ஏதாவது ஓர் அகப்பரப்பு இருக்க வேண்டியதை அங்கீகரிக்கிறார்.

கதை சொல்லுதலினால் ஆன அகப்பரப்பின் இன்றைய நிலை என்ன என்ற கேள்வியைப் பின்-நவீனத்துவம் எப்படி எதிர்கொள்கிறது என்று பார்ப்போம்.

“நிச்சயமற்ற தற்காலத் தன்மையை முன்நிறுத்திப் பேச முற்படும் போது வாசிப்பவனையும் வாசித்தல் என்ற செயல்பாட்டையுமே கதை சொல்லுதல் கொள்ள முடியும்” என்று பின்- நவீனத்துவம் கூறுகிறது. வாசிக்கும் போக்கில்தான் கதை சொல்லுதல் உருவாகிறது. எனவே அகப்பரப்பு என்பதையும் வாசிப்பின் ஒருவித வெளிப்பாடாகக் கொள்ள வழியிருக்கிறது.

3

இனி கதை சொல்லுதலின் பல்வேறு மாதிரிகளையும் அதன் பிரத்யேக அம்சங்களையும் காண்போம். இங்கும் சொல்லுதல் பற்றிய வித்தியாசமான புரிதலுக்கு நாம் போக வேண்டியிருக்கிறது.

"குறிப்பிட்ட ஒரு பிரதியில் மொழியியல் ரீதியான குறிகள் கோர்க்கப்பட்டிருக்கும் வழிமுறைதான் கதை சொல்லுதல்" என்று பின் நவீனத்துவ ஆய்வாளரான கிறிஸ்டோபர் நாஷ் கூறி விடுகிறார். அதாவது ஆதாரங்களைக் கொண்ட ஒரு வாக்கியத்தைப் போல, இந்த மொழியியல் குறியீடுகள் கோர்க்கப்பட்டிருக்கின்றன என்று கொள்ளலாம். இத்தகைய "வாக்கியம்" என்பதன் நோக்கம் முழுக்க முழுக்க எதையோ சொல்வது என்ற அளவில் இயங்குவது என்கிறார் கிறிஸ்டோபர் நாஷ்.

இங்கே சொல்லாடல் என்று அமைப்பியல்வாதிகள் ஆராய்ந்து வந்திருப்பதையும் கதை சொல்லுதலையும் வித்தியாசப்படுத்திக் காட்டுகிறார் கிறிஸ்டோபர் நாஷ்; சொல்லாடல் என்பது அறிவுக்களத்தையும் உண்மையையும் நோக்கி மொழியைச் செலுத்துகிறது. கதை சொல்லுதல் என்பது கதைசொல்லி மற்றும் ஆசிரியன் / படைப்பு நிலைகளைப் பிரதியில் ஒன்றிணைக்கிற செயலாகிறது. இன்னும் சொல்லப்போனால், கதை சொல்லுதல் என்பது மொழியின் மறுபுனைவைப் பிரதியில் உருவாக்கிக் கொள்வது எனலாம்.

கதைகள் தமக்குள் எண்ணற்ற சட்டகங்களைக் கட்டி—யிருக்கின்றன எனலாம். ஆனால் எதார்த்தவாத வகைமைக்கு உட்படும் கதைகளின் பொதுப்பண்பு, ஒரே ஒரு சட்டகத்தால் கதையை அறிய முயல்வது என்பதாக இருக்கிறது. எதார்த்தவாதக் கதைகள் சட்டகங்கள் மற்ற சட்டகங்களுடன் எந்தவித இணைவையும் ஏற்படுத்தாமல் தனித்தனியே இயங்குகின்றன, கதை சொல்லுதல் என்பதே ஒரு பட்டியலிடும் செயலாக ஆக்கப்பட்டு விடுகிறது. ஒழுங்குணர்வு தலைதூக்கி இருக்கிற இந்தப் பட்டியலைக் குலைவுக்கு உட்படுத்த வாசகனால் முடியாமல் போகிறது. வாசகனும் இதே பட்டியல் வாசிப்பைக் கைக்கொள்ள வேண்டியவனாகிறான். இதேபோக்கில் கதைகள் வாசிக்கப்பட்டதன் விளைவாகத்தான் நினைத்த பட்டியலின் ஒழுங்கிலேயே வாசகனையும் இயங்க வைக்க கதைசொல்லி முற்பட்டான்; தன் இறையாண்மையை, ஆளுமையை அப்படித்தான் தக்க வைக்க முடியும் என்று அவன் நினைத்தான். ஆனால், எதார்த்தவாதத்தை மறுதலிக்கும் முகம் வந்த கதைகள் இந்தப்போக்கில் பல விரிசல்களை உருவாக்கிவிட்டன.

இதைச் செயல்படுத்திய பிரதிகள் செர்வான்டஸின் Don Quixote நாவலை முன்னிலைப்படுத்தின. இத்தகைய நாவல்களில் எண்ணற்ற சட்டகங்கள் உள்ளடக்கப்படுகின்றன. அதில் ஒரு

கதாபாத்திரம் - அல்லது கதை சொல்லுதலின் குறியானது - மொழிச் சட்டகத்தின் வழியே பிரவேசித்துக் கதைக்குள் நுழைகிறது. எதார்த்த வகை நாவல்களில் அந்தப் "பாத்திரம்" கதை சொல்லுதலின் ஒற்றைச் சட்டகத்திலேயே மாட்டிக் கொண்டிருக்கும். ஆனால் Don Quixote நாவலில் வருகிற Don Quixote உருவம் இரண்டு தனித்தனியான (வகையொப்புமைகள் அற்றவை எனலாம்) சட்டகங்களும் தொடர்புப்படுத்தப் படுகின்றன. இதை விளக்கும் வகையில் மைக்கேல் பெல் என்கிற பின்-நவீனத்துவ ஆய்வாளர் எழுதுகிறார் :

செர்வாண்டஸ், டான் கோஹடே என்ற பாத்திரத்தை இரண்டு ஒரே சமதள அளவிலான சட்டகத்தில் உறைய வைக்கும் தந்திரத்தை கையாள்வதோடு, இதன் தாக்கத்தை மறு அழுத்தம் தரும் விதமாக இதேபோன்ற உச்சரிக்கப்படாத ஒத்த பண்புமிக்க எண்ணிறந்த இரட்டை தன்மைகளை பிரதியெங்கும் விரவச் செய்கிறார்.

இதன் அடுத்த கட்டமாக செர்வான்டஸ் பிரதியில் இன்னொரு சூட்சுமத்தை வைக்கிறார் :

... குறிப்பிடும்படியான முக்கியத்துவம் எதில் பயின்று வருகிறதென்றால் செர்வாண்டஸ் தொடர்ந்து கதையாடல்களின் சட்டகங்கள் உருவாகவும் பின் ஒருபக்கம் கதாபாத்திரம் வெளியேற திறக்கப்படுவதில்தான் அடங்கியுள்ளது.

ஆக, தன் "கதாபாத்திரம்" ஒரே ஒரு சட்டகத்துக்குள் சிக்கிக் கொள்ளாதிருக்க செர்வாண்டஸ் ஒரு மாயத்தை நிகழ்த்திக் காட்டுகிறார். அதாவது, கதை சொல்லுதல் உருவாக்குகிற ஒரு சட்டகத்தின் ஒரு முனையைத் திறந்து வைத்திருக்கிறார். வாசிக்கும் போது அதாவது கதை சொல்லுதல் நிகழும்போது "கதாபாத்திரத்தின்" தப்பித்தலுக்கு ஏதுவாக இது இருக்கிறது. "கதாபாத்திரம்" என்பதை ஒரு குறியாக வாசித்தால் அது புழங்குகிற கதை சட்டகத்திலிருந்து தானே நெய்த அகப்பரப்பிலிருந்து விடுபட்டுக் கொள்வதற்கு இது உதவுகிறது எனலாம். 'கதாபாத்திரம்' எனப்பட்ட குறியீடு சட்டகத்தின் பிறிதொரு முனையின் மூலமாக சட்டகத்தைக் கடந்து போய் விடுகிறது.

சட்டகத்திலிருந்து மீண்டுவிடுகிறது எனலாம். ஆக, வாசகனிடம், படர்ந்திருக்கிற அந்தக் குறியீடு பற்றிய அகப்பரப்பும் பிரதியின் அந்தப் பிறிதொரு முனை வழியாகக் கரைந்து போகிறது எனலாம்.

4

அகப்பரப்பு என்பது ஓரளவில் கதை சொல்லுதலிலும் - வாசிப்பிலுமாக அமைக்கப்படுகிறது என்று கண்டோம். Don Quixote என்கிற புகழ்பெற்ற இன்னமும் வாசிக்கப்படுகிற நாவலில் இதைக் கண்டோம். தமிழின் முதல் நாவலான பிரதாப முதலியார் சரித்திரம் புத்தகத்திலும் இதைக் காண முடியும். உதாரணமாக, தனது பாட்டனார் எவ்வாறு திவான் ஆனார் என்பதைச் சொல்கிற முதல் அத்தியாயத்தில் பக்கிரி ஒருவன் குதிரை மீது சவாரி வந்து கவிழ்ந்து விடுகிறான். அப்போது யாரும் அவனைத் தூக்கிவிட விரும்பவில்லை. பிரதாப முதலியாரின் பாட்டன் வந்து தூக்கிவிட, பக்கிரி அவருடைய கன்னத்தில் அடித்து விடுகிறான். இது முதல் சட்டகம்.

அடுத்து பாட்டனை நவாபின் சேவகர்கள் கைது செய்து அரசவைக்கு அழைத்துச்செல்ல அங்கே சிங்காதனத்தின் மீது நவாபு வந்து உட்காருகிறார். பாட்டனைக் கண்டதும் ஓடிவந்து ஆரத்தழுவுகிறார். சத்யபுரியில் தான் இன்னல்பட்டபோது காப்பாற்றியவர் என்று அவையோரிடம் எடுத்துச்சொல்லி பாட்டனாரை திவானாக நியமிக்கிறார். இது இரண்டாவது சட்டகம்.

“தங்கள் உத்தரவை ஏற்றுக்கொள்கிறேன். மறுக்காமல் இருக்க என் கன்னம் வாங்கிய அறையை ஞாபகப்படுத்திக் கொள்கிறேன்” என்கிறார் நவாபுவிடம் பாட்டனார். இது மூன்றாவது சட்டகம்.

பாட்டனாரைப் பற்றிய பேரனின் சொல்லுதலாக இவற்றைக் காண்போம் :

முதல் சட்டகம் :

நவாப் என்று அறிய முடியாத ஒப்பனையில் பக்கிரியாக வருதல், நவாபுவின் அகம் மறைபொருளாகிறது. பாட்டனாரின் நற்பண்பு அறியப்படுகிறது.

இரண்டாவது சட்டகம் :

அரண்மனையில் நவாபுவாக பக்கிரி மாறிவிட, முதல் சட்டகம் காட்டுகிற பக்கிரி நிலையிலிருந்து “பாத்திரம்“ தப்பிக்கிறது. அதாவது, ஒப்பனை அகம் இங்கே கழன்று போய் விடுகிறது.

மூன்றாவது சட்டகம் :

கன்னத்தில் வாங்கிய அறையை ஞாபகம் வைத்துக் கொண்டு திவானாக ஒப்புக் கொள்கிறார் பாட்டனார். அதாவது, கன்னத்தில்

விழுந்த அறை என்கிற விளைவு ஒரு நினைவிலி ஞாபகமாக இருக்க, அதன் மூலம் மட்டுமே பக்கிரி என்கிற அகத்தை மறு ஒப்பனை செய்து கொள்ள முடிகிறது.

பேரனின் கதை சொல்லுதல் தொடங்கிய பிறகே நவாபு / பாட்டன் ஆகியோரின் அகப்பரப்பு உருவாகின்றது. ஆக, கதைசொல்லலுக்கு முன்பான அகநிலை என்பது மொழிரீ—தியாக அமையவே இல்லை; கதை சொல்பவனின் மொழி நிலை இயக்கத்திலிருந்துதான் அகப்பரப்பு நிர்மாணிக்கப்படுகிறது.

5

இன்றுள்ள எண்ணற்ற புனைகதை மரபுகள் செழித்தோங்க உந்து சக்தியாக இருப்பது 'ஆயிரத்தொரு அரேபிய இரவுகள்' கதை தொகுப்பு. அதில்கூட இத்தகைய சட்டங்கள் உள்ளதைக் காண முடிகிறது. அரேபிய இரவுகளின் துவக்கத்தில் ஷாரியார் மன்னன், அவர் தம்பி ஷாஜமான் மன்னன் ஆகியோர் கதை குறியீடுகளாக வருகின்றனர். கதை சொல்கிற பெண் ஷீரஸாத், அவள் சகோதரி தினார்ஸாத் ஆகியோரும் இருக்கின்றனர்.

தினசரி இரவில் ஷீரஸாத்-தினார்ஸாத் சகோதரிகள் ஏன் கதை சொல்லியபடி மட்டுமே வாழமுடிகிறது என்ற கேள்வி எழுகிறது. ஷாரியார் மன்னனிடம் கொலையுண்டு சாகாமல் தப்பிக்கத்தான் கதை சொல்கிறார்கள் என்ற பதில் ஒருபுறமிருக்க, இன்னொரு வாசிப்பைச் செய்தால் இதற்கான பதில் வேறாக அமைகிறது.

ஷாஜமான், ஷாரியார் மன்னர்கள் இருவரும் பெண்களை நம்பமுடியாமல் அவர்களைக் கொலை செய்பவர்களாக ஆக்குவதுதான் கதைகள் துவங்குவதற்குக் காரணம். ஆக, இரண்டு மன்னர்களும் பெண்களைக் கொலை செய்யும் 'அகம்' கொண்டவர்கள். இவர்களில் ஒருவரான ஷாரியாரை வென்றெடுக்க ஷீரஸாத் அவரை மணந்து கொள்கிறாள். கொலை செய்தல் என்ற அவருடைய அகப்பரப்பைக் கதைசொல்லியே கீழறுப்பு செய்கிறாள்.

கதையின் இன்னொரு சூட்சுமம் - அதில் இரண்டு ஆண்கள் (மன்னர்கள்) இரண்டு பெண்கள் அவர்களுடைய அக நிலையை மாற்ற முயல்கிறார்கள். ஆக, பெண்கள் கதைசொல்பவர்களாகவும் ஆண்கள் கேட்பவர்களாகவும் எதிரெதிர் நிலைகளில் நிற்கிறார்கள். இதிலுள்ள மூன்று சட்டகங்களையும் காண்போம் :

முதல் சட்டகம் :

மன்னர்கள் இருவர்; அரச அதிகாரத்தோடு இருக்கின்றனர்.

இரண்டாவது சட்டகம் :

மன்னர்களின் மனைவியர் இருவரும் வேற்று ஆண்களான அடிமைகளுடன் உடலுறவு கொள்கிறார்கள். அதைப் பார்க்க நேரிடும் மன்னர்கள் தம் மனைவிகளைக் கொல்கிறார்கள். ஷாரியார் மன்னர் தினசரி ஒரு பெண்ணைத் திருமணம் செய்துவிட்டு அவளை இரவு கொல்பவராக மாறுகிறார். ஆக, மன்னர்களின் கொலை செய்யும் 'அகம்' கட்டப்படுகிறது.

மூன்றாவது சட்டகம் :

இரண்டு சகோதரிகளில் மூத்தவள் ஷீரஸாத் கதை சொல்வதன் மூலம் - இளையவள் தினார்ஸாத் கதை கேட்கப்பட்டாக வேண்டியதை உறுதி செய்வதன் மூலம் - மன்னர்களின் கொலை செய்யும் அகப்பரப்பு மாற்றப்படுகிறது.

கதை சொல்லுதல் என்பதில் அகப்பரப்பு கட்டுப்படுவதோடன்றி அதனைச் செயல்படாமல் நிறுத்தி ஒருவித பூஜ்ய நிலைக்குக் கொண்டு வர இவை முயல்கின்றன எனலாம்.

சல்மான் ருஷ்டியின் Haroun and the Sea of Stories கதைத் தொகுப்பைப் பற்றி இன்னும் விரிவாகப் பார்ப்போம். ருஷ்டியின் கதைநாட்டில் வாழ்பவனாக ரஷீத் இயல்பாகவே ஒரு கதை சொல்லி. பல்வேறு பொது இடங்களில் கதை சொல்வது அவன் வேலை. அரசியல் பிரச்சாரம் நடக்கிற அந்தக் கதை நாட்டின் தேர்தல் கூட்டங்களில் அவன் கதைகளை மக்கள் மெய்மறந்து கேட்கிறார்கள். அதில் ஒரு விநோதமான கற்பனை, நகரத்தின் மக்களுக்கு அரசியல் பேச்சுப் பிடிக்காது. ரஷீதின் கதைகளை மட்டும் கேட்பார்கள். பணம் தந்து அவனைக் கதை சொல்ல வேண்டுவார்கள்.

ரஷீதின் மனைவிக்கு அவன் கதை சொல்வதில் விருப்பமில்லை; அதை நிறுத்த நிறையப் பிரயத்தனங்கள் செய்கிறாள். பலன் ஏதும் இல்லாததால் வீட்டின் மேல்மாடியில் வசிக்கும் சென்குப்தாவுடன் ஓடிப்போகிறாள். அது தெரிய வரும்போது ரஷீத் தன்னுடைய கதை சொல்கிற அகநிலையை இழந்து விடுகிறான். அதே சமயத்தில் திருமதி ஒனிடா சென்குப்தா கதைமொழியில் செல்வி ஒனிடாவாக மாற்றப்பட்ட குறியீடாகிறாள்.

முதல் சட்டகம் :

ரஷ்டியின் அகப்பரப்பு கதை சொல்லுதல் என்பதாகும்.

இரண்டாவது சட்டகம் :

ரஷீதின் மனைவி சென்குப்தாவுடன் ஓடிப்போவதால் ரஷீதின் அகப்பரப்பு தலைகீழாகி ரஷித் கதை சொல்ல முடியாமல் போவதாகும்.

மூன்றாவது சட்டகம் :

திருமதி ஒனிடா சென்குப்தா செல்வி. சென்குப்தாவாக தலைகீழாவது.

இங்கு அகப்பரப்பு தலைகீழாவதை ரஷ்டியின் கதையியலின் முக்கிய நிகழ்வாகக் காண முடிகிறது.

கதை சொல்லுதல் மூலம் அகப்பரப்பு வளர்வதையும் சில கதைகள் இந்த அகப்பரப்பைப் பூஜ்யமாக மாற்றுகிற செயல்பாடு அதற்கு இணை நிகழ்வு இருப்பதையும் கவனித்தோம். வேறுசில கதைகள் அகப்பரப்பு தலைகீழாவதையும் காணமுடியும். மேற்கண்ட அத்தனை நிலைகளிலும் கதைசொல்லி என்பவன் ஒருவித மாலுமியாக செயல்படுகிறான். மொழியைக் கையாளுகின்ற மாலுமி எனலாம்.

கதைசொல்லுதலில் காட்டப்படுகின்ற கதைப்பரப்பு தலைகீழாவதைப் போலவே அது கதை சொல்லும் செயலாலேயே செய்யப்படுவதையும் இங்கே காண்போம். அதாவது, அகப்பரப்பு மறைந்து விடுகிறது.

சமீபத்தில் கார்லோஸ் புயந்தஸ் Constancia and Other Stories for Virgins என்கிற தொகுப்பு வெளிவந்துள்ளது. இதில் கன்ஸ்டான்ஷியா என்பது ஒரு குறுநாவல். இதில் டாக்டர் ஒருவரின் மனைவியாக வருபவள் கன்ஸ்டான்ஷியா. இவர்களுடைய எதிர்வீட்டில் விளாட்னிகோவ் என்பவர் வசிக்கிறார். அவர் டாக்டர் பிளாட்னிகோவைப் பல இடங்களில் சந்திக்கிறார். முதல் சந்திப்பே வித்தியாசமானதாக அமைகிறது. பிளாட்னிகோவ் டாக்டரிடம் “நீங்கள் இறக்கும் தினத்தன்று என்னைச் சந்திப்பீர்கள்” என்று கூறுகிறார்.

கதையின் மிகச் சுவாரசியமான சரடு கன்ஸ்டான்ஷியாவின் இறப்புக்குப்பிறகு நிகழத் துவங்குகிறது. கன்ஸ்டான்ஷியா இறந்த அந்தக் கணத்திலேயே பிளாட்னிகோவ் வீட்டில் விளக்குகள் எரிய

துவங்குகின்றன. அங்கே போய்ப் பார்க்கும்போது பிளாட்னிகோவ் புகைப்படம் ஒன்றில் கன்ஸ்டான்ஷியா இருப்பதைக் காண்கிறார் டாக்டர். பிறகு அவள் யார் என்று கண்டுபிடிக்கத் தன்னுடைய சொந்த ஊருக்குப் போய் பார்க்கிறார். அங்கேயுள்ள ஆவணக் காப்பகத்தில் தேடும்போது பிளாட்னிகோவும் அவருடைய மகளான கன்ஸ்டான்ஷியாவும் அகதிகள் என்று தெரிகிறது. ஆனால் இரண்டு பேரும் டாக்டர் கன்ஸ்டான்ஷியாவைத் திருமணம் புரிவதற்கு முன்பாகவே யுத்தத்தின் போது குண்டுவீச்சில் இறந்து போனார்கள் என அந்த ஊர்க்காரர்கள் ஊர்ஜிதப்படுத்துகிறார்கள்.

அடுத்த கட்டமாக, கன்ஸ்டான்ஷியாவுடனான தம் சொந்த நினைவுகளைப் பரிசீலிக்க முயல்கிறார் டாக்டர். தான் அவளை முதன் முதலில் பார்த்த இடத்துக்குப் போகிறார். அவள் அமர்ந்திருந்த அந்த இடம் நினைவில் உள்ளது போல அப்படியே உள்ளது. அவளைச் சந்தித்த அந்த உணவு விடுதியைப் பார்க்கிறார். பிறகு தன் ஊருக்குத் திரும்புகிறார்.

விமானத்தில் திரும்பும்போது கன்ஸ்டான்ஷியா யார் என்ற கேள்வி அவரைத் துளைக்கிறது. பூட்டியிருந்த வீடு திறந்திருக்கிறது. உள்ளே போனால் ஒரு தம்பதியினர் இருக்கிறார்கள். அவர்கள் தங்களை அகதிகள் என்று அறிமுகம் செய்து கொண்டு இருக்க இடம் கேட்கிறார்கள். அவர்களுடன் டாக்டர் வாழ்வதாக குறுநாவல் முடிகிறது. இந்தக் குறுநாவலை வாசிக்கும்போது,

1.கன்டான்ஷியா பிளாட்னிகோவின் மகளா?

2.அவள் டாக்டரின் மனைவியாக இருந்திருக்கிறாளா அல்லது அது அவருடைய சுயபுனைவா?

3.ரஷ்ய அகதிகளாக அவளும் அவள் தந்தையும் இறந்ததாகத் தெரிவிக்கிற ஆவணம் உண்மைதானா?

4.கன்ஸ்டான்ஷியா ஒருமுறைகூட தன் அறையை விட்டு வெளியே வந்ததில்லை என்றால் இதெல்லாம் சாத்தியமாவது எப்படி?

என்ற கேள்விகள் எழுகின்றன. இந்தக் கேள்விகளுக்கான விடைகளை வாசகர்கள் தான் காண முடியும். டாக்டரின் மனைவியாக வருகிற கன்ஸ்டான்ஷியா என்ற அகப்பரப்பு கதை சொல்லுதலால் கட்டப்படுகிறது.

பயந்த சுபாவமுள்ள அவள் ஒருமுறை கூட வீட்டுக்கு வெளியே சென்றதில்லை என்கிறது கதை. அவளுடைய இறப்பைச் சொல்வதன் மூலம் அவளுடைய திருமணத்துக்கு முன்புள்ள அகப்பரப்பைக் காண விழைகிறது கதை. தேடுதலின் இறுதிக்கட்டமாக என்றைக்கோ யுத்தத்தில் இறந்துபோனதாக ஆவணக்காப்பகம் அவளைப் பற்றிக் கூறுகிறது. இப்படித்தான் கன்ஸ்டான்ஷியா என்ற அகப்பரப்பு கதையில் கரைக்கப்படுகிறது.

சரி அப்படியென்றால் கன்ஸ்டான்ஷியா என்ற அகப்பரப்பு என்பது என்ன? இந்தக்குறுநாவலை இயக்கியவாறிருக்கும் பிரதியியல் தன்மையே அது. ஒவ்வொரு வாசகனும், பிரதியின் பல முனைகளிலிருந்து கன்ஸ்டான்ஷியாவை அணுகுவதற்கான சாத்தியப்பாடு குறுநாவலில் உள்ளது. டாக்டரின் மனைவியை, பிளாட்னிகோவின் மகளாக, ஏற்கனவே இறந்து போன அகதியாக, உயிருடன் தப்பி வந்த அகதியாக. இவற்றில் எந்த ஒரு முனையிலிருந்து துவங்கியிருந்தாலும் கன்ஸ்டான்ஷியா என்கிற அகப்பரப்பு உருக்கொள்கிறது. ஆக, இந்தக் குறுநாவல் நிலையான அகப்பரப்பு என்பதில்லாமல் வாசித்தல் என்ற செயல்பாட்டின் வழிவருவதாக அகப்பரப்பு அமைகிறது.

கட்டுரைக்கு உதவியாக இருந்த புத்தகங்கள்:

Haroun and the Sea of Stories by Salman Rushdie.

The Arabian Nights, Translated by Hussain Haddawy

Constancia and Other Stories for Virgins by Carlos Fuentes.

The Lyotard Reader, Narrative in Culture(ed)Christopher Nash.

பிரதாப முதலியார் சரித்திரம், மாயூரம் வேதநாயகம் பிள்ளை

கதைமொழி டிசம்பர்-2008 காவ்யா

கலாச்சார முக்கியமின்மை மொழி அமைப்பு தேசம்

தேசம் என்பது ஒரு பெரிய கருத்துருவமாக கட்டமைக்கப்பட்டுள்ளமையை அறிந்துகொள்ள அதனை அமைப்பாக்கம் செய்வித்த சொல்லாடல்களைச் சார்ந்த மொழி சார்ந்த பிரதிகளைக் கண்டறிவதில் துவங்கலாம்.

மொழியால் கட்டப்படும் தேசம் என்ற சொல்லாடல்களின் வலைப்பின்னல் பல்வேறு மொழி விளையாட்டு தன்மை கொண்ட பகுதியினை ஒதுக்கி விட்டு சரித்திரவயப்படுத்தலைச் செய்கிறது. அத்தகைய ஒதுக்கி வைக்கப்பட்ட மொழியை இன்று சப் ஆல்டர்ன் என்று சொல்கிறோம், இந்த ஒதுக்கி வைக்கப்பட்டோரின் மொழிக்குறியானது தேசம் என்ற சரித்திரப் பிரதியின் எழுத்துகளினுள் மறைக்கப்பட்டு விட்டது. அத்தகைய ஒதுக்கி வைக்கப்பட்டோரின் அழிக்கப்பட்ட மொழியை 'படி' செய்து பிரதியெடுக்க இன்று பின்-அமைப்பியல் மற்றும் பின்-நவீனத்துவக் கோட்பாடுகள் மிக முக்கியமான முறைமைகளை அளித்துள்ளது. இந்த அறிதல் முறைகள் முன்வைக்கும் கூறுகளான (1) தேசம் என்பதை அறிவுத்தொகுப்பு என்றும், (2) அதில் ஒதுக்கி வைக்கப்பட்ட வாய்மொழி வரலாறு என்பதை சப்-ஆல்டர்னிட்டி என்றும் கூறலாம். அதனையும் அதனோடு கூடிய விளிம்புநிலை மொழியினர் என்பதையும் சரித்திர வயப்படுத்தலிலிருந்து கட்டுடைத்து காணுமுன் தேசம் எவ்வாறு தொடர்ந்த கண்காணிப்பில் வைத்திருக்கிறது என்பதைப் பார்ப்போம்.

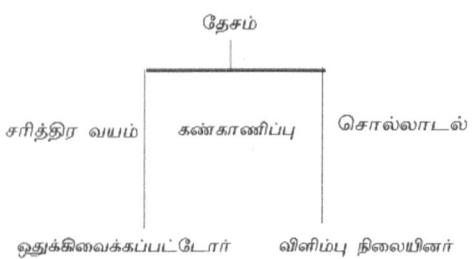

மேற்காட்டியவாறு தேசம் என்ற கட்டமைப்பு ஒதுக்கிவைக்கப்பட்டோரின் - விளிம்பு நிலையினரின் மொழியையும் தொடர்ந்த கண்காணிப்பில் வைத்துக் கொண்டிருக்கிறது. கண்காணிப்பு என்பது முதலில் கலாச்சாரம் என்ற சொல்லாடலை கைக்கொண்டு தேசம் என்ற அறிவுத் தொகுப்பினை சரித்திரம் எழுதுவதில் புகுத்தி பழமொழி விளையாட்டுகளின் பரப்பை அழித்து விடுகின்றது.

சொல்லாடல்களும் நுண்ணிய சொல்லல்களும்

ஒற்றை உண்மையை நோக்கிச் செயல்படும் சொல்லாடல்களின் ஊடாட்டத்தின் வழியாக அமைப்பாக்கம் கொள்ளும் தேசம் என்ற தத்துவப் பெருஞ்சொல்லாடல் பல்வேறு மொழி விளையாட்டு தன்மைகளை மொழியிலிருந்து அப்புறப்படுத்தி (1) ஒதுக்கிவைக்கப்பட்டோர் (2)விளிம்பு நிலையினர் என்ற பிரதித் தன்மையை நிறுவுகிறது. இத்தகைய சரித்திரவயப்படுத்தல் என்ற பிரதியியல் தன்மையிலிருந்து விடுவித்தது கொள்ள சொல்லாடல் என்பதை எவ்வாறு கையாள வேண்டும் என்பதைப் பார்ப்போம்.

அ) சொல்லாடல் என்பது ஒரு குறிப்பிட்ட உண்மையை அல்லது குறிப்பீட்டை நோக்கி மொழியைச் செலுத்துகின்றது.

ஆ) சொல்லாடல்களுக்கு மாற்றான பின்-நவீனத்துவக் கோட்பாடான நுண்ணிய சொல்லல்கள்

இ) தேசம் என்பதை கட்டுடைத்து ஒதுக்கி வைக்கப்பட்டோரின் மொழி விளையாட்டை விடுத்தல் - அர்த்த நகர்த்தல்,

ஈ) ஒதுக்கி வைக்கப்பட்டோர், விளிம்பு நிலையில் என்ற இரட்டிப்புத் தன்மை.

உ) கலாச்சார முக்கியத்துவமற்ற சொல்லுதல்.

மேலே குறிக்கப்பட்டதை நோக்கினால், சொல்லாடலுக்கு எதிரான மொழிமாற்று நுண்ணிய சொல்லுதல், அதனைக் கண்டெடுக்க “சொல்லாடல்களை உடைத்தெறிந்து நொறுக்கப்பட்ட சொல்லாடல்களிலிருந்து நுண்ணிய சொல்லுதலைப் பிரதிசெய்வது” என்ற மொழிவழிச் செயல்பாட்டை ஆற்றுவது. அதன் மூலம் ‘தேசம்‘ என்ற கருத்தாக்கத்தினை சூழ்ந்துள்ள சொல்லாடல்களின் மொழி புனைவிலிருந்து ஒதுக்கி வைக்கப்பட்டோர், விளிம்பு நிலை—யினர் ஆகிய இருவகைமைக் குறியீடுகளைத் துறந்து குறிப்பீடற்ற மொழியில் இயங்கத் துவங்குகின்றன. அதன் வழியே தங்களின்

எழுத்து முறையை வகுத்துக் கொள்ளலாம். இவர்களின் மொழியை நுண்ணிய சொல்லுதல்களினால் கட்டமைத்துக் கொள்ள இயலும்,

கலாச்சார முக்கியமின்மையும் குறிப்பீடற்ற எழுதுமுறையும்

ஒதுக்கி வைக்கப்பட்டோர் - விளிம்பு நிலையினர் இடையே ஒரு ஈர்ப்பை 'தேசம்' என்ற கருத்தாக்கம் கட்டமைத்து வைத்துள்ளது. அந்த மயக்க நிலையை கலாச்சாரம் என்ற மொழித்தொடர் மூலம் இனங்காண இயலாத வகையில் அமைத்துள்ளது. 'முக்கியத்துவம்' என்ற குறிப்பீட்டின் மூலம் தக்க வைத்துக் கொண்டிருக்கிறது. அந்த முக்கியத்துவத்தை தகர்க்க சொல்லாடல்களை வைத்து செய்யப்படும் கட்டுடைத்தலின் மூலம் விடுவிக்க இயலாது. ஆகையால்தான் சொல்லாடலை நொறுக்கி, நொறுங்கிய சொல்லாடலிலிருந்து படி செய்யப்பட்ட நுண்ணிய சொல்லுதலில் துவங்கி 'தேசம்' என்ற கலாச்சார முக்கியத்துவம் மிகுந்த தன்மையிலிருந்து விடுபட எந்த ஒரு உண்மையையும் நோக்கி செலுத்தப்படாத 'கலாச்சார முக்கியமின்மையை' அடித்தளமாகக் கொண்ட சொல்லுதல் முறையைப் பயன்படுத்த முடியும்.

சமீபத்தில் வெளிவந்த 'கசார்களின் அகராதி' ஆண் பதிப்பு மற்றும் பெண் பதிப்பு 'மிலராட் பாவிக்' என்ற நாவல் கைகொள்ளும் பிரதியியல் தன்மையை நாம் கண்டறிந்தால் நுண்ணிய சொல்லுதல், கலாச்சார முக்கியமின்மை, குறிப்பீடற்ற தன்மை ஆகியவை எவ்வாறு பிரதியாக்கம் கொள்கிறது என்று பார்க்கலாம். நாவலில் மிக முக்கியமான மூன்று பகுதிகள் வருகின்றன. இதில் கசார்கள் என்ற மொழிக்கூட்டம் ஒரு கற்பனையான மக்கள் கூட்டத்தினர். அவர்களுடைய நம்பிக்கைகள், அவநம்பிக்கைகள், வரலாறு ஆகியவை மூன்று புத்தகங்களில் சித்தரிக்கப்படுகின்றது.

இம்மூன்று புத்தகங்களில் கசார்களைக் குறித்த மொழிக்குறிப்புகளாக :

1) கிறிஸ்தவத்தின் தரவின் அடிப்படையில் சிவப்பு நிறப் புத்தகமாக தொகுக்கப்பட்டது.

2) இஸ்லாமியத்தில் தரவின் அடிப்படையில் பச்சை நிறப் புத்தகமாக தொகுக்கப்பட்டது.

3) ஈபுருவின் தரவின் அடிப்படையில் மஞ்சள் நிறப் புத்தகமாக தொகுக்கப்பட்டது.

ஒரே மக்கள் கூட்டம் மூன்று விதமாக மொழியாக்கப்பட்டுள்ளது. இதன்மூலம் எந்த ஒரு மதத்தின் குறிப்பீடும் கசார்களின் வரலாற்றில் பாதிக்கப்படவில்லை. ஒரே மதமும் அதன் குறிப்பீடும் தகர்க்கப்படுகிறது. மூன்று வேறுவித கலாச்சார மொழியால் கசார்களின் வாழ்க்கை சம்பந்தப்பட்டவை மொழிக்குறிப்பில் பிரதியாக்கப்படுகிறது. இவர்களை ஒருவித நாடோடித்தன்மை கொண்டவர்களாக கொள்ளலாம். எந்த ஒரு தேசமும் இவர்களின் வரலாற்றில் குறிக்கப்பெறவில்லை. இந்த கசார்கள் வாழ்வது பிரதியாக்கம் கொள்கிற மொழிவெளிதான். இந்த நாவலை நுண்ணிய சொல்லுதலைக் கொண்டதாக கொள்ள முடியும். இதுபோல சரித்திரவயப்படுதலால் ஒதுக்கிவைக்கப்பட்டவர்கள் விளிம்பு நிலையினர் ஆகிய இருவரின் வரலாற்றையும் அதன் மொழியையும் கலாச்சாரத்தை முக்கியப்படுத்தாத நுண்ணிய சொல்லுதல் முறையை கையாண்டு குறிப்பீடற்ற ஒரு சொல்லுதலை (மொழியை) உருவாக்குவது முக்கியமாகும்.

அடிக்குறிப்புகள் / உதவிய நூல்கள்

1. Subalterm என்ற சொல்லுக்கு தமிழவனின் 'ஒதுக்கிவைக்கப்பட்டோர்' என்ற மொழிபெயர்ப்பை பயன்படுத்தியுள்ளேன்.

2. Nation and Narration - Homi K. Baba

3. Subaltern Studies - 9 Volumes

4. Dictionary Of the Khazars - Milorad Pavic (Male Edition / Female Edition)

5. The Lyotard Reader - edited by Andrew Benjamin.

கதைமொழி டிசம்பர்-2008 காவ்யா

ஜெராக்ஸ் கத்திகள்

ஓவரா ஒரு சுற்றுலா இடத்தில் இருந்து விட்டோம். கொஞ்சம் இடம் மாறினா புதுசா எதாவது தென்படும். ஒரு நல்ல இடமா பாத்து முதல்ல உட்காருவோம். சுற்றி மரம் இருக்கிற இடமா அதோ இருக்குதே அங்கே ஒக்காருங்க. காத்து நல்லா வருது வெயிலிலே கூட புழுக்கம் இல்லே. இங்கே உட்கார்ந்துகிட்டு அந்த ஒருநாளை நெனைச்சா- எந்த நாள், அதாம்பா பவர்கட் ஆச்சே. ஒரே வியர்வை. ஏய் நைசா 'குறளி' கவிதையின் முதல் வரிக்கு வந்துட்டே அந்த கவிதை ரொம்ப இன்ட்ரஸ்டிங்கானது. எப்படிச் சொல்றே. சின்ன வயசு பையனா அதைப் படிச்சா மனச கொஞ்ச நேரத்துக்கு என்னமா மாத்திடுது அதுல ஒரு மாஜிக் இருக்கு. மாயமா? இல்லை மாஜிக்.

சரியா போச்சு 'குறளி' என்ற 'குறி'. மறுபடியும் குறியா.. சரி உனக்கு பிடிக்கலனா 'வார்த்தை' சரியில்லே 'தடயம்'. என்ன அர்த்தத்தை இது சொல்லுது. குறளினா 'குட்டி பிசாசு' தெரியுமா. அய்யோ பயமுறுத்திறீயே. இல்லைப்பா நிஜமா கவிதையின் முதல் வரியை வாசி.

இன்று ஒரு ஆழ்ந்த வகையான 'பவர்கட்'
பட்டப்பகலில் ஸ்விட்சுகளைப் போட்டால்
பல்புக் குமிழுக்குள் இருள் பிறந்து
அறையுள் நிரம்பும்.
மின்விசிறிச் சுழலில் விஷ நீலக்காற்று
'குறளி' மனித உருவங்களாய் நெளியும்.

நல்லா கேட்டியே பவர் கட் எப்போதும் வருவதுதான். பட்டப்பகலில் வந்திடுச்சி, இந்த தடவை. தெரியாம பல்பு போட்டால்; கீழையா போட்ட? இல்ல ஸ்விட்சை போட்டா பகலிலேயே பல்புக்குள்ளிருந்து இருமை எதிர்வாக இருள் தெரியுது.

அய்ய டூப். பொறுமையாக கேட்கணும். அவசரப்படக்கூடாது. பல்பு ஒருவகையான ஒளிக்கு குறி தானே பதிலி இல்லையா. ஆமாம். அதுல ஒளிக்கு பதிலாக இருள் வெளியே வருவது எதார்த்தமா இல்லையே. வேற எப்படி இருக்கு எதிர்-எதார்த்தமாக இருக்கே. ஆமாம் இந்த எதிர்-எதார்த்தத்தில் இருந்துதான் குறளி மாயத்தோற்றம் கொண்டு வருகிறது. எப்படி?

மின்விசிறிச் சுழலில் விஷ நீலக்காற்று
குறளி மனித உருவங்களாய் நெளியும்.

மின்விசிறி சுழலில், உடலற்ற குறளி என்பது நெளியுது. ஆடுகிறது. அதாவது கூரைக்கும் / தரைக்கும் இடையே கூத்தாடுகிறது. இன்னொரு வகையில் யோசித்தால் மனிதனுக்கும் X எதிர் மனிதனுக்கும் இடையிலான ஆட்டம். ஒரு குறிப்பிட்ட வரம்பை சாராதது.

ஒரு பெரிய சந்தேகம் வருதே. வருதா? அப்ப தலையை பிராண்டிக் கொண்டு கேளு.. அதெப்படி குறளி மின்வெட்டில் வரும். எப்படி ஏன் என்று கேட்காதே இப்படித்தான் “அலன்சியலீ’யின் ‘டிராட்டர்ஸ் நாமா’ என்ற நாவலிலே பக்கட்டுக்குள்ளிருந்து மனிதன் குதிக்கிறான். பலூனின் காற்று போனதும் ஊதுவாயிலின் வழியாக இன்னொரு ஆள் வெடுக்குனு வெளியே வந்து விழுந்தான் தெரியுமா? தெரியல்லைனா போய் இன்னொரு முறை படி.

அடுத்த குறளி வேறு வகையானது :
கோவில் கலாச்சாரப் பூஜை பகலில்
காதல் கண்றாவியை தாண்டிக் கால்தூக்கித்
தலைகீழாய் தொங்கும்
பெண் குறளி பூஜை நடுராத்திரியில்.

இந்த சொல்லாடலில் படிச்சினா கலாச்சார பூஜை ‘பகலில்’ வருது. அது எதிர்வா ‘காதல் கண்றாவி’ என்பதும் கூட ஒருவகையான கலாச்சார பூஜையாய் மாறிவிட்டது. அதை தாண்டி தலைகீழாக-பகலின் தலைகீழ் என்ன ‘நடுராத்திரி - அங்கே தொங்குது. வேறு பாலியல் அளவையை உடைய ‘பெண்குறளி’. இது என்ன சரியா புரியலையே. புரியலைனா மீண்டும் ஞாபகப்படுத்து. அதில் சொல்லியிருக்குதே “modern poets to search for visionary experiences” எவ்வாறெல்லாம் என்று குத்திக்காட்டுகிறது அது. அதில் ஒன்று mystic ecstasy. அதுதான் இந்த பூஜை கலாச்சாரத்தை தாண்டிய பெண்குறளி. ஒரே குழப்பமா இருக்கு, யார் இந்தக் கட்டுரையை எழுதுவது... பேசுவது?

அதானே கேட்டேன் மறந்திட்டியோனு நெனச்சன். அதுக்கும் என்கிட்ட இருக்கு பார். "பிரதிகளில் யார் பேசுகிறார்கள் என்பதில் என்ன பெரிய வித்தியாசம் இருக்கிறது" என பூக்கோ சொல்கிறார். இதில் எல்லோரும் பேசுகிறோம் அதனால் தான் வித்தியாசமாக இருக்குது. எல்லாரும் பேசறதுக்கு கவிதை என்ன மார்கெட்டா? ஒருவகையில் ஆமாம். தேவையானதை வாங்கிக் கொள்ளலாம் கவிதையில். மீதியை வேறு யாராவது அவங்க தேவைக்கு வாங்கிக்குவாங்க.

"இப்படி புதுசா இடுப்பை நெளித்து
இந்த வேலை வருமா உனக்கு?
என்று கேட்கின்ற இந்த 'தோல் குறளிகள்'

இதுவரைக்கும் உடலற்று இருந்த குறளி இப்போது 'தோல் குறளியா' உடல் கூறாக ஆயிடுச்சு பாத்தியா, ஆளும் 'இடையாட்டம்' செய்து தன் வேலையை காண்பிக்கும். ஆமாம் பிரதியியலின் அர்த்த இடையாட்டம் கூட இப்படிதான் திடீரென சம்பவிக்கும். யாரு செய்வது தெரியாம.

"இதயத்து ரகசிய ஸ்விட்ச் பிறக்கும்
காதலின் ஜாலம் தங்கள் மாபெரும்
ஜாதிக்குள் கீழ்ஜாதியைப் புகுத்தும்
மூதிகளின் வேலை என்று
வைதீக வௌவாலின் வேதத்தைகூட
ஓதுகின்றன இந்த நவீன குறளிகள்.

உடல் இயல்பினதாக மாறிய குறளி இப்போது சமூகக் கட்டமைப்பில் உருவாகும் ஒருவித ஜாதிய அதிகாரத்தை உற்பத்தி செய்கின்றன. 'வைதீக வௌவால்' அதாவது தலைகீழாய்ப்போன செயல்பாட்டை உடைய வௌவால் இங்கு ஒரு குறியீடு. வேதத்தை அது சாதி அதிகாரத்தை உற்பத்தி செய்கின்றன. 'ஓதுவதன் மூலம்'. ஓதுவது என்பது ஒலியால் அர்த்த அதிகாரத்தை உற்பத்தி செய்யும் ஒரு சமூக உடல் செயல்பாடாய் காண்கிறது இந்த நவீன கவிதை. அந்த அதிகாரத்தின் குறிப்பீடு நவீன குறளிகள். அப்படிப்பட்டவையின் தன்மையென்ன?

மொத்தத்தில் இந்தக் குறளி வித்தை
தொடைச் சந்து வரைக்கும்தான்

இப்படிப்பட்ட நவீன குறளியின், அதிகார வித்தை : ஜாதிக்குள் கீழ்ஜாதியைப் புகுத்துவதுதான். ஆனால் அது எத்தகையது எனில்

ஆண்குறி அதிகாரத்தின் தன்மை கொண்டது. ஆண்குறியின் / ஆதிக்கத் தன்மையது அது ஆண்குறி அதிகாரத்துவம். அதனால் தான் சொல்கிறார் குறளிவித்தை தொடைச்சந்து வரைக்கும்தான். இதில் சூல் கொண்ட ஆண்குறியின் சொல்லாடலாய் விறைக்கிறது. இதுகூட நான் சொல்லல. Faltering the unthinkable என்ற நூலின் ஆசிரியர் Easelea சொன்னதாக ஞாபகம். அது விஞ்ஞானத்தில் ஆண்குறியின் ஆதிக்கத்தை பற்றி சொல்கிறது. இது கீழ்ஜாதியை புகுத்துவதைப்பற்றி சொல்லுது.

இவ்வகையான நவீன குறளி எங்கிருந்து வருகிறதென்றால்,

'சுடர் ஒளி விழ மறுக்கிற வெற்று

ஜடத்தில் முளைத்த குறளிக்குத்...

சுடர்-ஒளி, அது சம்பவிக்காத

ஜடம்-இருள், அங்குதான் எழுகின்றன குறளி

ஒளி-மிஸ்டிக்கல் தன்மை

இருள்-வைதீகம், போலி ஒழுக்கவியல், அதிகாரக்கோட்பாடு தன்மை.

மொத்தமே இத்தனை வகையான குறளிதானா? இன்னும் ஏதேனும் பாக்கி உள்ளதா? சொல்றேன்... ரொம்ப சீரியசா போகுதே, போர் அடிக்குது. சரி ஒரு ஜோக் சொல்றேன், கவிதை பத்தி. உற்று கவனமாக கேளுங்கள் எப்படிப்பட்ட ஜோக்.

"சுப்பய்யர் கொல்லைக்கு சுற்றி சுற்றி

யாத்திரை! யாத்திரை! டுர்ர்ர்ரீ!

என்னங்க இது வெறும் வார்த்தை; இது கவிதையா? ஜோக்கா? வித்தியாசம் ரெண்டுக்கும் ரொம்ப இல்லையே! படிக்கிறதுலதான் இருக்கு. டி.எம்.தாமஸ் என்ன சொல்றார் ரீரீ ரீரி ரிடுதீ தெரியுமா

"வார்த்தைகளை வைத்திருக்கக்கூடிய

செய்வோன் எவனும் கவிஞன் தான்"

அதெப்படி கவிதை ஜோக்காகும். யார ஏமாத்துற? இப்ப பார்;

இந்தக் குறளி வித்தை

தொடைச்சந்து வரைக்கும்தான்

இதை எதாவது விருட்சம்' அல்லாத சிறுபத்திரிகையற்ற ஒரு Pornography பலான புத்தகத்தில் LIC கீழே வாங்கிப் படித்தால் ஜோக்தானே. இதுகூட நான் சொல்லல. Interpretation Over Interpretation உம்பர்ட்டோ எக்கோ சொன்னார். நடுவிலே வந்திடுச்சி.

மன்னிச்சுக்க. இதுவும் 'பிக்னிக்கில்' ஒரு பகுதிதானே ஜோக் அடிப்பது. "பயணத்தில் தான் ஜோக் அடிக்கக்கூடாது திசை மாறிடும்.

கவிதை பிரதி என்பதும் ஒரு சுற்றுலா பிரதேசமே. ஞானக்கூத்தன் வார்த்தைகளோடு வந்திருக்கிறார். நாம் அர்த்தங்களுடன் ஒவ்வொருவரும் வந்துள்ளோம். அர்த்தங்களைத் தூக்கிப்போட்டு பிடித்து மாற்றிக்கொண்டு விளையாடுவோம்.

உஷ்... என்ன கிண்டலா போகுதோ?

ஸாரி....

கொஞ்சம் சீரியஸா முகத்தை மாற்றிக்கொள்ளலாம். ஒருவாரம் மழிக்காத அமெரிக்க தாடியை தடவி விடுகிறோம் ஒரே ஒருமுறை. ஓகே. கவிதையை கவனிக்கலாம்.

குறியின் அளவை

என்ன? கவனிப்பதற்கு கவிதை என்பது என்ன பொருளா? ஆமாம்; நிஜமா. வீடு என்ற "சொல்' (பொருள்) என்பது 'குறி'தான். பல்வேறு வித்தியாசமான அளவைகளை உள்ளடக்கிய பொருள் உடல்சார் பொருள். அது எப்படி என வாசிக்கலாம்.

1. சமூக அளவை (அந்தஸ்து)

2. உடலின் அளவை

3. பொருளாதார அளவை

4. இயந்திர அளவை

5. குறியியல் அளவை

இத்தனை வகையான அளவைகளைக் கொண்டது ஒரு சொல் எனும் பொருள். அதில் பல கோணங்களும் அடங்கும்.

இப்படியெல்லாம் முன்னமேயே யோசித்தால் ஞானக்கூத்தன் தன் கவிதையில் அந்த 'வீடு' என்ற சொல்லை உபயோகித்தார் என்று கேட்டால் என்ன சொல்வது?

பதில் இதுதான். முதலிலேயே ஒரு சொல்லை நீட்டினேனே ஞாபகமில்லையா அதேதான். இதுவும் ஒரு சுற்றுலா. கொஞ்சம் விளையாடி பார்த்தோம். ஒரு வளையம் கொண்ட விளையாட்டைப் போல் இல்லையென்றால் Frisbee-யைப் போல

வீட்டை சுழற்றி விட்டேன். அதற்கு கூட விசையை எக்கோதான் கடன் தந்தார்.

இப்போது Picnic-ன் முக்கிய இடத்திற்கு வந்திருக்கிறோம். கவிதையை கட்டமைத்துள்ள சொல்லாடல்கள் அதாவது வாக்கியங்கள். அவை என்ன

சொல்லும். சொல்கிறது. மறுத்தால் நாமே அதன் வாயில் புகுந்து சொல்ல வைத்துக் கேட்போம். மறந்து விடும் முன்பாகவே பார்க்கணும்:

கால் சட்டைப்பைக்குள்
நுழைந்து கொண்ட கை மாதிரி
மாடிப்படிக் கட்டுமானம் தெரிய
நின்றிருந்தது
வயல் நடுவில்
அந்த வீடு
புதிது, பெரிது.

இரண்டாவது வரியில் வரும் கைமாதிரி என்பதுதான் ‘பதிலி’ கால்சட்டைப்பைக்குள் நுழைந்து கொண்ட மாடிப்படி கட்டுமானம் தெரிய இரண்டு சொல்லாடலுமே பருண்மையானவை. ஒன்றுக்கு ஒன்று பதிலியாக ஆகி மொத்த காட்சி ‘நின்றிருந்தது வயல் நடுவில்” என்று நிலைகொள்கிறது.

‘காலரை விடுங்க’ சொல்லி விடுகிறேன். இது நான் சொல்லல. உம்பர்ட்டோ எக்கோ தான் சொல்லியிருக்கிறார். அவரிடம் இருந்துதான் நகர்த்தியிருக்கிறேன் போதுமா? விட்டுடுங்க காலரை, கசங்குது. இல்லையனா ‘காலரை’ பற்றி தனியாக... துவங்கி விடுவேன்.

இனி கவிதைக்கு வரலாம். ‘வீடு’ என்பதை மேலே சொன்ன அளவைகளில் வாசிக்கலாம்.

(1) வீடு சொந்தம் / வாடகை என்ற விதங்களில் ஒருவனின் சமூக அந்தஸ்தை குறிக்கிறது.

(2) ஒரு வீடு என்பது கற்களால் நிர்மாணிக்கப்படுகிறது ஆகையால் அதற்கும் நமக்கும் பளுவில் வித்தியாசம் இருக்கிறது.

(3) வீட்டை பொருளாதார அளவையில் எப்படிக் காண்பது? மதிப்பு என்ன வகையில் பொருளிய வலைப்பின்னலில் சொல்லாடலாக மதிப்பீடாக விளக்குகிறது.

(4) இயந்திர அளவையில் மனித உறுப்புகளின் இயக்கத்தில் உள்ள இயக்கம் இல்லாத ஒரு வகையான உணரப்பட்டதாக திகழ்கிறது. அசைவின்றி நின்றுள்ளது நகராது.

(5) குறியியல் ரீதியாக பார்த்தால் 'வீடு' என்பது நுண்ணிய சமூக நிறுவனங்களில் ஒன்றான குடும்பம், தனி ஒழுங்கு என்ற அதிகார முனைக்கு நம்மை உந்தித்தள்ளும் ஒரு உள்வயப்படுத்தலை உள்ளீடாக அல்லது குறிப்பீடாக தன்னுள்ளே கொண்டுள்ள சொல்.

வாழும் நிலப்பரப்பின் கலாச்சாரத்தின் சொல்லாடலாக அதன் உறுப்பாக நின்று, பார்ப்பவரின் பார்த்தலின் சட்டகமாக தன் அங்க அமைப்பால் இழுப்பது இது.

இப்போது அடுத்த சொல்லாடலைப் பார்க்கலாம்

1. நின்றிருந்தது
2. அந்த வீடு
3. புதிது
4. பெரிது

இது ஒரே வாக்கியமாய் இறுகாமல் பாருங்கள் சொல்லுதலில் இது நுண்ணிய சொல்லுதலாக ஒட்டுமொத்தமாகக் குறிக்காமல்; 'வீடு' நிலைகொள்ளுதல் எவ்வாறு இருக்கிறது என்பதை பருண்மையாக நின்றிருந்தது. முன்னால் சொல்லப்பட்ட அந்த வீடு. சரி எப்படிப்பட்டது. புதிது சரி; அதன் உடல் அளவையென்ன? பெரிது என நுண்ணிய சொல்லுதலாக உருப்பெறுகின்றன.

பின்பு அடுத்த நிலையென்னவென்றால்
சேரிபக்கத்து நாய்கள்
குரைத்தடங்கிய பின்பு
முதல் நாள் இரவு
நடந்திருக்கக்
கூடும் திருட்டென்று
சொன்னார்கள் அந்தப்
பக்கம் வந்தறியாத
'சிறு' சேரி மக்கள்

பார்த்தீர்களா திருட்டு நடந்ததை நேரடியாக பார்க்காதவர்கள் யார்? 'சிறு' சேரி மக்கள், சிறு என்பதில் என்ன விசேஷம் உண்டு,

வீடு 'பெரிது' இருமை எதிர்வு விட்டு பார்க்காத அறியாதவர்கள். நாய்கள் குரைத்தடங்கிய பின்பே திருட்டு என்று 'சொன்னார்கள்' ஏனெனில் முதல் அனுபவமற்ற நிகழ்ச்சி அது. இதில் பாருங்கள் வீட்டின் பரிமாணத்தை அறியாதவர்கள் தங்களுக்கு கிடைத்ததாய் குரைப்பு என்ற தடயத்தை (ஒலியை) வைத்தே திருட்டைப் பற்றி ஒலியாகவே சொன்னார்கள். இதைக்கேட்ட மற்றவர்களும் திருட்டுக் கொடுத்த வீட்டைச் சுற்றி சாரிசாரியாய் குழுமினார்கள் என்கிறது கவிதை. இப்போது கவிதையை சுற்றிக் கொண்டுள்ள நம்மைப் போன்ற வாசகர்கள் தான் அவர்கள். அவர்கள் உடலியல் ரீதியாக அதை வாசிக்க வந்துள்ளனர். புரியுதா? பரவாயில்லை. மர்ம நாவலைப் போல போகுதே கவிதை. கவிதை போகல. நாமதான் அப்படி வாசித்து வருகிறோம்.

குழுமியவர்கள் சும்மாவா இருப்பார்கள்? யார் திருட்டை செய்திருப்பார்கள் வீட்டை வாசித்து முடித்தவர்கள் தங்கள் அர்த்தங்களை தாய்நாட்டுக்காரனா? ஈழத்துக்காரனா? என வரையறை செய்து யாரென சொல்லாடிவிட்டு விளையாடக் கலைகிறார்கள். இவர்கள் போனபின்பு இவர்கள் கண்டும் இடப்பெயர்வு செய்யப்பட்டிருப்பது, மனிதன் ஒருவனின் பிணம்.

சுவரின் அருகே கந்தல் துணியால்
மக்கள் திரள மூடப்பட்டுக்
குப்புறக் கிடக்கும் சடலம் யாருது?

என கவிதை சொல்லி கலைந்தவர்கள் நடுவில் நின்று inter-locutor ஆக தனது குரலை documentary fragment ஆக தனியாக இடையே மிதக்கவிடுகிறார். எப்படியென்றால் அ-காலக்கிரமமாக உட்கதையாக இந்தச் சொல்லாடல் இருப்பதால் எதையோ கண்டுபிடிக்க தம்மை தூண்டும் முகமாக உள்ளது இது. சரி இந்த அகால கிரமமாக உட்கதைகளாக இணைத்துள்ளதாக நீயே சொல்றியா? மறந்துவிட்டேன். கோபிக்க வேண்டாம். அதைச் சொன்னவர் Klaus Eder. போதுமா?

சந்தோஷம்தானே. நீ என்ன புதுசாய் சொல்கிறாய் அதை சொல். நான் ஏதும் சொல்லலைங்க கொஞ்சமா கூட்டு ஏற்பாடு பண்றேன். கையாளுகிறேன், அவ்வளவுதான். இது முடிந்தவுடன் வருது பாருங்க.

வெளியூர் சென்றுள்ள
வீட்டின் சொந்தக்காரன்
அத்தனைப் பெரிய பணக்காரனா என்று
வியப்பாய் இருந்தது ஒவ்வொருவருக்கும்

கவிதையின் போக்கில் எல்லோரும் சேர்ந்து பாத்தீங்களா பாட்டு சொந்தக்காரரை விட்டுட்டோம். துணியில் சுத்தப்பட்ட பிணத்தைப் போல, இல்லைங்க வீட்டை சுற்றி பார்த்தாலே நினைவுபடுத்தி பார்க்கும்போது அப்பா எவ்வளவு பெரிய வீடு ஒன்னுமே இல்லாம காலியாய் கிடக்குது என்பதை நினைக்க பொருளின் சொந்தக்காரன் பற்றி வியப்பாய் உள்ளது.

இவ்வளவு நேரம் அவன் அங்கே இருந்தான். என்னங்க பிணத்தோட அவனும் கறுப்பு துணிகள் அதாவது மொத்த மக்கள் மறதியில் ஓஹோ புரியுது, வெளியே பார்த்த, கண்டறியாததை கண்டதில் குறியாகி விட்டார்கள். சரியாக புடிச்சிட்டீங்க. இந்த மாதிரி கவிதையில் வேறு யாரு பண்றது. டி.எம்.தாமஸ், யாரு வெள்ளை விடுதி எழுதினவரா? ஆமாம்.

திருட்டுக் கொடுத்த வீட்டை சுற்றிப்
பார்த்துத் திரும்பிய நபர்கள் சொன்னதில்
புரியாமல் போனது ஒன்றுண்டு

என்கிறது கவிதை. என்ன அது? என்னென்னவோ பார்த்திருப்பார்கள். அதில் யாருக்குமே புரியாத விஷயம் என்னவாக இருக்கலாம். என்னங்க ஹிட்ச்சாக் மாதிரியில் ஓட்டுறீங்க.... கோவிக்காதே ஒரு திரில் வேண்டாமா? சுவாரஸ்யம் இல்ல திரில். அப்படியே கவிதையை இன்னொரு முறை வாசியுங்கள் புரியும்.

புதிய நம்பிக்கை

தமிழவன் என்கிற கதை சொல்லி

கனவுகள் எங்கிருந்தும் துவங்கும், புனைகதையும் ஒருவித கனவுதான் சரித்திரமும் ஒருவகை கனவுதான்

-டி.எம்.தாமஸ்
(பிளையிங் இன் டூ லவ்)

தமிழ் ஜனக்கூட்டத்திற்குள் இதுவரை வந்த நாவலாசிரியன் தனது பேனாவால், மொழியையும் சொல்லையும் கொண்டு வாசக மனதில் அழுத்தமான நினைவை தனது சித்தரிப்பு எழுத்தாய் பதித்து வந்துள்ள நாவல் குறித்து பேசும் வேளையில், ஆசிரியனின் எழுத்து அவரது வடிவத்தின் நிழலாக மாறி நினைவாய் நம்முள்ளே அடைந்துவிடுகிறது. இப்போது பேனாவை அசட்டையாகப் பக்கத்தில் போட்டுவிட்டு, வாய்மொழி கதைசொல்லியாகத் தமிழ் நாவலுக்குள் பிரவேசித்துள்ளார் தமிழவன்.

எழுத்தாய் சரித்திரப்படும் மரபான நவீன நாவலாசிரியன் இப்போதுதான் வாய்மொழிக் கதைசொல்லியாக மையின்றி மாய வார்த்தைகளை காற்றின் உதவி கொண்டு ஒலிப்படுத்த கைவீசி நுழைந்துள்ளான். செவிகளை முன்னிறுத்தும் அற்புத கதையைப்போல சரித்திரத்தை ஒன்றுக்குமேல் / ஒன்றாக, குறுக்கும் / நெடுக்குமாக செய்து 'சரித்திரத்தில் படிந்த நிழல்கள்' என்ற நாவலை பிரதியாக்கிச் சொல்லியுள்ளார்.

ஒவ்வொரு மொழியினருக்குள்ளும் ஒரு புராதனக் கதைசொல்லி காலத்தைத் தாண்டிக் குதித்துக்கொண்டே அகாலத்தன்மையுடன், தலைமுறை தலைமுறையாகக் கதையைத் தனது குழுவினருக்கு சொல்லிக்கொண்டே போவான், செனகலிஸ் மொழி ஆப்பிரிக்காவின் ஆதிமொழிகளில் ஒன்று. அதில் வழிவழியாகக் கதைசொல்லி ஒருவன் இருந்திருக்கிறான். அவனை "griot" என குறிப்பீடு செய்துள்ளனர் அந்த மக்கள் திரளினர். இந்த griot என்பவன் வாய்மொழி கதைசொல்லியாக, பாடகராக மரபு வரலாற்றுப் பெட்டகமாக இன்றளவும் இருந்திருக்கிறான். 'Birago Diop' நீக்ரோவிய உரைநடை இலக்கிய முன்னோடிகளில் ஒருவர். அவர் தனது பாட்டியின் குடிசையில் தம் வாழ்வின் பல புராணங்களையும் செவிவழி கேட்ட கதைகளையும் முதன்முதலில் 1947-ல் பிரான்ஸில், Tales of Amadou Koumba' என்று தொகுப்பு நூலாக வெளியிட்டார். இதில் அவரே கூறியுள்ளது மிக முக்கியமானது. இந்த "வாய்மொழிக் கதைகளை" நான் மறுபடியும் எழுதியுள்ளேன், ஏனென்றால் அதில்தான் என் மொழியினரின் வரலாறு, வாழ்வு, நம்பிக்கை ஆகியவை உறைந்துள்ளன. அதை நான் மறுமுறை படி செய்கிறேன் என்கிறார்.

இக்கதைகளில் மனிதனுடன் மிருகங்கள், மரங்கள் யாவுமே பேசும். அவனோடு அவை உடன்வாழ்வும் வாழ்ந்துள்ளன. அவற்றோடு பல நம்பிக்கைகள், மாயாஜாலங்கள், மந்திர தந்திரங்கள் என்பவையெல்லாம் இயைபோடு இருந்துள்ளன. இவ்வகையான கதைகளில் வரும் குறிகளான மிருகங்கள் குறிப்பிட்ட உருவகத்தன்மை உடையவை. ஆனால் அந்தக் கதை மரபானது பின்பு வளர்ந்து அதே ஆப்பிரிக்கக் கண்டத்தில் மிக நவீன வகையான எழுத்தாய் 'Etienne Leroux'-விடம் அதி-நவீன நாவல்களை உருவாக்குகிறது. இந்த மண்ணின் மொழிப்பெட்டகத்தின் கதைமரபைக் கைவிடாமல் *(1) Seven Days at the Silber stains (1962) (2) Death of Pagan* என ஒரு முழு நாவலையே தனிக்கதைகளின் கோர்வையாக்கி, 'எலும்புத் துண்டுகளைக் கோர்த்துப் போட்டுக் கொண்டிருக்கும் தொன்மையான ஆப்பிரிக்கனாய்' வந்தார். இவரின் எழுத்துக்கள் ஒரு புதிய காலனிய எதிர்ப்பின் 'முழு அளவிலான எதிர் மேலாண்மை அழகியலை' தருகின்றன என பார்பரா ஹர்லோ சொன்னதைப் போல சாத்தியப்படுத்தினார்.

ஆகையால் தான் இன்றும் மிகச்சிறந்த போஸ்ட்-மார்டனிச அலையில் பேசப்படும் நாவலாசிரியரான Alain Robbe Grillet-வுடனும் Godard போன்றவர்களின் சினிமாவின் Static Scenes-களோடும் Etienne Le Roux கதைகளை ஒப்பிட்டு Graham Greene அவை நம் காலத்தின் இலக்கியம் என அந்த நாவல்களை வியந்து சொல்கிறார்.

குறிப்பிட்ட நேர்க்கோட்டில் சென்று கொண்டிருந்த மேற்கத்திய நாவல் போக்கிலிருந்து மாறுபட்டு ஆப்பிரிக்கா தனக்கான அழகியலைத் தனது உடலிய நிறத்தோடு உருவாக்கிக்கொள்ள, மற்றொரு மெசயாவைப் போல் கேப்பிரியல் மார்குவஸ் லத்தீன் அமெரிக்காவில் இருந்து மாஜிக்கல் ரியலிசம் என்ற

முற்றிலும் புதிய எழுத்துமுறை ஒன்றைத் தனது நாவலான *'One Hundred Years of Solitude'*-ல் வெளிப்படுத்தினார். இதனைத் தொடர்ந்து தென்-அமெரிக்காவில் இருந்து இவரைப் பின்பற்றி, சாரிசாரியாக நாவலாசிரியர்கள் நாவல் இலக்கியத்திற்கு ஆங்கிலமும், வெள்ளை நிறமும் தேவையில்லையென தங்களது படைப்புகளால் நிரூபித்தார்கள். இன்று 'எல்ஸால்வடோரின்' எதிர்ப்பு எழுத்தாளரான Manilo Argueto-வின் *One Day of Life* வரை இது வளர்ந்துள்ளது.

இதற்கு இடைப்பட்ட காலத்தில் தான் நவீன நாவலாசிரியர்களுள் ஒருவரான கியூபாவில் பிறந்து இத்தாலியில் வாழ்ந்த இத்தாலிய மொழியில் எழுதும் இடாலோ கால்வினோ நவீன - நாவலின் ஜிப்ஸியாக மாறி Tarot Card-களை குலுக்கிக் கொண்டே நுழைந்து, *'Castle of Crossed Destinies'* என்ற நாவலின் மூலம் மற்றொரு திசைவழியைக் காட்டினார். இவரிடமும் Tale மரபு ஆழமாகப் பதிந்திருக்கிறது. உலக இலக்கியத்தின் Tarrot Card-களையும் அதன் வரைபடங்களில் புதைந்துள்ள குட்டிக்கதைகளையும் பயன்படுத்தி அவற்றையே 'குறிகளாக' மாற்றி முன்னும் பின்னும் அடுக்கி கதை பண்ணும் சாத்தியங்களைக் காண்பித்தார்.

இது அமைப்பியல் நாவலாகக் கருதப்படுகிறது. தொடர்ந்து Cosmicosmics, Invisible Cities எனத் தொடர்ந்து குட்டிக்கதைகள் போல பல படைப்புகளை எழுதிய கால்வினோ 'நமது மூதாதையர்கள்' என்ற நூலில் Baron In Trees என்ற போஸ்ட்-மார்டனிசக் கதையை எழுதினார். மிலராட் பாவிச் *Khazars Dictionary (Male-Female)* கசார்களின் அகராதி ஆண் மற்றும் பெண் பதிப்பு. பாலிம்ஸெஸ்ட் என்ற வரைதோல் சரித்திர வகை நாவல்கள் உருக்கொள்ளத் துவங்கின.

இத்தாலிய மொழியின் மற்றொரு சாத்தியப்பாடாய் அடுத்து வந்தவர் உம்பர்ட்டோ ஈகோ, உலகின் முதல் குறியியல் பேராசிரியராக அறியப்படும் இவர், இரு முக்கியமான போஸ்ட்-மாடர்னிச நாவல்களை எழுதினார். ஒன்று *Name of The Rose.*; மற்றொன்று *(2) Foucault's Pendulum* இந்த நாவல்கள் மேற்கிலும் மிகப்பெரும் அளவில் வரவேற்புக்குள்ளாயின. இந்த நாவல்களை ஈகோவினுடைய குறியியல் தன்மை கொண்ட நாவல்களாகக் கண்டனர், Christine Brook Rose இந்நாவல்களை வரைதோல் சரித்திரமாக வாசித்துக் காட்டியுள்ளார். குறிப்பாக Name of the Rose. கத்தோலிக்க தேவலாயங்களின் வரலாறு, இறையியல்

மற்றும் தத்துவங்கள் குறித்த வரைதோல் ஆக இது இயங்குவதாகக் கூறுகிறார்.

இந்த நோக்கில் பார்த்தால் இருபதாம் நூற்றாண்டின் இரண்டாவது பகுதியின் நாவல், கலை இலக்கியத்தில் அழகியலின் கருத்துருவத்தைத் தீர்மானித்தது ஆங்கிலமல்லாத பிற ஆப்பிரிக்க, ஐரோப்பிய மொழிகளும் அதன் மக்களும்தான், காலனிய அதிகாரம் உடைந்து எதிர்காலனிய அழகியல் இன்று தனது முகத்தை வெவ்வேறு நிறங்களில் காண்பித்துக் கொண்டிருக்கிறது. இதில் கவனிக்க வேண்டிய மற்றொரு விஷயம் இவை யாவுமே ஆங்கிலம் மூலமே மற்ற மொழியினருக்கு முதலில் அறிமுகமாகி—யிருக்கிறது.

இச்சூழலில் தென்கிழக்கு ஆசிய நாடுகளில் இந்தியா-பாகிஸ்தான் போன்ற மூன்றாவது உலக நாடுகள் இரண்டிலும் தனது கலாச்சார வேர்களை உடைய 'சல்மான் ருஷ்டி' Midnight Children, Shame என்ற இரு போஸ்ட்-மார்டன் இதிகாசங்கள் எழுதியுள்ளதாக தோனி பிரெனன் தனது 'சல்மான் ருஷ்டியின் மூன்றாவது உலகம்' என்ற நூலில் குறிப்பிடுகிறார்.

சல்மான் ருஷ்டி கூட வாய்மொழிக் கதை சொல்லுதலைக் கைவிடவில்லை. அதனாலேயே அவர்தான் ஒரு நவீன அற்புதக் கதையை எழுதுவதாகக் கூறுகிறார். இந்தியாவில் இதற்கு இணையாக அதிகம் பேசப்படாத மற்றொரு மாஜிக்கல் ரியலிசபாலிம்ஸெஸ்ட் சரித்திரமாக ஒரு முழுநீள நாவலை எழுதியவர் 'Allan Sealy.', அவருடைய Trotters Nameஎனும் நாவல் அருகி வரும் ஆங்கிலோ இந்திய வம்சாவளி குறித்ததாக இருக்கிறது.

இதுவரை நாம் பார்த்து வந்த ஒழுங்கில் தமிழில் வந்த முதல் மாய எதார்த்த நாவல் தமிழவனின் 'ஏற்கனவே சொல்லப்பட்ட மனிதர்கள்' இதைத் தொடர்ந்து இப்போது வந்துள்ள 'சரித்திரத்தில் படிந்த நிழல்கள்' என்ற நாவல் போஸ்ட்-மார்டனிசம் / வரைதோல் சரித்திரம் என்ற வகையில் வெளிவந்துள்ளது. இந்த நாவலைப் படித்தால் பல்வேறு அற்புதக் கதைகளின் தொகுப்பாகவும் தோன்றுகிறது. இதையே மொத்தமாக வாசித்தால் ஒரு நாவலைப் போலவும் வேறுவகையில் பார்த்தால் நினைவு தவறிப்போன சரித்திர நிகழ்வுகளின் மறு-பிரதியாக்கம் போலவும் தோன்றுகிறது

2

இனி போஸ்ட் மார்டனிசக் கருத்துருவத்தின் அடிப்படையில் இந்த வாய்மொழிக் கதைசொல்லலையும், தனித்தனி உறுப்புகளாக

இயங்கும் இப்புதுவகை நாவலையும் எம்முறையில் அணுகுவது என்பதைப் பார்க்கலாம். அதாவது ஒரு நாவல் என்பது சித்தரிப்பில் தனியொருமை உடையதாக மட்டுமே இருக்க வேண்டிய அவசியமில்லை. அப்படியே நாவல்கள் நுண்ணிய வடிவங்களை விழுங்கும் தனி ஒற்றைக்கோட்டுத் தன்மையுடன் பல மொழி விளையாட்டையும் மாஜிக்கையும் மறுத்துவிட்டு (மொழி விளையாட்டு என்பது இங்கே மொழியின் பிரதியாக்கத்தின் பன்முக சாத்தியப்பாடு) ஒருமைக் கருத்தாக்கம் என்ற பெயரில் அதிகார ஒருமுகப்படுத்தலுக்கு இட்டுச் செல்கின்றன. அதனால் தனித்த சித்தரிப்பின் உறுப்புகளான கதைகள் தம் ஒருமையை அழிக்கின்றன.

இதனை விளக்கும் முகமாக போஸ்ட்-மார்டனிசக் கருத்துருவத்தை வளர்த்தெடுத்த ழான் பிரான்கவா லயோடார்ட் சொன்ன வார்த்தைகளையும் பார்க்கலாம்.

"நுண்ணிய சித்தரிப்புகளின் மையப்படுத்தலையும்

ஒருமுகப்படுத்தலையும் உதறித் தள்ளுவதையே"

போஸ்ட்-மாடர்னிச விஞ்ஞானம் பிரதிநிதித்துவப்படுத்துகிறது. பல்வேறு வகையான ஒன்றுக்கொன்று இயைபுடைய இல்லாத தன்மைகளைக் கொண்ட பலவகையான மொழி விளையாட்டுகள் எல்லா திசைகளிலும் செழிக்க வேண்டும் என்ற உலக நோக்கையே லயோடார்ட் வாஞ்சையோடு அரவணைக்கிறார்.

அதோடன்றி அத்தகைய மொழி விளையாட்டுகளிடையே

ஒரு உரையாடலையோ அல்லது ஒருமித்த

கருத்தாக்கத்தையோ உருவாக்கக்கூடாது என்கிறார்.

அப்படி ஒருமித்த கருத்தாக்கத்தை உருவாக்கும்

பட்சத்தில், அது மொழி விளையாட்டின் மீதான வன்முறையாக

மாறும் என்கிறார் லாயோடார்ட்.

-ஸ்டீவன் கார்னர்

ஆகையால் தான் இந்த நாபிக்கொடி வழியில் பிரதியாக்கப்படும் தமிழவனின் 'சரித்திரத்தில் படிந்த நிழல்கள்' நாவல் முழுவதும் எந்த ஒருமுகப்படுத்தலுமின்றி பல்வேறு வகையான மாயாஜால விளையாட்டுகளையும் மொழி விளையாட்டுத் தன்மைகளையும் தன்னுள் கொண்டுள்ளது. ஆகையால்தான் இது நேர்கோட்டு

தன்மையற்ற பிரக்ஞையைக் கொண்டுள்ளது. அதன் மற்றொரு வடிவமாகதான் ஒரே குரலில் பேசாமல் ஒவ்வொரு பகுதிக்கு முன்னேயும் சொல்வோன் / கேட்போர் கூற்று என்ற Dialogism. நேர்கோட்டுத் தன்மையை கீறுப்பு செய்துகொண்டே இருக்கிறது. இதுகூட உரையாடல் அல்ல. ஒருவகையான பிரதியியல் விளையாட்டுதான். இதன் அடிப்படையில் பல்வேறு கதை சொல்லுதல் நிறைந்துள்ளன. 'சரித்திரத்தில் படிந்த நிழல்கள்' நாவலுக்குள் லயோடார்ட் சொன்ன மொழி விளையாட்டுகள் நிறைந்திருப்பதால் தான், அவரே சொன்னதைப்போல இந்நாவலை வாசிக்கும்போது, நமக்கு ஒருவித பார்த்தலின் அற்புதம் நம்முள் நிகழ்கிறது. இதைத் தமிழவனின் நாவலில், அவர் உருவாக்கிய 'மிதக்கும் குறிகளால்' கண்டறியலாம். இத்தகைய குறிமயமாக்கல் இன்றைய வாழ்நிலைக்களம் என்பது, ஜனக்கூட்டத்தினர் தொன்ம கலாச்சாரக் குறிகளை ஒரு குறி உலகுக்கு உந்தி இட்டுச்செல்லும் விதத்தில் இயங்குவதால் தேவைப்படுகிறது. இக்குறிகளைச் சொல்லாடல்களாக மாற்றி அதிகாரச் செயல்பாட்டின் நுண்ணிய இழையை அறிந்து பிடிக்கக் கூடியவர்கள் இத்தகைய சொல்லாடல்களை, மறுபடியும் (குறிகளாகவே) 'அ' மையமற்ற சேர்க்கை பிரிவைச் செய்து அவைகளை அகாலத் தன்மைக்குரியதாக மாற்றி, எதையும் குறிப்பீடு செய்யாவண்ணம் மிதக்கும் குறிகளாக transcodify செய்தல் அவசியம். இதுதான் இக்காலகட்டத்துப் பிரதியியலின் அரசியல் செயல்பாடாகவும் வாழ்வியலின் பிரதியாக்கமாகவும் நம்முன் நிற்கிறது.

இவ்வகையில் தமிழவனின் இப்புதிய நாவலைப் படித்தபோது இவரது நாவலின் எந்த 'குறியும்' உருவகமாக செயல்படவில்லை. எல்லாமே மிதந்தபடியேதான் உள்ளன. இதில்வரும் பாக்கியத்தாய் 'கண்ணை மூடிக்கொண்டே எதையும் பார்க்க கூடியவள்.' ஏனெனில், பாக்கியத்தாய் என்ற உடலிய / பாலிய பெயர்க்குறி பார்ப்பது எல்லாம் உண்மை என்பதை மறுக்கிறது. அப்படிப் பார்ப்பதை நம்பும் பட்சத்தில் இந்தக் 'குறி' காலத் தன்மையதாக மாறிவிடும். ஆகையால்தான் இவளது இருப்பு என்பது கண்ணை மூடியபடியே மிதக்கிறது

அதே பாக்கியத்தாய் மிதந்து பின்பு 'பச்சைராஜன்' என்ற பிள்ளை பெறாத ராஜனைக் காட்டில் வேறொரு பெண்ணாக கண்ணை மூடிக்கொண்டே 'என்னை மணந்தால் உனக்கு குழந்தை பிறக்கும்' என்றாள். இவளேதான் ராணியாய் ஆனதும் வார்த்தையொன்று மாட்டிக்கொள்ள உப்பி விடுகிறாள். ஆக

பாக்கியத்தாய் என்பவள் அகாலத் தன்மையுடையவளாக இருக்கிறாள். அதனாலேயே 'மூன்று பேரைப் பெற்றும் கூட கன்னியாகவே கருதப்பட்டாள்.' காலத்தன்மையற்ற பாக்கியத்தாய் கன்னியாகவே சூட்சுமப்படுகிறாள். இதே 'குறி' ராணியாக மாறும்போது 'ஒவ்வொரு பொருளையும் உள்ளும் புறமும் ஒரே நேரத்தில் பார்க்கும் ஆற்றல் பெற்றவளாய் திகழ்கிறாள்.'

இப்போது பாருங்கள் பாக்கியத்தாய் - வேட்டுவப் பெண் - ராணி ஆகிய மூன்று பேருமே.

1. உள்ளும் x புறமும்

2. திறந்த தன்மையுடைய கண் x மூடிய கண்

3. நிஜத்திலும் x பொய்யிலும்

4. பிள்ளை பெறுதல் x கன்னியாக இருத்தல்

இருமை எதிர்வுகளாக பல்வேறு விதங்களில் இயங்குகின்றனர். இப்படி ஒன்றுக்குள் ஒன்றென முடிவான காலத்தன்மையை இக்குறியானது தகர்த்துவிடுகிறது. எனவே, ஒரு கட்டத்தில் ராணி அவள் பஞ்சுமெத்தை மரக்கட்டிலில் படுத்து உறங்கும்போது வருங்காலத்தில் அந்நிய மொழிகளின் படையெடுப்பைக் கனவிலேயே காண்கிறாள். இந்த எதிரும் புதிருமானவைகள் இவர்களின் கறுப்பு வெள்ளைச் சதுரங்களாக வரைந்த காலம் காட்டியிலும் வருகின்றன இந்த நேரெதிர் பதிலிகள் தான்.

1. மலை மீது ஒளி

2. அம்மிக் குழவி

இவர்கள் இருவரில் ஒருவன் பாக்கியத்தாயின் வயிற்றிலிருந்து, மற்றொருவன் வார்த்தையிலிருந்தும் பிறந்தவர்களாகிறார்கள். பின்பு இவர்கள் தங்களது பதிலிகளை நாவல் முழுதும் பெருக்கிக்கொண்டே போகிறார்கள். இந்த பெருக்கத்தில் ஒரு கவிஞன் உருவாகி, ஒரே நேரத்தில் இரண்டு இடங்களிலும் தோன்றி, கவிதை வாசித்து காலத்தை உடலியல் ரீதியாகவே உடைத்து நாவலின் குறிகளை மிதக்க விடுகிறான்.

நாவலில் கேட்போனும் சொல்வோனும் பேசிக் கொள்கிறார்கள். நீ சரித்திரத்தைச் சொல்ல வருகிறாயா என்று கேட்போன் கேட்க, எந்தக் குறிப்பிட்ட சரித்திர பாத்திரத்தையும் கூறவில்லை என்கிறான் சொல்வோன். சிலர் இதில் வரும் சொற்களை தங்களின் சமகால அரசியல் பாத்திரங்களோடு

சம்பந்தப்படுத்தக்கூடும். ஆகையால்தான் இங்கு மறுபடியும் கூறவேண்டிய முக்கிய விஷயம், இதில் வரும்

1. அம்மிக்குழவி

2. சொல்லின் பொருள்

3. காலத்தை வென்றவள்

4. மலை மீது ஒளி

5. ஒற்றைக் கண்ணன்

6. எறும்பு ராணிகள்

7. பச்சை ராஜன்

8. பார்பர்

9. சர்க்கஸ் கோமாளி

ஆகிய அனைத்துமே 'மிதக்கும் குறிகள்' மற்றும் அகாலத் தன்மையுடையவை உருவகங்களல்ல. இந்நாவல் பிரதியாக்கம் என்பதில் அதன் 'வாய்மொழி கதை சொல்லுதல்' என்பது போஸ்ட்-மார்டனிச கருத்துருவ அடிப்படையிலான வரைதோல் சரித்திரத்தையும் உள்ளடக்கி இருப்பதைக் குறிப்பிட்டாக வேண்டும். இனி இது குறித்துப் பேசலாம்.

3

வரைதோல் சரித்திரம் என்பதை எவ்வாறு அர்த்தப்படுத்துவது என்பதில் சிக்கல்கள் இருப்பினும் அகராதிப் பொருளில் துவங்கிப் பின்பு பல்வேறு வகையான பாலிம்ஸெஸ்ட் சரித்திரத்தைப் பற்றிப் பேசலாம். அதற்கு முன்பு இந்த நாவலாசிரியர் சரித்திரம் பற்றிக் கூறியுள்ள சிலவற்றை வாசிக்க வேண்டும். ஏனெனில் இந்த நாவலின் 'தெகிமாலா' மக்களது சரித்திரத்தின் மறு பிரதியாக்கம் என்கிறார் தமிழவன்.

இந்த நாவலில் உரையாடற் பங்காளர் குரலில் கேட்கும் வரிகளை கவனியுங்கள்.

'இச்சரித்திரம் தெகிமொலாக்களைப் பற்றியது. எனவே கற்பனையும் நிஜமும் வேறுபாடில்லாமல் எழுதப்பட்டிருக்கின்றன.

சம்பவங்கள் நடந்த ஆண்டுகளைப் பற்றி ஆதாரங்களின் அடிப்படையில் அறிவதைவிட யூதங்களின் அடிப்படையில் அறிபவர்களுக்கு சரித்திரம் மிகத்தெளிவாக விளங்கும்'

இந்தத் தெகிமொலாக்கள் ஒருவித பயம் கலந்த இரண்டக நிலையில்தான் வாழ்வியலை நடத்தி இருந்திருக்கின்றனர். ஒருவித தொடர் வன்முறை அவர்களைப் பீடித்துக் கொண்டே இருந்துள்ளது.

'எதிர்காலத்தில் மக்களின் நினைவுகளிலிருந்தும் கூட விரட்டப்பட்டு விடுவோமோ என்று பயந்தபடி இவர்கள் வாழ்ந்தார்கள்'

'எழுதப்பட்ட எல்லா நூல்களிலும் இவர்கள் தங்கள் சரித்திரத்தைப் பற்றியே மீண்டும் மீண்டும் எழுதினார்கள்.'

இந்த மக்கள் குழுவினர், அடிப்படையில் பிரதியியல் தன்மைமிக்க மனிதர்களாக பாதி நாடோடிகளாக வாழ்ந்துள்ளனர். தங்களைக் காப்பாற்றிக்கொள்ளும் செயல்பாடாக பிரதியியலுக்குள் புகுந்து கொண்டனர்.

இந்த விஷயம்தான் நாவலுக்கான வரைபடம். இங்கிருந்துதான் வரைதோல் சரித்திரமாக தமிழவன் நாவல் உருமாறுகிறது. இத்தகைய அடிப்படையிலிருந்து இவைகளை மறுபிரதியாக்கம் செய்வதில் ஒன்றுக்குமேல் ஒன்றாக எழுதி, பல்வேறு பிரதிகளுக்கு இடமளிக்கும் வண்ணம் வரைதோல் பிரதியாக்கச் செயல்பாடு இயங்குகிறது.

வரைதோல் என்பது ஒரு வரைபடம் அல்லது வேறொரு தளத்தில் ஒன்றுக்கு மேற்பட்ட எழுத்துக்கள் காணக் கிடைப்பது. இதில் ஒரு எழுத்து மற்றொன்றின் மீது மேல் பதிவாகியிருக்க, முதல் அதாவது மூல எழுத்து என்பது ஏறக்குறைய அழிந்த நிலையினதாக இருந்தும் அதன்மீதே எழுதப்பட்டதைப் போல் அந்த மூலப்பிரதியும் இரண்டாம் பிரதியின் வழி பார்த்தால் தெரியும்.

இவ்வகையில் தான் வரைதோல் சரித்திரம் என்பது முந்தைய சரித்திரத்தின் மீதே மற்றொரு முறை அதையே எழுதுவது. இதில் முந்தைய எழுத்தின் முகம் தெரியும். புதிய எழுத்தும் இருக்க, ஒன்றன்மீது ஒன்று படிந்திருக்கும். ஆகையால் இதற்குப் பின்னலாகக் காணப்படும் இரண்டகத் தன்மை ஒன்றும் உண்டு. மூலத்திற்கும் மறு பிரதியாக்கத்திற்கும் உள்ள வேறுபாடுகள் இருந்து கொண்டே தான் இருக்கும். இந்த வேறுபாடுகள் அப்படியே லயோடார்ட் கூறுவதுபோல் அமையும்.

அவர் “போஸ்ட்-மார்டன் அறிவு நிலை என்பது ஒற்றை அதிகாரத்தின் ஆயுதம் அல்ல. மாறாக அது வேறுபாடுகளை அப்படியே ஏற்றுக்கொள்ள நம்மை மறுதயார் செய்கிறது” என்றார்.

இவ்வாறு வரைதோலில் சரித்திரம் என்பது ஒன்றன்மீது ஒன்றாகப் பின்னப்பட்டு மேல் பதிவாகி இரண்டக நிலையில் இயங்கும். இங்கே யூகங்களின் அடிப்படையில் விளங்கிக்கொள்ள வேண்டும் என்பது அடிப்படைப் பிரதிக்கும் மேல் பதிவான பிரதிக்கும் இடையே உள்ள இடைவெளியை ஆதார அடிப்படையில் அறிய முடியாது. இரண்டையும் பொருத்தி யூகிக்கவே முடியும் எனச் சொல்கிறது.

அடுத்ததாக, “சரித்திரத்தில் படிந்த நிழல்கள்” என்கிற பாலிம்ஸெஸ்ட் சரித்திரம் என்பது எவ்வகையான வரைதோலில் பொருந்துகிறது என்பதைப் பார்க்கலாம். உம்பர்ட்டோ ஈகோவின் இரண்டு நாவல்களைக் குறித்து கிரிஸ்டீன் புரூக் ரோஸின் கட்டுரையில் பல்வேறு விதமான பாலிம்ஸெஸ்ட் வரைதோல் சரித்திர வகைகள் இருக்கின்றன. அவற்றை அவர் நான்காக முன்வைக்கிறார்.

அவை

1. எதார்த்த சரித்திர நாவல்

2. மொத்தமும் கற்பனையான கதையை சரித்திரத்தின் காலத்தில் பொருத்துவது. அதில் எண்ணற்ற மாஜிக்குள் இடையீடு செய்யும்.

3. எல்லாவற்றையுமே கற்பனைக் கதையை செய்து சரித்திர காலத்தில் மாயமின்றி பொருத்துவது, ஆனால் காலத்தால் தத்துவத்தையும் இறையியலையும் இடம்பெயர்ந்து ஒருவித இலக்கியம் மூலம் மாயத்தைத் தோற்றுவிப்பது.

4. கோமாளித்தனமாக (நக்கலான) மறு உருவாக்கம் நமக்கு ரொம்பவும் தெரிந்த மற்றும் நெருக்கமான காலத்தையும், நிகழ்வுகளையும் கொண்டது.

மேலே கண்டவற்றில் எதார்த்த சரித்திர நாவல் என்ற வகையைத் தவிர்த்துவிட்டால், மற்ற மூன்று வகைகளில் தமிழவனின் இந்நாவல் மூன்றின் தன்மைகளையும் உள்ளடக்கியே உள்ளது. இந்த நாவலும் கூட ஒருவகையில் மற்றொரு பிரதியை எழுதுவதற்கான வரைதோல் தான் இதை வாசிக்கும் யாரும் இதையே அடிப்படை வரைதோலாக்கி தங்களுக்கான இன்னொரு வரைதோலை எழுதலாம்.

4

'சரித்திரத்தில் படிந்த நிழல்கள்' நாவலின் சில பகுதிகளை வாசிக்கும் போது, அப்பகுதிகள் இரண்டாவது வரைதோல் வகையானதாக இருக்கின்றன. மற்ற பகுதிகளில் 1. தெகிமொலாக்கள் தங்களின் காலத்தைக் கணிப்பது, 2. அவர்களின் காமம் மற்றும் ஒழுக்கவியல் குறித்த பகுதிகள் 3. எறும்பு தங்கள் தங்கள் பிரச்சனைகளைத் தீர்த்துக்கொள்ளும் விதம், 4. கனவில் பிறந்தவனின் ஆண்டு தண்ணீர் புலி ஆண்டின் பதின்மூன்றாம் சுற்று, 5. மற்றொருவன் தன் நிழலுக்குள் புகுந்து ஒளிந்து கொள்வது, 6. பகல் புணர்ச்சி முற்றாய் நிராகரிக்கப்பட தொடர்ந்து பிறந்தவர்கள் விசித்திர நினைவுகளுடன் கால நினைவு அற்ற விதமாகப் பிறப்பது ஆகியவை மூன்றாம் வரைதோலைச் சார்ந்ததாக இருக்கின்றன.

இம்மூன்றையும் தாண்டிய நான்காவது வகை மிக முக்கியமானது. இன்று மனிதர்களை பெரிதும் பீடித்தும் அவர்களை உலுக்கிக் கொண்டும் உள்ள பிரச்சனையான விலங்கியச் சூழல் நாவலின் இறுதிப் பகுதியில் வரும் சர்க்கஸின் வருகை, அதன் நிகழ்வுகள், அதன் குறிகளான கோமாளி X பார்பர் ஆகியவை மிகவும் துல்லியமாக புனையுருவாக்கம் செய்யப்பட்டுள்ளது.

இந்த சர்க்கஸ் கோமாளி ஊரெங்கும் மிதந்தபடி மிருகங்களின் வருகை குறித்தும் அவற்றின் சர்க்கஸ் சாகசங்களைப் பற்றிக் கூறியும் ஒருவித மிருக நடப்பியல் சூழலை அந்த ஊரில் பரப்புகிறான். ஒவ்வொரு மிருகத்தையும் குறியாக்கி, அதற்கு ஒரு போலியான தோற்றத்தைத் தந்து மக்களைத் தனது குறியிலக்கை நோக்கித் தள்ளிக்கொண்டு போக எண்ணுகிறான். ஒருவித 'இறையாண்மையை' உருவாக்க முயலுகிறான் கோமாளி.

கோமாளி நிறுவ முயலும் விலங்கியச் சூழலின் குறிகளைப் பார்பர் தாண்டுகிறான். ஏனெனில் கோமாளியும் ராஜாவின் பிரதிபிம்பமான கருணாகரத் தொண்டைமானும் இந்த நாவலின் ஒரு கட்டத்தில் ஒருவராக உருமாறுகிறார்கள். ஆகையால்தான் கோமாளி ஒருவர் விலங்கியல் சூழலை சொல்லாடலாய்த் தனது 'குறிகளான' மிருகங்கள் மூலம் நிறுவ பார்பர் மக்களிடம் சென்று இசை மிருகங்களே அல்ல, என எதிர்மறையாய் மொழி மூலம் நினைவிலியில் கடந்துவருதல் செய்கிறான்.

லியோடார்ட் இதையே குறியின் அறிவெல்லைக்கப்பாலைத் தோற்றத்துக்கு பலியாகக்கூடாது என, தனது *Universal History and Culture* என்ற கட்டுரையில் கூறுகிறார். பூதிலார் என்ற மற்றொரு

போஸ்ட்-மாடர்னிஸ்ட் வேறுவிதமாகக் கூறியதையும் இத்தோடு சேர்த்து வாசிக்கலாம்.

இருமுக மனப்போக்கானது அதாவது குறியின் இன்னொரு பக்கத்தை அறிந்து அதனைத் தாண்டி செல்வதின் மூலம் குறியின் தன்மையினையும் அதன் நம்பகத்தன்மையையும் எதிர்க்க முடியும். அதன்மூலமே ஒரு குறியின் போலியான உள்ளூறைந்து தெரியும் தோற்றத்தை மீற முடியும் என்கிற பூதிலார்ட் கருத்துடன் இந்த சர்க்கஸ் கோமாளியின் போலிக் 'குறி'யாக விலங்கிய சூழலை ஒப்பிடலாம். அதனால்தான் பார்பர் 'இவை மிருகங்களே அல்ல' என்று கூற முதன்முதலில் நம்ப மறுக்கும் மக்கள் - ஒருநாள் சிங்கம், கரடி, யானை யாவும் பொய்மை என்பதை அறிகிறார்கள். அவையெல்லாம் மனிதர்கள் தான். ஆனால் அவர்கள் 'மிருகக் குறிவயமானதால்' உள் திரும்பி சிங்கம், யானை போலவே உணவுண்டும் மலம் கழித்தல் கொண்டிருப்பதைக் காண்கிறார்கள். இது சர்க்கஸின் பிரதியியலின் இன்னொரு முக்கிய கட்டமாகும். துவக்கத்தில் கூறியது போல் சொல்லாடல்களாக ஒருமைப்பட்ட 'குறிகளை' உடைத்தெடுத்து 'மிதக்கும் குறிகளாக' மாற்றிய தமிழவன் என்ற போஸ்ட்-மாடர்னிச கதைசொல்லி பிற்பாடு அந்தக் குறிகளின் போலியான ஊடுருவும் தன்மையைக் கடந்துபோய் விடுகிறார். இதையே நாவல் முழுக்க பல்வேறு கட்டங்களில் காண முடியும்.

5

பல்வேறு கதைகளை உபகதைகளாகக் கொண்ட இப்பாலிம்ஸெஸ்ட் நாவலான 'சரித்திரத்தில் படிந்த நிழல்கள்' என்பது தமிழில் ஒரு புதிய முழு அளவிலான எதிர் மேலாண்மை அழகியலை, காலனிய அழகியலுக்கு எதிராகத் தமிழ்மொழியின் மூலம் முன்மொழிந்துள்ளது. இதுவே தமிழில் புதிதாக சொல்லப்பட்ட வாய்மொழி நாவல். இதில் பன்முகத்தன்மை காப்பாற்றப்பட்டுள்ளது. சால்மன் ருஷ்டியின் Shame மற்றும் Mid Night Children நாவல்களைக் குறித்து டோனி பிரன்னன் கூறியதை அப்படியே இங்குத் தமிழனின் பிரதியியலுக்கு பொருத்தலாம். இந்நாவல் சுருள் சுழற்சியான விலகலையும் மற்றும் திட்டமிட்ட நோக்குடைய நேர்க்கோட்டு தன்மையற்ற தன்மையைக் கொண்டிருக்கிறது.

இனி இந்த நாவலின் இயக்கம் என்பது வாசகர்களின் கைவசம் உள்ளது.

இந்த நாவலை எங்கிருந்தும் ஏதாவது ஒரு பக்கத்தில் 'டக்'கென்று திருப்பி எடுத்தும் வாசிக்கலாம். இதில் 'காலப்பிரக்ஞை' கிடையாது. ஒரு மர்ம நாவல் வாசகன் இதை மர்ம நாவலாகவே வாசிக்கலாம். அற்புதக் கதைகளின் தொகுப்பாகவும், நாடோடி வாய்மொழிக் கதைகளாகவும், சரித்திரப் பெட்டகமாகவும் இன்னும் ரகசிய சமூகங்களின் வரலாறாகவும் Occultist நாவலாகவும் எதுவாகவும் இந்நாவல் மாறிக்கொண்டே போகும். அதற்குக் காரணம் இது உருவகக்கதை அல்ல. இது மிதக்கும் குறிகளைக் கொண்ட ஒரு மாயப்பிரதி.

தமிழவனின் நாவலைப் பற்றிக் கடைசியாக சொல்வதெல்லாம் வாசித்தல் குறித்து ஸ்டான்லிஃபிஷ் சொன்ன ஒரு பத்தியைக் கூறி, பின் மீண்டும் நாவலை வாசிக்கப் போகிறேன் என்பதுதான்.

ஒரு சமூகம் ஒரேயொரு பிரதியின் இருத்தலை நம்பினால் அவர்கள் எப்போதுமே அந்த ஒன்றையே எழுதிக் கொண்டிருக்கும் தந்திரத்தையே கையாளுவார்கள்.

முதல் சமூகத்தின் இரண்டாவது சமுதாயத்தினர் குறுக்கும் போக்குடையவர் எனக் குறை கூறுபவர்கள், அவர்களோ குற்றம் சாட்டுபவர்களை மேம்போக்கானவர்கள் என்று அழைப்பார்கள்.

உரை கூறும் சமூகங்கள் தொடர்ந்து பெரிதாக வளர்ந்து வீழ்வார்கள். தனி நபர்கள் ஒன்றிலிருந்து மற்றொன்றுக்குள் நகர்வார்கள்.

-ஸ்டான்லி பிஷ்
(இண்டர்பிரட்டிங் வேரியோரம்)

இந்த நாவலை வாசிக்கும் பொழுது வாசகர்கள் ஒரு உரை கூறும் சமூகத்திலிருந்து...............மற்றொரு உரை கூறும் சமூகத்திற்கு மாறிக்கொண்டே போகலாம்.

(31-5-1993)
கதைமொழி டிசம்பர்-2008 காவ்யா

பிரதிகளின் பன்முகக் கலாச்சாரமும் இலக்கிய விமர்சனக் கோட்பாடுகளின் எல்லைகளும்

தேசியத்தை சாதாரணமாக முறைமைப்படுத்தாத பிரதிகளை இலக்கிய விமர்சனம் புனிதத் தொகுப்பாக்குகிறது என நான் வாதாட விரும்புகிறேன்.

-சைமன் டூரிங்
(லிட்ரேச்சர் நேஷனலிசம்ஸ் அதர் தி கேஸ் பார் ரிவிஷன்)

இலக்கியம் என்ற சொல்லை குறிப்பீடு செய்யும் இருவேறு பண்புச் சொற்களான கவிதை, உரைநடை ஆகியவற்றைப் பகுத்துப் புரிந்து கொள்ளவே பெரும்பாலும் இலக்கிய விமர்சனம் என்ற எழுத்துச் செயல் ஒரு காலகட்டம் வரையில் வரையறை செய்து வந்தது. குறிப்பாக மொழியியல் ரீதியாக இலக்கியத்தைக் காண விழைந்த கோட்பாடுகளில் அமைப்பியல் வாதம் தொடங்கி பின்-அமைப்பியல் வாதம் அமைவுற்று அதன்பிறகு பின்-நவீனத்துவம் என்ற நிலை வரை வளர்ந்துள்ளது. இதில் பின்-அமைப்பியல் வாதத்தை

1. அர்த்தம் குறித்த தத்துவமாகவும்

2. அர்த்தம் குறித்த அரசியலாகவும் கூறுகின்றனர். இலக்கியம் என்பதிலுள்ள 'நான்' என்ற இறையாண்மையை அகற்றிவிட்டு எல்லா வடிவங்களையும் ஒன்றோடொன்று இயைபுடையதாகக் குறிக்கிறது.

'தத்துவம்' என்பதை மொழிகடந்த அரூபப் பொருளாகக் கருதியதின் விளைவே 'கவிதையையும்', 'உரைநடையையும்' முழுமுதற் வடிவங்களாக மாற்றியது. இதன் எல்லைகளைத் தகர்த்த ழாக் தெரிதா என்ற பின்-அமைப்பியல் சிந்தனையாளர் தத்துவம், கவிதை ஆகியவை எல்லாமே ஒருவகையான மொழிதான் என்று கூறுகிறார். இதன் அடிப்படையில் அர்த்தம் என்பதை

வாசித்தல் மூலம் தள்ளிப்போட்டுக் கொண்டே போகலாம் என்றும் கூறுகிறார். ஒரு மொழியாலானப் பிரதிக்கு ஒரு நிலையான அர்த்தம் என்பது இருக்க சாத்தியமில்லை என்பதைத் தனது கட்டவிழ்த்தல் மற்றும் difference என்ற மொழிக்கோட்பாடாகச் செயல்படுத்திக் காண்பிக்கிறார். மொழியால் கட்டமைக்கப்பட்ட

அகம் இலக்கியம்

அல்லது

அகவயம்-தத்துவம்

(self or subject) என்பதை மொழியாலேயே கட்டவிழ்க்க முடியும் என்கிறார். அதேபோல 'தத்துவம்' சார்ந்த பெருங் கதையாடலையும் மொழிக்குறிகளின் தொகுப்பாகக் காணும்போது அந்த மொழிக்குறியின் உதவியின்றி 'தத்துவம்' என்ற குறிப்பீட்டை சாத்தியப்படுத்த இயலாது. இதனைக் கட்டவிழப்பு செய்யும் பட்சத்தில் 'தத்துவம்' தனது மொழி கடந்த செயல்பாடு என்ப— திலிருந்து கழன்று வெறும் மொழிக்குறிகளாகவே இருப்பதைக் காண முடியும்.

இத்தகைய சிந்தனையின் மற்றொரு சாத்தியமாக மிஷேல் பூகோவும் ஒருமையுடைய சில கருத்துகளைக் கொண்டிருந்தார். அவரும் ஒருவனின் அகத்தைச் சிதறடிக்கச் செய்யும் செயலாக முறையீட்டை தனது டெக்னாலஜி ஆப் செல்ப் (தன் என்பதின் தொழில் நுட்பம்) என்ற நூலில் எழுதுகிறார். ஒருவன் இன்னொருவனிடம் பாவமன்னிப்பு கேட்பதில் ஈடுபடும் போது மொழிரீதியாகத் தனது அகத்தை அழித்துக்கொள்கிறான் என்கிறார். இதற்கு ஆதாரமாக புனித அகஸ்டினின் பாவ மன்னிப்பை முன்வைக்கிறார். ஒரு சீமாட்டி தனது அகத்தினுள் அமுக்கப்பட்ட பாலியல் குறித்த நடப்புகளை வெளிக்கொணர இயலாத காலக்கட்டத்தில் அந்தப் பாலியல் அடக்குமுறையைக் கீழறுப்பு செய்யும் முகமாக அன்று நிலவிய ஒரு நாடோடிக் கதையை இதற்கு எதிரானப் பிரதியியல் செயலாக வாசிக்கிறார். "ஒரு மாய மோதிரம் அது எந்த இடத்தில் வைக்கப்படுகிறதோ அந்த ஸ்தானத்தின் கதையை அது சொல்லிவிடும். மொழியற்றுக் கிடக்கும் ஒடுக்கப்பட்டப் 'பெண்ணின் பாலியல் அகத்தை' கதையாடலாய் மொழிகிறது. கதைசொல்லும் மோதிரத்தை அந்தப் பெண் தனது யோனியில் வைக்க அம்மோதிரம் அவ்வுடலிய ஸ்தானத்தின் அடக்குமுறையை உள் வயப்படுத்தப்பட்ட அகத்தை மொழியால் கதையாக்கிச்

சொல்லி விடுவிக்கின்றது. இந்த வினோதமான நாடோடிக் கதையை பூக்கோ அகவயப்படுத்தலுக்கான மொழிரீதியான கீழறுப்பாகக் காண்கிறார். அதேபோல Cervantes-¡ Don Quixote-ஐப் பற்றிக் கூறும்போது,

எழுதப்பட்ட வார்த்தை மற்றும் பொருள் இனி எப்போதும் ஒன்றையொன்று மற்றும் அவற்றுக்கிடையேயும் பிரதிபலிக்காது. Don Quixote தன்னிச்சையாகவே திரிகிறான் என்கிறார்.

செர்வாண்டஸின் கதைமொழிக்கும் அதுகுறிக்கும் பொருளுக்கும் எந்த வகையானக் குறிப்பிட்ட ஒப்புமை இல்லாத ஒரு மொழிவெளியில் அந்த மொழிப்புனைவான Don Quixote சஞ்சரிக்கிறது என்கிறார்.

சிந்தனைத் துறையில் அறிதல் முறையிலும் அறிவுத் தொகுப்பிலும் அடக்குமுறையை உள் வயப்படுத்தப்பட்ட அகத்தை மொழியால் கதையாக்கிச் சொல்லி விடுவிக்கின்றது. இந்த வினோதமான நாடோடிக் கதையை பூக்கோ அகவயப்படுத்தலுக்கான மொழிரீதியான கீழறுப்பாகக் காண்கிறார். அதேபோல Cervantes Don Quixote-ஐப் பற்றிக் கூறும்போது

சிந்தனைத் துறையில் அறிதல் முறையிலும் அறிவுத் தொகுப்பிலும் பன்முகப் போக்குகளை உண்டாக்கியதில் நீட்ஷேயின் பங்கை முக்கியமாக இங்கே குறிப்பிட வேண்டும். அவரும் ஒரு மொழிநூல் அறிஞராக இருந்தவர். தத்துவத்தின் கற்பனா சக்தியை ஒற்றைக் குறிப்பீடாகக் 'கடவுளை' வைத்துக் குறைப்பதை எதிர்க்கும் முகமாக 'கடவுள் இறந்து விட்டார்' என அறிவித்தார். இதை அவரது முக்கியமான சிந்தனைகளுள் ஒன்றாகக் கொள்ளலாம். இதன் அடிப்படைத் தத்துவத்தின் அர்த்தச்சுழிப்பைக் கட்டுப்படுத்தும் இறையாண்மையைத் தகர்க்கவே அவ்வாறு எழுதினார். இதைப்போலவே ரோலன் பார்த் என்ற இலக்கிய விமர்சகரும் 'ஆசிரியன் இறந்து விட்டான்' என்பதை விமர்சனத்தில் முன்மொழிந்தார். ஏனெனில் இலக்கியப் பிரதியின் வாசித்தலுக்கான பன்முனை சாத்தியத்திற்கு ஆசிரியனின் தொன்ம மதிப்பீடு தடையாக இருக்கிறது. அது பன்முக வாசிப்பிலிருந்து வாசகனை வெளியே தள்ளி விடுகிறது. ஆகவே "ஆசிரியன் எனும் குறிப்பற்ற மொழிப்பிரதியானது" அர்த்தத்தை ஒருமுகப்படுத்தாமல் எண்ணற்ற வாசக சாத்தியப்பாட்டைத் தழைக்கச் செய்கின்றது. ஆகவே பல்வேறு கலாச்சார முனைகளை ஒரே பிரதியில் வாசித்துப் பெருக்கும் வாய்ப்பை அது உண்டாக்க விழைகிறது.

வாசிப்பை அடிப்படையாகக் கொண்ட மொழி ரீதியான விமர்சனம் வளர்ந்தபோது பின்-அமைப்பியலின் தொடர்ச்சியாக இன்று பேசப்படும் பின்-நவீனத்துவம் என்ற கலாச்சார விமர்சனம் ஒரு புதிய விசையோடு இயங்கத் தொடங்கி உள்ளது. இலக்கியப் பிரதி என்பதை விரிவுபடுத்தும் இந்தப் பின்-நவீனத்துவத்தை "கலாச்சாரங்கள் பற்றிய கலாச்சாரம்" என வால்டர் ட்ருயட் ஆண்டர்சனால் குறிக்கப்படுகிறது. அதைப்போலவே பின்-நவீனத்துவ சிந்தனையாளர்களுள் மிக முக்கியமானவரான ழான் பிரான்சுவா லயோடார்ட் எல்லா வகையானப் பிரதிகளையும் (இலக்கியம், ஓவியம், கட்டிடக்கலை...) ஒருவகையான மையமற்ற மொழி விளையாட்டு எனச் சொல்கிறார். மேலும் சொல்லாடல்களின் தகர்வை நுண்ணிய சொல்லுதல் கொண்டே நிகழ்த்துகிறார். கதை சொல்லுதலே எல்லாப் பிரதிகளின் உட்கிடையெனவும் கூறுகிறார். மேலும் அவர் 'கனவு' என்பதை நூதனமாக எழுதப்பட்ட ஒரு காகிதத்தைக் கசக்கிப் போட்டுவிட்டு அதை மறுபடியும் விரித்து வாசிக்கும் போது நமக்குத் தெரியக்கூடிய கலைந்த நிலையில் இடைவெளிகள் அடங்கிய மொழிக்குறிகளைப் போன்றதுதான் கனவு என்று புதிய பின்-நவீனத்துவ வாசிப்பை பிராய்டின் கனவு பற்றிய கருதுகோள் மீது முன்வைக்கிறார். இதைப்போலவே பிரடெரிக் ஜேம்ஸனும் வெபர்-ன் சமூக ஆய்வுகள் மற்றும் பிராடஸ்டன்ட் அறவியல் குறித்த பிரதியைப் பின்-நவீனத்துவம் வழியாக வாசித்து அவரை ஒரு கதைசொல்லியாகக் குறிப்பிடுகிறார். அதேபோல் மானுடவியல் அமைப்பியல்வாதியான கிளாட் லெவிஸ்டராஸ் பிரேசிலின் பழங்குடியினரைப் பற்றிய தனது நூலான டிஸ்ட்ரஸ் ட்ராபிக்ஸில்

"இத்தகைய கதையாடல்களை புக் ஆப் பேண்டகுரலின் நான்காவது புத்தகத்திலிருந்துதான் ரபலா எழுதியிருக்கக்கூடும். துவக்க கால கேலிச்சித்திரங்களை நமக்களிக்கும் போது அதனை இப்போது மானுடவியலாளர்கள் கருமித்தனமிக்க மூலப்பிரதியின் மீது தைக்கப்பட்ட உறவுகளின் முறைமை என அழைக்கின்றனர்; இந்த முறைமையை நாம் கருக்கொண்டு அறிவது அரிதாயினும், அதில் ஒரு வயோதிகன் இளம்பெண்ணை 'தந்தையே' என அழைப்பான்."

டோல் டிரம்ஸ்

-கிளாட் லெவிஸ்ட்ராஸ்-

டிரஸ்டஸ் டிராபிக்ஸ் - என்று கூறுகிறார்.

பிரான்சுவா ரபலாவின் நாவலின் ஒரு பகுதியை லெவிஸ்ட்ராஸ் தனது Tristes Tropiques என்ற நூலில் பிரேசிலியப் பழங்குடி—யினரைப் பற்றிய ஆய்வில் பயன்படுத்துவதில் இலக்கியம் X மானுடவியல் என்ற நேரெதிர் வகைமைகளைத் தகர்த்து ஒருவித பின்-நவீனத்துவம் குறிக்கும் ஒரு கதைசொல்லல் உருவாவதும் வகைமைகளுக்கு இடையிலான இடைவெளி மறைந்து ஒன்றுக்குள் ஒன்று மங்கலாக ஆவதையும் காணலாம். இதில் முக்கியமாக ஒரு வயோதிகன் ஓர் இளம்பெண்ணை 'தந்தையே' என்று அழைக்கிறார். இது ஒருவகைப் புராணிக நையாண்டித்தனம் தொனிப்பதாக 'அப்பா' என்ற மொழிக்குறிப்பை வைத்துத் தனது மானுடவியல் குறித்த கண்டுபிடிப்பைச் சொல்லிச் செல்கிறார்.

2

இன்று பல்வேறு திசைகளில் வளர்ந்துள்ள இலக்கிய விமர்சனம் என்ற வகையானது பின் காலனிய நாடுகளில் அமைப்பியல் வாதம், பின்- அமைப்பியல் வாதம், பின்-நவீனத்துவம் ஆகியவை அறிமுகமாவதற்கு முன்னர் ஆங்கிலம் வழியாக எழுதப்பட்டு அறிமுகப்படுத்தப்பட்டது. அதில் ஆங்கிலோ சாக்சன் விமர்சனம் என்ற அடைமொழியோடு விளக்கியதில் நமக்கு மிகவும் அறிமுகமானவர் டி.எஸ்.எலியட். இவரது கவிதைகள் மீது நிகழ்ந்த அதீத வாசிப்பால் இவரின் விமர்சன எழுத்துகள் அதிக கவனத்தைப் பெற இயலாமல் போயின. இவரது வழியில் வந்த ஐ.ஏ.ரிச்சர்ட்ஸ் மற்றும் எப்.ஆர். லிவிஸ் போன்றோரின் விமர்சன முறைமை அதிகம் அறியப்படுகிறது. இவ்விருவரையும் நவீன விமர்சனத்தின் முன்னோடிகளாகக் கொள்ளலாம்.

இதற்கு முன்னர் டிரைடன் என்பவர்தான் 'விமர்சனம்' என்ற வார்த்தையை முதலில் அச்சு வடிவில் பயன்படுத்தியவர் என்பார்கள். இவர் விமர்சனம் என்பதை எந்தவித இலக்கிய வடிவத்திற்கான உரையாடல்? என்ற பிரயோகத்தில் பயன்படுத்தினார். இவரிடமிருந்து வளர்ந்த ஆங்கில விமர்சன போக்கில் டி.எஸ்.எலியட்டின் விமர்சனக் கட்டுரைகள் ஆங்கில, ஐரோப்பிய கண்டங்களின் கவிதைகளைக் குறித்து ஆராய முற்பட்டது. அதில் இந்தியாவைப் பற்றியும் போகிற போக்கில் பேசுகிறார். அன்றைய காலக்கட்டத்தில் மிகவும் முனைப்பாக இருந்த,

1. கட்டற்ற புனைவியல் தன்மை

2. ஆசிரியனின் சரிதம் சார்ந்த இலக்கிய விமர்சனம்

3. ஆசிரியர் வழியாக இலக்கியப் பிரதியை வாசித்தல்

4. இலக்கியப் பிரதியின் வழியாக ஆசிரியனை அறிதல்

என்பவைகளுக்கு மாற்றாக

1. வரலாற்றுப் பிரக்ஞை

2. கவிஞன் தன் அகத்தை அழித்தல்

3. மரபுடன் கவிஞனுக்குள்ள தொடர்பு

4. கவிதைக்கும் தேசியத்திற்கும் பிராந்தியத்திற்கும் உள்ள உறவுநிலை

5. உரைநடைத் தவிர்த்த கவிதையின் முதன்மைப் போக்கு

6. பருண்மை ஒப்புமை

ஆகியன எலியட்டினுடைய விமர்சனத்தின் முக்கிய அம்சங்களாகும்.

"பல்வேறு விதமான பதிவேடுகள் அல்லது விவரப்பட்டியல்கள் அளிக்கக்கூடிய இலகுவான சூழலமைவுகளினூடாக கவிதைகள் இடையீடற்ற வாதத்தில் நுழைகிறது. இதிலிருந்து விமர்சகன் இரவல் பெறலாம்."

-போஸ்ட் ஸ்டக்சுரல் ரீடிங் ஆப் இங்கிலீஷ் பொயட்ரி-

தொகுப்பு: ரிச்சர்ட் மச்சின் மற்றும் கிறிஸ்டோபர் நாரிஸ்.

எலியட் மேலே குறிப்பிடும் 'நிலையற்ற பொருத்தம்' என்பதன் மூலம் ஓரளவு கவிதைக்கு ஒரு நிர்ப்பந்தமான சூழலமைவு இருக்கத் தேவையில்லை என்கிறார். தேசம், மொழி, கவிஞன் ஆகியவை குறித்துத் தனது விமர்சனக் கட்டுரைகளில் விரிவாக விவாதித்துள்ளார். இவை இன்றைய பின்-காலனிய சூழலில் மிகுந்த விமர்சனத்துக்கு உட்படக்கூடியவை. இதற்கு எட்வர்ட் செய்த், பார்பரா ஹார்லே, ஹோமி கே.பாபா, டிமோத்தி பிரனன் போன்ற பின்-காலனிய அழகியல் சிந்தனையாளர்களின் பங்களிப்புகள் முக்கியமானவையாகும்.

எலியட்டிற்கு அடுத்தபடியாக வந்த ஐ.ஏ.ரிச்சர்ட்ஸ் அவரது விமர்சன மரபை மேலும் வளர்த்தெடுத்தார். எலியட்டின் 'fluid context' என்பதிலிருந்து ஜார்ஜ் வாட்ஸன் கூறுவதை இங்குக் காண்பது பொருத்தமானதாகும்.

ஐ.ஏ.ரிச்சர்ட்ஸ், சொல்லை அடிப்படையாக வைத்துச் செய்யப்பட்ட சொல் ஆய்வு முறையாகவே விமர்சனத்தை வளர்த்தார். அதோடன்றி கவிதை வாசித்தலில் ஒரு புதிய முறையையும் உருவாக்கினார். நிகழ்காலச் கலாச்சாரம் பற்றிய ஆய்வுகளில் ஈடுபட்டார்.

சொல்லாய்வு முறையை மென்மேலும் நெறிபடுத்தியவர் எப்.ஆர்.லிவிஸ்.

இவரை செய்முறை திறனாய்வாளர் என்று அழைப்பார்கள். ஒவ்வொரு கவிதையையும் சொல்வாரியாகப் பிரித்து பொருள் குறித்த விமர்சனத்தை ஒருவகையான விஞ்ஞான அழுத்தம் தரும் முகமாக செய்முறை விமர்சனத்தை மேற்கொள்ள முற்பட்டார். இவரது விமர்சனப்போக்கின் முக்கியக் கூறுகள் :

1. பருப்பொருண்மை

2. குறிப்பீட்டுத் தன்மை

3. மெய்யாக உணர்தல்

ஆகியவை ஆகும். ஒரு கவிதையை இம்மூன்று கூறுகளைக் கொண்டு பகுப்பாய்வு செய்து அந்தக் கவிதையின் திரண்ட கருத்திற்கு வாசகனை இவரது விமர்சனம் இட்டுச்செல்லும் தன்மை உடையதாக விளங்கியது.

இதை அவர் ஓர் ஆய்வு முறைமையாகக் கையாண்டார்.

பிரெஞ்சு புதிய விமர்சனப் பாங்கை ஆங்கில விமர்சகர்கள் எதிர்கொண்ட போதிலும் சசூரின் (Saussure) Langue, Parole என்ற இரு பாகுபாடுகளும் அன்றைய மொழியியல் சூழலில் புதிய தாக்கங்களை உருவாக்கியது.

அதைப்போல குறி, குறிப்பான், குறிப்பீடு பற்றிய அவரது சிந்தனையையும் மொழிக்குறியை, ஒரு குறிப்பீடற்றக் குறியாகக் கண்டதையும் விமர்சனத் துறையில் பெரும் பாதிப்பை உண்டாக்கியது. இதைப்போல அமெரிக்கா மொழியியலாளரான சார்லஸ் சாண்டாஸ் பியர்ஸ் முன்வைத்த குறி, உரையாளன் மற்றும் பொருள் என்ற மொழியியல் கருத்தும் இணைந்து குறியியல் என்ற புதிய ஒரு புதிய குறியியல் சிந்தனை, இலக்கிய விமர்சனப் போக்கை மாற்றக் காரணமாக இருந்தது. 1924-ல் இதை நேரிடையாக ஒப்புக்கொள்ள மறுத்த ஆங்கில இலக்கிய விமர்சகர்கள் 1934-ல் ஏற்றுக் கொண்டனர்.

ஐ.ஏ.ரிச்சர்ட்ஸ் இப்போக்கை நிராகரித்தார். குறியானது எவற்றிற்கெல்லாம் குறிப்பிடும்படியாக நின்றதோ அதனை அர்த்தத்தின் அர்த்தமானது கவனியாது நிற்க (ப.8) சுசூரை புரிந்து கொள்ளும் விதமாக கிடைக்கக்கூடிய குறிப்புகள். அது எளிய கவனிப்பின்மையை குறிப்பிட்டுக் கூறவில்லை. ஒரு பத்தாண்டு காலத்திற்கு பின் ரிச்சர்ட்ஸ் இதையே புகழ்ந்தார்.

ஆங்கில இலக்கிய விமர்சகரான ஐ.ஏ.ரிச்சர்ட்ஸ் தனது பாரம்பரிய முன்னோடிகளில் ஒருவரான கவிஞர் கோலரிட்ஜ் பற்றிய Imagination of Coleridge' என்ற தன் நூலில் 'Semasiology' என்பதை குறியியல் குறித்த ஒரு கோட்பாடெனக் கூறுகிறார்.

டிரைடன் தொடங்கி கோலரிட்ஜ் வழியாக எலியட் ஒரு மையப்புள்ளியாக இரு வேறு காலக்கட்டத்திற்கு இடையே தனது விமர்சனத்தை இயக்கியுள்ளார்.

தமிழிலக்கிய விமர்சன சூழலில் இத்தகைய போக்குகள் கல்வித்துறை சார்ந்தவர்களாலும் / கல்வித்துறை சாராத சிறு பத்திரிகையாளர்களாலும் அதிகமாகவும் முன்னெடுக்கப்பட்டன.

3

எப்.ஆர்.லீவிஸின் செயல்முறை ஆய்வை சி.சு.செல்லப்பா தனது இலக்கிய விமர்சனக் கட்டுரைகளுள் ஒரு முறைமையாக முன்வைத்தார். இது க.நா.சுப்ரமணியம் முன்வைத்த ரசனையை அடிப்படையாகக் கொண்ட இலக்கிய அபிப்பிராய கோட்பாட்டுக்கு எதிராக, ஓரளவு சரியான முன்மாதிரியை வைத்தது. இதன் பிறகு இலக்கியத்தில் அகம் என்பதைக் குறித்த கருத்துக்களில் மார்க்சிய விமர்சகர்களான கைலாசபதி, கா.சிவத்தம்பி போன்றவர்கள் பொருளாதாரம் என்ற கீழ்கட்டுமானம் / மேல்கட்டுமானம் கலாச்சாரத்தை நிர்ணயிக்கிறது என்று எழுதினர். இதிலிருந்து விடுபட்டக் குரலாய் கோவை ஞானி பொருளாதாரக் காரணிகளுடன் 'ஆன்மிகம்' என்ற கலாச்சாரக் காரணியும் அகத்தைக் கட்டமைக்க முற்படுகிறது என்று கூறி மார்க்சிய இறுக்கத்தைத் தளர்த்தினார். இதன் அடுத்த கட்ட வளர்ச்சியாக தமிழவனின் 'ஸ்டரக்சுரலிசம்' என்ற நூல் அகம் என்பதை ஒரு மொழிக் கட்டமைப்பாகக் காண விழைந்தது. சொல்லாடல் ஆய்வு முறை, கட்டவிழ்த்தல் ஆகிய இவை இரண்டும் விமர்சனத்தை பருண்மைப் பகுப்பாய்வு ஆக மாற்றியுள்ளது. இதன் பிறகு பின்-அமைப்பியல் வாதம், பின்-நவீனத்துவம் ஆகியவை இன்று தமிழிலக்கியத்தில் அகம் என்பதைக் குறிப்பீடு

செய்ய பல்வேறு வகையான மொழி சார்ந்த கோட்பாடுகளை முன்வைத்து வளர்ந்துள்ள நிலையில் சிறுபத்திரிகை மரபில் வந்துள்ள முரளி அரூபன் தமிழாக்கம் செய்துள்ள டி.எஸ். எலியட்டின் கட்டுரைகளை வாசிப்பது நமக்கான விமர்சன முன்மாதிரிகளை அமைத்துக்கொள்ள பெரிதும் உதவும்.

உதவிய நூல்கள்

1. Post Structuralist Readings of English Poetry.

-Edited by Richard Machin and Christopher Norris.

2. Poetry As Discourse - Anthony Easthope

3. The Literary Critics - George Watson

4. Technologies of the Self - A Seminar with Michel Foucault

5. Nation and Narration - Editedby Homi. K.Bhabha

6. The Order Of Things An Archaeology of the Human Sciences - Michael Foucault

7. The Ideologies of Theory Essays (1971-1986) Volume-2, Syntax Of History - Fredric Jameson

8. Sacred Wood - T.S.Eliot

9. On Poetry and Poets - T.S.Eliot

10. The Varieties of Metaphysical Poetry - T.S.Eliot Edited and Introduced by Ronald Schuchard

11. The Fontana Post-Modernism Reader Epilogue: The End and Beginning of Enlightenment

- Edited by Walter Truett Anderson

12. Tristes Tropiques - Claud Levi-Strauss (Translated from the French by John Russell)

13. The Lyotard Reader

The Dream-work does not Think —Edited by Andrew Benjamin.

14. ஸ்டக்சுரலிசம் - தமிழவன்

கதைமொழி டிசம்பர்-2008 காவ்யா

அழிப்பாக்கத்தின் மறு ஒப்பனை பெண் வேடமிட்ட பெண்

1

மொழியுள் உறையும் புனைவு கதை சொல்லி இடமாற்றி முன்னும் பின்னும் நகர்த்தி சுய பிரக்ஞையின் எல்லையில் வாசகனை நிற்க வைத்துவிட்டு கண்களுக்கு அப்பால் உள்ள கதையுலகைக் காட்சிப்படுத்தும் கதைகள்தான் அபூர்வமானவை. எழுதப்படும் கதையில் மற்றொரு கதையின் சுவட்டை அழிப்பாக்கம் செய்வதும், அழிப்பாக்கத்திலிருந்து மீளுருகொள்ள எழுதப்படும் கதையின் கதையாடல் எம்.டி.எம்.மின் 'பெண் வேடமிட்ட பெண்' தன்னுணர்வின் எல்லைகளை எத்தனிப்பின்றிக் கடப்பதும் மீண்டும் அதிலேயே உழலும் மொழிப்பித்தத்தின் பாதப்பதிவுகளாய் நீள்கிறது எம்.டி.எம்.மின் கதையாடல். பிரதியின் மூன்று மொழிவெளிகள் ஹம்சவேணி - ஜெயராஜ் - கதைசொல்லி. இவைகளிடையே நிகழ்ந்து கலைத்த கதையாடல்களை மறுபடியும் சீட்டுக்கட்டை கலைத்த மீள்பரப்பலில் ஏற்படும் புதிய வகை மாதிரிகள் எண்ணற்ற தன்மையில் புனைவு விரிகிறது. இம்மூன்று பிரதியின் மொழிநிலைகள் ஒன்றையொன்று அடுத்ததின் வெளியை மீறியும் பகிர்ந்தும் சொல்லும் பரஸ்பரத்தில் கதையாகித் திளைக்கிறது. 'பெண் வேடமிட்ட பெண்.'

கதையின் வடிவத்தை எழுதி அதற்கு உள்ளிருக்கும் எதிர்வடிவத்தை கதையாடல்களில் சொல்லிச் செல்வது நவீனத்துவம் பிறழும், நவீனத்துவத்திற்குப் பிந்தைய பொருண்மையைப் பிரதிப்படுத்துதல் இக்கதையில் நிகழ்கிறது. கதையாடலின் மொழிவேடத்தில் கதை என்ற வகைமை சார்ந்த அம்சம் தன்னையிழந்த சொல்லுதல்களாக சேகரமாகின்றன. மூன்று புள்ளிகளிலிருந்து சுழித்து, வெளிப்படும் கதையாடல் வெவ்வேறு பிரதியின் சகதிகழ்தல்களாகக் கதையுறுகிறது. மூன்று கதைகள் - மூன்று எதிரெதிர் புள்ளிகளின் - மறு சொல்லல் பெண்

வேடமிட்ட பெண்ணின் கதை மொழி. மூன்று வட்டங்கள் முக்கோண நிலைப் புள்ளியில் தன்னை மற்றமையோடு புணரும் மொழிவெளியை கதையாடலாக்கும் வினோத விளையாட்டு எம்.டி.எம்.மின் புனைவு. தனக்குத்தானே சொல்லிக் கொள்ளும் கதையை நமக்குச் சொல்கிறது இவரின் கதையாடல்.

2

ஒரு நிகழ்வை முன்னிறுத்தி முன்நிகழ்வாகப் பார்த்தல் கதையின் நுட்பம். எழுதும் கதியில் எழுதப்படும் பிரதியியல் குறி தன்முன்னே வார்த்தையாகி நிற்பதை தனிமைப்படுத்துதல் எனலாம்.

"சந்தோஷத்தை விகார இளிப்பில் காட்டியபடி, காதை மலைமேட்டில் அழுத்தி, மண்டியிட்டுப் படுத்துக் கிடந்தவனுக்கு கொலுசு சத்தம் கேட்க ஆரம்பித்தது. இதயத்துடிப்பை காலில் கட்டியல்லவா பெண்கள் நடக்கிறார்கள் என்றபடி நிமிர்ந்தவனின் முன்னே காலில் கொலுசுகளுடன் ஹம்ஸேஸ்வரி நின்றிருந்தாள் ஹம்ஸேஸ்வரி."

இந்தக் குறிப்பில் வெளிப்படும் ஹாம்லேஸ்வரியின் உடலியத்தின் நிலையின்மையைச் சொல்லும் மாற்றுக் கதையாடலை அதன்மேல் அடுக்கிச் செல்வதைப் பாருங்கள்.

"எழுதிக் கொண்டிருந்த சந்திரன் கதையை நிறுத்திவிட்டு வெளியே பார்த்தான். ஆமாம் பெண் வேடமிட்ட பெண் பூமிதானென்று தனக்குத்தானே சொல்லிக் கொண்டான்."

கதைப்பிரதி எழுதும் தருணத்தில் அசட்டையாக நிகழும் பார்த்தலில் கதையே பூமியுருவாக தோற்றம் கொள்ளுதல் பிறரில் வார்த்தையின் - பொருளடைதல் கதைசொல்லியின் பார்த்தலில் உண்டாகிறது. அப்படியெனில் கதைசொல்லியின் 'இடையீட்டுப் பார்த்தல்' (Interlocutive GaZe) மொழி ஸ்தூலம் பெறுகிறது. கதைசொல்லியின் இப்பார்த்தல் போல்தான் கதைப்பிரதியின் வாசகனின் வாசிப்புக்கிடையே நிகழ்ந்துவிடும் பார்த்தல். அதன் மூலம் கதை பொருள் பெறுகிறது. இது ஒவ்வொரு அநித்ய கணத்தில் நிகழ்கிறது.

"என்னை நீ கைவிட மாட்டாய், எதிர்காலமாயும் எனவே சாவாகவும் இறந்த காலமாகவும் எனவே மதமாகவும் விளங்கும் மேற்கு திசையிலிருந்து உன் வெப்ப மூச்சுடன் கூடிய மந்திரக் குரல் ஒலிக்கிறது."

மந்திரக் குரலின் மொழி லயத்தில் ஹம்ஸேஸ்வரி பிரதிக்குள் மிதக்கிறாள். இப்படி பிடிபடும் ஹம்ஸேஸ்வரி என்ற 'குறி' யின் உடலியம் புறவயம் எப்படி கட்டப்படுகிறது கதையின் போக்கில்...

"ஹம்ஸே ஹம்ஸே ஹம்ஸேஸ்வரி ஹம் - என்பதை அகத்தையும், அகம் இயற்கையின்வழி தன்னைத்தானே பொருளாகப் பார்த்துக் கொள்வதையும் குறிக்கட்டும். ஹம்ஸே என்பது இப்படி பிரபஞ் சத்தில் இயக்கத்திலிருக்கும் சக்தியைக் குறிக்கட்டும்

ஹம்ஸஸீத்மன் அகமும் புறமும் இணைந்த தன்னிலையாக எட்டு இதழ்களுடைய தாமரையாக மலரட்டும். ஹம்ஸே ஹம்ஸே ஹம்ஸா ஹம்ஸா ஹம்ஸே ஹம்ஸே ஹம்ஸே ஹம்ஸே.

எம்.டி.எம்.மின் கதையில் வரும் ஹம்ஸேஸ்வரி என்ற குறியின் பிரதியியல் வடிவத்தின் வரைபடும் மேற்காட்டப்பட்ட பத்தியின் வரிகள். குறி அகமாகவும் - சுயபார்த்தல் பிரபஞ்ச சக்தியை குறித்தல் - இயற்கையின் பெரு விஸ்தீரணத்தில் மீண்டு மலராதல். இந்தப் பிரதியில் காணப்படும் குறியின் கதையாடலில் அகம் = இயற்கை பொருளின் மீதேற்றப் பெறும் அபூர்வ மீள்வரல்.

3

மொழியால் பீடிக்கப்பட்ட மற்றமையின் 'குறி' ஜெயராஜ். திக்கின்றி அலையும் ஒரு பருண்மையின் அகம் இவன். தன்னைத்தாண்டிய ஒன்றை துரத்திக் கொண்டே செல்லும் இவனது தடம் வடிவமற்றது. காற்றில் பதியும் ஒலியின் படிவமாக கதையுள் திரிகிறான் ஜெயராஜ். ஹம்ஸேவை யார் என அறியும் ஆகர்ஷத்தோடு கதையாடலை நகர்த்துபவன், "அறிவுக்கு அப்பாற்பட்டதை அறிவு வழி காண முயன்றதும்" - என்ற தன்னிலையை கழற்றிவீசி திரிபவனான இவனது பைத்தியம் கதையின் ஓரங்களைத் தீர்மானிக்கிறது. வழமையான சட்டகங்களில் பிடிபடாதவை இவனது மொழி அலைவில் சிக்குகின்றன. தனது உள்ளுருவின் புறவயப் பிடித்தலாக ஹம்ஸேஸை எழுதுகிறான்.

"ஹம்ஸே என்ற பெயரில் பழங்குடிப் பெண் யாருமில்லை என்பதைக் கண்டறிந்தேன். இருந்த போதிலும் எனக்கு எல்லா பழங்குடி பெண்களுமே ஹம்ஸேஸ்வரியாக தோன்றினர். விடுமுறை நாட்களில் சமவெளிக்கும் நகரங்களுக்கும் சென்று வந்தபோது அங்கேயுள்ள பெண்களும் ஹம்ஸேஸ்வரிகளாகத் தோன்றியுள்ளனர். மொத்தத்தில் உலகிலுள்ள அத்தனை பெண்களின் மீதும் மோகம் கொண்டவனானேன்."

உலகின் அத்தனை மற்றமையரும் தனது பிரதிபலித்தலில் காணும் ஜெயராஜ் - நிலப்புரப்புகளின் இடையே உள்ள வடிவ வேறுபாடுகளைக் கடந்து செல்கிறான். சமவெளி - நகரங்களுக்கும் மாறி மாறி பிரயாணப்பட்ட பிறகு மற்றமையின் உருக்களில் ஒருமையுறும் குறியாக ஹம்ஸேஸ்வரியைக் காண்கிறான். அந்த தோற்றப் பிறழ்ச்சியில் பயப்பட்டு ஜெயராஜ் 'தன்' என்ற நிலையைக் கட்டமைத்துக் கொள்கிறான். தனது பிரமையின் மனஅலைகளில் தழைத்துவரும் ஒளி பிம்பமாக ஹம்ஸேஸை உச்சாடனம் செய்து அதன் மிகைமையில் கரைந்து தன்னிலை அழிப்பாக்கத்தை பிரதியுள் செய்கிறான். இங்கு கதைசொல்லி யாரென்ற கேள்விக்கு இவனோ என்ற சந்தேகம் மேலெழுகிறது. ஆயினும் நகைமுரணை தலைகீழாக்கும் பிரதியியல் தந்திரம் இவனுடையதல்ல. கதைசொல்லியின் கதையாடலில் வரும்...

"பௌர்ணமியன்று உதயம் காணப் புறப்பட்ட முட்டாள் நீ என்றாள் அவள்."

இங்கு கதைசொல்லி அல்லாத ஒருவன் ஜெயராஜின் நகைமுரண் தலைகீழாகிறது பாருங்கள். பௌர்ணமி அன்று சூரியனைப் பார்க்கக் கிளம்பியவன் பற்றிய மற்றொரு கதையாடல்..

"பௌர்ணமிக்கு குணமாகி விட வேண்டும் என்றும் பிதற்றினான்." அவனை குணமாக்கிவிடுவதாக ஆசுவாசப்படுத்திய நான் அவனுடைய முழுக்கதையையும் கேட்டேன்."

என்பதில் ஜெயராஜின் கதையைக் கேட்கும் மற்றொரு குரல் எது என நீள்கிறது. கதைசொல்லி கதை கேட்கும் தலைகீழாக்கும் எம்.டி.எம்-ஆல் நிகழ்த்தப்படுகிறது. கதை கேட்கும் கதை சொல்லி வாசிக்கும் நாம் வாசகனா? அல்லது கதைசொல்லி கதை சொல்லிய மற்றமையா?

4

பிரதியின் நினைவிலியின் நிலவறையிலிருந்து தோன்றும் மென்னொளிக்கீற்று போல கதையாடல் ஆங்கங்கே குறியீட்டின் திசையைக் காட்டிச் செல்கிறது. நினைவின் பக்கங்களில் பல்கிப் பெருகும் ரேகையாய் ஹம்ஸேயின் பிரதி நுண்மையடைகிறது. ஜெயராஜின் நோக்கமற்ற பிரயாணம் மெல்ல காரணத்தை அழித்த வெளியில் நுழைகிறது. மறதியின் தொடர்பற்ற நினைவுறுத்தல் போல கதையாடல் மொழியில் தட்டுப்படுகிறது. மற்றமையின் சொரூபம் இதுதான் என்று அறிந்திட முடியாத நுனியில்தான் வாசகன் தோன்றுகிறான். அப்படியெனில் கதைசொல்லியின்

மற்றமை வாசகன். வாசகனின் மற்றமை கதைசொல்லி ஒருவர் மாறி ஒருவராக கண்ணாடி முன் சொல்லிக் கொள்ளும் ஆடியில் மிதக்கும் பிம்பம்தான் இந்த கதைப்பிரதி நம்மால் யூகிக்க இயலாதவைகளாக இங்கு நிகழ்கிறது. ஒரு பிம்பம் தன் நிலை எல்லைகளைத் தாண்டி வேற்று நிலப்பரப்பில் வடிவம் பெற்றிருத்தல் ‘கதையின் யூகம்’ பிரதிப்படும் புள்ளி.

“ஊரிலிருந்து என்னைப் பார்க்க வந்திருந்த என் இலக்கிய நண்பன் மூலமாக ஹம்ஸேஸ்வரிக்கென்று வங்காளத்தில் கோவில் ஒன்று இருப்பதாக அறிந்தேன். அந்தக் கோவில் தாந்த்ரீக முறைகளின்படி சுழல் பாதைகளால் அமைக்கப்பட்டதென்றும் அபூர்வமான கட்டிடக்கலை என்றும் என் நண்பன் தெரிவித்தான். ஜெயராஜிடம் இதைக் கூறியபோது மேற்கு வங்காளத்தில் மட்டுமல்ல கேரளாவிலும் ஆந்திராவிலும்கூட மனித மனங்களின் உள் அறைகளில் ஹம்ஸேஸ்வரியின் கோவில்கள் உள்ளன என்றான்.”

இங்கு மனித மனங்களின் உள் அறைகளில் ஹம்ஸேஸ்வரிக்கு கோவில்கள் உள்ளன என்று சொல்கிறது கதையாடல். பருண்மையான குறிப்பீடாய் அனைத்து மலைகளிலும் இருக்கும் ஜெயராஜின் ஹம்ஸே ‘குறிப்பீட்டு பன்மை’. இதைக் கதைசொல்லி பெண் வேடமிட்ட பெண் புரியாத சந்தேகம் என்றான்.

5

கதைக்குள்ளிருந்து காணாமல் போகும் ஜெயராஜின் மறைவிலிருந்து மீண்டும் ஒரு கதை கிளைக்கிறது. குணமாகிவிட்ட ஜெயராஜ் மறைவதில் அவிழ்கிறது பெண் வேடமிட்ட பெண்ணின் சங்கேதம். மனவெளியின் கூக்குரலின் ஓசையில் லயத்தில் கதையின் அகஸ்மாத்தான சுழற்சியில் திடீரென்று நிற்கும் ஹம்ஸேஸ்வரி. மனங்களின் உள் அறைகளிலிருந்து ஒரு எதிர் - நிலவறைப் பிரதி கட்டமைக்கிறது.

“உடல் வெளியே கோவிலாய் சமைந்த ஹம்ஸேஸ்வரி கோவிலினுள் நின்று கொண்டிருக்கிறேன். ஆறு சக்கரங்களின் வழி வேப்பமரத்தாலான மூலஸ்தானம் நோக்கி ஏணிகள் இடப்பட்டுள்ளன. குழப்பமான சுழல் பாதைகளில் திகைத்து திகைத்து நிற்கிறேன். சத்திரப் பாதைகளில் ஒளி இடது நாடியாகவும் சூரிய ஒளி வலது நாடியாகவும் என்னுள் துடிக்கிறது. இது, பிங்களா, சூஷ்மணா, வஜ்ரஷா, சித்திரீனீ என்று வழிகள் பெயரிடப்பட்டிருக்கின்றன. அகஸ்மாஸ்தாய் சுழலும் என் வழியில் திடீரென ஹம்ஸேஸ்வரி நிற்கிறாள்.”

நீங்கள் ஆணாயிருந்து இக்கதையை வாசித்தால் இக்கதைப் பனுவலே ஹம்ஸேஸ்வரியாகவும் நான் கதைசொல்லியாகவும் நீங்கள் ஜெயராஜாகவும் உணர்வீர்கள்.

நீங்கள் பெண்ணாயிருந்து இக்கதையை வாசித்தால் இக்கதைப் பனுவலே ஜெயராஜாகவும் நீங்கள் ஹம்ஸேஸ்வரியாகவும் நான் கதைசொல்லியாகவும் உணர்வீர்கள்.

வேறு சிலர் வேறுவிதமாக உணர்ந்தால் கதையின் ஆரம்பப் பீடிகையை தயவுசெய்து மீண்டும் வாசிக்கவும் - தயவுசெய்து.

சுய பிரக்ஞையுள்ள எழுத்தின் வாசிப்புக்கான பிரயத்தனத்தில் புனைவு எழுகிறது. மூன்று நிலைப்புள்ளிகளிலிருந்து பிரதி மொழிப்படுகிறது. ஒவ்வொன்றின் வாசிப்புச் சுழற்சியில் மற்றமைகளின் பன்மைகள் வெளிப்படுகின்றன. தன்மை மங்கி வாசித்தலில் கரைகிறது. மற்றமையின் உடலியப் பிரதியாகக் கட்டமைக்கப்பட்டுள்ளது எம்.டி.எம். மி-ன் பிரதி

-மைத்ரேயி மற்றும் பல கதைகள் :
எம்.டி.முத்துக்குமாரசாமி
அடையாளம் வெளியீடு

கல்குதிரை (முதுவேனிற்கால இதழ்) மே-ஜூன் 2015

சமன் குலைக்கும் ராக் இசை
பிங்க் ஃப்ளாய்ட்

1

Pink Floyd Plays Music Unambiguously - Eric Clapton

பிங்க் ஃப்ளாய்ட் குழுவின் இசையைக் கேட்ட பிறகு ராக் இசையென்பது இனிமேலும் நேர்கோட்டு தன்மையானது அல்ல என்று எனக்கு தோன்றுகிறது என்கிறார் ராக்கியல் இசை விமர்சகர் அறிஞர் டோமெனிக் பெராரன். இவர் இந்த முடிவுக்கு வரக் காரணமாயிருந்தவை 1967-ல் வெளியான விடிகாலையின் வாசலில் குழலூதுபவன் மற்றும் 1968-ல் வெளியான ஒரு தட்டு நிறைய ரகசியங்கள் என்ற இரு இசைத்தட்டுகள்.

அப்படி என்ன இந்த இசைத்தட்டுக்களில் இருந்தன? இரு நீள இசைப்படைப்பும் சில ஹார்மோனியோடு கலந்த புளூசியான குரலில் பாடப்பட்ட சில பாடல்களும். விடிகாலையில் குழலூதுபவனில் நட்சத்திரங்களுக்கும் அண்டத்துக்கும் இடையேயான ஓட்டம் என்ற இசைப் படைப்பில் வழக்கத்திற்கு மாறான இசை ஒலிகள் கேட்கத் துவங்கியது. நம்மை மெல்ல தன்னுள் இழுத்து ஒரு ஓட்டத்தை ஏற்படுத்த தடாலென இசையின் வேகம் குறைய கிக்... கிக்... என்ற எலக்ட்ரானிக் சப்தம் தொடர மறுபடி மெல்ல பழைய வேகம் ஒருவிதமான சமன் குலைதலை ஏற்படுத்துகிறது. எங்கே இசை துவங்கியது, எங்கே முடிந்தது என அறிய முடியாமல் திகைக்க வைக்கிறது.

மோட்டார் பைக் பாடல் ரிதம் & புளூஸ் வகையான பாடலாகத் துவங்கி கடைசியில் இசையற்று சம்பந்தமில்லாத வாத்துக்களின் கத்தலுக்கும் பல்வேறு ஓசைகளுக்கிடையே முடிகிறது.

ஒருதட்டு நிறைய ரகசியங்கள் இசைப்படைப்பில் உம்ம்ம் எனும் ஒலி கீபோர்டில் ஆரம்பித்து பல்வேறு பறவைகள்,

மிருகங்கள், விநோதமான சப்தங்களின் வழியே ஒரு பிரபஞ்ச அசைவு - நிகழ்வு இயல்பாய் வெளிக்கிளம்புகிறது. மெல்ல அது அடர்ந்து ஓர் ஆர்கன் மரபான ஒத்திசைவான ஒலிகளின் கட்டமைப்பாக உருமாறி ஆன்மீகக் கூட்டிசையாக மனித குரல் ஒலிகள் பயன்படுத்தப்பட்டு முடிகிறது. பிரபஞ்சம் என்ற தட்டில் கிடக்கும் ரகசியங்கள், ஒலிகள் வார்த்தைகளின் மூல நிலை.

மேற்கண்ட இரு படைப்புகளும் ராக் இசை வகையைச் சேர்ந்தாலும் ராக் என்ற வடிவம் எப்படி உருப்பெற்றது? ராக் & ரோல் இசையின் சமனைக் குலைத்து எழுந்ததே ராக் இசை. ராக் ஒலிப்பெருக்கம் செய்யப்பட்ட கிடாரின் சப்தத்தையும், டிரம்களின் சப்தத்தையும் சிதைத்து ஃபீட் பேக் சிதைத்தல் கருவி சுதி மாற்றக்கருவி ஃபிலாஞ்சர், சுதியைத் தக்கவைக்கும் கருவி, சுதியை மடங்கச் செய்யும் கருவி, வாவ்வாவ் போன்ற கருவிகளை அடிப்படையாகக் கொண்டும் புளூசின் இயல்போடும் உருவானது. அப்படி ராக் & ரோலின் கட்டமைப்பைக் குலைத்து எழுந்த ராக் இசையின் கட்டுமானத்தையும் உடைத்து - அதன் சமனையும் பிங் ஃப்ளாய்ட் நவீன ராக் இசை குலைத்தது.

பிங்க் ப்ஃளாய்டின் இசை நமது ஆழ்மனத்தின் சமனைக் கலைக்கும் தன்மையைக் கொண்டுள்ளது. துவக்கம் / மையம் / முடிவு என்ற வகையில் எவ்வித இசைவடிவத்திற்குமுள்ள ஒத்திசைவான ஒலிகளின் கட்டமைப்பு - இணைவு - லீட் - பேஸ் ஆகியவற்றின் முன்னேற்றங்களை உடைத்து துவக்கமும் முடிவுமில்லாத சமனற்ற இசை வடிவத்தின் வளையமாய் 1967-ல் பிங்க் ஃப்ளாய்ட் மூலம் புதிய இசை நமக்குக் கிடைக்கப் பெற்றது. பின்பு இதே குழுவின் பன்முகப் பரிட்சார்த்த இசை, சைகடெலிக் ராக் மற்றும் ராக் இசை சிம்பொனியின் நீட்சிக்கும் இட்டுச் செல்கிறது.

கேட்போரின் கலை என்றழைக்கப்படும் இசைக்கலை கலையின் மற்றொரு வகைமை. பொதுவாக மேற்கத்திய செவ்வியல் இசைக் கோர்வைகளைக் கேட்டு உணர்வதற்கு ஒரு தனிப்பயிற்சி தேவைப்படுகிறது. ஒவ்வொரு இசைக்கோர்வையாளருக்கும் தனிப்பாணி உள்ளது. மேற்கத்திய நாடுகளில் பள்ளியில் படிக்கும் காலத்திலேயே இசையும் ஒரு பாடமாகப் பயிற்றுவிக்கப்படுகிறது. ஆனால் நமது செவ்வியல் இசையாகக் கூறப்படும் கர்நாடக இசையை, தமிழிசையைப் பெருந்திரளான மக்களுக்கு முறையாகக் கேட்டுணரும் பயிற்சியில்லை. அதிகம் திரைப்படப் பாடல்களையே கேட்கும் பழக்கம் இங்குள்ளது. செவ்வியல்

இசைக்கும் திரையிசைக்கும் இடையே பெரும் ஜனக்கூட்டத்தை ஈர்க்கும் வல்லமையுள்ள இசை வடிவங்களாக மேற்கில் உள்ளவை எவை? ராக், ரெகே, ஜாஸ், புளூஸ், பாப் போன்ற வகைமைகள் உள்ளன. இவைகளில் அதிகார எதிர்ப்புப் பண்பு உட்சரடாக ஓடுகிறது. குறிப்பாக பாப்—டிலன், ஜோன் பயஸ், பாப் மார்லி போன்ற கலைஞர்களைச் சொல்லலாம். இவர்கள் தங்கள் இசைக்கோர்வைகள் மூலமாக வியட்நாம் போர் எதிர்ப்பு, போர் மறுப்பியக்கம், மனித உரிமை மீறல்கள் குறித்து தங்களது பாடல்களில் பிரதிபலித்துள்ளனர்.

இவர்கள் பெரும்பாலும் நேரடி இசை நிகழ்வுகளிலும், இசைத்தட்டு வெளியீடுகள் வழியாகவும் மக்களைச் சென்றடைகின்றனர். கறுப்பின மக்களின் பெரும் பங்களிப்பாகக் கருதப்படும் ஜாஸ் (Jazz) இசை செவ்வியல் இசைக் கோர்வைகளுக்கு (Symphony) நிகரானவை. இவர்களில் முக்கியமானவர்கள் சார்லி பார்க்கர், மைல்ஸ் டேவிஸ், லூயி ஆம்ஸ்டிராங், ஹெர்பிஹான் காக், சானி ரோலின்ஸ், ஜான் கொல்ட்ரேன், தியோனியஸ் மாங்க், ஆர்னட் கோல்மென் ஆகியோர். இவர்களது ஜாஸ் கோர்வைகள் அமெரிக்க இசை வரலாற்றில் மிக முக்கியமான பங்குவகித்தன.

மிகப்பெருமளவில் உலக இளைஞர்களை ஆட்கொண்ட இசை வடிவமாக ராக் இசை திகழ்கிறது. அதில் ராக் மற்றும் புளூஸ் இசை கிடார் கலைஞரான ஜிம்மி ஹெண்டிரிக்ஸ் (Jimi Hendrix) கிடார் வாசிப்பு முறை மிகப்பெரிய மாற்றத்தை உருவாக்கியது. சிதைத்தல் (Distortion) என்று கூறப்படும் நூதனமான ஒலியை தனது கிடார் வாசிப்பின் மூலம் வெளிப்படுத்தியவர் ஜிம்மி ஹெண்டிரிக்ஸ். அதோடன்றி அவரது நேரடி - நிகழ்வுகளில் அவர் கிடாரை வாசித்த முறை Wood Stock, Festival-ல் ரசிகர்களை அதிர வைத்தது. பற்களைக் கொண்டு தான் நினைத்த ஒலிக்கோர்வைகளை ஜிம்மி வெளிக்கொணர்ந்தார்.

இலக்கிய வகைமைகளில் நிகழ்த்தப்படும் பரிசோதனை முயற்சிகள் போலவே இசையிலும் பரிசோதனைகள் மேற்கொள்ளப்படுகிறது. மேற்கத்திய செவ்வியல் இசையில் Schoenberg மற்றும் ஜான் கேஜ் (John Cage) ஆகியோரது ATONAL கோர்வைகள் முக்கியமானவை. அதே போல் ராக் இசையில் பல பரிசோதனை முயற்சிகளை மேற்கொண்ட பிரிட்டிஷ் ராக் இசைக்குழு "பிங்க் ஃபிளாய்ட்" (Pink Floyd) இவர்களின் இசைத்தட்டுக்கள் என்னை மிகவும் ஈர்த்தன. மற்ற குழுக்களிடம் கேட்டுப் பழகாத புதிய ஒலிகள் இவர்கள் கோர்வைகளில்

ஒலித்தன. இவர்களது மேடை நிகழ்வுகளில் பிரயோகிக்கப்பட்ட ஒளி அமைப்புகள் மற்றும் Back Projection முக்கியமானவை. இவர்களது இசையை கேட்கும் தருணங்களில் மனிதனின் Sensory perception-ல் ஏற்படும் விநோத அனுபவம் புலன்வெளியை இசை சத்தங்கள் விரிவடையச் செய்தன. இசை கேட்டல் அனுபவம் தன்னிலையைக் கரைக்க வல்லது.

பிங்க் ஃபிளாய்டின் இசை வெளியையும் அதில் சஞ்சரித்த புலன்வெளி அபூர்வ அனுபவங்களையும் பகிர்ந்து கொள்ளும் விதமாக கட்டுரை எழுதினேன். ‘சமன் குலைக்கும் ராக் இசை’ என்று அது சிறிய வெளியீடாக வந்தது. ஒரு இலக்கியப் பிரதியை எப்படி வாசிக்கிறோமோ அப்படித்தான் இசை கேட்பது என்பது.

2

பிரிட்டனில் 1960-ல் வெறுமனே ரிதம் & புளூஸ் இசைக்குழுவாக தங்கள் இசைவாழ்வை ஆரம்பித்த பிங்க் ஃப்ளாய்டின் இசைக்கலைஞர்கள் ரோஜர் வாட்டர்ஸ் - பேஸ் கிடாரையும் குரலையும் டேவிட் கில்மர் - லீட் கிடாரையும் ரிக் ரைட் - பியானோ, கீபோர்ட்ஸ், ஆர்கன் குரலையும் - நிக்மேஸன் டிரம்ஸ் ஆவர்த்தன கருவிகள். சிறப்பு ஒலிகளையும் வாசித்தனர். இதில் ரோஜர் வாட்டர்ஸ் பெரும்பான்மையான பாடல்கள் இசைப் படைப்புகளையும் உருவாக்கியவர்.

3

இவர்கள் வெறும் இசைக்கருவிகளாலும் குரலாலும் மட்டுமே இயங்கக் கூடியது என்ற தவறான கருத்தாக்கத்தை பிங்க் ஃப்ளாய்ட் மறுத்தது. அதன் காரணமாகவே பன்முக / பல்துறை / பரிட்சார்த்த முறைகளை கையாள ஆரம்பித்தனர். விஸ்தீரணமான மேடைகளில் பெரிய பெரிய விளக்குகள் மூலமும், ஒலிப்பதிவில் ஒளி அமைப்பில் புதிய முறைகளைக் கையாண்டும் ஒருவித சைகடெலிக் (Psychedelic) சூழ்நிலையை உருவாக்கினார்கள். இசையென்பது கேட்டல் செயல்பாட்டிலிருந்து பார்த்தலும் அதனுள் நாமே இருத்தலும் என்பதாக பார்வையாளனின் கூட்டுப் பங்கேற்பை இவர்கள் உருவாக்கினார்கள்.

சைகடெலிக் இசையென்பது : (PSYCHEDELIC MUSIC)

1. முதன்மையாக புலனுணர்வு அனுபவமாகவும், சிதைத்தலும், மாயத் தோற்றங்களை எழுப்பக் கூடியதும் ஆகும். இது எல்.எஸ்.டி அமிலம் என்றழைக்கப்படும் போதைமருந்த்துகளின் வாயிலாக

மூளையின் சமன் கலைந்து எழக்கூடிய உணர்வு நிலையில் இயங்கக் கூடியது.

2. காட்சிகளையும் செவிவழி உணரக்கூடிய சமிக்ஞைகளையும் வைத்து - புலனுணர்வின் தளத்தையும் உயர்த்தி செல்லக் கூடியது.

3. பிரம்மாண்டமான பலவண்ண விளக்குகளை ஒன்றன்மீது ஒன்றை படியவைத்து பலவித ஒலிகளையும் சேர்த்து அசாதாரண காட்சி ரூபத்தைக் கொணர்வது.

இவ்வகையில் இசையின் உள்ளார்ந்த செயல்பாட்டின் வழியே அதன் மரபான செவிவழி நுகரும் இயல்பிலிருந்து மாற்றி அதை முழு உடலாலும் உணரவும் அதனுள் நம்மை இயங்க வைப்பது மே சைகடெலிக் இசையின் குறிக்கோள். இசை பிங்க் ஃப்ளாய்ட் தனது கீழ்க்காணும் மூன்று இசைத் தட்டுகளின் வழியே செயலாக்கினார்கள்.

காலக்கிரமப்படி சைகடெலிக் தன்மையதான 1970ல் வெளியான அணு இதய அன்னையின் தலைப்பு இசை ஆறு உப படைப்புக்களாக பிரிக்கப்படுகிறது. அனைத்துமே ஒரு பொதுத்தலைப்பின் கீழ் இயங்குகிறது. பொதுவாக சிம்பொனியின் நீளத்திற்கு ராக் இசை யாரும் இதுவரை வளர்க்கவில்லை. இந்த இசைப்படைப்பு அத்தகைய கட்டுமானத்தை அடைகிறது.

இத்தாலியில் 1730-1750 களின் துவக்கத்தில் ஓவர்சரில் மூன்று அசைவுகளாக உருவாகிய சிம்பொனி - தாள அளவையும் பின்நாளில் மனோநிலையின் அசைவுகளையும் வைத்துப் பிரிக்கப்பட்டது. இவை 7 வகையான ஓசையளவுகளையும் 8 வகையான மனோநிலைகளையும் சிம்பொனியின் கட்டமைப்பையும் ஆதாரமாகக் கொண்டது. பிங்க் ஃப்ளாய்ட் தம் உப படைப்புகளை உள்ளுரையின் இயல்பாக் பிரிவுகளாக அமைக்கின்றனர்.

அணு இதய அன்னை :

1. அப்பாவின் காதல் என தொடங்கும் இது அமைதியான சூழலை கலைக்கும் வகையாக பல்வேறு இசைக்கருவிகள் வா— யிலாக எழுப்பப்படுகிறது. அதனூடே திடீரென மோட்டார் பைக்கொன்று கிளம்பி போகும் சத்தம் கேட்கிறது.

2. மார்பு பால் - இதில் ஒரு நிர்மலான சூழ்நிலையில் தாயின் மடியில் பாலருந்தும் தோற்றம் உருவாகிறது. ஒரு கூட்டுத் தாலாட்டாய் மனித ஒலிகள் பயன்படுத்தப்படுகிறது.

3. அம்மாவின் முன்பு - மிகுந்த அமைதியான இசை, கிடாரின் தனி வாசிப்பின் மூலம் உருவெளித் தோற்றக்காட்சியை முன்னிறுத்துகிறது.

4. ஃபங்கிசாணம் இதுவரை எதனுடைய அப்பாவின் காதல் என்ற குறிப்பின்றி இயங்கிய இசை, ஃபங்க் என்ற இசைக்கட்டுமானத்தில் மாடுகளின் சாணம் விழுவதாய் ஒரு வெளியில் உருப்பெறுகிறது.

5. உங்கள் தொண்டையை சரிபார்த்துக் கொள்ளுங்கள் என்பதில் மாடு மனிதன் மற்றும் பல்வேறு பறவைகள் இசைக்கருவிகள் மீட்டலில் ஒரு சமனுக்கு மனதைக் கொண்டு வருகிறது.

6. மறுபடியும் என்று பழைய அப்பாவின் கத்தலில் இழைந்த இசை மறுபடியும் துவங்கி மற்ற ஐந்து தலைப்பில் இடம் பெற்றவை. இதனுள் கலந்து சமச்சீரற்ற காட்சி விரிவை நம்முள் எழுப்பி வருகிறது.

காற்று தலையணைகள் :

காற்று சன்னமாக எங்கோ வீசிக் கொண்டிருப்பது காதில் விழுகிறது. மெல்ல மெல்ல ஓசையின் அளவு அதிகரிக்க கிடாரின் சிதைத்தல் ஒலி தோன்றத் துவங்குகிறது. ஒரு ஸ்தாயையிலிருந்து அடர்ந்து அடர்ந்து டிரம்கள் தடதடவென முழங்கி எவ்வித அர்த்த மற்ற ஆ... ஒ.... ஏ... என்று பல்வேறு ஒலி அளவில் மனித சப்தங்கள் முழங்கி மறுபடியும் மொத்த இசையாக மாறி மறுபடி திடீரென அமுங்கி காற்றின் சுழற்சி கேட்டு மெல்ல மறைவு நிகழ்கிறது. காற்றாக எல்லாம் அழிகிறது. சியமஸ் ஒற்றிசைவான ராக இணைவு மனிதன் பாட மெல்ல பின்னே நாயொன்று கூடவே தனது குரலில் பாடத் துவங்குகிறது. மனிதக்குரல் மங்கி நாய் தனியாக தனது குரலை ஆலாபிக்க பின்னணி இசை நாயின் ராகத்திற்கு அமைகிறது.

எதிரொலிகள் :

முதலில் ஒற்றை இசை ஒலி கேட்க அதன் எதிரொலி கிளம்ப ஒரு நிமிடம் ஒன்றன்பின் ஒன்றாக ஒற்றை ஒலியெழ, அதன் எதிரொலி மேலும் மேலும் மறுபதிவுகளை உருவாக்கிக்கொண்டே செல்ல, ஒரு நிறுத்தத்தில் முற்றிலும் மாறான பீட்டொன்றை டிரம்ஸ் ஆரம்பிக்க, கிடாரின் பங்க் இசையின் வடிவில் நகர்கிறது. மறுபடி நிறுத்தத்தில் ஒற்றை ஒலி எதிரொலி எழுப்பி அமிழ்கிறது.

இதை தொடர்ந்த பிங்க் ஃப்ளாய்டின் மற்றொரு இசைப்படைப்பு பல்வேறு ஐந்துகளும், கோபம் கொண்ட மிருகங்களும் ஒரு குகையுள். இதில் பல்வேறு ஐந்துகளின் ஓசை, மிருகங்களின் ஒலி ஒரு குகைக்குள் எழும்போது உண்டாகும் ஒலி நிலையை அப்படியே தனது நேரடியான இசை நிகழ்ச்சியில் இசைத்துக் காண்பித்தார்கள். பிங்க் ப்ளாய்ட் பொதுவாக ஒரு நேரடியான இசை நிகழ்ச்சிக்கு 10,000 பவுண்டு பெறுமானமுள்ள இசை சார்ந்த கருவிகளை உபயோகித்தனர். ஆகையால்தான் இவர்களின் இசைப்படைப்புகளை வேறு குழுவினர் மறுவாசிப்பை செய்ய முடியாத ஒரு சத்தத்தை ராக் உலகில் இவர்கள் நிறுவினர்.

பொதுவாக ஒருவித கட்டுமானமற்ற சப்தத்தை உருவாக்கிய பிங்க் ஃப்ளாய்டின் இசை பெரிதும் சர்ச்சைக்குள்ளானது. எவ்வித தொடர்புமின்றி ஓசைகளை கட்டி அவர்கள் எழுப்பிய கட்டமைப்பை மறுபரிசீலனை செய்யும் விதமாக - வேறுவிதமான இசையை இவர்களால் செய்ய முடியுமா என்ற கேள்விகளுக்கு பதில்தரும் வண்ணமாக நிலாவின் இருண்ட பகுதி அமைந்தது. இதன் முதலாக ஒரு தலைப்புடன் தொடர்புடைய பாடலையும் இசையையும் இணைக்கத் துவங்கினார். முதல் பாடலாக வரும் சுவாசி என்ற பாடல் இதயத்துடிப்பின் சப்தத்தில் டக்... டக்.... டக்.... டக்... என இசைக்கத் துவங்கி முணுமுணுப்புகளில் இருந்து மெல்லிய கிண்டல் சிரிப்பிலிருந்தும் பாடல் குரலில் ஒலிக்கத் தூண்டுகிறது.

சுவாசி காற்றை நன்றாக சுவாசி
பயமேதுமின்றி சுவாசிக்கத் துவங்கு

என நீளும் பாடலின் குரல் நிற்க தொண்டைக்குள் புரளும் காற்றின், சொற்களின் சிசு நிலைகள் புரண்டடிக்க ஒரு சுழற்சி நிகழ்ந்து ஓவென சுவாசம் திரண்டு தொண்டையை விட்டு வெளியேறுகிறது. கருச்சிதைவாய். சிறிதுநேர மௌனத்திற்கு பின் மனம் சமனடைய எதிர்பாராதவண்ணமாய் டிக்... டிக்... என்ற கடிகார சப்தம் கேட்க, பல்வேறு வகையான கடிகாரங்கள் ஒரே சமயத்தில் மணியடிக்கத் துவங்குகின்றன. இரண்டு நிமிடம் இந்த மணியடிப்பு நிகழ இதில் பல்வேறு மணியளவில் 12 மணி / 1 மணி / 6 மணி என ஒவ்வொரு கடிகாரம் அடித்து ஓய பெண்டூலம் மட்டுமே ஆடும் சப்தம் மேல்கிளம்புகிறது. டிரம்ஸ் அந்த பெண்டூலத்தின் அசைவை தனது அடிப்படைச் சந்தமாகக் கொண்டு பாடல் குரலில் துவங்குகிறது.

வாழ்வின் கணங்களை எடுத்துக் கொண்டு
ஒரு மந்தமான நாளை
காலம் உருவாக்குகிறது.

இந்த இசைப்படைப்பின் தலைப்பு காலம் மேற்கண்டவற்றில் மாயத் தோற்றங்கள் உருபெறுவது தெளிவாகத் தோன்றுகிறது. இதைத்தான் டிமோதி லியரி எல்.எஸ்.டி என்ற போதை மருந்து பிரக்ஞையின் நிலையை உயர்த்த உதவுகிறது எனவும் ஆன்மீக அளவிலும் மனிதனின் மனம் மரபான கட்டுமானங்களை மீறி செயல்பட இவ்வகை போதை மருந்துகள் உதவுகின்றன என்றும் வாதாடத் துவங்கினர். பலமுறை பிங்க் ஃப்ளாய்டின் போதை மருந்துகள் உபயோகிப்பதை கண்டித்து அவர்களின் இசை நிகழ்ச்சிகளைப் போலியான ஒழுக்கம் என்ற கருத்துருவ அடிப்படை ரீதியில் தடை விதித்தாலும் அவற்றை மீறி இசையையும் அதன் நுகர்வோரையும் தன் இசையில் ஒருவராக உருமாற்றிக் காண்பித்தது இவர்களின் படைப்புகள். ஆன்மீகத் தளங்களை விசாலப்படுத்தியும் இசை விரிவடைந்தது.

4

மனிதனின் ஆழ்மன சம்பந்தமான பல கருதுகோள்களில் இயங்கி அதன் சமனை சிதறடித்து மையப்புள்ளியை மறைவுக்குட்படுத்திய பிங்க் ஃப்ளாய்ட் வெறுமனே அதனுள்ளேயே அழுந்திவிடாமல் தன்னைச்சுற்றி என்ன நடக்கிறது சக மனிதன் மீதுள்ள தன் பொறுப்பு என்ன - மற்றும் சமூக கட்டுமானங்களினால் எப்படி ஆன்மீக சீரழிவு நிகழ்கிறது என்பதையும் ஆழ தன்னுள் பதியவைத்துக் கொண்டவர்கள். அதன் மீதான அக்கறையாக - சிரத்தைமிக்க படைப்பாக மிக சமத்தன்மையுள்ள இசைவடிவில் 'மிருகங்கள்' என்ற இசைத்தட்டு 1977-ல் வெளிவந்தது. ஜார்ஜ் ஆர்வெலின் விலங்குப் பண்ணையின் தாக்கத்தால் பாடல்கள் இயற்றப்பட்டன. இதுவரை எந்த ராக் இசைக்குழுவினராலும் செல்ல முடியாத அளவுக்கு சமூக கட்டுமானங்களினூடே ஊடுருவலை இவர்கள் நிகழ்த்தினார்கள். ரோஜர் வாட்டர்ஸ் மிகச்சிறந்த கவிதைகளை - பாடல்களாக எழுதியதும் இதில்தான். சமூக அரசியல் இணைவு (உருவாக்கம்) இதன்மூலம் ராக் இசையில் எந்த தரப்புச் சமரசமுமின்றி நிகழ்கிறது. வெறும் கிடாரின் மீட்டலுக்கிடையே துவங்கும் முதல் பாடல் :

பன்றிகள் சிறகுகளில் - ரோஜர் வாட்டர்ஸ்

உனக்கு என்னைக் குறித்த
அக்கறையில்லையென்றால்

எனக்கு என்ன நேர்ந்துவிடும்
நான் உன்னைக் குறித்து அக்கறையற்றுப்
போனால்
நாமிருவருமே கோணல் மாணலாய்
சலிப்பிலும் அவஸ்தையின் ஊடேயும்
உழலுவோம்.
எப்போதாவது மழையினூடே முறைத்துக்
கொண்டு இவற்றிற்கெல்லாம் யாரை
குறைகூறுவதென யோசித்து
பன்றிகள் சிறகுகளில் பறந்து வருவதை
அண்ணாந்து எதிர்பார்த்தும் இருப்போம்.

என்று முடியும் இந்தப்பாடல் சக மனிதனோடு தன்னையும் அறியாது ஒரு எதிர்மறுப்பு வாதத்தை வளர்த்துக் கொண்டுள்ளவனின் பாடலாக ஒலிக்கிறது. இவன் எப்படிப்பட்டவன் என அடுத்த பாடல் கூறுகிறது.

நாய்கள் - ரோஜர் வாட்டர்ஸ்

நீ உண்மையில் அற்புதமானவன், உனக்கு
உண்மையான தேவையொன்று உள்ளது

நீ உனது கால் விரல்களின் மேல்
நின்றபடியே தூங்க வேண்டும் தெருவில்

மிகச்சுலபமாக கிடைக்கக் கூடிய
கறித்துண்டை கவ்வியெடுக்க வேண்டும்
கண்களை மூடியபடி
பிறகு மௌனமாக நகர்ந்தும்,
கண்ணில் படாமல் கீழ்த்திசையை நோக்கி
போகிறாய் காற்றோடு

நீ சரியான நேரத்தில் தாக்க வேண்டும்
யோசிக்காமல்

அதற்கப்புறம், நீ பல்வேறு முறையில்
நடக்கலாம் ஸ்டைலாக,

கிளப்களுக்கான கழுத்து டையாகவும்,
தீர்மானகரமான கைக்குலுக்கலாகவும்,

கண்களில் ஒருவிதமான பார்வையோடும்,
எளிமையான சிரிப்போடும்,

யாரிடம் நீயிருக்க விரும்புகிறாயோ
அவர்கள் உன்னை நம்பும்படி செய்ய
வேண்டும்,

ஏனெனில் அவர்களின் முதுகுகள்
உன்பக்கமாய் திரும்பும் போது,
கத்தியை அவர்களுள் செருக உனக்கு
வாய்ப்பு கிடைக்கும்.

நீ உன்னுடைய கண்களின் கவனத்தை
தோள்மீது பதிய வைக்க வேண்டும்,

உனக்கு வயதாகும் போது கடினமாக,
மிகக் கடினமாக மிகமிகக் கடினமாக
உன்நிலை மாறும்,

கடைசியாக உனது பையை சுருட்டிக்
கொண்டு தென்திசை நோக்கி பறந்து
போகிறாய்.

உனது தலையை மண்ணுக்குள்
மறைத்து வைப்பாய்
நீ மற்றொரு வயதானவனை
மட்டுமே நம்பு,

இல்லையெனில் கான்சர் நோயால்
யார் செத்துக் கொண்டிருக்கிறானோ
அவனை மட்டுமே நம்பு.

எப்போது உன் சமனை இழக்கிறாயோ
அப்போது நீ விதைத்ததை நீ அறுப்பாய்

பயம் உன்னுள் பெருகும் போது உன்னில்
ஓடும் கெட்ட ரத்தம் பாறையாக மாறும்
உனது பாரத்தை உன்னைச் சுற்றி இறக்க
இப்போது காலம் கடந்து விட்டது.

ஆகையால், மேலும் மேலும்,
கீழே கீழே, தனியாய் சென்று

பாறையால் இழுக்கப்பட்டு
மூழ்கடிக்கப்படுவாய்

நான் ஒப்புக்கொள்கிறேன்
நான் சிறிது குழம்பிப் போயுள்ளேன்

சில நேரங்களில் எனக்குத்
தோன்றுகிறது நான் யாராலோ
உபயோகப்படுத்தப்படுகிறேன்.

நான் உஷாராக இருந்து மெல்ல
என்மேல் பரவும் இயலாமையை
கட்டுப்படுத்த வேண்டும்,

என் மண்ணில் ஸ்திரமாக
நிற்க முடியவில்லையெனில்
எப்படி சொந்த வழியை இந்த
வலைப்பின்னலில் தேட முடியும்

செவிடாய், ஊமையாய், குருடாய்
எப்போதும் பாசாங்கு செய்

யாருமே உன் உண்மையான நண்பனல்ல
என்று உன்னால் எல்லோரையும்
ஒதுக்க முடியும்

உன்னுடைய முக்கிய
வேலையென்னவெனில் வெற்றி
பெறுபவனை ஒதுக்குதல்,

அதுமட்டுமல்ல சூரியனுக்கு கீழே நடக்கும்
எல்லாவற்றையுமே ஒதுக்கு

உனது உள்மனதில் எல்லோரையும்
கொலைகாரர்கள் என நம்பு

யார் வலியின் வீட்டில் பிறந்தவனோ
யார் விசிறியின் மீது பயிற்சி பெறாதவனோ
யார் மனிதனால் என்ன செய்ய முடியுமென
கற்றவனோ
யார் கற்றுத் தரப்பட்டவனால்
உடைபட்டவனோ
யார் காலரில் சங்கிலியால்
பிணைக்கப்பட்டவனோ
யார் லாயத்தில் இடம் பெற்றவனோ
யார் கட்டுகளை
அறுத்துக்கொண்டு போகிறவனோ
யார் சொந்த வீட்டிலேயே
அந்நியனாக மாறியவனோ
யார் தொலைபேசியில்
இறந்து போனவனோ
யார் பாறையால்
கீழே இழுக்கப்பட்டவனோ

என முடியும் இந்த நீண்ட பாடல் நாயின் ஊளைச்சத்தம் உடலுறவு கொள்ள இரண்டுக்குமிடையே நடக்கும் சண்டையின் சத்தம், அடிபட்டுக் கதறும் சத்தம் இவற்றுடன் முடிகிறது.

இடையிடையே நாய் குரைப்பின் ஓசைக்கட்டை டேவிட் கில்மர் மீட்டிக் காட்டுகிறார். பாடலை ஆழ வாசித்தோமெனில் இருத்தலுக்கு என்ன காரியங்கள் செய்ய நேரிடுகிறது என்பதை மிகத்தீவிரமாக நாயின் குறியீடு மூலமாக வெளியிடுகிறார். இதை பன்முக குறியீட்டுச் செயல்பாட்டின் மூலம் நிறுவுகிறார். தெருக்கோடியில் நாய்கள் ஊளையோடு பாடல் முடிகிறது.

பன்றிகள் (மூன்று விதமானவை) - ரோஜர் வாட்டர்ஸ்

i)

பெரிய மனிதன், பன்றி மனிதன் ம் ஹ ஹா
மந்தை நீயல்லவா
நீ ஸ்திரமான அடித்தளமுள்ள பெரிய
சக்கரமானாலும் ஹ்ஹா மந்தை நீயல்லவா,
எப்போது உனது கைகளை
உன் இதயத்தின் மீது வைக்கிறாயோ,
அப்போது ஏறக்குறைய
நீயொரு ஏளனச் சிரிப்புக்குரியவன்,
ஏறக்குறைய நீயொரு கோமாளி,
விடாது தோண்டிய வண்ணம்
உன் தலையோ,
பன்றி தொட்டியின் உள்ளேயே உள்ளது.

பன்றிச் சாயம்
உன் தடித்த கன்னத்தில் படிந்துள்ளது
பன்றியின் சுரங்கத்துக்குள் இருந்து கொண்டு
நீ எதைக் கண்டுபிடிக்க நினைக்கிறாய்?
ஏறக்குறைய நீ ஏளன சிரிப்புக்குரியவன்
ஏறக்குறைய நீ ஏளன சிரிப்புக்குரியவன்
ஆனால், உண்மையில்
நீ அழுகைக்குரியவன்.

ii)

பஸ் ஸ்டாப் எலிப்பையே,
ஹ்ஹா மந்தை நீயல்லவா,

கிழவியைப் புணர்ந்தவனே,
ஹ்ஹா மந்தை நீயல்லவா,
நீ உடைந்த கண்ணாடியின்,
குளிர்ந்த தண்டின்மீது உமிழ்கிறாய்.
நீயும் ஏறக்குறைய
ஏளனச் சிரிப்புக்குரியவன்
ஓர் அசட்டையான சிரிப்புக்குரியவன்
நீ உலோகத்தின் தன்மையைக் கொண்டவன்
நி ஒரு உறுத்தலானவன்
குல்லாவிலுள்ள ஊசியை போல்
நல்ல தமாஷ்தான் கையில் துப்பாக்கியுடன்
இருக்கும் நீ நல்ல தமாஷ் தான்

நீ ஏளன சிரிப்புக்குரியவன்

நீ ஏளன சிரிப்புக்குரியவன்

ஆனால், உண்மையில்
நீ அழுகைக்குரியவன்.

iii)

ஹே வெள்ளை மாளிகையே,
ஹ்ஹா மந்தை நீயல்லவா
நீ பெருமையின் நகரம், ஒரு எலிவலை,
ஹ ஹா மந்தை நீயல்லவா
என்னுடைய உணர்வுகளை
தெருக்களுக்குத் தெரியாமல் மறைக்கிறாய்

நீ ஏறக்குறைய ஒரு நல்ல
பொழுதுபோக்கு.

இறுக்கமாய் நிமிர்ந்து சில்லிட்ட
காலுடன் நிற்கிறாய்,

உன்னை அவமானப்படுத்துவதாக
நினைக்கிறாயா?

உன்னை அவமானப்படுத்துவதாக
நினைக்கிறாயா?

உன்னிடம் ஒரு அதிகாரத்தின் தண்டும்,
தீய பேரலையும் உள்ளது

அதை எப்போதுமே உள்ளேயே
மறைத்து வைத்துள்ளாய்

மேரி நீ ஏறக்குறைய ஒரு
பொழுது போக்கே

மேரி நீ ஏறக்குறைய ஒரு
பொழுது போக்கே

ஆனால், உண்மையில்
நீ அழுகைக்குரியவன்.

என முடியும் பன்றிகளின் உறுமல் சத்தம் தெருக்கோடியில் கேட்டு பாடல் முடிகிறது. இதில் மூன்றுவித பன்றிகள் மூன்றுவித மனிதப் பண்பைக் கொண்ட சமூக அங்கங்களின் குறியீடாய் பயன்படுத்தப்பட்டுள்ளது. இத்துடன் இசைத்தட்டின் முதல் பக்கம் முடிய, இரண்டாம் பக்கம் ஒரு புல்வெளியில் மேயும் ஆடுகளின் சப்தத்துடன் துவங்குகிறது.

ஆடுகள் - ரோஜர் வாட்டர்ஸ்
எந்தவித தீங்குமிழைக்காமல்
புல்வெளிகளில் உன் நேரத்தை கழிக்கிறாய்

ரொம்பவும் சன்னமாகத்தான்
காற்றுருக்குள் நிறைந்துள்ள
அசௌகரியத்தை நீ அறிந்திருக்கிறாய்,

நீ எதற்கும் கவனமாக இருந்து பழகு,

இங்கும் அங்குமாய்
நாய்கள் திரிய வாய்ப்புள்ளது.

நான் யோர்தானை பார்த்திருக்கிறேன்
ஆனால்

அப்போது பார்த்தது போன்று
இப்போது எதுவும் இல்லை

உண்மையான அபாயத்தை
கண்டும் காணாமலும் இருப்பதால்
உனக்கு என்ன கிடைக்கப் போகிறது.

அடக்கத்தோடும், கீழ்ப்படிதலோடும்
நீ உன் தலைவனைப் பின்தொடர்கிறாய்

நன்றாக கீழே மிதிபட்ட கூடங்களிலும்,
உலோக பள்ளத்தாக்கின் உள்ளும்

என்ன ஆச்சரியம்!

உன்னுடைய கண்களில் அதிர்ச்சியின்
கடைக்கோடியை காண முடிகிறது

இப்போது பொருள்களும்,
நிலைகளும் அதனதன் இயல்பில் உள்ளன,

இல்லை, இது ஒரு கெட்ட கனவுமில்லை.

தேவனே என் மேய்ப்பன்,
வேறென்ன எனக்கு வேண்டும்,

அவர் என்னைத் தாழ படுக்க வைக்கிறார்.

பச்சையும் பசுமையுமான புல்வெளிகளிலும்
அமைதியான நீர்நிலைகளிலும்
என்னை மேய்த்துச் செல்கிறார்

தன்னிடமுள்ள கூர்மையான கத்தியின்
மூலம் என்னுடைய ஆன்மாவை
காண்கிறார்.

அவர் என்னை உயர்ந்த இடங்களில்
தொங்கவிடுகிறார் கொக்கிகளில்

அவர் என்னை ஆட்டுக்கறிக்
கட்லெட்டுகளாய் உருமாற்றுகிறார்,

அவரிடம் அதிகாரமும்
எல்லையில்லா பசியும் உள்ளன,

காலை வரும்போதெல்லாம்
நாங்கள் அற்புதமாக உள்ளோம்,

மௌனமான பிரதிபலிப்பிலும்
ஆழ்ந்த அர்ப்பணிப்பிலும்

நாங்கள் கராத்தே கலையை
முழுமையாக கற்றபின்

தேவனே உங்கள் முன்னே எழுவோம்

எங்களை வெட்டியவர்களின் கண்களை
கண்ணீரால் நிரப்புவோம்.

கதறிக்கொண்டும் உளறிக்கொண்டும் உன்
கழுத்தின் மீது விழுந்தேன் ஒரு கத்தலோடு.

அலைமேல் அலையென பைத்தியம் பிடித்த
பழிவாங்கும் கூட்டம்,

சந்தோஷமாய் படை நடத்தி வருகிறார்கள்
இருண்மையின் உள்ளிருந்து கனவுக்குள்
பிரவேசிக்கிறார்கள்

நீ செய்தியைக் கேட்டாயா?
நாய்கள் எல்லாம் செத்துப் போய்விட்டன!
நீ எதற்கும் வீட்டிற்குள்ளே இரு
நீ என்ன சொன்னாயோ அதன்படி

சாலையிலிருந்து ஓடிப்போய்விடு
உனக்கு வயது வேண்டுமெனில்.

என்று முடியும் இப்பாடலுக்கு பிறகு கடைசி பாடலாக மறுபடி (பன்றிகள் சிறகுகளில் பாகம் 2) வருகிறது. பாகம் ஒன்றின் இசை கட்டமைப்பிலேயே.

பன்றியின் சிறகுகளில் - பாகம் 2

உனக்குத்தான் தெரியுமே,
உன்மீது எனக்குள்ள அக்கறை.

என்னதான் உனக்கு நேர்ந்தது?

எனக்கு தான் தெரியும்
என்மீதான உன் அக்கறை

ஆகையால்தான் தனிமை

பாறையின் பாரமென
எனக்குத் தெரியவில்லை

இப்போது என்னுடைய எலும்பை
புதைத்து வைக்க

ஒரு பாதுகாப்பான இடமும்
கிடைத்து விட்டது

எந்த முட்டாளுக்குத்தான் தெரியாது
நாய்க்கு ஒருவீடு தேவையென்பதும்

சிறகுகளில் இருக்கும்
பன்றியிடமிருந்து தப்பிக்க

ஒரு புகலிடம் தேவையென்பதும்.

என்ற வரிகளோடு மிருகங்கள் என்ற இசைத்தட்டின் இரண்டாவது பாகம் முடிகிறது.

இப்போது மிருகங்கள் மூலமாக தற்கால சமூகத்தையும் அதில் இயங்கும் மேலாண்மையும் ரோஜர் வாட்டர்ஸ் கட்டமைக்கிறார் / தகர்க்கிறார்.

1. மனிதனிடம் மனிதன் சக அக்கறையற்றுப் போனதால் / கோணல் மாணலாய் போய் சலிப்பிலும் அவஸ்தையிலும் உழலுகிறான். / பன்றிகள் சிறகுகளோடு பறத்தலைக்காண.

2. மனிதன் என்ற நிலையிலிருந்து பிறழ்ந்து நாயின் தன்மைகள் வாழ்தலை தக்கவைக்க மேற்கொள்ளும் முறை / கால் விரல்களில் நின்று தூங்குதல் / சுலபமான கறித்துண்டை கவ்வுதல் / சமயம் கிடைத்தபோது கண்மூடி பாய்தல் / முதுகுத் தண்டில் கத்தியை பாய்ச்சுவது / கான்சர் நோயாளியை மட்டுமே நம்புவது.

3. இப்படிப்பட்ட மனிதர்கள் மூன்று விதமானவர்கள். பன்றிகள் சமூகத்தின் பெரிய மனிதன் / இதயமற்றவன் / இதயத்தின் மீது கைவைக்கும் போது சிரிப்புக்குரியவன் இவன் உள்ளூற அழுகைக்குரியவன்.

4. சமூகத்தின் சாதாரணனாக இருக்கும் பஸ் ஸ்டாப் எலிப்பை கிழவியை புணரும் வக்கிரன் / உலோகத்தன்மை கொண்டவன் / துப்பாக்கி வைத்துள்ளவன் / உறுத்தலானவன்.

5. இதில் மூன்றாவது மனிதனின் மேலாண்மை வெள்ளை மாளிகை / உள்ளே நடப்பதை அறிய முடியாத எலி வலை / அதிகாரத்தின் தண்டு / தீய பேரலை. கன்னிமேரியின் தூய்மையை(வெண்மை)ப் பொழுதுபோக்கு ஆக்குபவன்.

6. இம்மூன்று விதத்தையும் தாண்டிய சிறிதேனும் ஆள்மிக பலமுள்ள ஆடுகள் எப்படி நம்பிக்கையால் பலியாகின்றன? தீங்கேதும் இன்றி திரியும் ஆடு / காற்றுள் நிறைந்துள்ள அசௌகரியத்தை (வன்மம்) அறியாதது / உண்மையான அபாயம் கண்டும் காணாதது போல் இருக்கிறது. நம்பிக்கையோடு மேய்ப்பனின் மீதான நம்பிக்கையால் பின்பு கொக்கிகளில் தொங்குகிறது / கட்லெட்டாக மாறுகிறது / மேய்ப்பனுக்கு எதிராக.

7. கடைசியாக சகமனிதன் மீதான அக்கறையுடன் பரிவர்த்தனை தேடுபவனாய் மனிதன் மாறுகிறான். தன் எலும்பை மறைத்து வைக்க இடம் கிடைத்தபின் / சிறகுகளில் உள்ள பன்றிகளிடமிருந்து தப்ப புகலிடம் கிடைத்த பின்பு / பழைய அவஸ்தை சலிப்பு நீங்கியவனாய் இருக்கிறான்.

மிருகங்கள் பாடல்கள் கிடைக்கும் மேற்காணும் செயல் சார்ந்த குறியீடுகளில் உள்ளார்ந்த மேலாண்மையின் கட்டுமானம் உருவாகி ஸ்திரமாக கட்டமைக்கிறது. சக அக்கறையுடன் அது தகர்கிறது இந்த பாடல்களில். சமூக அரசியலினூடே ஆழ்ந்த ஊடுருவலை நிகழ்த்துகிறது. இப்படி சமூகத்தின் தனியான உறுப்பிலிருந்து துவங்கி வெள்ளை மாளிகையில் இறுக்கமுறும் கட்டுமானம், கடைசியில் சக அக்கறையுடன் தகர்கிறது.

5

இந்த இசைத்தட்டின் வெளியீட்டிற்கு பிறகு 1982-ல் வெளிவந்த சுவர் என்ற இசைத்தட்டு மிகுந்த பரபரப்பை உலகெங்கும் ஏற்படுத்தியது. காரணம் வியாபார ரீதியில் 'சுவர்' தான் அதிக விற்பனையான வெளியீடு. இந்த சுவர் என்ற இசைப்பாடல்களை அடிப்படையாகக் கொண்டு ஒரு திரைப்படம் தயாரிக்கப்பட்டது. இதில் மிருகங்கள் என்ற படைப்பில் இருந்த ஆழம் குறைய தொடங்கியது. ஒரு பாடலைத் தவிர மற்றவை போதுமான நியாயத்தை பிங்க் ஃப்ளாய்டின் இசைவாழ்விற்கு செய்யவில்லை. இதில் இடம்பெற்ற -

எங்களுக்கு உங்கள் கல்வி தேவையில்லை

எங்களுக்கு உங்கள்

எண்ணத் தணிக்கை தேவையில்லை

ஹேய் ஆசிரியனே
குழந்தைகளை தனியாக விடு

அவர்கள் நீங்கள் கட்டும் சுவரில்

ஒரு செங்கல்லாக

இருக்க விரும்பவில்லை

என்ற பாடலும் சுவர் ஒன்றை உடைக்கும் சப்தத்துடன் துவங்கும் சுவர் - இந்த இரு பாடல்களுமே குறிப்பிடத் தகுந்தவையாக கருத முடியும்.

பிங்க் ஃபிளாய்டின் இசைத்தட்டுகளின் அட்டைகள் அனைத்தையுமே டிசைன் செய்தது ஹிப்னாஸிஸ் என்ற குழு. இதன் ஓவியர்கள் புகைப்படங்களை அடிப்படையாகக் கொண்டே எல்லா அட்டைகளையும் டிசைன் செய்தனர். ஓவியத்துறையில் கையில் வரைவது மட்டுமே கலை என்ற நிலையை மாற்றியது ஹிப்னாஸிஸ். ராக் இசைத்தட்டுகளுக்கு செய்த டிசைன்கள் அனைத்தும் புத்தக ஆல்பம் வடிவில் வெளிவந்துள்ளது. இவை சைகடெலிக் ஓவியம் என்ற திசையை நோக்கி பலரையும் நகர வைத்தவை.

இப்படி பல்வேறு ஒழுங்குகளிலும் கட்டமைவாக மாறியவைகளையும் அதன் இறுகிய சமனையும் திரைப்படம் முதல் பாடல், இசை வரை குலைத்து ஒருவித புதிய பன்முகப் போக்கை 1967 முதல் 1982 வரை இடைவிடாத காரியமாய் செய்து வந்த பிங்க் பிளாய்டின் மையமாக இயங்கிய ரோஜர் வேட்டர்ஸ் அந்தக் குழுவிலிருந்து 80-களின் நடுப்பகுதியில் விலகிப்போனார். மிகப்பெரிய ஓர் இசை இயக்கத்தின் உந்து சக்தியாக விளங்கியவர் பிரிந்ததும் பிங்க் ஃப்ளாய்ட் நிக் மேசனையும், டேவிட் கில்மரையும் கொண்டு மறுபடியும் இயங்கத் துவங்கியது. அதன் சமீபத்திய வெளியீடான 1987-ல் காரணத்தின் கணநேர பிறழ்வு என்ற இசைத்தட்டு சிறிது நம்பிக்கை தரக்கூடியதாக உள்ளது.

அதில் இன்னுமொரு சினிமா என்ற பாடலின் இசைக்கட்டமைப்பு அவர்களின் பழைய இசையின் புத்தாக்கமாகத்

தோன்றினாலும் சில புதிய முயற்சியை செய்தனர். திரைப்படம் விட்டு வெளிவரும் சத்தத்தின் இடையே கூட்டத்தின் பேச்சுத் துவங்கும் பாடல் ஒரு காட்சிக் கோர்வையை கண்முன் கேமிராவின் நிலையிலிருந்து உருவாக்குகிறது.

இன்னுமொரு சினிமா - டேவிட் கில்மர்

ஒரு சத்தம், ஒரே ஒரு சத்தம்
ஒரு முத்தம், ஒரே ஒரு முத்தம்

ஒரு முகம் சன்னலின் சட்டத்தின் வெளியே
எப்படியோ இந்நிலைக்கு
அது வந்துவிட்டது?

மனிதன் ஒருவன் ஓடினான்,
குழந்தை ஒன்று அழுதது

பெண்ணொருத்தி அதைக் கேட்டாள்,
ஒரு குரல் பொய்த்தது.

சூரியன் ஒன்று உக்கிரமாய்
சிவந்து எரிகிறது.

காலியான கட்டில்களின் காட்சியொன்று
கண்முன்னே விரிகிறது

வன்முறையை உபயோகிப்பதில் அவன்
மிக உறுதியாக இருந்தான்.

அவள் சீக்கிரமே அடிபணிவாள்,
அவளுக்கு தேவையானது கிடைக்கும்

விதி அணியாக நடந்து வந்தது,
உடைந்து போனது உறுதி

யாரோ ஒருவன் மட்டும்

அசைவற்று வீழ்ந்து கிடந்தான்.

அவன் சிரித்தும் இருக்கிறான்,
அவன் அழுதும் இருக்கிறான்,

அவன் போராடியும் இருக்கிறான்,
அவன் இறந்தும் இருக்கிறான்

அவன் எல்லோரையும் போலவே,
ஒரு சாதாரண மனிதன்தான்

அவன் மோசமானவனுமல்ல,
அவன் நல்லவனுமல்ல

ஆனாலும், இந்த இடைவிடாத
முணுமுணுப்பு தொடர்கிறது

இந்த உளறல்களை
நான் பொறுத்துக் கொண்டேன்

இங்கே கடலாய் விரியும் முகங்கள்,
கண் மேலுயரும் வெள்ளையான திரை,
காலியான பார்வை

ஒரு கறுப்பு உடையணிந்த மனிதன்
பனிவெளியில் வெள்ளைக் குதிரை மேல்
போகிறான்.

குறிக்கோளற்ற வாழ்க்கை அதன்
ஜீவிதத்தை ஓட்டிவிட்டது.

சிவப்பு கோடிட்ட கண்களில்,
கண்ணீர் இன்னும் வழிகிறது.

அவன் மறையும் சூரியனுள்
மெல்ல மெல்ல மறைகிறான்.

ஒரு கேமராவுக்குள்ளிருந்து வெளிப்படும் தோற்றங்களாய் இப்பாடல் முழுவதும் அமைகிறது. போரின் நாய்கள் என்ற இன்னொரு பாடல் போரின் நாய்கள் என்று குரலில் ஆரம்பித்து பாடலின் பின்னணியில் ஒரு வெறிநாயின் இரைப்புச் சத்தம் கீபோர்டில் கேட்கிறது.

பல்வேறுவிதமான பரிட்சார்த்தங்களினூடே ராக் இசையின் வரம்புகளை விஸ்தீரணப்படுத்திய பிங்க் ஃப்ளாய்டின் ஒரு பாடலின் மூலம் இந்தக் கட்டுரையை முடிக்கலாம்.

ஒரு புதிய எந்திரம் - டேவிட் கில்மர்

நான் எப்போதும் இங்கு இருந்திருக்கிறேன்.

நான் எப்போதும் இந்தக் கண்களின்
பின்னாலிருந்தும் பார்த்திருக்கிறேன்.

இது, ஒரு வாழ்வின் காலத்தை விடவும்
நீண்டதாகவே தோன்றுகிறது

சில நேரம் காத்திருப்பதில்
சோர்ந்து போய்விடுகிறேன்

சிலநேரம் இங்கு இருப்பதிலேயே
சோர்ந்து போய் விடுகிறேன்.

இப்படித்தான் எல்லாக் காலமும்
இருந்துள்ளதா ?

எப்போதாவது வேறுமாதிரி
இவையெல்லாம் இருந்திருக்கிறதா ?

உனக்கு, காத்திருப்பதில்
சோர்வு ஏற்பட்டிருக்கிறதா ?

உனக்கு, அங்கேயே இருப்பதில்
சோர்வு ஏற்பட்டிருக்கிறதா?

கவலைப்படாதே,
யாரும் என்றென்றும் வாழ்ந்தது இல்லை

யாருமே என்றென்றும் வாழ்ந்தது இல்லை

இங்கே முடியும் பாடலை, ஒரு வசதிக்காக அவர்களின் இரு வரிகளையே கட்டுரையின் வரிகளாக கடைசியாக வாசிக்கலாம்

நான் எப்போதும் இங்கு இருந்திருக்கிறேன்

நான் எப்போதும் இந்த கண்களின்
பின்னாலிருந்தும் பார்த்திருக்கிறேன்.

ஆம் கண்களின் பின்னாலிருந்து பார்க்கலாம் எதையும் என்பதை ராக் இசை உலகிற்கு பிங்க் ஃப்ளாய்ட் உணர்த்தியது.

PINK FLOYD MUSIC Discography

1. A Collection of great dance songs

2. A Momentary lapse of reason

3. A Saucerful Of Secrets

4. Animals

5. Atom Heart mother

6. Atom Heart mother suite

7. Dark side of the moon

8. Delicate sound of thunder - Disc - I

9. Delicate sound of thunder Disc - 2

10. Echoes - the best of pink floyd - Disc - I

11. Echoes - the best of pink floyd - Disc - 2

12. Is there anybody out there - the wall II

13. Live at Pompeii (Re-mastered)

14. Masters of rock

15. Meddle

16. More

17. Obscured by clouds

18. Pulse - Disc - 1

19. Pulse - Disc - 2

20. Relics

21. Shine on you crazy Diamond

22. Star profile

23. The division bell

24. The Early pink Floyd Singles

25. The final cut

26. The piper at the gates of dawn

27. The wall - Disc - I

28. The wall - Disc - 2

29. Tonight Let's all make love in London

30. Ummagumma

31. Wish you were there

32. Works

33. Zabriske point

பாரதி புத்தகாலயம் டிசம்பர் - 2016

தமிழ்க்கவிதையின் கொடி மரபில் ஒரு மொழியாக்க குரல்

அதிகமான பக்கங்களைக் கொண்ட ஞான நூல்களைக் காட்டிலும், அளவில் சுருக்கமுடைய சில நூல்கள் அதிக ஈர்ப்பை ஏற்படுத்துவனவாக உள்ளன. நெடிய தொடர்கள் ஏற்படுத்தும் அயர்ச்சியிலிருந்து விடுபடுவது எளிதல்ல. ஆனால் ஞான நூல்களை வாசிக்கும் பயன், அவை முன்வைக்கும் கருத்தாக்கங்களைப் பற்றி சிந்தித்து உணர்வதே பிரதானமாகும். மின்னல்வெட்டைப் போல் பளீரிடும் சொற்றொடர்களைக் கொண்ட செறிவுமிக்கதாக விளங்கும் லாவோ ட்சுவின் “தாவோ தே ஜிங்” பல மொழிகளிலும் பல்வேறு மொழிபெயர்ப்பாளர்களால் புத்தாக்கம் செய்யப்பட்டுள்ளன. குறிப்பாக ஆங்கிலத்தில் எண்ணிக்கையில் அதிகமான மொழியாக்கம் நிகழ்ந்துள்ளன. சீனமொழி அறிஞர்கள் துவங்கி இன்னும் பல மேற்கத்தியர்களால் தொடர்ந்து புதிய மொழியாக்கங்கள் வெளிவந்துக்கொண்டே இருக்கின்றன. அதில் ஒவ்வொன்றும் தனக்கேயான தனித்துவத்தையும் கொண்டுள்ளது. அதன் பட்டியல் மிக நீண்டதாக உள்ளது. தாவோ தே ஜிங்கை மொழியாக்கம் செய்தவர்கள் முந்தைய ஆக்கங்களிலிருந்து எவ்வாறு வேறுபடுகின்றனர் என்பதை அவர்களே, தங்களது முன்னுரையில் குறிப்பிடுகின்றனர். தாவோ தே ஜிங் மொழியாக்கப் பதிப்புகளில் வெளிவந்துள்ள, அதன் மொழிபெயர்ப்பாளர்களின் முன்னுரைகள் தாவோ தே ஜிங் பற்றிய பெரும் அறிதல் களஞ்சியத்தை உருவாக்கியுள்ளன. இவை தாவோ தே ஜிங்கின் “வாசக சமூகத்தை” கட்டமைத்துள்ளன. எல்லா பதிப்புகளும் தன்னளவில் ஒரு நிறைவைக் கொண்டிருந்தாலும், அதன் இணைப்பிரதியான மற்றொரு மொழியாக்கத்தோடு ஏதோ சில நுண்வேறுபாடுகளைக் கொண்டிருக்கின்றன. இக்காரணத்தினால்தான் தாவோ தே ஜிங்கின் வாசகன் பல மொழியாக்கங்களை தேடி வாசிக்கும் பழக்கத்திற்கு ஆளாகியுள்ளான். பெரும்பாலும் ஒருவர் ஆங்கிலத்தில் குறைந்தது

ஒன்றிற்கும் மேற்பட்ட மொழியாக்கங்களை வாசித்திருக்க வாய்ப்புள்ளது. வாசிப்பார்வத்தை ஊக்கவல்ல பிரதியாக தாவோ தே ஜிங் இருந்து வந்துள்ளது குறிப்பிடத்தக்கது.

தாவோ தே ஜிங்கை ஏன் வாசிக்க வேண்டும் என்ற வினாவிற்கு விடையளிப்பதாக அமைந்துள்ள Lin Yutang கூறுகிறார்.

> 'If here is one book in, the whole of Oriental Literature which one should read above all the others, it is in my opioin, Laotse's 'Book of Tao.'
>
> - 'LIN YUTANG'
> (The Wisdom of China and India) (page-579)

என்கின்ற இவரது முன்னுரையின் வாசகம் மிகப் பொருத்தமானதாகும்.

மொழியாக்கம் எத்தகைய பணியை ஒரு மொழியினருக்குச் செய்கிறது என்று எண்ணினால்; அது பிறமொழிக் கலாச்சார மற்றும் இலக்கியப் பிரதிகளுடன் ஒரு உரையாடலை நிகழ்த்துகிறது எனலாம். அதன் மூலமாக இருவேறு கலாச்சாரங்களின் இடையில் பரிமாற்றம் நடக்கிறது. இதன் பிரதிபலனாக புதிய 'கொடை' அல்லது பங்களிப்பு மொழிக்குக் கிட்டுகிறது எனலாம். அப்படியே நடந்தாலும் சில இடைவெளிகள் நிலவிக்கொண்டே தான் இருக்கும். என்றாலும் முழுநிறைவான அல்லது ஒப்பற்ற மொழியாக்கம் என்பது சாத்தியமில்லை. புதிதாக எழுதப்படும் மொழியாக்கம் பழைய இடைவெளிகளை இணைத்து புதிய வெளிக்குள் பிரவேசிக்கிறது. ஒவ்வொரு முறையும் புதிய மொழித்தொடர்கள் மொழியாக்க மொழிக்கு கொடையாகக் கிடைக்கின்றன. எந்த அளவு மொழியாக்கங்கள் மூலப்பிரதிக்கு மெய்யாக இருக்கமுடியும் என்ற வினாவும் எழுகிறது. இதற்கான விடை ஒப்பீட்டு அளவுகோலில் பல்வேறுபட்டதாகவே அமையும். பிறமொழியின் கலாச்சார வளமும் அதற்கேயுரிய தனித்தன்மைகள் மற்றும் பொருண்மைக் கூறுகள் என எண்ணற்றவை அதில் அடங்கியுள்ளன. அதனால் definitive ஆன பிரதி என்பது பெரும்பாலாக சாத்தியமில்லை. ஓரளவுக்கு அணுக்கமிக்கதாக அமையலாம். ஆங்கில மொழியாக்கங்களைப் பற்றிய தாவோ தே ஜிங் மொழியாக்க அறிஞர்களில் ஒருவரான John.C.H.Wu நூலுக்கு Arthur Hummel எழுதிய முன்னுரையில் இவ்வாறு கூறுகிறார்.

"It is vain to hope her a definitive English rendering of the Tao te Ching, and this expectation Dr Wu would be among the first to disclaim.

ஆக முழுமையான definitive மொழியாக்கம் ஏன் சாத்தியமில்லை என்றால், அதற்கான விடையை 'தாவோ தே ஜிங்'-யை அமெரிக்க மொழியாக்கம் செய்த Witter Bynner மரபுச் சொற்றொடர்களுக்கான ஆங்கில இணைச்சொற்களைக் கண்டடைவதில் உள்ள சிக்கலை முதற்காரணமாக முன் வைக்கிறார்.

"assuidity in finding English equivalents for idiom which litereal translation fails to convey"

- Witter Bynner, The way of Life (An American Version)

மேற்காணும் கருத்தின் நீட்சியாக ஆங்கிலத்தில் மொழியாக்கம் செய்தவர்களின் கருத்துக்களில் மிகமுக்கியமானது என்ன என்றால்; ஒரு மொழியாக்கம் என்பதே உரைகூறல் (interpretation) தான் என்கிறார்கள். மேலும் பெரும்பாலானவை உரைகூறலே என்கிறார். ஒரு உரையற்ற மொழியாக்கம் என்பது சாத்தியமே இல்லை என்கிறார் King Kong Hu.

"it is impossible to translate it without an interpretation. Most of the translations were based on the interpretations of commentators"

இவரைத் தொடர்ந்து தாவோ தே ஜிங் மொழியாக்கங்களில் மிக முக்கியமானவரான John CH.Wu-ன் மொழியாக்கம் பற்றிய கருத்தைக் காணலாம். ஏனெனில் ஒரு ஞானநூல் மொழியாக்கம் பெறுகையில் என்னென்ன சவால்களை அதைச் செய்பவர்களுக்கு முன்வைக்கிறது என்பது முக்கியமானது. எல்லா மொழியாக்கங்களுக்குமே ஒரு உரைகூறல் தான் என்ற கோணத்தை வலியுறுத்துகிறார் Arthur Hummel தன் முன்னுரையில்

"Any translation is an interpretation. Particulary if the work is one of great imaginative insight, for the language of one tradition does not provide exact verbal equivalants for all the creative ideas of another tradition."

ஆக தாவோ தே ஜிங்-கைப் பொருத்தவரையில் எல்லா மொழியாக்கங்களுக்குமே உரைகூறல் என பெரும்பாலானக் கருத்தாக முன்வைக்க வருகிறது. குறிப்பாக சமீபத்தில் வெளியான தாவோயிச இரு மூலப்பிரதிகளான 'Tao Te Ching" (The classic Book of Integrity and the way) மற்றும் Wandering on the way (Early Taoist Tales and Parables of Chuang Tzu) இவையிரண்டையும் மொழியாக்கம் செய்த Victor H. Mair தாவோ தே ஜிங்-இன் அண்மையில் கண்டெடுக்கப்பட்ட MA-WAN-TUI Manuscript-லிருந்து

மொழியாக்கியுள்ளார். மற்ற பதிப்புகளில் இல்லாத வகையில் TE INTEGRITY எனவும் The Way எனவும் இருவேறு வைப்புமுறையில் தாவோ தே ஜிங்கை பதிப்பித்துள்ளர். இப்பதிப்பு நீங்கலாக என்வசமுள்ள பத்து ஆங்கில மொழியாக்கங்களில், இதுவே மற்றவைகளிலிருந்து வேறுபட்டுள்ளது; நிறைய குறிப்புகள் அடங்கியது. இன்னொன்று Witter Bynner-இன் அமெரிக்க Version சற்றே வித்தியாசமானதாய் உள்ளது. ஆனால் நான் வாசித்தவரையில் ஒவ்வொரு மொழியாக்கமும் புதிய Version ஆகவும், உரைகூறலாகவுமே அமைந்துள்ளன. இதை மனதில் இருத்திக் கொண்டுதான், நண்பர் எழுத்தாளர் மொழிபெயர்ப்பாளர் திரு.சந்தியா நடராஜனின் தாவோ தே ஜிங் நூலை வாசித்தேன். இவரது தமிழாக்கப் பதிப்பிலும் உரையுடன் கூடிய விளக்கங்கள் நிறைந்துள்ளன. இவரும்கூட தாவோ தே ஜிங்-ஐ இதன்வழி நின்றுதான் தமிழ்ப்படுத்தி இருக்கிறார்.

தாவோ தே ஜிங் - தாவோயிசத்தின் அடித்தளம், லாவோ ட்சு, சாரமும் விசாரமும் என்ற சந்தியா நடராஜனின் மொழிபெயர்ப்புக்கு முன்பு தாவோ தே ஜிங், லாவோ ட்சு (2002 - சி. மணி மொழிபெயர்ப்பு) தமிழில் வாசிக்கக் கிடைத்துள்ளது. மேலும் இவற்றுக்கெல்லாம் முன்பே கோவையில் ஒருவர் மொழிபெயர்த்துள்ளதாகவும் கூறப்படுகிறது. அவரது விவரங்களை அறிய முடியவில்லை. இருப்பினும் சந்தியா நடராஜனின் தாவோ தே ஜிங் / தாவோ / செயல் இன்மை / மிதத்தல் / வெட்டவெளி / யின்&யாங் / ஆலன் வாட்ஸ் சொன்ன சீனக்கதை என்ற பகுதிகள் தமிழாக்கப்பட்டுள்ள பிரதியின் தத்துவார்த்தப் பின்புலத்தைச் சுருக்கமாக எடுத்துரைக்கிறது. தாவோ தே ஜிங்கில் பிரவேசிக்கும் முன்னர் தாவோயிசம் பற்றிய சித்திரத்தை உருவாக்கி அதன் அடிப்படை அலகுகளையும் அறிமுகப்படுத்தி விடுகிறது. அடுத்து முதன்மைப் பகுதியான சாரமும் விசாரமும் அமைந்துள்ளது.

தாவோ தே ஜிங்கை எழுதியவர் அல்லது சொன்னவருமான அழைக்கப்படும் லாவோ ட்சு தனது பிரதிமூலமாகச் சொல்ல வருவது என்ன என்பதைக் காணலாம். அதற்கு முன்னர் லாவோ ட்சு போலவே பிரசித்தி பெற்ற மற்றொரு தத்துவாதியாக கன்பூசியஸ் உள்ளார். அவருடைய கருதுகோளுக்கும் லாவோட்சுவின் கருதுகோளுக்கும் உள்ள வித்தியாசத்தைக் காணலாம். இதை நன்கு தெளிவுபட விளக்குகிறார்.

Witter Bynner "Current tendency gives the 'mystical ethics' of Lao Tzu a surer place is important for the world that the practical properties of confucius") page -15- (Witter Bynner)

‘அனுபூதி அறவியல்’ என்ற பதத்தை இங்கு நாம் கவனிக்க வேண்டும். லாவோ ட்சுவின் முழு சட்டகத்தையும் இதில் பொருத்திப் பார்க்கலாம். கன்பூசியஸிடமிருந்து வேறுபடும் புள்ளியும் இதுவே ஆகும். மேலும் Bynner-இன் இன்னொரு முக்கியமான கருத்தையும் இங்கு பகிர்ந்து கொள்ள விரும்புகிறேன். லாவோ ட்சுவின் Creative Quietism (படைப்புத்தன்மையதான அமைதி) என்ற தன்மையை வாசிக்கையில் நாம் உணர்ந்து கொள்ளலாம்.

தமிழில் வாசிக்க அளிக்கப்பட்டுள்ள சந்தியா நடராஜனின் தாவோ தே ஜிங்கின் குரல் தமிழ் அனுபூதி மரபோடு ஒத்தத்தன்மையுடையதாக பரிமளித்திருக்கிறது. தமிழிலுள்ள பிரதிகளில் பயின்று வந்துள்ள தாவோ தே ஜிங் வரிகளுக்கும் அதன் பொருண்மைக்கு நெருக்கமாகக் காணப்படும் வரிகளையும் நடராஜன் தனது விசாரம் என்ற பகுதியில் எடுத்தாள்கிறார். மூலப்பிரதியின் ஆக்கமும் உரைத்தன்மையோடு ஒலிக்க அதன் ஒவ்வொரு பகுதிக்குமான தனது விளக்கவுரையை தமிழ் மரபுப்பிரதிகளுடன் அமைத்துவிடுகிறார். இது வாசகரின் அறிதல் முறையை - தமிழ் அறிதல் முறைக்குள் சேர்க்க முனைகிறது. வாசித்து முடித்த பின்; மூலமும் / விளக்கப்பகுதியும் ஒருவித இரசவாதப்படுகிறது.

“எடுத்துரைக்கக் கூடிய தாவோ
என்றைக்குமானதல்ல
பெயரிட்டு அழைக்கக் கூடியது
என்றைக்குமானதல்ல.”

என்ற இவ்வரிகளுக்கான பொருண்மைப்படுத்தலை,

“சொற்பதம் கடந்த அப்பன்
சொற்பதம் கடந்த தெல்லோன் காண்க”

என்ற மாணிக்கவாசகரின் திருவாசக வரிகளை ஈடுவைத்து ‘தாவோ’வை விளக்குகிறார். சொல் - பதம் என்பதற்குள் சிக்காத அப்பாற்பட்டதாக ‘பெயரிட்டு அழைக்கக் கூடியது என்றைக்குமானதல்ல’ என்பதை தொல்லோன் எனும் சொற்பொருளுக்குள் கொணர்வது அபூர்வமான வாசிப்பனுபவத்தை அளிக்கிறது. வாசிக்கப்பட்ட வரிகளை நமக்கு நன்கு அறிமுகமான சொற்றொடரால் பொருண்மைப்படுத்தல் எனும் புதிய மொழியாக்க உத்தியைக் கொண்டு வருகிறார் நடராஜன். தாவோவின் துவக்கம் குறித்த வரிகள்.

“தாவோவை ஜனித்தது யாரென அறியேன்

இறைவனையும்விட பழமையானது அது”.

இவ்வரிகளுக்கு எழுதப்பட்டுள்ள விளக்கவுரை இந்நூலில் எழுதப்பட்டுள்ள தேர்ந்த உரைகூறல் எனலாம். பக்கம் - 61-ல் இதை வாசிக்கலாம். இறைவனைவிடப் பழமையான இக்குழந்தையை ஈன்றெடுத்தது யார்? என்ற வினாவில் இறுதியுறும் இடத்திலிருந்து நமது தேடல் மீண்டும் தாவோ பிரபஞ்சத்தின் மூலாதாரம் எனும் வரிகளுக்கு பயணிக்கிறது. இவ்வகையான சுழற்சிதன்மை மிக்க விளக்கப் பகுதிகளின் வளத்தை இங்கு குறிப்பிட்டே ஆகவேண்டும்.

லாவோ ட்சுவின் Creative quietism-த்தை பிரதிபலிக்கும் வகையில்,

“பேச்சைகுறை புரிதல் கூடும்:
உள்ளுயிர் போற்று
மையத்தில் நிலைகொள்” - பக்கம் 62
“.... மூலத்திற்கு திரும்புவதையே
அமைதிநிலை என்கிறோம்....” - பக்கம் 83

இதை தாவோவில் நிலைத்தல் என சொல்லுமிடத்தில் நடராஜனின் விளக்க நேர்த்தியைக் காணமுடிகிறது. “வட்டத்தின் மையத்தில் நிலைகொண்டிரு. எல்லாம் அதன் போக்கில் இயங்கட்டும்” என ஆற்றொழுக்கான மொழியாக்கம் அணுக்கமான குரலுடன் ஒலிக்கிறது.

“சக்கரத்தின் காலிப்பகுதியில்
சக்கரத்தின் பயன்பாடு உள்ளது
இருக்கும் ஒன்றை வடிவமைக்கிறோம்.
இல்லாத ஒன்றுதான் நமக்குப் பயன்படுகிறது”

வெற்றிடம், முனைப்பற்ற செயல் (பற்றற்ற செயல்), மனச்சாய்வுகள் இன்மை - இவை தாவோயிசத்தின் அடிப்படைத் தன்மைகள். சிறுசிறு சொற்றொடர்களால் தாவோவின் தனித்துவமானத் தன்மைகளை நடராஜன் விளக்கிச் செல்கிறார். வாசகனை இயல்போட்டமிக்க, தனது நடையில் கவர்ந்திழுக்கிறது இம்மொழியாக்கம். நடராஜனின் தமிழ்நடையின் இலகுத்தன்மை தமிழ் கவிதை மரபுகளிலிருந்து பெறப்பட்டுள்ளதாக எனக்குப் படுகிறது. ஒவ்வொரு வரியும் அதன் சொற்கோர்வையும் தமிழ்க்கவிதையின் கொடிமரபின்

ஏதோவொரு புள்ளியிலிருந்து இணைப்பதாக உணர்கிறேன். வசன கவிதையின் நெகிழ்ச்சியும் பக்தி மரபின் நாதமார்ந்த (Sonority) தன்மையும் பின்னிப்பிணைத்துள்ளன. திருக்குறளின் சொல்நேர்த்தியின் brevity-யும் சரிவிகிதத்தில் இழைபோடுகின்றன. விசாரப்பகுதியில் எடுத்தாளப்படும் திருக்குறள் ஒப்புமைகள் இவரது நாட்டத்தை மொழியாக்கக் குரலாகவே உருமாற்றியுள்ளன.

பெருமை பெருமிதம் இன்மை *(குறள் 979)* என்பது வள்ளுவர் வழி. வியவற்க எஞ்ஞான்றும் தன்னை *(குறள் 439)* என்ற குறளின் வாசகத்தை விசாரமாக்கியிருக்கும் பகுதியோடு தொடர்புபடுத்தப்பட்டுள்ள தாவோ தே ஜிங் 24 -

"சுய நீதிமான்கள் ஊரறிய வாழ்வதில்லை
பெருமை பேசுவோன் மதிக்கப்படுவதில்லை
தற்புகழ்ச்சிக்காரர்கள் நிலைப்பதில்லை
****
தாவோவின் வழிக்கு
இத்தகைய மக்கள் நிலச்சுமை" (- பக்கம் - 100)

சுய நீதிமான்கள் என்ற பிரயோகம் விநோதமான சொற்சேர்க்கையை உள்ளடக்கியுள்ளது. தற்பெருமைக்காரர்களைச் சுட்டும் பொருளில் பயன்படுத்தியிருக்கிறார் நடராஜன். இந்த 24—வது பகுதிக்கு நடராஜன் எழுதியுள்ள விசாரத்தின் தற்காலத் தன்மையை வாசகர்கள் உன்னிப்பாக கவனிக்க வேண்டும்.

.....முகநூல் காலத்தில் அகம் குலைந்து தற்புகழ்ச்சி தலைக்கேறி தன்னைப் பற்றி தம்பட்டம் அடித்து கொள்வதிலேயே குறியாக இருக்கிறார்கள், சமநிலை குலைந்த நம் சமகாலத்தவர்கள். முகநூலில் தாம் எழுதியது எதுவாயினும் விருப்பக்குறி இடாதவனை விரோதியாகக் கண்டுகொள்ளும் மனிதர்கள் சர்வசாதாரணம்

'வியவற்க எஞ்ஞான்றும் தன்னை" (குறள் 439)

சுயநீதிமான்கள் = தற்புகழ்ச்சிக்காரன் என்ற ஒப்புமையும்; தற்கால எடுத்துக்காட்டுடன் அமைந்துள்ள விளக்கமும் இம்மொழியாக்கத்தின் தனித்துவம் எனலாம். இதேபோல்,

"ஆடம்பர உடைகளில்
கூர்வாள் ஏந்தி
உண்டும் குடித்தும்

களித்திருக்கும் சிலரிடம்
செலவுக்கு மிஞ்சிய செல்வங்கள்
குவிந்து கிடக்கின்றன.

இவர்கள் செல்வர்கள் இல்லை. கள்வர்கள்
இது கள்வர்களின் கர்வம்.
நிச்சயமாக இது பெருவழி நெறி அல்ல
இது தாவோவிலிருந்து விலகல்" (பக்கம் 169)

மேற்காணும் 53-ஆம் பகுதியின் சாரத்தை தற்கால அதிகார குவிதலையும்; அதன் ஆளுகையினால் தன்வயப்படுத்தப்பட்டவர்களின் அவலத்தையும் சமநிலையற்ற நிலையை எடுத்துரைக்கவும் நடராஜன் கூறும் விளக்கம்:

"விளைநிலங்கள் பறிபோகக் காணிகள் சாலைகளாகிக் களஞ்சியங்கள் காலி மரப்பெட்டிகளாகி விவசாயிகள் ஆட்சிக்கெதிராக நிர்வாணக் கோலத்தில் போராடும் காட்சிகளைக் கண்டு கொண்டிருக்கும் வேளையில் ஆயிரங்கோடி செலவில் அம்பானிகள் வீட்டுத் திருமணங்கள் நடைபெறுவதும் உண்மை அல்லவா! லாவோ ட்சு காலத்திலும் இந்த ஆடம்பர களியாட்டங்களுக்குக் குறைவில்லை - காணிகள் வளமிழந்து வறுமையில் வாடியிருக்கிறார்கள் சிதைந்தது அடித்தட்டு மக்கள்."
- பக்கம் 170

இப்பகுதிகளை வாசிக்கையில் தாவோ தே ஜிங் பிரதியில் அரசியல் அலகுகள் உள்ளார்ந்திருக்கின்றன என்று தோன்றலாம். அது மெய்யும் கூடத்தான். தாவோ தே ஜிங் என்ற பிரதியின் இழைகளில் அரசியல் இழையும் ஒன்று. அதைத் தவிர்த்துவிட்டு வாசிக்க இயலாது. குறிப்பாக Gia Fu Feng-இன் ஆங்கில மொழியாக்கத்திற்கு Jacob Needleman எழுதிய முன்னுரையில் அரசியல் தன்மையை விரிவாக விவாதிக்கிறார். பிளாட்டோவின் 'குடியரசு' பிரதியுடனான ஒப்புமைச் சிந்தனையை எடுத்துரைக்கிறார். ....

".................... people" of plato Republic, Whom Philosopher - king rules with wisdom and Justice. Like the Tao Te Ching such texts are 'Political' in a much vaster and more intimate sense than we may imagine". - page 32 -

Tao Te Ching - Translated by GIA FU FENG and JANE ENGLISH

(Introduction and Note by JACOB NEEDLEMAN)

அறிவின் ஒளிமிகுந்த மனிதநிலையை தன்னையறியும் நிலை எனக் கூறலாம்.

தாவோ தே ஜிங் :

"மற்றவர்களை புரிந்துகொள்பவன் புத்திசாலி
தன்னை அறிந்து கொள்பவன் ஞானி" - பக்கம் 120 -

இதையே திருமூலரின் வாசகத்தினால் ஒளிபடச் செய்யும் விதமாக "தன்னை அறிந்திடில் தனக்கொரு கேடில்லை தன்னை அறியாமல் தானே கெடுகின்றான்" என்ற சித்தர் மரபின் அறிவாக்கத்தை ஒப்பிட்டுச் சொல்லப்படுகிறது. இத்தகைய இடங்களில் முதலில் விசாரத்தை வாசித்துவிட்டு சாரத்தை வாசிக்கத் தோன்றுகிறது. இயல்பூக்கம் அளிக்கும் விதமாக எழுதப்பட்டுள்ளது. 54-வது பகுதியை விசாரத்தில் அளிக்கப்பட்டுள்ள வள்ளலாரின் :

"எத்துணையும் பேதமுறாது எவ்வுயிரும்
தம்முயிற் போல் எண்ணி உள்ளே
ஒத்துரிமை யுடையவராய் உவக்கின்றார்
யாவர் அவர் உளந்தான் சுத்த
சித்துருவாய் எம்பெருமான் நடம்புரியும்
இடம் எனநான் தெரிந்தேன்"

- வள்ளலார் - பக்கம் 176

இப்பாடலில் வரும் 'சித்துருவாய்' என்ற சொல் ஏறக்குறைய 54-ஆம் பகுதியில் சித்தரிக்கப்பட்டிருக்கும் "தாவோவில் ஊன்றப்பட்டவரை அகழ்ந்தெறிய முடியாது. தாவோவை தழுவியவர் நழுவுவதில்லை" வேறொரு சுயமரபுக் கோணத்—திலிருந்து அறிந்து கொள்ள உதவுகிறது.

நண்பர் சந்தியா நடராஜனின் தாவோ தே ஜிங் மொழியாக்கம் சாரமும் விசாரமும்; தமிழில் எழுதப்பட்ட பிரதியாகவே எடுத்துக் கொள்ளமுடிகிறது. இதன் வளம் பெரும்பாலும் நான் இக்கட்டுரையில் கூறியுள்ளது போல் தமிழ்க் கவிதையின் கொடிமரபின் கொடை எனலாம். மேலும் இத்தகைய பிரதிகளை தமிழ்ப்படுத்தும் தருணங்களில் பிரதானமாகக் கொள்ள வேண்டியதும், மிக அதிகமானோர் இதை வாசித்து அறியவும், உணரவும் வேண்டும். அதற்கு கறார்தன்மை கொண்ட மொழியாக்கங்கள் வழிகோலுவதில்லை. அத்தகைய பிரதிகளின் பயன்கள் வேறானது. ஆராய்ச்சி புலத்தில் அதற்கான இருப்பு

அதிக தேவையை உடையது. - ஆனால் ஞானநூல் அல்லது அனுபூதிநூல் என்பது மக்களில் பெரும்பாலானவர்களுக்கானதாக அமைவதே சிறந்ததாக விளங்கும். ஆகையால் மக்களுக்கான சுயமரபுச் சொற்றொடரில் ஆக்கப்பட வேண்டும். இத்தருணத்தில் இங்கு மிகப்பொருத்தமான வாசகமொன்றை வாசகர்களுடன் பகிர விரும்புகிறேன்.

"Lao Tzu should, I am convinced, be brought close to people in their own idiom or as a being beyond race or age."

லாவோ ட்சுவின் நூல் என்பது அதிகப்படியான வாசகர்களைச் சென்றடைவதையே நாம் விரும்ப வேண்டும். அதற்கு மொழியின் சுயகாலச்சாரத் தன்மைகளை அகவயப்படுத்திய மொழிநடையில் எழுதியுள்ளார் நடராஜன். அவரது எழுதுநோக்கு என்னவாக இருந்திருக்கும் என ஆவலாயிருந்தேன். அதற்கான விடையை இந்நூலை வாசிக்கையில் தேடியபடியே தொடர்ந்தேன். அதன் பயனாக நடராஜனின் குரல் வாக்குமூலமாக

"லாவோட்சுவின் தத்துவ தரிசனத்தைத் தமிழில் திரும்பிய பக்கமெல்லாம் காண முடிகிறது." - (பக்கம் 195)

இப்பத்தியை எடுத்துக் கொள்ளலாம். அதேபோல் இவரது கவித்துவ மொழிசாத்தியத்தை உணர்த்தும் வரிகள் நிறையவே உள்ளன. இருப்பினும் பளீரிட்டு மின்னிய வரியைச் சொல்லி கட்டுரையை நிறைவு செய்கிறேன்.

"பிரபஞ்சம் இசைமயமாகும்"   (பக்கம் 173)

தாவோ தே ஜிங் வாசிக்கையில் நானும் இவ்வரிகளுடன் இசைமயமானேன்.

கணையாழி நவம்பர்-2020

மெய்ம்மை x பொய்ம்மை இடையேயான ஊடாட்டத்தின் வெளிப்பாடுகள்

லாடம் - பாலைவன லாந்தரின் கவிதைகள்

வரையறைகள் எவற்றிலும் அடங்காததாக அமைந்திருக்கிறது இன்றைய நவீனத்துவத்திற்குப் பிந்தைய வாழ்வியல். ஒவ்வொரு நாளும் நாம் எதிர்கொள்ளும் நிகழ்வுகள் மற்றும் அதன் பின்னால் இயங்கும் சொல்லாடல்களை அறிவதற்கான சாத்தியத்தைக் கொண்டுள்ளவைகளில் இலக்கியப் பிரதிகளும் ஒன்றாக இயங்குகின்றன. பிரதிகளை எழுதுபவர்களின் அறிதல் முறை அல்லது அவர்களது அகநிலை என்பது inter-subjective ஆக அமைந்துள்ளது. பல்வேறு பிம்பக்கூறுகளாலும் அதனைச் சார்ந்தவைகளாலும் கட்டப்பட்டுள்ளது. ஆக நிலையற்ற அகப்பரப்புடன் பிரதி எழுதுவோரின் தன்னிலை அமைகிறது. மனதில் தக்கவைத்துக் கொள்ளவியலாத அளவிற்கு பிம்பங்களும் / குறியீடுகளும் மிகையாகப் பெருகிப் புழக்கத்தில் இருக்கின்றன. எதையுமே ஒரு 'குறி' (Sign) ஆக உள்வாங்கிக் கொள்ள நாம் பழக்கப்பட்டிருக்கிறோம். அதாவது நாம் காணும் ஒன்று வேறொன்றைச் சுட்டி நிற்கிறது என்பதாக உள்ளது. ஒரு ஒரு பிம்பம் அல்லது ஒரு குறியீடு என்பதைக் குறித்து உரைகூற ஒற்றைப் பொருண்மை உதவுவதில்லை. எண்ணற்ற பொருண்மைகளின் வலைப்பின்னலாக இன்றைய புறவுலகம் காட்சியளிக்கிறது. இதன் தர்க்கம் இன்று எழுதப்படும் கவிதை பிரதிகளிலும் பிரதிபலிக்கின்றன. இது ஒருவகை இரட்டைப் பிரதிபலிப்பு முறைமையைக் கொண்டிருக்கிறது. ஒன்றோடு ஒன்று இணக்கமற்ற வகையில் படிமங்களும் / குறியீடுகளும் / உருவகங்களும் எழுதப்படுகின்றன. மேலும் எதிரெதிர் பண்புகளைக் கொண்டவைகளைக் கையாண்டு கவிதையின் உணர்வு தளத்தையும், பொருண்மையின் தளத்தையும் பாலைவன லாந்தரின் கவிதைகள் விரிவாக்கம் செய்கின்றன:

"அது

எக்ஸ் மற்றும் ஓய்

என்று நினைத்துவிடாதீர்

அது எக்ஸ்

போன்ற ஓய்கள்

மற்றும் ஓய் போன்ற எக்ஸ்கள்"

*

குறியீடுகளின் மீது

குறியீடுகளைப் புனையும்

காலம் இது."

*

நவீன புத்தனின் வீட்டிற்கு முகவரி

நவீன புத்தனின் பெயரில் இல்லை

அது தான் பிரச்சனை"

"உங்கள் குரலிலேயே ஒருவன் உங்களை அழைத்து உங்களை கொலை செய்ய

உங்களிடம் பேரம் பேசுகிறானா?

*

இன்று நாம் காண்உலகில் வாழ்ந்தும் வசித்தும் வருகிறோம். அதில் எது எதனோடு சம்பந்தப்பட்டுள்ளது என்ற தெளிவற்ற நிலையே நிலவுகிறது. ஒருவித மாறாட்டப் பண்பு மறைந்திருப்பதை உணர்த்துகிறது. இதுதான் இன்றைய முரண்களின் தளமாக விளங்குகிறது. மேலும் மெய்ம்மை நிலைகள் என்பது மாறாட்டத்தில் கீழறுப்புச் செய்யப்படுகிறது. ஆகையால், காண் உலகின் வடிவங்களும் பிம்பங்களும் ஒன்றை மற்றொன்று போலி செய்து தோற்றம் கொள்கின்றன. இதைப் பிரதிவயப்படுத்துகின்றன பாலைவன லாந்தரின் கவிதைகள். எக்ஸ் X ஓய் / ஓய் போன்ற X எக்ஸ்கள் / எக்ஸ் போன்ற X ஓய்கள்... என சொல்லிச் செல்லும் பிரதி ஒருவித அதீத எழுதுதலைக் குறித்து நிற்கிறது. இது உள்ளடக்கியிருக்கும் பொருண்மையின் விரிவாக புத்தன் முகவரி X புத்தன் பெயரில் இல்லை என மேலும் உங்கள் குரலில் உங்களை ஒருவன் அழைத்தாலும் என விரிந்து கொண்டே செல்கிறது. குறியீடுகளாகப் புறத்தோற்றமளிப்பவை இரட்டைத்தன்மை கொண்டவையாகவும் உள்ளன. இதைத்தான்

குறியீடுகளின் மீது குறியீடுகளை புனையும் காலம் என கவிஞர் பாலைவன லாந்தரின் பிரதிகள் முன்மொழிகிறது.

இவரது முதல் கவிதைத் தொகுப்பான "உப்பு வயலெங்கிலும் கல்மீன்கள்" புத்தகத்தில் இடம்பெற்றிருந்த கவிதைகளின் பண்பினை இங்கு குறிக்க வேண்டும் என்று நினைக்கிறேன். ஏனெனில், அதில் உருப்பெற்றிருந்த கவித்துவப் பண்புகள்; இரண்டாவது தொகுப்பு 'லாடம்' தொகுப்பில் மேலும் வெவ்வேறு புதிய பண்புகளுடன் விரிவாக்கம் பெற்றுள்ளன. மொழிப்பரப்பில் பதிந்த பிம்பங்களைக் காணும் கணங்களை அழிப்பாக்கம் செய்யும் கவிதையாக்கமே கவிதையாடலின் பண்பாகக் காணக்கிடைக்கின்றன. ஒவ்வொரு கவிதையாடலுக்குள்ளும் அடுக்கு அடுக்காக நுண்கவிதையாடல்கள் கட்டமைக்கப்பட்டிருக்கின்றன.

கவிதையின் புலம், ஒற்றைக் குறிப்பீட்டிற்குள் அடங்கிவிடாது பன்முனைகளைக் கொண்ட கவிதை பிரதியாக நீட்சி கொள்கிறது. பொருண்மையைச் சுட்ட அதன் புறக்குறிகளைப் பிரதிவயப்படுத்தி அதனூடே கட்டமைக்கிறது. இருவேறு பண்புகளைக் குறிக்க ஒரே குறி (Sign) புதிர்மையுடன் பிரயோகிக்கப்பட்டிருக்கிறது

ஒவ்வொரு கவிதையை வாசித்து முடிக்கும் போதும், நமது வாசிப்பில் உருக்கொள்ளும் மொழிவெளியென்பது; கவிதையின் இறுதி வரியிலிருந்து ஒரு புதிய புலன்வெளியை நம்முன் விரியச் செய்கின்றது. கணங்களை அகப்படுத்தும் கவித்துவப் பிரயோகம் கவிதையின் அனைத்துப் புள்ளியிலிருந்தும் கிளைத்தெழுகிறது. கணங்கள் மொழியுள் படிமப்படுவதின் மூலம் வாசிப்பவனிடம் ஒரு பார்த்தலைக் கோருகிறது.

"பின் நவீனத்துவ ஓவியம்

இதன் பொருள்

ஆழ் மனதின் சலனத்தையும்

மற்றும் மிகப்பெரிய பேரதிர்வையும்

தொடர்ந்து அவரவர் பார்வைக்கு விடப்பட்டது."

பாலைவன லாந்தரின் முதல் தொகுப்பின் பிரதானப் பண்பாக வாசிப்பினுள் பார்த்தலுக்கான வகைமைகள் விரவியுள்ளன.

உருவெளித் தோற்றத்தின் உணர்த்தன்மையைப் போல், கவிதையின் மொழி சில இடங்களில் இயங்குகிறது. குறிப்பாக அசாதாரணமான மனநிலையைக் கிளர்த்தவல்ல

வரிகள் பாலைவன லாந்தரின் இரண்டாம் தொகுப்பில் இடம்பெற்றுள்ளன. இதை புறவுலகில் நாம் உணரும் அதீத அனுபவங்களைப் பிரதியாக்கும் போது நிகழ்கிறது. இக்கூறுகளை எவ்விதத்திலும் தவிர்த்துவிட்டு எழுதவோ அல்லது வாசிக்கவோ இயலாது. வரையறைகளுக்குள் அடங்காத தன்மைகளுடன் இன்றைய வாழ்வியல் நிகழ்த்தப்பட்டுக் கொண்டிருக்கிறது. ஒருவர் Opaque தன்மையும் Ambivalence என்பது இரட்டைகளைப் போல் இயங்குகின்றன. இவை குறிகளின் (Signs) மிகைத்தலுக்கு நெருக்கமான உறவைக் கொண்டிருக்கிறது எனலாம். எந்த சட்டகத்திற்குள்ளிருந்தும் மெய்ம்மையை ஊடுருவிப் பார்க்க இயலாத நிலையை இவை உருவாக்கி வைத்துள்ளன.

"சிறிது நேரத்திற்கு
முன்னமே வந்திருந்தால்
இருவரில் ஒருவரையாவது
பிழைக்க வைத்திருப்போம்
என்ற தகவலுடன்
காத்திருந்த செவிலியின் கைகளிலுள்ள
உயிரற்ற மகவுக்கு மாட்டின் முகச்சாயல்."

*

"உணவுப் பொருட்கள் நிரப்பப்பட்ட
மிகப்பெரிய கப்பலொன்று
எனது மூக்கின் முனையில்
நிறுத்தப்பட்டது
அதன் நங்கூரமாக
உனது
சிறுகுடல்
பெருங்குடல்கள்
இரைப்பைகள்
கணையங்கள்."

*

"கனவுகளில் வளர்ந்து கொண்டே போகும் யானைக்கு
மிகப்பெரிய லாடங்களை உருவாக்க

இரும்புத்துண்டை நெருப்பில் காய்ச்சி வளையம் வளையமாக

உழைக்கும் கரங்களின்..."

ஓய்ந்துவிட்ட சர்கஸ் தொழிலின்

பழைய முதலாளி

கரடித்தோலைப் போர்த்தி

குரங்குகளைப் போன்ற உடல்மொழியில் பேசுகிறார்."

மேலே நான் எடுத்துக் குறிப்பிட்டிருக்கும் கவிதை வரிகளை வாசிக்கையில்; பிரதிக்குள்ளிருந்து மெய்ம்மையும் X பொய்ம்மையும் பிரித்தெடுக்கவியலாத நவீனத்துவத்தின் பிந்தைய நிலையையும்; மேலும் உணர்வுதளமும் அதன் தன்மையையும் முன் நிறுத்துகின்றன. தீர்மானமான பொருண்மைகள் என்பது முற்றிலும் அற்றுப் போயுள்ளதை சுட்டுகின்றன. இந்த மெய்ம்மை X பொய்ம்மை இடையேயான ஊடாட்டத்தின் வெளிப்பாடுகள் கவிதைப் பிரதிகளிலும் உள்ளார்ந்திருக்கின்றன. ஒரு குறிப்பிட்ட காலப்புள்ளியில் குவியும் எண்ணிலியானவைகள் கோர்வையற்றவைகளாக உள்ளன. இதன் தாக்கம் கவிதைகளில்:

"அப்போது

நீங்கள் அதை எதிர்பார்த்திருக்கவில்லை

அப்போது

வளர்ப்புப் பிராணியின்

சிறுநீரில் கலந்திருந்த இன்னொரு உயிரணுவின் ஜாதியைப் பற்றி விசனமடைந்திருந்தீர்கள்"

*

அப்போது

ஒரேயொரு குறுஞ்செய்தியின்

வாயிலாகப் பாவமன்னிப்பு வழங்கப்பட்டிருந்தது

அப்போது

நிலவின் ஒளிக்கதிர்களை

விழுங்கிய ஓநாய் பழைய காதலனின்

முகச்சாயலில் இருந்தது

*

அப்போது

சுவற்றில் தொங்கிக்கொண்டிருந்த
புகைப்படங்களில் ரத்தம் வடிந்தது
அப்போது
குளியலறையில் நிர்வாணமாக
பியானோ இசைக்கும்
பெண்ணை எங்கோ பார்த்திருக்கிறேன்
*
அப்போது
புருவ முடிகளின் இறுதியில்
சில பூச்சிகள் தங்களது
கழுத்தைப் பிணைத்துக் கொள்கின்றன
அப்போது
வாகனத்தின் வேகமுள்
கட்டுப்பாட்டை இழக்கின்றது
அப்போது
உப்புத்தடவிய
கொம்புகளை வேகவைக்கும்
மரவெட்டியின் மனைவிக்கு நீலக்கண்கள்
*
அப்போது
ஊரின் எல்லையில்
சங்கூதும் புற்றுநோய்
*
அப்போது
புதைக்கப்பட்ட
சிறுவனின் வலதுகர நடுவிரல்
வானத்தை நோக்கி நீண்டிருந்தது.

எனும் இக்கவிதைப் பிரதியானது முழுமையற்ற கவிதையாடலை கட்டமைக்கிறது. இதில் ஒருவித ஆவணத்தன்மை மிக்க கதையாடல்கள் ஒத்திசைவற்றத் தன்மையுடன்

கையாளப்படுகின்றன. இவ்வகையான கவிதைகள் 'லாடம்' தொகுப்பில் நிரம்பவே இடம்பெற்றுள்ளன. இது இவரது எழுத்தின் அடுத்த கட்டமாக அவதானிக்கத் தோன்றுகிறது. இதையே வாசகர்கள் முன் ஒரு அறிமுகவுரையாக முன்வைக்கிறேன்.

இத்தருணத்தில் பாலைவன லாந்தரின் எழுத்துக்களை, எனக்கு முதன்முதலில் அறிமுகப்படுத்திய எனது நண்பரும் கவிஞருமான திரு நரன் அவர்களுக்கு என் நெஞ்சார்ந்த நன்றிகளை உரித்தாக்குகிறேன்.

சென்னை-600 014 (02.02.2018)
லாடம் (சிகப்புத் தடங்கள்)
பிப்ரவரி- 2018
டிஸ்கவரி புக் பேலஸ்

இன்றைய வாழ்வின் எந்திர மொழிச்சேர்க்கையின் வாக்கியங்களாக சாமான்யனின் கவிதைகள்

சா.அய் - கோ.சாமான்யன்

ஒன்றோடொன்று பொருந்தாத சொற்களின் கோர்வையால் கட்டமைக்கப்பட்ட வாக்கியங்களைப் போல் தோற்றமளிக்கின்றன இன்றைய பெருநகர வாழ்வியல். இதனை எதிர்கொள்ளும் மனமானது புறவெளியினையும் ஒழுங்கமைவற்றத் தன்மையுடன் தன்னைப் பொருத்திக் கொள்கிறது. இவ்வாறானத் தன்மையுடன் இணைவு கொள்ளும் 'தன்னிலையும்' சிதறுண்டுதான் மொழியிலும் வெளிப்பாடு கொள்கிறது. இத்தகையத் தன்னிலையின் நிலையிலிருந்து எழுதப்படும் பிரதிகளும்கூட ஒருவிதத்தில் வெவ்வேறு வாழ்வியல் கூறுகளைக் கைகொண்டுதான் தனக்கானப் பொருண்மையை உருவாக்கிக் கொள்கிறது. தன்னிலைக்கும் X புறவெளிக்கும் இடையில் இணைவாய் மொழி இயங்குகிறது. ஒருவகையில் பார்த்தால் இரண்டிற்கும் மத்தியிலுள்ள இடைவெளி என்பதே கூட மொழி வெளியாகவே உள்ளது. முற்றிலும் தன்னை இவ்விரண்டிலிருந்து தனியே விடுவித்துக்கொண்ட பிரதியோ அல்லது அதன் குரலான கவிதைச்சொல்லியோ இருக்கவியலாது. கவிதைச்சொல்லியின் குரல் பருண்மைப்படலையே 'கவிதைப் பிரதி' எனக் கூறலாம். அக்குரலுக்குள் அமைவுற்றிருக்கும் ஊடுபாவான மொழிச்செயலே எழுதுதலாகிறது. இது தன்னிலைக்கும் X வாழ்வியலுக்கும் உள்ள அனைத்து வித்தியாசங்களையும்; அதன் தன்மைகளையும் படிவப்படுத்துகிறது. இத்தகைய படிவப்படுத்துதலையே பிரதியியல் நுட்பம் எனலாம்.

ஆகையால்தான் பிரதிவகைகளில் ஒன்றான கவிதையும் பொருண்மை ஒன்றையே நோக்கமாகக் கொண்டு

எழுதப்படுவதில்லை. கவிதையின் உள்ளமைவான மொழிக்குள் உருவாக்கப்படும் பல புலங்களில் பொருண்மையும் / கவிதையாடலும் பிணைந்துள்ளன.

"உங்களுக்கும் எனக்குமான
வித்தியாசமென்பது
கரிக்கோளால் நீட்டிக்கப்பட்ட
ஒரு மெல்லியக் கோடளவே.
என் கரத்தில் ஒரு கூழாங்கல்
இருக்கின்றது என்கிறீர்கள்,
நான் ஒரு மலையை
ஏந்துகிறேன் என்கிறேன்.
என் கையால் ஒரு கொள்ளளவு நீரை
அள்ளினேன் என்கிறீர்கள்,
நான் ஒரு கடலை உள்ளங்கைக்குள்
குவித்தேன் என்கிறேன்.
என் கண்கள் ஒரு நிலத்தைக்
காண்கின்றது என்கிறீர்கள்,
நான் கண்களால் ஒரு பிரபஞ்சத்தைக்
கண்டுகளிக்கிறேன் என்கிறேன்.
நம்மில்...
ஒரு மெல்லிய வித்தியாசமென்பது
விநோதமானதும் கூட."

மேற்காணும் கவிதையில் எந்த புள்ளியில் தன்னிலை X பிறன்நிலை அடையாளம் காணப்படுகிறது என்பதைப் பற்றி பேசுகிறது, சாமான்யனின் 'விநோதன்' என்ற கவிதை. இருவேறு நிலைகளுக்கிடையில் நிலவும் வித்தியாசங்களை பரஸ்பரம் அங்கீகரிக்கும் முகமாய் பிரதி இயங்குகிறது. இதில் சில அபூர்வமான காட்சிப் படிமங்கள் வழியே சாமான்யன் தனது கவிதையைக் கட்டமைக்கிறார். உனக்கும் X எனக்குமான எனத்துவங்கி ஒரு கரிக்கோலால் நீட்டிக்கப்பட்ட மெல்லியக் கோட்டை தன் X பிறன் என குறிப்பீடு செய்யப் பயன்படுத்தப்படுகிறது. கூழாங்கற்கள் X மலை / கொள்ளளவு நீர் X கடல் எனும் அளவில் சிறிதும் பெரிதுமானதை எதிரெதிராக

வைக்கிறார். ஆனால் கவிதையின் பாய்ச்சல் வரியாக தெறித்தெழும் 'என் கண்களால் ஒரு பிரபஞ்சத்தைக் கண்டு களிக்கிறேன்'; அளப்பரிய பிரபஞ்ச கண்களாலும் / கடலை உள்ளங்கைகளுக்குள் குவித்தல் என பிரதி உட்சுழற்சியை ஏற்படுத்துகிறது. அளவில்லாப் பொருண்மைகளின் சுழல்வெளியாக மிதக்கின்றது சாமான்யனின் கவிதை.

பெருநகரின் கட்டமைப்பை உயரே ஒற்றைப் புள்ளியிலிருந்து பார்த்தலில் அவிழும் மனக்காட்சியை உள்வாங்கும் எத்தனம் எத்துணைப் பேரனுபவம். குறுக்கும் நெடுக்குமான தோற்றத்தின் வரைப்படத்தைக் கவிதைக்குள் உள்வயப்படுத்துகின்றன சாமான்யனின் வரிகள். அதற்கு எதிரிடையான நிலப்பரப்பை அடுத்தடுத்து வைக்கிறது. இதன்மூலம் பெருநகரத்தின் உள்ளீடற்றப் பண்பை குறிப்பீடு செய்ய முனைகிறது. 'மனிதம்' அழித்தெழுப்படுகிறது. காணும் காட்சியின் எழுத்துவடிவ படிமங்களும் / குறியீடுகளும் வெறும் பிரதிபலிப்புகளாகவே எஞ்சுகின்றன. துடிப்புகள் ஏதுமற்ற தன்உறைதல் நிலையில் உள்ளன. ஒன்றன் பின் ஒன்றெனத் தொடர் நிலைகள் கலைந்து பெரும் குவியல்களாகவும், தொடர்பற்றவைகளின் சேர்க்கையாகவும் மாற்றமடைகின்றன. மேலும் இழந்துவிட்ட நினைவுப்புலத்தை மீண்டும் நாடும் சாமான்யனின் மனோவிய ஆட்டமே இவரது கவித்துவத்தின் ஊற்றாகிறது. பேரேக்கத்தினில் எழும் விசை கொண்ட பெருமூச்சின் எழுத்துருக்கள் இவரிடம் கவிதைகளாகின்றன.

நெருக்கமான கட்டிடங்களின் நிழல்கள் குதிக்கும்
நகரத்தின் குறுக்குத் தெருக்களில்

———

மேய்ச்சல் நிலம் தொலைத்த பசுவொன்று
உச்சிவெயிலின் தாகத்தில்
நேற்று பொழிந்த மழையின் தூறல்களால்
ததும்பி நிறைந்தக் குழியினில் நீந்திய
மேகக் குஞ்சுகளைப் பருகியது

———

இப்பொழுது
வானம் தன் நீளத்தை சுருக்கியபடி

பசுவின் கருநிறக் கண்மணியில் நகரத்துவங்குகிறது

நகரத்தின் வீதிகளில்.

— இடப்பெயர்ச்சி —

மேற்காணும் பிரதியானது மூன்று அடுக்குகளாக அல்லது மூன்று கவிதையாடல்களைக் கொண்டிருக்கிறது. ஒன்று பெருநகரத்தின் புதிர்கள் நிறைந்த வாழ்நிலை. மற்றும் அவிழ்க்க முடியாத சிக்கல்களாகப் பின்னப்பட்டிருக்கின்றன தெருக்கள். அதில் வழிந்தோடும் அதீத நெரிசலும் பொருட்களின் மிகைப் பெருக்கத்தையும் சித்தரிக்கின்றன. தெருக்களில் விழும் நிழல்களாகவும் மனித சாயல்களாக உருவகப்படுத்தப்படுகிறது.

இயக்கமற்ற ஸ்தம்பித்தலைக் கவிதையாடல்கள் கிளர்த்துகின்றன. இரண்டு, கவிதை சொல்லியின் குரல் தான் இழந்த மற்றொரு புலத்தையும் அதன் வாழ்வியல் மீதான அபரிமிதமான நாட்டத்தையும் மீளுணர்தல் என எழுதுகிறது. குறிப்பிடும்படியான இப்பண்பு சாமான்யனின் பெரும்பகுதியான பிரதிகளில் காணக் கிடைக்கிறது. எத்துணைப் பிரயத்தனப்பட்டாலும் மீண்டும் மீட்டெடுக்க முடியாத வாழ்வியலின் நினைவைத் தனது கவிதைகளின் குரலாக இசைக்கிறார். மூன்றாவது அடுக்கு, தற்கால இருத்தலின் வியர்த்தத்தை இழையோட வைக்கிறது. இறுதியாக இதுவும் X அதுவும் மேய்ச்சல் நில பசுவை இடம்பெயர்த்து நகரத்தில் நகர்வதாக அதன் கண்மணிக்குள் குவிகிற இடமானது; கவிதைத் தன் அப்பாலைப் பரிமாணத்தை அடைகிறது. சாமான்யனின் கவித்துவத்தின் பிரதான பண்புகளை உள்ளடக்கிய கவிதை இது.

நாம் விவாதித்த கவிதையின் இன்னொரு வெளிப்பாட்டைக் கொண்டிருக்கும் கவிதையை வாசிக்கலாம்

“மரச் சாமான்களைக் குவித்திருந்த

ஃபர்னிச்சர் ஷோரூமில்

பறவையின் கூடுகள்

உருமாறிக் கிடக்கிறது.

தற்சமயம்

என் வீட்டின் கதவடைக்கிறேன்

“கீச்சென”

ஒரு குருவியின் கூச்சல்

கேட்கிறதெனக்கு.”

இதுவும் கூட நுட்பமான பார்வையை கொண்டுள்ளது. இதில் பிரயோகித்திருக்கும் பறவையின் கூடுகள் / வீட்டின் கதவு / ஃபர்னிச்சர் ஷோரூம் / குருவியின் கூச்சல் என்பதற்கு மத்தியில் கவிதையாடல் நிகழ்த்தப்படுகிறது. பறவையின் கூடு உருமாற்றம் அடைந்திருப்பதைச் சுட்டும் இடத்தில் இதற்கு நேரிடையாக கீச்சென ஒரு குருவியின் கூச்சல் என விரியும் புள்ளியில் ஃபர்னிச்சர் கடைக்கு மாற்றீடாக 'என் வீடு' சொல்லப்படுகிறது. பறவையின் கூடு X வீடு என்ற இரண்டும் நிலை பிறழ்ந்து கிடக்கின்றன. இந்த கலைப்புத் தன்மையைக் குறிப்பீடு செய்யும் விதமாக சாமான்யன் கீச்சென என்ற ஒலியை எழுதிப் பொருண்மையைக் கூட்டுகிறார். தொடர்பற்ற இருவேறானவைகளைப் பிரதிவயப்படுத்தி எழுதப்பட்டுள்ள கீச்சென கவிதைப்பிரதி, நவீன கவிதையின் பிந்தையக் காலகட்டத்தின் கவித்துவத் தொழில்நுட்பத்தைக் கையாளுகிறது.

"வெகு தூரத்தில் தென்படுகிறது

மலை,

பார்க்கும் தொலைவின் கடைசி

தொலைவு அது.

மண்மீது முளைத்த பெரும் கற்குவியல்

எனலாம் அதனை;

அருகே செல்லும்முன் உற்றுக் கவனித்தேன்,

அதனடியில் ஒரு சிறு கல்

அதனையும் சேர்த்தே தான்

மலை என்றேன் வெகு தூரத்தில்"

இதுவரை நாம் விவாதித்த கவிதைகளின் வரிசையின் போக்கில் வேறொரு சட்டகத்திலிருந்து இயங்கும் கவிதையை இறுதியாக வாசிக்கலாம். வெகுதூரத்தில் தென்படும் மலையை மொழியுள் படி எடுத்தல் போல் எழுதப்படுதலை விரிக்கிறது. பின்னர் அருகே செல்கையில், உற்று கவனிக்கையில், அடியில் கிடக்கும் ஒருசிறுகல் பார்வைக்குள் சிக்குகிறது. அதனையும் சேர்த்தே மலையென கவிதை இயம்புகிறது. ஒரு பெரும் காட்சியைக் கவிதைச்சொல்லி உள்வாங்கி, மொழிக்குள் வசப்படுத்துகிற போது பெரும்பாலும் Maximal தன்மையே விஞ்சி நிற்கும். இதன்மூலம் படிமம் உறைநிலையில் கிடக்கும். மலையை என்ற பெரும் வடிவத்தன்மையில் சிறுசிறு வடிவங்களைப் பார்த்தால் முற்றிலும் தப்பிவிடும். ஆனால்

சாமான்யனின் பிரதியில் இரு நோக்குதல் முதலும், இறுதியுமாகப் பதிவாகியுள்ளன. வெகுதூர நிலத்தோற்றம் மற்றும் அருகில் சிறுகல் என இரண்டையும் உள்ளடக்கிய மலையின் அணுக்கக் காட்சியும் கவிதைக்குள் ரசவாதம் ஆகிறது. மனித இருப்பின் தடயங்கள் அகற்றப்பட்டிருக்கும் இன்றைய வாழ்வின் எந்திர மொழிச்சேர்க்கையின் வாக்கியங்களாக சாமான்யனின் பிரதிகள்.

சாஅய்
சந்தியா பதிப்பகம்-2018

தன்னிலையின் கையொப்பமும் இருவேறு உணர்நிலைகளில் கிளைத்தெழும் வேட்கையும்

தமிழச்சி தங்கபாண்டியனின் கவிதை வெளி

கவிதையின் மொழிக்குள் எல்லாவற்றையும் அகவயப்படுத்திவிட இயலுமா என்ற வினா கவிதைப் பிரதிகளை வாசிக்கும் ஒவ்வொரு வாசகனும் எதிர்கொள்ளக்கூடிய ஒன்றாக இருக்கிறது. இதில் புறவயமான குறியீடுகளுக்கும் X அகவயமான மனோவிய பிம்பங்களுக்கும் இடையில் நிலவும் இடைவெளியில் இயங்குகிறது கவிதைப் பிரதி. இவ்விரண்டு பண்புக்கூறுகளையும் ஒருசேரக் கொண்டவையாகவே பெரும்பாலான பிரதிகள் இயங்குகின்றன. இவையல்லாமல் மேலுமொரு முக்கியமான வினாவையும் நாம் எதிர்கொள்ள வேண்டும். அது யாதெனில்; மொழிக்கு முந்தைய அல்லது பிரதியாக்கத்திற்கு முன்புள்ள தருணங்கள் ஏதேனும் எழுதப்பட்ட பின்பு அதில் இடம்பெறுகிறதா என்று கேட்டால் அதற்கான விடை என்பது பிரதியாக்கத்தின் முன்னிலை அல்லது மொழிவயப்படாத அனுபவங்கள் பருண்மையான நிலையை அடைவதில்லை எனலாம். அவை பிரதியாக்கச் செயல்பாட்டில் விடுபட்டுவிடுகின்றன என்றே தோன்றுகிறது. எழுதுதல் எனும் செயல் நிகழ்ந்து முடிந்த பின்னர் மொழிக்குள் உடலும் X மனமும் தன்னைப் பிரதிக்குள் கடத்திக் கொள்கின்றன. இவ்விரண்டைச் சார்ந்த 'தன்னிலையின் உணர்வுப்புலமும் X காண்புலமும் மொழிக்குள் தன் இருப்பை மாற்றிக் கொள்கின்றன. ஆகையால் கவிதையை வாசிப்பவனுக்குப் புலப்படும் அல்லது அறிந்து கொள்ளும் பொருண்மை என்பது அகவயம் X புறவயம் என்பது பிரித்தறியக் கூடியதாக இல்லை.

ஆதலால் நாம் கவிதையின் பருண்மைப் பண்பிலிருந்துதான் அதன் பருண்மையற்ற வெளிக்குள் பிரவேசிக்க முடியும். இது

கவிதை சொல்லியின் தன்னிலையை உள்வாங்கிக் கொள்வதற்கான வாயில் முகமாக அமைகிறது. குறிப்பிட்ட வகையிலோ அன்றி குறிப்பிட்ட பிரதிகளை வாசிப்பதற்கான உபாயத்தைக் கவிதைகள் தனக்குள் பொதிந்து வைத்துள்ளன. ஒரே கவிதையில் இருவேறு நிலங்களைப் பற்றிய கவிதையாடல்கள் இடம் பெறுவது காணவியலும். அதை இரட்டைக் கவிதையாடல்கள் என்று சொல்லலாம். அவை ஒன்றைவிட்டு ஒன்று விலகாத இழைகள் போல் பின்னிச் செல்வதை வாசிக்கையில் உணரலாம்.

இவ்வாறான தொடர்ச்சியுடைய கவிதையாடலின் சொற்களின் இடையில் இருவகை மனோவியங்கள் (அகவயம் X புறவயம்) என்பவை அழிப்பாக்கம் பெறுகின்றன. இதன்வழி உருவாகும் கவிதையின் 'முழுமையற்ற பொருண்மை' பிரதியின்மீது படிந்துள்ள தடங்களாகக் காட்சியளிக்கின்றன. வாசிப்பவர்களுக்கு இரண்டு கவிதையாடல்களின் வாசிப்பனுபவமும் அவிழ்கின்றன. இதன்மூலம் மொழிதல் என்பது தன்னைப் பன்மைபடுத்திக் கொள்கிறது. எந்தப் பத்தியையும் ஒற்றைக் கோணத்தில் உருவகித்துக் கொள்ளாமல்; ஒன்றோடு மற்றொன்றும் உடனிருத்தல் என்ற தன்மையைக் கவிதை கொண்டுள்ளது. கவிதையை வாசிக்கும் போதெல்லாம் வாசிக்காது விட்டுவிட்ட இன்னொரு கவிதையாடல் நம்மைப் பின்தொடர்ந்து கொண்டே வருகிறது. ஒரே கவிதை அறியப்படுவதாகவும் X விடுபட்ட கவிதையாடலாகவும் செயல்படுகிறது. நமது வாசிப்பில் நழுவிடும் கவிதையின் பிரதியும் — வசப்படும் பிரதியும் ஒன்றே எனத் தோன்றுகிறது. இவ்வகை இரட்டைக் கவிதையாடல்களின் பண்புக்கூறுகளை உள்ளடக்கியுள்ளன. தமிழச்சி தங்கபாண்டியன் கவிதைகளின் இப்பண்புக்கூறுகளே தனித்துவமிக்க கவித்துவமாகின்றன.

சலவைத் தளங்களிலும்
கிரானைட்டுப் படிக்கட்டுகளிலும்
உயிர்ப்புற்றுப் படிந்திருக்கும்
மொண்ணைத்தனத்தைத் தாண்டி
தன் இருப்பைப் பதிய வைத்துவிடுகின்றன
இந்தத் தொட்டிச் செடிகளின்
சூட்சமம் இன்னமும் பிடிபடுவதில்லை.

—சாகஸம் (வனப்பேச்சி)

இக்கவிதை ஒருவிதக் குறியீட்டுத் தன்மையுடன் பிரதியாக்கம் பெற்றிருக்கிறது. எப்போதுமே ஒன்றை அழுத்தத்துடன் சுட்டுகையில் அதன் எதிர்மையின் மூலமாகக் குறித்தல் கவிதையின் பண்புகளில் ஒன்றாகும். கவிதையை வாசிக்க நமக்குக் கிடைக்கும் உள்ளுறை முழுமையான காட்சியாய் அகப்படுத்தி இருப்பினும் பிரதியின் அடுக்குகளாக உயிராக்கம் பெறுகின்றன. 'சலவைத் தளங்களிலும் உயிர்ப்புற்று படிந்திருக்கும் — தொட்டிச் செடிகளின் சூட்சமும்' என்ற கவிதை வரிகள் விநோதமான காட்சிப் படிமமத்தை கட்டமைக்கிறது. இதில் உறைந்து போன அசைவற்ற தன்மையுடன் உள்ள சலவைத் தளங்கள் குறிப்பாக, பெருநகரத்தின் மனோவியத்தை அகப்படுத்தியிருக்கிறது. அதை மொண்ணைத்தனம் எனக் கவிதை குறிப்பீடு செய்கிறது. இதன் பின்னர் வரும் தொட்டிச் செடியின் சூட்சுமம் என்ற வரி கவிதைப்பிரதியின் குறிப்பீட்டுத் தளத்தை மற்றொரு அனுபவத் தளத்திற்கு நகர்த்துகிறது. உயிர்ப்புடன் X உயிர்ப்பற்ற என்ற இருமை நிலைகளின் மத்தியில் தனக்கான குறிப்பீட்டு வெளியைப் பிரதி ஏற்படுத்திக் கொள்கிறது. 'உயிர்ப்புடன் இருத்தல்' என்பதை மனித இருப்பைக் குறிக்காத கவிதை இயற்கையூக்கம் மிக்க தொட்டிச்செடியில் காணும் உயிர்ப்பை 'சூட்சமம்' என்ற குறியினால் பதிலிப்படுத்துவதைக் காணலாம். இதில் நேரடியான மனித சாயல் எதுவுமே பதியவில்லை. இதிலிருக்கும் கவிதை சொல்லியின் குரல் ஒன்றே அதைப்ப—திகிறது. மிகுந்த மொழி நுட்பத்துடன் அகக்கூறுகளைத் தன்வயப்படுத்தியிருக்கிறது. கவிதையின் பொருண்மை வெளியைத் திறக்க தமிழச்சி தங்கபாண்டியன் அவர்களின் கவிதையின் திறவுகோல் 'சூட்சமம்' என்ற குறியாகும் (SIGN) அதன்வழியே முழுக்கவிதையும் மொழிக்கு முந்தைய உணர்புலத்தை எழுதுதல் மூலமாகக் கண்டடைந்திருக்கிறது. நிகழ்த்துதல் பண்புகளைக் கொண்டியங்கும் மொழிச்சேர்க்கைகளால் தமிழச்சியின் பிரதிகள் தன் X பிற என அமைப்பாக்கம் கொண்டிருக்கின்றன.

இருவேறு உணர்நிலைகளில் கிளைத்தெழும் வேட்கை எனும் பேருணர்வைப் பிரதியாக்க முனையும் தன்னிலையின் மொழிதலாக இவரது பிரதிகள் சில உள்ளன.

"பூனை பாதமென நுழையும் இரவு

அழைத்து வருகிறது உன்னையும்

பகிரவோ, உணரவோ

விழைகையில் அருகிருக்காத நீ

> மழையின் மென்கிறங்கல் குலைக்கும்
> சர்ப்பமெனத் தீண்டுகிறாய்
> நான் உறங்க விரும்பும் இக்கணத்தில்
> நுரை ததும்பும் பழச்சாறாகவும்
> கருகல் நெடிக்கின்ற தீய்ந்த பண்டமாகவும்
> எதிரெதிர் நிலைகளில் நாம்
> படங்களற்ற சட்டங்கள் பற்றி உனக்கும்
> கையெழுத்தற்ற குகை ஓவியம் போல்
> இருப்பது குறித்து எனக்கும்
> கனவுகள் உண்டென்றாலும்
> இருக்கின்றது
> இந்த இரவும் ஏதுமற்றதாக.
>
> —நிகழ் (வனப்பேச்சி)

தன்னிலையின் கையொப்பமாக எழுதப்பட்டுள்ள புள்ளியில் நான் X நீ என்ற எதிர்நிலைகளில் இயங்கினாலும் ஏதோவொரு புள்ளியில் இரண்டற்ற நிலையை அவாவிக் கொண்டே இருக்கிறது. ஒருவகையான ஏக்கக் குரலொலிக்கும் கவிதைப்பிரதி இரவும் X மழையும் என்ற சட்டகங்களின் அகத்தே சம்பவிக்கிறது. ஒருகட்டத்தில் பிரதி வியர்த்தத்தைத் தொனிக்கிறது. 'படங்களற்ற சட்டங்கள்' என்ற காட்சிப்பூர்வமான புள்ளியில் அதன் குறிப்பீடு நிலையற்ற நிலையைக் கவிதை மிகுந்த நேர்த்தியுடன் பதிகிறது. படங்களற்ற சட்டங்களின் ஊடே ஏதுமின்மையைப் பற்றிய அறிதலற்ற அல்லது கவனப்படாத தன்மையில் நான் X நீ என்பதில் இருப்புக் கொள்கிறது. மேலும் இக்கவிதையை நுண்மையாக்கும் மற்றொரு நீட்சி கொள்ளும் காட்சியாக 'கையெழுத்தற்ற குகை ஓவியம்' குறியீட்டின் வரையறையை மென்மேலும் விரிவுபடுத்துகிறது. இதில் சுட்டப்படும் இரு இணைப் படிமங்களுக்கிடையே நுணுக்கம் பெறும் கவிதையின் மொழிதல் நிகழ்கிறது. அது பகிரவோ X உணரவோ என்ற சொற்களில் துவங்கித் தனது கவிதையாடலில் வியர்த்தத்தைப் பொருண்மையாக்கி அதனை மொழிவயப்படுத்துகிறது கதை சொல்லியின் குரல். தனக்கான இணைக்குரலுடன் ஏற்படும் இணைவற்ற வெறுமையைத் தனியுணர்வாக மட்டுமன்றி படிமத்தின் உள்ளீடாகவும் உருமாற்றும் விந்தையைப் புரிகிறது.

"படங்களற்ற X கையெழுத்தற்ற

பகிரவோ X உணரவோ" என்ற சொற்களுக்குத் தமக்கு மத்தியில் ஊடாட்டத்தை எழுப்புகிறது. வாசகனையும் பொருண்மை மயக்கினில் ஆழ்த்துகிறது.

தன் கூடாரம் விடுத்தொரு பாழ்வெளியில்
தனிமை உடுத்தியிருந்த இடைச்சி ஒருத்தி
தற்செயலாய் உன்னைக் கண்ணுற்று,
பாலையின் வெயிலணைய காதலுற்றாள்
தன் காமம் செப்பாது தேடலை
என் அருகிருக்கும் அவளை
அச்சொட்டாய் அறிந்தவன் நிலவாகிய
நான் மட்டுமே!
கிடை எங்கும் மணத்துக் கிடக்கும் கருங்காட்டு
மலர்களணிந்து விரிமார்பனே
பேச்சி என்றழைக்கும்
உன் ஒற்றைச் சொல் அன்றி
ஆகச் சிறந்த அன்பென
யாதொன்றுமில்லையாம் இடைச்சிக்கு!

(அருகன்)

இக்கவிதையில் 'காமம் செப்பாத் தேமல்' / 'ஒற்றை நட்சத்திரம் / 'உன் ஒற்றைச் சொல்' என்ற சொற்றொடர்களின் வழியே தனது கவித்துவ உட்கட்டமைப்பை மூன்று நிலைகளின் இடையிலான இடையாட்டமாக்கி வியக்க வைக்கிறது. தேமல்=உடல் / ஒற்றை நட்சத்திரமென = பிரபஞ்சப் புள்ளி மற்றும் உன் ஒற்றைச் சொல் = மொழி என மூவற்றின் இடையில் ஒருவகை இணைவுப் புள்ளியை வரைந்து காண்பிக்கிறது. தமிழ்க் கவிதையின் செவ்வியல் மரபின் நவீன உருவாக்கம் அல்லது மறு ஒப்பனை எனலாம்.

"அள்ளிச் செருகின கொண்டையை
அப்படியே வைத்திருக்க
ஒரு பழங்கால
கொண்டை ஊசி வாங்க

நகரத்தின் குளிரூட்டப்பட்ட
வணிக வளாகத்திற்கு
வனப்பேச்சி வந்தாள்.
கைப்பிடியற்ற தானியங்கிக் கதவுகள்
காட்டுப் பூவின் சீம்பால்
கவுச்சியுடன் இருந்த அவளைக்
கண்கள் அகல தாபமுடன் உள்வாங்கின.
நேற்றுவரை பிம்பங்களின் தேமலில்
களை இழந்திருந்த கடைக் கண்ணாடிகள்
ஒப்பனையற்ற அவளது கறுத்த
தேகத்தின் ரசவாதத்தில்
அக்கணம்
தம்மை நேர் திருத்திக் கொண்டன.
அதுவரையிலும்
மனிதத் தொடுகை அற்று,
குதிகால் உயரக் காலணித் தழும்புகளில்
மரத்திருந்த
கான்கிரீட் படிக்கட்டுகள்,
செருப்புகளற்ற அவளின் அழுக்குப்
பாதங்களைக் காமுற்றுத் தழுவின
பிளாஸ்டிக் கழிவுகளில் வெதும்பியிருந்த
குப்பைத் தொட்டிகளோ
தம் முயல் வடிவக் காதுகளை
விடைத்துக் கொண்டு
விரகத்துடன் உள்ளிழுத்தன
அவளது காய்ந்த பொடிமட்டை
நாற்றத்தை.
பானங்களும், பழக்கூழும்
கொட்டுகின்ற இயந்திரங்கள்
பழந்தின்னி வௌவால்களுக்குப்

பாலூட்டும் அவளின்
தாய்மைத் தனங்களிடம்
வெட்கமுற்றுச் சரணடைந்தன
சூட்சமம் புரியாமல்
இடறிய பேச்சியின்
முறக் கைகளை ஆசையுடன் இழுத்து
அய்யனார் குதிரை போல்
அலுங்காமல் தளங் கடத்தின
தானாக நகர்கின்ற இரும்புப் படிகள்
ஆயின்,
பனை மரத்துப் பட்டையில் செய்த
கொண்டை ஊசி கேட்ட பேச்சியைப்
பொருட்படுத்தாத கடை ஊழியர்
பற்றிய அவளது புகார் குறித்தும்,
இருந்தும், இல்லாத மனிதர்கள் அந்நியமாக,
அசைந்தும், அசையாப் பொருட்கள்
அணுக்கமான
அதிசயம் பற்றியும்,
ஆப்பனூர்ச் சாமியாடி
அலுக்காமல் சொன்ன கதை
அறிவாயோ எம்பாவாய்!

—பெருநகர் பரணி (மஞ்சணத்தி)

மேலே எடுத்துக் காட்டியுள்ள இக்கவிதை நூதனமான கவிதையாடல் தன்மையுடன் எழுதப்பட்டுள்ளது. அதைப் பற்றி இங்கு நாம் பேசலாம்.

'வனப்பேச்சி' என்ற சொற்சேர்க்கையை எவ்வாறு விளங்கிக் கொள்ள வேண்டும். புதுக்கவிதையின் வரலாற்றுத் தொடர்ச்சியை முன்வைத்து எழுதியுள்ள எனது ஆசான் திறனாய்வாளர் பேராசிரியர் தமிழவன் அவர்கள் இதைப் "பெரும் படிமம்' என வரையறுக்கிறார். இது ஒருவகையான வாசிப்பை தமிழச்சி தங்கபாண்டியனின் கவிதைப் பிரதிகளை அணுக உதவுகிறது.

இருப்பினும், இதன் நீட்சியாக தமிழச்சி தங்கபாண்டியன் கவிதைத் தொழில்நுட்பத்தின் மற்றொரு பகுதியை அணுக்கமாக அணுக விரும்புகிறேன். பெருநகர நிலப்பரப்பின் மீது ‘அதீத—எழுதுதல்’ எனும் வகையில் எழுத்தாக்கப்பட்டிருக்கிறது கவிதை. இதன் உள்ளடுக்குகளைக் கவனப்படுத்தக் கூடிய விதமாகவும் விவாதிக்கலாம்.

கவிதை சொல்லியின் குரல் அதன் பருண்மை வடிவான “நீர்மை மிகுந்த குறியாக” வனப்பேச்சியை இனம்காணலாம். ஒரு தேவதைக் கதையின் கதையாடலை ஒத்ததாக வடிவம் பெற்றிருக்கிறது. அதன் வாசிப்பிலிருந்து நம்மை வேறொரு புதிய வாசிப்பிற்குள் அழைக்கிறது. இதில் நிலையற்ற குறிப்பீட்டை அல்லது அழித்தெழுதப்பட்ட குறியாக வனப்பேச்சியை உரைக்கலாம். நகரத்தின் disemboweled தன்மையை உள்வயப்படுத்திப் பேசுகிறாள் வனப்பேச்சி. பெருநகரப் பரணி கவிதை எப்படித் தனது கவிதையாடல்களை அதீதமாக எழுதிக் கொள்கிறது பாருங்கள். வனப்பேச்சியின் பெருநகர வாழ்வியல் பிரவேசத்தைக் குறிப்பதுடன் துவங்கி, வணிக வளாகத்தின் கட்டுமானத் தன்மையுடன் சித்தரிக்கிறது. மேலும் அதன் அங்கங்களாக இயங்கும் தானியங்கி கதவுகள் / கான்கிரீட் படிக்கட்டும் / பிம்பங்களின் தேமல் கடைக் கண்ணாடிகள் / குப்பைத் தொட்டிகள் / இரும்பு படிகள் எனப் பிரதியில் இடம்பெறுகிறது. எந்திரங்களின் மூச்சுடன் பொருட்கள் வனப்பேச்சியின் மீது ஏற்படுத்தும் தொடுவுணர்வுடன் நகர்கிறது. மனிதத் துடிப்பற்றிருக்கும் வளாகத்தின் முழுக் கட்டிடத்தினில் நிரம்பியுள்ள ஏதுமின்மையை இசைக்கிறது தமிழச்சி தங்கபாண்டியன் கவிதையாடல். இசை ஒருபுறமிருக்க; கண்ணாடியின் மீது விழும் பிம்பத் தேமல் என்பதில் பெருநகரவாசிகளின் உயிர்ப்பின்மையைப் படியும் படிவமாக நேர்த்தியுடன் முன்னிறுத்துகிறது. இக்கவிதை surface writing ஆக எழுதப்பட்டுள்ளது. ஒரு பழங்கால கொண்டை ஊசி வாங்க அங்குக் கால்பதிக்கும் வனப்பேச்சியின் கானல்மொழிதலாக வெளிப்படுகிறது. இறுதியான பத்தியில் பனைமரத்துப் பட்டையில் செய்த கொண்டை ஊசி கேட்கும் இடம்வரை பிரதியின் படிமங்கள் அமைந்திருக்கின்றன.

> “இருந்தும், இல்லாத மனிதர்கள் அந்நியமாக
>
> அசைந்தும், அசையாப் பொருட்கள்
>
> அணுக்கமான
>
> அதிசயம் பற்றியும்,”

மீண்டும் மீண்டும் வாசிக்கையில் மேற்காணும் வரிகள் பெருநகரின் உயிர்ப்பு என்பதன் நிர்ணயமற்ற மனிதர்கள் X பொருட்கள் என்ற எதிர்வைக் கவிதை சொல்கிறது. இரண்டிற்கு மத்தியிலுள்ள வெளியையே பொருண்மையாக்கிக் காண்பிக்கின்றது கவிதை.

பொருட்களால் கட்டமைக்கப்பட்டுள்ள நினைவிலியில் மிதக்கும் வாழ்வியலைக் கொண்டது பெருநகர அன்றாடங்கள். நாம் காணவும் பெறவும் நினைக்கும் அனைத்துமே உபரியாக உள்ளதை நம்மால் தெளிவாக உணரமுடிகிறது. எண்ணிலியான தேர்வுகளைப் பொருட்களின் உலகு நம்மீது திணிக்கிறது. களவாடப்பட்ட உணர்வுகளுடன் வாழும் பெருநகரவாசிகளின் எதிர்விதி பரப்பைப் பொருண்மைப்படுத்த இயலாமல் இலக்கற்று அலைகிறது மனம். இதனை மொழியும் விதமாக தமிழச்சி தங்கபாண்டியன் அவர்களின் மற்றொரு கவிதையை அணுகலாம். ஒரு தேதியைத் தலைப்பிட்டுள்ள இக்கவிதையின் சொல்லாடலின் வலைப்பின்னலாக எவையெல்லாம் இயங்குகின்றன என்பதைப் பாருங்கள். தினமும் பல்துலக்குவதில் துவங்கி புணர்வில் இறுதி பெறுகிறது. உயிர்களுடனான பரிவர்த்தனையில் கூட கடைப்பிடிக்கப்படும் கறார்தன்மை.

“அளவான புன்னகையுடன்

பாதி திறந்த கதவிடுக்கில்

பக்கத்து வீட்டாருடன் பகிர்ந்து கொண்டோம்

வேலைக்காரிக்கும் பால் அதிகம் சேர்த்துக்

கலந்த காபியைக் கொடுத்து விட்டோமோ

என்ற கவலையுடன்

அலுவலகம் போனோம்“

மே 18, 2010 (அருகன்)

இதன்வழி நீளும் கவிதையின் தொடர்ச்சியில் விரயமாகும் உணர்வுகளுக்கு இடையிலும் பொருளீட்டலின் ஈர்ப்பு வலுவுடையதாகச் செயல்படுகிறது. எண்ணற்ற இடையீடுகளின் மத்தியிலும் வலி / சோகம் / கைவிடப்படுதல் / துரோகம் / அயர்ச்சியிருப்பினும் பொருள் மீதான கவர்ச்சியின் கவனம் சற்றும் வீர்யம் குறையாது தனது ஆதிக்கத்தை நிறுவுவதை குறிக்கும் விதமாகப் பொருளீட்டல் என்பது ஒரு காம ஈர்ப்பாக வினையாற்றுகிறது.

“பங்குச்சந்தை எப்படி இருக்குமென
தொலைபேசியில் விவாதித்தோம்“

—மே 18, 2010 (அருகன்)

என்ற வரிகள் மூளையில் பாய்கிறது. ஊக வணிகத்தின் கோரப்பிடி எவ்வாறு இன்று எல்லோரின் மனங்களிலும் இறுகியுள்ளது என்பதைச் சொல்லும் அசாத்திய வரிகள்.

“மறதி என்ற ரிமோட்
பட்டனைத் தட்டினோம்
‘முள்ளிவாய்க்காலை’ மறந்து
அன்றும்
புணர்ந்து
அலுத்துத் தூங்கினோம்.”

—மே 18, 2010 (அருகன்)

எப்போதும் என் இருப்பு
உனக்கொரு பின்குறிப்புதான்
பணிக்கென சிறியமுள்
பயணத்திற்கென பெரியமுள் கொண்ட
உன் கடிகாரம்
நிமிடமுள்ளை மட்டுமே
எனக்கு இடஒதுக்கீடு செய்திருக்கிறது.

பின்குறிப்பு
(அருகன்)

அனைத்து துர்அனுபவங்களும் நிகழ்வுகளும் கூட எவ்விதக் கிளர்வையும் ஏற்படுத்த முடியாத அவலத்தை மறதியாகக் கொண்டு நடக்கிறது பெருநகர வாழ்தல். அதன் வசமிருந்து விடுபடுதல் என்பது சாத்தியமற்ற எத்தனமாகிவிட ஒருநாளின் காலவட்டத்தின் துவக்கப் புள்ளி முதல் கடைசிப்புள்ளியும் இணையும் இடமாக புணர்ச்சிக்குப் பின்பான அலுப்பில் நிறைவடைந்து விடுகிறது. இக்கவிதையில் ஊற்றெடுக்கும் வரலாற்றுணர்வு அவலத்தை minimalize செய்து காண்பிக்கிறது. இது பெருநகரின் விழுமிய வீழ்ச்சியைப் பாடுகிறது. தமிழச்சி தங்கபாண்டியன் அவர்களின் தனித்துவக் கவித்துவத்தை நேர்த்தியாகக் காணவேண்டும்

எனச் சொல்ல முனைகிறேன். ஒரு குறிப்பிட்ட தேதியில் நேர்ந்த பேரிழப்பின் மீளாத்துன்ப உணர்வையும் நமது குற்றவுணர்வையும் இயலாமையையும் கடைசியாக inscape செய்து காண்பிக்கின்றன தமிழச்சியின் கவிதையாடல்.

தமிழச்சி தங்கபாண்டியனின் கவிதை வெளி
உயிர்மை டிசம்பர் 2019

வார்சாவில் ஒரு கடவுள்

பரஸ்பர பிரதியாக்கம் இரட்டைகள் - இன்மைகள்

"உலகில் உள்ள எல்லா நாடுகளும் தங்கள் தங்கள் சைன்னியர்களிடம் நாளையிலிருந்து ஆயுதங்களைத் தொடக்கூடாது இசைக்கச்சேரி நடத்துவதே உங்கள் வேலை என்று சொல்வது எப்படிப்பட்ட ஆச்சரியமான விஷயம்?" என்றாள் அன்னா.

"கார்ல் மார்க்ஸில் இப்படி ஒரு கனவு இருக்கிறது என்றான் பியோத்தர்."

வா.ஒ.க. ப. 265.

இங்கு மேலே குறிப்பிட்டுள்ள அன்னா, பியோத்தரின் உரையாடலில் வெளிப்படும் காரல் மார்க்சின் மற்றொரு கனவு இசையெனத் தெரிவிக்கும் நாவலிலும் நாவல் வாசிக்கும் சமூகங்கள் பெருகக் கோரும் பின்-நவீனத்துவக் கோட்பாட்டிலும் இப்படியான உட்கிடையொன்று இருப்பதும் ஒரு பொருத்தப்பாடு எனலாம். தமிழவன் நன்கு அறியப்பட்ட விமர்சனக் கோட்பாட்டாளர்; அவரது விமர்சனக் கோட்பாடுகள் பெற்ற வாசிப்பின் தீவிரத்தால் நவீன விமர்சன மரபில் மிகப்பெரிய அறிதல் மாற்றங்கள் நிகழ்ந்துள்ளன. அதேபோல் அவரது நான்காவது நாவலாக வெளிவரும் 'வார்சாவில் ஒரு கடவுள்' என்ற நாவலும் ஒரு கோட்பாட்டு நூலாக வாசிக்கும் சாத்தியத்தைக் கொண்டிருக்கிறது. பொதுவாக நாம் ஒரு நாவலை வாசித்து முடித்துவிட்டு அதில் மொழியப்பட்டுள்ள கதையாடலின் நீட்சியாக கதையின் முழுமையை உள்வாங்கும் மனப்பழக்கம் கொண்டு இயங்கியுள்ளோம். ஆனால், நவீன புனைகதை என்பது அப்படியொரு ஏகத்துவ வாசிப்பை மறுப்பதோடு புனைகதை பிரதியின் பல விளிம்புகளையும் பிரதியுடலைக் கட்டமைக்கும் கூறுகளையும் வாசித்து அதன் ஒவ்வொரு இழையின் மூலம் நாவலை பல பன்மைகளின் சேர்க்கையாகவும் காண்பது ஏகத்துவ வாசிப்பிற்கு எதிரான மாற்றுத் தந்திரம்.

இம்மாற்றுத் தந்திரத்தின் ஒரு பகுதியாகத்தான், இந்நாவல் சந்திரனால் பேட்டி போல் அளிக்கப்பட்டு, அது பிரதியாக்கம் செய்யப்பட்டு, அன்னாவால் போலிஷ் பத்திரிகையில் வருகிறது. மேலும் நாவலின் பல பகுதிகள் ஃபேக்ஸ் (FAX) செய்திகளாகவும் மின்னஞ்சல் வடிவத்திலும் சந்திரனால் வாசிக்கப்பட்டு கேட்கிறோம். வார்சா பகுதியை சந்திரனே சொல்லிச் செல்கிறார். இதில் மிக முக்கியமான பிரதியாக்க உத்தியாக வெளிப்படுவது சந்திரனும் அஸ்வினியும் பகிர்ந்து கொள்ளும் 'கனவு வெளி' (Dreams Scape) எனலாம். இந்தப் பகிர்வின் சூட்சுமத்தை விளக்குமுகமாக இவர் பயன்படுத்தும் ஒரு பிரதியியல் தந்திரம்தான் பரஸ்பர பிரதியாக்கம் (Intertexuality). இந்த இருவரின் ஒரே கனவை விளக்கும் வரிகளாக,

"யாரோ ஒரு எழுத்தாளன் மேற்கோள் தான் நினைவுக்கு வந்தது. பரிச்சயமில்லாத அவரது மேற்கோள் எனக்கு மிகவும் பிடித்துப் போனது. தண்ணீருக்குள் போன தண்ணீர் போல எனது கனவு மங்கவும் உருகவும் ஆரம்பித்தது" (ப. 228) 'தண்ணீருக்குள் தண்ணீர் செல்வது கனவு என்பதால்....' (ப. 229)

இந்த யாரோ ஒரு எழுத்தாளன் போர்ஹெஸ். இவரது The Library of Babel என்ற கதையில் உள்ள நூலகம் பற்றிய கதையாடல் இந்நாவலில் பக்கம் 228-ல் "கனவில் ஒரு பெரிய நூலகம் வந்தது" என்ற பகுதியில் பரஸ்பர பிரதியாக்கம் பெறுகிறது.

இவ்வாறு இந்நாவலில் பயின்றுவரும் பல்வேறு நுட்பமான கூறுகளோடு பரஸ்பர பிரதியாக்கம் இயைந்துள்ளன. சந்திரனின் வம்சம் இடம்பெயர்ந்து வந்தது பர்மாவில் வான் சூயி என்யு மிலானயிர் என்ற கிராமத்தைச் சேர்ந்தவர். அவளை பாலியல் பலாத்காரம் செய்யவரும் பிரிட்டிஷ் கர்னல் ஜான்சென் வைட் ஹெட்டின் ஆண்குறியை கடித்து அகற்றும் கீழறுப்புச் செயலைப் பற்றி வரும் குறிப்பில் பிரிட்டிஷ் காலனிய எதிர்ப்புக் குழுவுடன் வான் சூயிக்கு இருந்த தொடர்பினால்தான், இத்தூண்டுதல் பெற்றதாகக் கூறும் பகுதியில்,

"அந்த பிரிட்டிஷ்காரனை ஆண்குறியற்றவனாக ஆக்கும்படி தூண்டியவர்கள் என்று எங்கோ நான் படித்திருக்கிறேன். அவன் ஆண்குறி நீக்கப்பட்டது போல் ஒரு வெள்ளைக்காரனைக் காதலித்ததற்காக வீட்டிலுள்ளவர்களால் கைவெட்டப்பட்ட ஒரு இளம் இந்தியப் பெண் பற்றிய கதை ஒன்றை ருட்யாட் கிப்ளிங் எழுதியிருக்கிறார்" (ப. 53) என்று வருகிறது. இது இந்நாவலில் பெருமளவு வியாபித்திருக்கும் அங்கஹீனம் எனப்படும்

'உறுப்பின்மை'யை ஒரு பிரதியாக்க உத்தியாக புரிந்துகொள்ள உதவுகிறது. இதுவும் ஒருவகையான 'Absence of the Presence' என்று கூறப்படும் கருதுகோளோடு ஒப்புமையுடையதாகிறது. இந்த 'உறுப்பின்மை' பற்றி கட்டுரையில் வரும் பக்கங்களில் விரிவாக வாசிக்கலாம்.

இந்நாவலின் கட்டமைப்பிற்குப் பெரிதும் உதவும் இரட்டைகள் (Double) என்பவை உடலியல் ரீதியான இரட்டைப் பிறவியென்னும் (Twins) அல்லாத பிரதியியல் சாத்தியம்தான் இலக்கிய இரட்டை. இந்த நாவல் பிரதியெங்கும் விரவியிருக்கின்றன. அவை நேரடியாகவும் சற்று பூடகமாகவும் சில இன்மைகளிலும் சஞ் சரிக்கின்றன. இந்த இரட்டைத் தன்மையை இனங்காணும் விதமாக நாவலில் வரும் மற்றொரு பரஸ்பர பிரதிதான் R.L.Stevenson-னின் "ஜெக்கில் மற்றும் ஹைட்'.

"இலக்கியங்களில் இரட்டைகள்; ஒருவிதத்தில் எழுத்தாளர் ஸ்டீவன்சனின் ஜெக்கில் மற்றும் ஹைட் பாத்திரங்கள் வேறுபாடுகள் அழிக்கப்பட்ட, ஜெக்கில் மற்றும் ஹைட் பாத்திரம் இருக்கக்கூடாது என்ற விதி ஏதும் இருக்கத் தேவையில்லை தானே!" (ப. 196)

ஆக ஜெக்கில் ஹைட் பாத்திரங்களின் வேறுபாடுகள் அழிக்கப்பட்ட பாத்திரங்கள் வார்சா நாவலில் உலவுகின்றன. இதன் வெளிப்பாடாகத்தான் தமிழவனின் முன்னுரையில் "நாவல்களையோ நாவலையோ பார்த்து எழுதுவதுதான் ஒரு புதிய நாவல் என்பது என் பழைய கோட்பாடு" என்கிறார். இதுதான் இந்நாவலின் பிரதியியல் சூத்திரம். இன்னும் சில இடங்களில் வரும் பரஸ்பர பிரதிக் குறிப்புகளைக் கீழே தருகிறேன். லியோன் ஆவியாகத் தோன்றுவதற்கு சற்றுமுன்பு சந்திரன் Alain Daniélou-வின் While the Gods play *91* பக்கம் வாசிக்கும் தருணத்தில் தான் லியோன் தோன்றி மஞ்சள் நிறமாகப் பேசுகிறான். ராஜேஷ் அன்பழகன் என்ற இரட்டையின் மறைதலில் கண்ணாடியை உடைத்துப் பறந்து போகும் இடத்தில் கிடக்கும் இறக்கைகள் மார்குவஸின் Innocent Erendira-வில் வரும் இறக்கை சம்பந்தமான கதையாடலை நினைவுபடுத்துகின்றன. பிறிதொரு இடத்தில் மனநோய் ஆலோசகரிடத்தில் பேசும் பியோத்தர் சொல்லும் ஆல்பர் காம்யூவின் 'அந்நியன்', டால்ஸ்டாயின் 'போரும் வாழ்வும்' ஆகியவை இந்நாவலின் பிரதியில் பருண்மையாக வெளிப்பட்டிருக்கும் பரஸ்பர பிரதியாக்க சாத்தியப்பாடுகளின் திறவுகோல்கள்.

2

நவீன நாவல் எழுத்தென்பது ‘தன்’ என்பதற்கும் எழுதப்படும் பிரதிக்கும் இடையே ஏற்படும் ஒரு வகை அழிப்பாக்கம் (Erasure) என்று கொள்ளலாம். ‘தன்’ என்ற நிலை மொழியாக்கப்படும் போது இடைப்பட்ட மொழி வெளியில் சுய அழிப்பிற்கும் மறு ஒப்பனைக்கும் ஆட்பட விழைகிறது. இதன் மாற்றுதிசையின் மறுவெளிப்பாடே ‘இரட்டை’ என்கிற மொழிப்பிறப்பு. அத்தகைய இரட்டைகள் ஒருவகையில் காண விழைந்தால் மொழி உயிரிகள். இத்தகைய இரட்டைகள் நாவல் இலக்கியம் துவக்ககாலப் பிரதிகளான லாரன்ஸ் ஸ்டெர்னின் Tristram Shandy ரபலாவின் Gargantua and Pantagruel, செர்வாண்டாஸின் Don Quixote லேடி முராசாகியின் The tale of Genji ஆகியவைகளில் ஏற்படும் ‘தன்’ என்பதின் அழிப்பாக்கத்தில் எழுதப்பட்ட புத்தகத்தின் எதிர் புத்தகம் இரட்டையின் உள் வடிவமாக நாவல் பிரதிக்குள்ளேயே பருண்மைப்பட்டிருக்கிறது. இவ்வாறு நாவலாக்க கொடி மரபுடன் பின்னிப் பிணைந்துள்ள இரட்டைகள் வெளிப்படையாகவும் புலப்படா தன்மையுடனும் இன்மையுடனும் பயின்றுள்ளன.

வார்சா நாவலிலுள்ள இரட்டைகள் குறித்து விவாதிக்கலாம். நேரடியான இரட்டைகளாகத் தென்படும் அன்பழகன், ராஜேஷ் என்ற இரட்டைப் பற்றி, நாவல் பகுதியானது அஸ்வினி பிரதாப்பின் என்கௌண்டருக்காக தன் தந்தையை சுட்டுப் பழிவாங்கிய பின்பு சிறைத் தண்டனை அனுபவித்துவிட்டு ஆதிவாசிகளின் நிலமீட்பு போராட்டத்தில் உயிர்நீத்த தன் காதலன் பிரதாப் செயலாற்றிய மலை பிரதேசத்திற்கு செல்கிறாள். அங்கு ராஜேஷ் என்ற இளைஞனுடன் அவள் பழக நேரிடுகிறது. அவன் ஒரு மரக்கட்டுமான அரண்மனையைக் காண்பிக்கிறான். அங்கு ஒரு குறிப்பிட்ட எல்லையைக் கடக்க அஸ்வினி எத்தனிக்கும் போது ஆதிவாசிகளின் பறை ஒலியும் குலவைச் சத்தமும் கேட்க, ராஜேஷ் சொல்கிறான்; குறிப்பிட்ட எல்லைக்குள் அந்நியர் பிரவேசித்தால் ஆதிவாசிகள் நம்மைக் கொன்று விடுவார்கள் என்று மீண்டும் லாட்ஜிற்கு வந்து அடுத்த நாள் காலை பார்க்கும்போது அறையின் மேற்புற கண்ணாடியை உடைத்துக் கொண்டு பறந்து விடுகிறான். சில இறகுகள் மட்டுமே அங்கு காணப்படுகிறது. இந்த சம்பவத்திற்குப் பிறகு தினசரியை கண்ணுற்ற அஸ்வினி அதில், ‘அன்பழகன் காணாமல் போன செய்தியும், புகைப்படமும் வந்திருந்தது. அந்தப் புகைப்படம் நான் பின்லே ஹோட்டலில் தங்கியிருந்தபோது சந்தித்த சாட்சாத் ராஜேஷின் புகைப்படம்” (பக். 408-409) விஜயாவின் தற்கொலைக்கு காரணமான அன்பழகன்

இரண்டு ஆண்டுகள் எம்.பி.யாக இருந்தபின் ஆதிவாசி பகுதியில் வாங்கிய தோட்டத்தில் நிலத்தகராறு நீடித்ததாகவும் அது சம்பந்தமாக அவர் அங்கு சென்றதாகவும் நாவல் கூறுகிறது.

நாவலின் இறுதியில் அமலாவை சந்திக்கும் சந்திரனுக்கு எங்கு தேடியும் வார்சாவின் ஷாப்பிங் காம்ப்ளெக்ஸில் கிடைக்காத வாஷ்பேசின் அமலாவின் வீட்டில் தென்படுகிறது. அப்போதும் அமலாவுடன் கனவில் ஏற்படும் உடலுறவின் இன்மை அனுபவம், இனி விஜயாவிடம் பெறவியலாத ஒன்றை அமலாவிடம் பெற இயலும் வேட்கையின் சரடு எனலாம். 'உடல் உறுப்பின்மை' தொடர்ந்து நாவலின் பல இடங்களில் பல்வேறு விதமான சொல்லாடல் களங்களை அமைத்துத் தருவதைப் பார்க்க முடிகிறது. சந்திரன் தன் மனைவியின் தற்கொலை சம்பவத்தை அறிந்து ஊருக்குச் செல்லும் இடத்தில், எதிர்பாராதவிதமாய் நேரும் அமலாவின் சந்திப்பில் குறிக்கப்பெறும் 'வலது கையில் பெருவிரல் இல்லாததைக் கவனித்தேன்" (ப.211) என்பதிலிருந்து சந்திரன் அமலா இடையே ஒரு பாலியல் வேட்கைக்கான கதையாடல் கட்டப்படுகிறது. அவளது விரல் மையை பார்க்கும் சந்திரனுக்கு அமலா, "என் இந்த விரலில்லாத அங்கஹீனத்தை பார்க்கக்கூடாது நீங்கள்" என்றாள். "இப்படி யாராவது பார்க்கும்போது என்னை யாரோ அம்மணமாக்கி பார்ப்பதாகப்படும் எனக்கு" (ப. 213)

ஆனால் சந்திரன் தொடர்ந்து அதை உற்றுப் பார்க்க பார்க்க ஒரு கட்டத்தில் அமலா இயைந்து சொல்கிறாள். "இனி நீங்கள் என் காலின் விரலில் அங்கஹீனத்தை எவ்வளவு நேரம் வேண்டுமானாலும் பார்க்கலாம்" (ப. 215) எனக்கூறும் அமலாவின் பாலியல் எழுச்சியைக் குறிக்கும் குறியீடாக செயல்படுவதை அவள் சந்திரனுக்கு மறுபடியும் சொல்லும் போது, "என் விரலில்லாக் கால்களை நீங்கள் பார்த்தது போல் உலகில் யாரும் பார்க்கமுடியாது. அன்று என் அங்கஹீனத்திற்கு ஒரு பூரணத்துவம் கொடுத்து விட்டீர்கள் என்று நான் இத்தனை ஆண்டுகளாய் மனப்பூர்வமாக நம்பி வாழ்ந்து வந்தேன். என் துபாய் நண்பனிடம் எத்தனை தடவை, நீங்கள் என் விரலில்லாக் கால்களைப் பார்த்த விதத்தைப் பற்றிச் சொல்லிச் சொல்லி அவனைக் காம உணர்வு அடைய வைத்திருக்கிறேன்" (ப. 333). காம உணர்வைக் கிளப்ப அமலாவின் விரலின்மையை பருண்மைப்படுத்தலின் மூலம் பிரதியாக்குகிறது. இதேபோல் நாவலில் வரும் பிற உறுப்பின்மைகளைப் பார்ப்போம். சிவநேசம் இடது கையில் இரண்டு விரல்கள் மட்டுமே இருத்தல் அந்த விரல் மாயத்தன்மை பற்றிய இடத்தில் சிவநேசம்,

‘அதோ தெரிகிறதா வானத்தில் வெள்ளையாக, வெள்ளி நிறத்தில் ஒரு சூரியகாந்திப் பூ. அப்போதுதான் அவரது இடது கையின் இரண்டு கை விரல்கள் எனக்கு சுட்டிவிட்டு மின்னல்போல் மறைந்துவிட்டன என்ற உண்மை புரிந்தது. ஒருவேளை அந்த இரண்டு விரல்களும் உற்பத்தி செய்ததோ இந்தக் காட்சி” (ப. 296)

இதைத் தொடர்ந்து மாக்தா சொல்லும் கனவில் வரும் *“என் கனவுகள் அடிக்கடி லியோனையும் ஒற்றைப் ஃபெடல் உள்ள சைக்கிள்களையும் பார்க்கிறேன்”* என்பதும் (ப. 193) ஒரு விநோதமான இன்மையைக் குறிக்கிறது. தொடர்ந்து பிறரின் உறுப்பின்மையை கவனித்துவரும் சந்திரனுக்கும் உறுப்பிழக்கும் அனுபவம் நேருகிறது. திடீரென்று கனவுபோல தோன்றும் ஒரு காட்சியில் மரணத்தை குறிப்பீடு செய்யும், *‘சிவநேசம் ஒரு க்ஷணத்தில் தோன்றிக் கையைத் துண்டித்த அபூர்வமான காட்சியும் நான் வார்ஸாவுக்கு வந்த அன்று மூர்ச்சை கெட்டு விழுந்ததும் ஞாபகத்துக்கு வந்தன” (ப. 266).*

3

சந்திரன் தாய்க்கு ‘தீ’ பற்றிய அதீத அறிதல் ஆற்றலும் தந்தைக்கு தண்ணீரைக் கண்டறியும் ஆற்றலும் இருந்ததால் சந்திரன் தன்னை நெருப்பாலும் தண்ணீராலும் ஆன கலவை என்கிறான். எதிரெதிர் பண்புகளைக் கொண்டவன் என்பதில் பரஸ்பர ஒருங்கிணைவு பண்புள்ளவனாக ஒருவகை yin-yang என்ற கீழை தாவோயிய தன்மையுடையனாகவும் நாம் வாசிக்கலாம். அதன் முக்கியப் பண்புகளான ஆண் பெண் என்ற தனிநிலை கரைந்த ஒரு ரசவாத நிலையை தாவோ மொழிகிறது. ஆண் பண்பும் பெண் பண்பும் ஒன்றோடொன்று இரண்டறக் கலந்து பாலுக்கப்பால் கடந்து செல்லும் உயிரி நிலையென்பதை உரைக்கிறது. இதன் கூறுகள் வார்சா நாவலில் பல இடங்களில் வெவ்வேறு விதமாக விகசித்துள்ளதைப் பார்க்க முடிகிறது. தனக்கு ஒரு வாரிசு உருவாக குகையொன்றிற்குள் அழைத்துச் செல்லும் விஜயா ஒரு பச்சிலைச்சாற்றைத் தந்து, தன் பையிலிருக்கும் இரண்டு பழங்களில் ஒன்றை அவளும், ஒன்றை சந்திரனும் சாப்பிட ஒரு பாலியல் தலைகீழ் மாற்றம் நிகழுகிறது. *“விஜயாவை திரும்பிப் பார்த்தேன். ஒரு அரசன் கிரீடத்தோடு நின்று கொண்டிருந்தாள். என்னை அழைத்தாள்.*

திடீரென்று நான் அவளுடைய ஆடைகள் அணிந்து காணப்பட்டேன். அவள் ஆணாகவும் நான் பெண்ணாகவும்

மாறிப் போயிருந்தோம்" (ப. 143). ஆண் பாலியல் தன்மை கொண்டவளாய் சந்திரனை புணர்ந்தாள். அப்போது உடலியலே ஒருவித உருமாற்றமடைந்ததாக கதையாடல் புனைகிறது.

பின்பு ஒரு கட்டத்தில் "அவள் அணிந்திருந்த அரச கிரீடம் ஒருமூலையில் சற்று நேரத்தில் போய் விழுந்தது. நான் அணிந்திருந்த அரசியின் கிரீடம் இன்னொரு மூலையில் விழுந்தது" என முடிகின்றது. ஒரு குறிப்பிட்ட காலப்புள்ளியில் பிரதிக்குள் கதையாடல் மொழி இருவரையும் சுய பாலியல் எதிரிடையாக மாற்றும் மாயம் நிகழ்கிறது. இது ஒருவகையான (Gender Metamorphoses) பாலின உருமாற்றம் எனலாம். மேலும் பல நூதனமான பாலினக் குறிப்பீடுகள் இப்பிரதியில் விரவி—யிருக்கின்றன. கதையாடலின் பல இடங்களில் சந்திரன் பெண்களை சித்திரிக்கும்போது அதிகமாக 'பிருஷ்டபாகம்' என்ற குறிப்பிட்ட அங்கத்தை அதிகபட்சமாக மீண்டும் மீண்டும் அழுத்தம் பெறும்படியாகக் கையாளுகிறான். எங்கிருந்து இந்த 'பாலியல் அங்க குறி' கிளைக்கிறது என்றால் சந்திரனின் பதிமூன்றாம் வயதில் தன் உறவினர் வீட்டிற்கு செல்லும் இடத்தில் சந்திக்கும் ஒரு விநோதமான பெண்ணுடன் ஏற்படும் பரிமாற்றம், அவள் இவனுக்கு ஊற்றுகளைப் பற்றி நிறைய சொல்கிறாள். அதில் ஒருநாள் திடீரென்று 'சிவப்பு நிற ஊற்று' ஒன்றைக் காண்பிப்பதாக கூறுகிறாள். இதற்கிடையில் ஒருநாள் அவளுடன் நடந்து கொண்டே பேசும் சந்திரன் திடீரென ஒரு சூறாவளிக் காற்றை எதிர்கொள்கிறான். அப்போது முன்னே நடந்து போகும் அப்பெண்ணின் ஆடை பறந்து மேல் கிளம்ப, "அவளது வாளிப்பான பிருஷ்டபாகம் எந்த உள்ளாடைகளும் இல்லாமல் வெறுமனே இருந்ததை அன்று முழுதும் மறக்க முடியவில்லை." (ப. 322) சற்று சுதாரித்த பெண் இவனால் தான் இந்தச் சூறாவளி (ப.323) என்கிறாள். இவனது பெண் அங்கத்தைக் காணும் வேட்கைதான் சூறாவளியென எண்ணத் தோன்றுகிறது. பிறகொரு நாள் சிவப்பு ஊற்றைக் காட்டும் அப்பெண், "நானும் அந்த உயரமான பெண்ணும் குனிந்து பார்த்த அந்த நேரத்தில், சூரியன் நடுவானில் வந்திருந்ததால் அதிக ஆழமில்லாத அந்தக் கிணறு போன்ற ஒடுகலான பள்ளத்தில் சூரிய ஒளியில் சிவப்பு நீர் கட்டி நிற்பது தெரிந்தது. அது மாயமான ஒரு காட்சியாக எனக்கு பட்டது"

ஆச்சரியத்துடன் திரும்பிப் பார்க்கும் சந்திரன் "அரைக்கால் சட்டையின் வழி அவளது கையைப் போட்டு நீண்ட விரல்களால் என் உறுப்பை உடும்புப்பிடிபோல் பிடித்துக் கொண்டு இருந்தாள்"

(பக். 327,28). இவ்வாறு அப்பெண்ணின் காமவேட்கையும் பதிமூன்று வயது சந்திரன் பாலியல் உணர்வும் விழிப்பு நிகழுகிறது. இதனால்தான் என்னவோ சந்திரன் மூன்றுமுறை 'அக்கா' என்று அழைத்ததை அவள் கோபத்துடன் மறுத்தாள்.

பியோத்தரின் பாட்டி காசா போஸ்னான் என்ற போலந்தின் முக்கிய நகரத்தில் வாழ்ந்து வந்தாள். அந்த இடம் நாஜி ஜெர்மானியர்களின் கைவசமிருந்தது. ஜெர்மானிய அதிகாரி கொன்ராட் குருண்டஸிடம் மொழிபெயர்ப்பாளராக வேலை பார்த்து வந்தார். *"அவள் கம்யூனிஸ்டுகளைக் கூட உடலை விற்று வாழ்பவர்களே நாசிசத்தின் எதிரியாக பிரகடனப்படுத்தப்பட வேண்டும் என்ற கொள்கையுடையவள்" (ப.346).* காசாவின் தோழி ஒருத்தி பாலியல் தொழில் செய்து வருபவள் அவள் ஒரு விசித்திரமான மனிதனுடன் உடலுறவு கொள்ள நேரிடுகிறது. அதில் அவள் பாலியலுக்கும் நாசிசத்திற்கும் உள்ள ஒரு நுண்ணிய அரூப இழைத்தொடரை அறிகிறாள். அவளது கதையாடல், *'அந்த ஆணும் பெண்ணும் அல்லாதவள் போல் தோன்றிய மனிதன்.... அவன் முதன் முதலாக என்னைத் தொட்டதும் 'ஏதோ' ஒரு ஆடோ, மாடோ உடம்பில் உரசிக்கொண்டு போவது போல் ஓர் உணர்வு ஏற்பட்டது. போகப்போக அந்த மனிதன் மாட்டின் உடலையும் மனிதனின் மனத்தையும் கொண்டவன் என்ற எண்ணம் தோன்றியது.... அவன் வழக்கமான பாலியல் முறைகளைவிட வழக்கமல்லாத முறைகளையே அதிகம் விரும்பியவன் போல முதலில் நடந்து கொண்டான். அது புதிதல்ல. அதிகமும் ஜெர்மன் ஆக்கிரமிப்பிற்குப் பிறகு என்னிடம் வருபவர்களின் குணம் மாறியிருப்பதைக் கவனித்தேன்."*

"ஆயிரத்து தொள்ளாயிரத்து முப்பத்தொன்பது செப்டம்பருக்கு முந்திய ஐரோப்பியர்கள் வேறு, அதற்கு பிந்திய ஐரோப்பியர்கள் வேறு. சில ஆண்கள் அது அதற்கான உறுப்புகளைத் திடீரென்று மறந்து ஒவ்வொரு உறுப்பையும் வேறுவிதமாக பயன்படுத்துவதில் இன்பம் காண்பார்கள்" (ப.355). இவ்வாறு பாலியல் நாசிசத்தின் அலகுகள் ஒப்புமைப்படுத்திக் காட்டும் கதையாடலில் வரும் அந்த பாலியல் தொழிலாளி ஜெர்மானிய ஸோல்ஜர்களால் கைகுண்டு (கிரனெட்) ஒன்று வெடிக்க வைத்து உடலின் கீழ்பகுதி சிதறி சாகிறாள்.

4

கும்மாங்குத்துவான இளைஞன் சிவநேசம் நாவல் பிரதியின் மிக முக்கியமான கதையாடல்களைக் கொண்டு வருகிறார்.

கள்ளத்தனமாக நாடுவிட்டு நாடு போகும் சிவநேசம் பிழைப்பைத் தேடி செல்கிறார். அவர் பலநாட்டு எல்லைகளைக் கடந்துபோகும் பயணம் மிகவும் குறிப்பிடத்தகுந்தது. அவர் அந்த மரணத்தின் எல்லையை நாட்டின் எல்லையோடு கடக்கும் அபூர்வ பயணமாக நாவல் சொல்லிச் செல்கிறது. மரணம் அவருள் ஏற்படுத்தும், "பயம் வயிற்றில் தான் பரவும். சுமார் நான்கு மணி நேரம் காத்திருந்தாள். மணி இந்தியாவில் இப்போது ஒன்பது. இங்கு இன்னொன்று என்பது போன்ற விவரங்களை மாமா சொல்லி அனுப்பியிருந்தான். திடீரென்று ஒரு உணர்ச்சி அடி வயிற்றைப் பீடித்தது. பின்பு அது மெதுவாகப் பரவ ஆரம்பித்தது"

'அப்போது தான் முதன்முதலில் கடவுளின் குரலைக் கேட்டான். கும்மாங்குத்து.'

இவ்வாறு கும்மாங்குத்து இன்மையான கடவுள் பருண்மைப்படுவதை ஏறக்குறைய ஆறு தடவை கடவுள் அவனிடம் பேசுகிறார். குறிப்பாக இப்பயணத்தின் போது பனி ஆற்றில் உள்வாங்கிச் சாகும் சகபயணி பின் மின்சாரம் பாய்ச்சி லாரியின் பெட்டியில் கருகிச் சாகும் மற்றொரு சக பயணியின் மரணமும் அந்தப் பெட்டிக்குள் பூட்டப்பட்டு நாட்டின் எல்லை தாண்டும் பயணம் 'சவப்பெட்டி' போன்ற ஒரு குறியீட்டை மனக்கண் முன்பு நிறுத்துகிறது. இதிலிருந்து ஜெர்மனியை அடையும் கும்மாங்குத்து நீதிமன்றத்தில் நீதிபதியிடம் கடவுள் என்னுடன் பேசுகிறார் என்று தன்னை நம்ப வேண்டும் என்றும் கூறி கிறிஸ்தவ மத பூஜாரிகள் போன்ற தொழிலைச் செய்யும் குலத்தில் பிறந்தவன் என்று தன்னை அறிவிக்க, நீதிபதி நீ பிராமணனா? என்று கேட்க 'ஆம்' என்று மொழிபெயர்ப்பாளர் சொல்லச் சொல்கிறார். ஆம் என்ற கும்மாங்குத்துவுக்கு நீதிபதி அவனது குலக்குறியான பூணூலைப் பார்க்க ஆசைப்பட கும்மாங்குத்து பூணூலைக் காட்டுகிறான். நீதிபதியிடம் இந்தப் பூணூல் சலுகை ஏதும் கிடைக்குமென்ற தன் எண்ணம் பொய்த்துப் போகிறது. இது இந்தியா என்ற இட பரிமாணத்தை தகர்க்கும் முகமாக பொருள் போல் பூணூலைப் பார்த்த நீதிபதி தன் வழக்கமான தீர்ப்பை தருகிறார். குலக்குறி அதிகாரவயப்படுகிறது. கும்மாங்குத்துவுக்கு க்ஷயரோக வியாதிக்காக ஜெர்மனி மருத்துவமனையில் சேர்க்கப்படுகிறார்.

அங்கு அவர் சந்திக்கும் ஒரு இரவு நேர நர்ஸின் தாயன்பு போன்ற அரவணைப்பைப் பெறுகிறான். அந்த நர்ஸ் ஆஷ்விஸின் காஸ் அறையில் யூதர்களைக் கொன்றபோது வேலைபார்த்தவர் என்பது அங்கு நர்ஸாக அதிர்ச்சியூட்டக் கூடியதாக இருப்பினும்

கும்மாங்குத்து மனதில், "கொலையும், உயிரைப் பாதுகாப்பதும் ஒரே மனித மூலத்திலிருந்து எப்படி தோன்ற முடியும்?" (ப.293) என்ற தன் ஐயம் போக்கும் விதமான அனுபவம் அவனுக்கு ஏற்படுகிறது. "அந்த இரவுகளில் பிச்சைக்காரனைப் போல் ஜெயில் ஆஸ்பத்திரியில் கிடந்த என் தலையைக் கோதிவிட்டுப் போன கைகளை எனக்குத் தெரியும். எந்தக் குற்ற உணர்வும் இல்லாத கைகள் அவை."

இந்த உணர்வு நிலையோடு ஒப்புமை கொண்ட மற்றொரு பகுதி, சந்திரன் தாய் குழந்தையாக பர்மாவில் காப்பாற்றும் தென்னிந்தியரின் 'அன்பு'. "சரித்திரம், மரபணு, வம்சம், ரத்தம்... இப்படி இப்படி... சொல்லி இரண்டாம் உலக யுத்தத்திற்கு இடப்பட்ட அத்தனை தத்துவ ரீதியான அடிப்படைகளையும் தென்னிந்தியாவில் ஒரு மனிதர், மனித அன்பால் உந்தப்பட்டு ஒரு குழந்தை பரிதாபமாக சாகக் கூடாது என்ற ஒரே எண்ணத்தில் உதறி அறிந்திருக்கிறார்" இவ்வாறு இந்த இருவேறு இனத்தவரின் மனித அன்பு தான் இந்நாவலின் வெளியைக் கட்டமைக்கிறது. இதில் வரும் கும்மாங்குத்து என்கிற சிவநேசம் ஐரோப்பியர்களை எந்த முன்நிபந்தனையுமின்றி தன் சீடர்களாக ஏற்றுக்கொள்கிறார். இதில் ஒரு கீழைத்தேய மானுட விழுமியம் அடிநாதமாக இழையோடுவதை இப்பிரதியில் காண முடியும். இதைத்தான் நாவலின் 419-ஆம் பக்கத்தில் 'அதுதான் மனித உறவு பற்றிய ஒரு புதிய தரிசனம்' என்கிறது. இந்தக் கருத்தை மாற்றுவடிவில் மனநல மருத்துவரிடம் தன் கனவை விவரிக்கும் பியோத்தர், "என் சிநேகிதி யுத்த ஆயுதங்களுக்குப் பதிலாக ஒவ்வொரு நாடும் பூக்களை ஏற்றுமதி இறக்குமதி செய்தால் எவ்வளவு அழகிய இடமாக உலகம் மாறும்" என்பதும் ஐரோப்பியர்களின் நாசிச சொல்லாடலில் இருந்து விடுபட எத்தனிக்கும் கீழை பின்நவீனத்துவ கதையாடலாகக் கொள்ளலாமா? சிவநேசத்தை தன் குருவாக வரித்துக் கொள்கிறார் லியோனின் தங்கை லிடியா. இந்த நிகழ்வின் மூலம் லியோன் என்னவாக ஆகவேண்டும் என்று நினைத்தாரோ அதுவாகவே காட்சியளிக்கிறார் சிவநேசம்.

லியோனின் கதையாடல் இந்நாவலில் அதிமுக்கியத்துவம் வாய்ந்தது. தான் சார்ந்த கத்தோலிக்க மத குருக்களை தயாரிக்கும் குருமடத்தில் மதகுரு பயிற்சிக்கு செல்பவன் அங்கு ஒரு புதிய ஆதியாகமத்தை, அதாவது வழக்கில் உள்ள ஆதியாகமத்திற்கு எதிர் ஆதியாகமம் ஒன்றை எழுத முற்படுகிறான். அதைப்பற்றி லிடியா, "அண்ணன் ஆதியாகம்போல் இன்னொரு சாத்தானின் ஆதியாகமம் ஒன்றை எழுத முயற்சி எடுத்தது

கண்டுபிடிக்கப்பட்டது" (ப. 94) 'எப்படி கடவுளைவிட சாத்தான் தான் மிகுந்த சக்தியும், சிருஷ்டிக் குணமும் கொண்டவன் என்று வாதிட ஒரு கூட்டம் போலிஷ் இளைஞர்களை என் அண்ணன் உருவாக்கி விட்டான்' (ப. 94) என்று கூறும் லிடியா இத்தகைய சொல்லாடலைக் கட்டுவதற்கு அவனுக்கு பின்புலமாக செயல்பட தூண்டிய மூலப்பிரதியாக "அண்ணன் நீட்சேயின் சிந்தனைகளையும் ஸ்டாலினிச ஆட்சியின் அரசியல் சமூகக் கூறுகளையும் குருமடங்களில் காணப்படும் பாலியல் அடக்குமுறைகளையும் இணைத்து உருவாக்கிய உருவகம்தான் சாத்தான் வழிபாடு". இதிலிருந்து துவங்கும் லியோனின் கீழை ஞானத்தேட்டம் அவனை தந்திர யோகத்தில் ஈடுபாடு கொண்டவராக மாற்றுகிறது. அடக்கப்பட்ட ஐரோப்பிய பாலியலை விடுவிக்க, "மீண்டும் அதை வெளிப்படுத்த, இயல்பாக மாற்ற, இந்த தந்திரயோகம் கூறும் ஸ்கலிதம் வெளிப்படாத செக்ஸ் செயல் ஒரு தீர்வாக முடியுமா?" என யோசித்திருக்கிறான். இந்திய தத்துவத்தைப் பற்றிய நிறைய புத்தகங்கள், ஆவணங்கள், தாந்த்ரீக தகடுகள் ஆகியவைகளைச் சேகரித்து வைத்துள்ளான். அதில் 'சூலம்' ஒன்று உள்ளது. தன் புறச்சமயத் தேடலின் குறிப்பீடாக அதைக் கொண்டிருந்தான் என வாசிக்கலாம். ஒரு கார் விபத்தில் இறந்துபோகிறான் லியோன். லியோன் ஆக நினைத்தது நீட்சேயின் மீ மனிதனா? என்ற கேள்வியும் நமக்கு எழுகிறது. இதன் மற்றொரு வடிவமாக சிவநேசத்தை லிடியா அங்கீகரிக்கிறாள். "அந்த சூப்பர் மானின் பெயர் சிவநேசன்" (ப.421) லியோனுக்கு நிழல் கிடையாது. அதற்கு அர்த்தம் சொல்லும் லிடியாவின் தோழி அவனுக்கு பின்தொடர சீடர்கள் இல்லை என்பதாகக் கூறுவதை இங்கு இணைத்து பார்க்கலாம்.

5

பல விநோதமான கூறுகளில் ஒன்று ஒரு மாணவி தன் பேராசிரியருக்கு கொம்புகள் இருக்கிறதா? என்று கேட்க திடுக்கிட்டு போகிறார். தனக்கு கொம்புகள் உள்ளது என்ற நினைவுடன் வாழ்ந்து வருகிறார். இதனை எதார்த்தத்திற்கும் தொன்மத்திற்கும் இடையே வேறுபாடற்ற பின் நவீனத்துவ சூழலைப்பற்றி சொல்லும்போது நாவலை ஆதிவாசியின் மனநிலையின் நீட்சியாக இக்கொம்புகளை குறிவயப்படுத்துகிறது. வார்சாவை விட்டு கிளம்புமுன் சந்திரனிடம் வீடு பேசத் துவங்குகிறது. அங்கு தன் மனைவி விஜயாவின் தற்கொலை மரணத்தின் போது கடிகாரம் காணாமல் போகிறது. அதை அவளது அம்மா குறிப்பிடுகிறார். அந்த கடிகாரம் மீண்டும் வார்சா

வீட்டில் கிடைக்கிறது. அப்போது சந்திரனின் மனவோட்டத்தில் "ஒருவேளை என் வீட்டில் இருந்த பழைய கடிகாரம் காணாமல் போனதும் என் மனைவி விஜயா தன்னை அழித்துக் கொண்டதும் ஏதோ ஒன்று இன்னொன்றோடு பின்னிப் பிணைந்தது என்ற எண்ணம் என்மனதில் தோன்றியது" (பக்.393) என்று நினைக்க "அப்போது பார்த்து வீடு பேசியது" அதன் தொடர்ச்சியாக, "வீட்டின் உள்ளிருந்து ஒரு சதுரமான பொருள் வெளிப்பட்டது. அது வேறு ஒன்றுமல்ல என்னுடைய வீட்டில் தொங்கிய அதே பழைய கடிகாரம். மெதுவாக ஏதோ சொல்லியது. எனக்கு கேட்கவில்லை" (ப. 393), "வயதாகிப் போனது, கோழிக் குஞ்சு" என்றது கடிகாரம் (ப. 393)

சிறுவயதில் அம்மணமாகத் திரிந்த சிறுவன் சந்திரனை கிராமத்தார் அழைத்த பெயர். இவ்வாறு தன் பர்மிய நினைவுகளை கடிகாரம் வீட்டுடன் பகிர்ந்து கொள்கிறது. வீட்டிற்கும் கடிகாரத்திற்கும் இடையே நடக்கும் உரையாடலின் இடையே மாட்டிக் கொள்கிறான். இதை அவன், "நான் காலத்துக்கும் இடத்துக்கும் இடையில் அகப்பட்டவன் போல் வீட்டிற்கும் பழைய கடிகாரத்திற்கும் நடுவில் நடக்கலானேன்" என்கிறார். சந்திரனின் பயணமே காலத்திற்கும் இடத்திற்கும் இடையே நடக்கும் கதையாடலின் இரண்டகம்தான். இந்த இரண்டகத்தை சற்று நீட்சிப்படுத்தும் இடம்தான் அஃறிணைப் பொருள்களுக்கும் உயர்திணைப் பொருளான சந்திரனுக்கும் இடையே கிளைத்துவரும் கதையாடல் மொழி. அதன் இணைவுப் புள்ளிதான், "எதிர்காலத்தில் புரட்சி அஃறிணைப் பொருள்களுக்கும் உயர்திணைப் பொருள்களுக்கும் சம உடைமை வேண்டும் என்பதே" (ப. 397)

இவ்வாறு ஒரு 'அ-மனித மைய' கதையாடல் நாவலின் இறுதியில் வருவது நாவல் பற்றிய சில முன் அனுமானங்களை தகர்ப்பதாக உருக்கொள்கிறது. பொதுவாக இந்நாவலின் அரைவிகித எதார்த்த (Semi-Realism) மொழிநடையை கொண்டிருந்தாலும் வழக்கமாக எதார்த்தவாத தகவல் கையாளப்படும் 'மனித மைய சித்திரிப்புமுறை'; இந்நாவலில் அஃறிணைப் பொருள்கள் உயர்திணைப் பொருள்கள் உடலியல் பருண்மை எல்லை கடந்த ஆவியாக இதில் புதிய இணைவை ஏற்படுத்தும் 'வெள்ளை நிற யோகி' லியோனின் கூட்டோடு புதிய பரிமாணத்தை கதையாடல் அடைகிறது. அப்போது நாங்கள் மூவரும் எதிர்பார்க்காத ஒரு யோகி, செஸ்போர்டில் உள்ள சோல்ஜர் வடிவில் எங்கள் முன் திடீரென்று தோன்றினான். வீட்டை விட சற்று உயரம். ஆனால்

பழைய கடிகாரத்தை விட குள்ளம். அவன் எங்களைப் போலவே தரையில் ஒலி எழாமல் நடந்தபடி இருந்தான். குரல் மட்டும் இரும்புச் சாமான்கள் ஒன்றை ஒன்று தட்டும்போது ஏற்படும் ஒலிபோல் கேட்டது (ப.401).

இப்படி வந்த யோகியின் தாய் இறந்திருந்த தருணம் அது. ஒருவேளை தன் தாயின் மரணத்தைக் காண வந்தானோ எனத் தோன்றுகிறது. தன்னை 'லியோன்' என்று வெள்ளைக்கார யோகி அறிமுகப்படுத்திக் கொள்கிறான். இந்த உரையாடல் பயணம் தொடருகிறது. இதற்கிடையில் ஒரு கட்டத்தில் 'எங்களுக்கு குளோபலைசேஷன் பற்றித் தெரியும்" என்கிறது வீடு, சந்திரன், 'குளோபலைசேஷன் என்றால் என்ன தெரியுமா? (ப. 391) என்று கேட்டு அது சொல்கிறது. "உங்கள் மொழியில் என்ன பொருளோ தெரியாது. எங்கள் மொழியில் உலகமெல்லாம் இருக்கும் வீடுகள் தங்களுக்குள் பேசுவதே குளோபலைசேஷன்" (ப. 391). என்று சொல்லிக்கொண்டே நடை தொடருகிறது. ஒரு கம்ப்யூட்டரைப் பற்றி யோகியிடம் பேசும் சந்திரனுக்கு யோகா நீங்கள் ஞான மார்க்கத்தை விட்டு கம்யூட்டர் என்ற தொழில் நுட்பத்திற்கு திரும்பியது பிடிக்கவில்லை என்கிறான். மறுபடியும் வந்த இடத்திற்கு திரும்பலாம் என்று நினைக்கும்போதே "யோகியும், வீடும், கடிகாரமும் தட்தட்டென்று பெரிய சாலையின் குறுக்கே பாய்ந்தன. இடது பக்கத்திலிருந்து வந்த கார் கொஞ்சம் தயங்கி மீண்டும் சீறிப்பாய்ந்தது. மூன்று உயிர்கள் காரில் அடித்து தள்ளப்பட்டன. எந்த ஓசையும் இல்லாமல் மூன்று ஜீவன்கள் காரில் சிக்கி மூன்று இடங்களில் கொஞ்சம் கொஞ்சம் இரத்தத்திட்டு ஏற்பட்டிருந்தது. கார் போன பிறகு தெரு விளக்கில் நன்கு தெரிந்தது விடும் யோகியும் ஓரிடத்திலும் கடிகாரம் கொஞ்ச தூரத்திலும் இரத்த வெள்ளத்தில் இறந்து கிடந்தன" (ப. 403) என்ற சம்பவம் நடந்தேறியது.

இதில் வெள்ளை யோகி ஏற்கனவே கார் விபத்தில் இறந்தவன் மீண்டும் இக்கதைப் பிரதியில் அஃறிணைப் பொருட்களோடு உயிர்ப்புற்று மீண்டும் தன் பழைய விதியைச் சந்திக்கிறான், இந்நாவலில் வரும் இப்பகுதி அஃறிணைகளின் சொல்லாடலை கதைக்களத்திற்குள் எழுதும் பிரதிச்செயல்பாடு பின்-நவீனத்துவ நுண்ணிய கதையாடல் என்பதற்கு அழுத்தம் தருவதாக அமைகிறது. நவீனத்துவத்திற்கு சற்றே அப்பால் இயங்கும் அஃறிணை, உயர்திணை சொல்லாடல் களம் பெருங்கதையாடல் என்பதை கீழறுப்பு செய்யும் புதிய பிரதியியல் நுட்பமாகச் செயல்படுகிறது. இந்நாவலை நாம் வாசித்த முறையை பிரதிபலிக்கும் முகமாக நாவலில் வரும் சில வரிகளைக் காணலாம்.

“இன்று நாம் பேசுவது எல்லாம் ஃபிரிவலஸ், ஓரமானவை, மார்ஜினல், முக்கியமற்றவை, விளையாட்டு என்று நினைத்தேன்.” (ப. 252) என்ற வரிகளில் வரும் பதங்கள் ஃபிரிவலஸ் / ஓரமானவை / மார்ஜினல் / முக்கியமற்றவை / விளையாட்டு என்று நாவல் பிரதியியல் புள்ளியிலிருந்து துவங்கி நாவலை வாசிக்கும் முயற்சியே பின் நவீனத்துவ நாவல் வாசிப்பு.

சந்திரன் வார்சாவை விட்டு கிளம்புவதற்கு முன்பு சிவநேசம் அவனுக்குச் சொல்லும் வார்த்தைகள், *‘நடுவில் புகுந்து எதுவும் செய்யாதீங்க’.* இந்த வார்த்தை அவனை அமலாவின் மும்பை சந்திப்பின் முன்பும் பின்பும் தொடர்கிறது. இதன் உள்ளார்ந்த உள்ளீடாய் வரும் வரிகளுடன் இந்த நாவல் வாசிப்பை முடிக்கிறேன். *“குழாயிலிருந்து விழும் நீருக்கடியில் தெரியும் அமைதி”* வட்டத்தில் நீங்கள் சேர்ந்து கொள்கிறீர்கள்.

வார்ஸாவில் ஒரு கடவுள் - தமிழவன்
மாற்றுவெளி (ஆய்விதழ்-2 பொருளாதாரச் சிறப்பிதழ்)

அகற்றப்பட்ட நிலப்பரப்பும் இன்மையாகும் காலமும்

அகாலத்தின் நித்தியக் கடல் - தமிழ் உதயா

தனது வாழ்நிலத்திலிருந்து அகற்றப்பட்டபோதும்; அதன் உடனிருந்த இயற்கை சார்ந்த அனைத்துமே நினைவிற்குள் பல்வேறு அடுக்குகளாய் நிரந்தரமாய் பதிந்து விடுகிறது. ஆனாலும் கவிதைசொல்லியின் குரல் தனது வாழ்நிலத்தின் வெளிப்பாடாகவே ஒலிக்கிறது. மரங்கள், பறவைகள். சூரியன், சந்திரன், தாரகைகள் மற்றும் கடற்பொழுதுகளின் வண்ணங்களும் கயல்களின் விழிகளும் நினைவை விட்டு நீங்காதிருக்கின்றன. இவை யாவும் சொற்களின் உள்ளார்ந்த பொருண்மைகளாய் நிலைபெற்று விடுகிறது. அதன் பிரயோகமும் பிரதிகளில் இரட்டைத்தன்மை கொண்டு விடுகிறது. இருவகையான ஊடாட்டமிக்க பண்புக்கூறுகள் கவிதையாடல்களில் பின்னிக்கொள்கிறது.

கவிதைசொல்லியின் தற்கணம் என்பது வேற்று நிலப்பரப்பில் உணரப்படும் அனுபவத்தைக் கொண்டிருப்பினும் அதன் பொருண்மைக்கான அதிர்வுகள் முற்றிலும் வித்தியாசமானதாக மாறிவிடுகிறது. ஒரு ஒலியை இனம்காணும் போது அது இழந்துவிட்ட நாதமார்ந்த முன்கணத்தைத் தீண்டி மூளச்செய்வதாக உருப்பெறுகிறது.

கவிதைப் பிரதியில் செயல்படுகின்ற நிலப்பரப்பின் தாக்கம் மனதிற்குள் நிகழ்த்தும் எதிர்நிலையாக்கம் பருண்மையானவையாகவும் / அரூபமானவையாகவும் வெளிப்படுகிறது.

துருவேறிய வானத்தில்
நடுங்கிய சுருள் மின்னலில்

காத்துக் கிடக்கும் உயிர் அதிர்கிறது.
அன்றைய வனத்தில்
பிறை பூத்திருக்கவில்லை
கெண்டை மீன்கள்
விழித்துக் கொள்கிறது.
நெடுங்காலமாகப் போய்க் கொண்டிருந்த
ஓர் ஆற்றைப் பிடித்து
ஒரு சின்னஞ்சிறு பூமியை கிழித்து வைக்கிறேன்
உயிரைத் திருகும் நாணல்களின்
பெருமூச்சுடனான வாழ்தலோடும்
காலம் தள்ளாடி நிற்கிறது
கடல்களை இடம்பெயர்த்த முத்துக்களை
தன் கழுத்தெல்லாம் பூட்டுகிறது.
பல்லாயிரம் ஆண்டுகளுக்கு முன்னரான
வானத்தின் கண்ணயர்ந்த நொடி
இப்போதும் தன்னை ஆராதித்துத்தான்
புழுதியேறித் துடிக்கிறது.
தனித்த தீவென அடையாளப்படுத்தப்பட்ட
ஈர நிலத்திலிருந்து தான்
நானும் ஒரு வனமாகிறேன்

உணர்விழந்துபோன நிலையை முன்னிறுத்தும் கவிஞர் தமிழ் உதயாவின் படிமங்களும், குறியீடுகளும் இடம்பெயர்ந்த புலத்தின் நிலப்பரப்பைக் குறிப்பிடுகிறது. அதன் இயற்கை சார்ந்த மொழியின் லாவகம் வாசகரை அருகழைக்கும் தன்மையுடையது. ஆயினும் இவைகளின் ஊடேயும் தீர்க்கமானதாக ஒலிக்கும் கவிதை சொல்லியின் குரல் காலத்தை இண்மையாக்கிவிடுகிறது. இருவேறு நிலப்பரப்பின் இடையே கவிதையாடல் கிளைக்கிறது. அதன் குரலும்கூட தீர்மானமற்ற வாழ்வின் போக்கையே ஒலிக்கிறது.

விழிகளுக்குச் சிக்காது நிகழும் சுழற்சியில் இயங்கும் வாழ்வின் பல சந்தர்ப்பங்களில் தன்னிலையின் தொலைந்து போதல் என்பது நிகழ்கிறது. அதனூடே வழக்கமான மாறாத்தன்மையுடன் தொடர்ந்து கொண்டிருக்கும் அன்றாடங்களில் இருந்து ஒரு

திடீர் விடுபடலாய்க் காணாமல் போதல் சம்பவிக்கிறது. அதன்மூலம் தற்காலிகமான விடுபடல் உணர்வும் தோன்றுகிறது. அந்த உணர்வை உள்ளார்ந்த வகையில் அறிந்து கொள்வதில் கவிதைச்சொல்லியின் மொழித்தளம் பிரதியில் தன்னையே வரித்துக் கொள்கிறது.

மேலும் இந்தக் காணாமல் போதல் என்பதைக் கவிதையாக்கத்திற்குள் கொணரும்போது; அது வாசிப்போரின் மனோவியத்தையும் தன்னுள் சேர்த்துக் கொண்டுதான் எழுதிக் கொள்கிறது. நினைவில்லா ஒரு பகுதியை மீண்டும் எழுதிப்பார்க்கும் விதமாக இது அமைகிறது.

> "காணாமல் போதல் என்பது
> என்னுள்ளும் அடிக்கடி நிகழலாம்
> விடுதலை ஒருபோதும்
> நிகழாதும் இருக்கலாம்
> தேசம் நகர்ந்த நிலவூர்தியில்
> கசங்கிய ஆற்றுத் தேக்கத்தில்
> விழுந்து எழுந்த என் இளமைத் தோற்றம்
> எனக்கே ஞாபகத்தில் இல்லை.!"

மேற்காணும் வரிகளில் கவிதை சொல்லி ஒருவித சுழற்சித்தன்மையை இழையோடவிடுகிறார். காணாமல் போதல் என்பதை 'என்னுள்ளும் நிகழலாம்' என்பதன் மூலமாக, தன் புறத்தே நிகழ்ந்து கொண்டிருக்கும் ஒன்றின் அகப்பிரதிபலிப்பாக முன்னிலைப்படுத்துகிறார். ஆனால் இதன் அழிக்கப்பட்ட பொருண்மையாக தன்னையும் தன்னைக் கட்டமைத்த அரசியலையும் எழுதுகிறார். இதை விடுதலை என்பதோடு இணையாக்கிப் பேசுகிறார். அதாவது விடுதலை நிகழாதும் இருக்கலாம் என்பதை ஒருவித காலஇன்மைக்குள் பொருத்துகிறார். இதில் மிக லாவகமாக கவிதைக்குரலைத் தனது அனைத்துக் கவிதைப் பிரதிகளிலும் கையாளுகிறார். இசை ஒரு பிரக்ஞை பூர்வமானதாக எண்ணிக் கொள்வதைக் காட்டிலும், கவிதை சொல்லியின் நினவிலியின் குரலாக பாவித்துக் கொள்ளலாம். இறுதி வரிகளில் 'எனக்கே ஞாபகம் இல்லை' என்ற வரி நமக்கு இதைச் சுட்டி நிற்கின்றது.

> "நேற்றானவன்
> நேற்றின் படிவுகளை விழுங்கி
> இன்றின் நொடிகளை சுவைத்துக் கடக்கிறான்."

எனக் கால இன்மைக்குள் தன் இருப்பை மாற்றி மொழியும் கவிதைப்பண்பு தமிழ் உதயாவின் கவிதைப் பிரதிகளின் தனித்துவமாக நீள்கிறது. நேற்றானவைகள் நேற்றின் X இன்றின் நொடிகளை என்ற இருமைமிக்க இருத்தலை ஒரு வளையம் போல் எழுதுகிறது. இவ்வரிகள் நேற்றிலிருந்து விடுப்பட்டு இன்றையும் கடக்கும் தன்னிலையைப் பற்றியும் சொல்கிறது.

ஒரே புள்ளியில் உறைந்துவிடாமல் காலத்தின் படிவுகளாய் நேற்றையும் X நொடிகளை இன்றாகவும் மாற்றிக் கடப்பதை வாசக மனதையும் அனுபவிக்கும்படி செய்கிறது. இங்கு ஒருவிதக் குலைவு சம்பவிக்கிறது. இவ்வரிகளை வாசித்தவுடன் ஏற்படும் திகைப்பு இதன் கவிதையாடலின் நேர்த்தியைத் தாண்டி கவிதை சொல்லியின் குரலைக் கண்டறிவதில் சென்றடைகிறது. வெறுமையுணர்வின் இறுகிய பிடியிலிருந்து எழுதப்படும் கவிதைகளாக இவை காட்சியளிக்கின்றன. முன்னிருத்தலின் நீக்கத்தை

"வெறுமையின் ஆழத்தை
அறிகிறாயா எப்போதாவது."

எனும் கவிதை வாசகனைச் சுட்டி எழும் வினாக்களாக உள்ளது. இதன் பின்னால் நிலம் நீங்கிய வாழ்வின் ஆழ்மையை நம்முன் வடிவப்படுத்துகிறது. இப்பிரதியை வாசிப்போனது பிரதியனுபவத்தைக் கிளர்த்திப் பார்க்கும் உத்தியாக ஆளப்படுகிறது.

மேலும் இவ்வெளிப்பாட்டின் மறுபக்கமாக என்னைக்கடல் கொண்டு போய் நெடுநேரமாகி விட்டது என்கிறார் கவிஞர். தொடர்ச்சியான 'தன்னிழப்பு' என்பதை இவரது கவிதைகளில் இழைகளாக ஊடுபாவி விநோதமான பொருண்மைப் பரப்பை உருவாக்குகிறது. இத்தகைய கவிதைகளுக்கிடையே இடையீடு செய்யும் வரிகள், மொத்தக் கவிதையின் கட்டுமானத்தையும் தகர்த்துவிடுகிறது. ஒருமையுணர்வை நொறுக்கும் முகமாக தமிழ் உதயாவின் கவிதையாடல்கள் எழுதப்பட்டுள்ளன.

நிலப்பரப்பிற்கும் X உடலுக்கும் இடையேயான இணைவு முறிந்துவிட, நீங்கிய போதும்கூட எதை எது இழக்கிறது என்ற வினாவிற்கான விடையென்பது இல்லாமல் போய்விடுகிறது. நிலத்துடன் இயைந்திருக்கும் அனைத்துப் பருண்மையானவைகளும் X பருண்மையற்றவைகளும் உடலும் X மனமும் ஒன்றைவிட்டு ஒன்று நீங்காதிருக்கும் உறவுடையது.

"கூடிழந்த கூடாரத்தில் இருந்தபோதும்கூட
உணரவில்லை அகதி என்பதன்
முழு அர்த்தத்தை....
ஒவ்வொரு கல்லாய்
எறிந்து கொண்டிருந்தும்
கலக்கமற்ற அந்தக் குளம்
இன்னும் தெளிவாக
வட்டம் வட்டமாய் பூக்கிறது
உரிமைகளாகப் பிறக்கும்
ஒவ்வொரு நீதிகளுக்குள்ளும்
எத்தனையோ குற்றங்கள்
ஒளிந்து தான் கிடக்கின்றன
என் பூர்வீக பூமிதான்
என் காயங்களால்
என்னை இழந்து
அகதியாய் நிற்கிறது
என் நிலத்தை நான்
திருப்பிக் கொணர்கிறேன்
என்னை உன்னால்
திருப்பித்தர முடியுமா?"

அகதியின் தன்னிலையைத் தனது கவிதைகளின் குரலாகவும், அது மொழியவரும் சொல்லாடலை கவிஞரின் பிரதிகள் இரட்டை அடுக்குகளாகக் கொண்டு இயங்குகின்றன.

மேலே நாம் காணும் பிரதியில் அகதி என்பதன் முழு அர்த்தத்தை உணரவில்லையெனத் துவங்குகிறது கவிதை. இந்த உணராமையினை ஒரு காட்சிப் படிமத்தின் வாயிலாக வெளிப்பாட்டிற்கு உட்படுத்துகிறது. பாருங்கள் "கலக்கமற்று அந்த குளம் இன்னும் தெளிவாக வட்டம் வட்டமாய் பூக்கிறது" என்று உணர்வுபுலத்தை தொடர் வட்டங்கள் ஒன்றிலிருந்து மற்றொன்று தொடரும் தன்மையதாய் மாறுகிறது. தெளிவற்ற மொழி வெளியில் இக்கவிதை இனம்புரியாத இழப்பின் இசையை மீட்டுகிறது. வட்டமாகி வட்டமாகி மறைந்துவிடும்

அலைவுகளினால் வாசகனின் மனோவியம் பிரதிக்குள் படர்கிறது. துவக்கத்தில் அகதியின் முழுப்பொருண்மையை உணரவியலாத தன்னிலையுடன் கவிதையைத் துவக்குகிறார். பின்னர் அகதியாய் நிற்பது என் பூர்வீக பூமி என கவிதைசொல்லியின் வரிகள் நம்மிடம் பேசுகின்றன.

ஆனால் தான் தொலைத்த அல்லது தன்வசமிருந்த நிலமும் X காலமும் ஒன்றிலிருந்து தனது தன்னிலையைத் திரும்பப்பெறக் கோரும் கவிதை சொல்லியின் குரல் கவிதையின் நிகழ் பரிமாணத்தை எல்லையற்றதாக விரிக்கிறது. இக்கவிதையின் வரிகளான "என் நிலத்தை நான் திருப்பிக் கொணர்ந்தால் என்னை உன்னால் திருப்பித் தரமுடியுமா? என்பதாகும். அகதி என்பதன் பொருண்மையினை மறு உருவாக்கம் செய்கிறது. அகதியாகி நிலத்தை விட்டு நீங்கிய போதும் தன்னோடு, தனது நிலத்தையும் எடுத்து செல்லும் தன்னிலை கேட்கிறது நிலத்தை தந்தால், பறிபோன தன்னை திரும்பப்பெறும் அவாவினில் எழும் ஆற்றாமையின் குரலாகக் கேட்கிறது. அகதித்தன்மை என்பதையே இங்கு வரையறை செய்கிறது. நிலம் தன்னோடும் X தன்னிலை நிலத்தோடும் இழந்துவிட்டதை இக்கவிதை அசாத்தியமாகப் பிரதியாக்குகிறது. இத்தகைய பின்னலான கவிதையாடல்கள் ஒரு புதிய கவித்துவத்திற்கானக் கூறுகளை அனாயாசமாக அகப்படுத்தியுள்ளது.

பேரிழப்பின் பிடியில் சிக்கித் தவிக்கும் உள்ளத்தின் தனி மொழிதல்களாக பல்வேறு குறுங்கவிதைகள் இத்தொகுப்பில் இடம்பெற்றுள்ளன. ஆற்றாமையின் ஆழத்துள்ளிருந்து வெளிப்படுகின்றன தமிழ் உதயாவின் கவிதைப்பிரதிகள். தனக்கான கவிதையாடலைக் கட்டமைத்துக்கொள்ளும் போக்கில் உணர்வெழுச்சியின் உச்சத்தில் உதிரும் சொற்கள் வாசகனுக்குள் எழுப்பும் சொல்லொணா கிளர்ச்சி இவ்வகையான கவிதைகள் தனித்த அடையாளம். கவிதையின் இறுதிவரிகள் ஒரு நிலைமாற்றத்திற்கான பறத்தலில் முடிகிறது.

'என்மேல் உலரும் உன் நிழலை

பத்திரப்படுத்தி மடித்துக் கொண்டு

மாடி ஏறுகையில்

விரல் ஸ்பரிசத்தில்

உன் உயிர்கரைந்து என்னுள் ஊற்றியது.

நிழல் முகப்பில் துடைத்தபடி

அந்த சின்னஞ்சிறு நிலவைத் தீட்ட
கன்னக் கதுப்பில் கனவுகள் பூத்தன.
அதன் கிளையில் அமர்ந்திருக்கும்
குஞ்சுப்பறவைகளில் ஒன்று
சிறகுகளைச் சிலுப்பிப் பறக்கிறது
என்னையும் தூக்கிக் கொண்டு.'

ஓவியத்தீட்டல் போல எழுதப்பட்டிருக்கிறது இக்கவிதை. தன்மீது உலரும் நிழல் மற்றும் நிழல் முகப்பில் நிழலென்பது ஒரு குறியாக செயல்படுகிறது. உன் என்ற பிறன்மையின் நிழலில் முகப்பிலிருந்து கவிதை தொடர்கிறது. அடுத்தகட்டமாக சின்னஞ்சிறு நிலவைத்தீட்ட என்ற ஓவியப்பண்பு கவிதைக்குள் இழையோட கனவுகள் பூக்கத் துவங்கிய கணத்தில் குஞ்சுப் பறவைகள் பறத்தலில் என்னையும் தூக்கிக் கொண்டு என்ற கடைசி வரியில், இதுவரை வாசித்த வரிகளின் கனவு X ஓவிய சட்டகத்திலிருந்து மாடி ஏறும்போது நிகழும் பிரதியிலிருந்து கவிதைசொல்லியை குஞ்சுப்பறவை தூக்கிச் செல்கிறது.

தன்னைத் தன்னிலிருந்து விடுவித்துக் கொள்கிறது கவிஞர் தமிழ் உதயாவின் குரல்.

அகாலத்தின் நித்தியக் கடல்
சந்தியா-2018

மொழி வெளியில் மிதக்கும் முபீன் சாதிகாவின் எழுத்துருக்கள்

முபீன் சாதிகா - உளம் எனும் குமிழி

1.

புலன்களால் தொடர்ந்து உன்னிப்பாய் கவனிக்கப்பட்டு அறிந்துணரப்படும் புறவெளியின் நிகழ்வுகள் அனைத்தும்; உணர்வுகளை ஏதோ ஒரு நுண்ணிய இழையில் தீண்டிக் கிளர்த்துகின்றன. அதன் அறிதல் வெளியில், மனம் சொல்லிப்பழகும் தொடர்மொழியின் உறுப்புகளாக இருப்பவை சொற்கள். மற்றும் அவை சுட்டி நிற்கும் பொருண்மையின் பன்மைகள். இவைகளின் மத்தியில் இயங்கும் ஓர் ஊடுபாவான மொழியின் ஆக்கமாக 'எழுதுதல்' என்ற மொழிச்செயல் உருக்கொள்கிறது. இந்த வினையாற்றல் தொடர்ச்சியில் உருவாகும் நினைவின் பிடிக்குச் சிக்காத கூறுகளாக பலவும் உள்ளன. எழுதும்போது உருப்பெற செய்வதும் அழிப்பதுமான பிரதியியல் செயலாகிறது. அழித்தலில் இருந்து விடுபடும் சிற்சில உணர்வுப்புலங்களின் பருண்மையாக்கமாக கவிதைகள் சாத்தியப்படுகின்றன. இதில் 'தன்னிலை'யின் இடப்பெயர்வும் உடன் நிகழ்வாகவே நடக்கிறது. நினைவற்ற தன்னிலையாக்கம் மற்றும் தன்னிலை எனும் நினைவு என்பதான இருவேறல்லாத மொழிதல்களாகக் கொண்டவை கவிதைப் பிரதிகள்.

தன்னிலையை அகப்படுத்திக்கொண்டே பிற அனுபவத்தின் ஒவ்வொரு தன்மையையும், மொழி தனது வெளிக்குள் கிரகித்துக் கொள்கிறது. பின்னர்; மொழியால் உள்வாங்கப் பட்டவைகள் யாவற்றையும் கவிதை சொல்லி தனது எழுதுதலுக்கான சொற்களாகக் கொள்கின்றது. மேலும் குறிப்பீட்டுத் தளத்திற்கு மாற்றுகிறது. அவ்வப்போது சொல்லிப் பழகும் எழுத்தற்ற பிரதியாய் அது புழங்கிக் கொண்டேதான் இருக்கிறது. மனப்பரப்பில்

சொற்களற்ற, காட்சித்தன்மையோடு அது ஒருமுகப்படாமல் மிதக்கின்றது. அவ்வாறிருப்பினும் கவிதையாடல்களின் தொடர்ச்சியில், தன்னை குறிப்பீட்டிற்கான சொல் குறிகளாக இணைத்துக் கொள்கின்றது. சங்கிலிபோல பிணைப்புகளாக ஒன்றி இயங்குகின்றது. எண்ணற்ற குறிப்பீட்டிற்கான மட்டற்ற பரப்பை வெளிப்படுத்துகிறது. இதை கவிதைப் பிரதியாக மாற்றும் தருணங்களில் அது பெறும் வடிவம் சொற்களாக பதியப்படுகின்றன. இவ்வாறு பதிந்த பின்னர்; கவிதை பிரதியை வாசிக்கையில் வாசகனில் ஏற்படும் உணர்வலைகள் கவிதையனுபவமாகிறது. தன்னிலையின் அழுத்தமற்ற கணத்தில் விரியும் மொழிப்பரப்பில் வெளிப்படுகிறது. கவிதைகள் மொழி அனுபவமாக இயங்குகின்றன. மனவெளியை X புறவெளி உடனான இணைவுப் புள்ளியாய் பிரதி இருக்கிறது. இவ்வண்ணமான அபூர்வ ரசவாதம் ஏற்படுத்தும் உருமாற்றமும் பண்புமாற்றமும் பிரதிபலிக்கிறது. இதில் கவிதை சொல்லும் கவிதைகளில் பதியப்படும் மொழியின் மேற்பரப்பும் வாசகனின் மொழி வழியான உணர்வுப் புலமும், தமக்குள் குறிப்பீடுகளைப் பரிமாறிக் கொள்கின்றன. இதுவே கவிஞர் முபீன் சாதிகாவின் கவிதைப் பிரதியியமாக விரிகிறது.

மேற்கூறியதில் சொற்கள்' அல்லது 'குறிகள்' என்பவைகளின் பங்கு என்பது முக்கியமான ஒன்று. ஏனெனில் கவிதையும்கூட ஒருவகையில் தனது பருண்மைக்கு வெளியே செயல் பெறுகின்றது. அல்லது புலனாகாத உள்ளகத்தை நோக்கி வாசகரைத் திசைப்படுத்துகின்றது. கவிதை சொல்லியின் குரல் கட்டமைக்கும் சொற்களின் ஒழுங்கிலும் X ஒழுங்கின்மையிலுமாக கவிதைகள் உருக்கொள்கின்றன. இவைகளுக்கிடையே வாசகரை நோக்கி நகர்த்தப்படும் சொற்கள் ஒருபுறமிருக்க; எதிர்ப்பக்கத்—திலிருந்து வாசகர் சொற்களைக் கவிதைசொல்லியை நோக்கி நகர்த்துவதுமான ஒரு தொடர் விளையாட்டுத் தன்மை கவிதை வாசித்தலில் தொடர்ந்து கொண்டே இருக்கிறது. இச்செயல் எழுதுதலையும் X வாசித்தலையும் முடிவுறாத தொடர்நிலையில் வைக்கிறது. எதிரும் புதிருமாக அசைக்கப்பட்டுக் கொண்டிருக்கும் சொற்களின் நிலையற்ற குறிப்பீடு வாசகனுக்குக் கிடைக்கிறது. அதுவும்கூட இடைவிடாத அசைவியக்கத்தின் ஒரு பகுதியாக தன்னை முன்னிறுத்துகிறது. ஆக, சொற்களின் ஊடாடத்தினில் எழும் புதிர்மைத் தன்மையானது கவித்துவமாகிறது. கவிதை சொல்லிக்கும் X வாசகருக்கும் மத்தியில் நிகழும் பரிமாற்றத்திற்கான உபாயமாகச் சொற்கள் இருக்கின்றன. ஒருவகையான மொழியாட்டமாக எழுதப்படும் கவிதைகள்; எழுதுபவரும் X

வாசிப்பவரும் இணைந்து காணும் பொருள்கோடலுக்கானது என விளங்குகின்றன.

2.

கவிஞர் முபீன் சாதிகாவின் 'உளம் எனும் குமிழி' என்ற கவிதைத் தொகுதியில் அடங்கியிருக்கும் கவிதைப் பிரதிகள் எவ்வண்ணமாய் எழுத்தாக்கம் பெற்றுள்ளன என்பதைக் காணலாம். மேலும் அப்பிரதிகள் வாசக உள்ளங்களில் எத்தகைய உணர்வுச் சுழற்சியைக் கிளர்த்துகின்றன என்பதையும் நோக்கலாம். இவரது மொழிக்கட்டமைப்பின் வழியே பொருண்மைப்படுத்தல் என்பது எவ்வாறு நிகழ்கிறது என்பதையும் விவாதிக்கலாம். வாசகரின் முன் கிடைக்கப்பெறும் கவிதையாடல்களின் வெளியில் மினுங்கியபடி இருக்கின்றன சொற்கள் (குறிகள்). இவர் அமைத்திருக்கும் கவிதையாடலின் உறுப்புகள் எத்தகைய உறவைக் கொண்டிருக்கின்றன? கூர்ந்து நோக்கினால் ஒன்று மற்றொன்றோடு கொண்டிருக்கும் உறவும் X உறவின்மையும் தொடர்ச்சியும் X தொடர்ச்சியற்ற தன்மையும் அதன் ஒழுங்கு வெவ்வேறு பொருள் கொண்ட சொற்களை இணைவு கொள்ளச் செய்கின்றன. இப்பண்பே கவித்துவத்திற்கானதாகவும் உள்ளது. பண்புரீதியான எதிர்மைகள் நிறைந்த கவிதையாடல்கள், கவிதையை வாசிக்கும் கிரமத்தில் பொருண்மையின் அடுக்குகளிலுள்ள எண்ணற்றச் சேர்க்கைகளை வெளிப்படுத்துகின்றன. அதன்வழியே வியக்கத்தக்க மொழி அனுபவமாகக் கவிதைகள் மாறுகின்றன.

"ஆணியும் பெயர்த்து
தாளிடும் வளையில்
பேய் நிற அகமும்
உணர்விலா திறத்தில்
ஆவியும் நீக்கி
ஊறும் நடையில்
என் என்ப தனை மறந்து
உன் என்ப துணை துறந்து
அன் என்ப மனை கவிந்து
அள் என்ப இணை மலிந்து
ஆவென் கதறின் ஓவாக
நீயென் தகிப்பின் நிழலாக

நானென் முகிழ்ப்பின் நிழலாக

யாம்மென் தவிப்பின் இதமாக.

— பதுமை

மேற்கண்டதில் அகத்தின் உருவும் X நிறமும் அல்லது காட்சிப்பண்பைச் சுட்ட முனைகிறது கவிதை, ஓர் அரூபமான பேய் மற்றும் அதன் நிறம் அகத்தின் மீது போர்த்தப்பட்டு இங்கு காண்பிக்கப்படுகிறது. இதன் தொடர்ச்சியாக மற்றொரு பதமாக 'ஆவியும் நீக்கி' என்ற சொல் கையாளப்படுகிறது. இது உள்ளுமை நீக்கப்பட்ட அகம் என்பதற்கான கவிதையாடலின் சொல்லுதலாக கிளைக்கிறது. இக்கவிதை ஒரு வட்டச்சுழற்சியை செய்கின்றது. அகம் பேய் நிறம் ஆவியும் நீக்கி இவ்வாறு கவிஞர் முபீன் சாதிகா முன்வைக்கும் ஒழுங்கில் வாசித்து முடிக்கும் போது; பொருண்மையானது எதிர்கிரமத்தில் நிறுவப்படுகிறது. ஆவியும் நீக்கி / பேய் நிற / அகம் என விசித்திரமான எதிர்பாராத மொழிக்கூட்டில் கவிதைக்கான அனுபவம் கிடைக்கிறது.

"என் என்ப தனை மறந்து

உன் என்ப துணை துறந்து

அன் என்ப மனை கவிந்து

அள் என்ப இணை மலிந்து"

நீயென் தகிப்பின் நிழலாக

நானென் முகிழ்ப்பின் சுரமாக

யாம்மென் தவிப்பின் இதமாக"

என் உன் அன் அள் என்று தொடரும் கவிதை என்ப தனை எனும் வேறொரு தொடர்ச்சியில் நீள்கிறது. இதன் கூட்டின் மூலமாகக் கவிதைக்கான நிலையற்ற பொருண்மை என்பது அடையப்படுகிறது. அடுத்த அடுக்கில் தளை மறந்து, துணை துறந்து, மனை கவிந்து, இணை மலிந்து என இரட்டைப் பிளவைக் காண்கின்றன. இந்த தொடரின் இடையே உள்ள இடைவெளியே கவிதையில் எழும் இடையாட்டமாக விரிவுபெறுகிறது. இக்கவிதையை வாசகர் எண்ணற்ற வகையில் கையாளலாம். இதற்கான சுதந்திரத்தை இதன் மொழி அமைப்பு அளிக்கிறது. கடைசி பத்தியில் நீயென் நானென் யாமென் என "யாம்" என்பதான சங்கம வெளிக்குள் வாசகர்களை அழைத்துச் செல்கிறது.

முதல் முறை வாசிக்கும்போது தனித்தனி இழைகளாக பிடிபடுபவை யாவும் இறுதியில் ஒன்றில் ஒன்றாய் முறுக்கப்பட்ட இழைகளாகப் பிணைந்திருக்கின்றன. 'யாமென் தவிப்பின் இதமாக' என்பதின் படர்வாக கவிஞர் முபீன் சாதிகா இக்கவிதையை எழுதியிருக்கிறார்.

யாமென் என்பதில் இறுதியில் காணும் கவிதையின் மறுவடிவம் கொண்டுள்ள இன்னொரு கவிதையை வாசிக்கலாம். இது திரியிலிருந்து பிரியும் இழைபோல எழுதப்பட்டுள்ளது. 'யாம்' / என் / உன் என்பதெல்லாம் ஒருவகையான "மொழி நிலைகள்" எனப் பேசப்படுகிறது.

முபீன் சாதிகா முன்வைக்கும் கவிதையின் உளம் என்பது பெரும் அமைதியை நிரப்பிக் கொண்டிருக்கிறது. அல்லது அகம் என்பதன் உள்ளே ஏதுமற்ற நிலையில் மோனம் நிலவுவதாகக் கொள்ளலாம். இக்கவிதை அடர்த்தி மிக்க மௌனத்தை கவிதையாடல்களாகத் தனக்குள் கொண்டிருக்கின்றது. கவிதையின் துவக்கம் முதல் இறுதிவரை தான் தான் அடைகாத்து நிற்கும் மௌனத்தின் உள்ளூறையானது வாசிப்பின் அனைத்து நிலையிலும் தன்னை அவிழ்த்துக்கொள்ள மறுக்கின்றது. மொழி அற்றுப்போகும் தருவாய் ஒன்றில் அம்மௌனம் நமக்குள் புகுந்துவிடுகிறது.

.... இணை....

....நீங்கி....

....இகலும்....

....நிலை....

....நைந்து...

உள்கொள்ளும் எழுச்சியில்

கருவாய்

உயிர்ப்பிக்கும் மௌனம்.

பாவைக்கூத்து

கவிதைக்குள் அமைவுற்று தன்னிலை கரைந்து விடுகிறது. ஏறக்குறைய முபீன் சாதிகாவின் கவிதைப்பிரதி என்பது தன்னிலையை மொழி கொண்டு எழுதி அழித்தல் என்பதாக அமைந்திருக்கிறது. மனச்சஞ்சாரங்களில் நம்மை உழல வைக்கும் கவித்துவ அலகுகளிலிருந்து விடுபட்ட ஏதோவொரு நொடிப்பொழுதில் நமது வாசிப்பு நிகழ்கிறது. ஒரு கோணத்தில் பார்த்தால் நமது தன்னிலையும் கவிதை சொல்லியின்

தன்னிலையும் எதிர் எதிரே நின்றுகொண்டு ஒன்றை ஒன்று பிரதிபலிக்க முனைகிறது. மேலும் இவரது கவிதையாடல்களில் ஒலிக்கும் குரலின் எதிரொலியாக வாசகக்குரல் தொனிக்கிறது.

பின்னர் எண்ணிறந்த பரிமாற்றங்களுக்கான கவிதை அடங்கி—யிருக்கிறது.

"அவளின் அவளாய் அவளிடம் புகன்றது

*

அவளின்பால் அவளும் அவளாக உரைத்து

*

அவள்வயின் அவளாக அவளோடு செப்பியது

*

அவளால் அவளே அவளுள் நவின்றது

*

அவளாகா அவளுடன் அவள் அமைந்து

3.

மேற்குறித்த அவள் அல்லது தன்னிலையாக்கத்தை கவனிக்கும்போது அவள் என்பது தனித்திருத்தலில் மட்டுமே இயங்கவில்லை. தான் விழையும் மாற்றுப்புள்ளியாய் 'அவன்' என்பதை நோக்கி மொழியப்படுகிறது. சொல்லுதல்கள் அனைத்தும் இருநிலைகளுக்கு இடையே செயலாற்றுகின்றன. இங்கு இரண்டின் நடுவே "வேட்கையின் ஈர்ப்பு" பிரதியாக்கத்திற்கான நுட்பமாகிறது. தன்னை எழுதிக்கரைக்கும் செயலில் கவிதைகள் மீளுருவாக்கம் பெறுகின்றன. உடலியத்தின் பேரெழுச்சியாக மூண்டெழுதலின் சுவையனுபவமும், அதன் ருசியையும் கவிதை தனது புலப்படா புலமாகவே அகவயப்படுத்தி வைத்திருக்கிறது. இதில் முபீன் சாதிகா நிகழ்த்தும் தலைகீழாக்கம் வியக்க வைக்கிறது. 'சுவையின் வேட்கை' காலமிழந்து விடுகிறது. அதைக் குறிக்கும் குறியாக 'என்றே' என முன்னுரைக்கப்படுகிறது. கவிதையில் அவனும் X அவளும் என்ற நிலைகள் இரண்டும், கவிதையின் இறுதியில் அவளின் X அவன்' எனச் சொல்லப்படுகிறது. இந்த வேட்கையின் தலைகீழாக்கத்திற்கான பிரதியியல் தொழில்நுட்பம் சுவையின் வேட்கை என எழுதப்படுகிறது.

"என்றே தெவிட்டா சுவையின் வேட்கையில்

அவனும் அவளும்

*

என்றே நெகிழும் உறவு அகம் நிறைக்கும்

அவளின் அவன்.

அவளாய் அவன்

4.

ஒரு நெடும் பாடலின் கவித்துவத்துடன் வெளிப்படும் கவிதை வரிகளின் பேராற்றலுடன் தன்னை முகிழ்வித்துக் காண்பிக்கின்றன முபீன் சாதிகாவின் கவிதைகள், தனித்துவமிக்க கவித்துவமானது தன்னை மெல்ல மெல்ல வாசக மனதை மினுங்கச் செய்கின்றது. மொழியின் குவியமாய் கவிதையாடலின் பகுதிகள் தம்மை மலர்த்திக் கொள்கின்றன. அர்த்தங்களை உதிர்த்துவிட்ட நிலையில், மொழி அனுபவத்தின் உச்சபட்சமாய் இப்பிரதிகள் வெளிப்படுத்துகின்றன. உடலும் X மனமும் ஒரே சங்கேத அமிழ்வைத் துவங்குகின்றன. பூரணமாகக் காட்சிப்படும் படிமமாய் முன்தோன்றி கரைகின்றது. க்விஞர் முபின் சாதிகாவின் கவிதைகள் மையத்தினின்று விடுபட்டுக்கொண்டே இருப்பினும்; மீண்டும் "இருந்தலை" நித்தம் நிலையில்லா மையமாய் மொழிந்து கொண்டே இருக்கின்றன. பிரத்யேகமான சொல்முறை ஒன்றைத் தனது கவிதைகளில் கையாளுகிறார். மனப்புலமும் காட்சிப்புலமும் மேலும் கீழுமாக இடம் மாறியபடி தன்னியக்கத்தை விளிம்பாக எழுத முனைகிறார்.

"குழியும் குவியமும்

குவிந்த மையமும்

ஒளிரப் பெற்றனள்

***

விருப்பின் விளிம்பில்.

அவளாய்

"ஓர்முகம்

அவளினது என்றே

இன்ப சுகம்" காணும் கண்

உள் இமைகளில் இற்செறித்து

கனவுகளில் படரவிட்டு

நனவுகளில் அருவமாக்கி

தொடரும் அகோரப் பட்சி என
அபயமுற்று அஞ்சி
சிறுவெண் பூவன்ன
சிலிர்க்கும் காற்றாய் பாவித்து
கிளியிடம் கற்ற செப்பலை
உருக்கி உழுது செப்பனிட்டு
உம்மென் பறக்கும் வண்டின்
சிறகில் கொட்டி
*
ஓர்மையின் முகிழல் எனவே
தனதாக்கும் கதியில்
அவளின் அகம்.

அவளின் அகம்

புறவுலக அலைவுகளினுள் அதிர்வுகளைத் தேக்கும் 'உள் இமை' ரூபமிழக்கச் செய்கின்றன. மீண்டும் மீண்டும் சொல்லுதலை கிளியின் செப்பலென உருவகிக்கப்படுவது. சிறுவெண்பூ / சிலிர்க்கும் காற்றாய் / உம்மென்று பறக்கும் வண்டின் / என புறவுலக அலகுகளாய் அடுக்கப்பட்டுக் கொண்டே இருக்கின்றன. இவையாவும் உள் இமையுள் பதியப்பட்ட காட்சி வடிவங்களாகின்றன. பல்விதமான படிமங்களின் ஊடே சற்றும் தளராத உணர்வுடன் பெருகும் அகவெழுச்சியின் புள்ளியில் கவிதை ஓர்மையடைகிறது. அந்த உணர்வுப் பரவலின் உடலியமான அகமாய் 'அவள்' என்ற 'மொழியகம்' தன்னை விரித்துச் செல்கிறது. கவிதையின் ஓரங்களில் உடலுணர்வின் சஞ்சாரம் விகசிக்கிறது.

5.

"உளம் எனும் குமிழி" தொகுப்பில் உள்ள கவிதைகளில் பிரத்யேகமானத் தன்மை இருக்கிறது. ஒரு கவிதையாடலின் நீட்சி என்பதன் தர்க்கம் அதன் பொருண்மையின் அமைதியில் இயங்குவதில்லை. அதற்கு மாறாகத் தொக்கி நிற்கும் தன்மையிலும், மேலும் புதிர்மையைக் கூட்டும் தன்மையிலும் செயல்படுகிறது. ஒரு சொல்லை அதன் இடத்திலிருந்து நகர்த்திவிடும் பண்பும் சில இடங்களில் தென்படுகின்றது. வினாத்தன்மையையும்

தோற்றுவிக்கும் இடங்கள் கவிதைகளில் உள்ளன. இதன் முதல் அமைவில் பிரயோகிக்கப்படும்போது வாசகரை அது நிலைகொள்ள விடாமல் செய்கின்றன. அதை அடுத்துவரும் தொடரில் கலைந்து போகிறது. பொருண்மை அழித்தல் எனும் பண்புக்கூறு இங்குச் சுட்டப்படுகிறது. குறிகளாக உருமாற்றும் நுட்பம் லாவகமாக இழையோடுகிறது. சில இடங்களில் குறிப்பானின் ஓசைப்பண்பின் வழியே இரட்டைத்தன்மை உணரப்படுகிறது. ஆக பொருண்மையை மையம் கொள்ள விடாமல் செய்கின்றன கவிதைகள். தொடர்ச்சியாகப் பிரதியின் விளிம்பை நோக்கியே கவிதை சொல்லியின் மொழிப் பிரயத்தனங்கள் உள்ளன. வாசகரின் பிரதியொன்றை கவிதையின் இரண்டாம் அடுக்காக முபீன் சாதிகா தனது கவிதைகளை ஆக்கியுள்ளார். மேலே நான் குறிப்பிடும் ஓசைத்தன்மையில் எழும் ஒருவித இடையாட்டம் எழுத்தின் மேற்பரப்பை சலனத்திற்கு உட்படுத்துகின்றன. இது புதிர்மையைக் கூட்டுகிறது. வாசகரின் மனதில் பதிந்து மறையும் ஓசையின் எழுத்துருக்களின் இரட்டைப் பண்பை முபீன் சாதிகாவின் கவிதைகள் உள்ளடக்கியுள்ளன.

"ஆகும் ஆகாதோ அவியும் அவியாதோ
இருளும் இருளாதோ உருகும் உருகாதோ
எய்யும் எய்யாதோ ஏலும் ஏலாதோ
அலை சுழலும் அக்கடலில் பெருவளித்துயர்."

வேள்விக்களம்

ஓர் உயிரியை அதன் உடலை வடிவத்துடன் கவிதைக்குள் உலவவிடுவது கவிதையின் உத்தியாகிறது. அதன் வடிவத்தின் பருண்மையிலிருந்து விடுவித்துவிட்டு உருவமாக மட்டுமே குறிப்பீடு செய்வதும் உண்டு. ஒரு விலங்கின் பெயரை உச்சரிக்கையில் நம்முள் தோன்றும் வடிவ பரிமாணம் சிறிது நேரத்திற்குப் பிறகு நீங்கி வெற்று உருவாக மாற்றுகிறது இவரது கவிதை.

"களிறு" பொருளோ உருவு" என்றாய்
எனும்
'எழில்' பொருள் மேனி"
*
'யவனம்" பொருள் "அங்கம்"
*
'மோகனம்" பொருள் "விலாசம்"

*

"கவின்" பொருள் "துவள்"

*

"பொற்பு" பொருள் "நித்தியம்"

*

"இம்மை" பொருள் "இம்மை".

எனும்

மேலே எடுத்துக்காட்டியிருக்கும் வரிகளை ஆழ்ந்து வாசித்தால், ஒன்று புலப்படும். குறிப்பீட்டை விரித்துரைத்தலை கவிதையாடல்கள் செய்கின்றன. இதைத் தனக்கான தனித்த உத்தியாகக் கைகொள்கிறார் கவிஞர் முபீன் சாதிகா.

வார்த்தைக்கும் X பொருண்மைக்கும் இடைப்பட்ட மொழி வெளியில் தனது எழுத்துருக்களை மிதக்க விடுகிறார். அதன் தொடர்ச்சியான மிதத்தலையே கவிதையாக்கம் என்பதை வாசகரை உணரும்படிச் செய்கிறார். ஒரு "நிலையற்ற நிலை"யைத் தன்னிலையோடு இணைவாக்கம் செய்யும் முகமாகக் கவிதைகள் செயலாற்றுகின்றன. விழிப்பிலும் விழிப்பற்றுப் போதலின் புலமாகப் பிரதிகள் விளங்குகின்றன.

"அகத்தில் நிகழ்ந்த கூத்தென ஒலித்து

தன்னழிவித்து முன்னிலை படர"

— தன்னழிவிக்கும் பாடல்

திரையொன்றின் எதிரெதிர் பக்கத்தில் நின்று; மாற்றுருவை அறியத் துடிக்கும் எத்தனிப்பை இவரது எழுத்துக்கள் மொழிகின்றன. ஒரு கட்டத்தில் இவர் பயன்படுத்தும் அவள் X அவன் என்ற இரண்டும் மொழிநிலைகளாகவே இருக்கின்றன. கவிதை சொல்லியின் குரல் என்பதைக் கவிதைகளின் ஒலித்தன்மையில் பொதியப்பட்டுள்ளது. திரை சற்றே விலகுவதும் மீண்டும் மூடிக்கொள்வதுமான அனுபவங்கள் நிறைந்திருக்கின்றன. உடலியமும் வடிவின்மையும் தம்மை ஒன்றில் ஒன்றாக உருமாற்றிக் கொள்கின்றன. வாசித்தலின் தன்னிச்சையில் குறிப்பீடுகள் கரைந்து போய், மனதுள் ஒலிக்கும் குறிப்பான்களின் ஒத்திசைவாய் முபீன் சாதிகாவின் எழுத்துக்கள் நாதமார்ந்திருக்கின்றன. இதைக் காட்சி வடிவங்களாக மாற்றிக்கொள்ள கவிதையின் வார்த்தைகளுக்கு நாம் மறுபடியும் திரும்ப வேண்டியுள்ளது.

6.

இத்தொகுப்பில் இடம்பெற்றுள்ள கவிதைகளில் இழைந்து வரும் மொழி நிலைகள் இரண்டிற்கும் இடையில் ஒருவித ஈர்ப்பின் கவர்ச்சியை வாசகர்கள் அனைவரும் உணரலாம். இப்பண்பை முபீன் சாதிகாவின் கவிதைகள் கொண்டிருப்பதைக் காணலாம். குறிப்பாக நாம் இங்கு விவாதித்து வரும் பொருளின் தொடர்ச்சியாகச் சிலவற்றைக் கூற வேண்டும். இருவேறு மொழி நிலைகள் 'அவள்' X 'அவன்' நடுவே இயங்கும் வேட்கையின் செயலாற்றலை கவிஞர் "ருசிதேடும் வேட்கை" என குறிப்பீடு செய்கிறார்.

"நீர்வழிந்தும் நனையா உறுப்பான
தோலின் துளை வழி ஊறும் ஒளி
வேறு பசி மாறும் ருசி தேடும் வேட்கை"

***

"ஈருயிர் இம்மை இது."
நுணலின் யாம்

தான் எனும் கவிதை சொல்லியின் கையொப்பமாக இக்கவிதையாடல்களை நாம் கொள்ளலாம். 'பிறன்மை'யோடு உறவுகொள்ளும் வினையாக எழுதுதல் நிகழ்த்தப்படுகிறது. இதை "இணையும் பிணையை" என்று குறிக்கிறார். இதுபோல திறவுகோல்கள் "உளம் எனும் குமிழி" தொகுப்பெங்கிலும் நிறைந்திருக்கின்றன. முபீன் சாதிகாவின் கவிதைகள் தன்வசமுள்ள வார்த்தைகள் நம்மை நோக்கி சமத்காரமாய் நகர்த்தப்படுகின்றன. வாசகரான நாம் வார்த்தைகளைச் சேர்த்தும் பிரித்தும் வாசிக்கும் நுட்பத்தைக் கோருகின்றன. இதில் கவிதை சொல்லியின் குரலானது குறிப்பான்களோடு இரண்டறக் கலந்திருக்கிறது.

உளம் எனும் குமிழி
அன்னை ராஜேஸ்வரி பதிப்பகம் டிசம்பர்-2017

புனைவின் ஆழத்தில் நிழலாடும் சாராவின் கவிதைகள்

45°செல்சியஸ் கவிதைகள் - சாரா

நமது பெருநகர வாழ்வில் அன்றாடம் நம்முன்னே நிகழும் அல்லது நிகழ்த்தப்படுபவைகளின் தேக்கம் மனவெளியில் பதிகிறது. அவை; ஒவ்வொரு நாளும் ஒன்றன்மீது ஒன்றாக எழுதப்படுகின்றன. பன்மை அடுக்குகளாவன ஒரு பிரதியாக அது உருப்பெற்றுக்கொண்டே இயங்குகிறது. இத்தகைய மொழி அடுக்குகளுக்கிடையில், நிலவும் இடைவெளியில்தான் நமது நினைவும் மறதியும் பிரத்யேகப் பண்புக்கூறாக செயல்படுகிறது. பெரும்பரப்பைத் தவிர்த்துவிட்டு ஆங்காங்கே தென்படும் இடைவெளிகளில் இயங்குகின்றன கவிதையாடல்கள். ஒரு வலைப்பின்னலின் ஊடுபாவு போல் குறுக்கும் மறுக்குமாக எண்ணற்ற காட்சிப்படிமங்கள் நமது விழித்திரையில் பதிகின்றன. அவையெல்லாம் மொழிரூபம் பெறுவதில்லை. ஆனால், ஒரு வரிசைக்கிரமம் அற்ற நிலையில் பிரதியில் ஒரு anterior space-ஐ உருப்பெற வைக்கின்றன. இதன் தெளிவின்மைக்குள் இயங்கும் மொழியின் கவித்துவப் பண்பை அகப்படுத்துதல் என்பது நுட்பமான மொழிச் செயல்பாடு.

எதிலும் சிக்காமல் நழுவி நழுவிச் செல்லும் கவிதையின் உள்ளார்ந்த புனைவு அம்சத்தின் ஆழத்தில் நிழலாடிக் கொண்டிருக்கிறது சாராவின் கவிதைகள். அந்தக் கட்டற்ற ஆட்டத்தை எழுதுவதும் அதையே அழிப்பதுமாக எழுத்துச் செயல் நீள்கிறது. பின்னர் ஒரு கவிதையாடலின் மீது மற்றொரு கவிதையாடலை அடுக்குவதும் கழற்றுவதுமாக செய்வதுமாக இது நிகழ்கிறது. இவை வாசக மனதில் தொடர்ச்சியான மொழி இயக்கத்தை நிகழ்த்தியபடியே இருக்கிறது.

***

ஒரு கவிதை வாசகனின் அகவுணர்வைக் கிளர்த்தி தனக்கான மொழிப்பரிமாற்றத்தை அகவுணர்வுக் செய்விக்கிறது கவிதை, முற்றிலும் அகவுணர்வுக் கூறுகளையே கவிதை சொல்லி பயன்படுத்தாமல் புறக்குறிகளாலும் வாசகனின் அகவெழுச்சியைக் கோரும் பிரதிகளும் உள்ளன. இவ்விதமாக புறக்குறிகளால் இயங்கும் கவிதையாடல்களை பிரத்யேகக் கவிதை உத்தியாகக் கைக்கொண்டிருப்பவை சாராவின் கவிதைகள். “இருள் கவ்விய சாலையில் மூச்சிரைக்க ஓடும்“ எனத்துவங்கும் கவிதையில் வரும்

நிருபயா மரணத்தின் தீர்ப்பு மீது

எச்சில் உமிழ்ந்துக் கொண்டே நகர்கின்றன

இரும்பு சட்டத்திற்குள் எடுத்துச் செல்லப்படும்

பிராய்லர் கோழிகள்

எவளோ ஒட்டிவிட்டுப் போன ஸ்டிக்கர் பொட்டை

வெறித்தபடியே தெரியும் கண்ணாடியின்

உன் முகம் தான் சட்டத்திற்குள் முளைத்த

முதல் சாத்தானின் தோற்றம்!

புறக்காட்சியின் எதிரிடைகளின் வழியே ஒருவர் தொடர்பின்மையை இக்கவிதை கட்டமைக்கிறது. இதன் கவிதைப்புலம் இரும்புச் சட்டகத்திற்குள் எடுத்துச் செல்லப்படும் பிராய்லர் கோழிகள் உன் முகம் தான். “சட்டத்திற்குள் முளைத்த முதல் சாத்தானின் தோற்றம்“ என்ற வரிகளுக்கிடையே ஒருவித தொடர்பின்மை மேற்பரப்பில் தென்படுகிறது.

ஆயினும் இதில் உள்ளார்ந்திருக்கும் இரு எதிரிடைகள் ஒன்றாக வைக்கப்படுகிறது. இக்கவிதையின் திறவுகோலாக “பிராய்லர் கோழிகள் X முதல் சாத்தானின் தோற்றம்“ என்பவைகளின் இடையே அமிழ்ந்திருக்கிறது.

இதன் அதர்க்கம் தான் இங்கு கவிதையின் நுட்பம் ஆகிறது. வாசிப்பில் ஆடி பிரதிபலிப்பு போல் ஒன்றையொன்று மாற்றி மாற்றி குறிப்பீடு செய்கின்றன. ஒவ்வொரு வாசிப்பிலும் அர்த்தம் யூகப்பரப்பினில் செல்கின்றன. இது பன்மைபட்டுக்கொண்டே முதல் பத்தியில் வரும் ‘ஆம் என்க அல்லது ஆமென் என்க’ என்ற வரி கவிதையின் ஐந்தாவது வரியாக உள்ளது. ஆனால் இக்கவிதையின் இறுதி வரியாகவும் இவ்வரியே செயல்படுகிறது. கவிதையாடல்களின் ஒழுங்கு இங்கே முற்றிலும் தலைகீழாக்கம் பெறுகின்றன.

இவ்வித தொடர்பின்மையில் இயங்கும் கவிதையில் ஒரு குறிப்பீட்டுத் தன்மையும் கூடவே உருவாகிறது. முழுக்கவிதையும் மொழியினால் நிகழும் புறக்குறிகளின் ஆட்டமாகத் தோன்றுகின்றன. ஏதோவொரு ஓட்டத்தில் கவிதையாடலின் புள்ளியில் குறிப்பீட்டு தன்மை வெளிப்படுகிறது.

மனப்பிறழ்வு நிலையையும் சாதகமாக்கிக் கொள்ளும்

உன்னிடத்தில் தான் அழுந்த பதித்திருந்தேன்

மீள் பயணத்திற்கு ஒப்புதல் ரசீதை

நிலவொன்றையும், வண்ணத் தொட்டி மீன்களையும்

நெடுஞ்சாலை பயணத்தையுமாய் ரசித்து வந்தவளை

வெறிக்கும் பார்வையோடு

வண்ணத்துப்பூச்சியை விழுங்கும் பல்லியை ரசிக்க வைத்தாய்...

எங்கு நோக்கினும், எங்கு நோக்கினும்

உன் தொடுதலில் மூழ்கித்திருக்குது

இவ்வீடும், இந்நானும்

மேற்கூறிய கவிதையில் நிரம்பியுள்ள காட்சிப்படிமங்கள் ஒருவித மசிய மனோநிலையில் வாசகனைக் கட்டி வைக்கின்றன. அதன் தாக்கம் நமக்குள்ளே நூதனமான பரிமாணங்களை ஏராளமாய் விளைவிக்கின்றன. ஒருவிதக் கட்டற்ற சஞ் சாரத்தை முன்நிறுத்துகிறது. அதே தருணத்தில் ஒரு சிறிய பிறழ்வு கவிதையாடலின் ஆற்றொழுக்கைக் கீழறுப்பு செய்கிறது. அசாதாரணத் தருணம் ஒன்று இமைப்பொழுதில் கவிதைக்குள் வெளிப்படுகிறது. "மனப்பிறழ்வு நிலையையும் சாதகமாக்கிக் கொள்ளும் என விரியும் வரிகளில் 'எங்கு நோக்கினும், எங்கு நோக்கினும் உன் தொடுதலில் மூழ்கித்திருக்குது — 'இவ்வீடும் இந்நானும்' எனும் சொற்கள் கவிதைப்பிரதியின் மொத்த கட்டற்ற மொழி—விளையாட்டையும் குறிப்பீட்டுத் தன்மையுள் மிதக்கவிடுகிறது. இதே பண்பு கொண்ட "யாம்.. யாமே... யாம்" என்ற சொற்தொடர்கள் குறிப்பீடற்றிருத்தலும், குறிப்பீட்டுத் தன்மையைப் பெறலும் சாராவின் கவிதைகளில் விரவியுள்ளன. இவை இரட்டை அடுக்கில் தம்மை நிகழ்த்துகின்றன.

***

கவிதையின் சொற்கள் குறிப்பீடு செய்யும் பொருண்மையின் பருண்மை தன்மையைத் தாண்டி செல்கின்றன சில இடங்கள்.

ஒருவித அரூபத்தை சொற்குறியாக பிரயோகிக்கும் தன்மை; இன்றைய கவிதைப்பரப்பில் உருவாகியுள்ளது. வண்ணங்கள் (நிறங்கள்) தம்முள்ளேயே பன்மை வேறுபாடுகளைப் பெருக்கிக்கொண்டே செல்கின்றன. இவ்விதமாய் பல மூல வர்ணங்கள் தமது தன்மைகள் பன்மைப்படுகின்றன. மூல வண்ணத்திற்கும் அதன் மற்றொரு மாறுபாட்டிற்கும் இடையேயுள்ள நுண் வித்தியாசங்களில் தமது புலனறிதல் இயங்கத் துவங்குகிறது. கடந்த பத்தாண்டுகளில் எழுதப்பட்ட கவிதைத் தலைமுறையினரின் கவிதைப் பிரதிகளில் இத்தன்மை அழுத்தமாகவே பதிந்துள்ளன. இது கவிதை வாசிப்பின் அறிதலில் பெருமாற்றத்தைக் கொடையளித்திருக்கின்றன. பரஸ்பரம் கவிதையும் வண்ணங்களும் தமக்கிடையே கவித்துவ உரையாடலை தொடர்ச்சியாய் செய்திருக்கின்றன.

சாராவின் 'தேடல்' என்கிற கவிதையின் ஒரு பகுதியை வாசிக்கலாம். மேற்கூறியவை யாவும் இதில் எவ்வாறு இயங்குகிறது எனக் காணலாம்.

ஒட்டிக் கொள்ளும் தேடலின் நிறம் நீலம்
நீலம் என்னருகில் வரும் போதெல்லாம்
நான் பச்சையின் வசம் இருக்கிறேன்
ஆயினும்
நீலம் எனை என் அனுமதியின்றி ஆட்கொள்கிறது
இப்போது எனக்கும் நீலத்திற்கு
எனக்கு மஞ்சளில் ஈடுபாடு இல்லை
சில ஊதா பிள்ளைகள் பிறக்கின்றன
இப்போது மஞ்சள் நிறத்தின் மீது தேடல் துவங்குகிறது
மஞ்சளுக்கு எனை பிடிக்கவில்லை
நான் மஞ்சளை காத்திரமாக ஆட்கொள்கிறேன்
மஞ்சள் எனை ஏற்கிறது
அதன்பிறகுதான் எனக்கு தெரிகிறது
என்றும்
சிகப்பின் மீதான அதீத காதலும்
இறுதியாக ஒரு கருப்பு எனை ஆட்கொள்ளலாம்
நான் அப்போது வெள்ளையின் கைகளில் கிடக்கலாம்...

இக்கவிதைப் பிரதியில் பயின்று வரும் நீலம் / பச்சை / மஞ்சள் / சிவப்பு / கருப்பு / ஊதா / வெள்ளை எனும் வண்ணங்கள் எவ்வாறு தனது பொருண்மையின் பரிமாணத்தை நகர்த்திக்கொண்டே போகிறது பாருங்கள். பச்சை என்பதை 'Fertility'-இன் குறியாகவும் 'தன்' என்பதன் பதிலியாகவும் கொண்டால், 'நீலம்' 'பிற' என்பதன் குறிப்பீடு எனக்கொள்ள வாய்ப்புண்டு. 'ஊதா' என்பது தன் X பிற கலப்பின் பரிவர்த்தனை கொடையாக 'பிள்ளை' என கவிதையின் தளம் நீட்சி பெறுகிறது. மேலும் இதில் இடம்பெற்றுள்ள மற்றவைகளையும் மனதில் கொள்ளவேண்டும். இதே மொழிப்புலத்தில் இவைகளைக் கையாண்டு பல்வேறு வாசிப்புகளுக்கான சாத்தியத்தை விரிக்கலாம்.

கவிதைப் பிரதி முன்வைக்கும் தன் X பிற என்ற வரையறை நிலைகளைத் தகர்க்கும் சாத்தியங்கள் உள்ளன. கவிதையாடலின் நுண்மை அபாரமான கவித்துவப் புலத்தை வாசகர்களுக்கு அளிக்கிறது. அதோடன்றி இதில் 'தன் X பிற இடையிலான பிறழ்ச்சிகளையும் உள்ளடக்கியிருக்கிறது. ஒரு தொடுதிரை விளையாட்டு போல் துவங்கி, 'வெள்ளை' வரையிலும் 'நீலம்' நீள்கிறது. பிரதியியல் விளையாட்டு பொருண்மையில் வெளிக்குள் விளைவிக்கும் விளையாட்டு: பொருண்மையின் வெளிக்குள் விளைவிக்கும் சேர்க்கையும் மற்றும் சேர்க்கை— யின்மையும் கணத்திற்கு கணம் புதிர்மையாய் கவிதை தன்னையே கட்டவிழ்த்துக் கொள்கிறது.

***

தனது எதிர்விதியைத் தான் அறியாமலே தேடும் கவிதை மனம். குறியிலக்கற்ற கதியில் நிகழ்கிறது. வன்மையான நிகழ்வுகளை எதிர்கொள்ளும் தருணங்களில் கவிதை அதனுள் ஊடாடிக் கொண்டிருக்கும். அக்கறையற்றத் தன்மையினை நாம் கூட்டாக உணரும் கணங்கள் யாவும் எதேச்சையானது. அதற்கான பிரயத்தனமும் நன்கு வடிவமைக்கப்பட்டதல்ல. ஒருவித நிச்சயமற்ற செயல்பாடாக அல்லாமலும் இருக்கிறது. குழந்தைமையோடு ஆபத்தை எதிர்கொண்டு பயணிக்கையில் நிகழும் பிரதியாக்கமாக சாராவின் கவிதைகள் திகழ்கின்றன.

ஜனித்தவுடன் ஒளியைத் தேடும் ஆமைக்குஞ்சொன்று
கேம்ப் ஃபயர் நோக்கி நகர்வதைப் போல
தெரிந்தே நகர்கிறது
ஜரிகைப் பொட்டலங்களின் மேலான

துர் சகுன பயணங்கள்....

தன்னிலை மறந்த நிர்வாணச் சமூகத்தினை

பூனையின் பாதங்களைப் போல் கடக்கும் சாலையில்

இவளுக்கென காத்திருக்கிறது

போன்சாய் மரத்தின் ஊஞ்சல்...

கூடவே ஒரு தேனீர் கோப்பை

சுயமறதிக்குள்ளாதலும் அதனில் விடுபடாதிருப்பதும் கூட ஒருவகை அனிச்சைதான். எத்தனை வினையற்று சம்பவிக்கின்றன யாவும். 'பூனையின் பாதங்களைப் போல் கடக்கும் சாலை' என இங்கு காட்சிப்படிமமாக உருப்பெறுகிறது. இக்காட்சியைப் புரட்டிப்போடும் விதமாக ஒருவித குறுக்கம் நிகழ; கவிதை வரிகள் போன்சாய் மரத்தின் ஊஞ்சல் மற்றும் ஒரு தேனீர் கோப்பை எனச் சாதாரணத் தன்மையும் இயைந்து அசாதாரணமான வெளிப்பாட்டை முன்வைக்கிறது. கவிதையின் ஒழுங்கில் ஒரு உடைப்பை இது ஏற்படுத்துகிறது. கவிதையின் பிரதியுடல் பகுதியிலிருந்து துவங்கி அல்லது குறிப்பிட்ட வரியிலிருந்து வாசிக்கத் தொடங்கலாம்.

முதல் வரி தொடங்கி இறுதி வரியை அடைய வேண்டும் என்ற மரபான ஒழுங்கை குலைக்கிறது இக்கவிதை. இதன் மூலம் புதிய கவித்துவ வாசிப்பு பண்பை உருப்பெறச் செய்கிறது. அதேபோல் 'இது இறத்தலின் இருநூற்று ஏழாம் பத்தி' என்ற சாராவின் கவிதையில் உடல் X உயிர் என்பதை வித்தியாசமாய் கையாண்டிருக்கிறார். இக்கவித்துவ விதம் சற்றே விநோதமானது. ஒரு விபத்தில் உயிர் துறந்திருக்கும் உடலிலிருந்து துவங்குகிறது கவிதையாடல். அதன் முதல் பத்தியும் இறுதிப்பத்தியும், நிகழ்த்திக்காட்டும் பண்பு மாற்றத்தை இங்கு குறிப்பிட வேண்டும். இறப்பிற்குப்பின் நிகழ்வதான இக்கவிதையை வாசிக்கலாம்.

"விபத்தில் தூக்கி எறியப்பட்ட

பதுமையாய் கிடக்கின்றது உடல்

லாவகமாக பிரித்தெழுந்த உயிர்

அருகில் அமர்ந்து உற்று நோக்குகிறது...

....

எப்போதாயினும்
சுயத்திற்கு உயிர் வரும்
அப்போது பார்த்துக் கொள்ளலாம்."

உயிரைப் பருண்மைப்படுத்தும் இக்கவிதையின் சொல்லுதல் புதிது. உயிரின் பார்த்ததில் உடல் கிடப்பதாக எழுதப்பட்டிருக்கும் வரிகள் வழக்கமான உடல் X உயிர் பற்றிய நமது உணர்வறிதலைச் சற்றே வித்தியாசப்படுத்தத் தலைப்படுகிறது. இறுதி பத்தியின் வரிகளில் வரும் 'சுயத்திற்கு உயிர் வரும்' என்பதில் 'சுயம்' என்பது உடல் தவிர்த்து, உயிர் தவிர்த்து வேறொன்றாகக் குறிப்பீடு செய்ய முனைகிறது. இந்த உடல் X உயிர் அல்லாத மூன்றாம் புள்ளியை அல்லது நிலையைச் சுட்டும் இக்கவிதையின் பொருண்மையின் வெளி விஸ்தீரணம் ஆனது. கவிதையின் இறுதி வரிகளில் மீண்டும் கவிதை முற்றிலும் வேறொரு துவக்கத்தை முன்னிறுத்துகிறது.

***

சாராவின் கவிதைத் தொகுப்பில் உள்ள கவிதைகளில் காணக்கிடைக்கும் புதிய கவித்துவப் பண்புகள் வாசகனிடம் எதைக் கோருகிறது? என்ற வினா எழுகிறது. குறிப்பாக, 'ஜல்லிக்கட்டுக்காக உப்பு நுரைத்த மெரினா' என்ற கவிதையின் சில வரிகள்..

"தனியாக மெரினாவிற்குள் நுழைந்தபோது
காதுகளை அறைந்து சாத்தியது பறை ஒலி"
"மணல் முழுக்க கோடிக்கணக்கான பாதச்சுவடுகள்
ஒவ்வொன்றிலும் பிரதிபலித்தது
காளை மாடுகளின் குளம்படிச் சூடு"

இதில் 'பறை ஒலி'யும் கோடிக்கணக்கான பாதச் சுவடுகளில் 'மாடுகளின் குளம்படிச் சூடு' எனும் சாராவின் கவிதை வரிகள் நமது நினைவிலியில் உறைந்து போயிருக்கும் சுயத்தின் குரலைத் தட்டியெழுப்ப வல்லதாயிருக்கிறது.

"எப்போதோ நேசித்த பாடல் ஒன்றை
மறந்துவிட்ட நினைவுகளைச் சபிக்க நினைக்கையில்
மெல்லினமாய் கடக்கிறது
எவனோ வாசிக்கும் புல்லாங்குழல்
தூரத்துப் பிழையாக."

நினைவுகளுக்கு அப்பாலிருந்து நமது செவிநோக்கிப் பாயும் காற்றலையின் அடுக்குகளில் மிதந்து வருகிறது சாராவின் கவிதைகள். மறதியும்—நினைவும் உள்ளும் புறமுமாக கவிதையாக்கத்தின் ரசவாதமாய் தன்னை உருமாற்றிக் கொள்கின்றன.

45°செல்சியஸ் கவிதைகள்
ஜீவா படைப்பகம் ஏப்ரல்-2017

மொழிக்குள் கனவுகளாய் தன்னைப் புனையும் ஷகியின் கவிதைகள்

நிறங்கள் உதிர்க்கும் இரவு - எம்.ஏ.ஷகி

1

தன்வசமிருந்த ஏதோவொன்றை இழந்துவிட்டு அதைத் தேடியலையும் திக்கற்ற அலைதலின் மொழியாய் எம்.ஏ.ஷகியின் கவிதைகள் தன்னைக் கட்டமைத்துக் கொண்டுள்ளன. நினைவுகளுக்குள்ளும் / கனவுக்குள்ளும் ஊடாடிக் கொண்டிருக்கும் உணர்வுகளை கவிதை பிரதிகள் பன்மைபடுத்துகின்றன. மேலும் மேற்சொன்ன இவ்விரு பண்புகளும் ஒரு குறிப்பிட்ட புள்ளியில் இணைவுறுகிறது. மௌனம் எனும் வெளியில் கவிதையின் இயற்கை சார்ந்த கூறுகள் சொற்களுக்குள் கவித்துவமாய் இயங்குகிறது. உடலியம் என்பதும் அதனூடே உருவாகும் உணர்வியமும் ஒன்றையொன்று அகப்படுத்தி இயங்குகின்றன. இதன் விளிம்பிற்கு வெளியே உள்ள வடிவங்களோடு பிரதி பரிவர்த்தனை கொள்கிறது. இவையாவும் இயைந்த நிலையில் கவிதை சொல்லியின் குரல் பிரதியின் குரலாக உருமாறுகிறது.

இதன் மூலம் ஏற்படும் மாற்றத்தின் வழியே கவிதையின் அடுக்குகளுக்கிடையே பொருண்மையானது கட்டமைகிறது. மொழியின் சட்டகத்தின் எல்லைகளை கவிதை விரிவாக்குகிறது. இப்பண்பு ஒரு புகைபோல மிதக்கும் வடிவத்தை எம்.ஏ.ஷகியின் கவிதைகள் அடைகிறது.

வாசிப்பின் தீவிரத்தில் புகை போன்ற இம்மொழிவடிவம் பிடிபடுகிறது.ஒரு தொடுதலின் உணர்வை எழுப்பிவிட்டு மீண்டும் தன்னையே வடிவிழக்கச் செய்து கொள்கிறது. இவ்விதமான அழிப்பாக்க விளையாட்டை நேர்த்தியாக தனது கவிதையின் எழுத்து முறையாக கையாள்கிறது எம்.ஏ ஷகியின் கவிதைகள்.

இப்பண்புடன் இயங்கும் பிரதியின் வாசகரான நம்மிடம் கவிதைகள் கோருவது என்ன ? என்ற வினா எழுகிறது. 'கவிதை — எழுதுதல்' எனும் வினை ஒருவித அழித்தலே ஆகும். மேலும் அது மறுமுறை — எழுதுதல் என்பதாக நீள்கிறது. இச்செயல்பாட்டில் உள்ளார்ந்திருக்கும் பிரதியின் 'மீள் படைப்பாக்கம்' என்ற ஆற்றலை 'உயிர்த்தெழச் செய்தல் என்பதும் அடங்கும். மொழியில் இடப்பட்டிருக்கும் அறிவுணர்வு எழுத்தாக மட்டுமே உறைந்து விடாமல் இருக்க' அது மீண்டும் மீண்டும் பன்மைப்பட வேண்டும்.

ஆக கவிதையை வாசித்து உணர்ந்தல் X அறிதல் என்பதைத் தாண்டிய வேறு பரிமாணமும் இருக்கத்தான் செய்கிறது. கவிதை சொல்லியின் தன்னிலை என்பது பிரதியின் — குரலாக இயங்குகிறது. அது தொடர்புபடுத்தும் மற்றமையை வாசகன் எவ்வாறு அறிகிறான் என்பதை நாம் இங்கு முன்னிறுத்த வேண்டும். இவ்விரண்டு நிலைகளுக்கும் இடையில் நிகழும் மொழி பரிவர்த்தனையின் நிகழ்புலமாக அல்லது நிகழ்வெளியாக விளங்குவது மறுமுறை — எழுதுதல் எனும் தொடர் செயல்பாடு. கவிதை சொல்லியின் குரல் பன்மைப்படும் ரசவாதம் வாசக குரல் பிரதியின் இணைவில் உருவாகிறது. கவிதை பிரதி என்பது தனது மொழி வடிவத்தை எண்ணற்றதாக மாற்றிக்கொண்டே இருக்கிறது.

2

தினமொன்றாக உருமாறிய வண்ணமாயுள்ளது வாழ்வின் முகம். நேரெதிர் உணர்வுகளால் மனித மனம் கட்டமைகிறது. ஒரு நிலையற்ற ஊடாட்டத்தின் எல்லையில் ஊன்றபடியே உள்ளோம் நாம். அவ்வாறுள்ள நமக்குள் ஏற்படும் இருமைத்தன்மையுள்ள உணர்வுகள் வெளிப்பாடுகள் புதிர்மையைத் தோற்றுவிக்கின்றன. இப்புதிர்மையின் உள்ளே கவிதையின் பொருண்மையை எதிர் நோக்குகிறோம். ஆயினும் அதைக் கண்டறிதல் என்பதும் அத்துனை எளியது அன்று. அது எப்போதும் நழுவிக்கொண்டே இருக்கிறது, வாழ்வின் அந்தரங்கமும் இவ்வகையானதே. இதன் திண்மையினை வெளிப்படுத்தும் கவிதை வரிகள்

அன்புக்கும்
வெறுப்புக்குமிடையில்
கீறப்பட்ட
மெல்லிய கோடு
எத்துனை வலிதானது.

எனும் எம்.ஏ.ஷகியின் வரிகள் முன்வைக்கின்றன. இது மேலும் புதிர்மையைக் கூட்டுகிறது. அடுத்துவரும் வரிகளில்,

மௌனத்தால் மெல்லப்பட்ட

அன்பின் பசியங்கள்

மனத்துக்குள் செமிக்கப்படுமா

சேமிக்கப்படுமா ?

என்ற வினா தொக்கி நிற்கிறது. இவரது கவிதைகள் முன்வைக்கும் வெளிப்பாடுகள் வினாக்குரலில் பிரதிகளை புதிர்மையாய் பரிமாணப்படுத்துகிறது.

முதுமையின் பழுப்பேறிய

கண்களுக்குள் அன்பின்

சொற்களை தடவிப்பார்க்கும்

தனித்த மனது தணலுக்குள் சருகாகும்

அன்று அன்பிற்கும் வெறுப்புக்குமிடையில்

வரையப்பட்ட மெல்லிய கோட்டை இறுகப் பற்றியபடி

ஒரு நேசம் மௌனத்துக்கு இரையாகி விட்டிருக்கும்.

மேலே குறிப்பிட்ட வரிகளில் 'கீறப்பட்ட' என்பது பின்னர் 'வரையப்பட்ட' என மாறுவதை கவிதையில் காணலாம். 'அன்பு' X 'வெறுப்பு' என்ற இரண்டின் இடையே இது குறிக்கப்பெறுகிறது. 'கீறப்பட்ட' மெல்லிய கோடு வலியதாகி இருக்கிறது என்று பேசுகின்றன கவிதை வரிகள். பிரதியின் இறுதியில் வரையப்பட்ட என்று பண்புமாற்றம் பெறுகிறது. அந்தக் கோடு எனும் வெளியில் நேசம் X மௌனம் மற்றொரு இருமையாய் கிளைக்கிறது. இந்தக் கவிதையில் மௌனம் எல்லாவற்றையும் உள்ளடக்கிக் கொள்கிறது. ஆக கவிதையின் உள்ளீடு மௌனத்தையும் மெல்லிய கோட்டையும் இணைவுபடுத்திச் சொல்கிறது. இதை ஆழ்ந்து வாசிக்கையில் முன்னும் பின்னுமாக கவிதையின் தர்க்கம் இடமாற்றடைகிறது. அதர்க்கமும் கூட கவிதையாடலின் தர்க்கமாக உருமாறுவதை வாசித்தறியலாம்.

3

கவிதையின் மொழியுள் கரைந்துவிடும் உடல், இயற்கையுடன் உரையாடி வினையாற்றுகின்றன. கவிதை சொல்லியின் உடல் என்பது கவிதையெனும் மொழி உடலாக எழுதப்பட்டவுடன்

மாறிவிடுகிறது. புறவுலகுடன் கவிதையின் உரையாடல் தொடர்ந்துபடியேதான் இருக்கிறது.தன்னுள்ளே எழும் பேருணர்வு மொழிவயப்படுத்த காட்சிப்படிமங்களை நாடுகிறது. குரலும் X உடலும் மொழியின் புறக்காட்சியில் பதிலியாய் வருகிறது.

> தனதங்கத்தை கொள்ளை கொண்டு போகும்
> அலை மீண்டும் வரத்தாமதமான போதும்
> பாய் விரித்து காத்திருக்கும் கரை
> இடம்மாறிப் போவதில்லை
> ஆழத்தூங்கும் நீர் கிளரப்படுவதென்னவோ
> காற்றினாலான போதும் மேனி புடைத்து
> உச்சம் தீர்க்க நாடுவதென்றும் கறையற்ற
> காதலுடன் காத்திருக்கும் கரையைத்தானே
> சாகரத்தின் தாளாத்தழுவலில்

―――――――――――――――――

சூனியப்பார்வைகளுக்கென்றும் அரங்கேற்றமாவதில்லை

இங்கு கரையை தனது காத்திருத்தலின் உடலின் வடிவமாக உருவகிக்கப்படுகிறது. தனதங்கத்தைக் கொள்ளை கொண்டு போய்விட்டு திரும்பிவரல் என்பதும் ஒருபுறமிருக்க; 'காத்திருக்கும் கரை' என்ற இயற்கைப் பருண்மையை இவ்வரிகள் தன்னுடலாக பதிலிப்படுத்திக் கொள்கிறது.

மேலும் 'ஆழத் தூங்கும் நீர்' என்று வேட்கையை பதிலீடாக்கி அதன் கிளர்வைச் சுட்டுகிறது கவிதை. 'உச்சம் தீர்த்தல்' என நீட்சி பெற்று மீண்டும் 'கரையை' என பல்வேறு குறிப்பீடுகளை அகப்படுத்திய குறியாக மாறுகிறது. 'கறையற்ற காதலுடன்' = 'கரையைத்தானே' என மறுபடியும் ஒரு வேறுபாட்டுடன் வெளிப்படுகிறது. காத்திருத்தல் உள்ள உடலை 'கரையாக' எம்.ஏ.ஷகியின் கவிதை மொழிகிறது.

> அலட்டலில்லா நடனக்காட்சி
> சூன்யப்பார்வைகளுக்குகென்றும்
> அரங்கேற்றமாவதில்லை

என்று முழுக் கவிதையும்....

சாகரம் X அலை

கொள்ளை கொடுத்த தன் அங்கம் X ஆழத்தூங்கும் நீர் கிளர்ச்சி X உச்சமென பல்வேறு அடுக்குகளில் கவிதையின் பொருண்மையாகத் தன்னைக் கட்டமைக்கிறது. இசை ஒரு நடனக்காட்சி எனச் சொல்கிறது. காத்திருத்தலின் உடலை சாகரத்து கரையாய் பதிலிப்படுத்தும் நுட்பம் அபாரமாய் நிகழ்கிறது.

இன்றைய இரவின் சங்கமத்தில்

வான் பரப்பின் மையப்புள்ளியில் கருந்துளைகள் கடந்து

சந்தித்துக் கொள்ளும்

இரு ஈர்ப்பு அலை விசைகள் தானே.

இசை... தன்னிலை X பிறன்நிலையின் இணைவைக் கோரும் தருணத்தில் எழும் ஈர்ப்பு யாவற்றையும் கடந்த ஒரு சங்கமத்தை உள்ளீடாக எழுதிச் செல்கிறது.

உடலியத்தை கவிதைப் பிரதிக்குள் புனைவாய் எழுதுகிறது மொழி. அதில் தோற்றம் கொள்ளும் கவிதை சொல்லியின் உருவம் ஓவியம் பண்புடன் இயங்குகிறது. அது வாசித்தல் பிரதிபலிப்புக்குள்ளாக அது ஏற்படுத்தும் 'உணர்வு நிலையை' உள்ளீடாகக் கொண்ட கவிதை இது

முழுநீள பர்தாவுக்குள் முழுக்க மறைத்த தேகத்தின்

ஏற்ற இறக்க பரிமாணங்களை எதேச்சையாக

சுழன்று படமெடுத்த காற்று

உன்விழித்திரைக்குள் பிரதியிட்டு காட்சிப்படுத்தியதுதான்

உனைப் பித்தனாக்கியதெனின்

என் வனப்பைக் கிழித்து வசீகரிக்கும் அவயவங்களை

அறுத்தெறிகிறேன் நீ கழுகாகிக்கொள்...!

அன்றேல்...

சிந்தைக் காட்டில் வெண்பட்டு நூலிழைத்த சல்லரிக்குள்

வடித்தெடுத்து கரைநீக்கி கடந்தகால கலக்கங்களை

பரிசுத்தப் பிரிகைக்குற்படுத்தி

தெளிவித்த என் படிமத்துள் மெய் நனைத்து

புத்தனாக துயில் கொள்ளும் தூய உள்ளமிருப்பின்

தொடர்ந்து வா அனுமதிக்கிறேன்

பர்தாவுக்குள் மறைந்திருக்கும் தேகத்தின் புறத்தோற்றச் சித்தரிப்பிலிருந்து துவங்குகிறது கவிதை. பின்னர் அப்புறத் தோற்றத்தை நோக்கிற்கு உட்படுத்த: முழுத்தோற்றமும் பிரதியெடுக்கப்படுகிறது. எதிர்நோக்கிய விழித்திரையில்

பர்தா X விழித்திரை என்பது புறத்திலிருந்து நோக்கும் விழிகளுக்கு திரையாகிவிடுகிறது. அறியவொண்ணா நிலையில் நோக்கும் விழியின் காட்சியில் பித்தனாக்குகிறது. இவை இக்காட்சியின் பரிமாணங்கள்.

மறைந்த தேகம் தன்னையே அகக்காட்சிக்குள்ளாக்கும் செயலில் ஈடுபடுகிறது. அதாவது அவயவங்களை வசீகரத்—திலிருந்து கிழித்தெறிகிறது. தன்னை dismember செய்து கொள்கிறது. அங்கமகற்றுதலை இக்கவிதைப்பிரதி கைக்கொள்கிறது. அதன் தொடர்ச்சியில் மற்றொன்றையும் சொல்கிறது. அது என்னவென்றால் நீ கழுகாகிக்கொள்..! அங்கமகற்றுதலின் எதிர் குறியீடாக கவிதையின் புதிய சாத்தியப்பாடாக இது எழுதப்படுகிறது. அறுத்தெறிதல் X கழுகாதல் என்ற தன் X பிற என்ற எதிரெதிர் நிலைகள் குறியீடுகளாய் மொழிவயப்படுத்துகிறது. கவிதையின் சொற்கள் ஒரு வளையத்தில் இணைத்த வளையங்களாக தோற்றமளிக்கின்றன. இது ஒரு தோற்றப்படிமத்தை நம்முன் தீட்டுகிறது. அப்படிமத்தைக் கவிதை சொல்லி தனது தன்னிலையாகவே மொழிகிறார்.

என் படிமத்துள் மெய் நனைந்து

புத்தனாக துயில் கொள்ளும் தூய உள்ளமிருப்பின்

தொடர்ந்து வா அனுமதிக்கிறேன்

அங்கமகற்றல் கழுகாதல் / புத்தனாக தூய உள்ளமிருப்பின் என்பது எவ்வாறு தமது இருமையை அமைக்கிறது பாருங்கள். தேகம் படிமம் என விரிவடைந்து நீள்கிறது, கவிதையின் இறுதிப்பகுதியில் தேகம் அல்லது படிமம் தனக்குள் அனுமதித்தலுக்கான தூய உள்ளம் பற்றி பேசித் தீர்க்கிறது.

4

மொழிக்குள் புனையப்பட்ட கனவாக எம்.ஏ.ஷகியின் கவிதையாடல்கள் பிரதிகளாகின்றன. இக்குறிப்பிட்ட பண்பைப் பெரும்பாலான கவிதைகளில் காண முடிகிறது. முதலில் ஒரு கனவுவெளியை விரித்து அதற்குள் வாசகனையும் பயணிக்க அழைக்கின்றன கவிதைகள், அதனைத் தொடர்ந்து கவிதையின்

சொற்கள் உறக்கம் கலையாத நிலையில் பிரவேசித்து பயணிக்கும் மனோ நிலையை ஏற்படுத்துகிறது.

....

....

....

கனவில் வந்த

அடர்ந்த இரவுக்குள்

மிக நீண்ட தூரம்

பயணிக்கிறேன்

ஒரு பறவையும் கூட வருகிறது

தனித்தீவில் மலை முகடுகள்

நோக்கியே பயணம்

உங்கள் கவிதைச்

சொற்களில் அசையும் அலையையோ

தூறலையோ

அசரீரியையோ

அனுப்பி என்னை

யாராவது சீக்கிரம்

எழுப்பிவிடுங்கள்

மேற்கண்ட கவிதையை மறுமுறை வாசித்தால்; நான் குறிப்பிட்டிருக்கும் அனுபவத்தை நீங்களும் உணர்ந்து பகிரலாம். இப்பிரதி எங்கு நிலை கொள்கிறது என்ற வினா வாசக மனதில் எழும். இரவுக்குள் நுழைந்த கணத்திலிருந்து திரும்ப எத்தனிக்கும் குரலின் கோரல் வரையுள்ள இடைவெளியை — எம்.ஏ.ஷகியின் கவிதை கட்டமைக்கிறது. தொடர்ச்சியாய் நிகழும் கணங்களாக சொற்கள் இயங்குகின்றன. இதன் பிரதியாக்க நுட்பத்தை அறிந்து கொள்ள ஒரு திறவுகோலாக 'தூக்கத்தின் கனவில் தான் கேட்க முடிகிறது' என்ற வரியைக் குறிக்கலாம். இக்கவிதையின் முழுப்பரிமாணமும் இப்புள்ளியிலிருந்துதான் கிளைக்கிறது.

பறவை சொல்லிக் கொண்டதை

இந்த தூக்கத்தின் கனவில் தான்

கேட்க முடிகிறது

நிகழ்கனவிலிருக்கும் நான்
தீவின் வெளியிலிருக்கும்
கனவுக்கு உடனடியாக
திரும்ப வேண்டும்
யாராவது சீக்கிரம்
எழுப்பி விடுங்கள்

....

....

எனக்கோரும் வரிகளில் பிரதியின் பொருண்மை வெளி விரிவடைகிறது. இதைப்போலவே மற்றொரு கவிதையிலும் நிழலையும் X கனவையும் கவித்துவத்தின் புள்ளிகளாக கையாண்டிருக்கிறார். ஒரு நுண்சித்திரத்தின் தன்மைகளை தன்னகத்தே கொண்டுள்ளன. ஒரு விசிறியின் விரித்தலை ஒத்துள்ளன கவிதை வரிகள். பல்வேறு அலகுகளின் வடிவாய் காட்சியளிக்கிறது.

தன் நிழலுக்கும் நிஜத்துக்கும்
இடைப்பட்ட பிரதிமை
வர்ணமாக்கினாள் தினமும்
ஒரு வானவில்லாகவோ
வண்ணத்துப்பூச்சியின் சிறகாகவோ
பூமி தொட்டு விரியும் அத்தனை
பூக்களுமாகவோ அன்றி
வார்த்தைகளை மிஞ்சிய
புனையப்படாத சித்திரமாய்
அந்நிழலின் வெளியில்
கவிந்திருந்தது அந்தக்கனவு
கனவுகள் விழிகளுக்கு
சொந்தம் என்பதாய் அவனிருந்தான்

ஒரு காதல் செய்கையான 'முத்தம்' அது தன்னைச் சுற்றியுள்ள வெளியையும் காலத்தையும் வெளிப்படுத்தும் அசாதரண கணத்தை எம்.ஏ.ஷகியின் வரிகள் நமக்களிக்கின்றன. இதுவும்கூட கனவு என்றே,

தூக்கி நிறுத்தி முத்தங்களால்
நீண்ட பொழுதை அளந்தான்

....

....

அவன் அவள் கண்களை
எடுத்துச் சென்றிருந்தான்
எனினும் தான் கண்டது
அழகான கனவு என்றாள்.

5

"நிறங்கள் உதிர்க்கும் இரவு" எம்.ஏ.ஷகியின் கவிதைத் தொகுப்பினில் உள்ள கவிதைப் பிரதிகளை வாசிக்கும் தருணங்களில், மூளும் உணர்வும் அது ஏற்படுத்தக்கூடிய அனுபவமும் வித்தியாசமானது. இவரது வார்த்தைகளின் இணைவில் முகிழும் கவித்துவம் தனி வகைமையாகவே இயங்குகிறது. கவிதை வரிகளில் தென்படும் தொடர்களிலும் இருமைப் பண்புகள் விரவியுள்ளன. முதல் வாசிப்பில் விடுபட்டுப் போகும் ஏதோவொன்று மறுவாசிப்பில் கிட்டிவிடுகிறது. தன்னை மொழியில் மறைத்து விளையாடும் 'தன்னிலை'யின் எழுத்தாக்கமாக இப்பண்புக்கூற்றினை இனம் காண வேண்டும். குறிப்பாக இயற்கை சார்ந்த வடிவங்களை தனது கவிதைக்குள் அகவயப்படுத்திய வண்ணாமாயிருக்கின்றன கவிதைகள். இதோடன்றி நினைவும் X கனவும் சங்கமிக்கும் வெளியாக ஷகியின் கவிதையாடல்கள் அமைந்துள்ளன.

ஒருசில இடங்களில் கவிதை சொல்லியின் குரல் தன்னைத்தானே பல்குரலாக மறுமுறை எழுதிக் கொள்கிறது. இத்தன்மை பிரதியில் பன்மை அடுக்குகளை உற்பத்தி செய்கிறது. உருவற்றதிலிருந்து = உருவையும் / ஓசையை = வேறு ஓசையாய் பதிலி செய்யும் அபூர்வ பிரதியாக்கம் இவரிடம் நடைபெறுகிறது.

ஓசையிலும் கூட தன் நிறங்கள்
உண்டென்றது
மொட்டு வெடிக்கும் போது
பரவும் வாசத்தின் நிறத்தை
சொல் என்றேன்
குழந்தையின் சிரிப்பின் நிறம்

இதில் வாசத்தின் நிறம் / ஓசையிலும் கூட தன் நிறம்; சொல் — குழந்தையின் சிரிப்பின் நிறம் என மாறுவதை கவனியுங்கள்.

ஓசை / நிறம் / வாசம் / நிறம் / சொல் / சிரிப்பின் நிறம் என நிறத்தை சொல்லில் குறிப்பீடு செய்தல் அதன் பின்னர் சொல்லை நிறத்தை வைத்து குறிப்பீடு செய்தல் என்பதாக மாறி கவிதை எதிர் சுழற்சியில் குறிப்பீட்டை நிகழ்த்திக் காட்டுகிறது.

> "இரட்சகா... உன் பேரொளிக்காய்
>
> நீள் இருளுக்குள்
>
> அற்ப இன்பங்கண்டு கிடக்கும்
>
> அழுகும் கூட்டுடன் நானும்."

இன்னமும் என் செவியுள் எங்கோ பேரவாவின் குரல் எதிரொலிக்கும் வரிகளுடன் முடிக்கிறேன்.

நிறங்கள் உதிர்க்கும் இரவு
எதிர் பிரதிகள் - 2017

உணர்வின் சுழற்சியும் இருண்மையின் குறியீட்டாக்கமும்

சித்திரங்களுக்கு அப்பால் படியும் நிழல் ரா.த. ஜீவித்தாவின் கவிதைகள்

1

மொழியாற்றலின் விசையில் இயங்கும் கவிதையின் பிரதி, தனக்குள் விரிக்கும் காட்சிப் படிமங்கள், குறியீடுகள், உருவகங்களின் மூலம் கவிதையின் பொருண்மையினை வாசகர்களுக்கு அளிக்கிறது. கவிதைசொல்லியின் குரலை நாம் எவ்வாறு எதன் பின்னணியைக் கொண்டு விளங்கிக் கொள்வது என்ற வினாவிலிருந்து கவிதை குறித்த புரிதல் செயல்பாடு தொடங்குகிறது. கவிதை வாசித்தல் எனும் வினையாற்றல் கவிதைசொல்லியின் எண்ணற்ற குரிலிழைகளின் வழியே பிரதியினை இனம் காணுவது என்பது துவங்குகிறது. ஒரு பிரதியின் முழுமைபெற்ற வடிவம் என்று ஒன்றுமில்லை. ஏனெனில் எல்லா கவிதை வெளிப்பாடுகளுமே ஏதோ ஒருகட்டத்தில் சொல்லுதலை நிறுத்திக் கொள்கிறது. ஒரு குறிப்பிட்ட புள்ளிக்கு மேல் கவிதையாடலை நீட்டித்துச் செல்லவியலாத தருணத்தில் எழுதுவதைக் கவிதைச்சொல்லியே நிறுத்த நேரிடுகிறது. ஆகையால்; வாசகனுக்குக் கிடைக்கக்கூடிய பிரதியானது முழுமையடைந்தது என்று கூற இயலாது. ஆயினும் ‘பொருண்மையின் வெளி’ என்பது கவிதையின் துவக்கமும் — முடிவுமான இருநிலைகளுக்கு அப்பாலும் விரிவடையக் கூடியது. கவிதையை வாசிக்கும் போது தென்படுவைகளுக்குப் (காட்சிப் படிமங்கள்) பின்னால் எழுத்தில் வடிவம் பெறாதவைகளும் இடம்பெற்றுள்ளதை நாம் கவனத்தில் எடுத்துக்கொள்ள வேண்டும்.

அவ்வாறு இடம்பெறாதவைகளும் கவிதை வாசிப்பில் முக்கியப் பங்கு வகிப்பவை. முதல்வரி துவங்கி கடைசிவரியை வாசித்துவிட்டு

அதன்வழியே பெறும் அனுபவத்தை மட்டுமே மனதில் கொள்ளுவதில் உள்ள இடர்பாடு என்னவென்றால்; பிரதியில் மறைபொருளாக இயங்கும் பன்மைப் பொருண்மைக்கான சாத்தியத்தை நாம் புறம்தள்ளிவிடும் வாய்ப்பு உள்ளது. ஆகையால் கவிதையின் ஒவ்வொரு வாசிப்பும் ஒவ்வொரு உரைகூறல் எனக் கொள்ளலாம். எழுதப்பட்டிருக்கும் கவிதைப்பிரதிக்கும் அதில் எழுதப்படாதிருக்கும் இன்னொரு கவிதைப்பிரதிக்கும் இடை—யில்தான் கவித்துவம் என்பது கண்டடையப்படுகிறது.

2

தன்னிலையின் தாங்கவொண்ணா வாதையின் குரல்களை பிரதியின் ஊடுபாவும் கவிதையாடல் இழைகளாக பின்னப்பட்டிருப்பவை ரா.த.ஜீவித்தாவின் கவிதைகள். உரையாடல் அறுபட்ட அவலமும் பிறிதொரு உரையாடலுக்கான வேட்கையும் இணைந்து ஒலிப்பவையாக உள்ளன. அகத்தில் ஆழ்ந்துவிட்ட உணர்வுகளையும், அதாவது நினைவிலியின் வெளிப்பாட்டை மொழியூடாக வெளிக்கொணர்கையில் அதை புறக்கூறுகளின் வழியே அழித்துக்காட்டும் கவிதைகள் இத்தொகுப்பில் உள்ளன. எந்த சிந்தனையுமின்றி நடந்து செல்லுகையில் திடீரென்று தரையில் விரவியுள்ள நிழல்களைக் காணும்போது பிறருக்கு விவரிக்க முடியாத உணர்வை எழுதும் தொனியில் அமைந்துள்ளன ஜீவித்தாவின் கவிதைகள். குறிப்பாக சொற்களை குறிகளாக (SIGNS) செயல்படுகின்றன.

“விடிவுத் தூறலின் அமைதியில் உறைந்த தனிமை

விருட்சங்களின் மழைவருடலில் கலந்திருந்த இருளின் மௌனம்

கூகையின் படிமமாய் மனதிற்குள் தொடர்ந்து

அலறிக்கொண்டே என்னைத் துரத்துகிறது

....

அலைந்து கொண்டிருந்தது அக்கூகையின் செட்டைகள்.

—கூகை

இக்கவிதை அசையாத நிலையிலுள்ள தன்னிலையினை உறைந்த தனிமை / தூறலின் அமைதி / இருளின் மௌனம் / கூகையின் படிமம் / என பல்வேறு படிமங்கள் மூலம் பேசுகிறது. ஆனால் மழையில் தூறல் என்ற புறக்குறியைத் தவிர மற்ற வரிகள் அனைத்துமே அகத்திற்கும் X புறத்திற்குமான இடைவெளி

எழுதப்பட்டிருக்கிறது. கூகை என்பதாக இக்கவிதையாடல் கையாளும் விதத்தை கவனித்தால், அது தனிமையின் புறவயப்படுத்தப்பட்டதாகவும் கூகையின் மீதான பயம் என் சிரசெங்கும் விரவியபடி இருந்தது எனும் இடத்தில் 'கூகை' பயமாக உருவகப்படுத்தப்பட்டுள்ளது. அடுத்த வரியைக் கூர்ந்து வாசித்தால் "விழிகளில் அகப்படாதிருந்த அதன் மீதான கிலேசத்தை தூண்டுவதற்காய்" என நீட்சியடைகிறது. ஜீவித்தாவின் கவிதைகள் ஒன்றை மற்றொன்றாக உருவகப்படுத்தல் என்பது நிகழ்கிறது. இதன்மூலம் கவிதையின் பொருண்மை விவரிக்கப்படும். கவிதை வரிகளைத் தாண்டிய அகவுணர்வும் X புறக்காட்சியும் சில இடங்களில் தலைகீழாக்கம் பெறுகின்றன. கூகை என்பது தனிமை, பின்னர் ஓரிடத்தில் கூகை மீதான பயம் எனுமிடத்தில் தனிமையின் மீது பயம் என முந்தைய அர்த்தத்தை அழிப்பாக்கம் செய்யும் விதமாகிறது. இது 'இருளின் மௌனம் X கூகையின் படிமமாய்' எனவும் தொடர் சுழற்சிக்கு உள்ளாகின்றன. இக்கவிதையை வாசிக்கையில் முதலாவதாக நாம் கிரகித்துக் கொள்ளும் கவிதை வடிவத்திற்கும் இரண்டாவது மூன்றாவது முறையாக வாசிக்கும் தருணங்களில் நிகழும் அழிப்பாக்கம் கவிதையாடலை முன்னெடுக்கிறது. ஒருவகையான இருண்மை— யினைக் குறியீட்டாக்கம் செய்வதின் மூலமாக தனிமை X பயம் ஆகியவைகளின் வனப்பை இடையாட்டமாக வடித்திருக்கிறார் ஜீவித்தா. உள் X வெளியென இருள் X விடிவு என மாறி மாறி கவிதைசொல்லியின் குரல் அலைமோதுகிறது. பிரதியின் ஒரு புள்ளிக்கும் மற்றொரு புள்ளிக்கும் பயணித்துக் கொண்டே இருக்கிறது இவரது கவிதையின் குரல்.

3

துவங்கும் சொற்களையும் அதன் ஆழத்தில் வேரோடியுள்ள இன்மைகளைப் பற்றிய குறிப்புடன் துவங்குகிறது. இன்மைகளின் வசமிருந்து சொல்லை உலகாக்கல் அல்லது கவிதையை உலகாக்கல் என்பதாகத் தொனிக்கின்றன இவ்வரிகள்; இன்மையை உதறித் தள்ளுவது என்பது அடுத்த வரிகளில் உரையாடல்களுக்கான ஏகாந்த வெளியைத் தேர்வு செய்தல் என்கிறார். யாருடைய இடையீடும் இல்லாமல் இருத்தல் என்பது தனிமையா அன்றி தனிமையினின்று வேறுபட்டதா? எனும் வினாவைக் கவிதை எதிர்கொள்கிறது. அதற்கான விடையாய் வரும் வரிகளை வாசிக்கலாம்

"ஒரு சொல்லை உலகிற்கென எடுத்து வைக்கும் முன் அதனைச்

சூழ்ந்து கிடக்கும் இன்மைகளை உதறித் தள்ளிவிட வேண்டும்"

....

பயணக்குறிப்புகள்,

கிராமியக் காலபேதம்,

தோழமையின் சூழ்ச்சி,

மடந்தையரின் துரோகம்,

தவத்தோரின் சாபமென

எனப் பல்வேறு உணர்வுநிலைகளைப் பேசுகிறது, முழுமையற்றதாய் மாறிவிட்ட கவிதைசொல்லியின் 'தன்னிலை'—யின் கிளத்தலின் மொழிச்சிதறல்களே ஜீவித்தாவின் கவிதைகள். அலைவுறுதலுக்கும் X அமைதலுக்குமான இடைவெளியில் கவிதைசொல்லியின் குரல் ஒலிக்கிறது

உன் சாயலொத்த உருவங்கள் என்றேனும்

என்னைக் கடக்கையில்

என்னை அறியாது பின்தொடர்ந்து திகைக்கிறேன்

உன்மீதான அத்துணை வெறுப்பை

எப்படி எங்கு தொலைத்தேன்

என யோசித்தபடி

தானல்லாத மற்றொன்றினை முன்னிறுத்தி பேசும் பண்பு ஜீவித்தாவின் கவிதைகளில் நிரம்பி உள்ளது. இதை இன்னொருவர் அல்லது உரையாடலுக்கான மற்றொரு குரல் என உருவகப்படுத்திக் கொள்ளலாம். மேலும் தான் உரையாடவும் அல்லது உறவுகொள்ள விரும்பும் ஒரு உருவின் சாயலொத்த உருவங்களை எதிர்கொள்கையில் அதன்மீதான வெறுப்பை தொலைத்த நிலையைப் பற்றிக் கூறுகிறார். 'சாபம்' என்ற கவிதையின் முதலிரு வரிகளை இங்கு வாசிக்கலாம்

நான் இல்லாத நாட்களை

நீ கடந்து கொண்டிருப்பது போல்

நீ இல்லா நாட்கள் தீர்க்கப்பட்டு கொண்டிருக்கின்றன என்னால்

ஒரு கைப்பிடி நேசத்தின் ரேகையாலும்

ஒரு கைப்பிடி காயத்தின்

ரேகையாலும் யவனித்துக் கொண்டிருக்கும்
கன்னங்களை மெருகேற்ற
பூசிவைக்கிறேன் வண்ணத்துகள்களை

கவிதையுள் எது கடந்து கொண்டிருக்கிறது X தீர்க்கப்பட்டுக் கொண்டிருக்கிறது என்பதிற்கிடையில் நான் X நீ என்பவை பொருத்தப்படுகிறது. இது கவிதையின் உணர்வெல்லையை எவ்வளவு இலகுவாக பரவச் செய்கிறது பாருங்கள். இல்லாதிருத்தலில் தொலைக்கும் வெறுப்பு என்பதே பொருண்மையாக கால்கொள்கிறது. கவிதையின் இறுதிப் பத்தியில் துவங்கி முதலிரு பத்திகளில் கவிதை பிரதியாக்கப்படுகிறது. இதன் அமைப்பாக்கமும் கவிதையின் சொல்லல் உத்தியும் விநோதமான வடிவத்தை உள்ளடக்கியிருக்கிறது. ஜீவித்தாவின் பெரும்பான்மையான கவிதைப் பிரதிகளில் காண முடிகிறது. ஒரு பத்தியில் துவங்கிய கவிதையாடல் அந்தப் பத்தியிலேயே பொருண்மை முழுச்சுழற்சியை நிறைவு செய்கிறது. இதற்கு இவ்வரிகளைச் சுட்டலாம்

ஒரு மலரின் பெயரை
முணுமுணுத்து
அதைப் பாதிவழியிலேயே
எவ்வளவு எளிதாக
திகுதிகுக்கச் செய்து
சாம்பலாக்கிவிட்டாய்
அறியாதொருவன்
எதிர்வந்து மோதுகையில்
தன்னிலை உணர்வில்லாது
உதிர்த்துவிடும் சிறுபுன்னகை

இதுபோன்ற சிறுபத்திகளைக் கொண்ட கவிதைகளில் அத்துணை உணர்வின் சுழற்சியைக் காண முடிகிறது. ஒரு உடனடி ஆனந்தத்தைக் கவிதை பேசுகிறது. அது கவிதையின் வாசிப்புணர்வைத் தாண்டிய தொடுவுணர்வு போல் செயலாற்றுகிறது. வாசிப்பவரின் உணர்நிலையை ஒரு கணம் தீண்டியதாக அறிய முடிகிறது. சொற்களின் பொருண்மை எல்லையைக் கவிச்செயல்பாடு விஸ்தரிக்கிறது.

4

பொதுவாக கவிதைகளில் அகவுணர்வுகளை எழுத்தாக்கும் போது, அது இருண்மைப் பண்பையே அதிகம் உடையதாக விளங்குவது இயல்பு. சிலசமயங்களில் கவிதை சொல்ல விழையும் பொருளே தெளிவின்மையோடு வாசிக்கப்படலாம். ஆனால்; தெளிவின்மையும் ஒருவித கவித்துவப் பண்பென கவிதையியலில் சொல்லலாம். கவிதைகள் 'பூடகத்திலிருந்து பருண்மைப்படுத்தலுக்கு மாற்றமடைந்துவிடுகிறது.

குழம்பித் தெளிவதின்

பேரமைதி அடர்நிறங்களின் பூச்சுகளை சுமந்தலைகிறது

அகாலச் சொப்பனங்களை

செரித்து விழுங்கும்

அரவத்தின் நடுவயிற்றில் இரையாகிய

நிறைநாளில்

பிரசவிக்க முயலும் மூசிகத்தை ஒத்திருப்பதில்

குறையேதுமில்லை

....

....

தலைவிரித்தாடும் பிசாசுகள்

திருக்கையின் வீச்சில் கட்டுண்டு

கிடத்தலை யூகித்து சல்லாபங்களை குறுக்கி

கொக்கரித்து நிற்கிறது நீள் வானம்.

'தெளிவின் திரிபு' என்ற இக்கவிதையை அணுக்கமாக வாசித்தால் ஒருவித பூடகத்திலிருந்து பருண்மைக்குள் கவிதை பயணிக்கிறது. அடர் நிறங்களின் பூச்சுகளை சுமந்தலைகிறது / அகால சொப்பனங்களை / தலைவிரித்தாடும் பிசாசுகள் / இரையாகிய நிறைநாளில் / என அடுக்கடுக்கான சொற்கோவைகள் இருண்மையான வெளிப்பாடுகளை உற்பத்தி செய்துகொண்டே செல்வதைக் கவனிக்க இயலும். ஒரு படிமத்தை அடுத்துவரும் படிமம் அழித்துக் கொண்டே செல்கிறது. அர்த்தத்தை உருவாக்கிச் சிதைப்பதின் பிரதிச் செயல்பாடு ஒற்றை வரையறைக்குள் அடங்காத கவிதையாடலை முன்மொழிகிறது. இறுதிவரிகளில் 'நிற்கிறது நீள்வானம்' என்ற காட்சிப்படிமம் கவிதையின் பருண்மையை அடைந்துவிட; இதுபோல் ஜீவித்தாவின் பல

கவிதைப் பிரதிகள் இயங்குகின்றன. இது இவருடைய எழுத்து முறையின் தனிப்பண்பாக, அகவுணர்வையும் X காட்சிப் படிமங்களையும் அடுத்தடுத்ததாக வைக்கிறது.

இம்முன்னுரையில் நான் எடுத்துக் காட்டியுள்ளவை அனைத்துமே ஜீவித்தாவின் “சித்திரங்களுக்கு அப்பால் படியும் நிழல்” கவிதைத் தொகுப்பினை என் திறனாய்வு நோக்கினில் வாசித்ததின் வெளிப்பாடாகும். எப்போதும் கவிதைகள் பல வாசிப்புகளையும் பல உரைகூறலையும் கோருபவை அதன் அடிப்படையில் இது வாசகன் ஒருவனின் ஒரு வாசிப்பே ஆகும்.

சித்திரங்களுக்கு அப்பால் படியும் நிழல்

குறி வெளியீடு ஆகஸ்ட்-2019

உணர்வுப்புலத்தை உடலின் ரகசிய வேட்கையாய் தாங்கி நிற்கும்

சசிகலா பாபுவின் கவிதைகள்

1

கவிதை தனக்கான மொழிச்சட்டகத்திலிருந்துதான் புறத்தைக் கட்டமைக்கிறது. அதிலிருக்கும் கவிதை சொல்லியும்கூட அதைக் குறித்து நிற்கிறது. அதன் வெளிக்குள் நாம் பிரவேசிக்கவே வாசிப்பை நாம் முதல் எத்தனிப்பாகச் செய்கிறோம். கவிதையின் மொழி கட்டமைப்பில் எப்போதுமே ஒருவித 'opacity' இருந்து கொண்டே உள்ளது. மொழி, வடிவம் பெறுமுன் கவிதை சொல்லி தான் அறிந்துணர்ந்த அனுபவங்களின் தொகுப்பைக் கவிதையாக்கம் செய்கையில், அதன் பிரதி, அனுபவமாக மாற்றமடைகிறது. ஆதலால் கவிதையில் உள்ளார்ந்த அடுக்குகளாய் உணர்தலும் X அறிதலும் இணையாக இயங்குகின்றன. எண்ணற்ற சுழிப்புகளுடன் அது ஆக்கம் பெறுகிறது. இவைகளை உள்ளடக்கிய மொழிப் பெட்டகமாக கவிதைப் பிரதிகள் விளங்குகின்றன. அதில் பிரதிபலிக்கும் கவிதை சொல்லியின் குரல் தனது இரட்டையாக வாசகனைக் கட்டமைக்கிறது. அவ்வாறாக, கவிதைக்கு வெளியே உள்ள மாற்று பிம்பத்தை அறிய மொழிச்சட்டகமே உதவுகிறது. ஒரு முழு இரட்டைப் பிரதிபலிப்பை நிகழ்த்தக்கூடிய சாத்தியமும் இருக்கவே செய்கிறது.

அவல கணத்தைத் தாங்கியிருக்கும் இருத்தலின் பருண்மையாக மொழி வெளிப்பாட்டைக் கொள்ளலாம். அதன் செயல்பாட்டு வடிவமாக கவிதைப் பிரதிகளைக் குறிக்கலாம். கூர்மையான வலியை மனம் அனுபவிக்கும் தருணங்களில் தனது பிடியைத் தளர்த்திக் கொள்ள கவித்துவம் என்பது ஒரு மொழிநுட்பமாகிறது. அது ஒரு குறியீட்டிற்குள் அல்லது படிமத்துக்குள் வயப்படுத்தலாம். இது ஒருவகை நுண் எழுத்து வகைமை. இதுவே விடுபடலாய்

நிகழ்கிறது. எவ்வாறு கனவின் காட்சித்தன்மை நம்மைச் சட்டென மட்டற்ற வெளிக்குள் மிதக்க விடுகிறதோ அவ்வண்ணமாக இதுவும் செயல்படுகிறது. இதன் எதிரிடையான அவசத்தைத் தோற்றுவித்து அதே போன்ற ஒரு மனோ அனுபவத்தை கவிதைகளும் அளிக்கின்றன.

ஒரு குறிப்பிட்ட படிமத்தை அன்றி குறியீட்டையோ வாசிக்கையில் பிரதியின் முழுமையைக் குறிப்பீடு செய்கிறதா என்ற ஐயம் எழும். மேலும் கவிதையின் உள்ளோட்ட இழையாக ஓடிக் கொண்டிருக்கும்; பிரதான உளச் சித்திரத்தின் அனைத்துக் கூறுகளும் கொண்ட ஒரு எச்சக்கூறுகளாகவும் இயங்கும் சாத்தியமும் உள்ளுறைந்தே உள்ளது. ஒரு படிமம் அல்லது ஒரு குறியீடு என்பது தனது பின்னணியிலுள்ள மொழிக்கு முந்தைய உணர்தலை முன்னிலைப்படுத்தும் குறியாகவும் பயன்படுகிறது. கவிதையாடலின் தொடர் இயக்கத்திலிருந்து பிரித்தெடுத்த பின்னரும்; அது தன் பிரதான உணர்வின் மற்றும் அறிதலின் புலத்தை தாங்கியுள்ளது. ஒரு குறிப்பிட்ட நிலையில் கவிதையின் படைப்பாக்கக் கூறுகளாக இருக்கின்றன. பிரதியுடலை விடுத்து சற்றே நகர்த்திய போதும், அதே பொருண்மையின் உணர்வு அனுபவத்தை வழங்குகிறது. ஆக கவிதையின் சிறுபகுதியும் அதன் முழுமையைத் தாங்கியே நிற்கின்றது.

2

“ஓ ஹென்றியின் இறுதி இலை” சசிகலா பாபு அவர்களின் கவிதைத் தொகுப்பில் உள்ள கவிதைகளை வாசிக்கையில், அது ஏற்படுத்திய வாசிப்பு பதிவுகளை இங்கு எழுதுகிறேன். இதன் வழியே உருவாகும் கவித்துவப் பண்புகூறுகளை வரையறுத்து கூறியிருக்கிறேன். இனி சசிகலா பாபுவின் கவிதைப்பிரதிகள் வாழ்வை அதன் மேற்பரப்பினில் கண்டு எழுதப்படும் (surface writing) முறைமையைக் கொள்கின்றது. இது நவீனத்துவத்திற்கு பிந்தையகால வாழ்வியலின் கவித்துவ மொழியாகச் செயல்படுகிறது. வழமையான சொல்லல் முறையையும் X வாசிக்கும் முறையையும் தலைகீழாக்கம் செய்கிறது.

பிரம்மாண்ட கண்ணாடிக்

கட்டிடங்களில்

முகம் பார்த்து

நகரும் வெயில்

குல்மொஹர் மரம்

உடலெல்லாம்

இலையாகி நகைக்கிறது.

மேலே குறிப்பிடும் வரிகளைக் கவனமாக வாசிப்பதால் 'மனிதன்' கவிதை சொல்லலை வாசிக்கலாம். பெருநகரின் நெருக்கடியையும், கட்டிடங்களின் அபரிதமான மிகையும் ஒருபுறம் இருக்க; தனது தென்படலைத் தொலைத்துவிட்ட மனித இருத்தலை மாற்றீடு செய்துள்ளன. பிரம்மாண்ட கண்ணாடிக் கட்டிடங்களில் முகம் பார்க்கும் வெயில் எனச் சித்தரிக்கும் வரிகளுக்கு உள்ளும் மனித தன்மை ஒரு அடுக்காகவும் மற்றுமொரு அடுக்காக ஊடாடும் குல்மொஹர் மரம் உடலெல்லாம் இலையாகி நகைக்கிறது என்ற வரிகளும் ஒருவித மங்கல் தன்மையை முன்னிலைப்படுத்துகிறது. மேலே எடுத்தாண்டுள்ள வரிகளில் இரண்டு காட்சிகள் படிமங்களாக ஒன்றையொன்று ஊடறுத்துச் செல்வதைக் காணலாம். ஏதுமற்ற கட்டிட மேற்பரப்பு X உடலெல்லாம் இலையாகி என்ற அதீத பெருக்கத்தை கவிதையாக்கித் தருகிறது. இயற்கையில் துடிப்பற்ற கட்டிடம் இயற்கை உயிரியின் இலை மிகையைக் கொண்டு குறியவயப்படுத்தும் கவிதை வரிகள்

கற்படுகைகளின் சயனம்

செதுக்கப்பட்டிருந்தது

முத்திரையொன்றை

புத்தரின் விரல்களில்

சோர்வுடன் செதுக்கியவன்

நைச்சியமாய்

சிற்ப விழிகளுக்குள்

எனவொரு பிரதி கோரும் வாசிப்பின் புள்ளியையும்; கவிதை சொல்லியின் குரலும் இணையும்; ஒரு இணைப்புள்ளியாகி மாறுகின்றது இவ்வரிகள்.

சயனத்திலுள்ள புத்தனின் வடிவத்தை உருவாக்குபவன் 'முத்திரையொன்றை' செதுக்கியபடியே தன்னியல்பினில் தன் நித்திரையைப் புகுத்தியிருந்தான் எனும் இடம் முக்கியமானது. கவிதை சொல்லி தன்னைப் பிரதியிலிருந்து விடுவித்துக் கொள்கிறார். வாசகனுடன் கைகோர்த்து கவிதைக்குள் வடிக்கப்பட்டிருக்கும் புத்தரைக் காண்கிறார். அதன் தற்கூற்றாக முத்திரையும் X நித்திரையும், சிற்பிக்கும் சிற்பத்திற்கும்

இடையில் ஒரு இடுகுறித் தன்மையை இவ்விரு வார்த்தைகளில் கட்டமைக்கின்றது. சிற்பியின் நித்திரை புகுத்தப்பட்டதாக கூறுகையில் சயன கோலத்தில் உள்ள சிற்பத்தின் நித்திரையையும் X சிற்பியின் சோர்வையும் ஒரே அடுக்கின் இருபக்கங்களாகச் சொல்ல விழைகிறது கவிதை.

கவிதைச்சொல்லியே கவிதைப் பிரதிக்குள் வாசகனாக அல்லது உரைகூறுபவராக மாற்றும் வரிகளை சசிகலா பாபு இங்கு எழுதியுள்ளார். எழுதுதலின் புதிய மூன்றாம் புள்ளியை பிரதி / வாசகனாக உருமாற்றமடையும் கவிதை சொல்லி என புத்துரு பெறுகிறது. இத்தகைய அபூர்வ பண்பைக் கொண்ட மற்றைய வரிகளையும் வாசிக்கலாம்

பெண் சிற்பத்தின் இடைபற்றிக்

கிடந்தது ஆண்சிற்பம்

விரலழுத்திய தடம்

அத்தனை தத்ரூபமாய்

பதிந்திருந்ததைக் கண்டதும்

ஐயப்படுகிறேன்

இதற்குப் பிடிக்கும்

அவர்களைச்

சிற்பங்கள் எனத்தான்

குறிப்பிட வேண்டுமா

நான் ?

மேற்கூறிய கவிதையில் அதே பண்பை இனம் காணவியலும். ஒரு சிறிய சமிக்ஞையில் கவிதை விரிகிறது. மனக்காட்சியை ஒத்த விரலழுத்திய தடம் என்ற இடத்திலிருந்து தொடங்கினால்; உறைவினிலுள்ள பெண் சிற்பத்தை கவிதை சொல்லியே மறுபடியும் வாசகராக மாறி சிற்பங்கள் எனத்தான் சொல்ல வேண்டுமா நான் ? என வினவுகிறார். இதை சசிகலா பாபுவின் தனித்துவமான கவிதையாக்க நுட்பம் எனலாம். அடுத்து 'பயணத்தில்" பல நுண்சொல்லல்களை உள்ளடக்கிய பிரதியாக வெளிப்படுகிறது. சிறுசிறு கவிதைகள் கோர்வை போலவும்; ஆயினும் எல்லா பகுதிகளும் தன்னளவில் தனித்த பொருண்மையைக் குறிப்பீடு செய்கின்றன. அதோடன்றி மொத்த பிரதிக்குள்ளும் அறுபடாத இழையும் தொடர்கிறது.

இருளுக்குள் ஒளிந்திருந்த

லிங்கமொன்றை

ஒளிபாய்ச்சிப் புகைப்படமெடுப்பவன்

எந்த யுகத்தின்

நித்திரையைக்

கலைத்துக் கொண்டிருந்தான்.

இக்கவிதையில் சசிகலா பாபுவின் பிரதியாக்கத்தில் அசாத்தியமான நுட்பம் தெரிகிறது. வெளிப்பாடு உத்தியிலும், கவிதையாடலைக் கட்டமைக்கும் படிமங்கள், குறியீடுகளைக் கையாள்வதிலும் தொய்வற்ற இழையோட்டம் கைகூடுகிறது. வாசகரின் மற்றமையாக கவிதைச்சொல்லியே உருவாகும் விநோதம் நமக்கு வியப்பை அளிக்கிறது. தொடர் சமிக்ஞைகளின் மூலம் வெவ்வேறு அர்த்தம் அடுக்களில் வாசகரான நம்மை சஞ்சரிக்க வைக்கிறார். இக்கவிதைத் தொகுதியின் குறிப்பிடும் படியான புதிய ஆக்க உத்தியாக இதைச் சொல்லலாம்.

3

கவிதை சொல்லல் என்பது எப்போதுமே இருவேறு எதிர்பண்புகளை உள்ளடக்கியது. அவை தமக்குள் கிளைக்கச் செய்யும் தோற்றத்தில் ஒன்றுபோல் இருப்பினும்; அது நாமறியாத வேற்று கோணத்தில் இயங்குகிறது. அதன் விரிவினில் அமையும் வெளியைக் கவிதைத் தனக்கான குறிப்பீட்டு தளமாக மாற்றிக் கொள்கிறது. அதன் ஊடாட்டத்தின் வாயிலாகப் பன்மை மிக்கதாய் பிரதிகள் அமைகின்றன. சிற்சில இடங்களில் வாசிப்பின் தொடரோட்டத்தில் யூகிக்காத பல்வேறு மட்டுமீறிய அனுபவங்களைத் தோற்றுவிக்கும். ஆயினும் கவனத்தைக் குவிக்க அனுமதிக்காத கவிதை சொல்லலின் புதிர்மையும் கிளைக்கிறது.

தர்க்கமற்ற தொடர்களே பெரும்பாலும் கவித்துவப் பண்புகளை ஊற்றெடுக்கச் செய்வன. 'இரவுகள் ஆன அவள்' என்றொரு கவிதையும் இத்தொகுப்பில் இடம்பெற்றுள்ளது. அது தன்னிலையின் உறக்கத்தைக் குறிப்பீடு செய்யும், குறிகளாக இரவு / மழை இயங்குகிறது. ஆனால், பிறிதொரு வரியில் அது தன்னிலையைக் கடந்தும் பயணப்படுகிறது. கீழே காணும் வரிகளில் இதை நோக்கலாம்.

வனங்களுக்கான

பெருமழை காணக்

கிடைத்தது
நனைதலுக்கான பெருவனம்
எங்கேனும்
உறங்கிக் கொண்டிருக்கலாம்
எழுப்ப வேண்டாம்
தன்மழை வழியறியும்.
ஆம்
வேறுபாடு உண்டுதான்
இலை நுனி தேங்கி
நிர்மால்யமாய் வீழும்
ஒற்றைத் துளிக்கும்
குடைக்கம்பி முனை
இறுகித் தவிக்கும்
அந்தத் துளிக்கும்
வேறுபாடு உண்டுதான்
மழையே சொன்னது

என நீளும் கவிதையில் ஓரிடத்தில் மழைத்துளியின் தேங்கி X இறுகி என்ற இருமை நிலைகளைக் கொண்ட வேறுபாட்டில் இயங்குகிறது. இதன் அடுத்தப் பகுதியை வாசிக்கையில் இக்குறிப்பீட்டிற்கு அப்பால் மாற்று நிகழ்வைச் சுட்டி நிற்க

கிறங்கித் தவிக்கும்
மாநகரத் தொட்டிச் செடி
சர்வ வல்லமையோடு
இறங்கிப் பொழியும்
வனமழை.

மழை / தன்மழை / கனமழை என்று ஊடாடும் மூன்று பகுதிகளைக் கொள்ளும் விதமாக பிரயோகிக்கப்படுகிறது. இறுதி வரிகள் முன்கூறிய அனைத்தையும் வேறு சட்டகத்திற்குள் பொருத்த: சசிகலா பாபுவின் கவிதையாக்க தொழிற்நுட்பத்தின் மற்றொரு சாத்தியமாய் இதைக் கூறலாம்.

அதீத அடர்த்தியும் அல்லாமல் நீர்த்த தன்மையும் அல்லாமல் பாதரசத்தின் பிரிந்து இணையும் பண்பைக் கவிதை சொல்லலில்

இனம் காணலாம். தன்னிலைக்கும் X இயற்கைக்கும் இடையே மொழியாலான இணைவை கவிதைகள் கடைசிப் பகுதியில் நிகழ்த்துகிறது. தன்னிலையை மீறச் செய்யும் தன்மையை வாசிக்கையில் உணரலாம்.

4

உணர்வுபுலத்தைத் தாங்கி நிற்கும் உடலின் ரகசிய வேட்கையை எழுதும் தருணங்களில் எல்லாம்; உடலியம் என்பது பிரதிக்குள் தன்னைப் புனைந்து கொள்கிறது. பின்னர் துண்டித்து விடுகிறதா? என எண்ணத் தூண்டுகிறது. மொழி வயப்படுத்தும் ஈர்ப்பும் அதன் ஈடேற்றமும் ஒருசேர கவிதையின் மொழிச்சட்டகத்துள் கரைந்து போகிறதா என்று வினவத் தோன்றுகிறது. மொழி ஒரு நிலையின் அதிர்வைக் கவிதைக்குள் நிலைபேறாய் உள்வாங்கி இயங்குகிறது. ஒருவகையில் கவிதையைப் பிரதியுடல் என அழைக்கலாம். பிரதியினூடே வேட்கையும்; அதன் மொழிதலில் தன்னிலைச் சிதறடிப்பும் ஒரே சந்தர்ப்பத்தில் சம்பவிக்கிறது. சசிகலா பாபுவின் கீழ்காணும் வரிகள்,

அதற்கான மிகச்சரியான உதாரணம்.

உன் தொடுதலில் முதலில் சிலிர்த்தெழும்

சுருள் உரோமங்கள்

நீ வழிதவறும் காடுகளிலும்

உனக்கான என் கனிகளை

வழிநெடுகுகளிலும் இரைந்திருக்கின்றன

உன் எச்சில் பட்டதும்

அவை பருக்கின்றன

பச்சை நரம்புகளோடும் என் பழங்களை

நீ சுவைக்கையில் உன் உச்சியில் முத்தமிடுகிறேன்

ஒலியாண்டுகளின் பாலைக் கடந்து

நன்னீர் சுனை கண்டவன் போல்

ஆழ்ந்து என்னைச் சுவைக்கிறாய்

நுகர்கிறாய்

உலகம்

உலகம் சுமந்த நாம்

நாம் சுமந்த காமம்

எல்லாம் எல்லாம்
அதிர்கிறது
கரையிலடங்காப் பெருநதியொன்றை
உன் விழிகளில்
பனிப்படலமாய் காண்கிறேன்
நிலத்தில் தூக்கி எறியப்பட்ட
செம்மீன்
காற்றுக்கு அலைவதைப் போல்
என் வாயிற் கதவுகள்
மூடி மூடித் திறப்பதையும்
நீ துடிப்புடன் பார்க்கிறாய்
ஒரு தேவநொடியில்
பிரபஞ்சத்தை என்னுள்
கவிழ்த்துவிட்ட ஆயாசத்துடன்
பிரபஞ்சத்தின் மீதே
நீ
சாய்ந்து கொள்கிறாய்.

மேற்குறிப்பிட்டுள்ள கவிதையில் ஒரு கதை சொல்லல் உத்தி கையாளப்பட்டிருப்பதைப் பார்க்க முடிகிறது. 'உன்' என ஆரம்பித்து பின்னர் 'நாம்' 'என்' 'நீ' எனும் குரல்நிலைகள் பயின்று வந்துள்ளது. தொடுதலில் ஆரம்பித்து கவிதை சொல்லி தன்னைக் குறிப்பீடு செய்ய பயன்படுத்தும் என்னைச் சுவைக்கிறாய் / நுகர்கிறாய் என வேட்கை நிறைவேற்றத்தை நிகழ்த்திக் காட்டுகிறது. நாம் சுமந்த காமம் / நம்மை சுமந்த நாம் / என்ற உடலியத்திலிருந்து எழுகிறது.

இக்கவிதையின் அதிமுக்கிய மொழி சமிக்ஞையாகச் சசிகலா பாபு சொல்லிச் செல்லும் "ஒரு தேவநொடி" என்ற இடத்தில் உடலிய எல்லையைக் கவிதை விடுவித்துக் கொள்கிறது. வியாபகத்தின் உள்ளீட்டைப் பற்றிப் பேசுகிறது.

அர்த்தப்படுத்தும் வாசகமனம் இங்குச் சற்றே தன்னை— யிழக்கும் தருணத்தைத் தானே அறிகிறது. வேட்கை நிறைவேற்றம் என்பது பிரபஞ்சத்தைக் கவிழ்த்து ஆயாசத்தின் நொடியின் தேவநிலையை அடைதல். சசிகலா பாபுவின் பெரும்பாலான

கவிதைகள் முடிவான பகுதியின் வரிகள்; நாம் வாசித்து முடித்த கவிதை முழுவதையும் நினைவிழத்தலுக்கு உட்படுத்துகிறது. இதையொரு பிரதிநுட்பமாக கையாளுகிறார்.

5

இறுதியாக சிலவற்றைப் பற்றிச் சொல்ல விரும்புகிறேன். தனது கவிதைகளின் சில இடங்களில்; இவர் பயன்படுத்தும் "துடிப்பு" என்ற வார்த்தை அசைவாடிக் கொண்டே இருக்கிறது. ஒவ்வொரு கவிதையை வாசித்து முடித்துவிட்டு மெல்ல அதை யோசிக்கையில் உருக்கொள்வது எதுவென்றால், பிரதியின் அரூப அங்கமாக "துடிப்பு" என்பதுதான். கவிதையின் பொருண்மையை விளங்கிக் கொண்ட விதத்தை சுய ஐயத்திற்கு ஆளாக்குகிறது. வாசிப்பில் மிதந்திருந்த கிரமம் சிதறி தலைகீழாக்கம் சம்பவிக்க; மறுபடியும் புதிய துடிப்பினில் பிரதி மீண்டும் நம்முள் அமையத் துவங்குகிறது. இது ஒருவகையில் பார்த்தால் முழுமுற்றான ஒற்றைப் பொருண்மை என்பதைக் கீழறுப்பு செய்து அழிக்கிறது. இதொடன்றி கவிதைச்சொல்லியின் குரலும் வாசகனின் குரலோடு இணைந்தே பயணிக்கிறது. ஓரிடத்தில் இருகுரல்களுக்கிடையில் உள்ள வேறுபாட்டின் கோடு மங்கிவிட; நாம் தவறவிட்ட நுண்மை மிகுந்த பகுதிகளை அக்குரல் நினைவுப்படுத்தத் துவங்குகிறது.

சிற்றேடு
ஜனவரி-மார்ச் (2018)

இயற்கையின் எல்லை கடந்த தன்மைக்குள் பயணிக்கும் கவிமனம்

காயா - தேன்மொழி தாஸ்

இளர்ந்தெழும் நினைவுகளின் அடுக்குகளில் தன்னை அமைப்பாக்கம் செய்து கொள்கிறது கவிதை. மனம் மொழியூடே சித்தரிக்கும் கவிதையாடலைப் பிரதியாக்குகிறது. அப்பிரதியானது முன் பின் எனும் இருவேறு புறங்களைக் கொண்டிருக்கிறது. அது கவிதையின் பொருண்மையை அகவயப்படுத்திக் கவிதைப் பிரதிகளை உருவாக்குகிறது. இவ்வாறாக எழுதப்படும் கவிதைகளில் வெளிப்படும் கவிதை சொல்லியின் குரலும் X மனமும் / உள்ளும் X புறமுமாகப் பதிந்துவிடுகிறது. கவிதை சொல்லியின் குரல் என்பது மனதின் பன்மையான உணர்வுப் புலங்களைச் சொற்களின் உள்ளகமாய்க் கொண்டுள்ளது. பிரதியெனும் மொழிவெளி இதைப் படிவப்படுத்தவும் செய்கிறது. அதில் உள்ளார்ந்திருக்கும் நுண்ணிய கூறுகள் வாசிப்பில் தன்னை அவிழ்த்துக் கொள்கிறது. இவ்வாறான அடுக்குகளின் இடையே உள்ள implicit gaps (மறை இடைவெளிகளில்) உருக்கொள்ளும் பரப்பைத்தான் கவிதை தனது பொருண்மைக்கான புலமாக மாற்றிக் கொள்கிறது. இதில் சிற்சில இடங்களில் ஊடாடும் நிறுத்தங்கள்தான் வாசிப்பிற்கான சாத்தியத்தைத் திறக்கின்றன.

தனக்கான பொருத்தமிக்கச் சொற்களைத் தேர்ந்து கொள்ளும் கவிதையின் தொடரானது, கவிதைக்கான வடிவத்தைக் கட்டமைத்துக் கொள்கிறது. அது முழுமையின் மொழிதலாக அல்லாமல் பல்வேறு நுண்மொழிதல்களால் உருப்பெறுகிறது. ஆக இத்தகைய தன் நுண்மொழிதல்களின் வழியே பொருண்மை தனக்கான இணைவுப் புள்ளியை அடைகிறது. கவிதைக்கான முழுப் பொருண்மை என நாம் அழைப்பதிலுள்ள சிக்கல்கள் இவை. ஒற்றைப் பொருண்மையைச் சுற்றிக் கட்டப்பட்டுள்ள ஒற்றை மொழிதலாகக் கவிதை இயங்குவதில்லை. ஒவ்வொரு தனிப்பகுதியும் தன்னளவில் பூரணத்துவத்துடன் விளங்குகிறது.

இவ்வகையான பகுதிகளை வாசிக்கையில் தோன்றும் இணைவுப் புள்ளியில் பொருண்மை தனது வினையாற்றலைச் செய்கிறது.

கவிதையின் மொழி தொடர்புபடுத்தும் உள்ளும் X புறமும் ஒன்றையொன்று பரஸ்பரம் கட்டமைத்துக் கொள்கின்றன. தொடர் குறிவயப்படுத்தலின் செயலாக்கமாகப் பிரதி தன்னைத் தாழ்த்திக் கொள்கிறது. ஒரு குறிப்பிட்ட தருணத்தில் ஒன்றையொன்று விடுத்து தனித்தனியாகக் கிளைத்தும் விடுகிறது. ஒன்றின் துணையின்றி தானே ஒரு குறிப்பீட்டைச் செய்கிறது.

அகவுணர்வை உணர்த்த எழுதும் போக்கில் கவிதையின் மொழி வடிவம் புறக்குறியாகவே ஆகிவிடுகிறது. அகவுணர்வின் பொருள்கோடல் இன்றியே அவ்வுணர்வெழுச்சியை மூளச் செய்யும் வல்லமை அதற்கு உள்ளது. இந்த இயைபின்மையைக் கவிதைகள் தமக்கான படைப்பூக்கத்தின் புலமாகக் கொள்கின்றன. ஒரு கவிதைப் பிரதிக்குள் பிரயோகிக்கப்படும் இயற்கை சார்ந்த உயிரிகளும் மற்றும் உருவக பண்புமிக்க சேர்க்கைகளும், தமக்குப் பின்னால் பொதிந்திருக்கும் உணர் புள்ளியிடமிருந்து தம்மைத் துண்டித்துக் கொள்கிறது. இவை யாவும், ‘ஒற்றைக் குறிப்பீட்டை’ மட்டுமே வெளிப்படுத்தாமல் திறந்த தன்மை கொண்டவைகளாகத் தம்மை மறு உருவாக்கம் செய்து கொள்கின்றன. இதனால் கவிதையின் பிரதியைக் கட்டமைக்கும் பல்வேறு அங்கங்களாக இவை உள்ளன. சுதந்திரமிக்க அல்லது ‘கட்டற்ற குறிப்பீட்டை’ இவை வாசிப்பில் சாத்தியப்படுத்துகிறது.

ஆகவே ஒரு கவிதை பிரதி நமக்களிக்கும் வாசிப்பின் பன்மைச் சாத்தியத்தை மனதில் கொள்ள வேண்டும். விழிப்புடன் இதனை உள்வாங்கிக் கொள்ள வேண்டும். கவிதையில் கவிதைசொல்லி புனைந்து கொண்டே செல்கிறார். இதன் பருண்மையான வடிவமே நமக்கு வாசிக்கக் கிடைக்கிறது. அதில் குரல் X பிரதியுடல் பருண்மை பெற்று இரு நிலையைக் களைந்து ஒன்றாகிவிடுகிறது. ஒருவகையில் இதைக் கூர்ந்து கவனித்தோமானால் குரலின் ரூபத்தைக் கவிதைகள் எனலாம். இவ்வுடல் முழுமையுரு என்பது அதன் பகுதிகளில் அல்லது அதன் அங்கங்களில் உள்ளது. ஆகையால் கவிதையின் பொருண்மை என்பது பல்வேறு உபகவிதையாடலில் இருந்து விளைகிறது. கவிஞர் தேன்மொழி தாஸ் தனது கவிதைப் பிரதிகளில் இத்தகைய கவித்துவத்தை முன் வைக்கிறார். இங்கு நான் வரையறுத்தவை தேன்மொழி தாஸின் கவிதைகளை ஒரு அணுக்க வாசிப்பிலிருந்து கண்டெடுத்தவையாகும்.

நினைவின் நிறம் என்ன? என்ற வினா மனித மனங்களில் எழுந்த வண்ணமாகவே இருக்கிறது. ஏதோவொரு சமிக்ஞையால்

இதனை நாம் இனங்கண்டு கொள்கிறோம். மனதின் ஆழத்திலிருந்து புறவுலகினையும், அதில் நிகழ்பவைகளையும் காண்கிறோம். பின்னர் பிரதிகளாக அதை மறுநினைவாக்கம் செய்கிறோம். இந்நினைவாக்கத்தின் கருமையான உணர்தலாக கவிஞர் தேன்மொழி தாஸின் கவிதை இயங்குகிறது.

நினைவுகள் நெற்றியில்

சூல் கொள்வதை

ஒரு பொன் சங்கு இசைக்கிறது

பொன் சங்கின் கூர்

வான் நோக்கி இன்றி

வருத்தங்களை உடைப்பதில்

உயிர் நிமிர்ந்து உடுக்காகலாம்

இவ்விரவின் இசையில் தென்னங்கீற்றின்

இலைகளைப் பியானோவின்

கறுப்புக் கட்டைகளாய்

இசைப்பது யார்

அவ்விரல்களில் வாசம்

ஆயிரம் மைல்களுக்கு அப்பால் ஒரு

பாம்பென உயர்கிறது

விரல்களின் வாசம் அள்ள

விரல்கள் உண்டா

இரவின் ஆயுதங்களுக்கு

இருள் இருக்கிறதா

(அந்தர நரம்புகள்)

இதில் நினைவு என்பதைச் சுற்றிச்சுற்றிப் பின்னப்பட்டுள்ளன கவிதையாடலின் வரிகள். நெற்றியில் துவங்கி நினைவின் சூல் கொள்கிறது. இக்கவிதையின் இறுதி வரிகளில் கருப்பு பாதங்கள் அம்பலக் கூத்தாடுதலில் நிகழ்வுற்று முடிகிறது. இது நேரெதிரான பண்புச் சேர்க்கைகளால் கட்டப்படுகிறது. பெண் சங்கு / பியானோவின் கறுப்பு கட்டை / உலகின் கருப்பு பாதங்கள் என்பன ஒரு அடுக்காக இயங்குகிறது. இதன் மற்றொரு அடுக்கினை குறிக்க வேண்டும் ஏனெனில், அதன் இன்மையை முன்நிறுத்தி மொழி முனைகிறது. இத்தகைய கவித்துவம் கையாளும் உத்தியாக கீழ்வரும்

அடுக்கினைக் காணலாம். விரல்களின் வாசம் / அள்ள விரல்கள் உண்டா / இரவின் ஆயுதங்களுக்கு இருள் இருக்கிறது. அதில் ஒருவகையான இரட்டைத்தன்மைக்குள் அழித்தெழுதும் கவிதைப் பண்பைத் தேன்மொழி தாஸின் கவிதைகள் கொண்டிருக்கின்றன.

இதன் மற்றொரு சாத்தியமாக விரல்களின் 'வாசம்' என்ற நுகர்பண்பு கொண்ட குறியானது அடுத்து வரும் படிமத்தில் 'பாம்பென ஒரு உயிரியாக மாற்றமடைகிறது. மேலும் பொன் சங்கு / பிறை என்ற இரு குறியீடுகள் கவிதையில் அபூர்வமான இடையாட்டத்தைச் செய்கிறது. உலகின் கருப்பு பாதங்கள் எனும் உடலியத்தை அரூபமான இரவின் இருளில் பிணைக்கிறது. இது முன்வைக்கும் இசை நடனம் மற்றும் இவற்றிடையே முன் அறியா ஒரு இன்மையைக் காண முடியும். பருண்மைக்கும் X அரூபத்திற்கும் இடையிலான மயக்கநிலையை தேன்மொழி தாஸின் பிரதிகள் வாசகருக்குள் தோற்றுவிக்கின்றன.

இத்தன்மையுள்ள 'அக நீலம்' எனும் விநோதமான தன்மையுடன் உள்ள கவிதையின் வரிகளை வாசிக்கலாம்.....

ஒரு நீல மாத்திரை அளவு
தலைகீழாகத் தொங்கும் மன திடம்..
காதல் உள்ளுறை வெப்பத்தில் உருகி
தீர்வுகாண இயலாத பேரன்பில்
நிலைத்து விட்டதெனக் கொள்ளலாம்
இத்தகைய அகநீலமான உன்னைப்
பிரித்தெடுத்தல் எந்த வகையீட்டில் அடங்கும்

(அக நீலம்)

இதில் பிரிவாற்றாமையினை வழக்கத்திற்கு மாறான முறையில் மொழியை புனைகிறது. வரமறுக்கும் மரணத்துடன் உரையாடலாகவும், அதன் பதிலீடாகவும் கவிதை அமைகிறது. மரணம் என்பதைக் குறியீடாக 'நீல மாத்திரை அளவு' மன திடத்தை உருவகிக்கிறது. இதில் மன திடம் என்ற சொல்லைக் கொண்டும் பின்னர் 'அகநீலமான உன்னை' என்ற இடத்தில் 'நீலம்' என்ற வண்ணக்குறி எதைக் குறிப்பீடு செய்கிறது? என்ற வினா நமது வாசிப்பில் எழுகின்றது. இதற்கான பதிலாகக் கவிதை தன்னகத்தே சில திறவுகோல் சொற்களை விதைத்திருக்கின்றது. குறிப்பாக 'காதல் உள்ளுறை / வரமறுக்கும் மரணத்தை / இறங்க மறுக்கும் உன்னை' என்பவையாகும். இவை கவிதை சொல்லியின்

தன்னிலை வேட்டலை வெளியரங்கமாகவே சுட்டுகிறது. இந்த எதிர்பார்ப்பை அதாவது 'உன்' என்ற மற்றொரு தன்னிலையை வர மறுக்கும் அல்லது அடையவியலா ஒன்றின் குறியீடாக்குகிறது. மரணத்தை அகநீலமான உன்னை என்பதில் இணைவுபடுத்துகிறது. இங்கு கவிதை சொல்லியின் குரல் என்பது நீல மாத்திரை ஆகி நிற்க, அதனைத் தலைகீழாகக் தொங்கும் மனதிடமாகக் குறிப்பீடு பெற்றுவிடும். முழுமையான புலப்படலைத் தவிர்த்து இரட்டைநிலையைக் கவிதையின் இழைகளாக பின்னிச் செல்கின்றது. ஒன்றிற்கும் மேற்பட்ட இடத்தில் பயின்றுவரும் 'நீலம்' என்பது கவித்துவமிகுந்து உறையாமல் துடிப்போடு இயங்குகிறது.

ஒன்றை மற்றொன்றில் பதிலிப்படுத்துவது என்பது ஒருவித தன்னிலைப் பரிமாற்றம் எனலாம். அது பொதுவாகக் கவிதையின் அங்கமாகவே செயல்படுகிறது. அதில் கவிதையின் அமைதி மேன்மேலும் அடர்கிறது.

மொழிக்கு அப்பாலுள்ள புலமொன்றைக் கவிதையின் உள்ளகமாய்க் குறிப்பீடு செய்யும் 'நிலையற்ற பொருண்மை'யாகத் தேன்மொழி தாஸ் கவிதைகள் இருக்கின்றன. அதாவது வாசிப்பினில் தோன்றும் பொருண்மை வெளியும்; படிமங்களில் உறைந்திருக்கும் உணர்வுப் புலத்தையும் இவரது கவிதைகள் மறு இயக்கத்திற்கு அல்லது அசைவிற்கு உட்படுத்தக்கூடிய வல்லமையைக் கொண்டுள்ளன. ஒரு படிமம் காட்சிரூபமாக மட்டுமே நின்றுவிடாமல்; அதனுள்ளிருக்கும் மனவுணர்வினைக் கிளர்த்தும் ஆற்றலுடன் கவிதை செயல்படுகிறது. இந்த அரிய பண்பு கொண்ட கவிதையின் சில பகுதிகள்:

பின்னும் அந்நெருப்பு என்னுள்
எரிந்து கொண்டேயிருக்கிறது
எனது இரு கைகள்
மனதைத் தாங்கிப்பிடிக்க போதவில்லை
மனதின் இறப்பிற்குப் பின் அதன் கணம்
சுமக்க இயலாத பள்ளத்தாக்கு...

ஒரு மரத்தின் அடிதான்
எனக்கான சிறந்த ஆணின் மடியாய்
இருக்கக் கூடும்

இவ்வுலகின் வாழாத வாழ்வுதனை
வேர்கள் என்மேல் வாழும்

ஒருதுளிக் கண்ணீர்
மலை உட்சென்ற பனித்துளி அல்ல
மலை வடிவது

அகம் அற்று நடப்பது
எத்தனை பேரிருள்
எத்தனை பேரருள்.

(அனலி)

இவ்வரிகளில் நமக்கு கிடைக்கக் கூடிய கவிதை அனுபவத்தின் பின்னே இயங்கும் கூறுகளைக் காண்போம். 'மனது' என்று தேன்மொழி தாஸ் தனது கவிதைகளில் குறிக்கப்பெறும் சொல் யாவும் எதைக் குறிப்பீடு செய்கின்றன? என்பதை அறிய அவரது கவிதையிலிருந்துதான் கண்டடைய முடியும். பெரும்பாலும் தன்னுணர்வுத் தன்மை கொண்ட கவிதையாகத் தோன்றினாலும், அதைத் தாண்டிய மாற்றுப் பரிமாணம் கொண்டது இவரது எழுத்தாக்கம். 'மனம்' எனப் பெரிதும் இவர் பயன்படுத்தும் சொல்லை நான் வாசித்த வகையில் அது 'அகம்' என்பதின் மாற்றீடு என நினைக்கிறேன். ஏனெனில் கவிதையின் தொடரில் அது அவ்வண்ணமான பொருண்மையைக் கோருகிறது. இதோடு 'சுமக்கவியலாத பள்ளத்தாக்கு' படிமத்தை எனும் எழுதுகிறார். ஒருவகையான மாட்சிமையை உணரவைக்கக் கூடியதாக உள்ளது இக்காட்சி படிமம். ஒரு பள்ளத்தாக்கைக் கண்ட பின்னர் அதன் உணர்தலை எவ்வாறாக விரித்துரைக்க? அது சொற்களுக்குள் அடங்காத பேருணர்ச்சியாகவே நீடிக்கும். மனம் இறந்தபின் அதன் கணம் என்பதில் ஒருவகையான பருண்மைத்தன்மையை உண்டாக்க, சுமக்க முடியாத துயர்போல் விவரிக்கவியலாத உணர்வினைப் பள்ளத்தாக்கென எழுதுகிறார் தேன்மொழி தாஸ். தனக்கான பெண் தன்னிலையை விழையும் மாற்று தன்னிலையான ஆணின் மடியாய் மரத்தின் அடி என்றும் சித்தரிக்கிறார்.

இதைத் தொடர்ந்து வரும் வரிகளில் ஒரு நுண்ணிய வடிவிலிருந்து பெருவடிவமாய் உருமாற்றம் கொள்ளும் மனித மன வெளிப்பாட்டை மலைக்குள் சென்ற ஒருதுளிக் கண்ணீரை மழை

வடிவது என்கிறார். அனலி கவிதையின் ஒவ்வொரு பத்தியிலும் துவங்கி இறுதியாக அகம் அற்று நடப்பது எத்தனை பேரிருள் என நம்மை காணாமையின் புலத்துள் தள்ளி விடுகிறது. இவ்விடத்தில் வரும் கையளிக்கப்பட்ட வார்த்தைகள் இறந்தகாலம் எத்துணை எழிலுடன் தன்னைத் தன்னிலை இன்றி விடுவிக்கிறது பாருங்கள்.

உடலுக்குள் தகித்து உருகும் வேட்கையினை மொழிக்குள் இடம்பெயர்க்கும் விதமாக எழுதப்படுபவை கவிதைகள். உடலின் அறியா குருட்டுப் புள்ளியில் மூள்கிறது பேரவா. அதன் வெளிப்பாடுகளை வயப்படுத்தும் மனித மனமும் / உடலும் அதன் வடிவமாகவே மாறுகின்றன. ஒன்றிலிருந்து மற்றொன்றைப் பிரித்துவிட இயலாது. உடலுக்குள்ளிருந்து மாற்றுடலை வேட்கை கொள்ளும் நெஞ்சம். அது ஏக்கப் பெருங்காற்றினில் அலைவுறுகிறது. மனம் அதன் கனவொத்த நிலையினில் மொழி குழைகையில் எழுதப்பெறும் வரிகள், அதன் கொதிநிலையைத் தாங்கி வருபவை. தகித்தெரியும் உடல்களிலிருந்து படரும் மொழியாய்க் கவிதைகள் ஒளிர்கிறது. இதில் தன்னையழித்து எழுதும் செயல்பாடே பிரதிகளாகின்றன. இதில் ஆசைவேட்டலுக்கு உள்ளாக்கப்படும் உடலும் கவிதையும் சங்கமமாகின்றன.

உனது காமத்தின் சாத்தவியலாக் கதவுகளின்
பின் நிற்கும்
சாத்தான்களின் தலைமுடிகளைக் கழுவ
எனது உடலில் ஊறும் கண்ணீர்
போதுமானதாக இல்லை
உடற்சுவை ஒப்பற்ற மனதையும் புதைக்க
வேண்டுவதா

உருகும் மெழுகின் உள்ளூறுப்பு
அப்படித்தான் சுடுகிறது
....
என் இளமை காலத்து கண்கள்
குமிழ்களாய் உன்னுள்ளே பெருகும்

(உருகும் மெழுகின் உள்ளூறுப்பு)

இங்கு வேட்கை கொள்ளுதலைச் சாத்தவியலாக் கதவுகளாகச் சொல்ல, உடல் சுவை / புதைக்க வேண்டுவதா என்பதில் உடலியக்கூறு மனமெனும் பருண்மையான ஒன்றைச் சுட்ட எத்தனிக்கிறது. ‘உடல் சுவை’ என்பது இவ்விடத்தில் வேட்கை நிறைவேற்றத்தின் வினையாற்றலாக உரை பெறுகிறது. இதனை பின்வரும் பகுதியில் மனம் X உடல் என்பதை உருகும் மெழுகின் உள்ளூறுப்பு எனவும் உடலியத்தை படிமமாக எழுதுகிறார். இக்கவிதையின் கவித்துவம் உச்சம் பெறும் விதமாக மொழியப்படுகிறது.

மேற்கூறிய

1. உருகும் மெழுகு

2. அதன் உடல் உறுப்பு

வேட்கையில் தன்னைத் தொலைக்கும் தன்னிலை. உருகுதல் என்பது மெல்ல மெல்ல நிகழும் தன்னழிவைச் சுட்டும் சொல்லாய்க் கையாளப்பெறுகிறது. மேலும் உள் X வெளி என்பது ஒன்றின் அழிதலில் மற்றொன்றும் இணைந்தே அழிதலைக் குறிக்கிறது. அடுத்து வரும் இளமைக்கால கண்கள் என தனது முந்தைய நினைவுகள் / குமிழ்கள் உன்னுள்ளே பெருகும் என்பதில் வேட்கையின் தன்னிலைப் புள்ளியில் நினைவை மீட்டெடுத்தல். இப்பிரதி துவக்கம் முதற்கொண்டே சங்கிலியின் இணைவுகளாய் கொடுக்கப்பட்டிருக்கின்றன.

இரண்டு கடல்

இரண்டு பிரபஞ்சம்

இரண்டு பித்தப்பை

கண்ணாடி ஸ்தனங்கள்

பார்வை கொண்ட கூழாங்கற்கள்

அலையும் ஓவிய ஞானங்கள்.

(தட்டானின் கண்கள்)

இதுவும் ஓர் அதிசயத்தக்க கவிதை வரிகளைக் கொண்டு நிற்க, வாசிக்கையில் ஆடியின் பிம்பப்படுத்தலை அறிய முடிகிறது. முதல் மூன்று வரிகளில் நம்முன் தோன்றும் பிரதிபலிப்பினில் எழும் பிம்பங்களின் சுழற்சியில் பிம்பங்கள் வளையங்களாகப் இணைக்கப்படுகின்றன.

இதிலிருந்து காட்சிகளாக,
உதிராக் கண்ணீர்
உருளும் ஸ்படிகம்
நீர்நிலைகளின் காம ஒளிகள்
ஞானம் பெருவதற்கு முன்னிருந்த
புத்தர் ஆன்மா
கிறிஸ்து பிறப்பதற்கு முன்னிருந்த
தீர்க்கதரிசிகளின் கனவுகள்
சுத்த சுதந்திரத்தின் மூல மந்திரங்கள்
யாத்ரீகனின் பின்மூளை
ஒளியின் ஜல்லடை
இசையின் இயங்கு தளம்
தவித்துப் பறக்கும் நாளமில்லா சுரப்பிகள்
தாவரங்களின் நிலாக்கள்
தட்டாம் பூச்சிகளின் கண்கள்.

(தட்டானின் கண்கள்)

கைவிடப்பட்ட கணங்களில் நாம் உணரும் வெறுமை எத்துணைப் பூதாகரமானது. அதனுள் சிக்கிய வாழ்வின் கையறுநிலையை எவ்வண்ணமாய் விரித்துரைப்பது? ஏதுமற்று அலையும் மனோநிலையில் ஒளியின் முகம் தேடிக் கொண்டிருக்கும் மனித மனத்தின் சிக்கலான நிலையை, 'உலகின் வெளி' என்ற பிரதியில் கையகப்படுத்தியிருக்கிறார் தேன்மொழி தாஸ். அந்தமற்று விரியும் இன்மையின் கோர்வைகள் வண்ணத்துடன் சொற் கோர்வைகள் கிடைக்கின்றன. இவை கட்டமைக்கும் பிரதியின் உட்புலம் எண்ணற்ற வடிவங்களாக உருமாறுகின்றன. படிமங்களும், குறியீடுகளும், உருவகங்களும் அசாத்தியமான மீ உணர்வை வாசகனிடத்தில் தோற்றுவிக்க, ஒளியற்ற பெருவெளியில் சொற்கள் மட்டுமே ஒளிர்ந்த வண்ணமாய் மிதக்கின்றன.

வெறுமையின் உண்மையாகிய ஆதியாய்
இருந்தது
வெறுமையின் உட்கரு இருளால் இருந்தது
....
ஆம்

என்பதே துவக்கமும் முடிவும்
ஏன் எனில் இல்லை
இல்லை என்பது இருக்கிறது
வெறுமையின் வெளியே மாயையும்
மனதிற்கு இனியதுமாய்
இருக்கின்றன

....

இருப்பது பிழை
மாய்வது வீண்
மற்றொரு பிரபஞ்சம்
வெறுமையிலிருந்தே துவங்கும்.

இந்தக் கவிதையின் துவக்கத்தில் வெறுமை எனத் துவங்கி, அதன் பதிலீடுகளான இருள்/ தனிமையான இருண்மை / அணுக்கள் / இன்மையில் வினையாற்றுகிறது. இவைகளுக்கு இடையில்; முன்னும் பின்னும் வைக்கப்படுகின்றன சொற்கள். இந்த ஒழுங்கமைவில் கவிதை சொல்லியின் குரலும் ஒலிக்கிறது. அதைக் குறிப்பீடு செய்யும் வரியாக 'எல்லாம் வெறுமையை நோக்கிய பயணமே' என்பதில் வெளிப்பட, இருண்மைக்குள் பயணித்து அதன் இறுதியில் தேன்மொழி தாஸ் உருவாக்கும் இன்னொரு பிரபஞ்சத்தைக் கூறும் அலகாக 'இருளின் ஒளியாகவும்' என அழைக்க விழைகிறது, எல்லாவற்றையும் வெறுமையின் வெவ்வேறு வடிவம் மொழிகின்ற கவிதையின் ஆதாரமான மொழிதல்.

மற்றொரு பிரபஞ்சம் வெறுமையிலிருந்தே துவங்கும்.

எல்லா பனிப்பொழிவையும் கடந்துவிட்ட
காயா மரத்தின் கருநீலப் பூக்கள்
தீட்டி மழுங்கச் செய்கின்றன

காயா மலர்கள்
முல்லை நிலத் தெய்வத்தின் சொற்கள்
அப்பூக்களின் நிறம் கடவுளின் தேகம்

மாயோன் மறுகும் மணிநீல மகரந்த ஊசிகள்
அகம் மொய்க்கும் திரு எனும் மந்திரம்
பூவெடுக்கும் எல்லாக் கிளைகளும்
இருள் விரட்டும் உடுக்கைகள்
காயா உதிர்வது
காட்டில் தேவதைகளின் கும்மி
காயாவிடமிருந்து பெற்று மொசி கசம்

இருளின் பேரகராதி இவள்தான்
பின் காயா தான் மூலவிதியானாள்

எனக்குள் காளியானாள்
மனக்கசப்பின் குறியீடானாள்
விதையின்றித் தாயாகி விளைந்து கொண்டே
இருக்கிறாள்.

(காயா)

இவ்வரிகளை உள்ளடக்கியுள்ள பிரதியை ஆற்றொழுக்காக, முதல் வரி துவங்கி கடைசி வரி வரை வாசித்து முடிக்கும்போது மனப்பிம்பம் என்னவாக உள்ளது? இயற்கையில் நாடியாய்த் துடித்துக் கொண்டிருக்கும் நாதமார்ந்த மூலவிதி ஒன்றுள்ளது. அதை அறிகிறோம். ஆனால் சில வரிகளை தனித்தனியாக வாசிக்கையில் அது அகப்படுத்தி வைத்துள்ள பொருண்மையின் விரிவினுள்ளே வேறொரு வாசல் தென்படுகிறது.

இதில் ஊடாடி நிற்கும் வியர்த்தமான உணர்வு நம்முள்ளே தளும்பிக் கொண்டே இருக்க, இங்கு எடுத்தாளப்படும் இயற்கை சார்ந்த குறியீடுகள் எதையோ பூடகமாகச் சுட்டுகின்றன. மனதின் எல்லைக் கோட்டிற்குள்ளும் அதற்கு வெளியிலுமாக; புலப்பட்டும் X புலப்படாமலும் அவையுள்ளன. மேற்பரப்பில் வாசிக்கையில் தொடர்பற்றதாய் தோற்றம் கொள்கின்றன குறியீடுகள். ஆனால் இதன் மற்றொரு அடுக்கில் குறிப்பீட்டிற்கான வலைப்பின்னலை அமைக்கின்றன.

கருநீலம் பூக்கள் தெய்வத்தின் சொற்கள்
அப்பூக்களின் நிறம்தான் கடவுளின் தேசம்

இருளின் பேரகராதி இவள் தான்

எனக்குள் காளியானவள் மனக்கசப்பின் குறியீடானாள்.

மேற்காணும் தொடரில் ரூபங்கள் அரூபங்களைக் குறிப்பீடு செய்ய, நிறம் / சொற்கள் / இருள் / இவளாதல் இவை பிரிதொரு அடுக்கில் இருள் இவளாகி பின்னர் காளியாக அதாவது கருமையை மனக்கசப்பின் குறியாக்குகிறது. இதன் தொடர்ச்சியாகக் குறிப்பிட்டு சுழற்சியை நிகழ்த்துகிறது.

இன்னொரு பகுதியில் காயா மலர்கள் காயாவிடமிருந்து பெற்ற மொழி இடைப்பட்ட வரிகளை வாசிக்கலாம், அது புறச்சமயச் சடங்கினைக் காணும், செவியுறும் அனுபவம் பெறமுடிகிறது 'காயா' என்ற குறியினை வைத்து பின்னப்பட்டுள்ளன; இக்கவிதையாடல் புறத்திலிருந்து உள்ளகமாகவும்; உள்ளகத்—திலிருந்து புறமுகமாகவும் இயங்குகின்றன. வெவ்வேறு கோர்வைகளில் குறிப்பீட்டுத் தன்மை மாறியபடி உள்ளன. ஒரு நிலையான குறிப்பீட்டில் அடைந்து விடாது எல்லையற்ற குறிப்பீட்டில் பிரதியைப் புதிதாய் உயிர்ப்பித்துக் கொண்டே இருக்கிறது.

இயற்கையின் எல்லை கடந்த தன்மைக்குள் பயணிக்கும் கவிமனம். அதன் வெளிப்பாடுகள் கவிஞர் தேன்மொழி தாஸ் கவிதைகள். இயற்கையின் அங்கங்களோடு மொழி கொள்ளும் உறவும் அதன் மூலமாகப் பிறக்கும் இயற்கைசார் படிமங்கள். இப்படிமங்கள் மன அதீதத்தை ஏற்படுத்துகிறது. வாசகனைப் பிரதியின் புற ஓரங்களுக்குப்பால் சஞ்சரிக்க வைக்கின்றன. மீண்டும் மீண்டும் பயணிக்க, வாசகன் துவங்கிய புள்ளிக்குத் திரும்பவியலாமைக்குள் ஆழ்த்தி விடுகிறது. கவிதை சொல்லியின் தன்னிலையின் குரல் பிளவற்று ஒலிக்க,

அல்லிமொட்டுக்குள் இறங்குவது எளிதல்ல

அதன் நிறம் இமைகளில் வீழும்போது

உடல் மகரந்தங்களாகத் துவங்கும்

தடாகத்தில் விரல் நனைப்பதை விடவும்

தெளிநீரைப் பருகுவது

தேவ சன்னதியைக் கடப்பது

மீன்கொத்தி குருவிகளிடமிருந்து

அல்லி மொட்டைக் காப்பது எளிதல்ல

படரிலை கரம் மேலே முகம் புதைத்து
பகல் ஒளித்தும் இரவிசைத்தும்
இயக்கியாகலாம்

(அல்லிமொட்டு)

இதில் இழையோடும் மென்குரல் குறிக்கும் இயற்கையின் சித்திரத்தோடு இரண்டறக் கலக்கின்றது கவிதைசொல்லியின் / வாசக மனம். அதோடன்றி தனது தன்னிலை தடமற்றுப் போக, கவிதையில் பேசப்படும் பொருண்மைக்கும் அதை மொழியும் குரலுக்கும் இடையே ஒரு வெளி உள்ளது. ஒவ்வொரு வரியிலும் வாசிக்க வாசிக்க அழியத் தொடங்குகிறது. பின்னர் அல்லி மொட்டு / செவ்வல்லி / அல்லி / மீன்கொத்தி / படரிலை / யாவும் முழுமையான மொழித்தோற்றங்களாக, கவிதையின் இரு பொழுதுகளாக மாற்றப்படுகின்றன பகலும் × இரவும். மனித இருத்தலின் பண்பை மங்கச் செய்யும் இப்பிரதி அல்லி மொட்டுக்குள் வடிக்கப்பட்ட எழுத்துருக்களாகின்றன.

தேன்மொழி தாஸின் "காயா" கவிதை நூலை நான் வாசித்த கோணத்தை இங்கு முன் வைத்திருக்கிறேன். கவிதையின் எண்ணிறந்த பண்புக்கூறுகளின் தன்மைகளை இக்கட்டுரையின் முற்பகுதியில் தொகுத்துள்ளேன். அதை இவரது கவிதையின் இயங்கு சட்டகமாக எழுதியிருக்கிறேன். இவரது பிரதிகளின் முழுமை என்பது, அதன் பகுதிகளிலிருந்தே உருவாகின்றது. ஆகையால் அதை விரித்துரைக்கும் எண்ணத்தோடுதான் பெரும்பாலும் இம்முன்னுரையில் முயன்றிருக்கிறேன். இதில் முழுக்கவிதையை மேற்கோள் காட்டாமல் அதன் நுண் பகுதிகளைச் சொல்லி அதில் எழும் முழுமையை அணுகவும், குறிப்பீடு செய்யவும் எத்தனித்திருக்கிறேன்.

"கருவுருவாகுவதை நிர்வாணப்படுத்த
முயல்கிறவனின் நெற்றியில் படைப்பின்
தெய்வம்
பைத்தியப் புன்னகையோடு அமரும்."

இறுதியாக தேன்மொழி தாஸ் கவிதைகளின் நுண்கவிதையாடலுடன் முடிக்கிறேன்.

கணையாழி
டிசம்பர்-2017

கதைமொழியும் கதை நகரமும்-

[ஜி.கே.எழுதிய மர்ம நாவல் - தமிழவன்]

"ஒவ்வொரு பிரதியும் (நான் எழுதியதுபோல்) சோம்பலான இயந்திரம் அதன் வேலையை வாசகனைச் செய்யச் சொல்லும். பெறுநர் புரிந்து கொள்ளும் அத்தனையும் பிரதி நெய்து சொல்லும் பட்சத்தில் அது ஒருபோதும் முடிவுறாது"

- சிக்ஸ் வாக்ஸ் இன் தி பிக்சனல் வுட்ஸ்
-அம்பர்த்தோ எக்கோ

1

கதை துவக்கமும் முடிவும் கொண்டதல்ல. கதையைச் சொல்லும் மொழி உத்தியான சொல்லுதலில் இருக்கிறது. சொல்லுதல் என்ற மொழி மூலம் தீட்டப்படும் வரைபடம் போன்றதுதான் கதை. ஒரு கடிதத்திற்கு மட்டுமே துவக்கமும் முடிவும் இருக்கும் என லூயி கரோல் கூறியுள்ளார். மொழி மூலம் சொல்லிக்கொண்டே போகும்போது புனைகதை கேட்கும் / வாசிக்கும் வாசகனின் மனதில் மொழியால் உணர்த்தப்படும் வரைபடமான பிரதியே கதை. பாத்திரங்களாலான எதார்த்தத்தின் கோர்வையே வழக்கமாக நமக்கு கதையென பதிந்துவிட்ட நினைவை மீறி எழுந்த புனைகதை மரபு: இதனை நமக்கு விளக்கும். "கனவில் கண்ட ராணியை நேரில் (எதார்த்தத்தில்) காண கனவைக் கலைத்துவிட்டு பார்க்க வேண்டும் என விரும்பும் ஆலிஸுக்கு லூயி கரோலின் பதில் கனவில் கண்டது போதும்" என்கிறார். புனைகதையின் சொல்லாடலை எதார்த்தத்திற்கு அழைத்து வந்தால் கதைமொழி உரையாடாது. அதோடு மற்றொன்றை பார்க்கலாம். ஜப்பானைப் பற்றிய தனது குறியியல் தன்மையுள்ள உரைநடை மூலம் பிரதி செய்ய விரும்பிய ரோலண்ட் பார்த் தனது பிரதியின் துவக்கத்தில் சொல்வதைக் கேளுங்கள்.

> "நான் ஒரு புனைகதை தேசத்தை கற்பனை செய்வதென்றால் / அதற்கு நான் புனைந்துருவாக்கிய பெயரை அளிப்பேன். அதை நான் புனைந்துருவாக்கிய கதையின் பொருளாக நடத்துவேன், புதிய garbage-வை உருவாக்குவேன். ஏனெனில் எந்த நிஜ தேசத்தையும் என்னுடைய புனைவுக்கு சமரசப்படுத்தாமலிருக்க (ஆயினும் அந்த புனைவினை நான் இலக்கியத்தின் குறிகளின் பால் சமரசப்படுத்துவேன்.)"

-எம்பயர் ஆப் சைன்ஸ்-
(ரோலண்ட் பார்த்)

ஜப்பானை ரோலண்ட் பார்த் தனது பிரதியில் கண்டெடுக்கிறார். அந்தப் பிரதியில் அவர் குறியியல் நோக்கில் கட்டிய சொல்லாடல்களில் காணக் கிடைக்கும் ஜப்பான் நிஜ ஜப்பான் தேசம். தனது உரையில் ஜப்பானை குறியியல் ரீதியான பூனை உருவான தேசமாக மாற்றுகிறார். அத்தகைய நகரத்தின் வரைபடம் ஒன்றை குறித்து சொல்லும் போது இந்த நகரம் ஒரு கருத்துருவக் குறியீடுதான். ஆனால் பிரதி தொடர்கிறது என்கிறார். பருண்மையாக இயங்கிக் கொண்டிருக்கும் நகரை தனது பிரதியியல் செயல்பாட்டின் மூலம் குறியியல் நகரமாக மறுஉருவாக்கம் செய்து காட்டுகிறார். இவரது கதை நகருக்கு எதிர்மறையில் மார்க்வஸ் "மக்காண்டோ என்ற கதை நகரை தனது நாவலின் பலவிதமான விநோதமான நுண்ணிய சொல்லாடல்களால் கட்டியிருக்கிறார். அந்த பிரதியியல் ஊர்தான் மக்காண்டோ, தனது ஒரு நூற்றாண்டு கால தனிமை என்ற நாவலில் கதைமொழி வழியாக வாசகனை ஒரு ஜிப்ஸியாக்கி அந்நகருக்குள் அழைத்துச் செல்கிறார். கர்னல் அர்லியண்டா புயண்டியா தனது மறதியை இயந்திரத் துப்பாக்கிகளின் சத்தத்திற்கு இடையே மீண்டும் நினைவு கொள்கிறார். தனது தந்தை பனிக்கட்டியை காட்டுவதற்கு அழைத்துச் செல்கிறார், அந்த பனிக்கட்டியை கண்டபோது "மக்காண்டோ" ஒரு சிறிய ஊர் எனச் சொல்லுகிறார். அந்த கற்பனை நகரைச் சுற்றி பின்னப்பட்ட சொல்லுதல்களால் தான் 'மக்காண்டோ'வைப் பற்றிய நாவலாக பிரதி செய்யப்படுகிறது.

இப்படிப்பட்ட கற்பனை நகரை உருவாக்கும் நவீன புனைகதை மரபில் மற்றொரு ஊரைப் பற்றியும் குறிப்பிட்டாக வேண்டும். பூமியோடு சம்பந்தமில்லாத மற்றொரு நூதன கற்பனை ஊரை அந்தரத்தில் மரங்களின் மேலேயே இட்டாலோ கால்வினோ Baron in the Trees என்ற நாவல் காட்டும் ஊரைக் காணலாம், கோசிமோ என்ற சிறுவன் மரங்களின் மீதே தங்கி வாழ்ந்து வருகிறான். அவனது

குடும்பத்தின் மயான பூமியில் உள்ள கல்லின் மீது இவ்வாறு எழுதப்பட்டிருக்கிறது. Cosimo Piovasco di Rando-Lived on Trees-Ever loved Earth went into sky என்ற வாசகங்கள் செதுக்கப்பட்டிருக்கிறது. அவன் மரங்களின் மீதே தனது வாழ்நாளைக் கழிக்கிறான். அம்மரங்களின் கீழேயுள்ள பூமியில் நடப்பவைகளை மேலிருந்தே காணும் கோசிமோ, எதிர்மறையாக பூமியில் நடக்கும் ஒவ்வொரு செயல்பாடும் மேலிருக்கும் கோசிமோ காணுவதையும் இரண்டு அடுக்காக நாவலின் கதைமொழி பேசிச் செல்கிறது. கடைசியில் கீழே இறங்காது வானத்தில் பறந்து விடும் கோசிமோவுடன் நிறைவடையும் புனைகதை மூன்றாவது அடுக்காக; கனவாக வானத்தில் தாவும் கோசிமோவின் செயல்பாட்டிற்கு அடிநாதமாக அவன் சொல்லுவதை கேளுங்கள்.

> "எனக்கு இது உண்மையா என்று தெரியாது,
> எனது புத்தகத்தில் உள்ள கதைகள், முன்னொரு காலத்தில்
> ஒரு குரங்கு ரோம் நகரை விட்டு மரம் மரமாக
> தாவிக்கொண்டே ஸ்பெயின் நாட்டை சென்றடைந்தது.
> குரங்கு தரையை ஒருமுறைகூட தொடவில்லை."

இந்தக் கதையை மறுமுறை எழுதுதலையே இந்நாவலில் கால்வினோ கையாளுகிறார். நாவலின் பிரதியியல் பரப்பில் மரங்களின் மீது வாழும் மனிதனுக்கு; மரங்களின் மேற்புறமே கதை நகரமாக பிரதியியல் வயப்படுகிறது. அதுவே Ombrosa என்ற கற்பனைப் பரப்பாக விரிவடைகிறது.

இவ்வாறு நாவலாசிரியர்கள் தங்களின் கதை நகரங்களை தங்களது கதை மொழியால் மறுமுறை பிரதி செய்து பார்த்திருக்கின்றனர். இதில் கார்லோஸ் புயண்டின் Christopher Unborn என்ற நாவலில் ஒரு புதுவகை சொல்லுதலை அவர் கையாளுகிறார்.

மெக்ஸிக்கோ நகரைப் பற்றி சொல்ல ஆரம்பிக்கிறது நாவல். கிறிஸ்டோபர் கருக்கொள்ளும் கதையை கேளுங்கள். பூஜ்ய வயது கிறிஸ்டோபரின் தாய் அவள் தந்தையிடம் சொல்லுகிறாள் மெக்ஸிக்கோவில் தற்போது சந்தோஷம் நிறைந்துள்ளது. இந்த சந்தோஷம் நிலையற்றது. இக்கணத்தில் ஒரு குழந்தை பெற்றுக்கொள்ள விரும்பும் கிறிஸ்டோபரின் தாய் கையில் பிளாட்டோவின் உரையாடல்கள் ஒரு படியை வைத்துக்கொண்டு கடற்கரையோரம் தன்னைக் புணர்ந்து ஒரு குழந்தையை சூல் கொள்ளச் செய்யுமாறு கேட்கிறாள். கிறிஸ்டோபரின் தந்தை

தனக்கு ஆண் குழந்தை பிறக்க வேண்டும் எனச்சொல்லும் இடத்தில் நாவலைச் சொல்லும் தருணத்தில் கிறிஸ்டோபர் தான் பூஜ்ஜிய வருடத்தில் இருக்கும்போது இது நடைபெறுவதாக கூறுகிறான். நாவலின் துவக்கமாக உள்ள இந்த சொல்லுதல்; பூஜ்ஜிய வருட கிறிஸ்டோபரின்; மொழி முந்தைய கருவறையிலிருந்து மெக்ஸிக்கோவை தனது சொல்லுதல் மூலமாக நாவல் பிரதி செய்யப்படுகிறது. ஒரு நகருக்காக கருத்தரிக்கப்படும் குழந்தை அதன் மொழியில் தான் காணாத மெக்ஸிக்கோவில் வாழும் தாய் தந்தையரைப் பற்றி கற்பனை நகருக்குள் நடக்கும் நிகழ்வை தனது சொல்லாடலிலேயே பிரதி செய்கிறது. பூஜ்ஜிய வருட கிறிஸ்டோபரின் யோசிக்கப்படாத கதை நகரமாக மெக்ஸிக்கோ கதை மொழியின் வாயிலாக மொழிக்குறிகளால் கட்டப்படுகிறது

2

பல கதைநகரங்களின் வழியே பயணித்து வந்த நாம் இப்போது தமிழவனின் மூன்றாவது நாவலான "ஜி.கே.எழுதிய மர்ம நாவல்" என்ற பிரதியியல் நகரமான 'சுருங்கை' என்ற விந்தையான, மொழியால் கட்டுமானப்படுத்தப்படும் நகரத்தைப் பற்றி வாசிக்கலாம். பல்வேறு இரகசிய வழிகளையும் மூன்று அடுக்குகளாகக் கொண்டு கட்டிடக்கலை சார்ந்து கதைமொழி காட்டும் கதைநகர்தான் சுருங்கை, இந்த நகரின் பிம்பத்தை அல்லது கட்டுமானத்தை கட்டிடக் கலையின் தொழில்நுட்பம் போல தனது பிரதி மூலம் நிர்மாணிகிறார் ஆசிரியர். இதுபோன்ற கதை நகரத்தின் கட்டிட நுட்பத்தைக் கதை சொல்லும் முறைமையில் அகப்படுத்தி பிரதியில் அமைப்புருவாக்கம் செய்துள்ளார். இதன் உள் ஒழுங்கு தனது நாவலின் சொல்லாடல் வலையில் பல தத்துவங்களின், கலாச்சாரங்களின் கருத்துக்களாய் அமைந்துள்ளன. அக்கருத்துக்கள் குறுக்கும் நெடுக்குமாக நாவல் பிரதியில் ஒன்றின்மேல் ஒன்றாய் தன்னை எழுதிக் கொள்வதால் ஒரு மையப்புள்ளியற்ற சரித்திரச் சொல்லல் 'சுருங்கை'யின் சரித்திரமாக நாவலில் உருக்கொள்கிறது.

இந்த 'சுருங்கை' என்ற வார்த்தை இதற்கு முன் எங்கு நமது இலக்கிய மரபில் பயின்று வந்திருக்கிறது என்பதைப் பார்ப்போம். சிலப்பதிகாரத்தில் 'ஊர்காண் காதை'யில்

"சுருங்கை விதி மருங்கிற் போகிக்
கடிமதில் வாயில் காவலிற் சிறந்த
அடல்வாள் யவனர்க் கயிராது புக்காங்

காயிரங் கண்ணோன் அருங்கலச் செப்பு
வாய் திறந்த தன்ன மதிலக வரைப்பில்" என்று வருகிறது.

மேற்கண்ட பாடலில் வரும் சுருங்கை என்ற சொல்லுக்கு அடியார்க்கு நல்லார் உரையில்

"யானை போகலாம்படி கீழ் சுருங்கையாக அதனை மேலிட்ட வீதி- சுருங்கை -கரந்துறை; ஒழுகுநீர் புகுகையை ஒருத்தரும் அறியாதபடி மறைத்துப்படுத்த வீதிவாய்த்தலை."

என்று குறிப்பு கொடுக்கப்பட்டுள்ளது. இந்த சுருங்கை என்ற வார்த்தையை காணும் பேராசிரியர் எஸ்.வையாபுரிப்பிள்ளை தனது 'காவிய காலம்' என்ற நூலில் இந்தச் சொல்லைக் குறித்து இவ்வாறு எழுதுகிறார். காவியங்களின் வரலாறு என்ற தலைப்பில் சுருங்கை என்னும் கிரேக்கச் சொல் என்பது பற்றி இவ்வாறு விளக்குகிறது.

"ஒரு சொல்லை குறித்து நான் இங்கே சில கூறுதல் அவசியம். 'சுருங்கை' என்ற சொல்லே இங்கே கருதப்படுவது.

இது சிலப்பதிகாரத்தில் சுருங்கை வீதி மருங்கிற்போகி(14, 65) எனவும்,

மணிமேகலையில் பெருங்குள மருங்கிற் சுருங்கைச் சிறுவழி(12,79) எனவும்,

சுருங்கைத் தூம்பின் மனை வளர் தோகையர்
கருங்குழல் கழீஇயல கலவை நீரும் (28, 5-6)

எனவும் வருகின்றது. இதன் பொருள் பூமியின் கீழ் மறைவாய்ச் செய்து அமைத்த வழி என்பதாகும். இதுபற்றி, ஆசிரியர் பெரிடேல் இந்த சங்கேதப் பொருளில் 'ஸ்ரிங்க்ஸ்' என்ற கிரேக்கச் சொல்லை கடன் வாங்கி இந்தியாவின் பிற்காலத்தில் 'ஸுருங்கா' என வழங்கினார் என்று கூறியுள்ளார்.

இச் 'சுருங்கை' என்ற சொல்லும் கிரேக்க மொழியிலிருந்து தமிழ் சில்ப சாஸ்திரங்களிற் புகுந்து பின்னர் தமிழிலக்கியங்களிற் புகுந்ததாம்.இச்சொல் பிற்சங்க நூலாகிய பரிபாடலிலும் (20, 104), சிந்தாமணியிலும் (142) வந்துள்ளது, கி.பி. 800-க்குச் சற்று முன்பு இச்சொல் தமிழ் வழக்கிற் புகுந்ததெனல் பொருத்தமாகும்.

இந்நெறியில் நோக்கிலும் சிலப்பதிகாரம் கி.பி.800 அளவில் தோன்றியதெனக் கொள்ளுதல் தக்கதேயாகும்."

(காவிய காலம் காவியங்களின் வரலாறு பக்கம் 114)

என வையாபுரிப்பிள்ளை 'சுருங்கை' என்ற சொல்லுக்கான மரபைத்தேடி தனது ஆய்வை நிகழ்த்துகிறார். சிலப்பதிகாரத்தின் காலத்தை நிர்ணயிக்க இதனை பயன்படுத்துகிறார். அதன் போக்கிலேயே 'சுருங்கை' சில்ப சாஸ்திரங்களிற் பயின்று வந்துள்ளது என வையாபுரிப் பிள்ளை சொல்வதைக் கவனிக்க வேண்டும். 'சுருங்கை' என்ற நகர்சார்ந்த சொல் நமது நெடிய மறதிக்கு பின் இந்நாவலில் மீண்டும் நினைவுக்குள்ளாகிறது. தமிழவன் இச்சொல்லை கதை நகரமாக மாற்றும் விதத்திலும்கூட 'சுருங்கை' என்ற நகரை சிற்ப வேலைப்பாடுகள் நிறைந்த நகராகவே மறு நினைவுக்கு உட்படுத்துகிறார். இந்நகரை உருவாக்கும் சிற்பியான 'துபல்' ஒரு கிரேக்கர். சுருங்கை என்ற சொல் சில்ப சாஸ்திரத்தின் வழியே தமிழுக்கு வந்தடைந்தது என்ற வையாபுரிப்பிள்ளையின் கருத்தையும் இணைக்கும் முகமாக துபலை கிரேக்க சிற்பியாக நாவலில் கொண்டு வருகிறார் நாவலாசிரியர்.

சுருங்கையை நிர்மாணிக்கும் சரித்திரமாக நாவல் உருக்கொள்கிறது நாவலின் துவக்கப் பக்கத்தில் குதிரை மீது வரும் தேவமித்திரருடனும், அரையநாதருடன், வாசகனும் கதைநகருக்கு முதலில் இவ்வாறு அழைத்து வரப்படுகின்றனர்.

"அந்த மணல் பிரதேசத்தில் சீராக ஓடிக்கொண்டிருந்தன. சூரியன் உதிப்பதற்கான அடையாளம் தென்பட்டது. பறவைகள் ஒலியெழுப்பிக் கொண்டு பறந்தன. புதிய இலைகள் செடிகளில் வெளிவருவதாலும் பக்கத்தூரிலுள்ள தோட்டங்களிலிருந்து காற்று வீசுவதாலும் நறுமணம் வந்தது. தேவமித்திரர் ஒரு கள்ளன் போல் ஓரக்கண்ணால் பார்த்துக்கொண்ட அரியநாதர், தேவமித்திரர் தூரத்தில் தெரிந்த ஊரை குறியாக்கி, குதிரையை ஓட்டிக் கொண்டிருப்பதைக் கண்டார்"

சற்று தூரத்தில் சுருங்கை தெரிந்தது. ஆனால் இன்னும் தூரம் இருந்தது.

தூரத்தில் தென்பட்ட 'சுருங்கை' மூன்றாம் அத்தியாயத்தின் துவக்கத்தில் அருகாமையில் வாசகனுக்கு தென்படுகிறது இப்படி :

"அதோ பாருங்கள் சுருங்கை"

தேவமித்திரர் காட்டிய திசையில் திரும்பியபோது மரங்களுக்கிடையில் அகழிக்கப்பால் ஒரு பழமை கொண்ட நகரம் தென்பட்டது.

....

....

அந்த நகரின் பெரிய நடுவாசலுக்குக் குதிரைகள் சென்றபோது அவ்வாசலில் செதுக்கப்பட்ட சில உருவங்கள் தென்பட்டன. சுருங்கைக்குள் நுழையும் யாரையும் வரவேற்பது அதன் அந்தப் பெரிய வாசலில் சித்தரிக்கப்பட்டிருக்கும் முகங்கள் தான். அம்முகங்கள் மரமனிதர்களின் சித்திரங்கள்".

இவ்வாறு இங்கு தமிழ் மரபு என்னும் சொல்லாடலை கதைசொல்லி கதையாடலாக மறுமரபாக்குகிறார்.

இவ்வாறு நாவலின் கதைநகருக்கு நம்மை இட்டுச் செல்லும் இந்நாவலாசிரியருக்கு முன்பும் தமிழ் புனைகதை மரபு இத்தகைய நகரங்களுக்கு நம்மைக் கூட்டிச் சென்றுள்ளது. தமிழ் சிறுகதையின் போக்கை பல்வேறு கோணங்களில் விரிவுபடுத்திய புதுமைப்பித்தன் கதைகளிலும் இதுபோன்ற கதை நகரங்கள் உண்டு. புதுமைப்பித்தனைப் படிக்கும் வாசக பழக்கத்திற்கு மாற்றான தன்மையுள்ள ஒருசில கதைகள் நூதன சொல்லுதலைக் கையாண்டுள்ளது 'கபாடபுரம், சிற்பியின் நகரம், மனக்குகை ஓவியங்கள், பிரம்ம ராக்ஷஸ்'. இவற்றில் கபாடபுரம் கடலின் அடியில் புதைந்து போன கோயிலைப் பற்றிய பிரதியாக உள்ளது. இந்தக் கோயிலைக் கண்டெடுக்கும் புதுமைப்பித்தன் கதைமொழியின் தொழில்நுட்பம் மிக நூதன கதைமொழி உத்தியாகிறது. அதைக்காணும் முன்பு சுருங்கைக்கு தலைகீழ் திசையில் கடலில் மறைந்துள்ளது 'கபாடபுரம்'.

(அ) தரைக்கு மேற்பரப்பில் அமைந்த தோற்றங்கொண்டது சுருங்கை. அதன் கீழே வெளியில் ஒரு இரகசிய நகரமும், அரங்கங்களும், பாதைகளும் நிரம்பியது. சுருங்கையின் நகரில் சூரியக்கோயில், கிரந்தக் கோயில் உள்ளது. இந்த சுருங்கையின் பூகோள இருப்புக்கு எதிர்முறையில் அமைந்துள்ளது கபாடபுரம்.

(ஆ) கபாடபுரம் தரைமட்டத்திற்கு கீழே கடல் அலைகளின் அதீத இரைச்சலுக்கு கீழ்தளத்தில் புதைந்து போயுள்ள ஒரு நகரம்.

இப்போது புதுமைப்பித்தனின் கபாடபுரம் மறந்துபோன தமிழ் நினைவை மறுமுறை நினைவுருவாக்கம் கொள்கிறது பாருங்கள்.

"பஃறுளியாறும் பன்மலை யடுக்கத்துக்
குமரிக்கோடும் கொடுங்கடல் கொள்ள
எவனோ ஒருவன் ஏங்கியது நினைவுக்கு
வந்தது"

என்று தன் மூதாதையின் ஏக்கத்தை மறுபிரதியாக்கத்திற்கு உட்படுத்துகிறார். இதன்வழியே வாசகனை தனது கதைக்கடலுக்கடியில் இட்டுச் செல்கிறார், கண்ணுக்கு புலப்படாத மறைந்துபோன கோயில் நகரை அடையுமுன்பு; கண்ணெதிரில் ஒரு கோயிலிலிருந்து புதுமைப்பித்தனின் கதை சொல்லுதல் துவங்குகிறது.

"நான் கிழக்கு கோபுர வாசல் நிலையில் 'முருகா' என்ற கொட்டாவியுடன் துண்டை உதறிப் போட்டுக்கொண்டு சாய்ந்தேன். கிழக்கு கோபுர வாசல் கதவு எப்பொழுதும் சாத்தித்தான் இருக்கும். ஆனால் அதே மாதிரி எப்பொழுதும் அதன் திட்டி வாசல் திறந்தே இருக்கும். திட்டி வாசல் வழியாகச் சமுத்திர கோஷமும், சமுத்திர அலைகளும் புலன்களில் உராய்ந்து கொண்டிருக்கும். நாள் உள்ளிருப்பதை கவனியாமல் அர்ச்சகர்கள் கதவைத் தாளிட்டுப் பூட்டிக்கொண்டு சென்று விட்டார்கள்."

தற்செயலாகக் கோவிலுக்குள் பூட்டப்பட்டதுடன் கதை கபாடபுரம் நோக்கி நகர்கிறது. அதில் 'திட்டிவாசல்' வழியாக சமுத்திரம் தெரிய அதன் வழியாக கடல் கொண்ட கபாடபுரம் நோக்கி வாசகனைத் திருப்புகிறது புதுமைப்பித்தனின் கதை சொல்லல்.

"திட்டிவாசல் வழியாக கடற்காற்று பம்பரம் என
அடித்துக்கொண்டிருந்தது"

....
....
....

"என்ன செய்யலாம்? பொழுது விடிவதற்கு
இன்னும் எவ்வளவு நேரம் இருக்கும் என்று

பார்க்கலாம் என கிழக்குக் கோபுர வாசலின்
திட்டிவாசல் வழியாக வெளியேறினேன்.
கடலலைகள் ஆக்ரோஷமாக குமுறிக் கிழக்கு
வாசலிருந்து சமுத்திரத்துக்குள் இறங்கும்
படிக்கட்டுக்களை மோதி நுரை கக்கின".

திட்டிவாசல் வழியாக கடலுக்கும் இறங்கும் படிக்கட்டுகள் வழியாக இறங்கியவன், கனவு என அறிந்து மீண்டும் கபாடபுரக் கனவின் வழியே பிரதியில் இரண்டாவது முறையாக கதைநகரை நோக்கிச் செல்லத் துவங்குகிறான்.

"மந்திர வலையிலிருந்து விடுபட்டவனைப்போல
எனது கண்கள் திறந்தன. அப்பாடா
என்ன சுகம்

....
....
....

திட்டிவாசல் வழியாக நிலவொளிதான்
தெரிந்தது.

ஆக இதுவரை கபாடபுரம் பற்றிய கதை சொல்லல் ஒரு கனவு நிலையில் பிரதி செய்யப்பட்டு வந்தது. கனவு போல சொல்லுதலைக் கொண்ட புதுமைப்பித்தனின் பிரதியியல் பிரதேசம், மொழிப்பிரதியில் அதாவது கனவு கலைந்து கதை சொல்லத் துவங்குகிறது.

"திட்டிக் கதவு வழியாக வெளியே வந்தேன்
என்ன ஆச்சரியம்! கண்ணுக்கெட்டிய வரை
சமுத்திரத்தையே காணவில்லை!
பால் போன்ற நிலவில் சமுத்திர
படுகைதான் தெரிந்தது. கடல்
வற்றுவதாவது! எதிரில் சற்றுமுன்
குமுறிக்கொண்டு நின்ற பேரலைகள்
எங்கு சென்று ஒளிந்தன?
கடல் ஜாலம் உள்வாங்கி விட்டதா!
"சமுத்திர படுகையிலே பெரும் கற்குன்றுகள்
சிதறிக் கிடந்தன. தூரத்தில் ஒரு குன்றின் பேரில்

கோபுரமும் கோவிலும் தென்பட்டன. சமுத்திர
மட்டத்தின் கீழ் கோவிலும் கோபுரமுமா?
பஃறுளியாறும் பன்மலை யடுக்கத்துக்
குமரிக்கோடும் கொடுங்கடல் கொள்ள எவனோ
ஒருவன் ஏங்கியது நினைவுக்கு வந்தது.
நான் கண்ட கோவில் அழிந்து போன, கடல்
உண்டு பசியாறின சமுதாயத்தின் கோவிலோ?"

சமுத்திரப் படுகையில் காணும் கோவிலை புதுமைப்பித்தன், எவனோ ஒருவனின் ஏக்கமான பஃறுளியாறும் பன்மலையடுக்கத்துக் குமரிக்கோடும் கொடுங்கடல் கொண்டதோ என கோவிலை அடைந்தவுடன் தனது கனவு கலைந்து கடலுக்குள் யாத்திரை கொண்டதை, தனக்கு முன்னே என்றோ இருந்த ஒருவனின்? ஏக்கமும் தொடர்புடையதோ என 'காலம்' என்ற நுண்மையை / பருண்மைக்கு மாற்றிப்போடும் பிரதியியல் ஜாலம் செய்கிறார். கபாடபுரத்தின் நுழைவாயிலும் சுருங்கையின் நுழைவாயிலும் வாசகனை வரவேற்கும் ஒப்புமையுள்ள குறியீடுகளைப் பார்ப்போம் :

(அ) "வாசலில் இரண்டு பக்கத்திலும் இரு அபூர்வமான மிருகங்கள் துவார பாலகர்கள் போல கல்லில் செதுக்கியிருப்பது சற்று மங்கலாகத் தெரிந்தது"

-கபாடபுரம்

(ஆ) "சுருங்கைக்குள் நுழையும் யாரையும் வரவேற்பது
அதன் அந்தப் பெரிய வாசலில் சித்தரிக்கப்
பட்டிருக்கும் முகங்கள்தான். அம்முகங்கள்
மரமனிதர்களின் சித்திரங்கள், முகங்கள்
மாயமான தியானத்தில் இருக்கும்
மனிதர்களைச் சித்தரித்தன. அவ்வுருவங்களின்
கீழ்ப்பகுதியில் பறக்கும் மீன்கள்
தத்தம் வாயில் 'சுருங்கை' நகரில்
பேசப்படும் பாஷையின் சில எழுத்துக்களைக்
கவ்வியபடி இருந்தன.............."

....

....

....

ஜி.கே. எழுதிய மர்ம நாவல்

இப்படிக் கதை மொழி மூலம் கதை நகரத்தை பிரதி செய்யும் மரபு தமிழ்ப் புனைகதைப் போக்கிலும் காணக் கிடைக்கிறது. இக்கதையின் கதைசொல்லல் மரபும். (கபாடபுரம்); ஜீ.கே. எழுதிய மர்ம நாவல் ஒப்புமைகளோடு பயின்று வந்துள்ளமை தமிழ்ப் புனைகதை பிரதிமரபின் நீட்சி எனலாம். சுருங்கையைச் சுற்றிப் பின்னப்படும் சொல்லுதலின் உத்தியிலும்; கபாடபுரத்தின் சொல்லுதலிலும் ஓர் பொதுப்பண்பு கட்டிடக் கலையை விளக்கிச்செல்லும் முறைபோல கதைபேசும் மொழி பின்னப்பட்டுள்ளது. இரண்டு பிரதியிலும் கட்டிடங்களின் புராதன அமைப்பு பற்றிய பிரக்ஞை நாவலின் சொல்லாடல்களின் இணைப்புள்ளியாக உள்ளது. இரண்டு நகரங்களில் ஒன்றான கபாடபுரம் சிறுகதைப் போக்கில் அமைந்திருந்தாலும், கதையை நிகழ்த்தும் பிரதி கடல் படுகையில் பாறைகளில் செதுக்கி வாசகனைக் கடலின் அடியாழத்திற்கு இட்டுச் சென்று கபாடபுரம் வழியே மற்றொரு அடுக்கான

(அ) ஸித்த லோகம்

(ஆ) குமரிக்கோடு

ஆகிய பிரதிபிய உப நகரங்களுக்குள் வாசகனை இட்டுச் சென்று கடைசியில் 'கபாடபுரத்தின் அழிவு' எனக் கதை சொல்லல் முடிகிறது.

சுருங்கை நோக்கி வரும் தேவமித்திரரும் அரையநாதரும் கதை நகரை அடைந்து விடுகின்றனர். பிறகு பல்வேறு உப-கதை நகரங்களைக் கண்டெடுக்கின்றனர்.

(அ) சூரியக் கோயில் கிரந்தக் கோயில்

(ஆ) சுருங்கையின் பூமிக்கு அடியிலுள்ள நகரம்

(இ) எண்ணற்ற சுரங்கப்பாதைகள்

(ஈ) நூலகம்

இன்னும் விசித்திரமான சிற்பங்கள், வளைவுகள், பல வினோத சித்திரங்கள், அதீத கற்பனையுள்ள பிரதிகள் ஆகியன நிரம்பியுள்ளன.

இந்த நாவலின் கதை சொல்லும் போக்கு ஒவ்வொரு இடத்திலும் முற்றுபெறாமல் நிற்கின்றது. தொடர்பின்மை பிரதியில் உருக்கொண்டுள்ளது. இது ஒருவகையான மொழி விளையாட்டு. சரித்திரம் பற்றிப் பேசும் நாவல் தொடர்ச்சியான தத்துவச் சொல்லாடல்களை முன்வைத்தால் அது சரித்திரவயப்படுத்தலுக்கு

இட்டுச்செல்லும் ஆகையால் தான் தொடர்பின்மையும் சொல்லாடல்களை மொழி விளையாட்டுகள் வழியே பிரதி பிரித்துப் போடுகிறது. பின்-நவீனத்துவ சரித்திரம் எழுதும் முறைமையில் கதைசொல்லல் கையாளப்படுகிறது. இந்நாவலின் இடையிடையே தேவமித்ரரும், அரையநாதரும் பேசிக்கொள்ளும் போக்கில் இறுதியில் வரும் கதை அரையநாதர் சொல்லும் வரி இதனைத் தொட்டுச் செல்கிறது.

"யாருடைய தேசம் இது என கண்டு

பிடிப்பது நம் வேலை அல்ல"

இதுவே, பின்-நவீனத்துவ பிரதியியல் நிலைப்பாடு. இந்நாவலில் கட்டப்படும் கதைநகரம் ஒற்றைத்தேசம் குறிப்பீடு அற்றுப்போவது ஒருவித நுண்ணிய சொல்லுதலை முன்னிறுத்துகிறது. பல தொடர்பற்ற மொழி விளையாட்டுக்களை ஒற்றை தேசம் மாற்றும் சரித்திரவயமாக்கலிலிருந்து தகர்ப்பதற்கான மொழி உபாயம்தான் கதை நகரமான "சுருங்கை". இந்நாவலின் இடையிடையே கதைசொல்லியின் குரலில் பதிவு செய்யப்படும் குறிப்புகளும் இதனை பிரதியியல் சாதுரியத்தோடு கையாளுகின்றன.

3

நாவலைப் படித்துக்கொண்டு போகும்போதே வாசகர்களுக்கு இடையிடையே தட்டுப்படுவது அதில் இடம்பெற்றுள்ள பதினொன்று குறிப்புகள். இந்தக் குறிப்புகளுக்கும் நாவலுக்கும் ஊடே என்ன தொடர்பு உள்ளது என யோசிக்கத் தோன்றும். நாவலை நடத்திச் செல்லும் 'சுருங்கை' என்ற கதைநகரம், அதனைப் பற்றிய சொல்லுதலை மொழிப்படுத்தும் கதைசொல்லி அல்லது நாவலாசிரியர் ஒருவரா? இல்லையெனில் பலகுரலில் பின்னப்பட்ட நாவலுக்கு ஒற்றைக் கையெழுத்திட்ட ஆசிரியர் உண்டா? குறிப்புகளில் விரவியிருக்கும் எண்ணற்ற பல்கதைசொல்லிகளின் கண்ணாடி பிம்பங்களாக கதைமொழியில் இயங்குகின்றனர். இப்படி கேள்விகளோடு நாவலை வாசிப்பவர்களுக்கு ஆசிரியர் அல்லது ஆசிரியர்கள் யார்? என்ற கேள்வி எழும். இவ்வாறு நாவலின் இடையிடையே பேசும் கண்ணாடி பிம்பங்களாய் குறிப்புகள் காணக்கிடைக்கின்றன. அந்தக் குறிப்பு ஒன்றில் (குறிப்பு 1) நாவலை எழுதியவர் யாராக இருக்கலாம் என்ற யூகத்திற்கான முதல் மூன்று பெயர்கள் வருகின்றன.

அ. சி.பெரியநாயகம் பிள்ளை

ஆ. ஆங்கிலேயரான ஜூலியன் வென்சன்

இ. பூவராகவ முதலியார்

ஆகிய மூவரில் யார் இந்த மர்மநாவலை எழுதியிருக்கக் கூடும் என யூகிக்க பல்வேறு சமிக்ஞைகள் பதினொன்று குறிப்புகளும் நமக்கு தருகின்றன. இந்த பதினொன்று குறிப்புகளும் இலக்கிய ஆசிரியர் கோட்பாடு பற்றிய ஒரு உரையாடலாக நாவலாசிரியருக்கும் வாசகர்களுக்கும் இடையே உருக்கொள்கின்றன. இதிலுள்ள பலபெயர்களைக் கொண்ட ஆசிரியர்கள் ஒவ்வொருவரின் நூதனமான குணாதிசயங்கள், அவர்களின் மர்மப் பண்புகள் மற்றும் அவர்களின் பின்னணிப் பற்றி இக்குறிப்புகள் பேசுகின்றன. ஆசிரியனைச் சுற்றி உள்ள இத்தகைய வலைப்பின்னலுக்கும்; அவன் எழுதிய நாவல் பிரதிக்கும் அவனுக்கும் ஒரு தொடர்பின்மை உள்ளதை நிரூபிக்கும் முகமாகவே இந்நாவலின் ஆசிரியர் தனது குறிப்பில் மேற்கண்ட மூவரும் அல்லாமல் வேறு யூகங்களையும் குறிப்பிடுகின்றனர்.

"ஜீ.கே. என்ற பெயரில் இந்த மர்ம நாவலை எழுதியிருக்கலாம் என்று கருதப்பட்ட மூன்று பேரையும் ஒதுக்கிவிட்டாலும் நம் பிரச்சனை தீர்ந்து விடாது என்றாலும் அந்த மூன்று பேரும் ஒதுக்கிவிட்டு சில யூகங்களைச் செய்து பார்ப்பதில் தவறில்லை"

எனச்சொல்லுகிறது குறிப்பு-9

இனி மற்றொரு யூகத்தை கவனிக்கலாம்.

"கேரளத்திலும் கர்நாடகத்திலும் தமிழ்நாட்டிலும் வாழ்வதாகக் கருதப்படும் ஒருவரே இந்த மர்ம நாவலை எழுதியிருக்கலாம் என்பது அவர் மொழியை எல்லாவற்றுக்கும் பிரதானம் என்பவர் இவர் யார் என்பது இன்னொரு முடிவு பெறாத ஆராய்ச்சி. இன்னும் மர்மமான இந்த ஆசாமி தமிழில் சில சோதனை நாவல்களும் புரிய முடியாத உரைநடையும் எழுதியுள்ளார். அவரது ஆராதகர்கள் பலப்பல அலுவல்களில் உள்ளனர். மொத்தம் 390 பேர்".

இவ்வாறு பேச முடியும் குறிப்பு 9-இல் ஓரளவு ஜீ.கே. எழுதிய மர்ம நாவலின் ஆசிரியரான தமிழவனைப் பற்றிய விவரம் போலத் தோற்றம் காட்டி நான் ஒரு பலவீனன் என்று சொல்லி கற்பனா கதைசொல்லி ஆக மாறி குறிப்பு I இல் இவ்வாறு சொல்லுகிறார். மொழியே எல்லாவற்றுக்கும் முக்கியம் என்ற இவர், "ஜீ.கே. யார்

என்று தேடுவதற்காக இந்த குறிப்புகளை எழுதிய நான் யார் என்று அறிய ஆசைப்படுவீர்கள். சரி என்னைப் பற்றி சொல்லிவிடுகிறேன். இவ்வளவு குறிப்புகளையும் எழுதிய நான் ஒரு பலவீனன்" என கற்பனா கதைசொல்லி கற்பனா கதைசொல்லி ஆக குறிப்பு II-இல் வருகிறார், அது குறிப்பின் இறுதியில்;

"ஜீ.கே. 1983-இல் நடந்த ஈழ இனக்கலவரத்தில்

வெளியேறியவர்" - என்கிறது குறிப்பு.

தான் மேற்கொண்ட ஆராய்ச்சியின் பயணத்தில் எதிர்கொண்ட ஒரு சுவடிப் பிரதியை வாசித்த இருவரில் ஒருவர் பலவீனன். மற்றொருவர் ஜீ.கே. அந்த ஜி.கே.தான் எழுதிய பிரதி ஒன்றை திருப்பதியில் இளைஞனிடமிருந்து பலவீனன் பெறுகிறார். பலவீனன் வைத்திருக்கும் பிரதியும்: ஜி.கே.எழுதிய பிரதியும் ஒன்றுபோல உள்ள இரட்டைப் பிரதிகள். அதுமட்டுமின்றி சென்னையின் தெருவில் பலவீனன் ஒரு பழைய புத்தகத்தைக் கண்டு வாங்குகிறான். அது;

"1928-இல் பதிப்பித்த ஒருநூல் (பதிப்பித்தவர்கள் ஏ அண்ட் சி பிளாக் லிமிடெட் 4,56 ஸோ ஹோ ஸ்கொயர், லண்டன் டபிள்யூ 1) புத்தகத்தின் பெயர் : பீப்ஸ் அட் ஆர்ட்ஸ் & கிராப்ட் ஆசிரியர் : கெர்ரூட் எம் ஹெக்டேர்"

இந்த நூலில் உள்ள "கட்டிடக்கலை" என்ற தலைப்பிட்ட கட்டுரையின் அடிப்படையில் தான் நாவலில் வரும் சுருங்கையின் கட்டிடக்கலை விளக்கப்பட்டிருப்பதை அறிந்தேன் என்று சொல்லுகிறார் பலவீனன். இதே பிப்ஸ் அட் ஆர்ட்ஸின் மற்றொரு பிரதியை ஓர் இலங்கைக்காரர் வாங்கிப் போனதாக அறியப்படுகிறது. இதில் வரும் ஆய்வாளர் பலவீனன் தன்னிடமிருக்கும் பிரதியையும்; திருப்பதியில் கிடைத்த மற்றொரு பிரதியையும் வாசிக்கிறார். வாசித்து தன்னிடம் தற்போது உள்ள இரண்டு பிரதியுமே: 'ஒன்றுதான் முழுதாய் இல்லையாயினும்' என குறிப்பு II-இல் கூறி முடிக்கிறார். இந்த இரண்டு பிரதிகளையும் ஒப்புநோக்கி வாசிக்கும் ஒருவர் பலவீனன். மற்றொருவர் ஜீ.கே. இவர்கள் ஒரு யூகத்தில் நாவலை எழுதிய இரட்டையர்கள் என நாம் குறிப்புகளின் வழியே அறியலாம்.

4

இன்றைய நவீன இலக்கிய விமர்சனக் கோட்பாடுகளில் நாவலும் தேசமும் என்ற நோக்கில் பல விவாதங்கள்

கருத்தாடல்களின் போக்கில் நடைபெறுகின்றன. 'தேசம்' என்ற கருத்தாக்கத்திற்கும் நாவலுக்கும் உள்ள சொல்லாடல் ரீதியான ஒப்புமைகள் பேசப்பட்டு வருகின்றன. சரி 'தேசம்' என்பதை மிஷேல் பூக்கோ எவ்வாறு விளக்குகிறார் என Timothy Brennan இவ்வாறு எழுதுகிறார் :

பூக்கோ அழைத்ததைப்போல் 'தேசம்' என்பது சொல்லாடல்களின் அமைப்புருவாக்கமாகும்.

-சல்மான் ருஷ்டி அன்ட் தெர்ட் வேல்ட் (டிமோதி பிரனன்)

சொல்லாடல்களில் கட்டமைக்கப்படுவது தேசம் என்கிறார். அதுபோலவே இத்தகைய தேசம் என்பது எதை அடிப்படையாகக் கொண்டு இயங்குகிறது என்பதைக் கீழ்காணும் வரிகளில் காண்போம் :

தேசங்கள் என்பவை கற்பனை அமைப்பாக்கமாகும் அதன் இருத்தலுக்கு அவை கலாச்சார புனைகதைகளை நம்பியிருக்க அதில் கற்பனா இலக்கியங்கள் தீர்மானமான பங்கை வகிக்கிறது.

-சல்மான் ருஷ்டி அண்ட் தேர்ட் வேர்ல்ட்- (டிமோதி பிரனன்)

ஆக தேசங்கள் என்பதை ஒரு கற்பனையான கட்டமைப்பு என குறிப்பிடுகிறார்கள். அதன் இருத்தலுக்கு அடித்தளமாக விளங்குவது 'கலாச்சார நூல்கள்' மற்றும் 'கற்பனா இலக்கியங்கள்'. இவையிரண்டும் மிக முக்கியமான பங்கை தேசம் என்ற கட்டமைப்புக்கு செய்கின்றன. இப்படிப்பட்ட நாவல்களைப் பற்றி ஆண்டர்ஸன் கூறுவதைக் கேட்போம்

நாவல் என்பது ஒருவகையான பெரும் மக்கள் திரள் நிகழ்த்தும் கூட்டுச் சம்பிரதாயம். ஒரு நாவலை ஒருவர் வாசிக்கும் போது; அதே நேரத்தில் அதே நாவலை பல லட்சம் பேர் வாசித்துக் கொண்டிருப்பார்கள் என்ற தீர்மானத்தோடு வாசிக்கலாம். ஒரு நாவலானது ஒரு நேரத்தில் பல லட்சம் பேரின், பல வாசிப்புகளை நிகழ்த்தக்கூடியது எனக் கூறப்படுகிறது.

-சல்மான் ரஷ்டி அன்டு தெர்ட் வோல்ட் பக் 12 டிமோதி பிரனன்.

கதைமொழி டிசம்பர்-2008 காவ்யா

உடலுணர்தலும், உடலழித்தலும் மற்றுமொரு இருத்தலும்

றாம் சந்தோஷின் ‘சொல்வெளி தவளைகள்’

அசாதாரணமானதே இயல்பாகிப் போனது தற்கால நவீன வாழ்வு. இவ்வாழ்வின் இயல்பு மீறலை உணரக்கூடிய தன்னிலைகள், எப்படி அதற்கு எதிரிடையான வினையாற்றலைச் செய்கிறது என்பது சுவாரசியமானது. ஏறக்குறைய தன்னிலைகள் நவீன வாழ்வில் பருண்மையான உடலையே முழுவதுமாகச் சார்ந்திருக்கின்றன. ஆயினும் அத்தன்மையை உணர்ந்து கொள்ள கைக்கொள்ளும் மனித உணர்வு நிலையை, உடலுணர்தலின் துவக்கப்புள்ளியாகக் கொள்ளலாம். ஒரே நேரத்தில் தன்வயப்படுதலும், தானல்லாத வேறு சில கதையாடல்களால் அமைப்பாக்கப்படுகிறான் நவீன மனிதன். மொழி வெளிப்பாடுகள் எவ்வண்ணமாக இத்தகைய மனித நிலையை அறிந்து கொள்ளும் என்ற வினாவிற்கான விடையை கண்டடைவது சிறிது சிரமமானதுதான். இருப்பினும் மொழிவெளிப்பாடுகளாக உள்ள இலக்கியப் பிரதிகள், இதனை அகவயப்படுத்தியும் × புறவயப்படுத்தியும் குறிக்கின்றன.ஒரே அடுக்கில் மூன்று மடிப்புகளுடையதாக பிரதிகள் செயலாற்றுகின்றன. உடலுணர்தல், உடலழித்தல், உடலிருத்தல் என்பதாக நிகழ்கிறது.

றாம் சந்தோஷின் கவிதை எழுதுதல் என்ற தொழில்நுட்பமும் ஏறக்குறைய தன்னிலை உணர்தல் × அழித்தல் × இருத்தல் என்பதாகவே விரிவு பெறுகிறது. இவர் பிரதிகளில் விரவியுள்ள குறியீடுகள், படிமங்கள், உருவகங்கள் எல்லாம் நான் மேற்குறித்த மூன்று நிலையடுக்குகளில் எழுதப்பட்டுள்ளன. இவற்றை வாசிப்பவர்களுக்கான திறவுகோல் எங்கிருக்கிறது எனத் தேடியடைவதே இவருடைய கவிதைகளுக்கான வாசிப்பு செயலாகிறது. உடலை அதன் இரு பாலினக் குறியைக் கொண்டு பொருண்மைப்படுத்தி அழித்தெழுதும் முறைமை றாம் சந்தோஷின்

பிரதான கவித்துவ போக்காக உள்ளது. அதீத உணர்வறிதல் மூலமாக கவிதை ஒருவித உறைதலை வடித்துக் காட்டுகின்றன. இவ்விதமான கவிதைப் பிரதிகள் இத்தொகுதியில் நிரம்பவே உள்ளன. பிணியினால் அவதியுறுதலும், உடல் தன்னை மற்றொன்றில் பதிலிப்படுத்திக் கொள்வதும் கவிதைகளில் சம்பவித்துள்ளது. ஆனால் இவை அனைத்தைக் காட்டிலும் உடலுணர்தலிலிருந்து விடுபட மறுத்தலில் புகும் கவிதையாக்கத்தை நாம் சந்தோஷ் செய்துள்ளார்.

உடலிலிருந்து தப்பிப்போக என்ன செய்ய வேண்டும்?
உடலிலிருந்து தப்பிப்போக என்ன செய்ய வேண்டும்?
உடலைத் திருடிக்கொண்டுதொலைந்தோட வேண்டும்;
மேலும், கொஞ்சம் மறதியையும்பயிற்சி செய்ய வேண்டும்.

(பக். 53)

தன்னிருத்தலின்; அவதியுறுதலின் நுனியிலிருந்து எழும் குரலாக மேற்குறித்த கவிதைப் பிரதி ஒலிக்கிறது. 'உடலைத் திருடுதல் × மறதியைப் பயிற்சி செய்தல்' என உடலினை களைந்துவிட வேண்டும் என்ற அவா வெளிப்படுகிறது. உடல் பற்றி உணர்வை மறதியுள் ஆழ்த்துதல் உடலைத் திருடி உடலற்ற இருத்தல் என்பதை குறிப்பீடும் செய்யப்படுகிறது. 'சொல் வெளித் தவளைகள்' தொகுப்பின் ஆதார பிரதியாக இக்கவிதையைச் சுட்ட விரும்புகிறேன். 'உடலைத் தொடர் இடராக' இவருடைய கவிதைகள் பல சந்தர்ப்பங்களில் மொழிகின்றன. மேலும் செய்வதறியாது தவிக்கும் கையறு நிலையின் குரலாகவும், தன் சம்மதமின்றி தன்னைக் கட்டமைத்தவைகளிலிருந்து விடுபட எத்தனிக்கும் தொடர் சமராகவும் நாம் சந்தோஷின் கவிதையாக்கங்கள் உருக்கொள்கின்றன. உடலற்றுப் போதலையும் அதை மொழிவயப்படுத்தும் கவிதை வரிகளை வாசிக்கலாம்.

"அதில் சூன்யம் ஒரு கடலாகும் போது நீந்தும் என் நீந்தலில்
ஆயிரமாயிரம் தவளைக் குஞ்சுகள் உற்பத்திக்கப்படுகின்றன"

(பக் 26)

மாநகரத்தின் 'அகத்தனிமை'யே ஒருவனின் வாழ்வியல் கூறாக மாறியுள்ள போது, அவனே தன்னைப் புனைந்து கொள்கிறான். தன் மெய்யிருத்தல் என்பது தன்னையொத்த மற்றொன்றினுடனான உறவற்றிருக்கும் அவலத்தை சிதறடிக்க என்ன செய்வது? தன்னைப் போன்றதொரு ஒப்புருவான தோற்றத்தை புனைதலில் ஈடுபடலாம்.

அத்தகைய ஒப்புருவாக்கல்களுடன் உறவாடுதலையும் நிகழ்த்தலாம். உயிர்ப்புள்ள சக உயிரிகளிடமிருந்து துண்டிக்கப்பட்ட புறத்தனிமையும், உரையாடலற்ற அகத்தனிமையும் நவீனத்துவ நாணயத்தின் இரு பக்கங்களாக உள்ளன. பெரும் அயர்ச்சியை நுகரும் அன்றாட வாழ்வு எத்தனைச் சுமைமிக்கது; தானல்லாத மற்றவர்களும் இச்சூழலில் சிக்கிச் சுழல்கையில், தான் உறவாட / உரையாட ஏதேனும் ஒன்று அவசியமாகிறது. அத்தகைய தருணத்தில்தான், ஒப்புருவாக்க பிம்பங்கள் நினைவுக்கு வருகின்றன. அத்தகைய ஒப்புருவாக்கங்களை கைபேசியில் சேமிப்பதும், அதனோடு அன்றாடம் நமது கணங்களைப் பகிர்வது போன்றவை ஒருவகையில் நம்மை மீள் கட்டமைக்க உதவும். நாம் செய்யும் மற்றும் நாம் எதிர்வினையாற்றும் அத்துணை பாவங்களையும் அவை நம்மிடம் நிகழ்த்திக் காட்டும். வீட்டில் வளர்க்கப்படும் செல்லப்பிராணிகளைப் போலும் திரையில் வளர்க்கப்படும் உயிரிதான் 'டாக்கிங் டாம்'. அதைக்கூட வளர்க்காதவர்கள் என அகத்தனிமையாளர்களை நோக்கிச் சொல்லப்படும் கவிதையாக,

> ஒரு டாக்கிங் டாமை கூட வளர்க்காத நீங்கள்
> எத்தனை கொடூரமானவர்கள்.
> ப்ராணிகள் மீதான விருப்பமில்லாத உங்களுக்கு
> அதன் அடிமைத்தனம் குறித்து விழிப்புணர்விருப்பதில்லை.
> உண்மையில் ஒரு டாக்கிங் டாம்
> உச்சாவந்தாலும் கூட
> பாத்ரூமில் மட்டுமே போகும்;
> அதுவரையிலும்
> குறிபொத்தி அவஸ்திக்கும் சுகாதாரமானது.
> மிகவும் வித்யாசமான அது —
> உடையிட்டுக் கொண்டே குளிக்கும்.
> அடித்தால் நொ நோ சொல்லும்.
> கேளாமல் அடித்தால் தொப்பென்று விழும்.
> மீண்டும் அடிவாங்கும்.
> (நீங்கள் சில நேரங்களில்
> அதற்குத் தடவியும் கொடுக்கலாம்)
> முக்கியமாய் அது பெரிய சைஸ்

குச்சி மிட்டாய் சாப்பிடும்.

அதனால்தான் சொல்கிறேன் எத்தனை நல்லது

ஒரு டாக்கிங் டாம்.

(பக். 38)

தான் செய்யத் தவறியவைகளை எல்லாம் ஒப்புருவாக்க உயிரின் மீது புனைகிறது இக்கவிதை. இதற்கொரு உடல்கூறு புனையப்படுகிறது. உச்சா வந்தால் / குறிபொத்தி / உடையிட்டு / குளித்தல் / அடித்தால் நோ நோ / பெரிய சைஸ் குச்சி மிட்டாய் சாப்பிடும் என மெய் உயிரி செய்யும் அன்றாட செயல்களை இதன்மீது விரிக்கப்படுகிறது. ஒப்புருவாக்கத்தை × மெய்யுருவோடு ஒப்புமைப்படுத்தும் பிரதி.

தலைவனும் நானும்

ஒரு பார்க்கினிடையே

பார்த்துக்கொண்டபோது

மெல்லிய பூவாசம்

ஒருவித போதையைத் தந்தது.

மலர் மொய்க்கும் வண்டென அவனான போது

குறிகளைக் கழற்றி நிலத்திடைவீசினோம்.

அவை தனித்து

ஏதேதோ செய்து கொண்டிருக்கின்றன.

அவன் கொக்காகவும் நான் மீனாகவும் மாறி

விளையாடத் தொடங்குகிறோம்.

(பக். 44)

கவிதையைக் கையாளும் குரல்களில் தலைவன் × நான் என்பது பாலினக் குறிப்பீடு. இந்த இருநிலைகளுக்கிடையே நிகழும் சந்திப்பினை பிரதியாக்கும் றாம் சந்தோஷ், கவிதையின் வரிகளில் தலைவன் × நான் என்ற பாலினக் குறிப்பீட்டை மங்கச் செய்கிறார். குறிப்பாக ‘அவன் கொக்காகவும் × நான் மீனாகவும் மாறி’ விளையாடத் துவங்குகிறோம் என்ற வரியில் குரல்களின் மரபான குறிப்பீடு அழிக்கப்படுகிறது. மேலும் இதற்கு இணையான மற்றொரு கவிதைத்தொடர் “குறிகளைக் கழற்றி நிலத்திடை வீசினோம். அவைகள் தமக்கிடையில் ஏதேதோ செய்து கொண்டிருக்கின்றன” என்பது.பின்னர் கவிதைப்

பிரதியின் இருவரிகளில் கொக்காகவும் × மீனாகவும் மாறி மாறி வேட்டையாடுதல் × வேட்டையாடப்படுதல் என்ற விளையாட்டில் கவிதை தன்னை ஆட்படுத்திக் கொள்ளவும் செய்கிறது. இதே அமைப்பாக்கம் கொண்ட இன்னொரு கவிதையில்,

....

(பக். திடுமென அவள் புலியாய் மாறிப்

பிறாண்டி வைத்தாள்.

மெல்ல மான் போலாகித்

துள்ளவு... செய்தாள்.

50)

வேட்டையாடும் குறியீடாக பெண் ‘புலியாய்’ உருவகப்படுத்தப்படும் தலைகீழாக்கம் கவிதையில் எழுதப்பட்டிருக்கிறது. றாம் சந்தோஷின் கவிதைகளில் இதுவொரு தனித்துவ பிரதியாக்கப் பண்பாக செயலாற்றுகிறது.

அது ஒரு பெருநகரம்

அதில் பல நாய்கள் உண்டு;

உண்மை நாய்கள் கொஞ்சம்தான்.

வாலாட்டி, சேகண்ட் கொடுத்து,

வணக்கம் சொல்லல் என

பலவும் செய்வர் பலரும்.

கொஞ்சம் வயிற்றைப் பிளந்து

கோஸ், சாஸ், மிளகாய்

உடன் அதிக எண்ணையுமிட்டு

தாளிப்பர் குடலை.

இரண்டாம் வாய் எரிய

காலைக்கடன் கழிக்கையில்

வட்டிக்காரனுக்குப் பதில் சொல்வது போல்

ஆகிவிடுகிறது பிழைப்பு.

இருப்பவை போதாமல்,

மேலும் இரண்டு கண்கள் பூட்டி

முதுகைக் கொஞ்சம் நெட்டி வைத்து

விரல்களை எந்திரமாக்கி

மனசை சஞ்சலமாக்கி

பைத்தியம் ஆதல் வாழ்க்கை.

பைத்தியமாகிப் பறக்கிறேன்.

(பக். 57)

இயல்பின்மையில் கிளைத்து மெல்ல அன்றாடங்களின் மிதமீறிய இயல்தன்மையின் பாரத்தைச் சொல்லும் றாம் சாந்தோஷின் இக்கவிதை குறியீட்டுத் தன்மையில் எழுதப்பட்டுள்ளது. 'நாய்கள்' என்ற குறியீடு கவிதைச் சொல்லியின் குரலில் அஃறிணைப் பண்பைப் புகுத்துகிறது. நேரடியாக மனிதர்களைக் குறிவயப்படுத்தி பகடிபடுத்தினாலும் அதிலொரு நகைமுரண் தொனிப்பதை நம்மால் புறந்தள்ள முடியாது. இதிலும் கூட பிணியின் வாதை இழையோடுகிறது. இவரது கவிதை பொருண்மையின் திறவுகோலாக 'உடல் வாதை' பிரதானப்படுகிறது.

'இரண்டாம் வாய் எரிய' என்ற தொடர் மற்றும் 'வட்டிகாரனுக்கு பதில் சொல்வது போல்' என்பவை பெருநகரவாசியின் மனதில் படிந்துள்ள கருமையாக பிரதியெடுக்கப்பட்டுள்ளது. வாழ்க்கை இயல்பின் பிடியிலிருந்து நழுவி இயல்பிழப்பின் வசம் செல்வதை இக்கவிதையின் குரல் சொல்கிறது. கவிதையின் முதல் வரி துவங்கி இறுதி இருவரியை வாசிக்கையில் ஏற்படும் இயல்பான வாழ்வியல் நடைமுறை—யிலிருந்து பிறழ்சியடையும் தருணத்தை றாம் சந்தோஷ் 'பைத்தியம் ஆதல் வாழ்க்கை' என Becoming-யிலும் 'பைத்தியமாகிப் பறக்கிறேன்' என்ற இடத்திலும் ஒரு தளமாற்றத்தைப் பொருண்மைபடுத்துகிறார்.

"உடலைக் காணவில்லை

உயிர்மட்டும் மீள ஒரு கனவாச்சு"

(பக்.89)

என வரும் வரிகள் 'சொல் வெளித் தவளைகள்' தொகுப்பின் கவித்துவ கடவுச்சொல்லாகவே ஒலிக்கிறது. உடலின் இறுதித்தண்மையான உயிரிழத்தலை எதிர்கொள்ளுதலில் உள்ள அச்சவுணர்வு ஒருபுறம் இழையோடிக் கொண்டிருந்தாலும்; மறுபடியும் அதிலிருந்து மீண்டெழுதல் அல்லது உடலை நீடித்திருக்கச் செய்வதற்கான உபாயமென எதைச் சொல்ல முடியும். இந்த வினாவிற்குத்தான் றாம் சந்தோஷின் இக்கவிதை வரிகளை வாசிக்க வேண்டும்.

ஒரு செத்த எலி
சயனித்துப் படுத்திருக்கிறது
என் கடவுளைப் போல.
வாசமில்லாததாய் ஒரு நாளும்
வாசமேறி சில நாட்களும்
தீடீரென காணமலாகியும் போனது.
மற்றுமொரு நாளில்
ஊரெல்லாம் எலிகள் எண்ணிலாது பிறந்தன.
அவற்றின் பேசுதலின் இசையில்
செத்த எலியின் தடயம் தெரியத் தெரிகிறது.
அதுவொரு வெள்ளை எலியாகப்
பிறவியெடுத்ததையும்
இங்கு சொல்லித்தான் ஆகவேண்டும்.

(பக். 30)

மரணத்தில் துவங்கிய கவிதை செத்த எலி "வெள்ளை எலியாகப் பிறவியெடுத்தலைச் சொல்லித்தான் ஆக வேண்டும்" என்று கவிதை மீண்டும் ஒரு வாழ்வின் பிறவிச்சக்கர சுழற்சிக்குள் நுழைகிறது. விநோதமான கவிதையாடலைக் கொண்டிருக்கும் நாம் சந்தோஷின் இக்கவிதையும் ஏறக்குறைய உடலின் குறைதலைக் தவிர்க்கும் மீள்பிறவியைப் பேசுகிறது.

மனித இருத்தல் என்ற சொல்லிற்கான குறிப்பீட்டையும் அதன் பருண்மையான உடல் மற்றும் உணர்தல் என்பதையும் நாம் சந்தோஷின் கவிதைப் பிரதிகள் தொடர்ச்சியான விசாரணைக்கும், அழித்தலுக்கும் இடையேயான உரையாடலையே கவிதை சொல்லியின் குரலாக பாவித்திருக்கிறது. மேலும் உடலுணர்தலுக்கு உண்டான வினைகளை அதன் வழியே நிகழ்கிறது வாழ்வியல். அதன் எச்சமாக மாறிப்போகும் தன்னுடலைத் தாங்கும் கவிதையிலிருந்து தன்னை மீட்கத் தவிக்கும் 'தன்னிலை'தான் நாம் சந்தோஷின் குரல் எனலாம். பிணியுடன் கூடிய நவீன வாழ்க்கையின் அவஇருத்தலின் சுமை பிரதிகளெங்கும் பரவிக் கிடக்கின்றன., இந்த தன்னிலையை ஏது செய்ய என்ற தத்துவார்த்த புள்ளியிலிருந்து பீறிட்டுக் கிளம்பும் சொற்றொடர்கள் அத்துணை பொருண்மைகளையும் தன்னகத்தே கொண்டிருக்கிறது. இந்நிலையிலேயே அமிழ்ந்த அன்றாட வாழ்வு என்ற வதையின்

சுருக்கிலிருந்து விடுவித்து கொள்ள கிடைத்த கீழறுப்புச் சாதனமே றாம் சந்தோஷின் கவிதையாக்கங்கள்.

அவை தன்னிலையின் கேவல்களாக அல்லாமல் தன்னிலையைச் சிதறடிக்கும் கூர்மையுடையவனாக இருக்கின்றன. பகடியும்கூட இதிலொரு அலகுதான். ஆயினும் சில இடங்களில் உடல் வாதையின் இறுக்கத்தைத் தளர்த்தும் கவிதைத் தொடர்கள் இடம்பெற்றுள்ளன. அத்தகைய வரிகளுடன் கட்டுரையை நிறைவு செய்கிறேன்.

....

நிலவின் முன்போய்.
வாயைப் பெரிதாக்கி
ஒரு பாம்பென
மெல்ல விழுங்கித் தின்கிறேன்;
உடைப்பட்டு நொறுங்குகிறது
நிலா—
வயிற்றினுள்
புறப்படும் வெளிச்சம் என்னுடலை
எரியும் பொருளாக்க,
மின்மினிகளுக்கு நான் கடவுளானேன்.
(பக். 54)

கணையாழி

கரசேவை - ப்ரதிபா ஜெயச்சந்திரன்
மாற்று நவீனத்துவம்

புனைக்கதைகள் பெரும்பாலும் ஏதேனும் ஒரு நிகழ்வையே தனது பிரதியாக்க உந்து சக்தியாக உபயோகித்துக் கொள்வது வழக்கமான ஒன்று. இருப்பினும் நவீனத்துவம், மற்றும் நவீனத்துவத்திற்கு பிந்தைய நிலையில், பிரதியாக்கப்படும் சிறுகதைப் பிரதிகள் மரபானவைபோல எழுதப்படுவதும் இல்லை, வாசிக்கப்படுவதும் இல்லை. எழுத்தும் வாசிப்பும் தங்களுக்குள் நிகழ்த்திக்கொள்ளும் பரிமாற்றமாகவே கதைப்பிரதிகள் அமைகின்றன. நிகழ்வு என்பது வெறும் தனிமனித அனுபவமாக உறைந்துவிடுவதில்லை. அதற்கு மாறாக கூட்டு நினைவிலி மற்றும் கூட்டு மனோபாவத்தின் அலகாகச் செயல்படுகிறது. புறவயமான சம்பவங்களிலும் கூட, பங்கேற்பாளனின் 'தன்னிலை' வினையாற்றிக் கொண்டேதான் இருக்கிறது. முழுமையான ஒற்றைப் பிரதியியல் என எதையும் வரையறுக்க இயலாது. எண்ணற்ற தன்னிலைகளின் வலைப்பின்னலாகவும் தன்னிலைகளின் புறவியக்கத்தினுள் கையாளும் சொல்லாடல்களின் ஊடுபாவாகவும் இருப்பதே இன்றைய புனைகதை நுட்பமாகும்.

தமிழின் தற்போதைய எழுத்துச் சூழலில் எழுதப்படும் சிறுகதைகளின் போக்கில், ப்ரதிபா ஜெயச்சந்திரனின் 'கரசேவை' தொகுப்பு, தன்னை அமைப்பாக்கிக் கொள்ளும் விதம், ஒருவகை கலாச்சார விசாரணை மற்றும் புறச்சூழலில் தனது உள்ளமைப்பாகக் கொண்டு இயங்குகிறது. இதில் தொகுக்கப்பட்டுள்ள ஒவ்வொரு கதையும் பன்மை அடுக்குகளைக் கொண்டிருக்கின்றன. இயல்பான வாழ்வியல் அனுபவங்கள் துவங்கி மீஇயல்புடைய அனுபவங்களாக மாறுகின்றன. தன்னிலையின் நிலையற்ற தன்மையைத் தனது கதையாடலாகக் கையாள்கிறார்.

தன்னுடைய கதையாடல்களின் மொழியாக பெரும்பாலும் விவிலியத்தின் மொழி நடையையும் அதன் சொற்களஞ் சியத்தையும் பிரதீபா கைக்கொள்கிறார். ஆகையால் அவரது சிறுகதைகளை வாசிக்கும் போது ஏற்படும் மொழி அனுபவம் வித்தியாசமானது. அதுவும் விவிலிய தொடர்களை தன்வயப்படுத்தும் செய்நேர்த்தியைப் பற்றி இங்கு குறிப்பிட்டுச் சொல்லவேண்டும். சில இடங்களில் பகடியாகவும் சில இடங்களில் ஏற்கனவே தமிழில் நன்கு பரிச்சயமான நவீனத்துவ கதையாடல்கள் போலல்லாமல் ஒரு மாற்று நவீனத்துவ கதையாடலை விவிலியத் தொடர்களில் மறுபிரயோகம் மூலமாக எழுதுகிறார். இதன் மூலமாக சிறுகதை வாசிப்பாளனின் உணர்வும் கவனமும் இணைக்கப்படுகின்றன. ஒன்று நிகழ்வும் X முற்காலமும் இணையும் புள்ளியாக பிரதிபாவின் கதையாடல் மொழியாக அமைகிறது. கதையில் நிகழ்ந்து கொண்டிருக்கும் சம்பவத்தின் இடையே அதற்கு ஒப்பான அல்லது அதன் உள்ளடுக்கைத் தகர்க்கக்கூடிய விதத்தில், விவிலிய நிகழ்வுகளை எதிரிடையாக பகுதிகளுக்கிடையில் வைக்கிறார். இந்த உத்தி வினோதமான ரசவாதத்தை ஏற்படுத்துகிறது. சில சந்தர்ப்பங்களில் எடுத்தாளப்படும் விவிலிய வசனங்கள் கூரிய பகடியாகவும் அவலமாகவும் தொனித்து பிரதியின் பிரதான குரலை கீழறுப்புச் செய்கிறது. வாசித்தபின் மரபான பொருண்மை இறுதியில் பிறழ்ந்து விடுகிறது. சிறுகதையின் பிரதானக் கதையாடலின் போக்கை முற்றிலும் பன்மைப்படுத்தி விடுகிறது. ஒரு சம்பவத்தில் இருந்து அதன் அடியோட்டமாக உள்ள சமூக அமைப்பின் ஒடுக்குமுறையை புறவயப்படுத்தும் லாவகம் ப்ரதிபாவின் சிறுகதைகள் சாத்தியப்படுத்துகின்றன. அதிகாரப் பாய்விற்கு ஆட்பட்டுள்ளவர்களின் தன்னிலை இழப்பின் அழுத்தத்தை வாசகருக்குக் கடத்துகிறது.

பிரதீபா ஜெயச்சந்திரனின் சிறுகதைத் தொகுப்பில் அதிக கவனத்தைப் பெறும் கதைகள் மூன்று. அவை, சகோ 'டி', 'கரசேவை', 'இதோ ஒரு கன்னிகை கர்ப்பவதியாகி' என்பன தான். இக்கட்டுரையின் முற்பகுதியில் கூறியுள்ளது போல விவிலியத் தொடர்கள் மற்றும் வசன பகுதிகள் கதாபாத்திரங்களின் வேடிக்கை மனோபாவத்தை வெளிப்படுத்த வல்லதாக இருக்கிறது. சபையில் தேவாலயத்தில் பிரார்த்தனை நேரங்களில், சகோ 'டி'— யின் உள்ளக்கிடக்கையை ப்ரதிபா, 'வசதி வாய்ப்புகள் சரியாக இருந்தால் அப்புறம் அனைவரும் ஆவியில் நிறைந்து ஜெபிக்க ஆரம்பிக்கும் பொழுது வெளியேறி திருட்டு தம் அடிக்கலாம், அடிக்கடி வாயை ஊது என்று அம்மாவால் கேட்கப்படும்

கொடிய தண்டனை கிடையாது; இது தவிர நிறைய சகோதரிகள் வருவார்கள் பார்க்கலாம், சைட் அடிக்கலாம், ஆபிரகாம் தன் மனைவி சாராளை அந்நிய தேசத்தில் சகோதரி என்று அழைத்ததாக பைபிளில் சொல்லப்பட்டிருக்கிறது. ஏற்கெனவே சிஸ்டர்களை சைட் சிஸ்டர்களை 'எஸ். எஸ்.' என்று அழைப்பது குழூஉக்குறி'— (சகோ 'டி' — பக்கம்—11) இவ்வாறு எழுதுகிறார். இந்தப் பத்தியை போல் இவரது பல கதைகளில் வருகின்றன. இத்தகைய எழுதும் முறை வழக்கமான கதையாடல் தன்மையை கீழறுப்புச் செய்கின்றன. இதே பத்தியை மரபான சித்தரிப்பு முறையில் எழுதினால் இத்தகைய கூரிய பகடியை பிரதியில் நம்மால் உணரமுடியாது. ஒரு நிகழ்வைக் குறிக்கும் கதையாடல் ஒற்றை சித்தரிப்பில் எழுதினால் காட்சியாக மட்டுமே எஞ்சும். ஆனால் ப்ரதிபாவின் எழுதும் முறை வேறானதாக இருக்கிறது. தனது பிறழ் நடத்தைக்கு மறை வசனங்களில் ஒன்றை இடையீடாக வைக்கிறார். அதன் மூலம் வாசகனின் அனுபவம் பகடியாக முழுமையடைகிறது. ப்ரதிபாவின் பெரும் பகுதி கதைகளில் இந்த உத்தி கையாளப்பட்டிருக்கிறது. இதை மாற்று நவீனத்துவக் கூறு என்று சொல்லத் தோன்றுகிறது.

கரசேவை தொகுப்பிலுள்ள கதைப்பிரதிகளை வாசிக்கும்போது, நவீனத்துவக் கதையாடலும் மறை வசனங்களும் ஊடுபாவாக செல்வதைக் காண முடிகிறது. இந்த எழுதுமுறையை ப்ரதிபா தேர்ந்தெடுக்கக் காரணம் என்னவாக இருக்கும் என்ற வினா எழாமல் இல்லை. இதற்கான விடை நம் வாசிப்பில்தான் கிடைக்கும் என்று நினைக்கிறேன். அதிலும்கூட வாசக மனோநிலையும், அவர் சார்ந்து இயங்கும் வாசிப்புச் சமூகத்தின் சொல்லாடல்களைப் பொறுத்தே நிகழும்.

ப்ரதிபாவின் கதைகளின் பேசுபொருள் மதம், சாதியம் ஆகிய இரண்டின் அதிகார வலைப்பின்னலை அகப்படுத்தி இருப்பதைக் குறிப்பிட வேண்டும். மேலும் கதை உயிரிகள் அனைவருமே அதிகாரத்தினால் விசை கூட்டப்பட்டவர்கள் என்ற புரிதலற்றவர்கள். தாங்கள் அதிகாரத்தினால் தன்வயப்பட்டவர்கள் என்ற புரிதலற்றவர்கள். ஆகையால், அவர்கள் செயல்கள் மற்றும் நடத்தையில் நாம் எதிர்கொள்ளும் வினோதத்தின் அடர்த்தியை ப்ரதிபாவின் மொழிநடை மென்மேலும் அடரச் செய்கிறது. தற்கால விழுமியங்களில் மரபான சமய விழுமியங்களில் மட்டும் எத்தகையதாக இருக்கிறது என்பதையும் உடன் யோசிக்க வேண்டும்.

யதார்த்த வாழ்வுலகு என்பது, நமது கட்டுப்பாட்டுக்குள் உள்ளதாக நினைத்துக் கொள்கிறோம். ஆனால் நம்மை அறியாமல் எப்படி அதிகாரத்தின் சொல்லாடல்களால் கையாளப்படுகிறோம் எனப் புரிந்து கொள்ள வேண்டும். இதைக் குறிப்பீடு செய்யும் கதைப்பிரதிதான் ப்ரதிபாவின் 'கரசேவை'. அன்றாடம் ரோட்டு வேலைக்குச் செல்பவனின் வாழ்வில் நிகழும் அதீத திருப்பத்தையும், அதில் 'தன்னிலை' எவ்வாறு தன் கட்டுப்பாட்டை இழந்து பிறழ்கிறது என்பதையும் சொல்கிறது. தான் சற்றும் நினைத்திராத ஒன்றை எப்படிச் செய்கிறான் என எழுதப்பட்டுள்ள கதை கரசேவை. சரி, அதையும் தன் உணர்நிலை தன்வசமிருந்ததா? என்ற சந்தேகமே உடனிருக்கிறது. ரோட்டு வேலைக்குச் செல்லும் தொழிலாளியை பஜனைப் பாட்டுச் சத்தத்துடன் வரும் லாரி ஏற்றிக்கொண்டு செல்கிறது. லேபர் யூனியன் மீட்டிங் நடக்குமிடத்திற்கு செல்வதாக நினைக்கிறான். ஆனால், பல லாரிகள் இணைந்துகொள்ள, 'கடப்பாறை, பிகாக்ஸ், மண்வெட்டி சுத்தியல் போன்ற' கருவிகளை வைத்திருந்தனர் எனச் சொல்கிறது கதை. இதைத் தொடர்ந்து எல்லா வண்டிகளும் ஓரிடத்திற்கு அருகில் வந்து நின்றன. வீடியோ காமிராக்கள் சூழ்ந்திருந்த இடத்தில் வெள்ளையும் சொள்ளையுமாக தலைவர்கள் இருக்கிறார்கள். அதையடுத்து,

"முனுசாமி அண்ணன் முகத்தில் கலவரம் தெரிந்தது. எனக்கு இந்தக் கூட்டத்தைக் கண்டதும் உற்சாகம் கரைபுரண்டு ஓடியது. கைகள் துறுதுறுவென இருந்தன, எதையாவது செய்ய வேண்டும் போல. கொஞ்ச நேரத்தில் எல்லோரும் 'ஹோ'வெனக் கத்தியபடி, அங்கிருந்த பழைய மசூதி மேல் ஏறி, அதை இடிக்க ஆரம்பித்தனர். (நான் தான் உச்சியில் போய் இடிக்க ஆரம்பித்தேன்) கேமிராவைப் பார்த்துக் கையசைத்தேன். மகிழ்ச்சிக்கும் ஆரவாரத்திற்கும் இடையே மசூதி இடிந்து விழுந்து தரைமட்டமானது. போலீசெல்லாம் வந்தது, நான் ஓடிப்போய் லாரியில் ஏறிக்கொண்டேன்"(பக் 87, 88) அரங்கேறும் மசூதி இடிப்பில் உச்சிக்குச் சென்று இடித்துவிட்டு மீண்டும் லாரிக்கு வந்துவிடுகிறான். இந்த இடத்தில், தனக்கு நேர்ந்த உணர்வெழுச்சியில் ஒரு கூட்டு மகிழ்ச்சி மற்றும் ஆரவாரத்தின் பகுதியாக மாறியதை கதையாடல் வாக்குமூலம் போல பதிவு செய்கிறது. இந்தக் கதை தொடங்கும்போது, "திருக்கயிலாய மலையில் பாட்டும் ஆட்டமும் அல்லோலகல்லோலப்பட்டது" என்ற தொடருடன் கதை சொல்லப்படுகிறது; அதில், "கஞ்சாவும் தண்ணியும் அடித்துக்கொண்டு, ஏதாவது ஒரு கட்சிக்குக் கூலிக்குக் கோஷம்போடும் எனக்கு எப்படி திருக்கயிலாய வாசம் சித்தித்தது

என்று கேட்டால், அது ஒரு சுவாரஸ்யமான கதை" (பக் 86). இந்தப் பத்தியில் ஆரவாரமும் மகிழ்ச்சியும் சுட்டப்படுகிறது, இதே விடயம் மசூதி இடிப்பிலும் ஒரு இணைப்பிரதியாக ஆக்கப்பட்டுள்ளது. இதன் நீட்சியாக, மசூதி இடிப்பிற்குப் பிறகு கதையின் அடுத்த அடுக்கான கைலாசத்தில் கதையாடல் தொடர்கிறது. உலகின் சுவடற்ற வேறு உலகம். அதில், 'உடல் துறந்த நிலை' நிலவுவதாக எண்ணிக் கொள்கிறது, ஆனால், அங்கும் நிலவுலகத்தின் அத்தனை வேறுபாடுகளும் தொடர்கின்றன. ஒருவன் தான் பிறவிச் செவிடு என்கிறான். உடலின் எல்லாக் குறைபாடுகளும் சொர்க்கத்திலும் இருப்பதைக் கண்டு; ஆன்மா குறைகளற்ற பரிபூரணமானது என்ற கருத்தாக்கத்தை தகர்ப்பதுபோல் கதை இங்கு பேசுகிறது.மேலும் இறவா நிலை மையமாகக் கொண்டு கற்பிக்கப்படும் சொர்க்கலோகத்தை பகடி செய்யும் விதமாக "இதே சூக்கும சரீரத்தின் ஆயுள் அனந்தகோடி ஆண்டுகள் தொடரும் என்றால்போதுமடா சாமி, இப்போதே நான் செத்தால் போதும் தோன்றியது. இப்படி நினைப்பதே ஸ்வர்க லோகத்திற்கு எதிரான பாவனையாகும்" (பக் 95)

இக்கதை முழுவதும் சமயங்களால் கட்டமைக்கப்பட்டிருக்கும் உடல் மீறிய சொல்லாடல்களை எல்லாம் தனது பகடியான கதையாடல்கள் மூலமாக தகர்த்து விடுகிறார் ப்ரதிபா ஜெயச்சந்திரன். ஒரு பழைய மசூதியின் இடிப்பை ஆதார அடுக்காக வைக்கப்பட்டுள்ள கரசேவையின் இறுதிப்பகுதி மிகவும் நேர்த்தியுடன் எழுதப்பட்டுள்ளதை வாசிப்பவர்கள் உணர்வார்கள். அந்தப் பகுதியை வாசிக்கலாம்:

"கல்லில் ஜகன்மாதா ப்ரத்தியட்சமானாள். அந்த சாந்த சொரூபி இன்னும் இழைத்து உருவாக்கப்பட வேண்டும். நாசூக்காக உடலெங்கும் கடப்பாறை கூர்த்த லயத்துடன் நர்த்தனமாடியது, ஜகன்மாதாவின் பரவசம் அவள் கண்களில் தெரிந்தது. அவள் உடலெங்கும் ஒளிரூப மின்னல் கால்கள் செதுக்கிச் செதுக்கிச் செதுக்கின. கைகள் லாவகமாக கடப்பாறையை எடுத்துச் சிலாவரிசை போட்டது. கம்பீர்யம் குறையாத அவள் கண்கள் கனவுகளின் மயக்கத்தில் கல்லில் துவண்ட சூக்கும உடல் கடப்பாறைக்கு குழைந்து கொடுத்தது. மெல்ல இறங்கிய உயிருடன் இறங்கிய சூடு புதுக்களை விரித்துத் தாண்டவமாடியது. சதங்கையின் ஓசை சக்தியின் ஆலிங்கனமானது. அவளின் மதுர இதழ்கள் கனவு கண்டன, கால்கள் துவண்டு பின்னின. ஓம் சக்தி ஆலிங்கனம் என் சூக்குமா சூக்கும தேஹமெங்கும் புல்லரித்துப் பரவியது. என்னைப்போன்றே சக்தியும் உணர்வதாய்

என் காதில் கிசுகிசுத்தாள். சக்தி தன் சக்தியை என்னிடத்தில் புதுப்பிதுக்கொண்டதாக நா குழறினாள். நான் அமைதியில் மூழ்கினேன். என் தேஹம் வேறு ரூபம் கண்டது. சக்தி என்னில் பிரவஹித்து நான் அவளிலும் அவள் என்னிலும் லயித்தோம். திருக்கயிலாய மலையெங்கும் சுகந்தம் பரவியது".

"முதல் வேலையாக அந்தப் பிறவிச் செவிடனைச் சொஸ்தப்படுத்த வேண்டும், வாயை மூடி மொணமொணப்பவன் வாயை விரிவாய்த் திறந்துவிட வேண்டும். பூணூல் படித்தரங்களை அறுத்தெறிய வேண்டும், இவையெல்லாம் அவன் நினைத்த மாத்திரத்தில் நடந்தேறிக் கொண்டிருந்தன, என் மார்பில் கிடந்த நூலும் அறுந்துவிட்டிருந்தது.

"தூரத்தில் சிவனார் என்னை நோக்கி தன் பதவி பறிபோய்விட்டதுபோல அலறியடித்து ஓடிவந்துகொண்டிருந்தார். நான் இடித்துப்போட்ட மசூதி புதிய கம்பீரத்துடன் இப்போது நின்றுகொண்டிருந்தது." (பக் 97) கரசேவை

ஏறக்குறைய, ப்ரதிபாவின் சிறுகதைத் தொகுப்பிலுள்ள கதைகளில் மற்றொரு முக்கியமான கதை 'இதோ ஒரு கன்னிகை கர்ப்பவதியாகி' என்ற தலைப்பிலானது. இக்கதைப்பிரதி இறை சேவைக்கு வரும் ஆண் X பெண் இருவரது சமூகம் மற்றும் சாதியப் பின்னணியை தனது உட்களமாகக் கொண்டுள்ளது. மானுட பேதமின்மையை போதிக்கக் கூடிய சமய நெறிக்குள் ஊடாடும் வேற்றுமையுணர்வும் பேதவுணர்வும் தங்களுக்குள் நிகழ்ந்து கொண்டிருக்கும் போராட்டத்தையே கதையாடல்களாக வைத்து கொண்டுள்ளது. மேலும் லீதியாள் என்ற சகோதரிக்கும் தீமோத்தேயு சகோதரருக்கும் ஏற்படும் தொடர் சாதிய முரணால் நிகழ்ந்துவிடும் உடல் இணைவையும் அதன் கருக்கொள்ளலும் இறையியல் அறிதலாக உருமாற்றம் அடைகிறது. இதையே கன்னிகை கர்ப்பவதியாகி என இம்மாகுலேட் கன்செப்ஷன் என்பதை பகடியாகவும் லீதியாளின் அவலமாகவும் பிரதி ஆக்கியுள்ளார்.

கதையின் களத்தில் தீமோத்தேயுவின் சகோதரிக்கு நேர்ந்த பாலியல் வன்முறைக்கு எதிரான பழிவாங்கலில் சிறை சென்று விடுகிறான். அங்கு கிறிஸ்தவ இறைநெறிக்கு ஆற்றுப்படுத்தப்படுகிறான் திருச்சபைக்குள் பணியில் லீதியாளை எதிர்கொள்ள வேண்டிய நிர்ப்பந்தம் ஏற்படுகிறது. லீதியாளின் தொடர் அவமானப்படுத்தலுக்கு ஆளாகிறான்.. லீதியாள் தீமோத்தேயுவின் மேல் மிகுந்த சினம் கொண்டு எவ்வளவு

தைரியம் இருந்தால் என்னைக் குறித்து நீ பெரிய பாஸ்டரிடம் பிராது கொடுத்திருப்பாய் உன் ஜாதி புத்தி உன்னை அப்படி செய்ய பண்ணிற்று, இனியும் இங்கே வைத்து உபசாரம் பண்ண எனக்கு மனதில்லை உனது மரியாதையை காத்துக்கொள்ளும் பொருட்டு நீயாக இந்த இடத்தை விட்டுப் போய்விடு என்றாள். பெரிய பாஸ்டர் தீமோத்தேயுவைப் பற்றி லீதியாளிடம் அவளை குறித்து தீமோத்தேயு பிராது கொடுத்து திரும்புவதற்கு உள்ளாக தொலைபேசியில் சொல்லி விட்டபடியால் இப்படி ஆயிற்று. கர்த்தர் கொடுத்த இந்த கனமான ஊழியத்தை அற்பமாக எண்ணாமல் எனக்கு இடறல் உண்டாக்காமல் இருக்கும்படி நான் உனக்குக் கட்டளையிடுகிறேன் என்றார் தீமோத்தேயு / லீதியாள் மிகவும் மூர்க்கம் கொண்டு நீ யாருடா எனக்கு கட்டளையிடுவது நீ சொல்லிச் செய்ய... இது உன் அப்பன் வீட்டு ஊழியமோ உக்கிராணத்துவமோ அல்ல இது எங்கள் முற்பிதாக்களின் ஊழியம் ஆக இருக்கிறது நீ வீட்டை விட்டு வெளியே போடா நாயே என்று சொல்லி தீமோத்தேயுவின் தலையிலும் மார்பிலும் ஓங்கி அறைந்தாள். இவளின் செயல்கள் மிகவும் மோசமாகி கொண்டிருந்ததாலும் இவளுக்கு சரியான படிப்பினை தரப்படாவிட்டால் இவளை ஒருவராலும் கரையேற்ற முடியாது என்று அவர் ஆவிக்குள் அறிந்தபடியாலும் மேலும் அவள் தன்னை அறைந்து விடாதபடிக்கு லீதியாளின் கைகளை தடுத்து இறுகப் பற்றிக்கொண்டார் அப்போது லீதியாள் தன் பலம் கொண்ட மட்டும் தீமோத்தேயுவின் பிடியிலிருந்து தன்னை விடுவித்துக் கொள்வதற்காக திமிறினாள். தீமோத்தேயுவோ அவளின் இரு கைகளையும் அவளது முதுகுப்புறமாக பின்னுக்குத் தள்ளி அவளை தன் முகத்துக்கு அருகே இழுத்து வைத்து அழுந்த அவளை முத்தமிட்டார். அப்போது அவள் மார்பு சீலையும் கீழே நழுவியதால் லீதியாளின் திரண்ட மார்பில் தன் முகத்தை வைத்து முத்தமிட்டார். அப்போது லீதியாள் இப்படிப்பட்ட திடீரென்ற தாக்குதலால் தன்னால் ஒன்றும் செய்ய முடியாதவளாகவும் தன் மேல் ஒரு புருஷனின் ஸ்பரிசம் பட்டதால் என்ன செய்வதென்று தெரியாமலும் ஒருவித மயக்க நிலைக்குள் சென்றாள் என்ன நடக்கிறது என்று சுய உணர்வு இருந்தாலும் அதைத் தடுக்கக்கூடிய நிலையில் அவளால் இயங்க முடியவில்லை. இவளை இப்படியே அரைகுறையாக விட்டு விடுவது நல்லதல்ல என்று கண்டு அறைக் கதவை தாளிட்டு லீதியாளை கட்டிலில் கிடத்தி அவளுடன் சயனித்தார். தன்னை அண்ணகராக்கிக் கொண்டு இந்த பரிசுத்த ஜீவியத்தை வாழ்ந்து தீர்ப்பது என்ற பிரதிஷ்டையுடன் இத்தனை வருடங்கள் வாழ்ந்த வாழ்வு ஒரு முடிவுக்கு வந்ததால்தன்னை

முற்றிலும் இழந்து விட்டதாக உணர்ந்தார் அவள் தவறான போக்கினிமித்தம் ஒரு ஜீவன் பரிசுத்த வாழ்க்கையை விட்டு வழி விலகி அழிந்து போவதை பார்க்கிலும் அவளுக்கு கிடைத்த பாடம் அவளை முற்றிலும் மாற்றத்திற்கு உள்ளாக்கும் என்று தீமோத்தேயு உறுதியாக கிறிஸ்துவுக்குள் விசுவாசித்தபடியால் இப்படி அவர் நடந்து கொண்டார்.

தீமோத்தேயுவிற்கும் லீதியாளுக்கும் ஏற்பட்ட மோதலில், அது சாதிய வன்மத்தினால் நிகழ்ந்தது என்பதை தீமோத்தேயு அறிந்து கொள்கிறார். லீதியாளின் அதிகாரத் தொனியும், அவமதிக்கும் செயலும், மீறி உடல் ரீதியாக தீமோத்தேயுவைத் தாக்குகிறாள் லீதியாள். அதற்கான உடலியல் எதிர்வினையாக தீமோத்தேயு அவளுடன் சயனிக்கிறார். அதன் வழியே கன்னியான லீதியாள் கருத்தரிக்கிறாள். ஆனால் இந்த நிகழ்விற்கு முன், அதாவது ஊழியத்திற்கு வருவதற்கு முன்பு, இயேசுவைப்போல பரிசுத்தமுள்ள குழந்தை ஒன்று பெற்றுக்கொள்ள ஆவலாக இருந்திருக்கிறாள் (பக் 138) என்கிறது கதை. தான் விரும்பியதே சம்பவித்தது என எண்ணும்படியானது.

மெல்ல கரு வளர்ந்து ஒருநாள் மயக்கமடைய, சலோமி என்கிற ஒரு முதிய ஊழியக்காரியின் மூலம் லீதியாள் கர்ப்பமுற்றிருப்பது தெரிய வருகிறது. பல மன உளைச்சல்களுக்கு உள்ளாகும் லீதியாளை இறைவசனங்களின் வழியே சலோமி ஆற்றுப்படுத்துகிறாள். இந்தக் கருவுறலில் பின்னியிருக்கும் தாம்பத்யத்தை சலோமி இவ்வாறு விளக்குகிறாள்:

லீதியாளே, உன் மனதில் மாமிசத்திற்குரிய ஜாதியைக் குறித்த ஒப்புரவில்லாமையை நீக்கும் பொருட்டு பரிசுத்த பவுல் எபேசு சபையாருக்கு எழுதிய நிருபத்தின் சில பகுதிகளை வாசித்துக் காட்டுகிறேன், கேள்

—என்று தொடரும் சலோமியின் லீதியாளுடனான உரையாடல்கள், இந்த சிறுகதையின் முக்கிய திறவுகோல்களாக விளங்குகின்றன. சாதிய பாகுபாட்டின் ஆளுகைக்கு உட்பட்டிருந்தவளின் 'ஒப்புரவில்லாமை' தீமோத்தேயுவினால் கீழறுப்புச் செய்யப்படுகிறது. சாதி வெறுப்புக்கு உள்ளாக்கப்பட்ட ஒருவனால் லீதியாளின் உடல் கையாளப்பட்டு கலைக்கப்படுகிறது. ஒப்புரவில்லாமை சமன்படுத்தப்படுகிறது. பகைமையை நீக்கும் முகமாகவே இயேசு தன்னை நீத்துக்கொண்டு ஒப்புரவை நிறுவினார் என்ற கருத்தக்கத்தை —

பகையை சிலுவையினால் கொன்று அதனாலேயே இருதிறத்தாரையும் ஒரே சரீரமாகத் தேவனுக்கு ஒப்புரவாக்கினார். அல்லாமலும் அவர் வந்து தூரமாயிருந்த உங்களுக்கும் சமீபமா— யிருந்த அவர்களுக்கும் சமாதானத்தைச் சுவிசேஷமாக அறி— வித்தார்.

இது லீதியாளின் தற்போதைய நிலைக்கு எடுத்துரைக்கப்படுகிறது. லீதியாளின் சாதி ஒப்புரவின்மையை விளக்குகிறார் சலோமி. அதன் ஆணிவேராக விளங்கும் சாதிய வேற்றுமை உணர்வை நீக்கும்படியாகச் சொல்கிறார். இது நீ தேர்ந்த இறையியல் பாதையையே புறக்கணிப்பதாக அமையும் என அறிவுறுத்துகிறார் சலோமி. கதையின் நிறைவுப் பத்தியை வாசிக்கலாம்.

இருப்பினும் பாஸ்டர் தீமோத்தேயுவோ நமது திருச்சபையில் பல விஷயங்களுக்கு முன்னோடியாக விளங்கிக் கொண்டிருப்பவர். அப்படிப்பட்ட பரிசுத்தவானுக்கே, நீ இடறல் உண்டாக்கியிருப்பது கர்த்தர் உன்னைத் தண்டிக்கத்தக்க செயலாகும் (பக். 143)

ப்ரதிபாவின் கரசேவைத் தொகுப்பில் இடம்பெற்றுள்ள பெரும்பாலான சிறுகதைகள், சுய பிரக்ஞை மிக்க கதையாடல்களால் கட்டமைக்கப்பட்டிருக்கிறது. இதன் உத்தி அல்லது அமைப்பாக்க நுட்பம் எதுவெனப் பார்க்கலாம். ஒரு கதையைச் சொல்லும் விதத்தில் விவிலிய கதையாடலின் குரலில் சொல்லிச் செல்கிறார். கதையில் எழும் பிரத்யேகமான சந்தர்ப்பங்களையெல்லாம், மறைவசனங்களோடு Juxtapose செய்கிறார். அப்போது வாசகர்களான நமக்கு கதைமாந்தரின் எதிர்வினைகளும் மறைவசனப் பகுதிகளும் ஒருசேர முன்வைக்கப்படுகின்றன. எதை எதைக்கொண்டு பொருள் கொள்ளவேண்டும் என்ற வினா மற்றுமொரு பெரும் விசாரணைக்கு நம்மை இட்டுச்செல்கிறது. அதில் சாதிய வன்மம் மற்றும் பெரு மதங்களின் அதிகார வலைப்பின்னலில் எப்படி தனி மனிதர்களும் சமூகமும் சிக்குண்டிருக்கின்றன என்பதை முன்வைக்கிறது. இதனால் கையாளப்படும் 'தன்னிலை'களாக நாம் எவ்வாறு மாறியுள்ளோம் என்பதையும் அறிந்துகொள்ள முடிகிறது.

கரசேவை தொகுப்பிலுள்ள இரண்டு கதைப்பிரதிகளை முன்வைத்து நான் பேசியிருக்கிறேன். அதற்கான காரணம் ப்ரதிபாவின் பிரதியாக்கத்தின் தனித்தன்மையாக நான் கணிப்பது அதன் பகடித்தன்மை. அதுவேகூட, மறைவசனங்களை ஒரு

இணைப்பிரதியாக்கி பிரதானப் பிரதிக்குள் ஊடுபாவியிருப்பதைச் சொல்ல வேண்டும். சட்டென எழும் சூழ்நிலைகளைப் பொருள்கொள்ளவும், அதைப் பகடியாக உருமாற்றும் பிரதியாக்க உத்தியாக ப்ரதிபா மறைவசனங்களை உபயோகித்துள்ளார். மேலும் பிரதியின் வாக்கிய அமைப்புகள் ஆசிரியரின் குரலில் அல்லாது, பிரதியின் உள்ளார்ந்த குரலாக ஒலிக்கச் செய்வதும் மிகவும் முக்கியமானது. இதைத்தான் ப்ரதிபா கதைகளின் 'மாற்று நவீனப்பண்பு' என்று சொல்கிறேன். மறுமுறை கதையுரைத்தல் என்கிற முறையில் ஆக்கப்பட்டுள்ளன. இதன் வசீகரம் கதைகளில் எல்லாம் மலர்ச்சியுற்றிருப்பதை வாசிக்கும்போது அறிய முடிகிறது. வழக்கமான கதையாடல்களிலிருந்து விலகிய வாசிப்பனுபவத்தை கரசேவையின் அனேக கதைகள் நமக்களிக்கின்றன.

இக்கதைகளின் பிரதியியல் உத்திகளைப் பற்றிய அழுத்தத்துடன் எழுதப்பட்டுள்ள கட்டுரை இது. ஆனால் ப்ரதிபாவின் பிரதிகளில் ஒலிக்கும் சாதிய வன்மத்திற்கு எதிரான குரலின் அரசியலைப் பற்றியும் தனிக் கட்டுரையாக எழுதவேண்டும் என்றே நினைக்கிறேன். அவ்வகையில் எனது சக பயணி விமர்சகர் ஜமாலனின் "மதப்பெருங்கதையாடலும் சாதியத்தின் நுண்ணரசியல் விளையாட்டும்" — ப்ரதிபா ஜெயச்சந்திரனின் கரசேவை என்ற கட்டுரை விரிவாக விவாதிக்கிறது.

கணையாழி

அனார் கவிதைகளில் இரட்டை அரூபம்

1

ஒரு கவிதைப் பிரதி மொழியில் நிகழ்கிறது. அது நிகழும் மொழிவெளியானது, பிரதியின் விளிம்பில் உருக்கொள்கிறது. அவ்வாறு உருக்கொள்ளும்போது அதன் உள்ளுறை எவ்வாறு வடிவமடைகிறது என்பது நம்முன் எழுகிறது. கவிதைப் பிரதி நிகழ்ந்துவிட்ட அல்லது நிகழ்வதற்கு முன் உள்ளுறை என்பது கருக்கொள்கிறதா? ஒருவித நிச்சயமின்மையை துவக்கி வைக்கிறது. ஒரு மொழிச் சுழற்சியில் இது இயங்குகிறது. மேலும் தொடர்மொழிச் சுழற்சியினுள் உள்ளுறை திரள்கிறது. இதனைச் சுற்றிப் பின்னப்படும் அல்லது கட்டமைந்து அவிழும் தொடர் செயல்பாட்டை கவிதையின் சொல்லுதல் அல்லது கவிதையாடல் எனலாம். இது இடையறாது தன்னை நிகழ்த்திக் கொண்டே இருக்கிறது. கவிதையாடலின் சேர்க்கையிலும் சேர்க்கையின்மையிலும் வாசிக்கும் மொழிச் செயல்பாட்டில் முன்தீர்மானமின்றி நிகழ்கிறது. உள்ளுறை கவிதையின் மொழிவுடலில் தோன்றி மறையும் ஒரு குருட்டுப் புள்ளியாகிறது. உள்ளுறையிலிருந்து கவிதை தனது பிரதி வடிவத்தை அடைந்த பிறகு அன்றி கவிதையாடலின் தொடர்—தொடர்பின்மை—யிலிருந்து கிளைக்கிறதா? என்பது தான் கவிதையின் பிரதியாக்கம் குறித்த மர்ம முடிச்சு. இதனை அவிழ்க்கத் தேவையானது வடிவ அறிதல் மற்றும் மூடிய வாசிப்பு.

கவிதையை ஒரு வகைமையாகக் கொள்ளாமல் அதையொரு கவிதையாடல்களின் சேர்க்கையாகக் கொள்ளலாம், அது கோரும் வாசிப்பு என்பது சேர்க்கைகளை அவிழ்க்கும் செயல்பாடாகக் கொள்ளலாம். இந்த சேர்க்கையிலும், அவிழ்த்தலிலும் உருவாகும் இணைவுப் புள்ளியை உள்ளுறை எனலாம். இப்புள்ளி பருண்மையாக்கத்துள் உறைந்துள்ள பருண்மையின்மையைச் சுட்டுகிறது. இது கவிதையாடல்களின மூலம் எழும் ஒரு 'மாய—

வெளி' பருண்மையான மொழிக்குறிகளால் கட்டமைக்கப்படும் புலனாகாப் புலமாக உள்ளூறை கவிதையில் வடிவம் கொள்கிறது. அது வாசிப்பின் நிகழ்விடமாக மாறுகிறது. பிரதியின் உள்ளும், வெளியுமாக இது இயங்குகிறது. முதல்கட்டமாக ஒரு கவிதைப் பிரதியை வாசிக்கும் தருணத்தில் கவிதையின் புறத்தே இருந்து துவங்கும் மொழிச் செயலானது கவிதையாடல்களின் நுண்ணிய முடிச்சுகளை அவிழ்த்துக் கொண்டே பயணிக்கிறது. கவிதையின் இறுதியில் உள்ளூறையின் புலத்திற்குள் நாம் பிரவேசிக்கிறோம். அதில் கிளைத்தெழும் படிமங்கள், குறியீடுகள் யாவுமே ஒரு கட்டத்தில் குறிப்பீட்டைத் துறந்துவிட்டு குறிப்பீடற்ற குறிகளாக உருமாறுகின்றன. வடிவங்கள், வண்ணங்கள் ரூபங்கள் இவையனைத்துமே கவிதையாடல் கட்டமைக்கும் மனோ நிலையில் நிகழ்ந்து கரையும், கவிதை என்ற மொழிச் சட்டகத்துள் வடிவம் கொள்ளும் மற்றொரு சட்டகமாக உள்ளூறை இருக்கிறது. இவையிரண்டும் ஒன்றினுள் ஒன்றாக மொழிக்குள் தன்னை படைத்துக் கொள்கின்றன. இவ்விரண்டையுமே அகப்படுத்தியுள்ளது கவிதைப்பிரதி. கவிதையாடலில் பிரதியும் உள்ளூறையும் ஒவ்வொன்றாகவும், தனியாகவும், இரண்டாகவும், ஒன்றினுள் ஒன்றாகவும் உள்ளன. ஒன்றை மற்றொன்று பதிலிப்படுத்திக் கொள்கிறது.

2

கவிஞர் அனாரின் கவிதைப் பிரதிகள் இயங்கும் புலங்கள் வெவ்வேறானவை. எந்த குறிப்பிட்ட ஒற்றைப் புள்ளியிலும் அனாரின் கவிதைகள் நிலைகொள்வதில்லை. தொடர்ச் சுழிப்பைத் தனது கவிதையாடலில் இவர் கைக்கொள்கிறார். பருண்மைக்கும், அரூபத்திற்கும் இடையேயான அபூர்வ ஊடாட்டத்தை அனாரின் மொழிப் பித்தம் வசப்படுத்துகிறது. பெரும்பாலும் விளிம்பின் முன்புறமான வெளியில் அது நிகழ்கிறது. கவிதைக்கு முற்றிலும் வெளியே அல்லாது முற்றிலும் உள்ளே இது இயங்குவது இல்லை. இவையிரண்டிற்கும் நடுவே அமையும் மொழிவெளியில அனாரின் கவிதைகள் சஞ்சரிக்கின்றன. குறிப்பாகக் கீழ்வரும் கவிதை வரிகளில்

ஊறும் தன்மையாய்
கட்டுப்படாத தன்மையாய் பெருகி என் நீருடல் நடனமிடுகிறது
கடவுளின் கனவென வடிவங்கள் வெவ்வேறு எடுத்து
சுவையில் மதர்த்த நடனம்

மேன்மையின் திறவுகோலாகி தன்னையே திறக்கின்றது.
நீர்நடனம்

(உடல் பச்சை வானம்)

திரட்சி கொள்ளாத நீரின் குறியீடாக இயங்கும் இக்கவிதையில் 'நீரின் உடல்' என்ற குறி மிக முக்கியமானது. ஸ்திரமான வடிவமற்ற நீரை உடலென பாவிக்கும் கவிதையாடல் சற்றே வினோதமானது. இதில் திரவத்தின் அலைவுத் தன்மை உடலாக குறிப்பீடு செய்யப்படுகிறது. இதைச் சொல்லும் கவிதையின் அடுத்த வரிகளில் ஒரு புதிய கோர்வை உருவாகிறது

கடவுளின் கனவென வடிவங்கள் எனும் வார்த்தைகளில் கடவுள், கனவு என்ற இரு அரூபங்களின் வடிவங்கள் வெவ்வேறாக உருக்கொள்வதாகச் சொல்லப்படுகிறது. அரூபம் பருண்மைப்படுவதை, கவிதையானது வடிவங்கள் எடுப்பதாகச் சொல்கிறது. இதை கூர்ந்து வாசித்தால் ஒருவகை 'இரட்டை அரூபம்' கவிதையில் செயல்படுவதைக் காணலாம். இதில் நீர், கடவுள், கனவு என்பவை ஒருவகையான பதிலிப்படுத்தும் கவிதைச் செயலாகிறது. நீரின் நடனம் — கடவுளின் கனவென கவிதைக்குள் ஒரு சூட்சுமமான இணைவை ஏற்படுத்துகிறது. மேலும் நீளும் இக்கவிதை

...முடிவில்
தன்னை நிகழ்த்துகிற மந்திர மண்டபத்தில்
சுவையில் மதர்த்த நடனம்
மேன்மையின் திறவுகோலாகி
தன்னையே திறக்கின்றது.

(நீர்நடனம் — உடல் பச்சை வானம்)

இந்தக் கவிதையில் நிகழும் நீர்நடனம் என்பது தன்னையே திறத்தல் என்ற குறிப்புச் சீட்டை அடைகிறது. இங்கு தன்னையே திறத்தல் எனும் உள்ளுறை கவிதையாடல் பின் உச்ச மொழிச் சுழற்சியில் திறத்தலை நிகழ்த்துகின்றது. இது பிரதியில் எங்கு நிகழ்கிறது என்ற வினாவிற்கு விடையாக பிரதிக்குள்ளேயே ஒரு வெளி கட்டமைக்கப்பட்டுள்ளது. அது தன்னையே நிகழ்த்துகிற மந்திர மண்டபம். தன்னை நிகழ்த்துகிற அல்லது திறக்கிற உள்ளுறையை ஒரு சேர்க்கைக்கு உள்ளாக்கும் மொழி நடனம் தான் நீர்நடனம்.

வண்ணங்கள் காண்புலத்திலும், உணர்புலத்திலும் ஊடாடுபவை. அதனை ஒரு குறிப்பிட்ட உடலியல் சார்ந்த வேட்கையுடன் தொடர்புப்படுத்துவதன் மூலமாக ஒரு குறியீடாகவும் ஆக்கலாம். உணர்வெழுச்சியின் உடலிய வெளிப்பாடாக முத்தம் நிகழ்கிறது. முத்தம் என்பதன் குறிப்பீடு வேட்கையின், உடலிய நிகழ்த்துதலைச் சுட்டுகிறது. அதனை வண்ணத்தைக் கொண்டோ அன்றி பல்வேறு உயிர்வடிவங்களைக் கொண்டோ இயற்கையின் வடிவங்களைக் கொண்டோ சுட்டலாம், முத்தம் என்பதை பன்—பொருண்மையின் ஊற்றாக மொழியாக்கும் அனாரின் இக்கவிதையை வாசிக்கலாம்

முத்தம் விசித்திரமான நீலப் பறவையாக அலைகிறது
முத்தம் தேவதை
நீல இருளின் நடு ஆகாயத்தில் எனது முத்தம் முழுநிலா
முத்தம் கனவின் உண்மை
மெல்லிய நீலத்துடன்
எரியத் தொடங்குகிறது நெருப்பு
சதைகளாலான பெருகும் விருட்சத்தில் பெயரிடமுடியாத
கனி பழுத்திருக்கிறது.
மென் நீலமென தீராமல் படர்கிறது

(நீலமுத்தம்—உடல் பச்சை வானம்)

மேலே குறிப்பிட்டுள்ள நீல முத்தம் கவிதையில் முத்தம் என்பதை பன்மைக் குறிகள் சதா பிரதியை பெருக்கிக் கொண்டே செல்கிறது. அதன் பண்பை மாறுதலுக்கு உட்படுத்தியபடியே கவிதையாடல் நீட்சி பெறுகிறது.

'முத்தம்' என்பதைச் சுற்றிப் பின்னப்படும் கவிதையாடல்கள் ஒரு சுழல் வட்டமாய் நகர்கிறது. ஒன்று மற்றொன்றை தன்னுள்ளே பின்னிப் பின்னிச் செல்கிறது. முத்தம், பறவை, தேவதை, முழுநிலா, கனவின் உண்மை, உண்மையின் கனவு.

இதில் கனவின் உண்மை — உண்மையின் கனவு என்பது கவிதையில் கனவாக மாற்றமடைகிறது. முத்தம் வண்ணமாகி எரியத் துவங்குகிறது. இறுதியாக கூர்மையான வாள் என்று பொருள் நிலையைப் பெறுகிறது. கனவு, நீலத்துடன் எரியத் துவங்கும் நெருப்பு, சதைகளாலான பெருகும் விருட்சம் கூர்மையான வாள்.

இக்கவிதையில் முத்தம் என்பது பல்வேறு படிமங்களாகவும் இன்மைகளாகவும் மாறி இறுதியாக வண்ண நெருப்பாகி வாளாகிறது. முத்தத்திலிருந்து மொழிக்குறிகள் மூலமாக ஒரு விசிறிபோல் விரிவடைந்து கவிதை அதிசயமான குறிப்பீட்டு வெளியை அடைகிறது.

முன்னே நாம் வாசித்த நீலமுத்தம் என்ற அனாரின் கவிதையின் இரட்டைவடிவப் பிரதி 'நிசப்தத்தில் குளிரும் வார்த்தை' ஏறக்குறைய இவ்விரு பிரதிகளும் கவித்துவ ஒப்புமை கொண்டவை, இந்த நிசப்தத்தைக் குறிக்கும் பிரதியும் நீலமுத்தம் போன்றே நீட்சி கொள்கிறது. ஒரு குறிப்பிட்ட புள்ளியிலிருந்து துவங்கி சுழற்சி கொள்கிறது.

முத்தம் விசித்திரமான
நீலப்பறவையாக அலைகிறது
நமக்கிடையே மழைக் காடுகளென நிசப்தம் வளர்கிறது
மழை — பறவையாய் — அலைகிறது நிசப்தம் —
மழைக் காடுகளென வளர்கிறது அலைகிறது,
வளர்கிறது,

என கவிதை மொழிகிறது

நிசப்தம், மழைக் காடுகளென
ஊமை முயல்கள்
பேசப்படாத வார்த்தையாய்
சிறுத்தையின் புள்ளிகள்

இவ்வாறு நிசப்தம் கவிதையின் பிந்தைய வரிகளில் தூக்குமேடை மேல் தொங்கும் கயிறு, ஆலகால விஷம் என பூரணமாகிறது கவிதையில் ஒருவனை அல்லது ஒருவளைக் குறிக்க வழமையாக பிரயோகிக்கும் வார்த்தைகளைத் தவிர்த்துவிட்டு; ஒரு புதிய குறியீட்டைக் கட்டமைக்கிறது அனாரின் 'நிறங்களாலனவைக் காத்திருக்கிறேன்'. நிறத்திற்கு மனிதக் குறிப்பீடு உள்ளது. பெரும்பாலும் நிறம் என்ற வார்த்தை ஒருவரது சருமப் பொலிவைக் குறிக்கும். வண்ணம் என்பதிலுள்ள மனிதப் பண்பு, நிறத்தினில் பண்பு மாற்றம் கொள்கிறது. ஒருவனை பிறனிலிருந்து பெயர்த்தெடுத்து நிறங்களாலானவன் என்று குறிப்பீடு செய்வது ஒரு புதிய கவித்துவச் சாத்தியப்பாடு. கவிதைக்குள் பண்புகள் என்ற குறிப்பீடற்ற அல்லது முன்—அறியாதவன் ஒருவன் மீதுள்ள விழைவைக் கொணர்கிறது. முன்—அறியா என்பது ரகசியமாய் என்பதாய் மாற்றீடு செய்யப்படுகிறது

அவன் நிறங்களாலானவன் என்பது

எனக்கு மட்டுமே தெரிந்திருந்தது (யாருக்கும் தெரியாத ரகசியமாய்)

அவன் செருக்குமிகு கவிதைகள் மாயலோகத்தின் மொத்த

நிறங்களையும் ஆள்கின்றன

வர்ணங்களாகிவிடுகின்றன பிராத்தனைகள் ஒரு மயில் தோகையின்

ஆனந்த வர்ணமெருகுடன்

அவன் நிறங்களின் கடல் குடித்த பறவை நான் மீன் குஞ்சுகளின்

அபூர்வ நிறங்களால் முத்தம் வரைந்து

என் இறுதிச் சொற்கள் நிறங்களாலானவனைக் காத்திருக்கிறேன்

நிறங்களாலானவனைக் காத்திருக்கிறேன்
(எனக்குக் கவிதை முகம்)

இங்கு ‘நிறம்‘ ஒரு குறியாக பிரதியெங்கும் விரவியுள்ளது. மனிதன், மீன்குஞ்சுகள், பறவை இவை நிறங்களுடன் சுட்டப்படுகின்றன. அதேபோல் இப்பிரதியில் வரும் வினோத படிமம் அபூர்வ நிறங்களால் முத்தம் வரைந்து என்ற வரிகள் வருகிறது. முத்தம் இடுதல் என்பது வரைந்து என மாற்றீடு செய்யப்படுகின்றது. இதழ் தூரிகையாகி முத்தம் வரைந்திருக்கிறது. இது நிகழும் உருமாற்றங்களின் கவித்துவப் புலத்தை கவிதை ஓரிடத்தில் சொல்கிறது.

மாய லோகத்தின் மொத்த நிறங்களையும் ஆள்கின்றன என்பதை வாசிக்கும்போது அது மாயலோகத்தில் நிகழ்த்தப்படுகிறது. காரணம் கழன்ற சுழற்சியை நாம் அனுபவிக்கும்படி செய்கிறது. இக்கவிதையில் ஒரு மாய எல்லை பிரதிக்குள் புலப்படுத்துகிறது

உணர்வு வெளியின் படபடப்பில் சஞ்சரிக்கும் மனதின் அசைவுகளை மிக நேர்த்தியாக அனாரின் கவிதைகள் லயப்படுத்துகின்றன. இயற்கையில் உருவாகும் பருவமாற்றங்கள் போலும் கவிதைகளில் சாத்தியப்பாடுகள் அமைவுறுகின்றன. பருவம் ஒவ்வொன்றிலும் மாறும் வண்ணம், வாசம், காட்சிகள் போலவே அனாரின் கவிதையிலும் மாற்றங்கள் தன்னிச்சையாய் நிகழ்கின்றன. சில தருணங்களில் நமது தர்க்க அறிவின் எல்லையைத் தகர்க்கும் விதமாக காட்சிகளில் தலைகீழாக சம்பவிக்கிறது. அது உணர்வுப் புலத்தை அதிரச் செய்கிறது. கவிதையாடல் ஒரு கதியில் நகர்ந்து சென்று சற்றே தலைகீழாகி எதிர்பாராத காட்சி சேர்க்கைகள் நிகழ்கின்றன, அதை செய்விக்கும்

மொழிப்பித்தம் அனாரது கவித்துவத்தின் பிராதனக் கூறாக உள்ளது. ஒருகணம் நாம் புலன் தப்பி மீண்டும் புலனடைகிறோம். அக்கணம் நாம் வரிசைக் கிரமமாக வாசித்ததின் ஒருபகுதியில் தலைகீழாக்கம்

நிகழ்ந்துள்ளதை அறிய முடிகிறது
உனது பெயருக்கு
வண்ணத்துப் பூச்சியென்றொரு அர்த்தமிருப்பது
எவ்வளவு பொருத்தம்
உணர்வெங்கும் குந்திச் சிறகடித்து திரியும் சாகசத்தை வண்ணத்துப்
பூச்சியாய் இல்லாது போனால் எப்படி நிகழ்த்திக்
காட்டுவாயெனக்கு
உன் தந்திரத்தின் மாயம் அளவற்றது உள்ளே பாடல் போல்
மிதக்கின்ற வண்ணத்துப்பூச்சி
வெளியே பிடித்துவைக்க முடியாத கனா
பைத்தியம் பிடித்திருக்கும் இந்நாட்களிலெல்லாம்
வண்ணத்துப் பூச்சியை மொய்க்கின்ற மலராக
பறந்து கொண்டேயிருக்கிறேன்.
வண்ணத்துப்பூச்சியின் பிரம்மாண்டமான
கனாக்காலக் கவிதை நான் என்பதில் உனக்குச் சந்தேகம்
இருக்கிறதா இனியும்.

வண்ணத்துப்பூச்சியின் கனாக்காலக் கவிதை
எனக்குக் கவிதை முகம்

அனாரின் இந்தக் கவிதையில் நிகழ்ந்திருக்கும் கவித்துவ தலைகீழாக்கம் இரண்டாகும்.

ஒன்று: உள்ளே— வண்ணத்துப்பூச்சி

இரண்டு: வெளியே பிடித்து வைக்க முடியாத கனா

இதில் கூர்ந்து நோக்கினால் புறத்தே உள்ள வண்ணத்துப்பூச்சி என்பது உள்ளே சம்பவிக்காத கனா எனப்படுகிறது. இங்கு இரட்டை மாற்றம் நடக்கிறது. இங்கு இருவேறு சட்டகங்களாலான உள்ளே வெளியே என்பதில் வைக்கப்படுகிறது. இதேபோல வண்ணத்துப்பூச்சி — மலர் அடுத்ததாக மலர் — வண்ணத்துப்பூச்சி மொய்த்தல், பின்னர் கவிதையின் இறுதி வரிகளில் நான் என்பது தலைகீழாக்கமாக பிரதியின் அடுக்குகளில் எழுதப்பட்டுள்ளது

கனவு நிலையில் கவிதையாக்கம் செய்யப்பட்ட அனாரின் மற்றொரு கவிதை. வாசித்தலும் — எழுதுதலும் — கனவு கொள்வதும் கவிதையில் மறைந்துள்ள தன்னை புறத்தே மீட்டெடுக்கும் மொழிவிழைவே கவிதையாக்கம், சிலையின் முகத்தை ஒரு தன்னிலையின் பருண்மைக் குறியீடாகக் கையாளும் தன்மை குறிப்பிடத் தகுந்தது. பிரதியில் இன்னொருவரால் காட்ட கேட்கும் வரிகள் ஒருவித படமாகிறது முகம் என்ற தன்னிலை. பிரதியில் பொதிந்துள்ள இரு நிலைகளுக்கிடையே ஒரு உரையாடலைத் துவக்கி, அதன் வழியே கவிதையாடலைக் கட்டமைக்கிறது அனாரின் இக்கவிதை

நீ வரைந்து காட்டு
என் மறைந்துள்ள முகத்தை நீ வரைந்து காட்டு
அடைய முடியாத அந்த இரவை இன்னும் விரும்புகின்ற
கவிதையை.

(பூக்க விரும்புகிற கவிதை — எனக்குக் கவிதை முகம்)

இக்கவிதையில் மறைந்துள்ள தன் முகத்தை நீ என்ற கவிதையின் இன்னொரு நிலையினிடம் கேட்கும் கவிதை சொல்லியின் ‘குரல்’ அல்லது ‘தன்னிலை’; இந்த இருநிலைகளுக்கு இடையே விழும் கவிதையின் உள்ளார்ந்த முடிச்சு இறுதியில் அவிழ்கிறது. முகத்தை வரைந்து தனக்கே அடையாளப்படுத்த கேட்கும் குரல் அடுத்த வரியில் அடைய முடியாத ‘இரவை’ யும் விரும்புகிற ‘கவிதையை’யும் வரையக் கோருகிறது. ஆழமாக இக்கவிதையை வாசித்தால் இதில் முகம் என்பது கவிதையாகவும்— மறைந்துள்ள என்பது ‘இரவாக’வும் உருவகிக்கப்படுகிறது. அனாரின் கவிதை முகம் இக்கவிதை தானோ என யோசிக்கத் தோன்றுகிறது.

ஒரு தேவதைக் கதையை வாசிக்கும் போது கிடைக்கப் பெறும் அனுபவமும்—கவிதையை வாசிக்கும் அனுபவமும் வெவ்வேறானவை ஆனால் அனாரின் ஒருசில கவிதைகளில் இவ்விரண்டும் இழையோடுவதை உணரலாம். புனைவின் விரிவில் கவித்துவத்தின் புதிர்மைகள் கவிதையெங்கிலும் விரவியிருக்க; அதில் வாசிப்பற்கு அப்பால் அதனுள் மெய்நிகர் அதிசயங்களுடன் பரிமாற்றம் செய்து கொள்வதும் உண்டு. இயல்புக்கு மாறாக புனை உயிர்களுடன் பேசுவதுமுண்டு. கவிதை சொல்லியின் படைக்கும் கவிதைகளில் ஒன்று அனாரின் மகுடி மாதுளையின் கனிந்த சிவப்பைத் தாண்டி ஏதோவொரு புதிர்மைக்கான விடையினைத் தேடுவது நிகழ்ந்து விடுகிறது.

பிரதியை காகிதத்தின் மேற்பரப்பில் ஒரு சித்திரமாகப் பார்க்கும் விநோத போதம் சில அபூர்வ தருணங்களில் நிகழ்ந்துவிடும். கவிதையின் வாசிப்பிலிருந்த குரலல்லாது இன்னும் பல குரல்களும் நம் செவிகளில் பேசிக் கொண்டிருக்கும் இதன் ஈர்ப்பான ஒரு தன்மை என்பது பிரதியில் கட்டமைக்கப்பட்ட புதிர்மைக்கான விடையை அந்தப் பிரதியிலேயே கண்டடைந்து விடுகிறது.

ஒரு சிறு புனைவுலகத்தில் ஊறிவிழும் நம் சொற்களை முத்துக்களின் வரிசையாக மாதுளை அரண்மனைக்குள்ளே அடுக்குகிறோம்.

முதிர்ந்த சிற்பி மாளிகைச் சுவர்களில்

இதே மாதுளைச் சாற்றினால் நம் சொற்களுக்கு நிகரான ஓவியங்களை வரைந்து போயிருப்பதை வியக்கிறோம்

மாளிகை நிலவறை தீப்பந்தத்தைக் கையிலெடுத்து நீ காண்பித்துச் செல்கின்ற ரகசிய அதிசயங்களுக்கு

ஒவ்வொரு புலன்களையும் இழந்து பிறகு ஓர் இரசத்துளியாய் எஞ்சுகிறேன்

அரண்மனைத் தோப்பு மாதுளை கொப்பில்

ஊஞ்சலாடும் கூண்டுக்கிளி சிவந்த சொண்டின் கதவுகள் திறந்து நம்மை உள் அழைக்கிறது

காற்றுப் பின்னிய நூலேணியைக் கடந்து சமுத்திரத்திற்குள் குதித்தோம்

முட்டைகளைக் காவல் செய்யும் நீர்ப்பாறைகளுக்கடியில் மீன்கள் வண்ணங்களை உமிழ்ந்து வால்களால் அடிக்கின்றன

சங்குகள் மினுங்கும் பாசிமணிகள் நீர்செடிகளாய்ச் சூழ்ந்த பாதாளத்தில் நீந்தி

பவளக் குவியலருகே மாபெரும் சிற்பியை உனக்காக திறக்கிறேன்

பிரபஞ்சத்தையே மூடி

இழுத்துவரும் வலையை எனக்குப் பரிசளிப்பதாய் கூறுகிறாய்

சிவந்த மின்மினிக் கூட்டங்களை

விபரித்துக் கொண்டே நடக்கிறாய் அடிக்கடி சிவப்பு மீனை நினைவு கூர்கிறாய்

பிறகு அரண்மனைக் கிளியை

தனியே விட்டுவிட்டதாகத் தத்தளிக்கிறாய்

கண்கள் தான் கிளி

கிளியின் கூடு மாதுளை மாதுளைக்குள் என் சிவப்புச் செற்கள் கண்களை மூடி

மிக அமைதியாகத் தூங்கு என்று விலகிப் பறந்தேன்.

(மகுடி — பெருங்கடல் போடுகிறேன்)

அனாரின் மகுடியில் உயிர்த்தெழும் புனைவு வெளியில் நிகழும் தேவதைக் கதைக்காக மகுடி கவிதை கட்டமைக்கப்பட்டுள்ளது. இப்புனைவுலகை நிர்மாணிக்கும் அல்லது வரையும் வண்ணமாக மாதுளைச் சிவப்பு, பவழத்தின் வண்ணம், சிவப்பு மின்மினி, சிவப்பு மீன் என செவ்வண்ணத்துள் உயிரிகள் நிரம்பியுள்ளன. இவ்வகைளைக் கொண்டு புதிர்த்தன்மை கவிதையாடலில் நூற்கப்படுகிறது அவ்வப்போது விழிப்பு நிலைக்கு வந்தடையும் மகுடி கவிதை, கவிதையின் தொடர்ச்சியில் எழும் புதிர்மைகளுக்கு இறுதி வரிகளில் விடையளிக்கிறது.

கண்கள் தான் கிளி

கிளியின் கூடு மாதுளை மாதுளைக்குள் என் சிவப்புச் சொற்கள்

பின்னர் கடைசியாகக் கண்மூடி மிக அமைதியாகத் தூங்கு என்று

விலகிப் பறந்தேன்

இக்கவிதையாடலிலிருந்து கவிதை சொல்லியின் குரல் பிரிகிறது. இப்பிரதியின் குரலும் அதில் வரும் புனைவுயிரிகளுமாக சிவப்பு வண்ணத்தாலான தேவதைக் கதையாடலை பிரதிக்குள் உலவ விடுகிறார் அனார். அதில் வாசகன் உலவித் திரிந்த பின்னர் தூங்கும்படி சொல்லப்படுகிறது. ‘நான் ஒரு தேவதைக் கதையைக் காண்பேன்’ தொகுப்பிலுள்ள ‘அவள் பறவைகள் வாழும் உடல்’ கவிதையில் மாற்றுத் தேடலாகவும், கேட்டலாகவும் உணர்கிறோம். மேலே கண்ட கவிதையின் மாற்றுப் பிரதியாக அனாரின் ‘பெருங்கடல் போடுகிறேன்’ல் பரிமாணமொன்று தென்படுகிறது

அவளது மூக்கில் முளைத்திருந்த வால்வெள்ளியை என்ன செய்வதென்று மணிக்கணக்காகப் பார்த்து நின்றான்

பெயர் தெரியா வண்ணங்களுடன் அலையும் சிறிதும் பெரிதுமான எண்ணற்ற அபூர்வப் பறவைகள்

அவள் பறவைகள் வாழும் உடல்

முதலில் பறவைகளை பழக வேண்டும்
தடாகத்தில் நீந்தும் தாராக்களை
ஒவ்வொன்றாகப் பிடித்து
நீர் சொட்டச் சொட்ட
புல்தரையில் விட்டபடி விளையாடுவது
அவனுக்கும்
அவளுக்கும் விருப்பமாகவிருந்தது.

இதில் குறிப்பீடற்று இருக்கும் வண்ணத்தை கவிதை சுட்டுகிறது. மேலும் எண்ணற்ற பறவைகள் என நீள்கிறது. அவள் என்பதை பறவைகளின் வாழும் உடல் என உருவகித்துச் சொல்லும் கவிதை

துவக்கத்தில் அவளது மூக்கில் முளைத்த வால்வெள்ளியை என்பதிலேயே கவிதையின் இயங்குதளம் தேவதைக் கதையாடலுக்குள் நகர்ந்து விடுகிறது. முந்தைய கவிதை போன்ற ஒப்புமைகளை இது கொண்டிருக்கிறது. மகுடிக் கவிதையின் கடைசி வரிகளைப் போலவே இக்கவிதையிலும் உறைந்துள்ள உள்ளுறையாக அவள் என்பது உடலென பதிலியாகிறது. அவ்வுடல் என்பது பறவைகளது வாழுமிடம், கவிதையின் போக்கில் அவள் என்ற குறியை குறிப்பீடு செய்யும் பல சொற்சேர்க்கைகள் கையாளப்படுகின்றன. மொகலாய ஓவியம் இன்னும் இவையொத்தவை பிரதியெங்கும் புழங்குகின்றன. அவள் என்பதை மறைபொருளாய்ச் சுட்டிக் கட்டமைக்கப்படும் குறியீடுகளின் இயக்கத்தில் கவிதையாடல் தொடர்கிறது. அதாவது; முதலில் பறவைகளைப் பழக வேண்டும் எனச் சொல்லும் எதிர்மறையான கவிதையாடல் அவனைப் பழக வேண்டும் என்கிறது.

தடாகத்தில் நீந்தும் தாராக்களை
ஒவ்வொன்றாகப் பிடித்து
நீர் சொட்டச் சொட்ட
புல்தரையில் விட்டபடி விளையாடுவது
அவனுக்கும்
அவளுக்கும் விருப்பமாகவிருந்தது.

அவ்வப்போது வாசிப்பின் விளிம்பிலிருந்து நம்மைக் காட்சி வெளிக்கும், இனமறியாத அகவுணர்வின் வெளிக்கும் தனது நாதமார்ந்த வரிகளால் ஆட்டுவிக்கிறது அனாரின் கவிதைகள். வண்ணங்களில் நீந்துவது போலும் திரவத் திளைப்பில் ஆழ்த்தும் குறியீடுகள், படிமங்கள் அருகே வந்து நம்முடன் உறவாடுகின்றன.

பின்னர் சட்டென குறிப்பீட்டைத்துறந்து ‘குறிகளாக’ மிதக்கின்றன, அனாரின் கவிதைகளில் தொடர்ச்சியாக சிவப்பு மற்றும் பச்சை வண்ணம் வார்த்தைகளுக்குள் கூடுவிட்டு கூடுபாய்கின்றன. வண்ணங்களின் அனுபவ வெளியை நமக்குத் திறக்கின்றன.

‘நாகம்’ இவரது பிரதிகளில் சதாசர்வ காலமும் நெளிந்த வண்ணமாகவே உள்ளது. இது ஒரு குறிப்பிட்ட வேட்கையை மட்டுமே குறிப்பீடு செய்வதாகக் கொள்ளவியலாது. ஒருசில கவிதைகளில் குறியீடாகவும் சிலவற்றில் படிமமாகவும் இன்ன பிறவற்றில் குறிப்பீடற்ற குறியாகவும் எஞ்சுகிறது. தனது வேட்கையின் அத்தனை அடக்குமுறைகளையும், புலன்களையும் வண்ணத்தாலும், பறவையாலும், நாகங்களாலும் பிற வினோத காட்சியாகவும் நெய்து கொண்டே செல்கிறார். ஆங்காங்கே எளிதில் புலனாகாத நுண்வேறுபாடுகளைக் கையாண்டு பிரதியின் அடர்த்தியைக் கூட்டுகிறார். இயல்பிலிருந்து, மீ—இயல்பினுள் பாயும் இவரது கவிதைகள் அபூர்வமானவை, கவிதையாக்கத்தின் தொழில்நுட்பத்தை நன்கு வெளிப்படுத்தக் கூடிய கவிதை

சிவப்பு நாகம் சிவப்பு வண்ணப் படிக்கட்டுகளில் வளைவில்
வெண்ணிறத் தூண்கள் குகைவடிவில் இருந்த நீள் அறைக்குள்
குறைந்த ஒளியில் அமர்ந்திருக்கிறோம்
ஆழ்ந்த நோவில்
சிவக்கும் திராட்சை உன் குரல்

மழையில் நடுங்குகின்ற தனிச்சிவப்பான மாதுளைப் பூக்களின் துடிதுடிப்பு

சிறிது தூரம் நீந்திச் சென்று

பின் அமைதியாய் உடைகின்ற நீர்க்குமிழிகள்

நீ பாடிக் கொண்டிருந்தாய் காதலின் ரகசியத்தை

ஆடை பறந்து குடை விரிய வெள்ளைக் காளான்கள் காற்றில் வளையமிட

ரூஃபிகள்’ நடனத்தில் சுற்றுகின்றனர் ‘கஃவ்வா’ கிண்ணங்களில் நிரம்பியுள்ளது

நீ பாடுவதை நிறுத்தவில்லை
வலியைத் துளைத்து வெளியேறும்
சிவப்புநிற நாகம்

நீ பாடி முடிக்கையில்
சூரியனில் இறங்கும்

(சிவப்பு நாகம்—பெருங்கடல் போடுகிறேன்)

இக்கவிதை அதி நுண்மையான இயக்கத்தைக் கொண்டிருக்கிறது. ஒரு சூஃபியின் நடன சுழற்சியைப் போலவே கவிதையும் படர்கிறது. இதில் பாடுதல் அதன் உச்சத்தில் வலியை அடைதல் அடுத்ததாக அதிலிருந்து வெளியேறும் சிவப்பு நாகம் — பாடி முடிந்ததும் சூரியனில் இறங்கும் என்ற இடத்தை அனார் கூர்மையுடன் கவிதையாக்கியுள்ளார். இதில் பழகிவரும் சூஃபியின் நிலைகளை ஜாவித் நூர்பக ஷின் பதத்தில் சொல்வதென்றால் 'சாமா' எனும் நிலையினில் பல்வேறு உணர்வுகளாலும் அனுபவங்களாலும் 'வஜ்த்' என்ற மீநிலையைக் குறிக்கிறது. அதன் வகைமைகளில் இரண்டை இக்கவிதையுள் இனம் காணலாம். ஒன்று: தொலைந்து போனதைத் தேடி அடைவது

இரண்டு: துக்கத்தில் கனலும் அசௌகரியத்துடன் வலியை அனுபவித்தல். அனாரின் சிவப்பு நாகம் இவ்விரு நிலைகளையும் கொண்டிருக்கிறது. முடிவில் சிவப்பு நிற நாகம் சூரியனில் இறங்குகிறது என்ற வரிகளில் வாசிப்பின் தர்க்கம் தகர்கிறது. அறுதியிட்டு இதுதான் இதன் பொருண்மை என வரையறுக்க அனுமதிக்காத சிவப்பு நாகம் நம்மை பீடிக்கிறது, வலியின் அகத்திலிருந்து துளைத்து தன்னை வெளியேற்றிக் கொள்ளும் சிவப்பு நிற நாகம் நாமறியாமலே நம்முள் நழுவி இறங்குகிறது.

ஆ. அமிர்தராஜ் கவிதைகள் ஓர் இலக்கிய நோக்கு

மொழியால் எழுதப்பட்டாலும்கூட அவை எதிரீட்டு நோக்கில் கவிதைகள் பிரதிகளாகி பேசிக்கொண்டே தான் இருக்கின்றன. "பிரதியின் உடல்" என்பது மொழிவினையாகவும் அதன் ஒலிப்புத்தன்மை என்பது கவிதைச் சொல்லியின் படைப்பிலக்கிய குரலாகவும் இயங்குகின்றது. அத்தகைய குரலே கவிதையில் இழையோடும் பன்மைக் குரல்களைக் கோர்வையாக்கி கவிதைக்குள் அகவயப்படுத்துகிறது. இதன்வழியே வாசகப் பிரதியியலை முன் வைக்கிறது, கவிதை மொழியப்படும் நிலையில் இருந்து செவியடையும் போது உணரப்படும் கவிதைப் பிரதியானது எழுதப்பட்டதில் இருந்து தன்னைப் பெயர்த்துக் கொண்டே செல்கிறது. வாசகனின் மனோவியத்தைக் கட்டமைக்கும் கூறுகளில் இது முக்கிய பங்கை வகிக்கிறது. இதில் பல இடையீடுகளும் இடையாட்டங்களும் நிகழ்கின்றன. இத்தகைய இடையாட்டத்தைக் கவித்துவத்தின் பிரதான கூறுகளில் ஒன்றாகக் கருதலாம். இடையாட்டம் என்ற புள்ளியில்தான் கவிதைப் பிரதியானது வாசகனுக்கான நுழைவா—யிலைத் திறக்கிறது. இவ்வாறு கவிதை சொல்லியின் குரலுக்கும் வாசகனின் மனதிற்கும் இடையே மொழிவயமான இணைவு அல்லது கைகுலுக்கல் சாத்தியமாகிறது. இதன்வழியே எழுதுதல் மற்றும் வாசித்தல் என்பன ஒருமித்த இணைச் செயல்களாக பரிணமிக்கின்றன. கவிதையாடல்களின் மத்தியில் திகழும் இரட்டைநிலையில் வாசகப் பொருள்கோள் உற்பத்தியாகிறது. தேர்ந்த நேர்த்தியுடன் எழுதப்படும் அமிர்தராஜின் கவிதைகளில் இப்பண்புக் கூறுகள் முழுமையாய் இடம்பெறுகின்றன.

மேலே குறிப்பிட்ட இடையீடு மற்றும் இடையாட்டம் நிரம்பிய பிரதிகளில் ஒற்றைப் பொருண்மை என்பது சாத்தியமில்லை. அதற்கு மாற்றாக ஒருவித ஆட்டத்தன்மை என்பது

படைப்பிலக்கிய உத்தியாகவே தன்னை விரித்து இடையே நிகழும் இடையாட்டத்திற்கு ஏதுவான வெளியை தம்மில் கொண்டுள்ளன. புனைவிலக்கிய பிரதிகளில், கதையாடல்களில் அமைக்கக்கூடிய கவிதைகளே பன்மைத்தன்மையை வரியின் இறுதியில் வாசகன் பொருள் கொள்ளாமல் பற்பல தொடர்வரிகளிலும் அவைகளிடையேயும் பொருள் கொள்ளுதலே சிறப்பானது. அது கவிதையின் வாசிப்பனுபவத்தையும் பொருண்மை வெளியையும் எல்லையற்றதாக்குகிறது.

இவ்விரு நிலைகளின் ஊடாட்டத்தில் தோன்றும் பொருண்மை சார்ந்த நிச்சயமற்ற வெளியை அல்லது மொழிப்பரப்பைத் தான் கவிஞர் அமிர்தராஜின் பிரதிகள் "இறைமையுணர்வு" என்பதாக புனைகிறது. பிரதிகள் இதைப் பருண்மையாகவும் மாற்றியுள்ளன விவரிக்கவியலாத பேருணர்ச்சி மட்டுமே பொதுவாக இறைமை என கருதப்படுவது வழக்கம். அதற்கு மாறாக புறவுலகப் பருண்மையின் மத்தியில் ஏதோவோரிடத்தில் நாம் காணாத அல்லது நமக்குப் புலப்படாத புள்ளியில் எழுதுவதிலும் வாசிப்பதிலும் திரள்வது இறைமையுணர்வின் தூல அனுபவமாகும். குறிப்பீடற்ற ஒரு குறியாக அமிர்தராஜின் கவிதைகள் இதைப் பிரயோகிக்கிறது. குறிப்பாக ஒரு பெயரைத் (பெருமாள்) தொடர்ச்சியாக பல இடங்களில் இருவேறு கவிதையாடல்களில் குறிப்பது என்பது அதை பொருள்கோள் வெளியில் நாம் அறிந்த நிலைப்பாட்டிலிருந்து பெயர்த்துவிடுவதன் மூலம் கீழறுப்பைச் செய்கிறது. நமது அறிதலில் உள்ள அர்த்தவெளியை அதன் வலைப்பின்னலில் இருந்து முற்றிலுமாக விடுவிப்பதற்கான, குறிப்பீட்டுச் சங்கிலியின் கண்ணிகளை மேலும் உடைப்பதற்கான, புனைவிலக்கிய பிரதியியல் நுட்பத்தைக் கொண்டிருக்கின்றன அமிர்தராஜின் கவிதைகள்.

ஒரு முழுநீளக் கவிதைக்கு இடையே வரும் சில பகுதிகள் ஒரு கவிதையின் முன்பகுதிக்கும் பின்பகுதிக்கும் மையத்தில் ஒரு இடையாட்டத்தை எவ்வாறு உலவவிடுகிறது என்று பார்க்கலாம். குறிப்பாக கவிதையின் தலைப்பை வாசித்துவிட்டு உட்செல்லும் வாசகர்கள் இரு வெவ்வேறான கவிதைகளையும் அதன் இணையையும் எதிரிட நேர்கிறது. அமிர்தராஜின் 'சாத்வீக தமஸ்" எனும் பின்வரும் கவிதை ஒரு நல்ல உதாரணம்.

இக்கவிதையில் மரணத்திற்கும் மறுபிறவிக்கும் இடைப்பட்ட பேரமைதியின் முன் சுவை போன்ற வரிகள் கவிதையின் முழுக்கட்டமைப்பையும் மாற்றி விடுகின்றன. இப்போது முழுக் கவிதையையும் வாசிக்கலாம்.

சாத்வீக தமஸ்

தட்டிக் கேட்க ஆளில்லா
பகல் வேளை
தன் ஆட்டம் களைத்து
ஓய
இரக்கமாய் பூமியில்
கொட்டி
நிரம்புகிறது இரவு
அசந்து வீட்டில் படுத்தவாறும் ஜன்னல் வழி உறுமுகிறது ஒளி
பகல் சூரியன் சாட்சியமாய் பிராண மூலக் கூறேறி துறுதுறுத்தோடியும் தமக்குள் முட்டி மோதியும்
மேடையேறும்
இரஜஸின் இராஜ வாழ்வை
வேண்டா இருள்
மரணத்திற்கும் மறுபிறப்பிற்கும்
இடைப்பட்ட பேரமைதியின்
முன் சுவை
கருமசேமிப்பின்
நீண்ட பாரம்பரியம் தூண்டிவிடும்
அழிவு வேலையில்
சின்ன தடங்கலாயும்
நாளைய
நாசவேலைக்குத்
தேவையான ஓய்வாயும்
சீறும் மூச்சின் கண்மூடித் தாக்குதலில் சில நொடிகளே உடைந்து விடுகிறது
இரவு
மீண்டு சீரான இருளோ தாழிட்ட கதவையும்
சட்டமிட்டுத் தடுக்கும் ஜன்னலையும்
மதித்து
ஞான புத்தரின்
சர்வசாந்தமாய் நிற்கிறது
நடு வீதியில்
வீடுகளின்

கதவு ஜன்னல் வழியாக
அவியா சூரியனாய்
கண்கூசி மிரட்டும்
வெளிச்சத்தின் சதுர செவ்வகங்களிலிருந்து
விடுபட்ட ஆகாச காரிருளின்
மௌன கரும்பலகையில்
அது வரைகிறது
சமாதானத்திற்கான
செய்தி வரைபடத்தை
தியான மொழியொன்றே அறிந்த அக்கடின செய்தியிலிறங்கி
வீதி விளக்குகளும்
வான்பந்தல் மிதக்கும்
நிலவும் நட்சத்திரங்களும்
ஒன்று கூடி
இரக்கத்தின் புள்ளி கமா
குறிகளாகி
எந்த ஜன்னலிலிருந்தும்
அகன்ற ஆகாயந்தேடி ஓய்வில் வெளி நோக்கும் கண்களுக்கு
சாத்தியமாக்குகின்றன
ஒரு வெகுஜன வாசிப்பை
நிறுத்த குறிகளிட்டு
சமாதானத்தின் மொத்த
இருள் மொழியை
மொழிபெயர்த்தால்
வரும் ஒரு விடை
தலைமேல் இதயத்தை வை
நித்தம் அதையே
இன்னலின் கண்ணாடி வெளிப்புறத்தில்
இரத்தக் கருஞ்சிவப்பிலே
இரவெழுதியும்
உறங்கும் மனிதரின் கரியமில
எதிர்காற்றில்
அவ்வெழுத்தெல்லாம்
நொடியில் காய்வதால்

பார்வைக்கு மிஞ்சுவது கரும்பலகைக்
காரிருள் மட்டுமே
இரவிலுமே
பகலின் இயல்பான அவசரத்தில்
கண்ட கண்களில்
அவ்விடை மின்னி மறைகிறது
தமாஷான கிறுக்கலாய்
நாச ஒளி தினம் தினம் வழிவிட்டதும்
வருவேன்
நாளையாவது
வீடு வீடாய் நுழைந்து ஒருமையின் ஓலை தந்து
இன்மையின்
இரகசியத்தை வெண்கண்ணால் சொல்ல வல்ல
கோடி கரும்புறாக்களை
தேடிக் கொணர்வேன்
காலைதோறும்
பணிவுடன் விடை பெறுகிறது
இருள்

சற்றே நீண்ட இக்கவிதையில் பயின்றுவரும் இரண்டு முக்கியமான குறிகளாக நாம் எடுத்துக்கொள்ள வேண்டியவை யாவை? இரவைக் குறிக்கும் இருள் இது முதல் பத்தியில் ஆரம்பித்து இறுதிவரியில் முடிகிறது. இதனோடு கூடவே 'பகல் சூரியன்' என்ற மற்றொரு குறி இவை இரண்டின் மத்தியில் தான் கவிதை தனது பிற கவிதையாடல்களைக் கட்டமைக்கிறது.

மேலும் இரவு என்ற சொல் ஒரு குறியீடாக பிரயோகிக்கப்படுகிறது. நம்முன் நிகழ்ந்து கொண்டிருக்கும் அன்றாடப் பொழுதின் அழிவினை, அது மேலும் வெளிப்பட அனுமதிக்காது இரவு பரவியுள்ளதை அமிர்தராஜ் தன் கவிதையில் சொல்கிறார். இடையிடையே ஒளி என்ற குறியீடு பயன்படுத்தப்படுகிறது. 'ஜன்னல் வழி உறுமுவது ஒளி' எனவும் அதனை மேலும் உருவகப்படுத்தும் விதமாக 'பகல் சூரியன்' எனவும் உள்ளது. இக்கவிதைப் பிரதியானது இருளை உடைக்க விழையும் ஒளியின் போராட்டத்தைக் குறிப்பீடு செய்கிறது. இரவு என்பது ஒரு பீடிப்பாகவும் அதனை வெல்லத் துடிக்கும் ஒளியென்பது போலவும், இதுவே கவிதை சொல்லலின் ஒரு

குரலாகவும் தொடர்கிறது. ஒரு இருண்மையான பேரழிவை எதிர்க்கும் முயற்சியே கவிதையின் உள்ளார்ந்த பொருண்மை போல முதலில் தோற்றம் பெறுகிறது. ஆனால்

"ஞான புத்தரின் சர்வ சாந்தமாய் நிற்கிறது;
நடு வீதியில்
கதவு ஜன்னல் வழி அவியா சூரியனாய்..."

போன்ற வரிகள் கவிதையின் மொத்த இருப்பையும் தளமாற்றத்திற்கு உட்படுத்துகிறன. சர்வசாந்தமாய் நடுவீதியில் நிற்பது எது என்ற வினா எழுகிறது? அழிவை அகவயப்படுத்தியிருப்பது இருளா? அல்லது அவியா சூரியனா? எனும் போது ஒருவித புதிர்மை இவ்விடத்தில் உருக்கொள்ளத் துவங்குகிறது. ஒருவேளை ஞானபுத்தர் என்பது சாந்தம் என்பதற்கு பின்னால் வரும் "நிலவும் நட்சத்திரங்களும்" என சுட்டுகிறதா? என வாசிக்கத் தோன்றுகிறது. ஒரு கவிதையை வாசிக்கும் போதே நாம் நின்றிருக்கும் புள்ளி, பிரதியுள் உள்ள ஏதோவொரு புள்ளியோடு மறைவான தொடர்பை ஏற்படுத்திக் கொள்ளும் வாய்ப்புள்ளது. இவ்வண்ணமாக அமிர்தராஜின் கவிதைகளின் போக்கு செல்கிறது. "ஞான புத்தரின் சர்வ சாந்தமாய் நிற்கிறது" "வான் பந்தல் மிதக்கும் நிலவும் நட்சத்திரங்களும்" என இருவேறு இடங்களுக்கு இடையே தொடர்பு ஏற்பட்டு விடுகிறது.

இருள் மொழியை
மொழிபெயர்த்தால்
வரும் விடை
தலைமேல் இதயத்தை வை
நித்தம் அதையே
இரத்தக் கருஞ்சிவப்பில்
இரவெழுதியும்

கவிதை கொண்டிருக்கிறது. மீண்டும் பாருங்கள், இருளையே அதன் மொழிபெயர்த்தல் என்பதும் இங்கு பாடி மொழியை தலைமேல் இதயத்தை வை என்ற தொடரும் மொத்த கவிதையின் வாசிப்பனுபவத்தைப் புரட்டிப்போட வல்லவையாக உள்ளன. பூடகமான வெளிப்பாட்டை இங்கு அமிர்தராஜ் கையாளுகிறார். இத்தொடருக்கான அர்த்தமென்பதை வாசகர் ஒவ்வொருவரும் ஒவ்வொரு விதமாக அவரவர் அறிதலுக்கேற்ப வரையறுத்துக் கொள்ளலாம். குறிப்பாக "புத்தரின் சாந்தம்" என்பதை "தலைமேல் இதயத்தை வை" என்பதுடன் பொருத்திக் கொள்ளலாம்.

இங்கும்
நாச ஒளி தினம் வழிவிட்டதும்
வருவேன்
கோடி கரும்புறாக்களை
தேடிக் கொணர்வேன் காலை தோறும்
பணிவுடன் விடை பெறுகிறது
இருள்

'சாத்வீக தமஸ்' கவிதையின் மேற்கண்ட இறுதிப் பத்தியில் இடம்பெற்றுள்ள வரிகளும்கூட துவக்கத்தில் வரும் இருளுடன் தொடர்பை ஏற்படுத்துகின்றன. இரவில் துவங்கி இருளின் விடைபெறுதலில் கவிதை முற்றுப் பெறுகிறது. இடையே நாச ஒளி எனுமிடம் எதிர்வரும் விடுவித்தலுக்கான படிமமாவதை நம்மால் உள்வாங்க முடியும்: "கோடி கரும்புறாக்களை என்ற தொடர்" இரவையும் அதன் இருளையும் அசைவிற்கும் அசைவின்மைக்குமான இணைவுப் புள்ளிகளாக மாற்றுகிறது. 'கரும்புறாக்கள் ஒரு திறவுகோல்' என கவிதையாடலாகிச் சிறகடிக்கிறது அதன் கோடிச் சிறகடிப்பில் இருள் என்பது in-scape-ஆக மாறி, புலன்கடந்த பேருணர்ச்சியின் பன்மையாக்கலை நேர்த்தியாகும்.

ஹாருகி முராகாமி கதைசொல்லும் கள்ளமும் களிப்பும் ஒன்றையொன்று தொட்டு மகிழ்கிறது

The "I" here, you should know, means me, Haruki Murakami, the author of the story.

(Chance Traveler)

ஒரு கைதேர்ந்த சூதாடி தன் எதிரிலுள்ள மற்றொருவனின் சீட்டுகளை அவனது முகத்தில் வாசித்து விடுவான். அதை மனதில் கொண்டுதான் தான் எந்த சீட்டை கிழே போடுவது; எதை பிடித்து வைத்துக் கொள்வது என்று தீர்மானிப்பான். விளையாட்டு — விளையாடுவோர் என மனதின் மர்மவெளியில் நிகழ்கிறது. கள்ளமும் — களிப்பும் ஒன்றையொன்று தொட்டு மகிழ்கிறது.

அதுபோல்தான் ஒரு கதைசொல்லியும். தனது வாசகனிடமும் ஒரு கள்ளம் தோய்ந்த கதையாடலை முன்வைத்து வசப்படுத்துகிறான். எவையெவை வாசிப்பவனின் நினைவழிக்கச் செய்யுமோ அதை கதையின் பிரதியில் அங்கங்கே இழையோட விட்டு சற்று பின் — அமர்ந்து தேர்ந்த சூதாடியின் மனதோடு வாசகனை கவனித்துக் கொண்டிருப்பான்.

இப்படியொரு நினைவிழப்பை அசாதாரண லாவகத்துடன் நிகழ்த்துபவர் ஹாருகி முராகாமி. இவரது கதைகளைப் படிக்கும் போதெல்லாம் ஏதோ ஒரு சூதாட்ட மனநிலை நம்மைத் தொற்றிக் கொள்கிறது. நம்மை இந்த விளையாட்டில் நாம் தொலைப்பது உறுதி என்று அறிந்து கொண்ட பின்னும் இவருடனான ஆட்டத்தை நிறுத்த முடிவதில்லை. இந்த அசகாய சூரனுடன் ஆடுவதொன்றே போதுமானது.

ஹாருகியின் சமீபத்திய நாவலான "Colorless Tsukuru Tazaki and His years of Pilgrimage" புத்தகத்துடன் என்னைப் பார்க்க வந்த நண்பர் வசமாக மாட்டிக் கொண்டார். மறையும் யானையின் கதையாடல்

என்ற ஹாருகியின் சிறுகதைப் பற்றிய என் கட்டுரையை குறித்து விவாதித்தார். மேலும் முராகாமியைப் பற்றியும் அவரது கதைகளில் வரும் இசை குறித்து உரையாடிய பின்பு விடைபெறும்போது புத்தகத்தை என்னிடம் இழந்துவிட்டு விடைபெற்றார். நாவலை படித்துவிட்டுத் தருகிறேன் என்று அனுப்பி வைத்தேன். பாவம் என்னை எவ்வளவு சபிக்கிறாரோ தெரியவில்லை. இனி ஒருபோதும் புத்தகத்துடன் என்னைப் பார்க்க வரமாட்டார்.

"Because I have no sense self. I have no personality, no brilliant color. I have nothing to offer. That's always been my problem. I feel like an empty vessel. I have a shape, I guess, as a container, but there's nothing inside. I just can't see myself as the right person for her. I think that the more time passes, and the more she knows about me, the more disappointed Sara will be, and the more she'll choose to distance herself from me."

(Colorless Tsukuru Tazaki and His Years of Pilgrimage)
Haruki Murakami

கிம்-கி-டுக்கின் இயல்பு -
இயல்பின்மையின் தகர்ந்த வரையறைகள்

உடல் பிம்பத்தை நுகருகிறதா? பிம்பம் உடலை நுகருகிறதா? என்ற கருத்தாடலின் புலத்திலிருந்து வடிவம் பெறுவது தான் மீ—காணுதல் என்ற கருத்தாக்கம். காண்பதின் பொருண்மையும் காணப்படும் பிம்பமும் ஒரே தளத்தில் ஒன்று மற்றொன்றை பரஸ்பரம் கட்டமைத்துக் கொள்கிறது. தன்னுணர்வென்று பிடியிலிருந்து உடலைக் கவர்ந்து பிம்பங்கள் தனது ஆடிப்பிம்ப மாதிரிகளாக மாற்றி விடுகிறது.

இதில் உடலின் உள்ளுறைந்த அகவயம் என்ற கட்டமைப்பு; தன்னைச் சூழ்ந்துள்ள கதையாடல்களின் வலைப்பின்னலைக் கையாளுகிறது என்பது ஒரு முக்கியமான பொருளுடையது. அகவயம் என்பதை ஒரு தனியொருவனின் தன்—உணர்வென்று சுருக்க இயலாது... ஆனால்; அகவயம் என்பதின் பயில்நெறிகள் மற்றும் தொழில் நுட்பங்களை உடையது என்று மிசேல் பூக்கோ தனது 'தான் என்பதின் தொழில்நுட்பங்கள்' என்பதைப் பற்றி முன்வைக்கும் ஒரு கருத்தாடல். இதன் நீட்சியாக அவர் அகவயம் என்பதை அதனோடு இணைந்துள்ள அதிகாரத்தின் அரசியல் மற்றும் அறிவுப்புலம் என்று கூறுகிறார்.

இதன் மற்றொரு சாத்தியப்பட்டை முன்வைக்கும் "வேட்கையின் பன்முனைச் சாத்தியங்களை விரித்துரைக்கும் விதமாக டெல்யூஸ் கத்தாரியின் கருத்தாக்கங்களின் 'சிதறுதல்' அல்லது 'பொய்மைப்படுத்தப்படுதல்' சொல்லப்படுகிறது". முதலாளியத்தின் சொல்லாடல்களின் வலைப்பின்னலில் அனைத்து வேட்கைகளும் பொய்மைப்படுத்தப்படுகிறது மற்றும் இணக்கப்படுத்தப்படுகிறது.

இந்த இரண்டு இசைவுகளிலிருந்துதான் ஜமாலனின் 'கிம்—கி—டுக்கின் சினிமாடிக் உடல்கள்' என்ற நூலின் தர்க்கப்புலம் அமைக்கப் பெற்றிருக்கிறது. .

‘கிம் கிடுக்கின் பிம்பமாதல்’ என்ற கட்டுரையில் ஜமாலன் முன்வைக்கும் “அப்பாலை தத்துவ மொழி வேதிமங்களுக்குள் கரைந்துவிட்ட ஆசிய—உடல்களை, அதற்குள் செறிந்துள்ள உள்ளார்ந்த பிம்பங்களின் காட்சிப்படுத்துதல் வழியாக கண்டடையச் செய்கிறது.”

“பார்வையாளனை பாலியல் என்ற நில—பரப்பிலிருந்து நில—நீக்கம் செய்து சுய—அறம் என்பதை உடலின் உள்ளூரைந்த இயல்பாக மறு—நில ஆக்கம் செய்பவை”

மௌனத்தின் மூலம் பார்வையாளர்களை பேச்சை இட்டு நிரப்பிக் கொள்ளச் செய்பவர்கள்; அடையாளமற்றவர்கள் மொழியை வெளிப்படுத்தி அடையாளத்தை காட்டிச் செல்லாதவர்கள்........

(பக்கம் 20—21—22)

உச்சரிக்கப்படாத பிம்பங்களின் கோர்வைக்கும் நமது நினைவிலி மனதிற்குமான உரையாடல் நிகழுமிடம் என்பது ஒரு மொழிவெளி. அதிலிருந்து பெயர்த்தெடுக்கப்படுதலைக் குறிக்கும் விதமாக கிம் கிடுக்கின் திரைப்பிம்பங்கள் இயங்குகின்றன. ஒரு உணர்வு—கடந்த பிதற்றலுக்குள் உறைந்திருக்கும் ஒழுங்கின்மையின் மொழியைத்தான் கிம்கிடுக்கின் கதையாடல்கள் பேசுகின்றன.

இதைத்தான் ஜமாலன் நீல—நீக்கத்தின் செயல்பாட்டுடன் அடையாளமற்றவர்கள் மொழி வெளிப்படுத்துதல் என்பதை; உறைந்த மீ—காணல் என்கிறார். உடல்களை நேரெதிர் கோட்டிலிருந்து காணும் பிம்பங்களால்; இயலுடல் அகம்நீங்கிய அல்லது பொய்மைப் படுத்தப்பட்ட உடல்களாக பிம்ப மாற்றம் கொள்கின்றன. இவைகளைத்தான் சினிமாடிக் உடல்கள் என்று ஜமாலன் குறிக்கிறார்.

“இப்படி மாற்றியமைக்கப்பட்ட உடல்களே சினிமாடிக் உடல்களாக உருவாகிறது.”

(பக்கம் 36—37)

இவ்வாறு உருக்கொள்ளும் உடல்களின் மனம் எனும் பொருண்மையை குறிப்பீடு செய்வதிலுள்ள பிரச்சனைப்பாடுகளை எதிர்கொள்வதுதான் இந்த மீ—காணுதல் கோட்பாட்டு வரையறை.

அது ஒரு பிறழ்ந்த நிலையில் “உடல் மனமாகவும்; மனம்—உடலாகவும்” தோற்றம் கொள்கிறது. ஆக உணர்தலும் உணரும்

உடலும் வெவ்வேறில்லை. ஒன்றினுள் ஒன்று மயங்கிக் கிடக்கிறது; அல்லது ஒன்று மற்றொன்றின் மயக்கில் உழல்கிறது. இதை...

"உங்கள் உடலில் மூலக்கூறு மாற்றத்தை நோக்கிய வினையை துவங்கிவிட்டது என்பதாக புரிந்து கொள்ளலாம், மரத்துவிட்ட நமது புலனை இயங்கச் செய்வதற்காண ஒரு புறவிசை அது."

"கிம் கிடுக்கின் தர்க்கமற்ற இயல்பு திரிந்த சினிமாட்டிக் உடல்கள்"

(பக்கம்103—104)

இயல்பு—இயல்பின்மையின் வரையறைகள் தகர்ந்து போன பிம்பவெளிக்குள் ஈர்க்கப்பட்ட நமது உடல்களோடு சேர்ந்து நமது மனமும்—வேட்கைகளும் உபரிகளின் பொய்மைக் குறிப்பீடுகளாக அலைகின்றன. கிம் கிடுக்கின் திரைப்படங்களின் ஊடாக ஜமாலன் நிகழ்த்தும் உரையாடல் நம்மை பிம்பங்களின் உறைவிலிருந்து இளக்கக் கூடியவை.

கிம்-கி-டுக்கின் சினிமாடிக் உடல்கள்

ஜமாலன்

நபக்கோவ்

மனதின் புறவிட்டத்தில் சுற்றிச் சுழன்று கொண்டே இருக்கும்போது; மறந்துபோன உருவங்கள் மீண்டும் முளைத்து நிற்கும். மனவனத்தில் வசிக்க முடியாது வெளியேறும் உயிரிகளில் சில நம்மோடு பழகியவையாக இருக்கலாம். பச்சையம் பூசிய தோற்றங்கள். நமது வடிவ அறிதலிலிருந்து தப்பித்த நூதன வடிவங்கள் நம்முன் வந்து உரையாடுவதைக் காணலாம். நமக்கு அவைகளைத் தெரிகிறதோ இல்லையோ அவற்றிற்கு நம்மை அடையாளம் காணும் உணர்திறன் உண்டு.

அசாதாரணமான அயர்வில் தோய்ந்த தருணங்களில்; அரூபக் கதவுகளை ஒளிபுகாத இறுக்கத்தில் மூடிவிட்டு உறங்கும் பாசாங்கைச் செய்கிறோம். சாம்பல் வெளியில் நிகழும் தத்தளிப்பிலிருந்து விடுபட ஒரு மொழி துறந்த உரையாடல் வேண்டியத் தவிப்பைக் கரைக்க எத்தனிக்கும் போது ஒலி சப்தத்தில் லயித்து வார்த்தைகளில் உறைகிறது. புனைவின் பக்கங்கள் மனப்புலன் காணாத ரூபங்களாக விரிகிறது.

புனைவு கற்பனையின் எல்லையை பின்னுக்குத் தள்ளிவிட்டு மொழித் திரையில் விரிகிறது. நாமல்லாத மாற்றுருவங்கள் நம்முடன் உரையாட எத்தனிகின்றன. இவற்றோடு நாம் பரிமாறும் சமிக்ஞைகள், அவை நம்மோடு அறிதல் வெளியில் ஏற்படுத்தும் பகிர்வுகளில் புனைவு ஒரு இணக்க மொழியாகச் செயல்படுகிறது. ஒருவகையில் இவையும் நாமும் நேரெதிர் உலகத்தால் வெளியேற்றபட்ட அந்தரப் புள்ளியில் சந்திக்கிறோம். காலம் பெருகாமலும்—கழியாமலும்; புனைவிற்குள் அதி—சுழற்சியில் உயிர்க்கிறது.

எங்கோ ஒரு நிழல் வட்டத்தில் தன்னை இழந்து கொண்டிருந்த நபகோவின் அறைக்கதவை எதிர்பாராதவிதமாக தட்டியது ஒரு பச்சைய உயிரி. இதோ நான் இங்குதான் இருக்கிறேன் என்று கூறி உள்ளே வா என்று அழைத்துவிட கதவின் கைப்பிடி சிணுங்கி

உள்ளே வருகிறது 'Woodsprite'. வுட்ஸ்ப்ரைட்டின் முகம் நன்கு அறியப்பட்டது தான் ஆனால் எத்தனைக் காலமாக எனக்கு பரிச்சயம் என்று அவதானிக்க முடியாது எனத் தத்தளிக்கிறார் நபகோவ். தன்னைப் பரிகசிக்கும் தெளிவற்ற நினைவின் பிடியிலிருந்து தன்னை விடுவித்து கொண்டு பார்கிறார்.

His right eye was still in the shadows, the left peered at me timorously, elongated, smoky-green. The pupil glowed like a point of rust.... That mossy-gray tuft on his temple, the pale-silver, scarcely noticeable eyebrow, the comical wrinkle near his whiskerless mouth - how all this teased and vaguely vexed my memory!

மரங்களுதிர்ந்த வீதிகளின் கண்மூடித்தனமான வேகத்தைக் கண்ட மிரட்சியுடன் உன்னைக் காண வந்திருக்கிறேன் என wood-sprite சொல்லி 'என்னை மறந்துவிட்டேன் என்று சொல்லிவிடாதே' என சொல்கிறது. கேட்கும் பேச்சின் உருவம் எங்கிருக்கிறது என்பதை இடைப்பட்ட வெளியின் பரிமாணத்தை வைத்து அறிகிறது இந்தப் புனைகதை.

No, it can't be: I'm alone....it's only some capricious delirium. Yet there really was somebody sitting next to me, bony and implausible, with long-earred German bootees, and his voice tintinnabulated, rustled - golden, luscious-green familiar - while the words were so simple, so human....

பச்சையத் தோற்றம் பழகி அறிந்த உணர்வை பதிக்கிறது. தெளிவற்ற நினைவின் புலத்தில் நிறம் இருத்தலைக் குறிக்கிறது.

"There - you remember. Yes, I am a former Forest Elf, a mischievous sprite. And here I am, forced to flee like everyone else."

தன் எதிர்விதியின் பயணத்தை புனைகதையின் கதையாடலாக சொல்லிச் செல்கிறது woodsprite. அதில் தன்னொத்த watersprite எப்படி விதிச்சுழற்சியிலிருந்து கைகொடுத்து காப்பாற்றிதையும் சொல்லிச் செல்கிறது. இந்தக் கதையில் நிகழ்த்தப்படும் மற்றொரு விசித்திரம் கதைச்சொல்லியை கேட்கும் வாசகனாக மாற்றுகிறது....

"Long I wandered through different forests, but I could find no peace. Either it was stillness, desolation, mortal boredom, or such horror it's better not to think about it. At last I made up my mind and changed into a bumpkin, a tramp with a knapsack, and left for good: Rus', adieu! Here a kindred spirit, a Water-Sprite, gave me a hand. Poor fellow as on the run too. He kept marveling, kept saying - what times are upon us, a real calamity! And even if, in olden times, he had had his fun, used to lure people down (a hospitable one, he was!), in recompense, how he petted and pampered them on the gold river bottom, with what songs he bewitched them! These days, he says, only dead men come floating by, floating in batches, enormous numbers of them, and the river's moisture is like blood, thick, warm, sticky, and there's nothing for him to breathe... and so he took me with them".

தன் இருப்பிடம் பெயர்ந்து தான் தத்தளித்து அலைந்த துர்—பயணத்தின் சுவட்டை வரைந்து காட்டிவிட்டு மொழியற்ற அடர்த்தியில் அமிழ்கிறது.

He fell silent. His eyes glistened like wet leaves, his arms were crossed, and, by the wavering light of the drowning candle, some pale strands combed to the left shimmered so strangely.

மரணத்தை தன்மீது படரவைத்துக் கொண்டு வாழ்வின் ஈரத்தை தக்கவைத்துக் கொள்ளும் அசாதாரண நொடிகளில் வீடற்ற 'Phantom' "என்னை நேசிக்கிறேன் என்று சொல் ஆதரவாக அருகமர்ந்து உன் கைகளைக் கொடு" என இறைஞ்சி கேட்கிறது...

"My friend, soon I shall die, say something to me, tell me that you love me, a homeless phantom, come sit closer, give me your hand...."

There was no one in the armchair... no one!.... nothing was left but a wondrously subtle scent in the room, of birch, of humid moss...

அறையை ஒளியூட்டிய மெழுகுவர்த்தி சிணுசிணுத்து வெளிச்சம் அழிந்துவிடுகிறது. ஆற்றுவதற்கு அரிய சோகம் அறுந்து வீழ்கிறது. Woodsprite-இன் கதையாடலுக்குச் செவிமடுத்த கதைசொல்லி மீண்டும் ஒளியூட்ட அங்கு யாருமில்லை... துர்விதியின் கதையை — கதைசொல்லியோடு வாசகனும் கேட்டிருக்க... ஈரம் வற்றாத பாசியில் மறைந்த woodsprite-இன் மணம் கமழ்கிறது...

ஒரு பரமபத வரைபடம் முன்வைக்கும் ஆட்டக்களிப்பைத் தருகிறது

‘யோகநித்திரை ஏகினான் ஸ்ரீமான் எம்.டி..எம்’ என்ற பிரதி

ஒருசில கதையை எப்போதும் போல் வாசிப்பதில் கிடைக்கும் களிப்பைக் காட்டிலும் அதை ஒரு ‘பிறழ்—வாசிப்பிற்கு’ உட்படுத்தினால் நம் மனம் எண்ணற்ற விநோதங்களைக் கண்டடையும். மந்தமான கதைசொல்லும் பிரதிகள் உற்பத்தி செய்யும் வாசக அயர்ச்சியிலிருந்து நம்மைக் காப்பாற்றிக் கொள்ளலாம்.

விநோதங்களைச் சமைக்கும் அதீத ஆற்றல் வாசக மனங்களில் ஒடுக்கப்பட்ட பிறழ்ச்சியாய் அடைந்து கிடக்கிறது. அது ஒரு சிறிய விளையாட்டுத்தனமான சீண்டலில் முழு ஆனந்தத்துடன் நம்முன் ஆடிக்களிக்க காத்திருக்கின்றன கதைகள். இவை நிறங்களும்—ஒலிகளுமாகப் பிணைந்து படிம விசிறி விரிவது போல் பிறழ்வாசிப்பில் அவிழ்கிறது..

காப்காவின் விசாரணை நாவலை ஒருவகையான வாசிப்பின் அறிதலில் நாம் இதுவரை எதிர்கொண்டிருக்கிறோம். ஆனால் இதையே உம்பர்த்தோ எக்கோ தனது ‘Misreadings’ என்ற நூலில் சற்று வித்தியாசமான பிறழ்—வாசிப்பில் ஒரு துப்பறியும் நாவலாக வாசிப்பதாக எழுதியுள்ளார். 1959—இல் Il Veri என்ற இலக்கிய பத்திரிகையில் அவர் எழுதிய சிறிய கட்டுரைகளை ’பிறழ்—வாசிப்புகள்’ என்ற நூலில் சேகரித்துள்ளார். குறிப்பாக 1957—இல் வெளியான ரோலண்ட் பார்த்தின் ‘Mythologies’-இல் வெளியான கட்டுரைகளை வாசித்த பின்பு அதன் ஜாடையில் இல்லாமல் ஒரு மாற்று வடிவமாக ‘Pastiche’ என்ற வகைமையை தேர்ந்து கொண்டதாகக் கூறுகிறார்.

இவர் ஒரு சமயம் தனது பேட்டியில் சில புத்தகங்களைப் படிக்கவே இயலாமல் போனதிற்கான காரணத்தைக் கூறியுள்ளார்.

அதில் ஒன்று William Makepeace Thackeray-யின் Vanity Fair மந்தமான கதையாடலைக் கொண்டது என்பார். இதில் Nabakov, The Bible, Homer-Odyssey, Dante-The Diving Comedy, Torqquato Tasso, Denis Diderot, Sade, Cervantes, Manzoni, Marcel Proust, Immanuel Kant, Franz Kafka ஆகியோரது பிரதிகளை பிறழ்—வாசிப்பு செய்தல் என்ற ஒரு நவீன—வாசிப்பு வகைமையைச் செய்துள்ளார். காப்காவின் விசாரணை நாவலை ஈகோ ....

Nice little book. A thriller with some Hitchcock touches. The final murder, for example. It could have an audience.

....
....
.... Otherwise, why all these vague references, this trick of not giving names to people or places? And why is the protagonist being put on trial?

Suspense assured .... If we can have a free hand with editing, I'd say buy it. If not, not.

Kafka, Franz, The Trial
-Umberto Eco-
(Misreadings)

மொழியின் கள்ளமும், வகைமைகளின் மயக்கமும் ஒரு தொடு புள்ளியில் சம்பவிக்கும் எழுத்து எம்.டி.எம்—இன் "யோக நித்திரை ஏகினான் ஸ்ரீமான் எம்.டி.எம்." என்ற பிரதி.

தொடுதிரையில் விரலின் தீண்டலில் உயிர்ப்புறும் ஒளிக்குறிகளாய் விரிகிறது இந்தப் பிரதி. காலத்தை தாண்டிக் குதிக்கும் கதைசொல்லியின் எண்ணற்ற குரல்களின் திரிகளைப் பிணைந்து கொண்டே செல்லும் உரைநடை; வாசிக்கும் போது அவிழ்ந்து மொழியின் பன்மை கிளைத்துக் கொண்டே செல்கிறது.

"ஸ்ரீமான் பொதுஜனம் உவாச: மஹாமஹா சூரரும் மஹாமஹா தீரரும் பாரத தேசத்தை ஒற்றைக்குக் காப்பாற்றப் புறப்பட்ட வில்லாளியும் வலக்கையால் ஹிந்து மத அஸ்திரங்களையும் இடக்கையால் ஹிந்துத்துவ அரசியல் அஸ்திரங்களையும் எது எந்த அஸ்திரம் எனத்தெரியாதவாறு சவ்யாசியாய் எய்யக் கூடியவரும், முன்பு ஒருமுறை மஹா பண்டித மஹா வித்துவான் ஸ்ரீலஸ்ரீ தமிழவனுக்கு ஸ்திரியை ஆலிங்கனம் செய்து

இதழோடு இதழ்பொருத்தி இனியபானம் செய்யும் முறை தெரியாது என நுணுக்கமாக உலகுக்கு அறிவித்த ம்ஹோன்னத மஹாபண்டித மஹாவித்துவான் பிரம்மஸ்ரீ பண்டித சிரோமணி மஹாஉபாத்தியாய ஸ்ரீலஸ்ரீ வெங்கட் சாமிநாதனார் அவர்களால்..”...

....

ஒரு வாசிப்பில் பகடி போல தோன்றினாலும் இதுபோன்ற பல அலகுகளைக் கொண்டு சொல்லப்படும் இந்தக் கதையொத்த வகைமை கதையிலும் அடங்காமலும் கட்டுரையிலும் அடைபடாமல் ஒருவித வகைமை மயக்கதில் சுழல்கிறது.... அகவி... அகவி.... நிகழ்தப்படுகிறது.

“அன்னாரின் குறட்டையொலியைக் கேட்டு ஸ்ரீமான் எம்டிஎம் அவர்களின் உபன்னியாஸமோ அல்லது உபன்னியாஸத்திற்கு அவரது மாணாக்கர்களின் மயக்கமோ எனச் சந்தேஹித்த மஹா பண்டித மஹா வித்வான் ஸ்ரீலஸ்ரீ ஜடாயு அவர்கள்”............

(பக்கம்: 258)

இங்கு உபன்யாச ஒலியை/குறட்டை ஒலியாக பிறழ்வாசிப்பு செய்கிறார் எம்.டி.எம். மேலும் அந்த ஒலியில் மயங்கிய மாணாக்கர்களையும் இங்கு பகடி செய்கிறார்.

“குல தர்மம் ஜாதி முதலியனவற்றுக்கு எதிரான ஸ்ரீலஸ்ரீ ஜடாயு அவர்கள் தங்களுள் மூத்தவரும் தன் அனுபவத்தால் எல்லாவற்றையும் அளந்தபடியால் உலகளந்த பெருமாள் என தமிழுலகில் அறியப்பட்ட மஹான்னத மஹாபண்டித மஹாவித்வான் பிரம்மஸ்ரீ பண்டித சிரோமணி மஹாஉபாத்தியாய ஸ்ரீலஸ்ரீ ஜெயமோகனார் அவர்கள்..

மஹாத்மா காந்தி அவர்களை பனியா என்று விதந்தோதியதையும்

மஹாத்மா காந்தி அவர்களை வைத்தே வர்ணாசிரம் தர்மத்தை நியாயப்படுத்தி எழுதியும் பேசியும்...................................

(பக்கம்: 258)

ஆகாயத்திலிருந்து பொழியும் ஜலதாரையில் அபூர்வமாய்த் துள்ளி விழும் கடல் மீன்களைப் போலவே பாரத புண்ணிய

பூமியில் விழுந்தவையே தீண்டாமையும் வர்ணாசிரம தர்மமும் ஜாதியும் என்று நன்றாகவே விளங்கிவிட்டது ஸ்ரீமான் பொது ஜனத்திற்கு.

(பக்கம்:259)

தன் மூடிய இமைகளுக்குள் அந்த அலகிலா ஈசனின், அனந்த நடராஜனின் அஜபா நடனத்தைப் பார்த்துக் களித்திருக்கிறானோ ஸ்ரீமான் எம்டிஎம்?

அவன் முகத்தில் ஏனிந்த மந்தஹாஸப் புன்னகை?

(பக்கம்: 259)

சொல்கதையின் தன்மையோடு நிகழ்ந்து; உபன்யாஸ தொனியில் பிரதி பேசுகிறது. யார் பேசுகிறார் அல்லது யார் வாசிக்கிறார் என்பதும் உரைநடையின் Hetero-edge தன்மையும் புனைவு—கட்டுரை—சொல்கதை ஆகிய வகைமைகள் ஒன்றோடொன்று இழைந்து செல்கிறது. இதில் பேசப்படும் பொருண்மை பல்வேறு முனையிலிருந்து அணுகப்படும் சாத்தியத்தை எம்.டி,எம் இன் பிரதி தருகிறது. ஒரு பரமபத வரைபடம் முன்வைக்கும் ஆட்டக்களிப்பை "யோக நித்திரை ஏகினான் ஸ்ரீமான் எம்.டி.எம்" நமக்களிக்கிறது.

ஒருவிதக் கொண்டாட்ட கதியில் எழுதப்பட்டிருக்கும் எம்டிஎம்—இன் புதியவகை எழுத்து எந்த இடத்திலும் மந்தப்படவில்லை. ஒரு பெருங்கதையாடலுக்கு எதிர்—பிரதியாக்கம் இங்கு கையாளப்பட்டுள்ளது. எதையும் சிரிப்பில் கீழறுப்பு செய்துவிடலாம் என்ற பிரதியுக்தி தென்படுகிறது. பல்வேறு தத்துவார்த்த புலத்தில் இயங்கும் மொழியின் இழைகளை இதில் ஒரு வலைப்பின்னலாக எம்டிஎம் வேய்ந்துள்ளார். நுனி தென்படாது நெய்யப்பட்டுள்ள ஒரு அபூர்வ கதையாடலைத் தந்த எம்டிஎம் மந்தகாஸா புன்னகை புரியட்டும். இந்தப் பிரதியை வாசிப்போர் தமது நமட்டுச் சிரிப்பில் பெருங்கதையாடல்களைக் கீழறுப்புச் செய்யலாம்.

நிலவொளி எனும் இரகசிய துணை

எம்.டி. முத்துக்குமாரசாமி

(அடையாளம் வெளியீடு)

படிமங்களுக்குள் உறையும் கணங்கள் அய்யப்ப மாதவனின் கவிதைகள்

நாற்சந்தியின் சந்திப்பில் நின்று அங்கு எழும் பேரோசையில் திணறுகிறது நகர வாழ்வு. படிமங்களுக்குள் உறையும் காட்சிகளின் நீட்சியைபோல; தோன்றி மறையும் கணக்கில்லா ரூபங்களின் அலைகழிப்பில் கணங்கள் அலைவுறும்.

ராட்சத இமை சிமிட்டல்களில் மாறி/மாறி தென்படும் தோற்றங்களில் "நம்மை" தேடும்; இடையறாத தோல்விச் செயலினை எத்தனை முறைதான் செய்து தொலைப்பது. கண்முன் தெரியும் காட்சியின் திரையை சதா கிழிதெறியும் வாகனங்களின் வேகம். ஒவ்வொரு சிக்னலின் நிறமாற்றத்திலும் ஆசுவாசமாக அயர்ந்து மறுபடியும் கதறும் எந்திர கதி. இவையெல்லாம் காட்சிப்படிமங்களாக நான்குதடச் சாலையின் மேனியில் ஒளிவாங்கி மின்னும் பகுப்புக் குறிகள்.

அய்யப்ப மாதவனின் Gemini Bridge கவிதையின் பரப்பில் பதிக்கப்பட்ட சொற்களும் இப்படித்தான்.

நகரம் படர்த்திய இருளிடையே
இருளும் ஒளியும் கவ்விய ஓர் உடலில்
ஏகாந்தத்தை புணர்ந்திருந்தேன்.

....

....

....

....

மகிழ்வூர்தியை இயக்கி மறைந்தவளில்
உள்நுழைந்து வெளியில் வந்தேன்.

....

....

கழுத்தை பின்புறத்தில் மடக்கி
இமைத்த புருவங்களில்
எட்டாத ஊதா வானத்தின் கீழ்
பிறழ்ந்த மூளையில் நகரின் அகாலத்தில்
நான் போன்று கடந்தேன் சூக்குமப் பொழுதில்..

....

....

நகரப் பொழுதின் அநித்திய தன்மைச் சொல்லும் இருளும்/ ஒளியும் கவ்விய உடல். ஏகாந்தத்தைப் புணரும் கவிதையின் நுண்ணுணர்வு தளம் தன்னிலை தப்பிய நிலைக்குள் பிரவேசிக்கிறது. இப்போது மகிழ்வூர்தியை இயக்கி மறைந்தவளின் உள்ளே நுழைந்து வெளியில் வந்தேன் என்று கவிதை மீ—யதார்த்ததில் பாய்ந்து மீள்கிறது. ஒரு மின்னல் வெட்டில் உணர்வெளியை புரட்டிப் போடுகிறது.

அயர்வு நீங்கா ஆயாசத்தின் விளிம்பில் கழுத்தை பின்மடக்கி மேல்நோக்கிய கண்—இமைப்பில் முகிழ்க்கும் சூக்கும பொழுதில் கவிதையில் உயிர்க்கும் "நான் போன்ற" பிரதிமையில் பாய்ந்து கடக்கிறது நகரின் அயர்ச்சி...

ஆப்பிளுக்குள் ஓடும் ரயில்
அய்யப்ப மாதவன்
(உயிர்மை பதிப்பகம்)

நிஜ உலகை புனை உலகாக வாசிக்கும் தமிழவன்

ஒரு கடற்கொள்ளையனின் மனநிலையோடு கதையாழிக்குள் பிரவேசிக்கும் ஒவ்வொரு வாசகனும் புலப்படல் — புலப்படாமைக்குள் பொதிந்துள்ள வார்த்தைகளாகாத கதைகளை வாசிக்கிறான். வாசிப்பு என்பதும் சொல்லப்பட்ட கதைக்குள்ளிருக்கும் பேசா பதுமைகளின் கதையை எழுதுவதுதான். கதை சொல்லுதல் என்பது பிரதியில் படியாத மாற்றுக் கதையைச் சொல்வதற்கான முகாந்திரமாகிறது.

நீர் திவலையின் மேற்பரப்பில் தென்படும் நேரெதிர் காட்சியின் கீழடுக்கிலுள்ள சலனமற்ற பரப்பையும் அதில் மேற்பரப்பின் சந்தடியின் தடயமின்றி நீந்தித் திரியும் கயல் கூட்டத்தின் ஒரு மாற்று திசைப்பாய்ச்சலில் சம்பவிக்கும் வகைமாதிரிகளை படியெடுத்தலுக்கு ஒப்பானது ஒரு கதையை மறுமுறை (Rewriting) எழுதுதல்.

மனித இயற் சாத்தியங்களின் வரையறைகளுக்கு அப்பால் நின்று பார்க்கும் மொழியுலகுதான் கதையுலகு. கணக்கிடப்பட்ட தர்க்க சூத்திரங்கள் இங்கு இயங்க மறுக்கின்றன. இறகுகளற்று நாம் பறக்க நினைப்பதும். இறகுள்ள கதைஜீவி நடக்க நினைப்பதும் கதைக்குள்ளிருக்கும் மொழியின்மையின் சாத்தியப்படுகள்.

கதையாடலின் எதார்த்தம் நினைவில் பதிந்துள்ள சாத்தியங்களைக் கடந்து மிதந்து செல்கிறது. நம்மால் பரிசோதித்து பார்க்கவியலாத ஆற்றல் வெளிக்குள் புனைவிசை நம்மைப் பாய்ச்சுகிறது. ‘Fictionalilty’ எனும் கதையின் கவிதையியல் பரிசோதித்து அறியவியலாத் தன்மையில் செயல்படுகிறது என்கிறார் Umberto Eco. ஆக எதார்த்தம் என்பது எதார்த்தமற்ற மாயங்களின் ’படி’யாகத்தான் மொழியால் புனைகதைகளுக்குள் முன்னெடுக்கப்படுகிறது.

"If fictional worlds are so comfortable, why not try to read the actual world as if it were work of fiction?"

-Umberto Eco -

'மறுமுறை எழுதுதல்' என்பது ஒரு கோணத்தில் பார்த்தால் நிஜ உலகை புனை உலகாக வாசித்து அறிவது எனலாம்.

புனைக்கதை என்பது தன்னிலையைச் சிதறடிப்பதாகவே உள்ளது.

தமிழவனின் "இன்னொரு பீட்டர்பான் கதை" சிறுகதை மறுமுறை எழுதுதல் என்ற இலக்கிய வகைமையின் சாத்தியப்பாடுகளை முன்னிறுத்துகிறது. ஏறக்குறைய எல்லா கதைகளுமே மறுமுறை எழுதப்பட்டவை தான்.

"சிறுவர்களுக்கான உலகப் புகழ்பெற்ற பீட்டர்பான் மற்றும் வெண்டி கதையைப் பற்றி ஒரு நூலில் படித்தபோது எனக்கு அதில் ஒரு புதிய கதைக்கான சாத்தியக்கூறுகள் இருப்பது தோன்றின."

இதில் பெஹல்வி எந்தவித உத்தேசமுமற்றுக் கதை கூறிச் செல்கிறான் என்பது விமர்சகர்களின் கருத்து. ஆனால் கதையில் ஒரு தத்துவம் இருக்கத்தான் வேண்டும் என்கிற குழுவினர் பெஹல்வியின் கதையில் பின்னர் பீட்டர் பானும் சிறுவர் சிறுமிகளும் விளையாடியதும் அப்படியே வெகுகாலம் போனபோது பீட்டர் பான் இரண்டாம் உலக மகாயுத்தத்தில் ரங்கூனில் ஒரு போலீஸ்காரனாக வேலை பார்த்ததும் வருகின்றன.

(பக்கம் 71—72)

மூல பீட்டர்பான் கதையும்; மறுமுறை எழுதப்பட்ட பீட்டர்பான் கதையும்; ஒப்புமையும்—வேற்றுமையும் ஒருங்கே கொண்டிருக்கிறது. இந்த வேற்றுமையின் கவித்துவம் நவீனத்துவத்திற்கு பிந்தைய இலக்கிய பிரதியாக்கத்தில் முக்கியத்துவம் பெறுகிறது. இந்த இடையாட்டத்தைக் குறித்து தமிழவன் கதைக்குள் ஒரு பிற—கதை சொல்லப்படுகிறது...

"இந்த இடத்தில் அரிஸ்டாட்டில் ஒரு தேனீக்கும் இன்னொரு தேனீக்கும் அதன் தேனித்தனத்தில் வேறுபாடுண்டா என்று கேட்ட கேள்வியோடு இனணத்துச் சர்ச்சைகூட செய்யப்பட்டதைச் சொல்லத்தான் வேண்டும்."

(பக்கம் 73)

ஒரு மாற்றுக் கலாச்சாரப் பின்புலத்தில் புழங்கும் கதையொன்றை மறுமுறை எழுதுதலில்; கதைசொல்லியின் சுய—கலாச்சாரச் சொல்லாடல்களும் கதை சொல்லுதலில் இணைவு பெறுகிறது. கிழைத்தேய தத்துவார்த்தத்தின் சரடுகள் இன்னொரு பீட்டர்பனிலும் இழையோடுவதைக் காணலாம். Chuang Tzu-வின் தாவோவியப் பிரதிகளின் குறியீடுகள் பயன்படுத்தப்படுகின்றன.

அவள் வண்ணாத்துப் பூச்சிப் பிடிப்பது கீழை தேசங்களின் முக்கிய தத்துவத்தினால் பாதிப்பு பெற்ற எழுத்துதான். இறைவன் புல்லிலும் உள்ளான், பூண்டிலும் உள்ளான் என்று தந்தையான ராட்சதனிடம் கூறி அவனைக் கொன்ற பிரகலாதன் பேசும் இந்த வரி, "இயற்கையும் மனிதனும் வானமும் பூமியும் ஒரே அர்த்தத்தின் பல்வேறு வடிவங்கள்" என்ற தத்துவத்தை விளக்காமல் விளக்கும் கதியாகும்."

(பக்கம்75)

இங்கு Chuang Tzu-வின் *"Heaven and Earth and I were born at the same time, and all life and I are one. Under Heaven there is nothing greater than the tip of a hair..."* வரிகளுடன் இக்கதையின் வரிகளில் பயிலும் தத்துவார்த்தமும் ஒப்புமையுடையதாகிறது. தேனீத்தனம் என்று கூறப்பட்டது கதையின் ஒரு இடத்தில் 'ஜீவசாரம்' எனக் குறிக்கப் பெறுகிறது அஃறிணைப் பொருள் மற்றும் இயற்கையின் அனைத்து உயிரிகளுக்கும் இந்த ஜீவசாரம் என்பது வேற்றுமையின்றி கருக்கொண்டுள்ளது.

தமிழவனால் மறுமுறை எழுதப்பட்ட இந்த பீட்டர்பான் கதை அதன் மூலக்கதையிலிருந்து வேறுபடுகிறதா? என்ற கேள்வி கடைசி வரையிலும் தொக்கி நிற்கிறது.

"இல்லாத உலக வாசலைத் தட்டியதும் வந்து அவர்களை அழைத்துப் போகும் பச்சைத் தவளையும் நாணல் செடியும் பலருக்கு வியப்பை ஏற்படுத்தியிருந்தது"

(பக்கம் 79)

யூகங்கள் நிறைந்த கதையாக்கம் எற்படுத்தும் மனவியப்பு வாசிப்புக் களிப்பை அளிக்கிறது. *"ஒன்றில் பீட்டர்பான் சிறகுகளுடன் ஒளிரேகைகள் நிறைந்த சிலந்திவலையில் தொங்கினான் என்று காணப்படுகிறது."* இப்புதிர்மை மூலப்பிரதியிலா? அல்லது மறுமுறை எழுதப்பட்ட பிரதியிலா? என்று திகைத்தலில் கதை நம்மை ஆழ்த்துகிறது.

தமிழ் பீட்டர்பானுடன் வரும் வில்லன் சிப்பாய்காரன்; மூலக்தையில் கத்தியுடன் யாரைச் சந்திக்கிறான் என்பதற்கான திறவுகோல் தமிழ்பிரதியில் ஒரு குறிப்பாக இடம்பெறுகிறது. இப்படிக் கதையெங்கும் வாசித்து அடைய வேண்டிய சூட்சுமமான புள்ளிகள் ஒன்றோடு ஒன்று தொடர்பற்று இருக்கின்றன.

"Feeling that Peter was on his way back, the Neverland had again woke into life. We ought to use the pluperfect and say wakened, but woke is better and was always used by Peter"

(Peter Pan - page: 54)

முன்பே சொன்னது போல் வாசகர்கள் கடற்கொள்ளையர் களைப் போல் புலப்படாமையுள் பதுங்கியுள்ள தமிழவனின் பீட்டர்பானைக் கண்டையலாம்.

இரட்டைச் சொற்கள்
தமிழவன்
வெளியீடு :அடையாளம்
(Six walks in the Fictional Woods)
By: Umberto Eco.
Peter Pan
(By: J.M. Barre)

கடிகாரத்தை கழற்றி வீசியெறிந்த பின்னும் ஒலி அதிர்ந்து கொண்டே இருக்கிறது
[நந்தாகுமாரனின் மைனஸ் ஒன்_1]

ஒரு பொழுதிற்குள் எதிர்படும் முகங்களையெல்லாம் விழுங்கிச் சேகரம் செய்கிறது ஆழ்மனது. குத்துக்கோட்டிலும் — நேர்கோட்டிலுமாக முகபிம்பங்கள் இணைந்தும் / பிரிந்தும் சேர்க்கைகளில் அன்மையுறுகிறது. நாம் அறிந்துணர ஏங்கும் முகச்சாயல் அருகாமையுற்று மீண்டும் புள்ளிகளாகத் தகர்ந்து தப்பிவிடுகிறது. தருணத்தில் திரளும் நினவுமுகம் ஒவ்வொரு ஜாடையிலும் பிறழ்ந்து முந்தைய நினைவிலியைத் துழாவித் திளைக்கிறது.

வேகமாகக் கடந்து போனவையை சற்று உறையச் செய்ய எத்தனித்து ஓய்ந்து விடுகிறது. ஒரு கூட்டுத்தேடலில் சதா திரிந்து நிழலிற்குள் இருண்மையை அடைந்து சலிக்கிறது. நொடிகளின் பிளவிற்குள் கண்ட அந்தக் கனவுருவம்; நொடியின் சப்த— பிளவாய் ரீங்கரித்துக் கொண்டேயிருக்கிறது. கடிகாரத்தைக் கழற்றி வீசியெறிந்த பின்னும் ஒலி அதிர்ந்து கொண்டே இருக்கிறது. ஓசையின் இழைகள் தேடலின் தோற்றத்தை ஒலித்துச் சிதைக்கின்றன.

ஒற்றைப் புள்ளியில் குவியும் நகர்தல்; பேரமைதியின் துளிக்குள் தொலைந்து போகச் செய்யும் விந்தை தான் மௌனம். தன்னிச்சையாக நம்மைக் கரைக்கும் மொழியற்ற அதீத தருணத்தில் சமபவித்து விடுகிறது அந்த முகம். இமைத்து திறப்பதற்குள்ளாக அகாலத்தில் தப்பி விடுகிறது.

நந்தாகுமாரனின் "ஒரு நாள் கூத்து"

வெளியைக் கடந்து ஒலித்தது உள்மௌனம்
காற்றைப் புணர்ந்து என் செக்ரெட் புகை

பியர் குடித்ததால் வந்த மெலிதான போதையில்
மிதந்தேன்
உன் வீட்டு பூனை கொட்டாவி விடும் அழகை
வேடிக்கை பார்த்தேன்
காலத்தில் இருந்து
மற்றும் ஒரு நாளை
கடத்திக் கொண்டு போய்ச் சேர்ந்தேன்
அகாலத்தில்.

****

****

சப்தமற்றத்துடன் துவங்கும் கவிதை மொழியால் கைக்கொள்ள இயலாததை உள்மௌனமாக உருவகிக்கிறது. அரூபமான உணர்வு ரூபமற்ற வெளியில் ஒலியுரு மாற்றமடைந்து ஒலிக்கிறது என்பது எதிரிடையில் மொழியாக்கப்படுகிறது. இதன் மற்றொரு அடுக்காக சிகரெட் புகை காற்றைப் புணருதல் மற்றும் பியரின் போதையில் மிதப்பது என்பதும் தன்மித்தலின் மாற்று பிம்பமாக்கப்படுகிறது.

பூனை கொட்டாவி விடும் அழகைப் பார்த்தலில் “உன்” என்ற உடலிய வடிவம் பிரதிக்குள் நிகழாமல் நழுவுகிறது. இப்படி மிதத்தல் போன்ற காட்சியுருவில் இக்கவிதை இயங்குகிறது. முன்னும் பின்னுமாக சுழலும் கவிதையில் கால—நினைவு அற்றுப்போக நாளை நகர்த்தி அகாலத்தில் போய் சேர்த்தேன் என்பது புகையின் மிதத்தலில் வாசிப்பைத் தொடரக் கோருகிறது.

(ஒரு நாள் கூத்து-அகநாழிகை அக்டோபர் 2009)
மைனஸ் ஒன் _1 - நந்தாகுமாரன்
(உயிர்மைப் பதிப்பகம்)

தன்னிலைத் தகர்வின் சொல்நீட்சியாகும் ரவிசுப்பிரமணியனின் 'மாநகரச் செடி'

நகர் புழுதியின் ஒப்பனையின் மீது நடவு பாவும் மழைநாற்றுகள். அன்றாடம் தொலைந்து போய் திரும்பும் பன்மைகளின் பெருக்கத்தில் வேர்பிடிக்கத் தவறுகின்றன நினைவுத் தாவரம். தன்னிலிருந்து பிடுங்கப்பட்டவை கண்முன்னே பிடிபடாமல் நழுவி நழுவிச் செல்கின்றன. ஆயினும் ஈரம் சுரக்கும் இலையொன்றில் நடமிடுகிறது மங்கி மறைந்த என் பச்சையத்துளி.

ஆழிவானின் தொடு புள்ளியில் குமிழ்ந்து கசிகிறது அந்த ஒளிக்கரு; வண்ணங்களில் குழம்புகிறது மாநகர். தெளிய மறுக்கும் உறக்கத்தின் ஊடாட்டத்திற்கிடையே ஒலிப்பறையில் மெல்லச் சம்பவிக்கிறது வகைமைகளில் சிக்காத சப்தங்கள். இமைகளின் பின்னே வாழ்ந்த கணங்கள் தற்போது நம்மிலிருந்து தப்பி ஓட்டம் பிடிக்கின்றன. துரத்திப் பிடிக்கும் எத்தனிப்பில் நாளின் தாளொன்றில் இயக்கம் ஊர்ந்து செல்கிறது.

மாநகர குறுக்குச் சாலைகள் தெளிவின்மையின் வரைபடமாய் தன்னை புனைந்து நெளிகின்றன. பெயரற்ற பேரிரைச்சலில் கணத்து மென்மையைத் தொலைக்கும் முகங்களில் என்முகம் கரைகிறது. தற்செயலாகத் தட்டுப்படும் அபூர்வமாய் தூசிற்குள் அடைகாக்கப்படும் தாவரங்கள். மழை உறங்கிய பொழுதில் மட்டுமே சுயமுகம் காட்டுகின்றன இலைகள். இது ரவி சுப்பிரமணியத்தின் "மாநகரச் செடி".

மெல்லிய இலையும்
நறுமணப் பூவும்
துளிர்க்கும் அழகும்
சௌந்த்ர்யம்
வேரோடு பிடுங்கி
துர்நாற்ற நதியோடும் பெருநகரில் நடப்பட்டது

****

****

****

****

இலையும் மணமும் குணமும் மாறி
தளுதளுத்து வளர்கிறது
மேலும் ஒரு மாநகரச் செடி.

தன்னிலைத் தகர்வின் சொல்நீட்சியாகும் வேரோடு கழற்றப்பட்டத் தாவரம். நகர ஜீவிதத்தின் துர்வாடையைத் தன்வயப்படுதும் குறியீடாக துர்நாற்ற நதி. இயல்பாய் மணந்து துளிர்க்கும் செடியின் குணமாற்றத்தில் எதிமறைக் கவித்துவம் மொழிவயப்படுகிறது. கவிதைக்குள் செடி என்ற குறியீடு திசைமாற்றத்திற்கு உட்படுத்தப்பட்டு மனித—தாவரச் சங்கமம் இயைகிறது.

ஒருவகையில் வாசித்தால் செடியின் பருண்மைக் குறியாக ‘இலை’ தன் அதிசயத்தை இழந்து கிளைக்கிறது. இங்கு மெல்லத் தொலையும் குணம் எது என்ற புதிர்மையை வளர்க்கிறது “மாநகரச் செடி”

நிலத்தின்மீது தன்னை மறுமுறை எழுதிக்கொள்கிறது
பாலைநிலவனின் கவிதைகள்

உள்ளீடற்ற உந்துதலில் அன்றாடம் பெயர்ந்து மீண்டும் தன்னைத்தானே கட்டமைத்துக் கொள்ளும் தொடர்—விளையாட்டின் திளைப்பில் லயிக்கிறது தன் நிலம் துறந்த உடல். ஒவ்வொரு நொடியும் தன் நினைவைத் தேடிய அலைச்சலின் முதன்மை நீளொலியில் அசைவாடுகிறது நம் வம்சத்தின் நிலவுடல்.

தன் கொடிமரபின் நிலப்பரப்பிலிருந்து அறுத்தெறியப்பட்ட வலியின் வாதையைச் சுமந்து திரிகிறான் யாரற்றவன். இவனது மறதியின் வரைதோல் பிரதியில் உள்ள குறிப்பீடு வாக்கியங்களின் ஒழுங்கின்மையில் குவிந்து மறைகிறது. எண்ணற்ற முகங்கள். அதன் ஒவ்வொரு பாவனையிலும் நான்; எனது கொடிச்சங்கிலியின் முதற்தொடரில் பயணிக்கிறேன்.

குறிப்பானில் உயிர்ப்புறும் மூதாதையர் நிலமாகிறது நகரம். ஓசைத்துளியின் பெருவெடிப்பில் சிதறும் நகரச் சாலைகளில் ஒவ்வொருவனும் நினைவின் இன்மையில் நகர்கிறான். ஒளியின் மின்னணுச் சரத்தில் நினைவின்மை இருள்கிறது. சாலைகளின் வளைவுகளில் கண்ணிமைக்காமல் காத்திருக்கும் விபத்தின் முகத்தில்; பாலைநிலவனின் கவிதைகள் மரணமாய் ஜொலிக்கிறது……

உருமாற்றம்

முதாதையர்களின் நிலத்திலிருந்து அறிமுகமானவன்
இந்த நகரத்தில் வசிக்கிறான்
அவனுடைய ஒவ்வொரு அசைவிலும்
தானொரு மூதாதையர்களின்
வம்சாவளி என்பதையும் நினைவூட்டுகிறான்

அது ஒரு பொருட்டல்லவென்று
சிலர் எங்கோ விவாதிக்கிறார்கள்
அவனோ
****
****
****
****
பிறகு
அவ்வுடல் வீர்யங்கொண்ட
பாவனைகளுடன் அசைவுகொள்ளத் தொடங்குகிறது
பறையின் ஓலி அதிர
சலங்கையின் மணி அதிர
நளினமும் ஆவேசமும் பீறிடும்
அசைவுகளினூடாக அவன்
இந்த நகரத்தைப் புராதனமாக்குகிறான்
இந்நகரத்தில் வசிப்பவர்களோ
வேட்கைமிகு புலியென நிற்கிறார்கள்
அதன்பிறகு
நளினமும் ஆவேசமும் பீறிடும்
நடனத்தை நிகழ்த்தி
மூதாதையர்களின் ஆவிகளை
குளிரூட்டுகிறது நகரம்
எனவே உருமாற்றமடைந்த நகரத்தை
நகரமென்றா அழைப்பீர்கள்
தாய்நிலம் என்கிறது
பறையொலி.
—

ஒவ்வொருவனும் நகர நிலப்பரப்பிற்குள் பிரவேசிக்கும் தருணங்களில் மூதாதையர்களில் நிலமாகத்தான் இருக்கிறான். நகர மனிதனின் உடலுக்குள் மற்றொரு நிலப்பரப்பு படிகொண்டிருக்கிறது. அது தன்னை புதிதாக பெயர்ந்துவந்த நிலத்தின்மீது தன்னை மறுமுறை எழுதிக் கொள்கிறது.

இப்படி எழுதிச்செல்லும் மொழியின் சுழிப்பில் புராதனனின் உடல் இசையின் வேட்கைக்கு இணங்கி மூதாதையர்களின்

முகபாவனைகளை தன்மீது மீள்—ஒப்பனை செய்து கொண்டு நடனமிடுகிறது. அந்த ஒலியசைவில் களிமண் / இரத்தம் இரண்டும் இரண்டறக் கலந்த வம்சவெளியில் நிமிர்கிறான்.

நிலம்—கழன்று தகிக்கும் மூதாதையர் ஆவிகளின் ஓலத்தை தணிக்கிறது; நகர உடலின் சருமநுனியில் நிகழ்ந்து இசைக்கிறது நடனம். பறையொலி எனும் குறிப்பானில் மூதாதையர் நினைவு தாய்நிலமாகிறது.

பறவையிடம் **இருக்கிறது வீடு**
பாலை நிலவன்
(காலச்சுவடு பதிப்பகம்)

அதிகாரத்துவ பிம்பங்களும் பரிமாணங்களும் - தமிழவனின் ஷம்பாலா

> "சொல், சொல்லின்மையாக மாறுவது தானே கதையின் தோற்றம், ஹிட்லர் என்ற சொல் கதையாகிறது."
> -ஷம்பாலா (பக்கம் - 19)

1

தமிழவனின் நாவல்கள் ஒவ்வொன்றும் அவர் எழுதிய முந்தைய நாவலின் தன்மையிலிருந்து முற்றிலும் விடுபட்டதாகவே இதுவரை அமைந்து வந்துள்ளது. அதற்கான காரணம் தமிழவனின் நாவல் எழுத்துமுறை அத்தகையது. நாவலுக்கும் அதன் கதையாடல் மொழிக்கும் உள்ள அணுக்கம் குறித்த கோட்பாடுகளை வாசகர்களின் முன்நிறுத்தியே தமிழவன் தனது நாவல்களைத் தொடர்ந்து எழுதி வருகிறார். தான் வாழும் காலத்திற்கும் - கடந்த காலத்திற்கும் வருங்காலத்திற்கும் இடையில் பயணிக்கக்கூடிய கதையாடல்களைக் கொண்டே தமிழவனின் நாவல்கள் அனைத்தும் அமைப்பாக்கம் பெற்றிருக்கின்றன. இவரது எழுத்துக்கள் பொதுவான வாசகனின் வாசிப்பு மனோபாவத்திற்கு முற்றிலும் வசப்படாத வகையிலான கதையாடல் வடிவத்தையே கைக்கொள்கின்றன. இதன்வழியே நாவல் வாசிப்பு என்ற கூட்டுச் செயல்பாடு பழக்கப்படாத தளங்களில் நிகழ்த்தப்படுகிறது. ஒத்திசைவான கதையாடல்களாக அல்லாமல் விடுபடல்களுக்கிடையில் எழுதப்படும் பிரதியாக தமிழவனின் நாவல் பிரதிகள் அமைந்துள்ளன. 'சுவாரசியம்' என்ற சொல்லினால் வாசிப்பின் பன்முகத்தன்மை குறுக்கப்பட்டிருக்கும் சூழலில் பன்முக வாசிப்பிற்கான மொழி அமைவாக்கத்துடன் 'ஷம்பாலா' உருப்பெற்றிருக்கிறது.

புறவுலகு, அகவுலகு என்ற நிலைகளுக்கிடையில் தன்னிலையாக்கத்தின் பிரச்சனை ஒருபுறமும், மறுபுறம்

அதிகாரத்துவத்தின் தொடர் கண்காணிப்பின் ஆளுகைக்குள் வாழும் ஒருவனின் மன ஒத்திசைவின்மையை 'ஷம்பாலா' நாவல் பிரதியாக்கம் செய்திருக்கிறது. தனக்கான மனப்பரப்பின் பாதுகாப்பின்மையை வெளிப்படுத்தும் விதமாக நாவல் விரிகிறது.

"அரசியல் சட்டத்தில் உள்ள வார்த்தைகளுக்கும் உங்கள் மனதில் இருக்கும் வார்த்தைகளுக்கும் பொருத்தமில்லை என்று எங்கள் மேலதிகாரிகள் நினைக்கிறார்கள்" (பக்கம்- 35)

இந்நாவலில் வரும் அமர்நாத் தன்னை விசாரிக்க வரும் சிந்தனை போலீஸிடம் தன்னை 'ஒரு மத்தியதர வர்க்கத்தவன்' என்றும் 'எதற்கும் எளிதில் பயப்படுகிறவன்' என்று சொல்கிறார். இதன்மூலம் தனது சமூகப்பண்பை வைத்து உளவறிந்து மிரட்டப்படுகிறார். தன்னை விசாரிப்பவர்கள், நான் எந்த மக்கள் கூட்டத்தைச் சேர்ந்தவன் என்ற அறிதலின்வழியே அணுகுகிறார்களோ, அவ்வகையிலேயே அமர்நாத்தும் அவர்களது உளவறிதலைக் கீழறுப்புச் செய்கிறார்.

நாவல் முழுவதும் விசாரணையும் உளவும் அதற்கெதிரான மனோவியமும் கதையாடல்களாகக் கட்டமைக்கப்பட்டுள்ளது. தனக்கு எதிராக நகர்த்தப்படும் ஒவ்வொன்றிற்கும் எதிர்நகர்வைப் பதிலீடாக வைத்துக் கொண்டே தொடரும் அமர்நாத்தின் குரலும் X சிந்தனை போலீஸின் குரலும் ஒன்றை மற்றொன்றை கையகப்படுத்த முனைகிறது. நாவலில் வெளிப்படும் நிகழ்வுகளெல்லாம் புறவுலகிற்கானதாக இருந்தாலும், சில குறியீடுகள் நம்மை மனோ தளத்திற்குள்ளும் தள்ளிவிடுகின்றன.

2

ஒருபுறம் சிந்தனை போலீசின் கதையாடலும், மறுபுறம் அதற்கு இணையான கதையாடலாக 'ஜூனியர் அமைச்சரின் அதிகார உருவாக்கம் பிரதியியலாகக் கையாளப்படுகிறது... இதில் அதிகாரத்துவ மையத்தின் விசையாக இயங்குகிறான் 'ஹிட்லர்'. இவனது சிறுபிராயத்தின் பண்புபிறழ்சியிலிருந்து; பின்னாளில் எவ்வாறு ஆட்சி அதிகாராத்தின் தன்னிலையாக மாறுகிறான் என்பதை அவனது சிறுவயது குணாம்சத்தைச் சொல்லும் நாவல் பகுதிகள், பிற்கால அரசியல் குணத்தை முன் அனுமானிக்கும்படியாக உள்ளது. பயங்கரமான உடும்பு அவனுக்குள் இருக்கிறது. அவன் விநோதமானவனாகக் காட்சியளிக்கிறான். ஒரு சந்தர்ப்பத்தில் அவன் எதையோ வரைந்து கொண்டிருப்பதைக் கண்ட ஆசிரியை என்ன வரைகிறாய் என்ற

கேள்விக்கு "அது எந்திரம் தீட்டுகிறேன் என்றான்." ஆசிரியைக்கு அது விளங்கவில்லை. ஆனால் உடனிருக்கும் சக ஆசிரியர், "மேடம் அது, எந்திரம் என்பதால் அந்தப் பையன் மர்ம சக்திகளுடன் தொடர்பு வைத்திருப்பவன்" என்று சொல்கிறான்."

அதிகாரத்துவம் எனும் மறைசக்தியின் குறியீடாக ஹிட்லர் நாவலில் புனைவாக்கம் பெற்றிருக்கிறான். இவனையொரு கதாபாத்திரமாக வாசிப்பதை விட முழுநாவலின் கதையாடல்களின் ஊற்றுப் புள்ளியாகக் கொள்ள வேண்டும். இந்த ஹிட்லர் என்பவனிடம் 'ஷம்பாலா' புறவடிவமாக மாற்றமடைகிறது. இங்கிருந்துதான் பிரதி இடது / வலது என பயணிக்கின்றன. இடதுபுறமாக 'அமர்நாத்' விசாரணைக்குட்பட, சிந்தனை போலிசின் கதையாடல் நிகழ்கிறது. வலதுபுறமாக ஹிட்லரின் உருவாக்கம் சொல்லப்படுகிறது. ஏனெனில் ஹிட்லரை ஒரு பெயராக மாத்திரமே இந்நாவலில் நாம் பொருள்கொள்ளக் கூடாது எனத் தோன்றுகிறது. நாவலின் பிற்பகுதியில் ஹிட்லரை புனைவுயிரியாக மனதில் கொண்டால்; அமர்நாத் என்பவர் ஒரு எதிரீட்டு குறியீடாகக் கொள்ளலாம்.

"அமர்நத் தன் மனதில் 'ஹிட்லர்' என்ற சொல் ஒரு பெயரில் தோன்றி மெதுமெதுவாய் வளர்ந்தது பற்றி யோசிக்கிறார். ஒரு புனைவு பாத்திரம் தோன்றி அதற்கேற்ற பிற பாத்திரங்களுடன் முழுக்கதையாய் உருக்கொண்டதன் நோக்கமென்ன என்று கேட்டுப் பார்த்தபோது ஏதும் மனதில் தென்படவில்லை."

3

உங்களுக்கு சிரிப்பு வரவில்லையா...

எனக்கு சிரிக்க முடிவதில்லை, ஏனென்று தெரியவில்லை,

தனக்கு ஏன் நடக்கிற காரியங்களைப் பார்த்துச் சிரிப்பு வரவில்லை?

(பக்கம் - 59)

நாவலின் முக்கியமான உத்தியாக ஒத்திசைவின்மையைச் சொல்லலாம். மேலே நான் எடுத்துக்காட்டியிருக்கும் மூன்று வரிகள் மூன்று பத்தியில் வரக்கூடிய 'சிரிப்பு' என்பதை ஒத்திசைவின்மையின் குறியீடாக்கிக் காண்பிக்கிறது. இயல்பான மனோநிலையில் உள்ளவர்களை மனோநிலை பிறழ்ந்தவர்கள்

என்ற அடைப்புக்குறிக்குள் சிந்தனை போலீஸ் கொண்டுவர முயல்வதும், அதற்கெதிராக தன்னிலையைத் தற்காத்துக் கொள்ள நடக்கும் எதிராடலாக இந்நாவல் உள்ளது. இயல்பான மனோநிலையில் அதிகாரத்துவத்திற்கு எதிராக செயல்படும் பிரதிகளை உருவாக்குபவனாக அமர்நாத் விளங்குகிறான். அவனது கீழறுப்பு செயல்பாட்டின் பொருண்மையைத் தாங்கியுள்ள எழுத்தானது; சிந்தனையின் உயிர்ப்பையும் எதிர்வினையாற்றலையும் குலைக்கும்விதமாகச் சிந்தனை போலீசார் செயல்படுகின்றனர். அவர்களின் இடையீடுகள் அமர்நாத்தின் உடலியலைப் பரிசோதிப்பதின் வாயிலாக அவனுக்குள் அமைவுற்றிருக்கும் அதிகாரத்துவ எதிர்ப்புணர்வை அழிக்க முயல்கிறது.

"இந்த ரகசியக் காவலர்கள் என் கழிப்பறையில் மூத்திரத்தை முகர்ந்த அன்றுதான் இப்படி ஆகிவிட்டேன். இப்படி என்னை மனோநிலை பாதிக்கப்பட்டவராய் மாற்றுவது இந்தக் காவலர்களின் வேலைதான் என்று கடைசி வாக்கியத்தின் கடைசிப் பகுதியைத் தன்னையும் அறியாமல் உரக்கச் சொன்னார் அமர்நாத்"

"எந்தக் காவலரின் வேலை? எந்தக் காவலர்? என்ன சொல்கிறீர்கள் என்றார் ராம்நாத்." (பக்கம் - 60)

உடலினுள் நிகழும் அதிகாரத்துவத்திற்கு எதிரான ஆற்றலின் வெளிப்பாடாகத்தான், அமர்நாத்தின் உடலியத்தையே பிரதானக் கண்காணிப்பின் இலக்காக நாவல் முன்னிறுத்துகிறது. உடலையும் அதன் சிந்தனையாற்றலையும் இருவேறானதாகக் கொள்ளாமல் ஒரே அலகாகக் கொள்கிறது.

"சிந்தனையை உளவு பார்க்க முடியுமா?

இவர்கள் முடியும் என்கிறார்கள்..... நீங்கள் என்ன சாப்பிடுகிறீர்கள் என்ற ரகசியத் தகவல்கள் திரட்டுகிறார்கள். நீங்கள் செல்லும் ஆஸ்பத்திரிகளில் மலம் பரிசோதனை செய்தால் அந்த ரிப்போர்ட்டைப் பெறுவதற்கு ஒரு சட்டம் கொண்டுவரப் போவதாய் கேள்வி. மலம் மூலம் சிந்தனை போலீஸ் அந்த மலத்துக்குச் சொந்தக்காரர் யார், எப்படிப்பட்டவர். அவர் எதிர்காலத்தில் இவர்களை எதிர்ப்பாரா அல்லது எது நடந்தாலும் பொறுத்துக் கொண்டு அடங்கிப் போகிறவரா எனக் கண்டு பிடிப்பார்களாம்." (பக்கம் - 105-106)

நாவல் என்பது கதையாடலின் வழியாகவும்; குறியீடுகளின் வழியாகவும் நிகழ்த்தப்படுகிறது... அது பிரதானக் கதையாடலின் வழியே நம்மைப் பயணிக்க வைத்தாலும்; மற்றொரு இடத்தில் மாற்றுக் கதையாடலையும் கொண்டிருக்கிறது. அதற்கொரு எடுத்துக்காட்டாக "டாங்கி" என்பதைச் சுட்டலாம்.

"மீண்டும் மீண்டும் ஒரு பழைய டாங்கியைக் கட்டித் தொங்கவிட்டிருக்கும் காட்சியும் கோட்டும் சூட்டும் அணிந்த ஒரு மனிதன் கைகளை நீட்டி நீட்டிப் பேசும் காட்சியும் காட்டப்பட்டதைப் பார்த்தபடியிருந்தார் ராம்நாத்." (பக்கம் - 61)

"இவர்கள் கொண்டு வந்த ஒரு துணைவேந்தர் படிக்கவரும் மாணவர்களுக்கு நாட்டுப்பற்று ஊட்டுவதற்காக காம்பசில் 'டாங்கியை' கட்டித் தொங்கவிடுகிறானாம் என்றார் சுரேஷ்." (பக்கம் -104)

'டாங்கி' இராணுவ மனோபாவத்தைக் குறிப்பீடு செய்கிறது. ஷம்பாலா நாவலின் அடியோட்டமாக உள்ள கண்காணிப்பு, நாட்டுப்பற்றை உள்ளீடாக்கிவிடுகிறது. இதேபோல் நாவலின் பல இடங்களில் வரும் குறியீடுகள்; நவீன நாவல் வாசிப்பிற்கான திறவுகோல்களாகக் கிடைக்கின்றன. சிறுவனுக்குள் 'ஓர் உடும்பு' இருப்பதாக சொல்வது, இந்நாவலில் ஒருவித மிருகிய இயல்பு பேசப்படுகிறது. பிற்காலத்தில் சிறுவன் எப்படி உருமாற்றமடையப் போகிறான் என்பதற்கான உந்துதலாக உடும்பு எனக் குறிக்கப்படுகின்றது. உடும்பின் குணாம்சாங்கள் சிறுவன்மீது எழுதபட்டு பின்னாளில் அவனது அரசியல் அதிகாரத்தின் மீதான பிடிப்பைப் பொருண்மைப்படுத்தி நிற்கிறது. பெரும்பாலும் நாவல் வாசிப்பு என்பது கதையின் முதன்மை இழையைப் பிடித்தபடியே பயணிப்பதாகப் பழக்கப்படுத்தப்பட்டுள்ளது. அதன்படி ஷம்பாலாவை வாசித்தால், வலதுசாரி அதிகாரத்துவத்தின் நுண்கண்காணிப்பு எவ்வாறு தனிமனிதத் தன்னிலையை அகப்படுத்தி உறைய வைக்கிறது என்பதை அறியலாம். நம்மை பிளவுண்ட மனோநிலைக்குள் ஆழ்த்தி செயலின்மைக்குள் தள்ளிவிடுவதையும் உணரலாம். எவ்வித எதிர்ப்புணர்வுமின்றி, கீழறுப்பு என்னும் எதிர்ப்புநிலையைக் குலைப்பதில் சிந்தனை போலீஸ் எவ்வளவு முனைப்புடன் செயலாற்றுகிறது என்பதை அறிந்து கொள்ளலாம்.

4

இந்நாவலின் உட்கரு என்னவென்று யோசிக்கையில் ஒரு எண்ணம் மேலிடுகிறது. ஒரு நாவல் பிரதிக்கு உட்கரு என்பது

அவசியமா? என்ற வினாவும் கூடவே தோன்ற, இவ்வினா நாவலின் துவக்கம் - முடிவு என்ற வாசிப்பு பழக்கத்தின் மரபிலிருந்து தோன்றுவதாகப்படுகிறது. ஆனால் பின்-நவீனத்துவ நாவல் பிரதிகள்; கதையாடலின் துவக்கம் - முடிவு பிரதானக் கதையாடல் இரண்டாம் நிலைக் கதையாடல் என்ற தளங்களில் எழுதப்படுபவை அல்ல. அவ்வாறு வாசிக்கபடுவதும் இல்லை. ஒரு குறியீடு தனக்குள்ளிருந்தும் தனக்கு புறத்தே இருந்தும் கதையைச் சொல்லும். அவ்வகையில் பார்த்தால் ஷம்பாலா என்ற சொல் குறியீட்டுத் தனித்துவம் பெறுகிறது.

ஷம்பாலாவை அடைய மேற்கொள்ளும் பயணம் குறித்து நாவலின் இறுதிப் பகுதியின் கதையாடல், பயணத்தின் விவரிப்புகளாக இடம்பெற்றிருந்தாலும்; அது அகமும் X புறமும் ஒன்றையொன்று ஊடுருவிச் செல்லுமிடமாக எழுதப்பட்டுள்ளது."

அரசியல் அதிகாரத்தை கையகப்படுத்தும் வழித்தடங்களைப் போல் பிரதியின் உள்ளடுக்குகள் அமைவாக்கம் பெற்றுள்ளன. ஷம்பாலா என்ற சொல் பிரயோகிக்கப்படும் இடங்களில் எல்லாம் அதிகாரத்துவ மனோவியத்தின் எண்ணிலியான பரிமாணங்கள் தென்படுகின்றன. ஒரே நேரத்தில் ஒன்று மெய்ம்மை போலவும் மெய்ம்மையை இழந்ததைப் போலவும் தோற்றங்கள் மாறி மாறி வருகின்றன.

5

தமிழவன் நாவலில் தோன்றும் பிம்பங்களும் அதன் பரிமாணங்களின் வேற்றுமைகளுக்கிடையில் நாவல் பிரதி தன்னை நிலைநிறுத்திக் கொள்கிறது.. ஷம்பாலா என்பது பல்வேறு இழைகள் சேருமிடமாகவும் பிரியும் இடமாகவும் உள்ளது. ஷம்பாலா என்ற சொல் உடலியமாக உருமாற்றமடைகிறது. அதன் இடையாட்டமாக அரசியல் வேட்கை வெவ்வேறு குறியீடுகளால் இயக்கப்படுகிறது. இது எல்லோரது கூட்டு உணர்நிலையாகும்.

இதன்வழியே நாவலின் அசைவைக் கிளர்த்திக் கொண்டே இருப்பது எது? என்ற வினா நாவலை வாசித்து முடிக்கும்வரை எழுந்தபடியே தான் உள்ளது. அதற்கான விடை வாசகனுக்கான தேர்வாக 'ஷம்பாலா' - 'ஹிட்லர்' 'அமர்நாத்' - 'சிந்தனை போலீஸ்' என நீள்கிறது. நம் ஒவ்வொருவரது சிந்தனையும் உருவிலியானது என்றாலும் அதற்கொரு உடலிய பரிமாணம் இருப்பதை தமிழவன் சுட்டுகிறார். அதன் வெளிப்பாடாகத்தான் மலம் / சிறுநீர் / ஆடைகள் என எல்லாம் பரிசோதிக்கப்படுகின்றன. மனிதனின் உடலும் / மனமும் நாவலில் சுவடற்றுக் கரைகின்றன.

நாவலின் இறுதிப் பக்கங்களில் வரும் 'நவீன சாமியார்' - 'ஷம்பாலா' என்பதற்கான பொருண்மையை நிறுவுகிறார். இவர் அதிகாரத்துவத்தை தனது வைதீக கருதுகோளை / வேதகால அறிவு என வரையறுக்கிறார். வலதுசாரி அதிகாரத்துவத்தின் குவிமையமாக "ஷம்பாலா" என்ற சொல்லை உச்சாடனப்படுத்துகிறார்.

"நவீன சாமியாரான சாஸ்திரிகள் வேதகால விஞ்ஞானத்தின் அறிவைக் கொண்டு உலகை அழிக்க, ஜெர்மனியில் தன்னிடம் வந்து கேட்டவர்களுக்கு அந்த ரகசிய அறிவைத் தன் அண்ணன் கொடுக்கவில்லை என்கிறார். பாரதத்தில் அந்த வேதகால அறிவு பரவினால் உலகம் அழியாது என்கிறார். தாங்கும் சக்தி கொண்டது பாரதம் என்கிறார். அதுதான் அவரது ஷம்பாலா பயணத்தின் குறிக்கோள். ஷம்பாலா...! எல்லா அதிகாரமும் கிடைக்கும் இடம். ஷம்பாலா.... ஷம்பாலா.... முழக்கம் எழுந்து வானத்தை நிறைக்கிறது.

முற்றும் (பக்கம் -219)

நாவலின் இப்பத்தியில் கேட்கும் குரலின் குறியீடாக ஷம்பாலா என்பது ஒலிக்கிறது. இந்த குரலுக்கு எதிரான வினையாகத்தான் நாவல் எழுதப்பட்டுள்ளது. மனித சிந்தனை எவ்விதமான நுண்கண்காணிப்பிற்குள் அகப்பட்டு இருக்கிறது என்பதற்கு எதிரான குரல்தான் நாவலின் கதைக்குரல்.

கணையாழி பிப்ரவரி-2021

மொழியுடலில் படரும் அரூபத் தாவரம்
ஏ.ஏ. பைசால் கவிதை

வரிசைக் கிரமம் கழன்று இருத்தலின் மேல் இறைந்து கிடக்கும் ரூபங்கள். ஒவ்வொன்றையும் உற்றுப் பார்த்து நமது மாற்றுத் தன்னிலையோடு பொருத்தித் திருப்தி அடையும் செயலை; விழிப்பின் வெளி எல்லையிலிருந்து துவங்குகிறோம். கனவின் ஆழ்படுகையுள் விதையூன்றி முளைக்கும் மொழியொத்த தாவரம்தான் கவிதையுள் உறையும் மொழியுடல்.

நினைவிலியின் ஏடுகள் ஒன்றன்மேல் ஒன்று அடுக்குகளாக வளர்ந்திருக்கின்றன. ஒவ்வொரு ஏட்டின்மீதும் படர்ந்திருக்கும் வரிகள்; தன்மேல் எழுதப்பட்டுள்ள மற்றொரு மொழிகூட்டோடு தன்னைத் தொடர்புபடுத்திக் கொண்டே கதையாடல் விளையாட்டில் திளைக்கிறது. இந்த உணர்வு கலங்கிய மங்கலான சுழற்சியில் அடர்கிறது கவிதையின் பொருண்மைப்புலம்.

விழிப்பிலிருந்து நழுவி இமைத்திரையின் பின்புறம் நீளும் கனவு நிலம். அதில் நமது இருப்பின் சுவடு பாவி நடந்து கொண்டே போகும் பயணத்தின் முடிவில்; பிரக்ஞையுறும் ஒளியில் உருக்கொள்வது பல அடுக்குகள் கொண்ட வரைதோல் பிரதி. அப்படியொரு கவிதையைத் தருகிறார் ஏ.ஏ. பைசால்

கனவுகளை வாசிக்கும் முறை
ஒரு இரவு
இரு கண்ணுக்குள்ளும்
இருபது கனவுகள் வந்து தங்கின
அப்போதுதான் எனக்குத் தெரியும்
மனதுக்குள் முளைத்த தாவரம்
அதன் கிளைகளை கண்களுக்குள் பரப்பியிருந்தது
****

****
****
****
அந்தப் புத்தகம் இருபது பக்கங்களை
உள்ளடக்கியிருந்தன
ஒரு மணித்தியாலத்திற்குப் பின்
வெற்று தாள்கள் கொண்ட புத்தகமே
என் கையில் இருந்தது
****
****
****
****
தாவரம் தன் கிளைகளை
மெல்ல மெல்ல வளர்த்துக் கொண்டேயிருந்தது
கனவுகளின் எண்ணிக்கையில் இரண்டு குறையும்
இரண்டு அதிகரிக்கும்
என்பதை
கட்டிலில் பலகை சத்தம் போடுகிறபோது
அறிந்து கொள்வேன்
****
****
****
ஒரு கனவினுடைய காலிரண்டும் மறைந்து
கொண்டுபோகின்றன
முழுவதும், மறைந்துவிட்டன
காலையில் கடைசிக் கனவுடன் கண்விழித்தேன்
அந்தக் கனவில் வந்தவன்
என்னைச் சந்திப்பதற்காக வாசலில் காத்து நிற்கிறான்...
****
****

ஒரு பிரதியை வாசிக்கும் அனுபவமும் கனவைக் கண்டு அதனை நம்மிலிருந்து விடுவிக்கும் எத்தனமும் ஏறக்குறைய ஒன்றுதான். இக்கவிதையில் மனதில் முளைக்கும் தாவரமானக்

கனவு கண்களுக்குள் தன்னை பரப்புவதாகச் சுட்டுகிறது கவிதை. இருபது கனவுகளான கிளைகள் மொழியுருக்களாகிறது.

காலமற்ற கனவுவெளிக்குள்ளிருக்கும் இவை; கனவு தகர்ந்த உடலின் விளிம்பில் புத்தகமாக உருமாற்றமடைகின்றன. இருபது கனவுகள் ஏடுகளாக நம் கைகளில் படபடக்கின்றன. இங்கு கனவு என்ற உணர் அனுபவம் வாசித்தல் என்ற மொழி அனுபவமாகிறது. கனவு இங்கு புறவயப்படுகிறது. கவிதையின் வரிகள் தாவரக் கொடிகளாக நம்மீது அடர்கிறது.

இதன் தளமாற்றத்தை கவிதையில் குறிக்கும் விதமாக கனவின் காலிரண்டும் மறைந்து மொழியில் கரைகிறது. கனவுக்குள் காலத்தைப் படிமப்படுத்துவதாக கடைசி கனவில் வந்தவன் புத்தகத்தின் நேரெதிர் பதிலியாகி கனவுகாணுதலில் திளைத்த நம்மை விழிப்பின் வாசலில் சந்திக்க மறு ஒப்பனை செய்து கொண்டு நிற்கிறான்.

நிலத்தோடு பேசுகிறேன்
ஏ.ஏ. பைசல்
புது எழுத்து

நொறுக்கப்பட்ட சொல்லாடல்களின் நூதனச் சேர்க்கை

தமிழவனின் முஸல்பனி

முன்பே எங்கோ கண்ணுற்ற தோற்றத்தின் நினைவைத் தொலைத்துவிட்டு அதை மறு உருவாக்கம் செய்ய எழுதிப்பார்த்தல் போன்றது தான் புனைகதையின் பிரதியியல் நுட்பம்.

நினைவுற்றதை பன்மையில் படிவப்படுத்தி அழித்துவிட்டு மீண்டும் அந்த அழிப்பாக்கத்திலிருந்து மற்றொருமுறை எழுதி அழிப்பதில் உருக்கொள்ளும் தோற்றங்களின் வழியாகக் கதையாடல்களைக் கட்டமைக்கும் நூதனப் பிரதியியல் தொழில்நுட்பம் இது.

தொடர்ந்து வாசிக்கப்படும் முந்தைய நாவலின் கதையாடல்களையும் — பிறிதொரு — இன்னும் எழுதப்படாத நாவலின் மாற்றமைவான அழிப்பாக்கக் குறிப்புகளையும் பயன்படுத்தி உருக்கொள்வதே தமிழவனின் "முஸல்பனி".

இப்பிரதியை எதிர்கொள்ளும் தருணங்களில் தமிழவனது முந்தைய நாவல்களின் கதையாடல்களின் தர்க்கவெளி நமக்குப் புலப்படும். ஒருவகையில் தமிழவனது முந்தைய பிரதிகளின் நீட்சி அல்லது தன் அழிப்பாக்கத்திலிருந்து தோற்றங்கொண்டதுதான் இப்பிரதி.

நொறுக்கப்பட்ட சொல்லாடல்களின் நூதனச் சேர்க்கையின் வழியாகக் குறிக்கப் பெறாத அல்லது அகவயப்படுத்தபடாத குறித்தோற்றங்களின் "சேர்க்கை - சேர்க்கையற்றுப் போதல்" மீண்டும் கொண்டுகூட்டி (வாசகனே) கதையாடலை நிர்மாணித்தல்; மற்றொருமுறை கலைத்துப் போடல் என்ற தொடர்ச்சியான தொழில் நுட்பத்தில் இது நிகழ்கிறது.

'வாசித்தல் — அழிப்பாக்கம்' — தோற்றமுறுதல் மூலமற்று நிகழும்; நிகழ்ந்து கொண்டே செல்லும் — கதையாடல் முறைமை முஸல் பனியைச் சாத்தியப்படுகிறது.

இதனை வாசிக்கும் போக்கில் நாம் எதிர்கொளும் பிரதியியல் உயிரிகள் மூலமற்ற தோற்றங்களாகத் தென்படுகின்றன. சில சமயங்களில் தமிழவனால் முன்பு எழுதப்பட்ட நாவலில் நாம் வாசித்துப் பார்த்தவை நினைவுக்கு வரலாம். ஆனால் பல நாவலுக்கான அழிப்பாக்கக் குறிப்புகளாகத் தோன்றுகின்றன.

முன் — பின் ஒழுங்கு குலைக்கப்பட்ட புதிர்கோர்வை Jumble-தான் தமிழவனின் முஸல்பனி நாவலை வாசித்துப் பாருங்கள்.

முஸல்பனி
தமிழவன்
வெளியீடு: அடையாளம்

ஒரு பிறழ்கணத்தில் நிகழும் அதீதம்
[மைத்ரேயி மற்றும் பல கதைகள்]
எம்.டி.முத்துக்குமாரசாமி.

மொழிக்குள் அகப்படும் உணர்புலம்; புறவயப்பட்டபின் தன்னளவில் ஒரு பொருண்மையைப் புலப்படுத்தத் துவங்குகிறது. ஒழுங்கற்ற எதேச்சைத் தன்மையால் நாம் அறிந்திராத அல்லது எதிர்பாராத விநோதங்களை விளைவிக்கக் கூடியவையாகிறது.

நம் மனதின் வரிசைக்கிரமம் நொறுங்கித் தத்தளிக்கும் தருணத்தில்;

அசட்டையாக வெளிப்படும் அதிசய உணர்வின் ஊற்று நம்மை சூதாட்டத்தின் வளையத்திற்குள் தள்ளிவிடும். மனதிற்கும் / நிகழ்விற்கும் இடையே ஒரு இரகசிய லயம் சுழன்று கொண்டே இருக்கும். நம் கண்முன்பு நிகழ்வது ஒருவித படிமப் பிறழ்ச்சியாக தென்படும்.

ஒரு பிறழ்கணத்தில் நிகழும் அதீதம்; அதிசயிக்கத்தக்கதாக உருக்கொள்கிறது. பார்த்தல்/கேட்டல் ஆகிய சட்டகங்களின் விளிம்பில் பளீரெனத் தவறும் காரண கணத்தை மீண்டும் அலைந்து திரிந்து பிடிக்க இயலாது. அப்படி நிகழ்ந்ததின் நினைவு அதன் ஒரு மொழிச்சுவடாய் எஞ்சுகிறது.

ஒரு ஜனக்கூட்டதின் முன்பு பலகையில் சாய்ந்துள்ள நங்கையை நோக்கி கத்தியை வீசும் சாகசக்காரனைப் பற்றிய "The Knife Thrower" by Steven Milhauser-இன் ஒரு அபூர்வக் கதை. இதில் சாகசக்காரனின் மரப்பலகையில் முதுகைச் சாய்த்து நிற்கும் பெண்ணைக் குறிபார்த்து கத்தியை வீசும் தருணத்தில்; அந்தப் பெண் தன் மூடிய கையைத் திறந்து ஒரு பட்டாம் பூச்சியை சிறகடிக்க விடுவாள். அந்த நொடிப்பொழுது அதிசயத்திற்குள் நிகழ்கிறது.

பார்வையாளர்களின் காணுதலில் ஏற்படும் ஒரு அதிர்வைக் கையகப்படுத்தும் பிரயத்தனத்தில் கதையாடல் சுழலும். சாகசக்காரனின் கத்தியை பட்டாம்பூச்சி அறிதலுக்குள் நகர்த்திப் போடுகிறது. ஒரு உறை—நொடியில் கதைப்பிரதி / வாசகன் / சாகசக்காரன் / பெண் அனைத்தும் கழன்று அதிசய வளையத்திற்குள் அலைவுறுகிறது.

இப்படியொரு வாசிப்பு அனுபவத்தை கைக்கொள்ளும் மற்றொரு பிரதி எம்டிஎம்—இன் 'நீல நிற ஜீன்ஸ்' இதில் புத்தனின் மொழிதல் எப்படி புறவயப்படுத்தப்பட்டு கட்டற்ற மொழிதல் வசப்படுகிறது பாருங்கள்.

'நீல நிற ஜீன்ஸ் அணிந்த புத்தன் எல்லாவற்றையும் பார்த்து அதிசயிக்கச் சொன்னான். நீல நிற ஜீன்ஸையே எல்லோரும் பார்த்து அதிசயித்தார்கள்'.

—டிவிட்டர் கதைகள்—

ஒரு நுண்—கதையாடல் (Micro-Narratives) வடிவத்தைக் கொண்ட எம்டிஎம்—ன் இக்கதையில் புத்தன் ஜீன்ஸாகத் தன்னை மறு—ஒப்பனை செய்து கொள்கிறான். பின்பு அனைத்தையும் பார்த்து அதிசயிக்கச் சொல்கிறான்.

புத்தனின் உடலியலில் புனையப்பட்டிருக்கும் நவீனம் ஜீன்ஸாக குறியீடு செய்யப்பட்டிருக்கிறது. அதிசயிங்கள் என்ற அவரது வார்த்தை; இங்கு அவரது பேச்சைக் கேட்போரின் உணர்புலத்தில் தலைகீழாகப்படுகிறது.

புத்தன் சொன்ன அதிசயம் என்ற மொழிக்குறி இங்கு அவரது உடலின் மேற்பரப்பின்மீது உடுத்தப்பட்டுள்ள ஜீன்ஸின் உள்ளுரையாக மாற்றப்பட்டுள்ளது. ஆக வாசகர்கள் கேட்போர் என்ற புள்ளியிலிருந்து பார்த்தலின் வெளிக்கு நகர்த்தப்படுகிறார்கள்.

திடீரென்று நம்மை அதிசயிக்கச் செய்யும் பட்டாம்பூச்சியாக நீல நிற ஜீன்ஸ் படபடக்கிறது.

மைத்ரேயி மற்றும் பல கதைகள்
எம்.டி. முத்துக்குமாரசாமி.
வெளியீடு: அடையாளம்

நாவல் புதிர்மை-
புரியாமை பதார்த்த ஸாரம்

புதிர்மையும்—புரியாமையும் நவீன நாவலின் இரட்டைகள். ஒன்றைத் தொட்டால் மற்றொன்று சிணுங்கும் சிணுங்கிகள். இதில் யார் யாரைக் கெடுக்கிறார்கள் என்று அறிவது கடினமான காரியம். ஒன்று செய்யும் சேட்டைக்கு மற்றொன்று தண்டிக்கப் பெறுவது ஒருவகை முரண்நகை. சரி; புதிர்மையும் புரியாமையையும் அழகிய ஆள்மாற்றாட்டத்தில் நிலைகலங்கி வாசித்துவிட்டாலும் அதற்கான பழியை வாசகர்கள் சுமப்பதில்லை. சுலபமாக பிரதிமீது சுமத்திவிட்டு நகர்ந்துவிடலாம்.

ஒரு நாவலின் கதையாடல் நூற்கும் இழையை ஒன்றின் ஊடாக ஒன்றை எண்ணற்ற முறை நுழைத்துவிட்டால்; நாவலின் நேர்கோட்டுத் தர்க்கத்தை வேறொரு தர்க்க அடுக்கிற்கு நகர்த்திவிடலாம். நகர்த்திப் போடுவதும் அதனைத் தொலைத்துவிட்டுத் தேடுவதும் ஒருவிதத்தில் பார்த்தால் வாசகன் தன்னை பிரதியோடு மறு—ஒப்பனை செய்து கொண்டு ஆசிரியனைப் அகழ்ந்து அவனது சுய—பிரக்ஞையை செயலிழக்கச் செய்வதுதான்.

புதிர்மைக்குள்ளும் — புரியாமைக்குள்ளும் அகப்படாது இரண்டையும் திகைக்கச் செய்யும் நாவல் பிரதிகள் பல உள்ளன. இன்றைய நவீன நாவல் வாசகனையும் அவனது வாசிப்பின் நேர்த்தியைப் பரிகசிக்கும் பிரதிகள் ஜேம்ஸ் ஜாய்ஸின் 'Ulysses' 'Finnegans Wake' நாவல்கள். மனித மனம் இப்படி பரிகசிப்பவையை விடாமல் பின் — தொடர்ந்து சென்று; அதில் சட்டென்று நிகழும் கண்சிமிட்டலில் அறிதல் புலத்தில் இரசவாதம் நிகழ்கிறது.

யுலிஸஸ் நாவலை வாசிக்க உறுதுணையாக நிறைய நூல்கள் எழுதப்பட்டுள்ளன. அவை நாவலின் கவித்துவக் கட்டமைப்பையும் அதன் உள்ளார்ந்துள்ள சட்டகங்களை அறிந்து கொள்ள

உதவுகிறது. அப்படி ஒரு புத்தகம் James Joyce's Ulysses (A Study by: Stuart Gilbert) இந்நூல் ஜாய்ஸ் மேற்பார்வையில் எழுதப்பட்டது. இதில் ஜாய்ஸின் எழுத்துக் கிரமத்தை புரிந்து கொள்ளச் சொல்லும் வரிகள்.

"Joyce depicts only the present time and place of the times and places that are passing, a rapid flux of images."

"Hold of the now the here, through which all future plunges to the past".

"It is for the reader to assemble the fragments and join the images into a band."

"Sometimes the thought of the moment, rising to the surface of the mind under the impact of some external stimulus, is merely the echo of a name of fragment of a phrase".

(page: 25)

யுலிஸஸ் நாவலின் ஒவ்வொரு அத்தியாயத்தையும் அதில் பயின்றுவரும் நுண்மையை புரிந்துகொள்ள விரிவாக இந்நூல் விவாதிக்கிறது. ஒரு உதாரணத்திற்கு

3. PROTEUS

This episode contains practically no action. Nothing happens, and yet in following the trail of Stephen's thoughts, as he idles on the Dublin strand, we ecnounter a diversity of experience as exiciting as any tale of adventure in the "Land of Phenomena"

****

****

****

தமிழிலும்கூட புதிர்மையும் — புரியாமையும் நவீனத்துவத்தோடு — பின் — நவீனத்துவத்தோடு ஒட்டிப் பிறந்தவை. இப்படி வாசகச் சிக்கலைக் கொண்ட பிரதிகள் தமிழிலும் உள்ளன. இதைக் குறித்து நினைக்கும் போது முன்பு எப்போதோ படித்த சரவதி மகால் நூலகம் வெளியிட்ட புத்தகமான "பதார்த்த ஸாரம்" நினைவுக்கு வந்தது. இது ஜைன தத்துவத்தை விளக்குமுகமாக அமைந்த நூல். ஸ்ரீ மகாநந்தி ஆசாரியார் அருளியது.

இதில் ஸமவஸரண மண்டலம், காந்தகுடி, இரண்டரைத் தீவு, ஜம்புத்தீவு, நந்தீஸ்வர தீவு, ஆறு லேஸ்யைகள் ஆகிய வரைபடங்கள் அடங்கியுள்ளன. இதைக் கண்ணுறும் போது ஒரு விந்தை நாவலிற்குள் புக அழைப்பது போல நம்மை இழுக்கிறது.

இந்த நூலின் உரைநடை தத்துவார்த்தத்தை புனைமொழியில் வனைகிறது. உதாரணத்திற்கு

கட்டு என்பதை விளக்குமுகமாக....

"பல ஒன்றாகக் கட்டுற்று நிற்றல் பந்தமாகும். இங்கே உயிரும் புற்கல வினைகளும் கட்டுற்று நிற்றலும், உயிர் மித்யாத்துவம் முதலானவற்றால் கட்டுற்று நிற்றலும் பேசப்படுகின்றன. இக்கட்டு 'பாவ பந்தம்' 'திரவிய பந்தம்' என இரு பகுதிபடும். பாவ பந்தத்திற்கு ஐந்து காரணங்களைக் காட்டுகிறார். அவை மித்தியாத்துவம், அவிரதம், பிரமாதம், கசாயம், யோகம்".... பதினைந்து பிரமாதங்களை 63 ஆகவும் 37,500 ஆகவும் விரித்துக் காட்டியுள்ளார். இப்படிப் பெருக்கிக் காட்டும் கணித முறையை 'அஷரசஞ்சாரம்' (25x25x6x5x2x=37500) என்கின்றனர்.

அறிந்துகொள்ள இயலாத நுண்மைகளைக்கூட இப்படி விளக்க முடியும் என்ற சாத்தியப்பாடு உள்ளது.

அதுபோல தமிழின் நவீன நாவல்/கவிதைகளை புரியாமைக்குள்ளிருந்து வாசிப்பின் புதிர்மைக்கு மாற்றி மறுமுறை எழுதுதல் மூலம் மீட்டெடுக்கலாம். இப்படி நாம் தமிழில் உள்ள பல பிரதிகளுக்கு ....பதார்த்த ஸாரம்......... பதம்—அர்த்தம்— ஸாரம் எழுதப் போதுமான முகாந்திரம் இருக்கிறது..

எழுத்தை நிறத்தில் எழுதித் திளைக்கும் போர்ஹே

பொருட்களைப் பற்றிய கதைசொல்லலின் கவித்துவம் சற்று விநோதமானது. நாம் புழங்கும் வெளி; நம்மோடு சமமாகப் புழங்கும் பொருட்களும் நமது மனக்கட்டமைப்பைச் செய்கின்றன. மனித உணர்வின் வெளியெல்லையில் துவங்கி பொருட்களின் வடிவத்திற்குள் தன்னையொரு மொழி கழன்ற ரூபமாக்கிக் கொள்கிறது.

அன்றாடம் நாம் பகிர்ந்து கொள்ளும் இடம் மற்றும் காலவெளியில் பொருட்களும் தனது வெளியை நம்மோடு பரிமாறிக் கொள்கிறது. நமது வாழ்வியலின் சொல்லாடலைக் கட்டமைக்கும் கூறுகளில் பொருட்களின் நிறங்களின் பங்கும் முக்கியமானது.

வடிவங்களிலும், வண்ணங்களிலும் ஒற்றைத் தன்மை கரைந்து பன்மையின் பெருக்கம் நிகழ்ந்துள்ளது. பொருட்களின் பொருண்மை என்ற ஒருமை தனது அர்த்த எல்லையை தன்னைத்தானே அழிப்பாக்கம் செய்து கொள்கிறது. உபயோக நோக்கின் வடிவங்கள் தன்னை மறுமுறை எழுதிக்கொள்கிறது. இதனால் மனித அறிதலில் பொருட்கள் குறித்த ஒற்றைப் பரிமாணத் தன்மை தகர்ந்து நுகர்வோரின் பன்மை வாசிப்பின் பிரதிபலிப்பாக பொருட்களின் வடிவங்கள் நூதனமடைகின்றன. இதுபோல் ஒரு குறிப்பிட்ட வண்ணம் என்ற நமது புலனில் பதியப்பட்ட வண்ணம் இன்று தனக்குள்ளே தன்னை பன்மைப்படுத்தி பெருக்கிக் கொண்டிருக்கிறது.

நவீனத்தின் கரையில் அலைகழிக்கப்படும் மனித அறிதலின் ஒருமை இன்று பின்னப்பட்டுள்ளது. அடிப்படை நிறங்கள் என்பவையற்ற, எண்ணற்ற, ஒற்றைத் தன்மையற்ற எண்ணிறந்த வர்ணக் கலவை நம்மை பரவசப்படுத்துகிறது.

இதேபோல கவிதை மற்றும் கதைப்பிரதிகளிலும் பொருட்கள் மனித ஆக்கிரமிப்பைத் தகர்த்துக் கொண்டு; தங்களது வாழ்வெளியை விஸ்தரித்துக் கொள்கிறது. பொருட்களைப் பற்றிய மொழிதல்கள் நவீன இலக்கியத்தின் நிகழ்வெளியை விரித்துச் செல்கிறது. இதில் மொழியின் வெளியை எழுத்து என்ற "Trope" எவ்வாறு தனது மொழி இருப்பை நிலைநிறுத்துகிறது என்பதில் தான் கதையாடலின் நவீனத்துவம் நிகழத் துவங்குகிறது. ஜார்ஜ் பெரக்கின் நாவல் பிரதிகள் இதனை மொழிகின்றன. எழுதுதலின் தொழில்நுட்பத்தை நன்கு விரித்துரைகின்றன ..

I write: I inhabit my sheet of paper, I invest it, I travel across it.

I incite blanks, spaces {jumps in the meaning: discontinuities, transitions, changes of key}

I write

in the margin

I start new

paragraph. I refer to a footnote

I go to a new sheet of paper.

-Species of Spaces and Other Pieces-

(Georges Perec)

எழுதும் மொழி எப்படி தான் பதியப்படும் வெளியைக் கையாளுகிறது என்பதை Perec தனது நாவல்களில் நிகழ்த்திக் காட்டுகிறார். எழுதப்பட்ட குறிகளின் விளிம்பிற்கு அப்பால் உள்ள மொழி ஆக்கிரமிக்காத பக்கத்தின் இடங்களும் வாசிப்பிற்கு உட்பட்டது தான் என்கிறார் Margins என்பதும் எழுதுதலுக்கும் — வாசிப்பின் அறிதலின் எல்லைக்குட்பட்டது தான்.

இவ்வாறு பிரதியும் அதனை அடர்ந்துள்ள 'பிற' வெளியும் தொடர்ச்சியாக விநோதங்களை நமக்கு படைத்துக் காட்ட வல்லது. நமது 'தன்' என்ற வட்டத்திற்கப்பாலிருந்தும் நமக்குள் கதையாடல்கள் கிளைக்கும். பொருட்களின் ஏடுகளிலுருந்து முன்னறிவிப்பின்றி நம்மீது தாவும் பிரதி உயிரிகளும் ஒருவகை மொழிப்பொருள் தான்.

இதேபோல் எழுதப்போகும் பிரிதிக்குள் வருமாறு ஒன்றை 'invoke' செய்வதும் மொழியின் பிரத்யேக ஆற்றல்தான். இதில் ஒரு

உயிரியை மொழிப்பொருளாக வினவி அழைப்பதன் மூலம்; வழக்கமான அறிதல் முறையிலிருந்து நம்மைக் கழற்றி ஒரு மாற்றுத் தளத்திற்கு நகர்த்தி விடுகிறது. Jorge Luis Borges எப்படி ஒரு மொழி உயிரியை தனது கவிதைப் பிரதிக்குள் அழைத்துவருகிறார் பாருங்கள்...

I think of a tiger. The fading light enhances

the vast complexities of the Library

and seems to set the bookshelves at a distance;

powerful, innocent, bloodstained, and new - made

....

....

Evening spreads in my spirit and I keep thinking

that the tiger I am calling up in my poem

is a tiger made of symbols and of shadows,

a set of literary images,

scraps remembered from encyclopedias,

....

....

-The other Tiger-

(Jorge Luis Borges)

....

....

I caught a glimpse of a color. Incredibly, it was the same color as the tiger of my dreams. I wish I had never laid eyes on it. I looked closely.

Blue Tiger

(Jorge Luis Borges)

புத்தக அடுக்குகளிலிருந்தும், கலைக்களஞ்சியங்களிலிருந்தும், குறியீடுகளிலிருந்தும் மற்றும் நிழலொத்த இலக்கிய படிமங்களில்

இருந்தும் — தனது கவிதைக்குள் அழைக்கப்பட்ட புலியை தனது மற்றொரு கதைப்பிரதிக்குள் எதிர்கொள்ளுகிறார் போர்ஹெஸ்.

அதை எவ்வாறு இனம் காணுகிறார் பாருங்கள். தனது கனவில் சம்பவித்த புலியை 'நிறத்தை' வைத்துக் கண்டறியும் கதையாடல் தருணம்; நவீன எழுத்தை நிறத்தில் எழுதித் திளைப்படைகிறார் போர்ஹே..

அமனித பிரதிமைகளின் தேடலைக் கதையாக்கும் விர்ஜீனியா வுல்பின் மொழி

அகாலத் தருணங்களில் விழிக்கும் போதெல்லாம் ஏதோவொரு கதவு மூடும் மெல்லொலி கேட்கிறது. கால்களில் இருளைப் பூசிக்கொண்டு; மனவரிசையைக் குலைக்கும் அறைகளின் கதவுகளைத் திறந்து உற்று நோக்கும் இரு பேய்மையுருக்கள் அலைகின்றன. இங்குதான் — இங்குதான் நாம் விட்டுச்சென்றது இருக்குமென குசுகுசுக்கின்றன. தனது ஓசையற்ற அலைதலின் அரூப நகர்வுகளின் அதிர்வில் அங்கு புழங்குபவர்கள் விழித்துக் கொள்ளாமல் இருக்க ஓசையின்றி அலைகின்றன.

Whatever hour you woke there was a door shutting. From room to room they went, hand in hand, lifting here, Opening there making sure - ghostly couple.

Here we left it, she said. And he added, oh, but here too! Its upstairs' she murmured. And in the garden,' he whispered, 'Quietly' they said, or 'we shall wake them'

வசிப்பிடம் ஒன்றை மாற்றிச் செல்லும் தருணங்களில் வசித்தவர்கள் தம்மிடமுள்ள; மீள்—சேகரப்படுத்தவியலாத ஒன்றைச் சிறிதேனும் விட்டுச் செல்கின்றனர். அதை மீண்டும் தேடியலையும் அ—மனித பிரதிமைகளின் தேடலைக் கதையாக்கும் மொழி இயல்பு நிலையை தொடர்ச்சியாகத் தகர்க்கும் தன்மையதாக இருக்கிறது. மனித இருப்பின் மறைப்பகுதியை சாம்பல் நிறப்படுத்தி வடிவங்கொள்ளும்.

Death was the glass; death was between us; coming to the woman first, hundreds of years ago, leaving the house, sealing all the windows; the rooms were darkened. He left it, left her................

பேய்மையின் அலைதலை வாழ்தலின் மங்கலான தருணத்திற்குள் பெண்டுலத்தின் ஆட்ட லயத்துடன் ஊடாட விடும் அ—மனித கதைப்பிரதிகள் அலாதியானவை. மன—

வெளிச்சத்தின் முழுப்பிரவாகத்திற்கிடையிலும் நாம் இருளைக் கைவிடாமல்; புலனெறி வெளியில்—ஒளியின் தென்படாத பகுதியாகவே ஏந்திக் கொண்டிருக்கிறோம். பித்தத்தின் இரட்டையாக பேய்மை கைகோர்த்து நம்முடன் திரிகிறது. இருள் நகலின்மேல் எழுதப்பட்ட மொழி ரூபங்களை ஒத்திருக்கிறது Virginia Woolf-இன் "A Haunted House".

'What did I come in here for? What did I want to find? My hands were empty.

மனச்சட்டகத்தின் மேற்புறத்தில் எதிரிலுள்ளவை பிரதிபலிப்பது போல் மொழி மனித உணர்வெல்லையின் உள்ளும்—புறமுமாய் இரட்டைப்படுகிறது. சப்தமின்மையைத் தூண்டும் கதையாடல் பேய்மையுருக்களின் அவன்—அவள் என்ற ரூபமற்ற மொழி—ஜோடியை குறிக்கிறது. அதன் எதிர்பத வடிவமான ஒரு மாற்று இரட்டை என்பது கதைசொல்லியின் குரல் தான். மொழியற்ற பேயுருக்களின் கதையில் புதையலை தேடித் திரிகின்றன....

The shadow of a thrush crossed the carpet; from the deepest wells of silence the wood pigeon drew its bubble of sound. 'Safe safe, safe, the pulse of the house beat softly. 'The treasure buried; the rook ......' the pulse stopped short. Oh, was that the buried treasure?

நீள்—உறக்கத்திலுள்ள வேட்கைகளின் தடயங்கள்; வேட்டையில் தென்பட்டு கனன்று தகிக்கின்றன். மெலியும் இதயத்துடிப்பாய் மறதிகளுக்குள் நினைவுகள் உருக்கொள்கின்றன. நிறங்களாக தாவரங்களில் வியாபிப்பதைப் போல் பருவங்கள் — உறக்கம், கலவி, எண்களுக்குள் அடங்காத முத்தங்கள், ஒளியுடன் கலக்கும் விழிப்பு என அவன் — அவள் முளைகின்றனர்...

முகங்கள் உறக்கத்தின் இரகசியத் திளைப்பைத் தேடியலைகிறது; மகிழ்வின் நெகிழ்ச்சி கவிந்த இமைகளின் துடிப்பில் படபடக்கிறது புனைவின் இறகுகள்...

'Safe, safe, safe.' 'Again you found me'. The heart of the house beats proudly.

'Long years-' he sighs. 'Again you found me.'

'Safe! safe! safe!' the pulse of the house beats wildly. Waking, I cry 'Oh is this your buried treasure?

'The light in the hearts.'

காலத்தின் ஓரங்களைத் தாண்டிய அந்த வீட்டிற்குள் விடுத்துச் சென்றதைத் தேடியலைந்து ஓயும் தருணத்தில்; தேடலின் இடமான

அஃறிணை மீண்டும் என்னை நீ கண்டடைந்துவிட்டாய் என்கிறது. கதவுகளின் சன்னமான மூடும் ஒளி வீட்டின் இதயத்துடிப்பாக எதிர்மையடைகிறது. மரண இடையீட்டின் இருபக்கங்களில் எதிர்புறமாக வெறித்து நிற்க... வீடு கட்டற்ற கதியில் துடித்து துயிலவிழ்த்துச் சொல்கிறது ? இந்த.... "இதயங்களின் ஒளிதான்"...... புதையுண்ட உங்களது அரிய பொக்கிஷம்....

—A Haunted House-
(by: Virginia Woolf)

கோமாளி ஆடிகள் முன் நிகழ்த்தப்பட்ட பரிகாச விளையாட்டு பெசோவாவின் கவிதை

பாதரசம் உரிக்கப்பட்ட ஆடியின் பிரதிபலிப்பின்மையினைப் போல் 'தன்' என்ற பிரதிபலிப்பற்ற தன்னிலைக்குள் தளும்புகிறது அவ—மனிதம். கைரேகைகளது நுண்கோடுகளின் எதிர்மறைச் சேர்க்கையில் ஒரு முகம் தோற்றம் கொள்வதின் எதிர்பாராத தன்மைக்குள் ஒளிந்திருக்கிறது நம் நுண்முகம். நமது இருத்தலின் எதார்த்தத்தை நாமே தொலைத்துவிட்டு தேடும் பரிகாச விளையாட்டை நம்மால் நிறுத்த மனமின்றி தொடர்கிறோம்.

எண்ணிறந்த கோமாளி—ஆடிகள் சூழ்ந்திருக்கும் நிலவறையொன்றில் அகப்படுத்தப்பட்டு; அங்கு; நமது கணக்கற்ற நகை—ரூபங்களை நாமே கண்டு இடையறாத சிரிப்பில் திளைக்கிறோம். அக்கணம் தன்—பிறன்மையற்ற நிலையில் தொலைந்து விடுகிறோம். தொலைத்தலின் களிப்பில் இடமும் — காலமும் முயங்கி நாம் இதுவரை அடையாத உறைநிலைக்குள் நம்மை தள்ளாட வைக்கிறது.

நமது தன்னுணர்வும் — நமது பிறன்மைப் பிம்பமும் மொழி— மறதிக்குள் சென்று புதைந்து விடுகிறது. எழுதுதல் என்பது பன்மை ஆடிப்பிம்பமாகவே தொழிற்படுகிறது. உடலின் பருண்மை எழுத்தில் படியாக்கப்படுகிறது. அப்படி எழுதுதலின் அழிப்பாக்கத்தில் சுழற்சி கொள்கிறது பிறன் தன்மை. ஒரு எழுத்துப்பிரதி மீது தொடர்ந்து எழுதிக் கொண்டேயிருப்பதும்; அதனால் பல்கும் மொழியடுக்குகளின் இடையாட்டத்தை கவிதைசொல்லி தாளின்மேல் பதிந்து கொண்டே செல்கிறார்.

அவ்வாறு பதியப்பட்ட அவலத்தின் சுவடுகளாக இருப்பவை பெசோவாவின் கவிதைகள்...

Who will write the story of what he could have been?
That, if someone writes it,
Will be the true history of humanity.
What exists is the real world - not us, just the world.
We are, in reality, what doesn't exist.

நமது உடலின் எல்லைக்கோட்டின் வெளியே உள்ள; புற —எதார்த்திற்குள் நாம் பருண்மையாக இருந்தாலும் நமது தன்னிலை என்பது அதன் கட்டுமானமாக இருப்பதைச் சந்தேகித்துப் பார்க்கிறோமா? என்ற வினா எழுகிறது. கட்டமைக்கப்பட்ட அல்லது ஒரு ஆடியின் மேற்பரப்பில் கீழடுக்கற்ற பிம்பச் சுவடாய் எஞ்சுகிறது தன்னிலை.

I am who I failed to be.
We are all who we supposed ourselves.
Our reality is what we never attained.
What happened to that truth we had - the dream at the
window of childhood?
What happened to our certainty - the plans at the desk that
followed?

காரண அறிவு கண்ணாடி முன் நிகழ்த்தப்பட்ட ஒத்திகையாகிறது. கனவுகள் உறக்கக் கோளாறுகளாக திரிபடைகிறது. யூகத்தின் ரேகைகள் கலைந்து தெளிவற்று மறைகிறது. தெளிவின் ஊசலாட்டத்தில் உண்மை நிறம் மங்கி காட்சியற்று போகிறது. அகப்புற குறியிலக்கற்ற வெறித்தலாய் எஞ்சுகிறது கவிதை...

Against the high sill of the balcony window, I ponder.
What happened to my reality, that all I have is life?
What happened to me, that I'm just who exist?

****

How many Caesars I've been!
In my soul, and with some truth;
In my imagination, and with some justice;
In my intellect, and with some warrant-
My God! My God! My God!
How many Caesars I've been!

How many Caesars I've been!
How many Caesars I've been!

சிதறுண்ட சீசரின் தோற்றங்களுக்குள் புதைந்த எத்தனையெத்தனை நான்கள் என்னுடையவை. இடையறாத பன்மையாக்கத்தின் சங்கிலித் தொடரில் சுயநினைவற்றுப் போனேன். விழிப்பழிந்த தன்னழிப்பின் மீளா நித்திரைக்குள் அயர்ந்து கரைகிறேன்.

எதார்த்தம் தொலைந்த கையறு வாழ்வின் படிவமே 'நானாக' கவிதை இங்கு எஞ்சுகிறது. களைத்துச் சோர்ந்த பெருவெள்ளப் பெருக்கில் எஞ்சிய வண்டலாகப் படியும் வீழ்தலின் மொழியாகிறது பெசோவாவின் கவிதை.

-Original Sin-
Fernando Pessoa
(A Little Larger Than the Entire Universe)

அற்புத கணங்களை யாத்தெடுக்கிறது யுஜினியோ மொன்டேலின் கவிதை

ஈரம் சுமக்கும் கணங்களுக்குள் முளைக்கும் காளான்களின் வசீகரம் போன்றவை கவிதைகள். நொடியைச் சொடுக்கும் துரிதத்தில் பளிச்சிடும் காட்சிகளின் உடலியம்; அதை அறிதலுக்குள் சேகரிக்கும் வாசகனின் பிரயத்தனமும் அசாதாரணமானவை. சொற்களில் குவியும் கவனம்; காட்சி அலகுகளின் வண்ணங்களைத் தப்பிக்க விட்டுவிடும். மறுபடியும் நம்மைச் சுண்டி இழுக்கும் கவிதைமொழியின் மனோவெளி.

நாம் அனுதினமும் பார்த்து குறிப்பறியாமல் நினைவில் இடம்பெற அனுமதிக்காதவைகள் பல உள்ளன. அவைகளை கவிதையின் சொல்லுதலுக்குள் உணர்ந்துவிட்டு மீண்டும் எதிர்கொள்ளுவது ஒருவிதம். பார்வையின் காண்வயத்தில் புலப்படாத ஒன்றினால் இடறுவதுபோல் நிகழ்ந்துவிடும் படிமங்களும்; குறியீடுகளும். உருவகங்களும் இப்படிச் சிலநேரம் பிரக்ஞையை முன்னறிவிப்பின்றி சுண்டிவிட்டு கவிதையின் இயற்—விஸ்தீரணத்தை புலப்படச் செய்பவை.

உள்ளங்கையினுள் தென்படும் வரைபடத்தில்; தனது விதிநிலத்தைத் தேடி அலையும் யாத்திரிகனின் பாதி மங்கிய சுவடுகளுக்குள்—அவனது வியர்த்தத்தின் அடுக்குகளாக கதையொன்று தீட்டப்பட்டுள்ளது.

வளைவும் நெளிவும் நிறைந்த அலைதலில்; மின்னிப் பாயும் விவரணையின் கட்டுக்குள் கவிதையாடல் அடங்காது. உணர்புலன் காட்சிகளை மறதியின் அரவக் கவ்வலில் இருந்து கவிதைமொழி தன்னை விடுவித்துக் கொள்கிறது. இதை பிரதிக்குள் கையகப்படுத்தும் கண்கட்டு வித்தையை கதை/கவிதை சொல்லிகள் செய்கின்றனர்.

எதையொன்றையும் பார்க்கிறோம். ஆனால் காணுதலைச் செய்கிறோமா? என்ற வினா நம்மை உறுத்திக் கொண்டே— யிருக்கிறது. வாசித்தலின் தன்னிச்சையின் பின்னிகழ்வாக வார்த்தையின் பருண்மையில் உணர்புலனின் உடலியம் பொதிந்திருக்கிறது. சொற்படிமங்களின் மேலடுக்குக்கும் — கீழடுக்கிற்கும் இடையில் வாசிப்பு நிகழ்கிறது.

இந்த இடையடுக்கில் துடிப்புறும் கவித்துவம் அளப்பறியது. யாசுனாரி கவபாட்டாவின் "Palm of the hand Stories"-ல் வரும் மலைமுகட்டிலுள்ள கிராம கல்லறை.

"The Maidens Prayers" வரிகள்....

"Did you see it?"

"I saw it."

Did you see it?

"I saw it"

"The village was in a round valley, and in the center of the valley was a small hill. A stream flowed through the valley around the hill. On top of the hill was the village cemetery."

****

"You saw it, didn't you?"

"Yes "

"You saw it, didn't you?"

"Yes"

பார்த்தலுக்கும் காணுதலுக்குமான காண்வெளியின் இரட்டைப் பிளவை ஒரு விசாரணைக்கு உட்படுத்தும் கதையாடலைக் கொண்டது. பார்த்தலுக்கும்/காணலுக்கும் நடுவே ஊடடாடும் கவித்துவத்தின் மாய அடுக்கு இது.

இதேபோல் அநித்தியமும்/நித்தியமும் இரண்டற ஒன்றையொன்று ஆரத்தழுவி திளைப்பவை Eugenio Montale-ன் கவிதைகள். அவரது இவ்வரிகளில்...

...............the flash that crystallizes

trees and walls surprises them in that

eternity or an instant,

திடீர் நொடியின் நித்தியத்தைக் கவிதைசொல்லியின் குரலாக்குகிறது மொன்டேலின் கவிதை. மொண்டேல் பற்றி

எழுதும் இட்டாலோ கால்வினோ .....and even the most minute natural presences in the poet's everyday observation appear as vortices.

'ஒருவேளை' என்ற பழகிப்போன பொழுதுகளின் நீர்சுழிப்பிலிருந்து மொன்டேலின் கவிதை அற்புத கணங்களை யாத்தெடுக்கிறது. ஒரு திரையில் ஒளிச்சேர்க்கைகளால் காட்சிப்படுத்தப்படும் தந்திரங்கள் போல் மொண்டேலின் கவிதை மிளிர்கிறது.

Perhaps one morning going along in barren air like glass,

I shall turn around to see the miracle take place:

nothingness at my back, a void stretching

behind me, with drunk man's terror.

நமது தினசரி வாழ்தலில் விரவியுள்ள இன்மை நம்மை பின்தொடருவதை கோடிட்டுக் காண்பிக்கிறது கவிதை. எனக்கு பின்புறம் விரிந்திருக்கும் வெற்றிடத்தை ஒரு குடியனின் பயங்கரமெனக் கூறுகிறது கவிதை வரிகள். நம் இருத்தலைச் சுற்றி பைசாசமாகப் பரந்திருக்கும் வெறுமை ஒரு நாணயத்தை நம்முன் சொடுக்கி இன்மைக்கும்/வெறுமைக்கும் இடையேயான பதட்டத்தை ஏற்படுத்துகிறது. பூவா தலையா சொடுக்கலில் இயக்கமற்று நம்முன் ஒளிரும் அற்புதங்கள் கைநழுவிப் போகின்றன.

Then as on a screen, assembling themselves in one rush

will come trees. Houses, hills, by the accustomed trick.

But it will be too late: and I shall go on quiet

among the men who do not turn, with my secret.

நன்கு பழகிப்போன மரங்கள், வீடுகள், மலைகள், இன்னும் மனதில் அப்பிக் கொண்டிருக்கும் காட்சிகள். தினசரி காணும் பரிதி ஒளியின் பல்வேறு நிறச்சாயங்கள்; பறவைகளின் சப்தக்குறிகள், இவையெல்லாம் ஒற்றை ஒருங்கிணைவில் அமைகின்றன. ஆனால் காலம் பொய்மைக்குள் அமிழ்கிறது. அபரிதமான மனிதச் சுழிப்பில் இருப்பு அமைதியுறுகிறது. சகமனதுடன் ஒன்றி திரும்பிப் பார்க்காமல் சீறிப்பாயும் திரளிற்கிடையே... என் அற்புதம் என்னில் மட்டும் இரகசியமாய் தனிமையடைகிறது.

Palm of the hand Stories - by: Yasunari Kawabata.
Poesie/Poems - by Eugenio Montale translated by; George Kay
Montale's Rock - by: Italo Calvino (The Literature Machine)

மின்னற் சலனம் - இன்குலாப்

1982-83 வாக்கில் நான் பச்சயப்பன் கல்லூரியில் இளங்கலை வணிகவியல் படித்துக் கொண்டிருந்த காலம். எனது நண்பர் ராஜராஜன் 'இதழ்' என்ற கையெழுத்து பத்திரிகையை பேராசிரியர் கவிஞர் ஈரோடு தமிழன்பன் அவர்களின் வழிகாட்டுதலில் நடத்திவந்தார். அதை அச்சு—வடிவப்படுத்தும் முகமாக "சென்னை நகர கல்லூரி மாணவர் கவிதை இயக்கம்" என்ற அமைப்பைத் தோற்றுவித்து அதன் அச்சு—வெளியீடாக 'வைகறை' பணிகள் நிகழ்ந்து கொண்டிருந்தன. புதுக்கல்லூரியின் தமிழ்த்துறையில் பேராசிரியர் கவிஞர் ஈரோடு தமிழன்பன் அவர்களை காணச் சென்றிருந்தேன். தமிழ்த்துறையின் அறையில் அவர் இல்லை. வகுப்பு முடிந்து வருவார் எனக் காத்திருந்தேன். எதிர்புறத்திலுள்ள நாற்காலியில் ஒருவர் அமர்ந்திருந்தார். அவரது மேசையில் "எஸ்.கே. எஸ்.சாகுல் அமீது" என்ற சிறிய பெயர் அட்டை இருந்தது. நான் அமைதியாக பேசாமல் இருந்தேன்.

சிறிது நேரம் கழித்து அவர் என்னிடம் நீங்கள் யாரைக் காண வந்துள்ளீர்கள் என்று கேட்டார். தமிழன்பன் சாரை பார்க்க வேண்டும் என்றேன், வகுப்பு முடிந்து வருவார் என்றார். சற்று நேரம் கழித்து கையில் ஒரு புத்தகத்துடனும் ஒரு டஸ்டருடன் தமிழன்பன் சார் வந்தார். சில விஷயங்களைப் பற்றி பேசிவிட்டு அவர் அருகில் இருந்தவரைச் சுட்டி இவரை உங்களுக்குத் தெரியுமா? என்றார். இல்லை என்றேன். இவர்தான் "கவிஞர் இன்குலாப்" என்றார். முதல்முறையாக அப்போதுதான் இன்குலாப் அவர்களைக் கண்டேன்.

தமிழன்பன் அவர்கள் என்னை "இவரும் கவிதை எழுதுபவர்" என்று அறிமுகப்படுத்தினார். சற்று நேரம் சென்றதும் நான் கிளம்பினேன். இன்குலாப் அவர்களும் கிளம்பினார். உங்கள் வீடு எங்கே என்றார் நான் முகமது உசேன் தெரு என்றதும்; நான் அடுத்த தெரு ஜானி ஜானிகான் தெரு என்றார். அன்று துவங்கி

சற்றேறக்குறைய அடுத்த பதினைந்து ஆண்டுகள் இன்குலாப் அவர்களை அன்றாடம் சந்தித்துப் பேசி நிரம்பவே அவரிடமிருந்து கற்றிருக்கிறேன். அவரது குடும்பத்தாருடன் நெருங்கிப் பழகும் வாய்ப்பு கிடைத்தது.

அன்றாடம் அவரை காலையில் ஏழுமணியளவில் அல்லது பின்மாலை நேரங்களில் சந்தித்துப் பேசுவேன். அவரிடமிருந்த சில அரிய நூல்களைப் பெற்று வாசித்துவிட்டுத் தருவேன். "Illusion and Reality by Christopher Caudwell" என்ற புத்தகத்தை வாசிக்கத் தந்தார். அதைப் படித்துவிட்டு அவரிடம் எண்ணற்ற ஐயங்களுடன் சென்று விளக்கம் கேட்பேன். பொறுமையாக விளக்குவார். இன்னும் எண்ணற்ற புத்தகங்களைத் தந்தபடியே இருந்தார். எனது ஐயங்களும் மிகுந்து கொண்டே சென்றது.

1985—இல் இன்குலாப் அவர்கள் "புதிய மனிதன்" என்ற பத்திரிகையைத் துவங்கினார். அத்தருணம் நான் "Afro-American Poetry" Anthologies புத்தகங்களை வாசித்து அதிலிருந்து எனக்குப் பிடித்த கவிதைகளை ஒரு நோட்டுப் புத்தகத்தில் எழுதி வைத்திருந்தேன். அதில் ஒன்றிரண்டை தமிழாக்கியும் இருந்தேன். ஒருநாள் அவரிடம் வாசித்துக் காட்டினேன். உடனே அவற்றை வாங்கி புதிய மனிதன் இதழின் பின்னட்டையில் தொடர்ச்சியாக பதிந்தார். "இரவு அழகாக உள்ளது" என்ற எனது சிறிய கட்டுரையுடன் அது வெளிவந்தது. என்னுடைய "பிணம்தின்னி" என்ற கவிதையையும் பதிந்தார். ஒரு அச்சுப் பத்திரிகையில் எனது எழுத்துக்களை நான் கண்டது இதுவே முதல் தருணம்.

இதோடன்றி நிறைய வாசிக்க என்னைப் பெரிதும் ஊக்குவித்தவர். நான் அப்போது இருபது வயதுகூட நிரம்பாதவன். இன்னும் என்னையொத்த ஏராளமான இளைஞர்களை இவர் பரந்த மனத்துடன் ஊக்குவித்து வளர்த்தவர். "புதிய மனிதன்" இதழ் ஒரு கிரியா ஊக்கியாக பலருக்கும் செயல்பட்டது. இன்குலாப் அவர்களின் இல்லத்தில்தான் பேராசிரியர் கோ, கேசவன்/பேராசிரியர் அக்கினிப்புத்திரன்/பேராசிரியர் ஆமார்க்ஸ்/ எஸ்.வி.ராஜதுரை/விடியல் வேணுகோபால் ஆகியோரை சந்தித்து உரையாடும் வாய்ப்பும் கிட்டின. கவிஞர் பழநி பாரதி/ப. திருநாவுக்கரசு மற்றும் என்னுடனும் இன்குலாப் அவர்களது இல்லத்தில் அடிக்கடி உரையாடல் நிகழும்.

இன்குலாப் அவர்கள் செல்லும் பல கூட்டங்களுக்கு அவருடன் செல்லும் வாய்ப்பும் கிட்டியது. பல கவிதை வாசிப்பு நிகழ்வுகளில் அவர் தன் கவிதையை வாசிக்கும் குரல் இன்னும்

எனது செவிகளில் அதிர்ந்து கொண்டே இருக்கிறது. சென்னை மருத்துவக் கல்லூரியில் தமிழன்பன் அவர்களது தலைமையில் வாசித்த கவிதையின் ஒரு வரி........ "மதம் எனக்கு தலைவிலங்கு".

சென்னை பேசின் பிரிட்ஜ் அனல் மின் நிலையத்தின் தீமைகளை விளக்கும் ஒரு தெருமுனைக் கூட்டம். மாலை 6 மணி துவங்கி மருத்துவர் டொமினிக் சுவாமிநாதன் கலந்துகொண்ட நிகழ்வு முடிந்து இரவு 11—30 மணிக்குப் பேருந்து கிடைக்காததால் அங்கிருந்து புத்தகக் கட்டுகளைச் சுமந்து கொண்டு பேசியபடியே நடந்து வந்தோம். அதேபோல் யூனியன் கார்பைட் அலுவலகம் முன்பு நிகழ்ந்த ஆர்பாட்ட நிகழ்வும் மறக்கவியலாத ஒன்று. அவரது பிள்ளைகள் செல்வம்/இன்குலாப்/ஆமினா பர்வின் கலந்து கொண்டனர்.

இன்னுமொரு முக்கிய நிகழ்வு பெரியார் திடலில் ஒரு கூட்டத்தில் பேசிவிட்டு அவருடன் வீடு திரும்ப; பேருந்தில் வந்து திருவல்லிக்கேணி கோஷா மருத்தவனை நிறுத்தத்தில் இறங்கிய போது சாலைகள் யாவும் சப்தமற்றுக் கடைகள் யாவும் நொறுக்கப்பட்டுக் கண்ணாடிச் சில்லுகள் மேல் நடந்து வந்தபோது தான் தெரிந்தது. அது பிள்ளையார் ஊர்வலத்தில் நிகழ்ந்த கலவரம் என்று... பாரதி சாலை முழுவதும் போலீசார் குவிக்கப்பட்டிருந்தனர். வீடு அருகில் வந்ததும் இன்குலாப்பிடம் கேட்டேன் உங்களுக்கு சற்றும் அச்சமே இல்லையா என்று. அதற்கு அவர் "நான்" என்பதை அழித்துவிட்டால் அச்சம் இருக்காது என்றார். இன்னும் எத்தனை எத்தனை......

ஒரு தருணத்தில் உங்கள் கவிதைகளுக்கான கவித்துவத்தை எங்கிருந்து பெற்றீர்கள் எனக் கேட்டதற்கு அவர் "சங்க இலக்கியம்" என்றார். மீண்டும் மீண்டும் அதை வாசித்துக் கொண்டே இருக்கிறேன், அதன் உள்ளார்ந்த மொழி என்னை வசீகரிக்கிறது என்றார். அவருடைய கவிதை—போக்கில் பெரும் மாற்றம் எண்பதுகளின் பிற்பகுதியில் நிகழ்ந்தது.

"சங்க இலக்கிய கவித்துவத்தின் உட்கூறான இம்மை—வாழ்வின் நுண்ணிய பன்மை—புலங்களை நவிலும் கவிதையாடல்" பிரதியாக்கம் செய்வதை இவரது கவிதையின் கவிதையாடலிலும் காணலாம். மேலும் "சித்தர் பாடல் மரபின் பொருண்மை"யின் மீது கவிஞர் இன்குலாப்பிற்கு இருந்த நெருக்கமும் இயைந்து அவரது கவிதைகள் ஒரு நவ—வடிவத்தை அடைந்தது. பெரும்பாலும் இதன் மொழி—அமைதியை பாலையில் ஒரு சுனை போன்ற உரைநடை ஆக்கங்களில் தென்படுவதை உணரலாம். இதன் கூறுகள் அவரது துவக்ககால கவிதைகளில்...

"தாஹிரா...ஓ...தாஹிரா...

கொட்டுக்கள் தூக்கி - அதில் சந்த லயங்கள் ஆயிரம் தேக்கி

பக்கீர்மார்கள் வந்து விட்டார் - இசை பாமாலையோடு வந்து விட்டார்!

மூடிய கதவைத் திறப்பேனா... - இந்த முக்காட்டில் முகம் மறைப்பேனா..." என்ற வரிகளிலும்...

பின்னாளில் அவர் எழுதிய கவிதையின் வரிகள்...
"என் மறதியின் முதல் நொடி."
"விளிம்புகளில் ஒளித்தீட்டலும்
உள்ளே மின்னற் சலனமும்"
"எனது சிறகிலும் குருதியின் கோடு!"
"சுவரில்லாத சமவெளி தோறும்"...

இவை முற்றிலும் இன்குலாப்பின் துவக்க கால கவிதைகளின் கவித்துவ வெளிப்பாட்டிலிருந்து வித்யாசப்பட்டவை.

அடிவானில்
கூட்டம் தொலைத்தலையும்
ஒற்றைக் கொக்கின் முன்
உராய்ந்துதுதிரும்
விண்மீன் நெருக்கிடை
ஊடுருவி பாய்ந்த
எரிகல்.

காட்சி ரூபத்திற்காக எழுதப்பட்டுள்ள இக்கவிதையின் வரிகள் வெறும் படிமமாக மட்டுமே உறைந்து போகாமல் எவ்வாறு தன்னிலை இழப்பைச் சுட்டுகிறது என்பதைப் பார்ப்போம். கவிதைசொல்லியின் குரல் ஒரு குறிப்பிட்ட உணர்வை மட்டுமே பிரதிபலிக்கும் படிமங்கள் போல்லல்லாமல் இக்கவிதை தனிமையை கூட்டத் தொலைத்தல் என புனைகிறது. அதன் குறியீடாக 'ஒற்றைக் கொக்கின்' தனிமையை சொல்லிக் குறிப்பீடு செய்கிறது. வழமைக்கு மாறான விடுபடலை பிரதி தன்னுள்ளே ஒரு மாற்று அடுக்காக எழுதி வைத்துள்ளது. ஒற்றைக் கொக்கு x பாய்ந்த எரிகல் என தனிமையின் அலைவைத் தவிர்த்திருக்கும் நிலையையும் பாய்ந்து விலகும் முன்பின்னான அசைவியக்கத்தையும் கவிதையின் பொருண்மைக்கான ஊடுவெளியாக கட்டமைக்கிறது. உணர்துடிப்பற்ற படிமங்கள்

ஏற்படுத்தும் வியப்பைத் தாண்டிய துடிப்புறும் உள்ளுறையை ஒருவித குறிப்பாக முன்வைக்கிறது. கூட்டம் தொலைத்தலும் x ஊடுருவிப் பாய்ந்து எரிகல் விலகுவதுமாக கவிதை ஒரு காட்சியாட்டத்தை வாசகருக்கு வழங்குகிறது.

மேலே குறிப்பிட்டுள்ள கவிதையின் போக்கில் கவிஞர் இன்குலாப் எழுதியுள்ள கவிதைகளின் பண்பு என்பது மேற்பரப்பில் உள்ளுறையை ஒரு தாற்காலிக இன்மைக்கு இட்டுச் செல்கிறது. ஆயினும் வாசிப்பின் போக்கில் அது மாற்றடுக்காக விரிகிறது.

தன்னிலை எனும் நிலைப்புள்ளியிலிருந்து விடுவித்துக் கொள்ளும் கவிதைச்சொல்லியின் குரல் சில பிரதிகளில் காணலாம். கவிதை எழுதுதல் என்பதுகூட அப்படியான ஒரு மொழிச்செயல் தான். எழுத எழுத கரைந்து கொண்டே இருக்கும் தன்னிலையானது இறுதியில் கரைதலையே பொருண்மையாக மாற்றுகிறது.

தூராத சுனையின்
ஈர விளிம்பில்
காலத்தின் கடைசி நொடியிலும்
வேர் நனைந்த உணர்வில் தலைநீட்டும்
பசும்புல் வெளியாய்
விரிந்திருப்பேன்.

கவிதையின் பொருண்மைக்கான சுவடுகள் பிரதிக்குள்ளேயே தான் பொதிந்திருக்கின்றன. வாழ்வின் இறுதித் தருணத்தை உணர வைக்கும் அல்லது உருமாற்றும் விதத்தில் மேற்கூறிய கவிதை தன்னையே வாசகர்களுக்கும் மொழிந்து கொள்கிறது. முழுக்க முழுக்க இயற்கையின் பருண்மையை குறிக்கும் சொற்களுடன்; காலம்xஉணர்வு என்ற அரூபம் தொனிக்கும் சொற்களே இக்கவிதையை நிகழ்த்துகின்றன. வற்றாத உயிர்ப்புணர்வைத் தீண்டச் செய்யும் வரிகளாக இவை விளங்குகின்றன. சுனை/ஈரம்/வேர்/பசும்புல் வெளி என ஒரு தொடர் ஒழுங்கிலும் மற்றொரு அடுக்கில் தூராத/விளிம்பில்/காலத்தின்/நனைந்த வெளியாய்/விரிந்திருப்போர் என இரண்டு கவிதையாடல்களையும் கைக்கொண்டிருக்கிறது. ஒரு வாசிப்பில் புறக்கோடுகளிலும் மேலுமொரு வாசிப்பில் இதற்கு மாறாக அகத்துள் எழும் உண்ர்கோடுகளிலும் கவிதை நீள்கிறது. இப்பண்பு தமிழின் கவிதை மரபின் உள்ளுறையை நினைவு கொள்ளத்தக்கதாகிறது.

கண்ணாடியுள்
புதைகிறாய்
உன்
சொற்களுடன்

கருவிழியின்
ஒரு சுவரில்
இயங்கும்
உன்
சாயல்

இமை திறவாமல்
முடியும் காட்சிகளின்
முற்றுப்புள்ளியாய்
என்
முகம்

மூடினால்
விரியும் கனவுக்கும்
முன்னும்
பின்னும்
நீ.

இதுபோல் அவருடைய கவிதைகளின் முழுத் தொகுப்பையும் உரைநடையையும் ஒருசேர வாசித்தால் அவரது பிரதியாக்க-தொடர் செயல்பாட்டில் விரவியுள்ள மாற்றுக் கவித்துவ புள்ளிகளையும் அவை முன்வைக்கும் மொழிப்புலங்களையும் கண்டடையலாம்.

சென்னை
28-01-2018

துடிப்புடன் உள்ள மொழி நினைவின் புறப்பருண்மையே
ஆடிப்பாவைபோல எனும் நாவல்

தமிழவனின் நாவல் எழுதுதலின் தத்துவம் என்ன? என்ற வினாவுடன் ஆடிப்பாவைபோல நாவலைக் குறித்து விவாதிக்கத் தொடங்கலாம்.

சரித்திரத்தின் சொல்லாடல்களை நாவல்கள் எவ்வாறு மீண்டும் அல்லது மறுபடியும் எழுதுகின்றன என்பதை மனதில் கொள்ள வேண்டும். நாவல் எழுத்து மொழியின் உள்ளடுக்குகளுக்குள் சரித்திரத்தின் பாய்வை அகவயப்படுத்திக் கொள்கிறது என்றே நமக்குத் தோன்றுகிறது. குறிப்பாக ஆடிப்பாவைபோல நாவலானது மொழிச் சரித்திரத்தில் இருவேறு புலங்களைக் கையாளுகிறது. இதை அகம் / புறம் என இரு இயல்களாகப் பிரித்திருக்கிறார் தமிழவன். இவையிரண்டிற்கும் நடுவே உள்ள இடைவெளிகளும், பிணைவுகளும் சேர்ந்ததே நாவல் பிரதி. புறத்தில் நிகழ்த்தப்படும் காட்சிகளின் ஆழ்தளத்தில் காலத்தன்மையற்ற மொழியின் தொடர் நனவிலியில் பிரதி நகர்ந்து கொண்டே இருக்கிறது. இந்த உணர்வே கதையாடல்களின் இயக்கத்திற்குக் காரணமாக அமைகின்றது. எண்ணற்ற சொல்லுதல்களை நாவல் உருவாக்கிக் கொண்டே நகர்கிறது. திரளாத உதிரித்தன்மை வாய்ந்த கதைசொல்லல் பண்பு நாவலின் முக்கிய உத்தியாகப் பயன்படுத்தப்படுகிறது.

பிரதானமான தனித்துவப் பண்புகள் நிறைந்த மனிதர்களைத் தவிர்த்து விட்டு சரித்திரத்தின் பிரதிகளில் இடம்பெறாத அல்லது எழுத்துரு பெறாதவர்களைப் பிரதிக்குள் வரவழைத்துள்ளது இந்நாவல். பெரும்பாலும் தன்போக்கில் நிகழ்ந்து கொண்டு செல்லும் நாவலின் அடிநாதமான சொல்லாடல்களின் மீது சிறுசிறு கதையாடல்கள் இடையீடுகளாக எழுதப்பட்டுள்ளன. இது வாசிப்போரின் கவனத்தில் பதியும் விதமாகவும் உள்ளது.

பல்வேறு உடலியக் குறையுடையோர் அல்லது முழுநிறை அற்றவர்களின் ஊடாட்டத்தை மொழிய முனைகிறது. மேலும் தமிழகச் சரித்திரத்தை அறியும் சட்டகமும், நாவலின் எழுத்துமுறை சட்டமும் ஒன்றினுள் ஒன்றாய் தன்னை எழுதிக் கொள்கின்றன. நாவலில் ஒரு தன்மறதித் தன்மை இடைவிடாமல் ஓடிக்கொண்டே இருக்கிறது. நாவல் பேசும் சரித்திரப் பரப்பு என்பது அதில் பங்குபெறும் குறைபாடுகள் மற்றும் வழமைக்கு மாறான நடையுடை பாவனைகளைக் கொண்டவரால் இயக்கப்பட்டு அவ்வப்போது தன்மை மாற்றத்தைப் பெறுகிறது. ஒருமை உணர்வைக் குவியவிடாமல் கதையாடல் உடைந்து விலகி மீண்டும் வேறொரு ஒழுங்கில் மீள் அமைவுறுகிறது.

"ஜோசப்பின் ஒற்றைக்கால் மறுகாலை விட நீளம் கம்மி, அதனால் தெற்றி தெற்றி நடப்பான். தெற்றி தெற்றி நடந்தபடியே ஊர்வலத்தில் இப்போது ஒரு துண்டு பிரசுரத்தைக் கொடுத்துக் கொண்டிருந்தான்." (பக்கம் 41)

"ஒரு முன்பல் இல்லாமல் இருப்பவன். இவன் அதிகம் பேசவில்லை. வழக்கமாக எங்கு கூட்டம் நடந்தாலும் அங்குப் போய்ச் செய்தி கொடுப்பது இவனது வேலை." (பக்கம் 51)

"தனது கேலிக்குரிய பொம்மை நடையில், புறப்படலானார்" (பக்கம் 5)

"தனது வழக்கமான பொம்மை நடையை" (பக்கம் 186)

"தனது பொம்மை நடையில்" (பக்கம் 187)

"இந்த மனிதருக்குள் ஒரு ஒழுங்கும் ஒழுங்கீனமும் சமமாக இருப்பதைக் காண்பாள் காந்திமதி. (பக்கம் 330)

'பொம்மை நடையும் கறுப்பு நிறமாக' (பக்கம் 356)

சபாஷ் ராஜ் பொம்மை நடை நடந்து உள்ளேயிருந்து (பக்கம் 367)

அதில் ஓர் ஒற்றைக்கண்ணன் இருக்கிறான்.

"வாயில் ஒத்தைப்பல் இல்லாத நெல்சன்" (பக்கம் 377)

இவ்வாறாக கதையை நடத்திச் செல்பவர்கள் பிரதியில் ஒருவித வழக்கத்திற்கு மாறான ஈர்ப்பை உருவாக்குகிறார்கள். இதன்வழியே சரித்திரம் சொல்லப்படுகையில் பிரதிக்குள் இயங்கிக் கொண்டிருக்கும் இடைவெளிகள் விரிவாக்கம் பெறுகின்றன. குறிப்பீடற்றதாக நமக்குத் தோன்றும் சித்தரிப்புகளுக்குள்; வேறொரு

பிரதியியத் தன்மையை உணர முடிகிறது. வாசிப்பின் இலக்கற்றப் பண்பை அதாவது பன்மை முனைகளிலிருந்து நாவலை அணுக உதவுகின்றது. இத்தகைய உடலியற் பண்புகளின் வழியே நாம் அதை அறிய முடியும். மேலே நான் எடுத்துக்காட்டியிருக்கும் நாவலின் பல்வேறு வரிகளில் ஒரு கலைப்புத்தன்மைச் செயல்படுவதைக் காணமுடியும். ஒழுங்கீனமும் X ஒழுங்கும் ஒருங்கே ஒன்றைப் பிரிதொன்றில் சொல்லிச் செல்கிறது. நாவல் எழுதுதலின் விநோதமான உத்தியாகத் தமிழவனிடம் மாறுகிறது.

இதற்கு முன்பும்கூட "ஜீ.கே. எழுதிய மர்ம நாவல்" பிரதியிலும் இக்கூறுகள் வாசிக்கக் கிடைக்கின்றன. அதுவும் ஒரு சரித்திரத்தை எழுதுவதாகவே புனையப்பட்டுள்ளது.

2.

ஒரு நீண்ட தொடர்போல் செல்கிறது இந்நாவல். ஆயினும் இடையிடையே குறுக்கீடுகள் நிகழ்ந்த வண்ணமாகவே இருக்கின்றன. முன்னிலைப்பெறும் ஒரு சொல்லாடலை வாசிக்க நேரிடும் வாசகனுக்கு அதைக் குறித்த சில குறிப்புகள் மட்டுமே காணக்கிடைக்கின்றன. ஒரு புராணத்தின் தர்க்கமற்ற தன்மையுடன் சம்பவிக்கத் தொடங்குகிறது நாவல். என் வாசிப்பில்

"ஆடிப்பாவைபோல" தமிழ்ச் சரித்திரத்தின் தொடரோட்டத்தின் ஓர் அலைவை அல்லது அதன் அசைவச் சுட்டுகிறது எனத் தோன்றுகிறது.

"காலையில் கைகூப்பி வணங்கப்படும் இருபொருள்கள் உண்டு. அவை இரண்டும் மலையில் இருந்து பிறந்து வருபவை.

ஒன்று தமிழ் மொழி. இன்னொன்று சூரியன் என்று அதன் பொருள் இருந்தது." (பக்கம் 43)

இதில் வரும் மலையில் என்ற சொல் தமிழ் புராண நினைவின் ஆழ்மையில் 'பொதிகை' என்பதாக இருக்கிறது. எழுதப்பட்ட புராணம் எனும் கதையாடல்கள் நாவலின் இறுதியில் தன்னைச் சுய அவிழ்த்தல் செய்து கொள்கிறது. நாவலின் ஒற்றை மனித குறிப்பீடு உருக்கொள்ளாமல் இயங்குகிறது. சுய அவிழ்த்தல் சொல்லாடல்களை கொண்டதாக ஆடிப்பாவைபோல நாவல் பிரதியாக்கப்பட்டுள்ளது.

தமிழவனின் இந்நாவல் கதையாடல்கள் தொடர்ச்சியாகச் சுயஅவிழ்த்தலைச் செய்துகொண்டே நகர்கின்றன. அகம் X புறம் என்ற இயல் பகுப்பு என்பது சரித்திர நினைவின் அகம்

புறத்தையும் மேலும் புறம் X அகத்தையும் சதா சர்வகாலமும் கரைத்துக் கொண்டே இருக்கின்றன. இதனால் பிரதியின் இறுகாத இளகல் தன்மை பாதுகாக்கப்படுகின்றது. மேற்கூறிய அகம் x புறம் இயல்களின் இடையே நிகழும் பகிர்வுகள்தான் நாவல் வெளியாகப் பிறப்பெடுக்கிறது. சிற்சில நுண்ணிய ஊடாட்டங்கள் அபாரமாக நாவலின் கவிதையியலை (Poetics) கட்டமைக்கின்றன.

இவ்வகையான எழுத்து முறை என்பது சிலவேளைகளில் சலிப்புத்தன்மையைக் கொண்ட கதையாடல் உத்தியை உருக்கொள்ளச் செய்யும் எனப் பிரடெரிக் ஜேம்சன் - ஜேம்ஸ் ஜாய்ஸின் யூலிசஸ் நாவல் குறித்துச் சொல்வதை இங்கு நினைவு கூறலாம். ஆனால் இறுதியில் சலிப்புத்தன்மை இல்லாமல் போய்விடும்... இந்நாவல் ஒரு பொருண்மைக்குள் பொருந்துவதாக இல்லை. மாறாக நுண் கதையாடல்களின் தொகுப்பாக எழுதப்பட்டிருக்கிறது.

நாவல் இயல்களாக வகுக்கப்பட்டுள்ளதைப் போல, பிரதியின் மொழிச்சூழல் தமிழவன் சூரியனிடமிருந்து பெறுகிறார். ஒரு வெப்பத்தை உணர்வதைப் போல் வாசிப்பு நிகழத் தொடங்குகிறது. நாவலை நடத்திச் செல்லும் மனிதர்களைச் சூரியனோடும் அதன் வெப்பத்துடனும் நெடிய தொடர்புள்ளவர்கள் என்று சங்கேதமாய்க் கதையாடல்கள் சொல்கின்றன. மொழிப் போராட்டத்தின் புறச்சூழலின் வெம்மையை உணரும் அகவெளியின் குறிப்பீடுகளாகச் சூரியனும் X வெப்பமும் வருகின்றன.

ஆகையால் இக்கட்டுரையில் நான் கதாப்பாத்திரங்களைப் பற்றி குறிப்பிடப் போவதில்லை. கதாபாத்திரங்கள் ஏதோவொரு இன்மையை தோற்றுவிக்கிறார்கள். சரித்திரத்திற்குள் தம்மைத் தொலைத்து விட்டவர்களாகவே உலவுகிறார்கள். ஆகையால் பெயர்கள் யாவுமே, இங்கு ஒரு பிரதியியல் சமிக்ஞை என்றே எண்ணும்படிச் செய்கிறது.

“அந்த ஊரில் எப்போதும் இறகை விரித்துக் கிடக்கும் சூரியனின் நெருப்பு இன்னும் அதிகாலையிலேயே அனலை வீச ஆரம்பித்திருந்தது. (பக்கம் 40)

“வெயில் மீண்டும் சுள்ளென்று அடிக்க ஆரம்பித்துவிட்டது.”

“தூரத்தில் வெயில் சுள்ளென்று ஆடுகள், மாடுகள் மனிதர்கள் என்ற எந்தப் பாரபட்சமுமில்லாமல் எரித்தது. தரையில் ஆவி பறந்தது.” (பக்கம்-62)

"வெயில் நடந்து வந்தது..." (பக்கம் 3)

சூரியன் கிரணங்களோடு ஊர் புரியும் மாய விளையாட்டு ஒவ்வொரு விதமாய்ப் பாதிக்கிறது. பனை மரங்களின் நிழல் சதா எரியும் தரைகளில் கறுப்பு பூவாய்க் காட்சி தருகிறது. (பக்கம் 72)

"சூடு பரவிக் கொண்டிருந்த மற்றுமொரு காலை" (பக்கம் 113)

"அப்போது பரவிக் கொண்டிருந்த வெயிலும் வெக்கையும்" (பக்கம் 247)

"வெயில் அதிகமாகி வெப்பம் பரவி" (பக்கம் 306)

"வெயில் கொடுமையிலிருந்துத் தப்பலாம்." (பக்கம் 328)

"மிகவும் வெயிலாய் இருந்த அன்று (பக்கம் 335)

வெயில் தீவிரமாக அடித்துக் கொண்டிருந்த (பக்கம் 338)

"ஆனால் வெய்யிலில் வெயில் சுள்ளென்று வெயில்..." (பக்கம் 350)

"காலை இளம் சூரியனே..." (பக்கம் 379)

'ஆடிப்பாவை போல' நாவல் எங்கும் 'சூரியன்' எனும் சொல் ஒரு குறியீடாகவும், கதை உயிரியாகவே உலவுகிறது. மொழிப்போர் நிகழும் தளத்திலிருந்து உச்சிமுனைப் பார்வை ஒன்றை இது உருவாக்குகிறது. கதையாடல்களை கவனிப்பதாகவும் பொருள்படுகிறது.

நாவலின் போக்கில் கவனிக்கத்தக்க அந்நியமான ஒன்றிலிருந்து கதை சொல்லும் முறை வடிவமைப்பு கொள்கிறது. 'சூரியன்' என்ற குறியீடு தூரத்திலிருந்து பார்த்தல் என்பதையும் அதன்வழியே மொழிப்போராட்ட நிலப்பரப்பில் 'வெப்பம்' என்ற உணர்நிலையை அதில் ஈடுபட்டவர்கள் அகக்கொதி நிலையைப் புறவயப்படுத்தும் முகமாகக் கையாளப்படுகிறது. போராட்டத்தினை மொழியும் கதையாடல்களிலிருந்து எழும் சுயவிசாரணை நாவலில் வாசகனின் முன் வைக்கப்படுகிறது. வாசிக்கும் தருணங்களில் நமக்கு ஏற்படும் அணுக்கம் என்பதை இடையிடையே வரும் வரிகள் சற்றே விலகிச்சென்று வாசிக்கவும் வைக்கின்றன. ஒருவகையான இடுகுறித் தன்மையை இது ஏற்படுத்துகிறது..

"புலவர் என்று எல்லோராலும் அழைக்கப்படும் விரிவுரையாளர் சுந்தரம். யோசித்துப் பார், வாசித்துச் சொல், பேசு, கூசு, அடி, ஓடி, நடி, தடி, இப்படி இப்படிச் சொற்களை

ஜோடி ஜோடியாக புலவர் தான் வைத்திருந்த லீக் அடிக்கும் தடிமனான பேனாவால், ஒரு தாளை நாலாய் மடக்கித் துண்டு துண்டாகப் பிய்த்துப் பேச புறப்படும் மாணவர்களுக்கு வழங்கிக் கொண்டிருந்தார்....

கேள், மூள், தேள், வாள், கூழ் என்று... (பக்கம் 74)

எதிர்மைகளால் அர்த்தப்படுத்துதலின் வெளிப்பாடாக, நாவல் சரித்திரத்தை எழுத முற்படுகிறது. அதன் காரணமாகவே சம்பந்தப்படாதவர்களும் நாவலில் சம்பந்தப்படுகிறார்கள்.

3

சரித்திரத்தின் சிக்கல்களை வெறும் அறிகுறிகளாக மட்டுமே பார்க்கக் கூடாது. அதற்கு மாறாக அந்த அறிகுறிகள் மூலம் சொல்லாடல்களின் உள்ளமைவுகளைக் காண வேண்டும். அப்படியான எண்ணற்ற அறிகுறிகளையும் சிற்சில சமிக்ஞைகளையும் தமிழவன் தன் நாவலில் தந்துள்ளார்.

"ஒருவரை ஒருவர் புரிந்து கொள்ளுதல் எல்லாம் நேரடியாக அமையாமல், குறியீடுகள் மூலமும், மறைமுகமான ஏதுக்கள் மூலமும்தான் சாத்தியம் போலும்.

இவர்களை ஆட்டுவிக்கும் உணர்வுகள் பழங்காலங்களில் இருந்து வரும் உணர்வுகள். தற்சமய உணர்வுகள் அல்ல." (பக்கம் 63)

என்று பேசும் இடங்களில் நமக்கு தற்காலம் குறித்த மயக்க நிலை ஏற்படுத்துகிறது. நவீன காலம் என்பதன் மீது சுய விசாரணையை தொடங்கத் தூண்டுகின்றன நாவலில் வரும் வரிகள். பண்டைய கால சரித்திரத்தின் துண்டிக்கப்படாத இழையொன்று இன்றளவும் நமது வாழ்வின் ஆதாரமாக ஓடிக் கொண்டிருப்பதை இனம் காண முடிகிறது. நாவல் பிரதியாக்கம் என்பதும்கூட சரித்திரத்தின் தொடர் நனவிலியை எழுதுவதுதானோ? என்ற வினா எழுகிறது. இதை அடியொற்றியே நமது வாசிப்புச் செயல்பாட்டையும் அதன் பிரிக்கவியலாத வினையாற்றலாகக் கருத முடிகிறது. நாவலுக்குள் துடிப்புடன் உள்ள மொழிநினைவின் புறப்பருண்மையே இப்பிரதி.

4

"ஓர் அரசியல் உளவாளி சொல்வதை நான் மறுக்க முடியுமா? தமிழக வரலாறு உளவாளிகளால் தீர்மானிக்கப்படுகிறது?" (பக்கம் 372)

என்ற இவ்வரிகள் நாவலின் கட்டமைப்பையும் அதன் இயங்கும் தளத்தையும் அறிந்து கொள்ளப் பெரிதும் உதவுகிறது. இந்தி எதிர்ப்புப் போராட்டச் சரித்திரத்தை எழுதுகிறார். போராட்டத்தின் புறப்பரப்பிலும் சஞ்சரிப்பவர்களின் அகபரப்பும் கொள்ளும் உறவின் வெளியாக நாவல் வடிவமைக்கப்பட்டுள்ளது. இதில் இரண்டையும் பிரித்துத் தனித்தனியாக வாசிக்க இயலாதவாறு கதையாடல்கள் பின்னிக் கிடக்கின்றன. சரித்திரத்தை உருவாக்கும் உயிரிகளின் மனோவியத்தின் மொழியையும் அதன் குறிப்பீட்டையும் ஒருங்கே நாவலாக எழுதப்பட்டுள்ள சரித்திரத்தின் ஏடுகள் இதனைத் தாங்கி நிற்கின்றன. இதில் காதல் x போராட்டம் என்பது, பண்டைய காதல் x வீரம் என்பதன் மறுமுறை எழுதுதல் என விரிவடைகிறது.

நாவலில் எழுதப்பட்டிருக்கும் கதையாடல்கள், விடுப்பட்டுப் போன அல்லது வீழ்ந்தவர்களின் நோக்கில் எழுதப்பட்ட சரித்திரப் பிரதியாக விளங்குகிறது. பிரதியில் பல்வேறு தருணங்களில் தொடர்பற்ற விதமாகத் தோன்றி வாசிப்பைக் கிளர்த்தும் பகுதிகள் வீழ்ந்தவர்களின் பேரெழுச்சித் துடிப்பினை நம்மை உணரும்படிச் செய்கிறது.

"எத்தனை ஆண்டுகள் ஆகின்றன என்று யோசித்தவனுக்கு இப்படி அலையும் வாழ்க்கையும் அதன் அவசரங்களும் ஊர் பெயர் தெரியாத தன்மையும் ஒரு மாய அழகைத் தொடர்ந்து கொடுத்து வந்திருக்கிறதென்று நினைத்த அந்நேரம்...." (பக்கம் 383)

எனும் இவ்வரிகள் ஒரு புதிய "விழிப்புணர்வை" ஏற்படுத்துகிறது. சொல்லப்பட்ட அல்லது வாழ்ந்து சலித்த சரித்திரத்திலிருந்து கிளர்ந்தெழச் செய்கிறது. இனம்புரியாத தன்மை மனதைப் பீடிக்கிறது. வீழ்ந்தவர்களின் மனநிலையும் கூட இவ்வாறாக இருக்குமோ? என்பதாக எண்ண வைக்கிறது. நாமும் அந்த வீழ்ந்தவர்களில் ஒருவரோ என்ற யோசனை நம்முள் மேலிடுகிறது. நாவலின் எந்தப் பகுதியிலும் ஒரு வெற்றியின் கணத்தை அறிந்துணர இயலவில்லை. அதற்கு நேரெதிர் மனோ ஒப்பனையான அனுபவம்தான் கிடைக்கிறது.

"நாடக ஒப்பனைக் கலைஞர்கள் பக்கத்து ஊரிலிருந்து வரவழைக்கப்பட்டு அவனது முகம் ஒப்பனை செய்யப்பட்டது. கன்னங்களில் நாடகக் கலைஞர்களைப்போல சிவப்பு நிறமும் முகமெல்லாம் வியர்வையில் உதிராதபடியான பவுடரும் பூசப்பட்டு உதட்டில் லேசாக ஒரு சாயம் பூசப்பட்டது. கண் புருவங்களில் புள்ளி புள்ளியாக ஒட்டினார்கள். தலையைச் சீவி

மார்பில் குறுக்காக மாராப்பு போல் ஜரிகை பார்டர் போட்ட விலைகூடிய ஒரு துண்டு கிடந்தது. ஒரே ஒரு சந்தன மாலை மட்டும் கையில் வைத்திருந்தான். அவனைச் சுற்றி சந்தனமும் ஸெண்டுமாக தெளிக்கப்பட்டது." (பக்கம் 307)

கட்டற்ற விதத்தில் சம்பவங்கள் எப்படி அரங்கேற்றப்படுகின்றன என்பது ஒரு காட்சிப் படிமம் போலச் சொல்லப்படுகிறது. யாருடைய கட்டிற்குள்ளும் அடங்காத விதமாக,

"ஊரில் ஒரே வதந்திகளாக இருந்ததன, ரேடியோ, பத்திரிகை செய்திகள் நம்ப முடியாதபடி நிகழ்ச்சிகள் நடந்தன. கல்லூரிகள் அதிகாரபூர்வமாக அடைத்தனவா அடைக்கவில்லையா என்று தெரியவில்லை. எங்கும் களேபரங்கள் நடந்தன. கார்கள் தீவைத்துக் கொளுத்தப்பட்டுக் கொண்டிருந்தன. பஸ்களும் ரயில்களும் ஓடவில்லை. கடைகள் உடைக்கப்பட்டுக் கொண்டிருந்தன. எல்லா ரெயில்வே ஸ்டேஷன்களிலும் கலவரங்கள் அதிகம் நடந்தன. போஸ்ட் ஆபீஸ்கள், மத்திய அரசாங்க அலுவலகங்கள், ரயில்கள் என்று குறிவைக்கப்பட்டன. உள்ளூரிலும் அரசியல் எதிரிகள், அவர்கள் கடைகள், நிறுவனங்கள், பத்திரிகைகள், ஆளும் கட்சி எம்.எல்.ஏ.க்கள் உடமைகள் என்று குறிவைக்கப்பட்டன." (பக்கம் 248)

பெரும்பாலும் "இந்தி எதிர்ப்பு போர்" என்ற சொல்லையே மொழிப்போர் காலகட்டத்தைக் குறிக்க தமிழவன் பயன்படுத்துகிறார். அதன் போராட்டச் வெளிப்பாடுகளைப் பற்றி எழுதும் போதெல்லாம், போரை வர்ணிப்பது போலவே வர்ணிக்கிறார். மேலும் அதன் பின்னால் நிகழும் நாடகீயமும், போராட்டத்தை முன்னெடுத்துச் செல்பவர்களில் சிலரது கள்ளத்தனத்தையும் நாவல் காட்சிகளாக மொழியாக்கித் தருகிறது. மொழிப்போரில் ஈடுபட்ட இயக்கங்களின் கருத்தியல்களைக் கட்டமைக்கும் சொல்லாடல்கள் மற்றும் உரையாடல்கள் எதிர்மறையாக மோதிக் கொள்கின்றன. மேற்பரப்பில் காணப்படும் எழுச்சிக்கும், அதன் கீழுள்ள கருத்தியல் எதிர்மைகளுக்கிடையில் உள்ள இருமை எதிர்வும் மற்றும் திரைமறைவு இணக்கங்களும் நம்மைச் சிந்திக்கச் செய்கின்றன. சரித்திரம் என்பதை இந்நாவல் மொழிப்புனைவின் நுண்மைகளுடன் பிரதியாக்கியுள்ளது.

கலவரத்தன்மைகளைக் கொண்டிருக்கும் கதையாடல்கள் மத்தியிலும்; இத்தகைய வாக்கியங்கள் நம்மை முன்னோக்கியும் பின்னோக்கியும் செலுத்துகின்றன. வாசக கவனம் என்பது நிலையாக குவிக்கப்படாமல், தொடர்ச்சியான அலைவிற்கு

உட்படுத்தப்படுகிறது. பிரதியின் கதையாடல்கள் மொழி நினைவின் பதிவாக்கமாகிறது. மொழிப்போரின் புறவெளியின் நாவல் வாசிப்பு நிகழ்கிறது.

“மனிதர்களாகப் பிறந்தவர்கள் யாருக்கும் புரியாத ஓர் உண்மையைச் சொல்கிறாள் இவள்?” (பக்கம் 403)

5

தமிழவன் நாவல்கள் அனைத்துமே அவரது திறனாய்வுக் கோட்பாட்டு எல்லைக்குள் எழுதப்பட்டவைதான். கட்டுரைகள், சிறுகதைகள், நாவல்கள் யாவும் நெருங்கிய தொடர்பு கொண்டவை. எழுதுதல் தொழில்நுட்பத்தின் இயங்குமுறையை விரித்துரைக்கக் கூடியவை. அதையே தான் அவரது புனைவெழுத்துக்களும் செய்கின்றன. ஒருவித வட்டச்சுழற்சித் தன்மையைக் கொண்டவை. இவரது நாவல்கள் சரித்திரமாக எப்படி எழுதப்பட வேண்டும் என்பதைப் பற்றிய பிரதியாக்கமாகவே உள்ளன. நாவல் எழுதுதலுக்கும் சரித்திரத்திற்கும் இடையே உள்ள வெளியில் தமிழவனின் புனைவுகள் பிறக்கின்றன. ஆகையால் அதர்க்கம் நிறைந்தவைகளாக இருக்கின்றன. இந்த தர்க்கமழிப்பு என்பது பொருண்மையின் எல்லையை விரிவடையச் செய்கிறது. ஒரு கதையாடலில் நாம் மூழ்கியிருக்கும் தருவாயில் ஊடே அதை அர்த்தப்படுத்திக் கொள்ளும் முறை கேள்விக்குள்ளாகிறது. நாவலின் கவித்துவம் (Poetics) இதில்தான் அடங்கியுள்ளது.

கவிதை எழுதற பழக்கம் இன்னும் உண்டா? (பக்கம் 404)

தமிழில் கவிதையை எழுதும் முறைக்கும் நாவலை எழுதும் முறைக்கும் நடுவில் அரூபமான தொடர்பு இருந்து வந்திருக்கிறது. அது தமிழ்க்கவிதையின் நெடிய மொழிப் பண்பாகத் தொடர்ந்து கொண்டிருக்கிறது. அக்கூறு தமிழவனின் நாவல்களிலும் ஆழமாக ஓடுகிறது. சரித்திரம் என்பது மொழிப்புனைவாக மாறுகிறது. இந்நாவல் எங்கிலும் அணுக்க வாசிப்பிற்கான இருள்புள்ளிகள் நிறைந்திருக்கின்றன அவைகளின் ஊடாக இந்நாவலின் இன்னொரு புலமும் நமக்குத் தென்படுகிறது.

அதனால்தான் “ஆடிப்பாவைபோல” நாவலை நான் ஒரு கவிதையை அணுகுவதைப் போல அணுகியிருக்கிறேன். மேற்கோள்கள் எடுத்துப் பதிந்திருப்பவை, நாவல் வாசிப்பில் கவிதைக்கான வாசிப்பு மனோநிலையைக் கோருகின்றன. கதையின் நீரோட்டத்தின் கரையிலிருந்து அதன் நகர்வின் நிலையற்றத் தன்மையைக் குறிப்பீடு செய்யவே இவ்வாறாக எழுதியுள்ளேன்.

கணையாழி பிப்ரவரி-2018

தன்னிலையை எழுதி அவிழ்த்தல் – ஜமாலனின் 'உடலரசியல்'

"நீ நினைப்பதுபோல மொழி என்பது செயலற்று இல்லை, மிகவும் நுட்பமான கட்டமைப்பானாக இருந்து உடல்களை பலவிதமான மொழியுடல்களாக கட்டமைக்கிறது. இதுவே, முக்கியம் அல்லது இந்த நூற்றாண்டின் மிக முக்கிய அறிதல்களின் வேட்கைப் பெருவெளியாகவே இன்றைய வாழ்தலின் நுண்தளங்கள் கட்டமைந்துள்ளன."

(பக்.37 உடலரசியல்)

விமர்சகர் ஜமாலனின் கோட்பாட்டு பயணத்தில் மிகமுக்கியமான இடத்தை வகிப்பது இந்த 'உடலரசியல்' என்ற கருத்தாக்கம். ஜமாலன் ஒரு இடதுசாரி கருத்தாக்கத்துடன் தனது எழுத்தியக்கத்தை துவக்கியவர். பின்னர் அமைப்பியல் (ஸ்ட்ரக்சுரலிசம் = தமிழவன்) உடனான உரையாடலின் பயனாக ஒரு பண்புமாற்றத்தை அடைந்தார். செவ்வியல் மார்க்சிய இலக்கியக் கோட்பாடுகளின் நெகிழ்வற்றத் தன்மையிலிருந்து தன்னை விடுவித்துக் கொண்டார். அமைப்பியலுடன் இயங்கத் துவங்கியவர். ஜமாலனின் சிந்தனைப் போக்கில் ஏற்பட்ட அறிதல் மாற்றம் என்று அமைப்பியல் என்ற பிரதியியல் கோட்பாட்டைச் சொல்லலாம். குறிப்பாக மொழியின் அலகைக் கொண்டு பிரதிகளை அணுகுவது இந்தப் புள்ளியிலிருந்துதான் அவரிடம் துவங்கியது எனலாம். இதன் தொடர்ச்சியாக தமிழ் விமர்சனக் கோட்ப்பாட்டில் பின்—அமைப்பியல், பின்— நவீனத்துவம், மற்றும் குறியியல் என ஜமாலன் தனது தத்துவார்த்த பார்வையை விசாலப்படுத்திக் கொண்டார். மேற்கூறிய கோட்பாடுகள்; தமிழ் இலக்கிய விமர்சனப் பரப்பில் பதித்துள்ள புதிய தடங்களை உருவாக்கியவர்களில் ஜமாலனும் முக்கியமானவர். இவரது விமர்சன நூல்களில் பிரத்யேகமான பார்வையுடையது எனக் கூற வேண்டுமானால் அது 'உடலரசியல்' என்ற கருத்தாக்கத்தைச்

சொல்லலாம். அமைப்பியல் துவங்கி பின் நவீனத்துவம் ஈறாக அனைத்துக் கோட்பாடுகளின் முக்கியமான கூறுகளை, இடதுசாரி சிந்தனை மரபின் வலதுசாரி எதிர்ப்பு என்ற நோக்கில் ஜமாலன் தனக்கான கருத்தாக்கத்தை வடிவமைத்துக் கொண்டார். அதில் அவருக்குப் பிடித்தமான 'உடலரசியல்' குறித்த முழுமையைத் தாங்கி வந்துள்ளது இந்நூல்.

நமது உடலும்/தன்னிலையும் எவ்வாறு கதையாடல்களால் கட்டமைக்கப்படுகிறது என்பதையும்; அது எத்தகைய வன்முறைக்கு உள்ளாக்கப்படுவதைச் சொல்கிறது. நம்முடல் தனியுடலா அல்லது கூட்டுடலா என்று கேள்விக்கும் உரிய பதில்கள் இந்நூலில் உள்ளன. மேலும் உடல்கள் எவற்றால் கையாளப்படுகிறது; அதன்மூலம் எத்தகைய அதிகாரத்திற்கு கட்டுப்பட்டதாக இயக்கப்படுகிறது என்பதை ஜமாலன் விரிவாகவே விளக்குகிறார். இதில் உடல்களை மொழியுடல்/வேட்கையுடல்கள் என வரையறுக்கிறார். வேட்கை என்பது உடலின் ஆற்றலா அல்லது அதுவும்கூட உடல் அமைப்பாக்கத்தின் ஒருபகுதியா என விவாதிக்கிறார். உடல்கள் அதிகாரத்தின் களமாக செயல்படுகின்றன என விரிவடைகிறது அந்த உரையாடல்.

"உடல்களின் இருப்பு ஒரே அமைப்பிற்குள், சாத்தியமில்லை எனவேதான், உயிர்த்தல் வித்தியாசங்களின் ஆடுகளமாகவும், வன்முறை வித்தியாசங்களை அழித்து ஓரமைப்பிற்குள் இருந்ததாகவும் உள்ளது." (பக். 26)

உடலைப் பன்மைப்படுத்துவதற்கு பதிலாக அதிகார குவிமையத்தின் ஓரமைப்பிற்குள் அடக்கி வைக்கிறது. தனது கையாளுகைக்கான எந்திரங்களாக மாற்றப்படுகின்றன. உடல்கள் வித்தியாசங்களின் இருப்பை அகற்றுவதின் மூலம் உடலை ஒற்றைப் பரிமாண பிம்பமாக மாற்றி தன்னதிகாரத்தின் குறிவயப்படுத்தலை நிகழ்த்தி விடுகிறது. இங்கு கூர்ந்து நோக்கினால் உடல் என்பது தன்னிலையின் வசமிருந்து களவாடப்பட்டு அதிகாரத்தின் பிடியில் எந்திரமயமாக்கப்பட்டுள்ளது.

"இங்கு கருத்து என்பது காலகாலமாக இருந்துவரும், மொழிக்கு அப்பாற்பட்ட, சம்பந்தமில்லாத ஏதோ ஒரு பொருள் அல்லது மெய்ம்மை என்பதான பார்வை இருக்கிறது. ஆனால் கருத்து என்பதுவும் மொழியால்தான் உருவாக்கப்படுகிறது என்பதை மறுக்கமாட்டாய்." (பக்.28)

உடல்களின் அமைப்பாக்கம் என்பதை ஜமாலன் கருத்து மற்றும் கருத்தாக்கம் எனும் நிலைபாடுகளிலிருந்து தொகுத்தளிக்கிறார்.

பெரும்பாலும் மானுடச் சிந்தனை சார்ந்த நிறுவனங்களின் சொல்லாடல்களே உடலுக்கப்பாலிருந்து தன்னிச்சையாய் இயங்கும் ஒன்றினால் சுட்டப்படும் ஒன்றாகவே வழங்கி வந்துள்ளது. ஆனால் ஜமாலன் இந்நூலில் விவாதிப்பது போல் எல்லாம் மொழிவழியாகவே உருவாகிறது. மொழியற்ற கருத்து/ கருத்தாக்கம் மானுட அறிதல் வரையறைக்குள் வைத்து விளங்கிக் கொள்வது சாத்தியமற்றதாகும்.

ஒரு தனிமனிதன் தான் உணரும் அல்லது அனுபவிக்கும் ஒன்றை பரிமாறிக் கொள்ள, அதையொரு சிந்தனா வடிவம் கருத்துருவாக்கம் பெற வேண்டுமெனில் மொழியின்றி சாத்தியப்படாது. ஆகையால் உடல் பற்றிய அத்துணை கருத்தாக்கங்களும் அதனை ஒழுங்கு முறைப்படுத்தும் அலகாக மொழியே செயல்படுகிறது. இதை ஒரு தன்xபிற என்ற உரையாடலாக ஜமாலன் எழுதியுள்ளார்.

இந்நூல் எதிர்கொள்ளும் பெருங்கதையாடல் ‘மதம்’. அதன் தத்துவாக்கத்தின் அடிப்படையானது உடல்xஆத்மா ஒன்றுக்குள் ஒன்றாகப் பிணைந்துள்ளது. இவ்விரண்டும் எதிரீடுகளா அல்லது மாற்றீடுகளா எனத் தோன்றும். உடல் அழிந்த பின்னரும் ஆத்மா தன்னிருப்பைத் தொடர்கிறது. மேலும் மதச்சொல்லாடல் புனைவா அல்லது புனைவின்வழி நிர்மாணிக்கப்படும் மதத்தின் நிலைபேறு என்பதின் தொடர்ச்சியா என்று நமது விசாரணையைத் தொடர வேண்டியுள்ளது. இது மனித உடலை ஆத்மா என்ற கருத்தாக்கத்தின் கீழ் வைக்கிறது. இதைக் கீழறுப்பு செய்யும் ஜமாலன் ஆத்மாவைப் பற்றி விவாதிக்கும் இடத்தில் “ஆத்மாவை, மனவிளைவாக கருதும் மதங்கள், மனச்சிதைவை ஒருநோயாக அங்கீகரிக்கும்போது, ஆத்மா என்பதை இச்சமூக அமைப்பிலேயே சிதைக்க முடிவதால் அது நிலையற்றது என்பதை மட்டும் தங்களது கதையாடல்களில் ஏற்பதில்லை.” (பக்.31)

இதையொரு எதிர்விளையாட்டாக ஜமாலன் தனது பிரதியியலின் அங்கமாக்கி எழுதியுள்ளார். ‘உடலரசியல்’ நூல் முழுவதும் விளையாட்டும்xஎதிர்விளையாட்டும் கருத்தாடல்களாக எழுதிச் செல்கிறார். ஒரு வலைப்பின்னலின் ஊடுபாவுபோல் உடல் என்பது எப்படி நிறுவனங்களின் சொல்லாடல்கள் கையாண்டுள்ளன என்பதை இடையிடையே ‘வாசகரின் முன்னிலையை’ நீ எனச்சுட்டி உரையாட அழைக்கிறார். இதில் ‘பிரதியிய உடல்’ எப்படி உன்னதமாக்கப்படுகிறது என்ற விளக்கப் பகுதி மிகவும் முக்கியமானது. உடல்xபிரதியுடன் பிணைந்து

இரண்டற செயலாற்றும் மொழி அதிகாரத்தை வரையறைப்படுத்த ஜமாலன் முயல்கிறார்.

“மொழியை கையாளும் ஆசிரியனான, இலக்கியவாதியைத் தத்துவஞானியை எல்லாம் வணங்கி, வழிபடும் ஒரு கடவுள் கோட்பாட்டை உருவாக்கியது, யதார்த்தவாத இலக்கியங்கள் வழியாக இறக்கப்பட்ட இந்த இறையியலே, அறிவுவாதத்தின் நவீன இறையியலாகும். ஒரு தத்துவாதி, விஞ்ஞானி, வரலாற்றாளன் எல்லோருமே மொழி வழியாகத்தான் தங்களது கருத்துக்களை, புனைவுகளை, திட்டங்களை அறிவிக்கிறார்கள். ஆனால் இலக்கியவாதி மட்டும் மொழி மீதான ஏகாதிபத்தியவாதியாக கருதப்படுகிறார்கள்.” (பக்.32)

தனியொருவரது உடலோ அன்றி மொழியோ தனக்கென மட்டுமே வினையாற்றுவதில்லை. அது தன்னிலையின் மற்றமையுடனான சங்கிலித் தொடரான கதையாடலோடு ஒருங்கிணைந்து உள்ளது. அதன் மொழியானது குறியோ/குறிப்பானோ/குறிப்பீடோ மூன்றுமே எண்ணற்ற உடல்களின் அவைகளின் மொழியின் இணைவு வரைபடத்தின் புள்ளியாகவும்/கோடாகவும்/இடைவெளியாகவும் தொடர்புபடுத்திக் கொள்கிறது. உடலின் மொழி வெளிப்பாடு என்பது கூட்டு உடல்களின் குறிப்பீட்டு வெளிக்குள்ளிருந்துதான் தனது குறிப்பீட்டைச் செய்கிறது. மொழியின் அத்துணை வெளிபாட்டு பரிமாணங்களும் இவ்வண்ணமே இயங்குகின்றன. சரி உடல்களும் மொழியும் அதிகாரத்தோடு இசைந்து செல்கிறதா? அன்றி எதிராடலைச் செய்கிறதா என்றால் பதில் என்னவாக இருக்கும். ஜமாலனின் இப்பத்தியை வாசிக்கலாம்.

“பல உடல்களை மூர்க்கமாக அதிகார சக்திகள் அழித்து அதன்மூலம் ஒருவகை அச்சம், பாதுகாப்பின்மை ஆகியவற்றால் உருவான பதற்றத்தின் கதைகூறலால், சமூகத் தன்னிலைகளுக்குள் இவ்வுணர்வுகள் ஆழமாக இறக்கி வைக்கப்பட்டுள்ளது.” (பக்.42)

ஜமாலனின் மேற்கூறிய கருத்தாக்கத்தின் வழியே பார்த்தால் மனித உடல்களுக்குள் அதிகாரத்திற்கு எதிரான செயலாற்றல் இயல்பிலேயே உள்ளது எனலாம். அந்த உடலின் பதற்றம், அச்சம், பாதுகாப்பின்மை, ஆகியவை; உடல்கள் அதிகாரத்தின் ஆளுகையை மீறாமல் உடலரசியல் இயங்குகிறது. ஆனால் கீழறுப்பு செய்யும் உடல்கள் ஒரு எதிர்மொழியைத் தன்னிலிருந்து உற்பத்தி செய்துகொள்ளும். எந்திர நிலைக்கு அமுக்கப்பட்ட உடல்கள் வெகுண்டெழும்முகமாக பதற்றம்/அச்சம்/பாதுகாப்பின்மை

என்பவைகளுக்கு எதிரீட்டு உணர்பொருள் சொற்களையும் உற்பத்தி செய்து கொள்ளும். அத்தகைய மொழிக்கான சாத்தியத்தைதான் 'உடலரசியல்' கோட்பாடு முன்வைக்கிறது. அதை ஜமாலன் 'புறநடைகளாக' கருத்தாக்கம் செய்கிறார்.

இங்கு 'புறநடைகளாக' என்ற சொல் மூலம் ஜமாலன் சுட்டவரும் கருத்து எதுவென பார்ப்போம். அதிகாரத்தின் மொழியாலான உடல்கள் தம்மை விடுவித்துக் கொள்ள எழுதும் பிரதிகளும் ஒருவகை உடலே. அதுவே அதிகாரவயப்பட்ட மொழியாகிறது. அதன் சொல்லாடல்களின் மைய அழுத்தத்—திலிருந்து விளிம்புகள் அல்லது ஓரங்களில் தன்னிலை பிரதியாக்கியுள்ளது உடலரசியல்.

இந்நூலின் 'நானின் கதையாடல்' பக்.109—இல் துவங்கும் கட்டுரையை இங்கு அவசியம் சுட்ட வேண்டும். இது ஜமாலனின் வளர்பருவத்து 'தன்னிலை' எவ்வாறு உருக்கொண்டது என்பதைப் பற்றிய சுவையான பகுதியாகும். உடலரசியலில் முன்வைக்கப்பட்டுள்ள கோட்பாட்டினை தனது தனிப்பட்ட 'நான்' என்பதனை எவ்வாறு பாதித்துள்ளது என்பதை ஒரு புனைகதைத் தன்மைமிக்க கதையாடலில் எழுதியுள்ளார். தான் ஒரு இசுலாமியராக பிறந்திருப்பினும் தனது சொந்த ஊரான திருநாகேஸ்வரத்திலும் அதனைச் சுற்றியுள்ள பகுதிகளில் நிகழும் சைவசமயச் சடங்குகள், திருவிழாக்கள் மற்றும் சிறுதெய்வங்களின் கோயில்கள் எவ்வாறு தனது வாழ்வியலோடு இணைந்திருந்ததையும் பிற சமய நாட்டத்தை சொல்கிறார். இதையொரு 'நானின்' வரைதோலாக்கமாக அழித்தெழுதியுள்ளார். இந்த கட்டுரைப் பகுதி ஒரு கோட்பாடு எப்படி ஒரு மனிதனின் உடலாக மாறுகிறது என; தன்னிலையை எழுதி அவிழ்த்தல் என்ற ஒருவகை 'கட்டமைப்பு கலைப்பு'.

"எழுத்தும் மொழியும் விளையாட்டாக மாறும்போது மையமாதல், ஒழுங்கமைதல் என்பதை உடைத்து, மொழி என்பது கலைந்து பரவுகிறது. நமக்கு தேவை உடல்களை கலைத்துப்போட்டு விளையாடும் ஒரு பரப்பே" (பக்.117) என்பதை ஜமாலனின் எழுத்து நிகழ்த்திக் காண்பிக்கிறது இவ்வாறு.

துயிலும் விழிப்பும் ஒன்றன்பின் ஒன்றாக அச்சிடப்பட்ட கதை 'கனவு மிருகம்'

1

ஒரு புனைவின் கதையாடலில் ஒழுங்கமைவை உருவாக்குவது கதை உயிரிகளின் அசைவு. ஒரு சிறுகதையின் சொல்லுதல்; கதையின் மொழிப்பரப்பைக் கட்டமைக்க முனைகிறது. அதில் ஊடாடி வரும் படிமங்களையொத்த தோற்றங்கள் கதையின் போக்கை விரித்துச் செல்கின்றன. ஒரு பிரதியில் ஒற்றை கதையாடலற்ற பன்மைக் கதையாடலை கதாபாத்திரங்களின் 'அழிப்பாக்கம்' கிளைக்கச் செய்கிறது. ஒரே கதைப்பிரதியில் வெவ்வேறு கதைக்கான கதையாடல்கள் புழங்கிக் கொண்டிருக்கச் செய்யும் கதையாடல் உத்தியை ஒருவகை நவீனத்துவம் கடந்த நிலையாகக் கொள்ளலாம். கதாபாத்திரங்களை அழித்துவிட்டு அதில் எஞ்சிய மொழிக்கூறுகள் கொண்டு குறிகளின் வழியாக மறு—புனைவாக்கம் செய்யும் நூதன நுட்பம் பாலசுப்ரமணியனின் 'கனவு மிருகம்'. ஒரு பிரதியில் மனிதத் தடயத்தை அழித்துவிட்டு 'படிம மிருகியத்தை' கதையாடல் கனவில் அசைந்தாட வைக்கிறது.

கனவுதான் பாலாவின் கதைப்பிரதி. ஒரு கனவு சம்பவம் வெளியாக துயில் இருக்கிறது. துயிலின் பரப்பில் கனவுக்குறிகள் - படிமங்கள் சுழல்கின்றன. இச் சுழற்சியில் கதையாக்கம் உறக்கம் விழிப்பு - கனவு கலைதல் என்பதில் நிகழ்கிறது. இதனை பிரதியில் எதிர்கொள்ளும் வாசகன் இருவேறு காலப்புள்ளிகளிடையே அலைகழிக்கப்படுகிறான். மார்சல் புருஸ்டின் கதையாடலில்:

"ஒரு மனிதன் துயிலுறும் தருணம் அவனிச்சுற்றி நாழிகையின் சங்கிலித் தொடரில் ஒரு வட்டமிருக்கும். வருடங்களின் வரிசைக்கிரமும், வானொளிக் கோள்களின் ஒழுங்கு வரிசையும் இருக்கும். இயல்பாகவே அவன் துயிலெழுந்த பின்தான் அதனை

அணுகிப் பேசுவான்" – ஸ்வான்ஸ் வேயில் – மார்ஸல் புருஸ்ட் (கடந்தவைகளின் நினைவாக்கம் – நினைவு கூறல்).

உறக்கத்தில் நிகழும், எதிர்கொள்ளும் அனைத்தையும் மனிதன் இயல்பாகவே விழித்த பின்புதான் எதிர்கொள்கிறான். அப்படியெனில் துயிலும் விழிப்பும் ஒன்றன் பின் ஒன்றாக அச்சிடப்பட்ட பிரதியாகிறது. கனவுகளின் தொடர்ச்சியற்ற தன்மை – கோர்வையற்ற தன்மையை கதையாடலில் கிளைக்கச் செய்கிறது. கதைப்பிரதியில் தோன்றுபவை கனவு காணும் உடலிய பிறன்மையைக் காட்டிலும் இரட்டை நிலை உடையதாக இருக்கிறது. இவ்விரு துயில் வெளியில் நிகழும் காட்சி ரூபங்களை மொழியில் படிசெய்யும் (trace) கதையாடலாகிறது *'கனவு மிருகம்'* என்ற கதைப்பிரதி. இப்பிரதியில் வரும் "காண்டாமிருகம்' என்ற கனவில் தோன்றி பின்பு அதிலிருந்து தப்பித்து புறவயப்படுகிறது. கனவைப் புறவயப்படுத்தும் இக்கதைப் பிரதி இரட்டைக் குறிவயப்படுகிறது, கை கொள்கிறது, பிரதிக்குள்ளும் பிரதிக்கு வெளியேயும் அலைகிறது.

1. அவன் வனமாகவும் அம்மிருகமொன்று தான் வனத்தின் ஒரே விலங்காகவும் எண்ணத் துவங்கினான்.

2. கனவிலிருந்து தப்பிய காண்டாமிருகம் அவனுடைய எட்டு திசைகளிலும் திரியத் துவங்குகிறது. இதில் வனம் என்பது உடல்பரப்பு. மற்றொன்று மனம் என்ற மாற்றுப்பரப்பு என்று இரட்டைப்படுகிறது. கனவிலிருந்து தப்பி வெளியேறிய காண்டாமிருகம் என்ற புனைவு உயிரிக்கு கனவைக் கடந்துவிட்ட வேறொரு வெளி கிட்டுறது என்ற கதையாடலின் மூலம் கனவு உயிரி புனைவு உயிரியாகிப் பருண்மைப்படுகிறது. இவ்வகையான மூன்றாம் நிலைமாற்றத்தை பிரதியாக்கம் எனலாம். இம்மூன்று நிலைமாற்றத்தைக் கதையாடல் தன்வயப்படுத்திக் கொள்கிறது. இவை உடல்வெளிக்குள் நிகழ்கிறதாக பிரதிவெளியின் குறிகள் நமக்குப் புலப்படுத்துகின்றன. வாசகனுக்கு வாசிப்பில் நிகழும் தொடர்ச்சியற்ற கதையாடலின் ஊடாட்டம் ஒருவகைப் புனைவுப் பிரதியாக்க உத்தியாகிறது.

"மிருகங்களைக் காட்டிலும் கனவு வலிமையானது. கனவைக் காட்டிலும் கனவில் வருகிற மிருகங்கள் வலியவை எனவும் அறிந்து கொள்ள முடியாத குணங்கள் உடையாது. கனவில் வரும் மிருகம் எனவும் தனக்குச் சொல்லிக் கொண்டான்." – பக். 10 (கனவு மிருகம்)

2

காண்டாமிருகத்தை வெளிக்கொணர்ந்த கதை சொல்லியின் கனவுப்பரப்பு கதைப் பிரதியாக உருமாற்றம் அடைகிறது. வாசகன் எதிர்கொள்ளும் கனவு மிருகமான காண்டாமிருகம் எதையாவது குறிப்பீடு செய்கிறதா என்று அறிய நிகழ்த்தப்படும் வாசிப்பும்; மற்றொரு புறம் கதை சொல்லி இதனைத் தானே அறிந்துணர அல்லது உரைகூற விழைகிறார். அதற்கான சாத்தியப்படுகளாக மூன்று உப—கதையாடல்களைக் கட்டமைக்கிறார்:

1. கனவுக்குப் பலன் சொல்லும் கிழவி

2. கணிதப் பேராசிரியரிடம் விளக்கம்

3. கதை சொல்லியிடம் கேட்பது

இம்மூன்று சாத்தியப்பாடுகள் கனவு மிருகத்தைக் கட்டமைக்கும் கதையாடலின் வலைப்பின்னலாக நிகழ்த்தப்படுகிறது. கனவு நிகழும் புள்ளியென்பது "பிரதியாக்க முன்—நிலை" என்பது இங்கு பிரதியின் முன் நினைவாகிறது. பிரதி எழுதப்படுவது நினைவாக்கமாகவும்; வாசிப்பு மறு—நினைவாக்கமாகவும் மூன்று அடுக்குகளாகப் பிரதியின் இழை முறுக்கப்படுகிறது. இதன் பதிலியாக்கமாக மூன்று மாற்று விளக்க அல்லது உரை கூறுதல் கதைப்பிரதிக்குள் நுண்ணிய கதையாடல்களாக இயங்குகிறது. இவ்வாறு காண்டாமிருகம் எனும் குறிக்கான குறிப்பீடு மூன்று வெவ்வேறு வாசிப்பை உருக்கொள்ளச் செய்கிறது. ஒரு மிருகிய வடிவம் மூன்று பேரின் பார்த்தலின் கேட்டலின் வழியாகக் கட்டமைக்கப்படும் உப கதைகள் பெருக்கப்படுகின்றன. இவை ஒவ்வொன்றும் மற்றொன்றோடு தொடர்புற்று இருக்கின்றன. மூன்று மொழி வெளிக்குள் மறுமுறை (re-telling) சொல்லுதல் பிரதியில் நிகழ்த்துதல் உத்தியாகிறது. இதில் உருக்கொள்ளும் மூன்று கதையுரைகள் தன்னளவில் வேறு புதிய கதையாகிறது. ஒரு குறிப்பிட்ட தருணத்தில் கதைசொல்லி மெல்ல மங்கி மறையத் துவங்குகிறார்.

பலன் கூறும் கிழவியின் கதையாடல்

"மழை பெய்யும் நாளில் கனவுகளுக்குப் பலன் சொல்லும் கிழவி ஒருத்தியிடம் கேட்டான். கிழவி கண்களை மூடிக்கொண்டு இவன் முற்பிறப்பில் காண்டாமிருகமாக இருந்ததால் தான் அக்கனவின் தாக்கம் இன்னும் இருக்கிறது" என்று சொன்னாள்.

கணிதப் பேராசிரியரின் கதையாடல்

"இன்மையைக் குறிக்கிற பூஜ்யத்திலிருந்து ஒருமையைக் குறிக்கிற ஒன்றிலிருந்து பன்மையைக் குறிக்கும் ஒன்பது வரையில் எண்கள் முடிந்து போய்விட்டதில் அறிய முடியாத பிரபஞ்ச கட்டுமானம் இருப்பதாகவும் அவர் இவனிடம் சொன்னார்."

கதைசொல்லியின் கதையாடல்

"இந்திய மனதிற்கு காண்டாமிருகம் பொருந்தாத ஒன்று. மனிதன் பிறந்திராத காலத்தில் நிலத்தில் வாழ்ந்த ராட்சத விலங்குகளின் சுருங்கிய வடிவமாக இருக்கிற அம்மிருகம் அந்தக் காலத்தின் இழப்பை தன்னுள் தேக்கி வைத்திருக்கிறது" என்றார்.

மேற்காணும் மூன்று கதையாடல்களில்

1 பலன் கூறும் கிழவி; முற்பிறவியின் தாக்கம்

2 கணிதப் பேராசிரியர்; அறிய முடியாத பிரபஞ்ச கட்டுமானம் இல்லை

3 கதை சொல்லி; காலத்தின் இழப்பை தன்னுள் தேக்கி வைத்தல்

இம்மூன்றும் கதைசொல்லியின் மனதில் எண்ணங்களை கிளரச்செய்கிறது. இதில் காண்டாமிருகத்தை எதனோடு பொருத்திக் காண்பது என்ற புதிர்மை எழுகிறது. இப்புதிர்மை— யிலிருந்து விடுபடாத கதைசொல்லியின் கதையிறுதி நிகழ்கிறது.

"அப்போது இவன் பார்வையில் கூடத்திலிருந்து அவருடைய அறைக்கு நகரும் அவனுடைய தந்தை ஒரு காண்டாமிருகமாக மாறி விட்டிருப்பதைப் பார்த்தான்".

"காண்டாமிருகத்தின் முகத்தில் நிலவும் குழந்தைமை அவருடைய முகத்திலும் நிலவுவதாக அவன் கண்டான். தான் புரிந்துகொள்ளப் படாத காலத்தில் வாழ்கிற தந்தைமார்கள் காண்டாமிருகங்களைப் போன்றவர்கள்" எனச் சொல்லிக் கொண்டான்.

"அன்றிரவு உறக்கத்தில் கனவிலிருந்து தப்பிய காண்டாமிருகம் மீண்டும் கனவுக்குச் சென்று அங்கிருந்து இன்மையின் கருந்துளையில் மறைந்தது".

3

கதைகளில் உருவாகும் ஒருவகைச் சட்டகம் வாசகனை அதன் மொழிப்பரப்பிற்குள் பிரவேசிக்க அனுமதிக்கிறது. அச்சட்டகம் கதையாடலின் உள்—தர்க்கத்தை கிரகிக்க உதவுகிறது. ஒரு

புனைவு நிகழ்த்தப்படும் தருணங்களில் தான் உள் வாங்கிய நிலப்பரப்பு, அதில் கண்ணுற்ற உயிரிகள், இயற்கை சார்ந்த குறியீடுகள் மனதின் ஆழத்தில் சொற்களைப் போல் பதிந்து விடுகிறது. அவை பிரதியாக்கச் சூழலில் மீண்டும் ரசவாதமுற்று வேறொன்றாக உருவாமாற்றம் அடைந்து வெளிப்படுகிறது. கண்டு உணர்ந்த குறியீடுகள் படிமங்கள் நம்முள் முதல் பார்த்தலில் ஏற்படுத்திய அதிர்வுகளை; மொழியாக்கத்திற்கு உட்படும்போது ஏற்படுவதில்லை. ஆனால் அவைகளைப் பிரதியில் எதிர்கொள்ளும் போது ஒருவித புதிர்மையை அளிக்கிறது.

அப்புதிர்மையை காட்சி சார்ந்த நிலையிலிருந்து பிரதியியல் சார்ந்த குறியீடாக நாம் எதிர்கொள்ளும் போது புதிர்மையை தோற்றுவிக்கிறது. காட்சிபுலன் அறிதலும் எழுத்து மொழிவழி அறிதலுக்கும் இடையே ஒரு 'வெளி' இருந்து வருகிறது. இதன் தன்மையை முழுவதுமாக உணர்ந்துகொள்ள வைப்பவை கதையாடல் பிரதிகள். மீ—இயற்கை சார்ந்த குறியீடுகள் நமது உள்ளார்ந்த மனவெளியில் இயங்கக் கூடியவை. குறியீட்டிற்கும் அதனை பிரதியில் நாம் வாசித்து அகவயப்படுத்தும் நிகழ்வும் ஒன்றோடு ஒன்று பிணைந்த தன்மை கொண்டது.

இதில் தொடர்புறுத்தல், தொடர்பறுத்தல் என்னும் வாசிப்பு ஒருவகை இரட்டை எழுத்து முறையைக் கொண்டிருக்கிறது. கனவு மிருகம் தொகுப்பில் உள்ள "சின்னஞ்சிறு கதைகள்" பகுதியில் இப்படியொரு அபூர்வ குறும்புனைவு இடம் பெற்றுள்ளது.

"ஜன்னலில் நுழையும் யானை", ஜன்னல் என்ற சட்டகத்தை முன்னிறுத்தும் பிரதி. ரிதன்யாவிற்கு முதல் நாள் இரவு உறக்கத்தில் நிகழும் ஒரு கொடுங்கனவு அழகர் திருவிழாவின்போது தான் கண்ட யானை தனது ஜன்னல் வழி வருகிறாதாவெனச் சொல்கிறாள். காண்டாமிருகம் கனவிலிருந்து வெளிவருகிறது. இப்பிரதியில் யானை ஜன்னல் வழி உள்வருகிறது. இந்த நேரெதிர் புதிர்மை விசித்திரமான பண்பாக கதையில் வருகிறது.

ரிதன்யாவிற்கு மட்டுமே காட்சியுறும் யானையைத் துரத்த எடுக்கப்படும் நடவடிக்கையில் கோரிப்பாளைய மசூதியில் மயிலறகால் வருடி மந்திரிக்கப்படுகிறாள். பின்பு வீட்டில் யானை நுழையாமல் இருக்க செய்யப்பட்ட மற்றொரு ஏற்பாடு ஜன்னல்களை மூடிவிடுவது. ரிதன்யாவிற்கு மூடப்பட்ட ஜன்னலிலிருந்து யானை வருவது நின்றுவிடுவதாக கதைப்பிரதி அனுமானம் செய்கிறது. பின்பு ரிதன்யா கதைவைத் திறக்கச் சொல்லும்போது யானை மறுபடியும் பிரவேசிக்கலாம் என்று

அவளது அம்மா கூறுவதை மறுத்து விடுகிறாள். ஆனால் மறுபடியும் திறக்கப்பட்டதும் ஜன்னல் வழியாக மயில் வருகிறது என்கிறாள். இப்பிரதியில் நிகழும் காட்சிரூபம் புதிர்மையாகிறது. ஆனால் இறுதியில்,

"குழந்தைகள் ஜன்னல் வழியே உலகைக் காண்பதில்லை. உலகம் ஜன்னல் வழியே குழந்தைகளைக் காண்கிறது." என்கிறார் கதைசொல்லி.

கதைப்பிரதியின் சட்டகம் கதைப்பிரதியின் உள்ளிருந்து புறத்திலுள்ளவற்றை அணுகுவதில்லை. புறத்திலுள்ளவை பிரதிக்குள் உள்ளவைகளை அறிய முயல்கிறது என்பதாக நீள்கிறது. மனித மையத்தன்மை கதைப்பிரதிகளில் அதீத உணர்வைப் பெருக்கி கதையாடலின் போக்கினை ஒரு குறிப்பிட்ட தருணத்தின் நிகழ்வை முன்னிறுத்தி வாசக அனுபவத்தை பிரதியின் மாற்றாக உருவகிக்கிறது. கதைக்குள் நிகழும் துர்மரணம் தூண்டும் உணர்வை பிரதியில் மட்டுப்படுத்தும் விதமாக "குறுஞ்செய்தியாய் அனுப்பப்பட்ட மரணம்" கதையில் தனது சிநேகிதியான கோகிலாவின் மரணம் கைப்பேசியில் குறுஞ் செய்தியாக வருகிறது. வழக்கமான மனித—மையக் கதையாடலில் அதனை அடர்த்தி செய்யக் கையாளப்படும் உத்திகளைத் தவிர்த்து ஒருவித அசைவற்றதை உருவாக்குகிறது.

"அந்தத் தருணத்தின் உறவை உடைத்த முதல் எண்ணம் அந்த மரம் அசைந்ததுதான் என்பதை, நான் அவளுடைய முதலாம் நினைவு நாளான இன்றும் சரியாக நினைவு கூற முடிகிறது".

"எனக்கென்னவோ அந்த மரம் மகிழ்ச்சியைக் கட்டுப்படுத்த முடியாமல் ஆடுவதாகப்பட்டது."

கதையின் போக்கில் திடீரென வெளிப்பட எத்தனிக்கும் மனித—மைய உணர்வு மரத்தின் கட்டுப்படுத்த முடியாத மகிழ்ச்சியில் கீழறுப்பு செய்யப்படுகிறது. இங்கு கோகிலாவின் துர்மரணம் என்பதும் காலத்தில் நிகழ்ந்து நகரந்து போகும் பிரதியியல் நிகழ்வாக வாசிப்பின் போக்கில் மட்டுப்படுகிறது. எதார்த்தவகைக் கதையாடல்களிலிருந்து விடுபட்ட ஒருவித அரை—எதார்த்தக் கதையாடலைக் கொண்டதாக இது அமைகிறது. அ—மனித மைய எழுத்தின் தொழில்நுட்பம் துர்மரண உணர்வை மரத்தின் மகிழ்ச்சியான ஆட்டத்தால் சாத்தியப்படுகிறது.

4

வண்ணங்களால் நிகழும் அபூர்வ பிராந்தியத்தை வாசிக்க முடியும் சாத்தியம் கதைக்குள் நிகழ்த்திக் காட்டுகிறது “ஓவியத்தில் ஒருவன்” என்ற கதை. விதவிதமான வண்ணங்களும் வடிவங்களும் மாறி மாறி ஒன்றுகூடி பிரிந்துவிடுவதும் மீண்டும் தன்னிச்சையான சேர்க்கையில் ஒளிரும் மொழிப்பரப்பாய் விரிகிறது இப்பிரதி.

“அந்தப் பிராந்தியம் முழுக்க ஓவியர்கள் நிறைந்திருந்தனர். வண்ணங்களுக்காக இலைகளையும், மரப்பட்டைகளையும் விதவிதமாக கலப்பதும் கரைப்பதுமே அந்தப் பிரந்தியத்தியத்தின் தொழில்” (பக்—79)

வண்ணங்களாலும் xவடிவங்களாலும் விளிம்புகளை மட்டுமே கொண்ட கதையாடலை “ஓவியத்தில் ஒருவன்” எனும் கதையில் காண முடிகிறது. கதைக்குள் என்ன நடக்கிறது என்பதேயன்றி பிரதியின் ஓரங்களில் ஊர்ந்து உருக்கொள்கிறது. தீர்மானமற்ற மொழிக் கோர்வைகளால் நிலப்பரப்பு உருவாகிறது.

“அந்தப் பிராந்தியத்தைக் குறித்து இந்தச் சொல்கதையை அதைக் குறித்த நெடுநாளைய பொருத்தமான விவரணையாக இருந்தது. இதை எனக்குச் சொன்னவர்களின் இரண்டு மூன்று வகைமைகளை ஒன்றாகச் சேர்த்து நான் உருவாக்கிய கதை வடிவம்”.

மூன்று வகைமைகளை ஒன்றாக உருவாக்கப்பட்ட கதையில் “ஐ” மற்றும் “ஃ” என இரு ”அட்சர உயிரிகள்” சம்பவிக்கின்றன. இவை இப்பிரதியின் கதையோட்டத்தை நிர்மாணிக்கின்றன. பிரதி முழுதும் நிறங்களாகவும், அவைகளுக்கிடையே நிகழும் மாற்றங்கள் சேர்க்கைகளால் நிறைகின்றன. பூனைகளும் கரும்புள்ளிகளை கோடுகளாக மாற்றி புலியுருவை உருமாற்றுவதும், மீன்கள் பாம்புகளாகவும், பறவைகளாகவும் மாற்றமடைவதாக கதை சொல்கிறது. ஒன்றிலிருந்து மற்றொன்று லேசான மாற்றங்களால் சாத்தியப்படுகிறது.

இதற்கு மற்றொரு பரிமாணத்தைக் கொள்ளவைக்கும் கதைப்புள்ளி ஓவியப்போட்டியில் நிகழ்கிறது.

“போட்டியின் துவக்கத்தில் ‘ஐ’ கவனித்தான், ‘ஃ’ ன் மூக்கு பெரிதாகவும், அவன் முகத்திற்கு பொருத்தமில்லாமலும் இருப்பதை,‘ஃ’ அவ்வாறே ’ஐ’ உதடுகள் சிறியதாகவும் வெளுத்தும் இருப்பதை கவனித்தான்.

"இருவரும் ஒப்புக்கொண்டு மாற்றி மாற்றி உறுப்புகளைத் திருத்தி வரைந்தனர். முடிவில் ஆச்சரியமான ஒன்று நடந்தது. கடைசியாக 'ஐ'ன் காதோர முடிகளில் சிலதில் வெண்ணிறமாகத் தீட்டியதும், ஐ ஃகாகவும், ஃ ஐ யாகவும் மாறியிருந்தனர். பின்பு ஃ ம், ஐ ம் (இதில் யார் முதலில் ஐ யும் ஃ மாக இருந்தனர் என்பது யாருக்கும் தெரியவில்லை"

மேலே கண்ட ஐ X ஃ என்ற எழுத்து உயிரிகள் நிஜ வடிவமா? அல்லது கதையின் பிராந்தியத்தில் தோன்றி மறையும் மொழி சாத்தியப்பாடுகளா? என்ற புதிர்மையில் கதைப்பிரதி வாசிக்கப்படுகிறது. இதன் கதைசொல்லியை ஓவியமாக ஐ யோ அல்லது ஃ கா என்ற இருவரில் யார் தீட்டுகிறார்கள் என கதை இறுதியடைகிறது.

5

மொழிவழிக் களவுப் பிரதியாக்கமாக பாலசுப்ரமணியனின் "கனவு மிருகம்" தொகுப்பு உருக்கொள்கிறது. கதை இன்னதொன்று வசப்படாமல் புதிர்மையுள் சுழிக்கும் கதையாடல்களாக வருகின்றன. கதைப்பிரதியில் வாசிப்பின் பிடியிலிருந்து தப்பியோடும் மறைத்தன்மை கொண்ட குறியீடுகள் நிறைந்திருக்கின்றன. ஒவ்வொரு கதைப்பிரதியை வாசித்து வெளியேறும்போது ஏதோ மற்றொன்றை வாசிக்க மறந்துவிட்டோம் என்பதாகப் படுகிறது. அப்படி நமது வாசிப்பின் மறதியில் இக்கதைகள் படிந்திருக்கின்றன.

உண்மையின் மரணமும்; பொய்மையின் மரணமும் டிலன் தாமஸின் கவிதைக்குள்...

காணுதலில் முதல் தட்டுப்படும் தாவரத்தின் வண்ணதிற்கு அப்பால் அதன் உடலியம் நமது அறிதலில் பதிவதில்லை. மண்ணுக்கும் வானுக்கும் இடையில் தளிர்களின் லயசுவாசம் நர்த்திக்கிறது. அதன் தவழும் அசைவில் காற்றுடன் கூடியாடும் உயிரின் அசைவாட்டத்தை அறியமுடிகிறது. பேரியற்கையின் இராட்சத மூச்சிற்குள் இசைவாய் கரையும் தாவர லயத்தை மனம்xஅறிவு எனும் பகுப்பிற்குள்; நமது பிரித்தறிதலின் அறியாமை தேங்கி நிற்கிறது. காட்சிகளின் இயைபுக்குள் முரண் துடிப்பிற்குள் சயனித்திருக்கிறது. தர்க்க அறிவிற்குள்ளும் பிணக்கு தனது எதிரிடைகளுடன் உரையாடிக் கொண்டிருக்கிறது.

கவிதையின் சொல்லுதலின் துவக்கப் புள்ளி; அ—தர்க்கத்தின் இருள்வலைக்குள் தன்னைக் கரைத்து இழந்து விடுகிறது. தானாக சிக்குண்டிருக்கும் மொழி உயிரி; வாசக தர்க்கத்தில் விடுபடுகிறது. நுண்ணுயிரியின் கருவின் மேனியைச் சுற்றிப் பின்னபட்ட குறிகளின் நிழலாட்டம்தான் கவிதையின் மொழியுடல். ஒளியின் நிழலில் நின்று கவிதையின் நிழலாட்டத்தைக் கண்டு உய்த்துணரும் தருணங்களில் கவிதையும் அதன் பொய்ம்மையுருவமும் ஒன்றையொன்று பதிலிப்படுத்தி நம்மைத் திகைக்க வைக்கிறது.

வார்த்தைகள் பொருளின் மரண நிழலாகப் படர்கிறது. வாழ்வும் அதன் மரணமும் சொற்படிமங்களிலும். உருவகங்களின் முரணியக்கத்தில் செழிக்கிறது. கவிதையின் முழுமை என்பது அதன் நொறுக்குண்ட பகுதிகளில் கணக்கிலடங்கா துகள்களாய் விரி—வியுள்ளன. முகத்திற்குள் நிழலாடும் அகமுகமாக — உண்மையின் அகம் பொய்மையுள் பதுங்கியுள்ளது.

பொய்ம்மை என்பது; 'மெய்ம்மை' என்ற ஒற்றை வகைமையைத் துறந்த உண்மையின் வெளியாகிறது. உண்மையின் மரணமும்; பொய்ம்மையின் மரணமும் எங்கு நிகழ்கிறது என Dylan Thomas தன் கவிதையொன்றில் உரையாடுகிறார்...

> This side of the truth,
> You may not see, my son,
> King of your blue eyes
> In the blinding country of youth,
> That all is undone,
> Under the unminding skies,
> Of innocence and guilt
> Before you move to make
> One gesture of the heart or head,
> Is gathered and split
> Into the winding dark
> Like the dust of the dead.

இங்கு உண்மை/ பொய்ம்மை என்பது ஒரு அற்றுபோதலின் இறுக்கத்தில் இருப்பதாகத் தோன்றுகிறது. இதயம்—மனம் என்ற இருமைப் பிளவு என்பது சேகரமாகி சிதைவதாய் கவிதை நம்முடன் பேசிப்பார்க்கிறது. மரணத்தின் பொடிமணலுக்கு ஒப்பாக இரண்டுமே விரவிவிடுகிறது. சிந்தனையற்ற தருணத்தில் முறுக்கப்பட்ட இருளில் கவிதை பளிச்சிடுகிறது. கவிதையென்பது இந்த ஊடாட்டத்தின் கொண்டாட்டத்தில் நிகழ்வதா?

> Good and bad, two ways
> Of moving about your death
> By the grinding sea,
> King of your heart in the blind days,
> Blow away like breath,
> Go crying through you and me
> And the souls of all men
> Into the innocent
> Dark, and the guilty dark, and good
> Death, and bad death, and then
> In the last element
> Fly like the star's blood,

கவிதையில் தொடர் உறுப்புகளாக சொல்லப்படும் Good/Bad/ Innocence/Guilt/You/Me ஆகியவை படைப்பாக்கத்தின் இழைகளாக முறுக்கப்பட்டு (tensor) நீளுதலாக உருமாறுகிறது. மனித கூட்டு ஆன்மாவின் சுயநகை இங்கு வெளிப்படுகிறது.

Like the suns tears,

Like the moon's seed, rubbish

And fire, the flying rant

Of the sky, king of your six years.

And the wicked wish,

Down the beginning of plants

And animals and birds,

Water and light, the earth and sky,

Is cast before you move,

And all your deeds and words,

Each truth, each lie,

Die in unjudging love.

விதையின் கருவிற்குள் ஒளி துஞ்சுகிறது. பருவங்களைப்போல் மனதின் தட்பம் கவிகிறது. உள்—நோக்கற்ற வியாபகத்தன்மை என்ற இருமை நிலையிலிருந்து கிளைத்து சுற்றிக் கொள்கிறது வடிவமற்ற தாவரக் கொடி.

வாழ்வின் எதிர்மைகள் இறுக பின்னிக் கொள்கின்றன. பரிமாற்றத்தில் மட்டுமே அறியப்படும்; அறிதலின் பரிசோதனைக்குச் சிக்காது குழையும் 'அன்பின் பிணைப்பு'. நுணுகி ஆழ்ந்து தன்னுணர்வற்ற பிரவாகமாகிறது. ஒவ்வொர் உண்மையும்—பொய்மையும்; நரித்தனமிக்க செயலும், வார்த்தைகளும்; அறியப்படாத அன்பிற்குள் அகாலமாகி மூச்சிழக்கிறது.

"This Side of the Truth"
-Dylan Thomas-
(Selected Poems)

இயற்கையில் தன் நுண்ணுணர்வைப் பதிலிப்படுத்தல் - பழநிபாரதி

1

எழுதப்படும் கவிதையின் மொழிவடிவத்தையும் அதன் முந்தைய மொழி நிலையையும் துடைத்தழித்தல் என்பது பிரதியாக்கத்தின் செயல்பாடுகளில் ஒன்றுதான். பொருண்மையைப் புறவயப்படுத்தும் குறிகளாகவே (SIGNS) சொற்கள் பயன்படுகின்றன. கவிதைசொல்லியின் மொழிதல், பருண்மை கொள்வதற்கும், கொள்ளாததற்கும் இடையில் ஒருவித ஈர்ப்பு வினையாற்றுகிறது. அதன் வெளிப்பாடாகவே கவித்துவம் என்பது கட்டமைக்கப்படுகிறது.

ஆக 'கவித்துவம்' என்ற சொல் சுட்டும் பொருள் எழுதுதலைக் குறிக்கிறதா அல்லது வாசகனின் உணர்வெளியில் தோன்றும் அனுபவக் காட்சிகளைக் குறிக்கிறதா என்ற வினா தொடர்ச்சியாக நம்முள் இருந்துகொண்டே தான் இருக்கிறது. ஆதலால் முற்றுப்பெறாத தேடலே கவித்துவம் என்பதாக பொருள் கொள்ளலாம் எனவும் தோன்றுகிறது. எழுதுதலின் மீதுள்ள உடலிய வேட்கை கவிதைசொல்லியின் உள்ளிருக்கும் ஆற்றலாக செயல்படுகிறது.

மொழி வடிவம் பெறும் முன்புள்ள நிலையில் கவிதையின் உருவாக்கம் நிகழ்ந்தாலும், அது எழுத்தாகப் பருண்மைப்படும் நிலையில்தான் வாசிப்பிற்கான முதல்கணத்தைத் திறக்கிறது. அந்தப் புள்ளியில் இருந்தே யாவும் புலப்படுகின்றன. கலையும் புகை போன்ற முன்னிலையைக் கொண்டது. பொருண்மையும்/ பொருள் கொள்ளலும், அறுதியிட்டுக் கூறுதல் என்பதும் கவிதைப் பிரதிகளுக்குச் சாத்தியமாகாது. ஆகையால் “எதனைக் கொண்டு எதைக் குறிக்கலாம்” என்ற பிரதியியல் தொழில்நுட்பமே கவிதையியல்.

உள்ளத்தின் ஆழத்தில் நீந்திக்கொண்டு; அவ்வப்போது மேற்பரப்பிற்கு வந்து செல்லும் சில தனியுணர்வுகள் மொழிவயமாய் வெளிப்படுகையில் ஒருவித புறத்தன்மையைப் பெறுகிறது. அவ்வாறு உருமாற்றம் அடைதல் அல்லது பரிமாற்றம் நிகழ்தல் என்பது என்னவாக காட்சியளிக்கிறது? குறியீடுகளாகவோ, படிமங்களாகவோ, உவமேயங்களாகவோ நம்மால் உள்வாங்கப்படுகிறது. கவிதை சொல்லியின் மனப்பரப்பு அவனது வாழ்நிலத்தின் வரைதோலாக மாற்றமடைகிறது. அதில் இயற்கையின் உயிர்ப்பன்மை — ஒற்றைச் செல்லு—யிரி முதற்கொண்டு பல செல்லுயிரிகள், தாவரங்கள், விலங்கினங்கள், நீருயிரிகள், பறவைகள், ஊர்வன யாவும் உணர்வின் பொருள்கோளுக்கான பதிலிகளாக பிரதிகளில் உயிர்க்கின்றன. ஒன்றின்மீது ஏற்றிவைத்துப் பாடுவது என்பது தமிழ்க் கவிதை மரபின் விலகாத இழையாக இருந்து வந்துள்ளது. அது இந்நாள்வரை நவீன கவிதைவரை நீள்கிறது.

இதையொரு மரபாகச் சொல்லத் தோன்றவில்லை எனக்கு. மாறாக கவிதையாக்கத்தின் தொழில்நுட்பமாகக் காண நேரிடுகிறது. கவிதைப்பிரதியின் குரல் என்பது மூன்றுவகையான நிலைகளிலிருந்து வெளிப்படுகிறது எனலாம். ஒன்று—கவிதை சொல்லியின் இயல்பான எதார்த்த நிலை, இரண்டு—மனோவிய எதார்த்தம், மூன்று—மனோரீதியான கற்பனா நிலை என்பதில் பழநிபாரதியின் கவிதையாடல்கள் மேற்குறித்த மூவகையிலும் சேரக்கூடியவை. அதில் பிரத்யேகமாக கற்பனா நிலையை நோக்கியவை அதிகம் இடம்பெறுகின்றன.

பழநிபாரதியின் கவிதைகளின் மையப்பண்புகளில் ஒன்றாக இயற்கையில் தன் நுண்ணுணர்வைப் பதிலிப்படுத்துவதாக அமைகிறது. உள்ளுணர்வை நேரடியாகச் சித்தரிக்காமல் அதைப் பருண்மையான உயிர்வடிவங்களால் சித்திரப்படுத்துகிறார். மேலும் வலைப்பின்னலைப் போல் உணர்விழைகள் அமைப்பாக்கம் பெறுகின்றன. கவிதைசொல்லியின் குரல் அகத்திலிருந்து x புறவெளிக்கும் புறவெளியிலிருந்து x அகப்பரப்பிற்கும் ஒலிக்கப்படுகிறது. இதன்வழியே உருக்கொள்ளும் 'பாவம்' பழநிபாரதியின் பிரதிகளில் தனியிடத்தைப் பெறுகின்றன. இதிலொரு நாதமார்ந்த பண்பும் தொடர்கிறது. இதை இவருடைய கவிதைகளின் 'தொனி' எனச் சொல்வதைக் காட்டிலும் 'பாவம்' என்பதே பொருத்தப்பாடுடையது. ஏனெனில் பிரதிக்கும் x வாசகனுக்கும் இடையில் நிகழ்த்தப்படும் பாவங்களாகவே கவிதைகள் உள்ளன. கவிதையின் உள்அடுக்கை புறஅடுக்கை வைத்தே விளங்கிக்கொள்ள முடிகிறது. இது இவரது எழுத்துமுறை.

நீ வரைந்த கோலம்தான்
நீயே உன்னை
வரைந்ததுபோல
உனக்குள்ளிருந்த கிளிகள்தாம்
வெளியில் வந்து
உட்கார்ந்திருக்கின்றன

கிளிகளுக்கு நடுவே
நீ இறக்கிவிட்ட குழந்தையைப்போல
உன்னை அண்ணாந்து பார்க்கும்
பூசணிப் பூ

உன் கற்றைக் குழலில் சரியும்
ஒற்றை முடியைப் பிடித்துக்கொண்டு
ஜிமிக்கியில்
ராட்டினம் சுற்றும் காற்று

நீ கோலமிட்டு
நிமிர்வதற்குள்
எத்தனை விளையாட்டு
எம் பாவாய்

மேலே உள்ள கவிதையைப் பாருங்கள். இதில் உள்ள 'உனக்குள்ளிருந்து' x 'எம்பாவாய்' என்ற சொற்கள் திறவுகோல்களாக இயங்குகின்றன. உன் / நீ / உனக்குள் என்று கவிதைசொல்லியின் தன்னிலைக்கு ஓர் எதிர்நிலை கட்டமைக்கப்படுகிறது. அந்த எதிர்நிலையினை நோக்கியே கவிதையாடல்கள் யாவும் செலுத்தப்படுகிறது. இதன் வழியில் கவிதையின் நவிலல்முறை அகப்பரப்பை உருப்பெறச் செய்கிறது.

இதோடன்றி விவரிக்கவியலாத வாழ்வியல் உணர்வினை உயிரியாக மாற்றி அதாவது கவிதையின் அலகாக எழுதுமிடங்கள் மேற்குறித்ததில் நிறைந்திருக்கின்றன. 'உனக்குள்ளிருந்த கிளிகள்தாம் வெளியில் வந்து உட்கார்ந்திருக்கின்றன' என்ற வரி ஒரு விநோதமான கவிதையாடல் சூழலை ஏற்படுத்துகிறது. 'உள்' என்ற சொல் பொதுவாக அரூபமான அல்லது உணர்நிலையின் நிகழ்விடத்தைச் சுட்டுவதாக இருக்கும். ஆனால் அதை

முற்றிலுமாக அழித்துவிட்டு அல்லது பெயர்த்து விட்டு 'கிளியை' அதற்கான பதிலியாக மாற்றுகிறது. 'வெளியே' என்ற சொல் — சுட்டும் புறத்தில் உள்ள கிளிகள் உள்ளே உட்கார்ந்திருந்தவை எனும்போது; அதன் உடலியமும் உணர்வின் அரூபமும் வாசகனைப் புதிர்மைக்குள் ஆழ்த்துகிறது. 'நீ வரைந்த கோலம்தான் நீயே உன்னை வரைந்தது போல' என்ற வரி 'தன்னிலை' அல்லது 'தான்' என்பதை எழுதுவதன் மூலம் கட்டமைக்கிறது. எழுதுதல் என்பது 'தன்னையே தான்' எனப் பொருள்கொள்ள வைக்கிறது. 'தன்னையே எழுதும் தான்' என்ற பதம் நம்மைக் கிளியேந்தும் ஒரு கவிதை இறைமையை நினைவுகூர வைக்கிறது.

கவிதை தன் சுழற்சியில்... எம் பாவாய் எனக் கடைசி வரியிலிருந்து மேலாக வாசகனைப் பயணிக்க அழைக்கிறது.

உன் சிணுங்கல்கள்
அப்போது
பறவைகளாக மாறின

என இது வேறு சில கவிதைகளிலும் தொடர்கிறது.

2

பொதுவாகவே கவிதைப் பிரதிகளில் காணப்படும் காட்சித்தன்மை, மனம் / உடல் என்ற இருநிலைகளை இணைவுறுத்தும் புள்ளியாக இயங்கி வந்துள்ளது. காணுதல் என்பதும்கூட அதன்வழியே உள்வாங்கப்பட்ட அதீத— உணர்வை, அன்றி வெளிப்படுத்த இயலாத பேருணர்ச்சியைத் தாங்கி நிற்கும் கவியுளம் எவ்வாறு தன்னை மொழிந்து கொள்கிறது என்பது புதிர்மையானதாகும். தன்முன்னே விரிந்து படர்ந்து செல்லும் புலத்தையும் அதன் பெருவனப்பையும் மனதின் எல்லைக்குள் அடக்கிவைக்க முடியாது. அதேசமயம் அதை மொழிரீதியாகப் புறவயப்படுத்துவதும் சிரமமானதே. இருப்பினும் கவிதை எழுதுவோர் இதைத் தவிர்ப்பதில்லை. கூடியவரையில் தங்களது உணர்புலத்தை பிரதியில் படிசெய்ய விரும்புகின்றனர். இச்செயல்பாட்டில் விடுபடுவைகளுக்கும் அகப்படுபவைகளுக்கும் மத்தியில் அழிந்தும் அழியாமலும் பல அடுக்குகள் உருவாகுகின்றன. அந்த அடுக்குகளில் தாம் கவித்துவமானது உலவுகிறது. அகப்படுபவை பிரதியாகவும், அழிந்தவை பொருண்மையாகவும் மாறுகிறது.

இவ்வண்ணமாகக் கவிதைசொல்லிxவாசகன் இணைவு செயல்படுகிறது. குறிப்பாகப் பொழுதைக் காட்டிலும் நேரம்

என்ற சொல்லே கவிதையில் மாற்றுப்பொருளை உரைக்கிறது. இதில் Deviation/Effacement என்பது மொழிக்கட்டமைப்பின் வழி சம்பவிக்கிறது. எழுதுவோனின் விழிப்பும் xநனவிலியும் சரிசமமாகக் கலக்கிறது.

இந்த வைகறை
உன்னிடமிருந்து துயிலெழுகிறது
ஒளி உன்னால் அறியப்படுகிறது
முதல் மலர்களின்
நறுமணத்தை நுகர்ந்தபடி
விடைபெற்ற நட்சத்திரங்களில் ஒன்று
கடைசியாக
உன்னைத் திரும்பிப் பார்க்கிறது

பறவை மொழிகளின்
வர்ண அலைமோதலில்
நீ ஒரு வெண்ணிறக் கமலமாய்
விரிந்துகொண்டே இருக்கிறாய்

'ஒளி உன்னால் அறியப்படுகிறது' என்ற தொடர் எழுப்பும் மட்டற்ற தன்னெழுச்சியுடன் கவிதையின் முதல்பத்தியின் முன்னிரு வரிகள் 'உன்னிடமிருந்து துயிலெழுகிறது' மற்றும் 'இந்த வைகறை' என்பதை முன்னும் பின்னுமாகப் பிரித்துப் பொருள்கொள்ள விழைகிறேன். இந்த வரி வைகறை என்பதைப் பொழுது என்ற மனோநிலையிலிருந்து விலக்கி நேரமாக மாற்றுகிறது. துயிலெழுதல் என்பதுடன் இதைப் பொருத்தினால் வைகறை என்பது துணைப்பொருளாகவே பாவிக்கப்படுகிறது. மேலும் பிரதியில் நிகழும் கவிதையாடலின் தொடர்ச்சியில் 'உன்னைத் திரும்பிப் பார்க்கிறது' என 'விரிந்துகொண்டே இருக்கிறாய்' என நேர உணர்வை எழுப்பிச் செல்கிறது. முழுக்கவிதையின் வாசிப்பனுபவத்திலிருந்து இது கசிகிறது. இங்கு மேலே எடுத்தாண்டிருக்கும் சிறுதொடர்கள்/படிமங்களின் குறியீடுகளின் உறைதன்மையை எப்படி நெகிழவைக்கிறது என்பதை வாசித்துப் பாருங்கள். முதல் வாசிப்பில் தோன்றும் பிரமிப்பான காட்சித்தன்மையில் உள்ளார்ந்திருக்கும் பொழுது என்ற உணர்வு அந்தந்த பத்தியின் இறுதி வரிகளில் நேரம் என நம்முள் நிற்கிறது. இதனை 'நிகழ்கணம்' எனப் பொருள் கொள்ளலாம். அதாவது காலஇயக்கத்தின் இயங்கு நொடிகளின்

நகர்வுகளாக இவை பதிகின்றன. பழநிபாரதியின் பல கவிதைகளில் இவ்வுணர்வே மேலிடுகிறது. இதை நான் இவ்விடத்தில் பொதுமைப்படுத்த விரும்பவில்லை. ஒரு வாசகனாகவும், திறனாயும் மனோபாவத்துடன் பயணிக்கையில் எனக்கு நேர்ந்தவை இவை.

3

பூக்களோடு சேர்த்து
அதன் இலைகளையும்
மிதக்கவிட்டிருந்தாள்
பூக்களைவிட இலைகள்
எவ்வளவு அழகாக மிதக்கின்றன
பாருங்கள் என்றாள்

அழகாக மிதக்கும்
அதன் வேர்களை
அவள் கண்களில் கவனித்தேன்

வாழ்விடத்தின் வெளிப்புறத்தில் காணக்கிடைக்கும் சில இயல்பான காட்சிகளின் அகவெழுச்சியைப் பெறும் தருணங்கள் பலவற்றை தொலைதலுக்கான தருணங்களாகவே நாம் பழகியிருக்கிறோம். எழிலார்ந்த கவிதையாடல்களில் அதை உள்வயப்படுத்துவதும் கவிதையாக்க உத்தியாக வழங்கப்படுகிறது. காதலைப் பற்றிப் பேசும் பிரதிகளிலும் இறைமையைப் பற்றிப் பேசும் பிரதிகளிலும் இவை மிகைத்திருக்கின்றன. இருப்பினும் இவ்வுத்தியில் என்றென்றைக்குமான கவித்துவச் சாத்தியப்பாடுகள் இன்றுவரை மறையவில்லை. வேட்கையின் விழைவை வெளிப்படுத்தும் முறைகளிலும்/உடலியத்தை இயற்கை வடிவங்களோடு பிணைக்கையிலும் அசாத்தியமான கவிதை வெளிப்பாட்டை பழநிபாரதியின் கவிதைகள் பெற்றிருக்கின்றன.

எடுத்துக்காட்டாக மேலே நான் எடுத்தாண்டுள்ள கவிதையின் பகுதியில் ‘வேர்களை அவள் கண்களில் கவனித்தேன்’ என்ற இடத்தில் பெண்ணிய உடலியத்துள் இயற்கையின் மூலக்கூறான அல்லது ‘குறியாக’ (SIGN) அவளது கண்களில் கவனித்தேன் என்பதில் நுண்சித்திரத்தின் அணுக்க அழகியல் வாசிப்பில் கிட்டுகிறது. புறப்பருண்மையை/அகவுருவாக எழுதும் கவிதைகளில் ரொம்பவும் விநோதமான கவித்துவம் புலப்படுகிறது. பொதுவாக

ரொமாண்டிசிசக் கவிதையாக வெளித்தோற்றத்திற்குத் தோன்றினாலும் மொழியின் ஆழத்திலுள்ள பண்புக்கூறுகள் குறியீட்டாக்கம் செய்யப்பட்டுள்ளது.

இதற்கான இடம் நவீனக் கவிதைப்பரப்பில் இல்லாமல் போவதில்லை, ஏனெனில் மனித மனத்தில் ரொமாண்டிசிசக் கூறுகள் இன்றளவும் நிழலாடிக் கொண்டுதான் இருக்கின்றன. குறிப்பாக நவீன ஆடைகளின் மிகைவண்ணச் சேர்க்கைகளில் இது தென்படுகிறது. இதையொரு மறுஒப்பனை செய்து கொள்ளல் எனலாம். இந்நிலையில் கவிதையும் தன் பல்வேறு பண்புகளை மீளுருவாக்கம் செய்வது ஒன்றும் புதிரானதல்ல. மேலும் கவிதை என்பது ஒற்றை வகைமைக்குள் அடங்குவதுமல்ல. பன்மைக் கவிதையாடல்களின் சேர்க்கையே கவிதையாக்கம். எழுத்து வகைமைக்குள் ஒற்றைமுகமென எதையும் பொதுமைப்படுத்துவது தவறான கையாளுதல் எனக் கருதுகிறேன். மொழிவெளியில் அனைத்து வகைமைகளுக்கும் வெளிப்பாடுகளுக்கும் போதுமான வெளி இருக்க வேண்டும் என்பது நவீனத்துவத்திற்கு பிந்தைய நிலைப்பாடு. கவிதை தனது வடிவத்தை மீள்புனைந்து புதுக்கிக் கொள்கிறது. அந்த வகையில் வடிவங்கள் / உத்திகள் / எழுதுமுறைகள் என அவ்வளவும் மறுஒப்பனைக்கு உட்பட்டதே.

அதிகாலையின் பொன்னொளி
அணிலாக விளையாடியது
கிளையில் சரசரவென்று ஓடியது
கனியில் பற்தடம் பதித்தது
பார்த்துக்கொண்டேதான் இருந்தேன்
எங்கென தெரியவில்லை
அது வந்து போன தடம்

4

உடல் மறுபுனைவு செய்தல் நவீன வாழ்வின் உடனிகழ்வாக மாறியுள்ளது. மேனியெங்கும் விசித்திரமான வடிவங்களையும் / சொற்றொடர்களையும் பச்சைகுத்திக் கொள்வது இயல்பாகவே பார்க்கப்படுகிறது. அதன் மனோவியம் என்னவென்ற வினாவிற்கான பதிலுரையாக எதைச் சொல்வது? காலம் / வெளி / உடல் / மொழிக்கதையாடல்களுக்கு இடையில் நீங்காத இடையாட்டம் தொடர்ந்த வண்ணமாக உள்ளது. அதன் தொடர்ச்சியாக உடலியத்தையும் அது சார்ந்த கருத்தியல் சட்டகத்தையும் கீழறுப்புச் செய்யும் விதமாக இவ்வுடலியல்

மறுஒப்பனையைக் காண நேரிடுகிறது. இது தன்னையும் அறியாமல் எழுத்தில் நுழைந்து விடுகின்றது. வாழ்புலத்தில் எதிர்ப்படும் வழக்கத்திற்கு

மாறான குறியீடுகள் ஆழ்மனத்தில் தங்கிவிடுகின்றன. அவை பிறன்நிலையைப் பற்றி எழுதும்போது இடம்பெற்று விடுகின்றன.

அவளுக்குள் தளும்புவது
அலைபுரளும் கடல்நீலம்
சாம்பல்புகை மூச்சுவிடும்
எரிமலையின் கணற்சிவப்பு
வரைகிறாள்
இரவின் விளிம்புகளை
வரைய முடியாது
பெண்சிலை
அலுப்புடன் வீசியெறிகிறாள்

உடல் முழுவதும்
இரவின் கோடுகள்
அவளை
ஒரு வரிக்குதிரையாக
வரைந்துகொண்டிருக்கிறது

உடல்/இரவு/கோடுகள் என்பன வரிக்குதிரைகளாக எப்படி உடலியத்தை மறுஒப்பனை செய்கிறது என்பதை அறிய இந்தக் கவிதையை வாசித்துப் பாருங்கள். தன்னிலை மறதியில் எழுதுதல் என்பது அவளது நாடகீயமான அவளது உடலை ஒரு வரிக்குதிரையாக வரைந்து செல்கிறது. கவிதையில் இயங்கும் நனவிலி மொழியே உடலை எழுதிப் பார்க்கிறது. அதிகவனமாக வாசித்தால் முதல்பகுதியில் பென்சில் தீற்றலில் துவங்கி, பின்னர் விழிப்புறும் தன்னிலை மறைந்து போகிறது. மீண்டும் தன்னிலைக்குத் திரும்புகையில் வரிக்குதிரையாக அவளைக் காண முடிகிறது. இப்படியான பிரதிகளில் பழநிபாரதியின் நனவிலியின் மொழி செயல்படுகிறது.

5

இரவின் குளத்தில்
ஒவ்வொரு நட்சத்திரமாக
எறிந்தேன்

கடைசி நட்சத்திரத்தை
சற்று நேரம்
உள்ளங்கையில்
உருட்டிக்கொண்டே இருந்தேன்

பிறகு
வெறுமையை நோக்கி
வீசியெறிந்தேன்
இந்தக் கவிதையில்
தண்ணீர்பட்டு அழிந்திருக்கும்
சிலவரிகளை
இனி
நீ மட்டும் தான்
வாசிக்க முடியும்

இக்கட்டுரையின் துவக்கத்தில் நான் சுட்டியிருந்ததைப் போல, துடைத்தழித்தல் மற்றும் அதன்வழியே உருக்கொள்ளும் அழிப்பாக்கப் பிரதிகளாக பழநிபாரதியின் கவிதைகளையும் காண்கிறேன். இதுவும் கவித்துவத் தொழில்நுட்பம்தான் அழிப்பாக்கத்தின் பகுதிச் சற்றே இருண்மையானதாக இருந்த போதிலும், உன்னித்து வாசித்தால், மொழிக்கு முந்தைய நிலை x எழுத்தாக்கம் பெற்றுவிட்ட நிலை என இரண்டாகப் பிரிக்கலாம். இவற்றுக்கிடையில் நடக்கும் ஊடாட்டத்தில் கவிதைசொல்லி x வாசகன் என்ற பிரதியியல் புள்ளிகள் தமக்குள் நிகழ்த்தும் பரஸ்பர பகிர்வின் ஏதோவொரு குருட்டுப் புள்ளியில் கவிதைக்கான 'நிகழ்களம்' நிலைகொள்கிறது. "தண்ணீர்பட்டு அழிந்திருக்கும் சிலவரிகளை இனி நீ மட்டும்தான் வாசிக்க முடியும்" என்ற வரியில்... நவீனக் கவிதையியலின் ஒரு முடிச்சை அவிழ்த்துவிட்டு தென்பட்டும் தென்படாமலும் புகைகின்றது பழநிபாரதியின் பிரதிகளின் குரல்.

வாசக மனங்களை பெருங்கதையாடல்களின் பிடியிலிருந்து விடுவிக்கும் ஜமாலனின் திறனாய்வுச் சட்டகம்

இன்றளவும் சில சிறுகதைகள் வாசகர்களிடம் தனது ஈர்ப்பை இழக்காமலிருக்கின்றன. அதில் மிகமுக்கியமான பிரதிகளை எழுதியவர்களில் மௌனியையும், புதுமைப்பித்தனையும், கு.ப. ராஜகோபலனையும் குறிப்பிட்டுச் சொல்லலாம். இவர்களது கதையாடல்களின் ஊற்றுபுள்ளியாக அமைந்திருக்கும் சொல்லாடல்களின் களம் என்பது முக்கியமானதாகும். அதனை அறிந்துகொள்ள நமக்கு கிடைத்திருக்கக் கூடிய பருண்மையான தடயங்களாக அல்லது சமிக்ஞைகளாக அவர்களது சிறுகதைகளே உள்ளன. அப்பிரதிகளின் இயக்கத்தில் ஒலிக்கும் குரலினூடே பயணித்து பொருண்மையின் உள்ளார்ந்த பண்புக் கூறுகளை கண்டடைந்து விடலாம்.

பிரதியும்xகதைசொல்லியின் குரலும் ஒருவகை இரட்டைகளாக இருக்கின்றன. இவையிரண்டும் வாசகனில் உருவாக்கும் அல்லது கட்டமைக்கும் பொருண்மையின் அனுபவங்கள் பன்மைத் தன்மைகளை உள்ளடக்கியவை. ஒவ்வொருவருக்கும் ஒரு சிறுகதை ஒரே நேரத்தில் ஒரே குறிப்பீட்டைச் செய்வதில்லை. அதனுள்ளே இயங்கும் பல்வேறு பொருண்மை இழைகளின் இணைவுகளில் ஊடாடிக் கொண்டிருக்கின்றது. நாம் எங்கு துவங்கி எங்கு நோக்கி பிரதிக்குள் பயணிக்கிறோம் என்பது முக்கியமானது. ஒருவகையில் பார்த்தால் எழுதப்பட்ட இடத்திலிருந்து புறவெளியை அடையவும், மீண்டும் துவங்கிய இடமல்லாது நிர்ணயமற்ற மொழியனுபவப் புலத்திற்கு வாசிப்பு இட்டுச் செல்கிறது. இதற்கான பயண பாதைகளாக கதையாடல்கள் அமைந்திருக்கின்றன.

பிரதிxவாசகன் என்ற இருநிலைகள் என்பதோடல்லாமல் மற்றொரு வாசக சாத்தியத்தையும், உருவாக்கக்கூடிய ஆற்றலாக திறனாய்வாளர் என்பவரை குறிப்பிடலாம். ஒரு பிரதியின் அல்லது

அதன் வழியே பொருண்மையை ஒலிக்கச் செய்யும், கதைசொல்லி என்பவர் கதையாடல்களை சிறுகதையின் அடுக்குகளாகச் செய்விப்பவர். இரண்டிற்கும் இடையில் உள்ள மொழிவெளியைப் புலப்படுத்தி அதிலுள்ள எண்ணற்ற சாத்தியங்களையும் அது குறிப்பீடு செய்பவைகளை வெளிப்படுத்துபவராக திறனாய்வாளர்கள் உள்ளனர்.

சிறுகதையாளர்கள் தங்களது கதையாடல்களில் முன்வைக்கும் மொழிப்பண்பின் மூலமாக எதை நோக்கி கதையாடல்கள் செலுத்தப்படுகின்றன என்பதை வைத்தே அப்பிரதியின் குரலை நாம் இனம் காண்கிறோம். இதற்கு பின்புலமாக இயங்கும் சொல்லாடல்களின் வலைப்பின்னலில் உள்ள சமூக இணைவும் கூடியே ஒரு சிறுகதையின் களம் அமைகிறது. இது எவ்விடத்தில் மேற்கூறிய இணைவு சாத்தியப்பட்டிருக்கிறது என்பதை நாம் முக்கியமாக கவனத்தில் கொள்ள வேண்டியுள்ளது. இந்த கட்டத்தில் ஒரு சிறுகதைப் பிரதியானது தனது மொழிப்புனைவால் மேற்பரப்பில் ஒரு தோற்றத்தையும், உள்ளகத்தில் வேறொரு தோற்றத்தையும் கொண்டிருக்கிறது. இது ஒருவித நிழலாட்ட தன்மையில் செயல்படுகிறது. வாசகன் உள்ளும் புறமுமாக அதீத நுட்பத்துடன் வாசிக்கையில் இதன் இருவேறு நிலைகளையும் கண்டடைய முடியும். மேற்பரப்பில் உருவாகும் கதையின் விரிவும், உள்ளகத்தே அது கொண்டிருக்கும் மறைத்தோற்றம் என்பது பல்வேறு சொல்லாடல்களின் வலைப்பின்னலோடு உறவு கொண்டதாக இருக்கின்றது. இவ்வாறு சிறுகதைப் பிரதி என்பது தொடர் அவிழ்த்தலுக்கான மொழியமைப்புடைய பரப்பாக விளங்குகிறது. ஒவ்வொரு வாசிப்பையும் அதன் மறுவாசிப்பு அற்றுப்போகச் செய்கிறது. கணக்கற்ற வாசிப்புகளை 'வாசிப்பு சமூகங்கள்' (ஸ்டான்லி ஃபிஷ்) தொடர்ச்சியாக நிகழ்த்திக் கொண்டே இருக்கின்றன. இதன்மூலம் அடையப்படும் கதையனுபவம் அல்லது பொருண்மையின் புலம் என்பது வாசிப்புகளின் அடுக்குகளைக் கொண்ட வரைதோலாக உருமாற்றமடைகின்றது. அதாவது ஒன்றன்மீது மற்றொன்று எழுதப்படுவதுபோல், கதையும் பல்வேறு வாசிப்புகளால் புதிய அதீத — எழுதுதலுக்கு உட்படுத்தப்படுகிறது. இது தொடர்வினையாற்றலாக நிகழ்த்தப்படுகிறது. இதன்வழியே எண்ணற்ற பொருண்மை விரித்துரைப்புகளை ஒரு சிறுகதை பெற்றிருப்பினும், தன்மீது அது மேலுமொரு அடுக்கு உருக்கொள்ள அனுமதித்து கொண்டே தான் இருக்கும். இவ்வித உரைகூட்டும் தொடரில் திறனாய்வாளனும் வாசகனாகவே இருக்கிறான். பின்னர், வரைதோலின் பதிந்திருக்கும் பன்மைகளின் இடையில்

பயணிக்கிறான். அதில் உருவாகியுள்ள இடைவெளிகளில் தனது வாசிப்பைத் தொடர்ந்து தென்படாத பொருண்மை புலத்தை வெளிப்படுத்துகிறான். மேலும் முடிவடையாத பிரதியியல் பயணம் வாசிப்பு என்பதைச் சுட்டுகிறான்.

மௌனியின் சிறுகதைகளை முன்னிறுத்தி கணக்கற்ற வாசிப்புகள் ஏற்கனவே தமிழில் நிகழ்ந்துள்ளன. அவைகளை இரண்டுவிதமாகப் பிரித்தறியலாம். ஒன்று மௌனியை ஒருவகை இலக்கிய உன்னதத்தின் வடிவமாக முன்மொழிதலை உள்ளடக்கியது. மற்றொன்று மௌனியின் பிரதிகளைக் கட்டுடைத்து அதிலுள்ள மனோ—மைய அல்லது உடலிய பண்பிற்கு எதிரான சொல்லாடல்களை வெளிப்படுத்தியவை எனலாம்.

ஆனால், பெரும்பான்மையான வாசிப்புகள் மௌனியின் சிறுகதைகளின் கதையாடல்களின் கவித்துவத்தையும் வடிவ நேர்த்தியை விரித்துரைப்பவையாகவே அமைந்திருக்கின்றன. தமிழ்ச் சிறுகதையின் வரலாற்றில் மறுக்கவியலாத இடத்தை மௌனியின் பிரதிகள் பிடித்துள்ளன என்பதில் எவ்வித ஐயமுமில்லை. பின்னர் தமிழில் தோன்றிய 'அமைப்பியல்' தொடங்கி பின்—அமைப்பியல், பின்—நவீனத்துவம். பின்—காலனிய கோட்பாடுகளின் வழியே உருவாகியுள்ள திறனாய்வு மரபில் எழுதுபவர்கள் பலரும் மௌனியை விவாதித்திருக்கின்றனர். முன்பிருந்து தரிசன வாசிப்புகளால் கட்டமைக்கப்பட்ட 'மௌனி' என்ற அதீத பிம்பமாக்கல் என்பதை பின்னர் எழுதியவர்கள் அவிழ்த்தனர். இதையொரு நிலைப்புள்ளியாகக் கொண்டு திறனாய்வாளர் ஜமாலன் இப்போது மௌனியின் சிறுகதைகள் குறித்த தனது நெடிய வாசிப்பை நூலாக எழுதியுள்ளார். இந்நூல் மூன்று பகுதிகளாக அமைக்கப் பெற்றுள்ளது.

1. மௌனியின் 'சிந்தாந்த' வடிவ கணிதம்

2. மௌனி கதைகள் — ஒரு எதிர் வாசிப்பு

3. மௌனியின் இலக்கியாண்மை

என இந்நூல் மூன்று கோணங்களில் மௌனியின் பிரதிகளை அணுகுகிறது. சிறுகதைகளில் உள்ளார்ந்து அதனைக் கட்டமைக்கும் சொல்லாடல்களில் எவை ஒரு குறிப்பிட்ட சிந்தாந்தத்தை நோக்கி மொழியை செலுத்துகிறது என்பதை இங்கு ஜமாலன் எழுதியிருக்கிறார். அச்சொல்லாடல்களின்

ஆழத்தில் நிலைகொண்டுள்ள பெருங்கதையாடல்கள் எவை? என அறிய இந்நூல் விழைகிறது. எத்தகைய பின்புலத்திலிருந்து எழுதப்பட்டுள்ளது என்பதை அறிய எதிர் அரசியல் வாசிப்பின் மூலம் கட்டுடைத்து காட்டும் வாசிப்பை ஜமாலன் செய்துள்ளார். இதன்மூலம் வாசக மனங்களை பெருங்கதையாடல்களின் பிடியிலிருந்து விடுவித்தல்; மேலும் இத்தகைய பிரதிகளில் பயின்று வந்திருக்கும் தனித்தன்மையான கதையாடல்களின் கவித்துவம் எவ்வாறு மௌனியின் இலக்கியாண்மையை உருவாக்கியுள்ளது என்பதையும் விளக்குகிறார். மௌனியின் சிறுகதைகளை ஒரே நேரத்தில் மூன்று வெவ்வேறு புள்ளியிலிருந்து பிரித்தெடுக்கிறார், இதன்வழியே ஒரு பிரதி மீதான ஒற்றையாய் குவிந்திருக்கும் கவனத்தைக் கட்டமைத்தவர்களின் வாசிப்புகளை ஜமாலன் கீழறுப்பு செய்கிறார். மூன்றாக அவிழ்க்கப்பட்டு அதன் உள்ளமைவுகள் தெளிவாக நமக்கு புலப்படுத்தப்படுகிறது.

“மௌனி என்கிற பிரதியைச் சுற்றி ஒருவகை ‘ஒளிவட்டம்’ அல்லது மௌனிக்குப் பிடித்த ‘பயங்கரத்தின் கவர்ச்சி’ அல்லது ‘வசீகரத்தின் பயங்கரம்’ ஒன்று உருவாக்கப்பட்டுள்ளது.”

என்று சொல்கிறார் ஜமாலன். மேலும் ஒருவித பிம்பமயப்படுத்தல் எவ்வாறு நிகழ்ந்திருக்கிறது என்பதையும் இந்நூலில் குறிப்பிடுகிறார். அதாவது பிரதியை உடலாக மாற்றி அதையொரு இலக்கிய அதிகாரத்திற்கான பெரும்படிமமாக்கல் இங்கு செய்யப்பட்டிருக்கிறது. மௌனியின் கதையாடல் மொழிப்பாங்கின் வசீகரம் என்பது எவ்வாறு தெளிவின்மையை கொண்டிருக்கிறது என்பதையும் விளக்குகிறார்.

“புற உலகு அறிவாலும் அக உலகு உணர்வாலும் அறியப்படுவதாகவே சொல்லப்பட்டு வந்ததற்கு மாற்றாக, மொழியின் எதிர் அமைவில் (அதாவது, மனோவியக்கத்திற்கு எதிர் நிலையில் வெளிப்பாடு கொள்ளுதல்) ஆளப்பட்டு, இவ்வெழுத்தியக்கங்கள் நிகழ்கிறது.”

என்கிறார் ஜமாலன். இவ்வாறான வெளிப்பாட்டு எதிர்வின் அடித்தளமாக எத்தகைய கருத்தியல்கள் இழையோடுகின்றன என்பதை நாம் இனம்காணும் பொருட்டு சில ஐயங்களை எழுப்ப வேண்டியுள்ளது அவசியமாகிறது.

“ஆக மேற்சொன்ன இந்துமத ‘தரிசனம்’ ’மோட்சம்’ ‘பாரம்பரியம்’ பண்பாட்டு விழுமியங்கள் மீதான பேரார்வம், சமஸ்கிருத கலாச்சாரத்தையும், அதன் தத்துவ தரிசனங்களை

உயர்த்திப் பிடித்தல் மற்றும் பிராந்திய (தமிழ்) தேசியங்களை மறுதலித்தல், பிராந்திய (தமிழ்) பண்பாட்டிற்கு எந்தவித வெளியும் கொடுக்காமை!!."

"மௌனியின் எழுத்து, அதன் ஆழ்தளத்தில் தேசிய அரசியலுக்கான அகவெளியுடன் உறவுடையதாக இருக்கிறது. அல்லது மௌனிவகை மனிதர்களுக்கான நிலம் எது? தமிழகமா? இந்தியாவா? என்கிற கேள்விகளுக்கு இக்கதைத் தளங்கள் முன்வைக்கும் பதில் இந்திய தத்துவ தரிசனங்களின் வழியாக, 'மனித சாராம்சங்களை' நோக்கிய விரிவாக மாறத்துடிக்கும் மனிதர்கள் எனலாம்." – ஜமாலன்.

இலக்கிய பிரதிகளில் பலவற்றிலிருந்து உயிர்க்கும் உயிரிகள் யாவற்றையும் கடந்த சர்வ—வியாபகத்தை விழைவாக்கும் பண்பு சுயமரபின் வேரூன்றல் என்பது அவசியம். அதேசமயம் பண்பாட்டு நிலத்திலும் வேர் பிரதிகளிலும் ஊன்றி பிரபஞ்ச விகசிப்பிற்கானதாக துளிர்த்தெழல் என்பதும் உண்டு. ஆனால், சுயமரபின் எதிரிடையானவையோடு ஏற்படும் பரிமாற்றத்தின் வழியே உருப்பெறும் புலமே இலக்கியப் பிரதிகளுக்கானதாக அமையும். மௌனியின் பிரபஞ்சத் தன்மையின் அடித்தளமாக இருப்பவை எவை என்ற வினாவை ஜமாலன் இந்நூலில் எழுப்புகிறார். இங்கு ஒரு விடயத்தைச் சொல்ல வேண்டும் என்று தோன்றுகிறது. புதுமைப்பித்தன் மௌனியைப் பற்றி கூறியது— மௌனி சிறுகதையின் திருமூலர் என்பதை இங்கு நாம் மனம் கொள்ள வேண்டும். இதை அவர் எந்தப் பொருளில் சொன்னார் எனத் தெளிவாகத் தெரியவில்லை. திருமந்திரம் பல்வேறு தத்துவார்த்த அலகுகளை தன்னகத்தே கொண்டிருக்கிறது.

அதாவது சுயமரபுடன் — மற்றைய மரபுடன் கொண்டிருக்கும் பரிமாற்றத்தினால் உருவாகியுள்ள 'புதிய முகிழ்வை' புதுமைப்பித்தன் சுட்டுகிறாரோ என்றும் எண்ணத் தோன்றுகிறது. இந்நிலையில் ஜமாலன் முன் வைத்திருக்கும் தர்க்கத்தின் அடிப்படையில் மௌனியின் பிரதிகள் மீதான புதிய விவாதத்திற்கு இவை வழிகோலுகின்றன.

மௌனி தனது சிறுகதைகளில் பயன்படுத்தியிருக்கும் வாக்கிய அமைப்பைக் குறித்த பல்வேறு விளக்கங்கள் கூறப்பட்டுள்ளன. ஒருவகையில் இலக்கணத்தின் உள்கட்டுமானப் பண்பின் புறவெளிப்பாடாக வாக்கியத் தொடர்கள் அமைகின்றன. ஒருவிதமான மொழியின் நினைவிலி நிலையில் வெளிப்பாடு கொள்பவை. இதன் ஒழுங்கில்தான் சொல்லாடல்கள்

வாசக மனங்களில் உருக்கொள்கின்றன. ஆனால் இதன் ஒழுங்கமைவுகளைச் சிதறடிக்கும் விதமாக காணக்கிடைக்கின்றன. மௌனியின் வாக்கியங்கள் உருவாக்கம் எவ்வண்ணம் கருக்கொள்கிறது என்பதை அறிவது அவசியமாகிறது. ஏனெனில் பொருண்மையின் உருவாக்கமும் இதனை அடியொட்டியே தோன்றுகிறது, மேற்பரப்பில் சீரற்றதாகக் காணப்படும் பிரதியின் உள்ளமைப்பில் தன்னிச்சையான சீர்மை செயல்படுகிறது. இவை—யிரண்டில் எது பருண்மையான வடிவம்? எது பருண்மையற்றது என அறிவதில் சிக்கல்கள் உள்ளன. இதைக் குறித்த ஜமாலனின் கருத்தைக் காண்போம்

"மௌனியின் தமிழ் மேலோட்டமாக பார்க்கும்போது தமிழ் வாக்கிய அமைப்பிலிருந்து திமிறி, அதன் மரபுகளை மீறிய ஒன்றால், அதர்க்கத்தைக் கொண்டதாகத் தோன்றும், அவரது மொழி, உயர் கணிதத்தைப் போல அதீத தர்க்க ஒழுங்கைக் கொண்டது!!.."

"ஸ்தூலத்தைவிட அரூபமே இவர்களுக்கு விருப்பமான ஒன்று. மௌனியின் எழுத்துக்குள் ஸ்தூலமான மரம் (அத்துவான வெளி) கூட, ஒரு தத்துவச் சொல்லாடலாக அரூபப்படுத்தப்படுத்தப்படுகிறது. ஸ்தூலமான பெண் உடல் (எங்கிருந்தோ வந்தான்) இந்திய சிந்தாந்த மரபுகளான பௌத்த/அத்வைத போராட்டக் களமாக மாறுகிறது."

சிறுகதையின் பிரதியை அரூபமாக்கிவிடும் மொழியும் x வடிவமும் ஒருங்கே மௌனியிடம் செயலாற்றுகிறது. இதை வடிவத்தோடு மட்டுமே ஒப்புநோக்கிப் பேசுவதைவிட; பிரதிகள் சாந்திருக்கும் தத்துவார்த்த கூறுகளையும் கணக்கில் கொள்ளவேண்டும். பொதுவாக ஒரு சிறுகதையை வாசித்து முடித்தவுடன், அது எழுப்பும் உணர்வெளியைக் கூர்ந்து அவதானிக்க வேண்டும். மௌனியின் பெரும்பாலான சிறுகதைப் பிரதிகள் வாசிப்பின் இறுதியில் பிரமையான உணர்வையே எஞ்ச வைப்பவையாக உள்ளன. அவரது கதை உயிரிகள் அனைவரும் தானல்லாத வேறு ஏதோ ஒன்றைச் சுட்டிக் கொண்டிருப்பதாகத் தோன்றும். அதற்கேற்ப அதன் மொழி அடுக்கும் நம்மை ஆங்காங்கே பேதலிக்கும்படி செய்துவிடும் தன்மையுடையவை. வாசிப்பினில் திரளும் வெவ்வேறான உணர்வுவெளி திகைப்பூட்டும்.

"ஆக, அரூபமாக்கலும், அகத்தின் உணர்வாக கருத்தை அறிவதும் யூக்ளிடின் வடிவ கணிதம் மற்றும் பிளாட்டோவின் 'வடிவம்' பற்றிய சிந்தனை அடிப்படையிலேயே உருவாகிறது. பிளாட்டோவின் தூய வடிவங்களைக் கொண்ட பொருளாய

உலகின் நிழல்களாக இருக்கும் வடிவமே, இன்றைய எதார்த்த உலகு என்ற கருத்தாக்கமாக, மௌனியின் புகழ்பெற்ற வாக்கியமான 'எவற்றின் நடமாடும் நிழல்கள் நாம்?' என்பதில் வெளிப்படுகிறது." — ஜமாலன்

"ஒரு கணிதத்தின் புதிரை விடுவிக்க எத்தனை மாறிலிகளை வேண்டுமானாலும் அனுமானம் செய்து கொள்ளலாம். மாறிலிகளின் வாழ்வு பிறிதொரு பதிலீடால் அழிக்கப்பட்டு மாறிக்கொண்டே நகரும் தன்மை கொண்டது. புதிரே முக்கியம். அதன் தீர்வல்ல. தீர்க்கப்படாத கணிதமே உயிர்வாழும் தன்மை கொண்டது." — ஜமாலன்

மௌனியின் சிறுகதைகளில் பலர்போல தோற்றம் கொள்ளும் ஒருவரும், ஒருவனைப் போலும் அலையும் ஒன்றுக்கும் மேற்பட்டவர்களும் உலவுகின்றனர். ஜமாலன் கூறுவது போல் மாறிலிகளாக இருக்கின்றனர். இவர்களுக்குள் ஒலிக்கும் மாறாட்டக் குரல்களும் பதிலீட்டின் பன்மைகளாக ஒலிக்கின்றன. இங்கு நாம் கவனமாக உணர வேண்டியது உடல் என்ற பருண்மையைக் குரல்வழியே அழித்தெழுத முனைகின்றன. கதையாடல்கள் எதனோடும் 'தன்னிலையை' அடையாளப்படுத்திக் கொள்ளாமல் மிதக்கும் நிலையிலேயே சதாகாலமும் இத்தன்னிலை உழன்று திரிகின்றது. மௌனியின் கதையாடல்களில் உள்ளார்ந்திருக்கும் மொழிக்கும் x புறப்பருண்மைக்கும் இடையில் ஊன்றுதல் அற்ற நிலையிலேயே தன்னை வடிவமைத்துக் கொண்டுள்ளன.

"மௌனியின் நடையில் குழம்பிக் கிடப்பது தமிழ் வாக்கிய அமைப்பு மட்டுமல்ல, தமிழின் அர்த்த தளமும், அனுபவ வெளியும் கூட. வாக்கியங்கள் தரும் அர்த்தம், வாசிக்கும் தமிழ் உடலிற்கு, முற்றிலும் பரிச்சயமற்றதான ஓர் அனுபவத்தைத் தருவதான தோற்றத்தைக் கொண்டு, திகைப்பில் ஆழ்த்துவதாக இருப்பதற்குக் காரணம் அதன் அர்த்தவெளி தமிழிற்கு உறவற்ற மற்றும் தமிழின் நிலப்பரப்பை அழிக்கக்கூடிய ஒரு நிலப்பரப்பினை சார்ந்து இருப்பதே. அந்த நிலப்பரப்பே அதன் அரசியல் வெளி எனலாம்." — ஜமாலன்

இவ்வாறாக மௌனியின் மொழி உருவாக்கியுள்ளதாக ஜமாலன் முன்வைக்கும் கருத்தாக்கங்களிலிருந்து நான் அறியவருவது மௌனியின் பிரதிகள் "பிரதிபலிப்பற்ற தன்னிலை"யை கொண்டுள்ளது என்பதாகும். வாசிப்பில் மொழி ஏற்படுத்தும் வசீகரத்தின் பின்னால் உறைந்த பரிமாற்றத்தை விரும்பாத சுயமே இயங்கிக் கொண்டிருக்கிறது. ஒருவகையான

பிரமையான பொருண்மை வெளியை இவரது கதையாடல்கள் உருவாக்குகின்றன. அறிதலுக்குச் சற்றும் தட்டுப்படாத வண்ணமாக, இவை மாறாட்டம் செய்விக்கின்றன. பல தன்னிலைகள் இருப்பது போன்ற தோற்றத்தை அளித்தாலும் மேலே நான் கூறியது போல், உறைநிலையிலுள்ள தன்னிலையே மிஞ்சுகிறது. ஆனாலும் இதை மீறியும் மௌனியின் கதைகள் இதுவரை ஏற்படுத்தியுள்ள படைப்பாக்கத் தாக்கத்திற்கான காரணிகளும் அதன் ஒழுங்கமைவற்ற சொல்லுதல்களால் ஆனதாகத் தோன்றுகிறது. ஒரு கட்டத்தில் வாசகனின் தன்னுணர்வை அழித்து பிரதி கதைசொல்லியின் நீட்சியாகவே மாறிவிடுதல் நடந்துவிடுகிறது. இதன் விளைவாக வாசகன் ஒரு சுயமிதப்பிற்கு ஆட்படுத்தப்படுகிறான். இதை ஒருவிதமான தொழில்நுட்பமாகவே மௌனியின் சிறுகதைகள் செய்கின்றன. இதையே கதையின் "அதீத – பிரக்ஞை" என்று ஜமாலன் இந்நூலில் விரித்துரைக்கிறார்.

"அடிக்கடி குறி தவறாது பார்வையை அவன்மீது வீசி எறிந்து ஜொலிக்கும் அவள் குளக்கரையில் குளிக்கும்போது, அவளுடன் ஆன தனது பாலியல் வேட்கை 'ஜலப்பரப்பின் மேல் படர்ந்து தத்தளிக்க, எதிர்கரையில் நின்ற சிறுசிறு மரங்கள் 'அவனை எட்டித் தொடும்' (அவனது ஆர்வத்தில் குனிந்து நிற்கும் 'நேரத்தில்' 'அவளது தலைக்கு பின்னால்' உள்ள மீன்கொத்தி 'திடீரென ஜலத்தில் விழுந்து, ஒரு மீனைக் கொத்திப் பறந்து' உட்கார்ந்ததாக, ஒருவித வன்முறை பாலியல் (Rape Phantasy) உருவகத் 'த்வனி' வெளிப்படுகிறது) இக்குளக்கரை காட்சியில் கதைமொழி யூகித்த அவளது சாவு, கதாபாத்திரத்தின் (அவனின்) எண்ண ஓட்டமாகக் குடியானப் பெண் தட்டும் 'விரட்டியில்' வெளிப்படுகிறது, இதில் பாலின்பமும் சாவும் ஒரே தளத்தில் நிறுத்தப்படுகிறது." — ஜமாலன்

மௌனியின் கதைவெளியில் காணப்பெறும் பாலியல் உந்துதல்களைப் பற்றிய ஒரு வாசிப்பை தனது நூலில் செய்கிறார். ஆணின் பாலியல் வேட்கை என்பது எவ்வாறு ஒரு "வேட்டையாடும் மனோவியக்கத்தை" கொண்டு இயங்குகிறது என்பதை விளக்குகிறார். மீன்கொத்தி நீரினுள் உள்ள மீனை வேட்டையாடுதலைக் (கொத்திச் செல்லுதல்) காட்சிப்படுத்தப்படுகிறது. மேலும் ஜலப்பரப்பின் மேல் படர்ந்து தத்தளித்தல் என்ற ஒருவகை பாலியல் படபடப்பை குறிப்பீடு செய்வதையும் சுட்டியுள்ளார் ஜமாலன். வேட்டையாடப்பட்ட உயிரின் நிலையை முற்றிலுமாக

கதையாடல் இடமளிக்க மறுக்கிறது. இங்கு நாம் காணும் கதைப்பரப்பினில் பாலியல் எழுச்சியாய் மீன்கொத்தியால் கையாளப்படுகிறது. இதன் செயலாக்கம் இங்கு தனக்கான இரையான மீனை வேட்டையாடுதல் என்பதில் நிறைவேற்றம் அடைகிறது. இக்காட்சியை ஜமாலன் 'வன்முறை பாலியல்' என அழைக்கிறார். பொதுவான வாசிப்பில் குறிப்பீட்டு படிமமாக நாம் இதை எதிர்கொள்ளுவதில் புதைந்திருக்கும் சொல்லாடலை இவ்வாக்கியம் வெளிக்கொணர்கிறது. இதையொத்த காட்சிகள் அனைத்தையும் ஒரு மாற்று ஒளியில் காணவேண்டும் என்று ஜமாலனின் திறனாய்வு கோருகிறது.

"மௌனியின் எடுத்துரைப்பில் 'முறையற்றதாக' பாலியல் கிளரும் போதெல்லாம், குருவி ஒன்று பறந்து வருவதும், பின் 'அவன்'—கள் சுயஉணர்வு பெறும்போது, விலகிச் செல்வதும் சுட்டப்படுகிறது. (கதைகள்: காதல் சாலை, கொஞ்ச தூரம்) குருவி என்பது உள்ளார்ந்த பாலியல் உணர்வின் எச்சரிக்கைக் குறியீடாக எடுத்துரைக்கப்படுகிறது, ஆனால் இக்கதையாடலில் குருவி, மீன்கொத்தியாக மாறி, 'அவனை' கொத்திச் செல்வதான பணியை செய்கிறது." — ஜமாலன்

இதேபோல் மற்றொரு இடத்தில் 'காதல் சாலை' கதையில் வரும் 'அவன் தரகனுடன் 'மட்டரகமான' விபச்சாரி வீட்டிற்குள் போகின்றான். 'கோணலாக' தலைவாரிக் கொண்டிருந்த அவள் பெயர் கிருஷ்ணவேனி எனச் சொல்லப்படுகிறது. (இந்த மட்டரகமான கோணலான என்பதெல்லாம் எடுத்துரைப்பாளனது கலாச்சாரக் குரல்) என்று ஜமாலன் வரையறுக்கிறார்.

ஒரு பிரதியின் நோக்கு அதன் குரலில் பிரதிபலிக்கும் மொழிக்கும் / கதையாடலுக்கும் மத்தியில் இடையீடாக வெளிப்படும். எதேச்சையாக பிரயோக்கிக்கப்படும் வார்த்தையில் கலாச்சார அலகின் பங்கும் இயைந்தே வரும். இதை ஜமாலன் ஒரு மும்மைத் (ternary) தன்மை வாய்ந்தது என்று விளக்குகிறார். இதை "இந்திய தத்துவச் சிந்தனை என்பது, இந்த மும்மைத் தன்மையை அடிப்படையாகக் கொண்டு அமைந்திருப்பதால்தான் மௌனியின் கதைகளிலும் இந்த மூன்று என்கிற மாய எண்ணைக் கொண்டு கட்டமைவதாக தோன்றுகிறது."

— ஜமாலன்

எனது முப்பதாண்டுகால அன்பிற்கினிய நண்பரும் திறனாய்வாளரும் சகபயணியுமான ஜமாலனின் "மௌனியின்

இலக்கியாண்மை" நூல் மௌனியின் சிறுகதைகள் மீதான நெடிய வாசிப்பை நிகழ்த்தியிருக்கிறது. இதுவரை மௌனியின் சிறுகதைகளைக் குறித்த அலசல்களிலிருந்து ஜமாலனின் திறனாய்வு அணுகுமுறை எவ்வாறு மாறுபடுகிறது என்பதைச் சுட்டியே எனது முன்னுரைக்கான கட்டுரையை மேலே அமைத்துள்ளேன்.

பேராசிரியர் திரு பா. கிருஷ்ணசாமி அவர்கள் தொகுத்த "மௌனி இலக்கியத் தடம்" நூலில் மௌனியின் எதிர்—எதார்த்தக் கூறுகளை முன்னிலைப்படுத்தியும் ஜான் கேஜின் (John Cage) கோட்பாட்டு வகைமைகளையும்; மற்றும் Zollner Illusion-னைக் கொண்டும் நான் நீண்ட கட்டுரையில் மௌனியின் கதையாடலை அணுகியிருந்தேன். இதன் மறு—நிலையில் நின்று மௌனியை ஆய்ந்திருக்கிறார் ஜமாலன்.

குறிப்பாக இவர் 'மும்மை' (ternary) மற்றும் சைவ சிந்தாந்த மும்மையையும் கொண்டு பகுத்தாய்கிறார். இலக்கியப் பிரதிகளுக்கும் அதை எழுதிய உடல்களுக்கும் மொழியைப் பிரயோகிக்கும் நினைவிலிக்குமான தொடர்புகளையும், தொடர்பற்ற புள்ளிகளையும் விரிவாக விளக்கியிருக்கிறார். இவை யாவும் ஒருங்கே இணைந்து ஜமாலனின் கோட்பாட்டுச் சட்டகம் உருவாக்கப்பட்டுள்ளது. மௌனியின் மீதான இதுவரை—யிலான பார்வைகளின் கோணத்திலிருந்து இவரது நோக்கு சற்று வித்தியாசமான வாசிப்பையும் விவாதத்தையும் கோருகிறது,

சென்னை-600 014
09-12-2017

அலையுமொரு இலையாய் கவிதைசொல்லியின் குரல்

[விதானத்துச் சித்திரம்] ரவிசுப்பிரமணியன்

1

நமது அன்றாட வாழ்வின் நிச்சயமற்ற கணங்களை ஒருசில தருணங்களில் தான் நாம் விழிப்புடன் எதிர்கொள்கிறோம். பல சமயங்களில் அவை நமது நினைவிலியில் தேங்கிவிடுகின்றன. பெருநகரத்தின் மிதமிஞ்சிய ஒலிப்பெருக்கத்தின் மத்தியில் மனம் விழையும் துளி நிசப்தத்தைத் தரக்கூடிய யாவுமே நமக்கு அணுக்கமானதுதான். ஒரு நெடிய நாளை; நாம் விரும்பாத பலவற்றுடன் செலவழித்துவிட்டு திரும்பி பார்க்கையில் எஞ்சும் பூதாகரமான வெறுமையின் இருள் படர்ந்து விடுகிறது. இந்நிலையில் பரவசமளிக்கும் ஒரு மெல்லொளியாய் சில கவிதைகள் வாசிக்கக் கிடைக்கின்றன. அப்படியொரு கவிதைத் தொகுதியை 'விதானத்துச் சித்திரமாக' சமீபத்தில் நமக்கு வழங்கியிருக்கிறார் கவிஞர் ரவிசுப்பிரமணியன்.

தனது முந்தைய கவிதைகளின் மொழியின் கவித்துவப் பண்புகளிலிருந்து முற்றிலும் விடுப்பட்ட கவிதைகளை இப்புதிய தொகுதி நமக்களிக்கிறது. கவிதைசொல்லியின் மொழி வாசக மனதில் கட்டமைக்கும் ஒரு காட்சிப் படிமத்திற்கும் அதன் வாசகனுக்கும் இடையே நிலவும் வெளியை ரவிசுப்பிரமணியத்தின் கவிதைப் பிரதிகள் அழிப்பாக்கம் செய்துள்ளன. அதீதமான வெளிப்பாட்டு பதங்கள் தவிர்க்கப்பட்டுள்ளன. கவிதை தோற்றுவிக்கும் உணர்வு வெளியும் பிரதியும் ஒருவித மொழி இணக்கத்துடன் இயங்குகின்றன. படிமங்கள், உருவகங்கள், குறியீடுகள், என இனம் காணும் பிரயத்தனத்தையும் இவை தவிர்த்துள்ளன. கவிதைப் பிரதிகளை வாசித்து முடித்ததும் அதன் சுழற்சியின் விளைவாக படிமங்கள் மனவெளியில் கிளர்ந்தெழுந்து கவிதையனுபவத்தைக் கூட்டுகிறது. ஏற்கனவே

நினைவில் பதிந்திருந்தவை மீள்—நினைவுறுத்தல் போன்று கவிதை சொல்லியின் குரல் ஒலிக்கிறது.

2

விதானத்துச் சித்திரம் கவிதைத் தொகுதியில் உள்ள சில கவிதைகள் குறித்து இங்கு பேசலாம். 'அவ்வளவுதான் எல்லாம்' என்ற கவிதையைக் காண்போம். நித்தம் நாம் எதிர்கொள்ளும் மின்வெட்டு எனும் நிகழ்வு இவ்வாறு கவிதையில் இயக்குகிறது.

மின்சாரம் போய்விட்டது
கதவுகளைச் சாத்தாதே
மெழுகுவத்தி வேண்டாம்
சீமெண்ணை விளக்கைத் தேடாதே
****
****
இருள்
திகில் கலந்த அமானுஷ்யமானதால்
காற்று நின்று விடுகிறதா என்ன ?

ஒளி அடங்கிய பின்
புது ஒலிகள்
புறத்தில் கேளா ஒலிகள் அகத்தில்

இதோ மின்சாரம் வந்துவிட்டது
சிரிக்கிறாய்
அவ்வளவுதான் எல்லாம்.

ஒளிநிறைவிலிருந்து ஒரு மின்வெட்டால் உருவாகும் இருள் என்ற வெளியில் கவிதைத் தன்னைக் கட்டியமைக்கிறது. இது அமானுஷ்யம் என்ற உணர்வினைத் தோற்றுவிக்கிறது. பின்னர் ஒளி அடங்கிய பின் என விரிந்து புறத்தில் கேளாத ஒலிகள் அகத்தில் என்பதினால்; மேலே சொல்லப்பட்ட அமானுஷ்யம் அக—ஒலிகளாக இங்கு பதிலியாகப் படிவப்படுத்தப்படுகிறது. மனித உணர்வின் எல்லையைத் தகர்க்கும் விதமாக மீண்டும் மின்சாரம் வருகிறது. 'அவ்வளவுதான் எல்லாம்' எனும்படியான அமானுஷ்யம் இடையறாது நிகழ அல்லது அதைத் தோற்றுவித்த இருள் / திகில் / ஒளி / அடக்கம் ஆகிய சொற்கள் எல்லாம்

அவ்வளவுதான் என்று கவிதை மொழிந்து முடிகிறது. இக்கவிதை நிகழ்த்தும் ஒருவகை மொழியாட்டத்தின் திறவுகோலை ரவிசுப்பிரமணியன் 'கண்களை மூடு' என தனது கவிதையில் பொதிந்து வைத்துள்ளார். இதேபோல் இவரது மற்றொரு கவிதையையும் இங்கு குறிப்பிட்டாக வேண்டும். 'முதல் தகவல் அறிக்கை' பிரதியில் வரும்

அவன் இறந்து போனான் அவ்வளவுதான் சொல்ல முடியும்

என வருகிறது. இந்த 'அவ்வளவுதான்' என்ற சொல்லை இவர் பிரயோகிக்கும் விதம் மிகவும் பிரத்யேகமானது; அவ்வளவுதான் என்பதில் அளவற்ற அர்த்த சாத்தியங்கள் அடங்கியுள்ளன. ஒரு தத்துவார்த்தமான சமனைக் கொண்ட மனோநிலையில் பெரும் பேசாமையை முன்நிறுத்துகிறது.

3

நகர சாலைகளில் அன்றாடம் சுயம் தொலைத்து திரும்பும்போது குறுக்கும் மறுக்குமான சாலைகள் தெளிவின்மையின் வரைபடமாய் உருப்பெறுகிறது. நமது தன்னிலையானது சிதறடிக்கப்பட்டு பன்மைப்படுகின்றன. பூர்வ நிலத்திலிருந்து பெயர்ந்து நகரத்தின் தார்ச்சாலையின் ஓரங்களில் பதுமையாய் நடப்பட்டிருக்கும் செடிகளாய் நம்மை நாமே சில தருணங்களில் உணர்கிறோம். அவ்வாறான வேர்பிடிப்பற்ற நகர வாழ்வின் அவலத்தை முன்னிறுத்தும் மற்றொரு கவிதை

மெல்லிய இலையும்
நறுமணப் பூவும்
துளிர்க்கும் அழகும்
சௌந்தர்யம்

வேரோடு பிடுங்கி
துர்நாற்ற நதியோடு
அழுக்கு நீரைக் குடித்தன வேர்கள்
அமிலக்காற்றில் ஆடின இலைகள்
கறுத்து சிறுத்து சுருங்கின தளிர்கள்
எல்லாம் கொஞ்சம் காலம்தான்

இலையும் மணமும் குணமும் மாறி
தளுதளுத்து வளர்கிறது
மேலும் ஒரு மாநகரச் செடி

இக்கவிதை தன்னளவில் ஒரு காட்சியை நமக்குப் புலப்படுத்துகின்றன. இதன் அடிநாதமாக வேறொரு குரலை கவிதைசொல்லி மீட்டுகிறார். அது இடம்பெயர்ந்து மாநகரத்தில் தனது பூர்வாங்கத்தின் சகல பிரத்யேக தனமைகளாலான நிலத்தின் குணத்தையும் / மணத்தையும் மாற்றிக் கொள்ளும் சூழலில் தனித்து நிற்கும் ஒருவனைக் குறியீடாக்குகிறது 'மாநகரச் செடி'. ஒரு வாசிப்பில் இடம்பெயர்ந்த ஒருவனின் அகமும் மற்றும் புறமும் அந்நியத்தைக் கவிதை அத்துணைக் கச்சிதமாக மொழிவயப்படுத்தி உள்ளது.

மாநகரச் செடி கவிதையின்புலம் என்பது மறக்கப்பட்ட நிலையின் வடிவமாக 'கிரஹ சுழற்சி'—யில்

குளத்துநீர் ஸ்படிக நன்னீராய் மாறுகிறது
மேனியழகைப் பருகிய மீன்கள்
எம்பித் துள்ளிக் குதூகலிக்கின்றன
மென்முலைகள் தளும்பக் கண்டு
சூரியனும் இளம் பதத்திற்கு மாறுகின்றன

ஈர அடியைக் கரையில் வைக்க
மண்ணெல்லாம் புல்லாகிச் சிரிக்கிறது.

என்ற வரிகளில் மாநகரம் என்பதின் எதிரிடையான நிலப்பரப்பின் ஒருபகுதியை சித்தரிக்கிறது. வறட்சியான நகரத்திற்கு நேரெதிர் பண்பின் குறியீடாக ஸ்படிக நன்னீர் விரிகிறது. நினைவு தொலைந்த நிலத்தின் மீதான நாட்டத்தை ரவிசுப்பிரமணியனின் கவிதையாடலாக உருமாற்றுகிறது.

4

கவிஞர் ரவிசுப்பிரமணியனின் விதானத்துச் சித்திரம் கவிதைத் தொகுதியில் அதிகமாய் பயின்றுவரும் இசையைக் குறிக்கும் பகுதிகளைப் பற்றி; இசையை நன்கறிந்தவர்கள் விரித்து எழுத வேண்டும். ஆகையால் அப்பகுதிகளைக் குறித்து இங்கு நான் விவாதிக்கவில்லை.

5

மற்றைய கவிதைகளில் பிரதானமாக வெளிப்படும் கவித்துவப் புலங்களில் சிலவற்றை இங்கு குறிப்பிட்டிருக்கிறேன். இத்தொகுதியை மீண்டும் மீண்டும் வாசித்ததில் என்னை ஈர்த்த கவிதைகளில் கவிதைசொல்லியின் (ரவிசுப்பிரமணியனின்) 'தன்னிலை' என்பது நகரத்திற்கும் / பூர்வநிலத்திற்கும் இடையே எவ்வாறு பரிதவிக்கிறது என்பதே முக்கியமாகப்பட்டது. மேலும் அரூபமானவைகளுக்கும் பருண்மையானவைகளுக்கும் மத்தியில் இவரது கவிதைமொழி இடையாடுகிறது. அணிலாய் உருவெடுத்த அன்பு / முகம் தெரியா அதிதி ஆயினும் / புலன்களுக்கும் அகப்படாத ஸ்தூலமான பிறவி அவன் / பார்வைக்கு அறியா தளத்தில் அவனும் என வரும் இவ்வரிகள் கவிதைகள் பலவற்றிலும் வருபவை. அரூபமும் x பருண்மையும் மொழியுள் இயைந்து உருவாக்கியுள்ள இடையறாத கவித்துவ இடையாட்டம் ரவிசுப்பிரமணியனின் கவிதைப் பிரதிகள், இறுதியாக

கவிந்த மௌனத்தை
நீளும் அமைதியைச்
சரசரவென கீறியபடி
இருவருக்குமிடையில்
காற்றில் அலையுதொரு இலை.

கவிதைப்பிரதிக்கும் x வாசகனுக்கும் இடையே அலையுமொரு இலையாய் கவிதைசொல்லியின் குரல்.

ஆதிவாசிகள், தொன்மங்கள் – லெவி ஸ்ட்ராஸ்

> அடிப்படை பண்புக்கூறுகளைத் தேடுவதே லெவி ஸ்ட்ராஸ் எழுத்துக்களில் மீண்டும் மீண்டும் காணக்கிடைக்கும் ஆய்வுப் பண்பாகும்
>
> - எட்மண்ட் லீச்

1

அமைப்பியல் சிந்தனையாக்கத்தின் மூலகர்த்தாவாகவும், பழங்குடிகள் குறித்தும் அவர்களின் தொன்மங்கள், உறவுமுறை குறித்த மானுடவியல் ஆய்வுகளைச் செய்தவராகவும் உலகெங்கும் நன்கு அறிந்து போற்றப்படும் லெவி ஸ்ட்ராஸ், 1908—ஆம் ஆண்டு பெல்ஜியத்தில் பிறந்தவர். பின்பு வெர்செய்ல்ஸில் பெற்றோருடன் வசித்தார். பாரிஸ் பல்கலைக்கழகத்தில் தத்துவத் துறையில் Aggregation பட்டம் பெற்றார். இவரது பிரதான ஈடுபாடுகளாக மார்க்சியம் / புவியியல் / உளப்பகுப்பாய்வு ஆகியவை அமைந்தன.

இத்துறைகளுடன் தனக்கு ஏற்பட்ட பரிமாற்றத்தில் இவருக்கு சில அறிவாக்க வேறுபாடுகள் தோன்றின. குறிப்பாக மார்க்சியத்துடன் தான் கொண்டிருந்த வேறுபாட்டைக் குறிப்பிடுகிறார்.

"மார்க்சியம், புவியியல் மற்றும் உளப்பகுப்பாய்வு எவ்வாறு செல்கிறதோ அது போலவே செல்கிறது... இவை மூன்றின் புரிதலும் ஒருவகை மெய்ம்மையை மற்றொன்றினுள் சுருக்கும் முகமாகவே செயல்படுகிறது; உண்மையான மெய்ம்மையென்பது மெய்ம்மைகளில் வெளிப்படையாகத் தெரியக் கூடியதல்ல... இவைகளில் பிரச்சனைப்பாடு என்பது அனைத்தும் ஒத்தத்தன்மையானதுதான்; இதன் தொடர்பு... காரணம் மற்றும் புலனுணர்தலுக்கு இடையிலானது.

2

ஆதிவாசிகள் குறித்த தனது ஆய்வுகளை நடத்த லெவி ஸ்ட்ராஸ் அமைப்பியல் அணுகுமுறையை கைக்கொண்டார். "இவர் அமைப்பியலுடன் தன் பெயரை பெருமையுடன் இணைத்துக் கொண்டவர்" என தமிழவன் தன் "அமைப்பியலும் அதன் பிறகும்" என்ற தன் நூலில் குறிப்பிடுகிறார். தமிழில் லெவி ஸ்ட்ராஸ் பற்றிய மிகத் தெளிவான அறிமுகத்தை இந்நூல் பதிவு செய்கிறது. இதைப் போலவே நாகார்ஜுனன் மற்றும் எம்.டி.முத்துகுமாரசாமியும் லெவி ஸ்ட்ராஸ் பற்றிய தங்கள் கட்டுரைகளால் தமிழ் சிறுபத்திரிகைகளுக்கு தன் பங்களிப்பைச் செய்திருக்கின்றனர்.

அமைப்பியல் அணுகுமுறையை விளக்குமுகமாக தன் இளமைக்கால நினைவொன்றின் வாயிலாக "தொன்மமும் அர்த்தமும்" என்ற நூலில் கூறுகிறார். லெவி ஸ்ட்ராஸ் தன் இரண்டாவது வயதில் எதையும் வாசிக்க இயலாத நிலையில் ஒருநாள் தன் தாயுடன் வீதியில் நடந்து செல்கிறார். அப்போது அங்குள்ள கடையின் பெயர்ப்பலகையில் Boulanger (Baker), Boucher (Butcher) என எழுதப்பட்டிருந்ததைப் படிக்கவே தெரியாத லெவி ஸ்ட்ராஸ் தன்னால் வாசிக்க முடிந்தது என்று கூறியிருக்கிறார். எப்படியெனில் இரண்டு வார்த்தைகளிலும் வெளிப்படையான ஒத்த தன்மை இருந்தது. மேலும் வரைகலை நோக்கில் (graphic) பார்த்தால்; அதில் 'bou' என்பது இரண்டிலும் பொதுவான பண்பை வெளிப்படுத்தியிருக்கிறது. ஆக 'bou' என்பதைக் காட்டிலும் Boulanger, Boucher என்ற இரண்டிலும் வேறு அர்த்தம் பயின்றுவர வாய்ப்பில்லை; அனேகமாக இதைக்கட்டிலும் அமைப்பியல் அணுகுமுறை வேறொன்றுமில்லை என்கிறார். இந்த invariant மாறாத தன்மை மீதான வேட்கை அல்லது மேலெழுந்த வாரியான வித்தியாசங்களுக்கு இடையே மாறாத பண்புக்கூறுகளைத் தேடுவது மற்றும் இந்த invariant கூறுகளைத் தேடுவதைத்தான் அமைப்பியல் அணுகுமுறை நாட்டத்திற்கான உந்துசக்தியாக லெவி ஸ்ட்ராஸ் விளக்குகிறார்.

இதன்மூலம் நிகழ்த்தப்படும் ஆய்வுகளின் நோக்கமானது மனித மனத்தின் உண்மையான பண்புகளை நிறுவுவதுதானே தவிர எந்தவொரு சமூக நிறுவனத்தைப் பற்றியோ அல்லது ஒரு குறிப்பிட்ட சமூகத்தையோ (அல்லது) ஒரு சமூகவர்க்கத்தைப் பற்றியோ சொல்வது முக்கியமல்ல; மேலும் இவைகளில் உள்ள வேறுபாடுகளுக்கு இடையே காணப்படும் மாறாத பண்புகளே

அடிப்படையாகும் எனக் கூறிச்செல்லும் லெவி ஸ்ட்ராஸ் ஒழுங்கின்மையிலிருந்து ஒழுங்கைக் கண்டடைதல்/காலப் பார்வையுடன் தொடர்முறையின் முக்கியத்துவம் குறித்தும் விரிவாக விவாதிக்கிறார். அதைத் தவிர இருவேறு பண்புகளைக் கொண்டுள்ள அமைப்புகளுக்கிடையே காணப்படும் உள்ளார்ந்த ஒருமையென்பது வித்தியாசப்படுத்தலின் வழியாக நிறுவப்படுதல் என்பது இம்முறையின் நுட்பமான உட்தந்திரமாகும்.

3

ஆதிவாசிகளைப் பற்றிய ஆய்வுகளைத் தொடர்ந்து செய்துவந்த லெவி ஸ்ட்ராஸ் தன் எழுத்துக்களில் ஆதிவாசிகள் என்ற வார்த்தையை அடைப்புகுறியிட்டுதான் பயன்படுத்துவதாக கூறுகிறார். ஆதிவாசிகளை எப்பொழுதும் லெவி ஸ்ட்ராஸ் 'எழுத்தற்றவர்கள்' என்று அழைப்பதை "primitive thinking and the 'civilized' mind" என்ற சொற்பொழிவில் குறிப்பிடுகிறார். இவர்களுக்கு தங்களைச் சுற்றியுள்ள சூழலைக் குறித்தும் அதன் வளங்களைக் குறித்தும் மிக நுட்பமான அறிவும் பார்வையும் உள்ளது என்கிறார். தாவரங்கள், மிருகங்கள் தொடர்பான பார்வையும் அறிவும் நவீன மனிதனின் அறிவின் விரிவைக் காட்டிலும் பல அடுக்குகளிலான தொகுப்பை எழுத்தற்றவர்கள் கொண்டுள்ளனர். மேலும் மனித இனத்தின் பல்வேறு தொகுதிகளில் காணப்படும் கலாச்சார வித்தியாசங்களுக்கும் இடையேயும் மனித மனத்தின் உட்சரடு ஒத்திசைவு உடையதாகவே இருக்கிறது என்கிறார்.

இத்தகைய ஒத்திசைவுப் பண்பை விளக்க முற்படும்போது 'இரட்டை பிறவிகள்' மற்றும் 'உதட்டு பிளவுள்ளவர்கள்' பற்றிய தொன்மத்தைப் பற்றி "Harelips and Twins: The splitting of a Myth" சொற்பொழிவில் கூறும்போது தென் அமெரிக்க தொன்மத்தை விரித்துரைக்க வட அமெரிக்க தொன்மத்தில் தனக்கு கிடைக்கும் ஒரு துப்பு அல்லது திறவுகோல் வழியாக விளக்க முயற்சிக்கிறார். மேலும் இத்தகைய இரட்டைப் பிறவிகளுக்கே உரிய நூதன சக்தியாக இயற்கை சீற்றங்களான சூறாவளிகளை கலைத்துவிடவும்; வானிலையில் சாதகமான மாற்றங்களைக் கொண்டுவரும் பிரத்யேக சக்தியுண்டு என்கின்றன தொன்மங்கள். இரட்டைப் பிறவிகளின் எதிரும் புதிருமான குணாதிசயங்களைக் குறிக்கும் தொன்மங்களை கையாளும் லெவி ஸ்ட்ராஸ்,பிரே—சிலின் கடற்கரையோர பண்டைய இந்தியர்களிடையே மற்றும் பெருவிலும் ஒரு தொன்மக்கதை புழங்குகிறது. அக்கதையை பிரெஞ்சு துறவி Andre Thevet பதினாறாம் நூற்றாண்டில் பதிவு

செய்வது பற்றி கூறுகிறார். ஒரு பெண்ணுக்குப் பிறக்கும் இரட்டை குழந்தைகளில் ஒன்று கணவனுக்கும் மற்றொன்று அவளை தந்திரமாக களவாடியவனுக்குமாக பிறக்கிறது. களவாடியவனை தந்திரக்காரன் என்கிறது கதை.

அப்பெண் கடவுளைக் காண பயணிக்கிறாள். காணப்போகும் கடவுளை கணவனாக கருதுகிறாள். இப்பயணத்தில் குறுக்கீடு செய்யும் தந்திரக்காரன் தானே அந்தக் கடவுள் என அவளை நம்பும்படி செய்கிறான். பிறகு அவளைக் களவாடிவிடுகிறான். பின்பு அவள் தன் கணவனைச் சந்திக்க நேரிடுவதில் கணவன் மூலமாக கருத்தரிக்கிறாள். இந்த எதிரும் புதிருமான இரட்டைச் சேர்க்கையினால் இரட்டைக் குழந்தைகள் பிறக்கின்றன. அந்த இரட்டைச் சேய்களை பொய்மை இரட்டை என்கிறார் லெவி ஸ்ட்ராஸ்.

ஏனென்றால் ஒரே தகப்பனுக்கு பிறக்கும் இரண்டு சேய்களை இரட்டை பிறவியென்பதால். இது தந்திரக்காரன், கணவன் ஆகிய இரட்டைச் சேர்க்கையில் கருத்தரிப்பதால் பொய்மை இரட்டை என்கிறார்.

இவ்வாறு பொய்மை இரட்டைகளாகப் பிறக்கும் சேய்களில் ஒருவன் வீரனாகவும் மற்றவன் கோழையாகவும் நேரெதிர் பண்பு கொண்டவர்களாக இருக்கிறார்கள். அதாவது கணவனுக்கு பிறந்தவன் வீரனாக இந்தியர்களுக்கு சாதகமானவனாக இருக்க மற்றவன் வெள்ளையர்களுக்கு ஆதரவாளனாகவும் ஒருவன் 'இந்தியர்களுக்கு நன்மை செய்பவனாகவும்/மற்றவன் எதிர்பாராத பல சங்கடங்களை இந்தியர்களுக்கு கொணர்பவனாகவும் இருக்கிறான். இதே தன்மைகொண்ட தொன்மப்பண்புகள் வட அமெரிக்காவில் உள்ளது போலவே தென் அமெரிக்காவிலும் காணக்கிடைக்கிறது என்கிறார் லெவி ஸ்ட்ராஸ். மேலும் அவர் எடுத்துக்கூறிய தொன்மத்தினூடாக காணப்படும் நேரெதிர் பண்புகள் தொன்மத்தில் விரவியுள்ள இருமை எதிர்வுச் சிந்தனைக் கூறுகளின் அடுக்கை இவ்வாறு காணலாம்.

பொய்மை இரட்டைகள்

கணவன் X தந்திரக்காரன்

கணவன் வழி மகன் X தந்திரக்காரன் வழி மகன்

வீரன் X கோழை

இந்தியர்களுக்கு ஆதரவு X வெள்ளையர்களுக்கு ஆதரவு

நல்லவைகளை கொணர்பவன் X துரதிர்ஷ்டத்தை
கொணர்பவன்

இவ்வாறு தொன்மங்களுக்குள் புதைந்திருக்கக் கூடிய இருமை எதிர்வுச் சிந்தனை அமைப்புகளை விரித்து அறிந்து கொள்ள லெவி ஸ்ட்ராஸின் அணுகுமுறை நமக்கு புதிய அறிதல் முறையாக உதவுகிறது. மேலும் தொன்மங்களை எவ்வாறு வாசிப்பது என்பதைக் குறிக்கும் பல அணுகுமுறைகளை லெவி ஸ்ட்ராஸ் அளிக்கிறார்.

குறிப்பாக தொன்மங்களை ஒரு நாவல் போலவோ அல்லது ஒரு தினசரி பத்திரிகையைப் போலவோ வரிவரியாக இட வலமாக வாசிக்கும் வாசக மனப்பழக்கத்தில் தொன்மத்தைப் புரிந்துகொள்ள முடியாது என்கிறார். தொன்மத்தை முழுமையான ஒரே தொகுதியாக வாசிக்க வேண்டும் என்பதோடு தொன்மங்கள் 'நிகழ்வுகளின் தொடர்நிலை'யில் அர்த்தப்படுவதில்லை என்கிறார்.

4

மேற்கண்டதின் நீட்சியாக தொன்மங்களை வாசிக்கும் வேறு அணுகுமுறையையும் லெவி ஸ்ட்ராஸ் குறிப்பிடுகிறார். தன் சிறுபிராயத்தில் இசை மீது பேரார்வம் கொண்டிருந்தார். தொன்மங்களை இசைக்கோர்வையை வாசிப்பது போல வாசிக்க வேண்டும் என்கிறார். ஒரு இசைக்கோர்வையில் ஒரேயொரு இசையுருவை வாசித்தால் அது ஒரேயொரு ஒலியைக் குறிக்கும். ஆனால் அதையே முழுமையாக தொடர்நிலையில் வாசிக்கும் போது அக்கோர்வையை முழுமையாக உள்வாங்க முடியும் என 'தொன்மமும் இசையும்' எனும் கட்டுரையில் கூறுகிறார்.

மேலும் தொன்மத்தை தனித்தனி உறுப்புகளாக வாசிக்காமல் முழுமையையும் வாசிக்க வேண்டும் என்கிறார். இதற்கு ஒப்பாக மொழியின் அமைப்பையும் ஒப்பீடு செய்து விளக்குகிறார். அதில் phoneme என்ற 'ஒலியன்' களைக் கொண்டதே வார்த்தையாக, வார்த்தைகள் இணைவு கொண்டு வாக்கியம் அமைகிறது. ஆக இசையிலும் இதேபோல் ஒலி உருபுகள் உள்ளன அவைகளின் கோர்வையில் இசை இயங்குகிறது என்று விளக்குகிறார்.

தொன்மம்/இசை/மொழி ஆகிய மூன்றையும் ஒப்பீடு செய்யும் லெவி ஸ்ட்ராஸ்; தொன்மங்களுக்கு இசைக்கும், மொழிக்கும் உள்ள பிரதான வேறுபாட்டைக் காண்பிக்கிறார். தொன்மத்தில் ஒலியன் இல்லை என்கிறார். மொழி வாய்ப்பாட்டை மாதிரியாக எடுத்தால் ஒலியன்கள் முதலாக, வார்த்தை இரண்டாவதாக,

வாக்கியம் மூன்றாவதாக அமைகிறது / இசையில் ஒலியன்களுக்கு சமமானவையும், வாக்கியத்திற்கு சமமானவையும் இருக்க, வார்த்தைக்கு சமமான அமைப்பு இல்லை / தொன்மங்களில் வார்த்தை / வாக்கியத்திற்கு இணையானவை இருக்க ஒலியன்களுக்கு இணையில்லை / ஆக இசை/தொன்மம் ஆகிய இரண்டிலும் ஒரு அடுக்கு இல்லாதிருக்கும் இன்மைப்பண்பு உள்ளதென்று 'தொன்மமும் இசையும்' என்பதில் விவாதிக்கிறார். மேலும் இதில் சசூரின் மொழிச்சிந்தனையைப் பற்றியும் ரோமன் யாக்கோப்சனில் உள்ள ஒலியன்களுக்கு அர்த்தம் உள்ளது என்ற கருத்தாக்கத்தைப் பற்றியும் விவாதித்துச் செல்கிறார். தொன்மங்களைக் குறித்த அவருடைய மற்றைய புத்தகமான The Raw and The Cooked-™ Overture என எழுதப்பட்டுள்ள தொடக்கவுரை தொன்ம ஆய்வு குறித்த மிக விரிவான பார்வை தரக்கூடியது. தென் அமெரிக்க இந்தியர்களின் தொன்மங்களை மிக விரிவாக ஆராய்கிறது.

பயன்படுத்தப்பட்ட நூல்கள்:

Levi-Strauss – Edmund Leach

Myth and Meaning – Levi Strauss

The Raw and the Cooked – Levi Strauss

Tristes Tropiques – Levi Strauss

அமைப்பியலும் அதன் பிறகும் – தமிழவன்

திணை இசை சமிக்ஞை – நாகார்ஜுனன்

லெவி ஸ்ட்ராஸ் சிறப்பிதழ் – நாட்டார் வழக்காற்றியல் (எம்.டி. முத்துகுமாரசாமி)

நிறமறியாத ஆழத்தில் நிகழும் மொழிநடனம்
வெய்யிலின் யாமருசி

உடலின் எந்த நுனியில் பேருவகை பிரவகித்துத் தகிக்கிறது. ஒரு அரூப புள்ளியில் உடல் — மொழிக்குள் இயைந்து தன்னை எழுதிக் கொள்கிறது. நிறமறியாத ஆழத்தில் நிகழும் மொழிநடனம் போல் தோன்றி அதன் ஜாலம் நம்மை நம்மிலிருந்து மாற்றுப்புள்ளிக்கு பெயர்த்து விடுகிறது.

வெளியேறிவிட்ட உணர்வை எங்கெல்லாமோ தேடி பொருத்திப் பார்க்கும் மொழியின் பிரயத்தனத்தில் புதிர்பாதையின் வெளியேற்றமற்ற தடங்களில் அலையும் நொடியில் கவ்வும் ஒரு ஒளி நீங்கிய தன்னிலை உருக்கொள்கிறது. அதன் குருட்டு நிறப்பரப்பில் படர்கிறது காமத்தின் தோற்றம்.

உணர்கொம்புகளால் தீண்டித் தீண்டி இன்புறும் கலாபனின் மொழிவிளையாட்டில் திளைக்கும் வெய்யிலின் "யாமருசி"

காமத்தின் கருநீல உடலை
இரவென்போம்
விந்துச்சுடர் வான்கயல்களை
கலாபனுக்குச் சூட்டி
நீள் இரவைக் கேட்போம்

....

....

நெளியும் முகிற்பூவில் மிதக்கும்
நீலநிற நாவாயில்
உடைகளை வழியனுப்பி வைத்தபின்

....

....

திராட்சை பூக்களின் பாடலைப்பாடி
சாவின் ருசி கொண்ட முத்தங்களால்
உயிர் தீரும்வரை எரிந்து கிடப்போம்.

(யாமருசி)

காமம் கருநீல நிறம் பூண்ட உடலாக உருமாற்றம் கண்டு இரவு எனும் காலத்துடன் தன்னை பிணைத்துக் கொள்கிறது. உடலாகித் தகிக்கும் வேட்கையின் கொண்டாட்டத்தின் குறியீடாக கலாபன் மிதக்கிறான்.

அவனுக்கு விந்துச்சுடர் வான்கயல்களைச் சூட்டி நெடிய யாமத்தின் பரப்பில் கவிதை இணைகிறது.

தன்னைக் களைந்துவிடும் மொழித் தருணங்களில் உடைகளை போவென்று உணர்வெளியில் தீரா தகிப்புடன் மிதக்கும் நாவாயில் வழியனுப்பும் வெய்யிலின் கவிதை அதற்கு நீலநிறம் பூசித் திளைக்கிறது. பின்பு காதல் காதல் என்ற வெண்பனி = விந்துக்கயல்களின் பதிலி நிறம் பூணுகிறது. திளைப்பின் தகிப்பில் "தன்நிலை" எரிந்து கரைந்து சாகும் முத்தங்களின் மரணருசியில் உயிர்ப்போம்.

குற்றத்தின் நறுமணம்
ஆசிரியர்: வெய்யில்
புது எழுத்து

ஒலிக்காத இளவேனில்

After many years in exile one tries to imagine what it is like not living in exile.

CZESLAW MILOSZ (Notes on Exile)

நினைவின் நிலமாக மொழியில் ஊடாடும் கவிதைக்குள்; மொழியின் பொருண்மையாக வாழ்வியலின் அசைவுகள் அலைகின்றன. ஒவ்வொரு குறியீடும் குறிப்பான பொதுப்பொருளை உணர்த்துவதைத் தாண்டி ஒருவித இரண்டகத்தன்மையை கவிதையின் பிரதிக்குள் நகர்த்துகிறது. கவிதையின் மொழி ஊடாட்டம் குறியீடற்ற தன்மையை ஒவ்வொரு அலகிலும் வெளிப்படுத்திக் கொண்டே போகிறது. அதீத மனிதமையப்படும் எதார்த்த மொழி அசாதாரணமான அதிர்வுகளைக் கொள்ள நேரிடுகிறது. கவிதை மொழிக்குறிகளாக சம்பவிக்கும் முன்பே குறியீடுகளாக, படிமங்களாக நினைவின் ஓரங்களில் நகர்ந்து கொண்டேயிருப்பதற்கும் அதுவே கவிதையாக மொழியின் பருண்மைப்பண்பை அடையும் போது ஒன்றற்ற இரட்டையாக விரிவடைகிறது. கவிதையாக்க முன்நிலைக்கும்; கவிதை சம்பவித்தலுக்கும் இடையில் நிகழும் அபூர்வ மொழியாட்டம்; கவிதையாக மாறுகிறது. இப்படி கவிதைப் பிரதியாக முகிழும் தருணத்தின் நினைவுக்கீற்றின் ஒளித்தருணத்தில் அதை வாசிப்பவன் மொழியாக்கத்திற்கும் பிரதிக்கும் இடையே கவிதை வெளியைக் கண்டடைகிறான்.

வாழ்வைப் பற்றிச் சொல்லவரும் கவிதையில்; தன்நிலை எவ்வாறு குழம்பிய நிலைக்கு வருகிறது என்பதை;

இன்றும் இருள் சூழ்ந்த வீட்டில் இருந்து ஓர் உருவம் அசைகின்றது
எதிர்த்திசை நோக்கி
பரிதாபமாய் இருக்கின்றது எல்லாவற்றிலும் எனக்கு
எல்லாவற்றையும் விட

வாழ்தலிற்கான தேவைகளை ஏற்றுக்கொண்டு வழிகளை உருவாக்கிக் கொடுக்கப்போகிறோமோ

புரியவில்லை...

—சிதிலமடைந்துள்ள வாழ்க்கை—ரேவதி

வாழ்தலுக்கான புரிதலை உருவாக்க முனையும் இக்கவிதை அதன் மொழிதலில் எந்த தீர்க்கமுமற்ற ஊடாட்ட நிலையை அடைகிறது. அதனை கவிதையின் கதையாடலில் குறியீடாக மாற்றும் தருணத்தில் — "ஓர் உருவம் அசைகின்றது எதிர்த்திசையை நோக்கி' 'வாழ்வை' இழந்து நெடுங்காலம் ஆகிவிட்டது. வழிகளை உருவாக்கிக் கொடுக்கப் போகிறோமோ புரியவில்லை" என முடிகிறது.

இதில் குறியீடற்ற உருவம் அசைகின்றது. எதிர்த்திசை நோக்கி என வருமிடம் இக்கவிதை வாழ்தலுக்கான வழிகளை தேர்வுசெய்ய முனையும் பேச்சிலிருந்து சற்றே மாறி குறியீடு மூலமாக நேரெதிர் திசையை அடைகிறது. இது கவிதைக்குள் திகழும் தலைகீழாக்கம் (inversion). கடைசியில் 'புரியவில்லை' என்று கவிதை இறுதி பெறுகிறது. இப்பிரதியின் போக்கில் கவிதை சொல்ல வந்ததை பிறழ்ச்சிக்கு உட்ப்படுத்துகிறது. இது சற்று நேரெதிர் கவித்துவமாகிறது.

நிலப்பரப்பின் அரூப சாயல் கவிதைக்குள் அழிப்பாக்கமாக நிலத்தை கவிதையின் மொழிக்குள் குரலாக மாற்றி அதன் உறை மௌனத்தை கவிதை சொல்லியின் சொல்லுதலாக மாற்றமடையச் செய்கிறது இக்கவிதை.

எவருக்காகவும் காத்திருப்பதில்லை—காலம்
விரைந்து கொண்டேயிருக்கிறது
தடைகளற்ற பாலை வெளியில்
சுழன்று வீசும் காற்றினைப்போல்
தெருவின் இருபுறங்களிலும் பரந்திருக்கும்
தை மாதத்து வயல்வெளிகளில்
இடைக்கிடை தலைகாட்டும்
பம்பயாக்களாய்
வாழப்பழகிவிட்டிருந்த சுயம்
குரல்வளையின் ஆழங்களில் சிக்குண்டிருந்து
மூச்சுத்திணறச் செய்கிறது.
மறுபடியொருமுறை

—நிவேதிதா

காலம் என்ற கவிதைப்பொருள் அலைகழிப்பிற்கு உள்ளாகும் பாலைவெளி காற்றிற்குள் குறிவயப்படுகிறது. காட்சிப்படிமம் மூலம் காலம் என்ற கவிதைசொல்லியின் (நிலம்) புறவெளி மொழிக்குள் பருண்மையடைகின்றது. இந்தக் காலத்தின் மற்றொரு பதிலியாக பிரதிக்குள் வரும் 'சுயம்' குரல்வளையின் ஆழங்களில் சிக்குண்டிருந்து மூச்சுத்திணறச் செய்கிறது. மறுபடியொருமுறை என்று சொல்லும் கவிதை காலம், சுயம் என்ற எதிர்வுகளைக் கட்டமைத்து அதனிடையே கவிதைக்கான கதையாடல்களை நிகழ்த்துகிறது. காலம் சுழலும் காற்றைப்போல அலைக்கழித்தும், சுயம் சிக்குண்டு மூச்சுத்திணறி ஸ்தம்பித்தும் கவிதையின் இரண்டு சட்டகங்களாக உருப்பெறுகின்றது.

இதில் 'மறுபடியொருமுறை' என்று கவிதை இதற்கு முந்தைய கணமும் இதுவே என்ற சுழற்சியை முன்னிறுத்துகிறது.

காலம், சுயம் என்பதின் இரட்டை சுழற்சியாக விரிந்த நிவேதிதாவின் மற்றொரு கவிதை

"புகையெனப் படரும் பிணங்களின் வாசம்"

இழுத்து விரித்து என் படுக்கையில்
போர்த்தப்படிருந்தது ஒரு சவம்
யோனியெனுமொரு பாம்பு நீட்டிய நாக்குடன்
கால்களினூடு கசிய
என் கனவுகளெங்கும் பிணவாசம்
புகையெனப் படர்ந்தது
இனி அகாலம் விடியும் வேளையில்
என் படுக்கையின் மீது
நிணக்கூழ் வடியும் கண்களுடன்
பிணமொன்று தவழும் மழலையென

அகாலம் என்ற காலத்தின் இருமை எதிர்வான ஒரு வகைமையைப் பற்றி இது பேசுகிறது. இயக்கம் ததும்பும் உடல் சிதைவுக்குட்பட்டு நினைவில் கரைவதை கவிதைக்குள் படியெடுக்கும் (Trace) கதையாடல் சற்று அபூர்வமானது. துயில் நிலையில் மொழியப்படும் "இழுத்து விரித்து என் படுக்கையில் போர்த்தப்படிருந்தது ஒரு சவம்" என வருகிறது.

கவிதைசொல்லியின் துயில்நிலை சவத்துடனான சக உயிர்ப்பாக கவிதையின் கதையாடலில் நிகழ்கிறது. அடுத்து

கவிதைசொல்லியின் 'தன்நிலை' என்பது உடலியக் குறியீடாக உரைக்கப்படுகிறது. நெடுங்கால மர்மத்தைப்போல எனச்சொல்லி "யோனியெனுமொரு பாம்பு நீட்டிய நாக்குடன் கால்களினூடு கசிய" என நீண்டு அறைக்குள் பிணவாசம் படர்கிறது. யோனியெனும் 'தன்னிலை' இங்கு கவிதைசொல்லியின் குரலாக உருப்பெறுகிறது. கவிதை பாம்பு நெளிவதைப் போல கதையாடலில் நெளிந்து நழுவி நிகழ்வு மொழிக்குள் புதிய வெளிப்பாட்டை கொள்கிறது. இறுதியாக கவிதை மறுபடி துவக்க நிலையான படுக்கையின் மீது சொல்லப்படுகிறது. "நிணக்கூழ் வடியும் கண்களுடன் பிணமொன்று தவழும் மழலையென" என்று புதிய உயிர்ப்பு பிணத்துடனான கதையாடலாக விரிகிறது.

மனதின் சட்டகங்களாக மாறும் நினைவின் அறைகள் புலப்படலுக்கு அப்பாற்பட்டது. அதனை மொழிவதற்கான சாத்தியம் பிரதிகளில் தென்படும் குரல்களாக வருகின்றன. இவை அனுபவ எல்லைக்கும் பிரதியாக்கம் என்ற தளத்திற்கும் இடையே ரசவாதமடைகிறது. தீர்மானமற்ற ஸ்திதியில் உருக்கொண்டு வெளிப்படும் கூறுகளாக fragments ஆக கவிதைக்குள்ளும், புனைவு பிரதிக்குள்ளும் நிழலாடுகின்றன.

உண்மையினதும்
நிர்வாணத்தினதும் வெளிச்சம்
உறைந்திருக்கும்
அந்த இருட்டறைகளைத் திறக்காதே
சாளரமில்லா அவ்வறைகளில்
எப்போதும் கேட்டபடியே இருக்கும்
இடையறாத ஒரு முனங்கல்
பிறாண்டியபடி எவருடையதோ
மடங்காத சுட்டுவிரல்
இன்பமாய்ச் சில பொழுதின் வாசனை
செத்தும் சாகாமல் ஆர்ப்பரிக்கும்
சில பிணக்குழிகள்
அவை நெஞ்சில் நிழலாடும்.
முடிவற்ற காட்சிகள்
அந்த மர்ம அறைகளை நோக்கி
மற்றொருவர் பயணிப்பது
திறந்து பார்ப்பது

ஆபத்தான விளையாட்டு
ஆளுக்காள்
கதவுகளைத் திறக்கும்
முயற்சியை கைவிட்டு விடுவோம்.

'அந்த இருட்டறைகள்' — அனார்

மேற்காணும் வரிகளில் ஆழ்மனத்தின் வெளியை நோக்கிய பயணமாகக் கவிதையாக்கம் பெற்றுள்ள இக்கவிதை சற்று பூடகமாக குறிகளைக் கொண்டு இயங்குகிறது. ஆழ்மனவெளியென்பது புலப்படாமை என்பதுடன் இணைகிறது. எப்படி ஒரு மறைவிடம் என்பது நம் ஆர்வத்தை இழுக்க வல்லதாக உள்ளதோ அதுபோல இந்தக்கவிதை கட்டமைத்துக் காட்டும் இந்தக் கதையாடல் தொடர்பின்மையிலிருந்து துவங்குகிறது. உண்மை; நிர்வாணத்தினது என்ற இரட்டை குறிகளின் அகத்தில் இருத்தலாக வெளிச்சம் உறைந்திருக்கிறது என்கிறது இக்கவிதை. வெளிச்சம் உறைநிலையிலுள்ள அறைகளைத் திறக்காதே என நீட்சிபெறும் கவிதையின் சொல்லுதல் முறைமை வினோதமான காட்சிக்குறிகளை உற்பத்தி செய்கிறது. இடையறாது சாளரமற்ற அறைக்குள் நித்தியமாக கேட்பதாக சொல்கிறது கவிதைசொல்லியின் குரல். குறியீடற்ற அக்குரல் கவிதை நிகழ்த்தும் பிரதிவெளியின் ஒலியாக உருமாற்றமடைகிறது. காட்சிகளின் பிம்ப மாற்றத்தின் தொடர்ச்சியான அசைவில் அதீதப் படிமமாக உருப்பெறுகிறது. "மடக்காத சுட்டுவிரல்" எதைச் சுட்டுகிறது என வாசகனைக் கேட்கச் செய்கிறது. எதையும் சுட்டியும் சுட்டாமலும் நிகழும் கவிதைப் பிரதியாக்கம் வினோதப் படிமத்தை உருக்கொள்ளச் செய்கிறது. இப்பிரதியில் நிகழும் வாசகனின் பயணம்தான் கவிதையாக்க உத்தி.

பிரதிகளுக்குள் எப்படி சொல்முறைகள் ஒவ்வொருமுறையும் வாசிக்கப்படும்போது தன்னை மறு—ஒப்பனை செய்து கொள்கிறதோ அதுபோலக் கவிதையில் 'தன்னிலையை'க் குறிக்கும் பிரதியுடலாக ஆழியாளின் இக்கவிதை,

காற்றில் அசையும்
அக்கோபுரம் கலசம்
அவளின் தலை
வெகு சீராய் செதுக்கப்பட்ட
சிற்பங்கள்
அவளின் முண்டமாம்

கைகளது நீளமே
அப் பெருங்கோயில் சுற்றுப் பிரகாரம்
உறுதியாய்த் திரண்டு
நிலத்தில் ஊன்றிப் படிந்த
கால்களோ கற்தூண் வாயில்கள்

—ஆலயம் தொழுவது சாலவும் நன்று — ஆழியாள்

உடலின் மறு ஒப்பனையாக நீட்சிபெறுகிறது ஆழியாளின் கவிதை கோயிலின் கட்டமைப்பை கவிதைக்குள் தன்வயப்படுத்துகிறது. உடலின் உறுப்புக்களை கோயிலின் குறியீடுகளுடன் மாற்றீடு செய்கிறது. குறிப்பாக "கோபுரக் கலசம் அவளின் தலை: சிற்பங்கள் அவளின் முண்டமாம்; கைகளது நீளமே பெருங்கோயில் சுற்றுப் பிரகாரம்" என ஒருவகை பதிலிப்படுத்தும் மொழித்தொடர்களாக வருகின்றன.

அவை அறிந்தோ அறியாமலோ
கருவறையின் இருட் சுவரில்
மற்றுமோர் "அவள்"
ஜனிக்கத் தொடங்குகிறாள்

—ஆழியாள்

இந்த சங்கிலித் தொடரான கதையாடலில் மற்றுமொரு "அவள்" கருவறையின் இருட்சுவரில் ஜனிக்கிறாள் என மறு ஒப்பனையின் மாற்றீட்டிலிருந்து மற்றுமொரு என்ற பெண்ணின் 'மாற்றுத்தன்னிலை' வருகிறது. தன் நிலம் பற்றிய நிளைவுகள் சிதறியபடி நிகழும் தருணங்கள் குறித்துச் சொல்லப்படும் கவிதைகள் இவை.

"அங்கங்கே அலையும் மனிதர்கள்
தேடல்களுக்கான தவிப்புடன்,
விரைந்து போக வைக்கும் குளிரில்
சுருங்கிப் போன முலையும்
மரத்துப் போன கை காலும்
(இருப்பதைவிட)
சிவந்துபோன காதும் மூக்கும்,
அமர்ந்துபோன குறியுடன்
எதை வேண்டி நிற்கிறேன்?"

—சரண்யா

தாய் நிலம் விலகி புலம்பெயர் வாழ்வில் தான் எதிர்கொள்ளும் புதிய நிலப்பரப்பின் புதிர்மைகள் இங்கு கவிதையாகின்றன. காட்சிகள் அனைத்துமே ஒரு புகைமூட்டமான மங்கல் தன்மையுள்ளதாக காட்சியளிக்கின்றன.

வேற்று நிலத்தில் இயற்கை தன் தாய்நிலத்தின் தன்மைகளோடு உள்ள வேற்றுமைகளை வெளிப்படுத்த இது முனைகிறது. கருங்கிப்போன முலை, மரத்துப்போன கை கால், சிவந்துபோன காதும் மூக்கும்.. அமர்ந்துபோன குறி" எனச் சொல்லும் கவிதை ஒரு தெளிவற்ற நிலையிலும் புலம்பெயர் வாழ்வின் நாட்டம் எதுவென கவிதை சிக்கல்படுத்துகிறது. புதிய நிலப்பரப்பில் இருந்தாலும் நினைவில் தப்பிய தன்நிலம் கவிதையின் அக நிலப்பரப்பாகிறது.

இவ்வாறு மறதிக்குள் கனன்று நிகழும் தன்சொந்த 'நிலம்' என்ற பெரும்படிமம் கவிதையாக்கத்தின் நிகழ்வில் இவை பல்வேறு குரல்களாக வெளிப்படுகிறது. நினைவு மறதி என்ற மொழிக்குறிகளாக பிரதிப்படுகிறது.

"அனுபவமின்றி அறுக்கப்பட்ட
ஸ்படிகப் பிரதிபலிப்பாய்
குலைந்து சிரிக்கின்ற
வாழ்க்கைத் துன்பங்கள்
அடுத்ததறியா அவலத்துடன்
பதுங்கிக் கிடக்கின்றன
கோடானு கோடி ரகஸ்யங்கள்
பிரக்ஞையின் பிடிக்குன்
பிடிபடாமல்.........
—உனது காத்திருப்பும் நானும்—வசந்தி

ஆயிரத்தநூறு யுகங்களுக்கு அப்பாலிருந்து
எனக்காக ஒரு
கடிகாரம் இயங்கிக் கொண்டிருக்கிறது
கபடமும் நெகிழ்ச்சியும் கொண்டது இருள்
உனக்கு ஆடைகளில்லை
......
இருளின் பரபரப்பில்
எழுத்து, சொல், வசனம்...

நினைவைச் சுற்றி விரவி
அடுத்த நாளுக்கு
படிமமாகிறது.

—*மைதிலி*

புலம்பெயர் வாழ்வின் புதிய நிலத்தினை எவ்வாறு ஒருவர் எதிர்கொள்கிறார் என்ற அனுபவம் ஒருவகையான புதிய வாழ்வியலாகிறது. தனது மொழிநினைவில் ஆழப்பதிந்துள்ள 'தாய்நிலப்பரப்பு' அதன் பிம்பத்தை எல்லாப் பிரதிகளிலும் ஆழ்த்தியிருக்கிறது. ஆனால் நவீன வாழ்வின் அங்கமாகிப்போன வேற்று நிலப்பரப்புடன் 'தன்னிலை' எவ்வாறு உரையாடுகிறது என்பது "ஒலிக்காத இளவேனில்" கவிதைக் தொகுப்பில் பதிவாகியுள்ளது. ஈழப்பெண் கவிஞர்கள் பலரின் கவிதைகள் இதனைப் பல்வேறு குரலில் பேசுகின்றன. புதிய வாழ்வியல் அனுபவத்தை தங்களது மொழிவெளிப்பாடு எதிர்கொள்வதை இவர்கள் பிரதியாக்கியுள்ளனர். இவை கவிதையின் புதிய மற்றமை (otherness) எனலாம். தன்னுணர்வைத் தாண்டிய வெளிப்பாடு என்பது இக்கவிதைகளில் பல அபூர்வமான கதையாடல் சாத்தியப்பாடுகளை தமிழ்க் கவிதைக்கு கொடையாகத் தந்துள்ளது. கீழ்காணும் கவிதை

பருவச் சுழற்சியில்
பாதையோரப் பனி மலைகள்
கசிந்துருக
கொட்டும் பனியும்
கருக்கும் வெயிலுமில்லாத
இளவேனில் கால ஆரம்பம்

ஏனோ
மனவெளி மட்டும்
புழுங்கித் தவிக்கிறது.

சைக்கினில் பள்ளி
சாயங்காலம் ரியுசனும்
கச்சான் கடலைக்காய்
கோயில் திருவிழா என
நிலவுமிழும் இராத்திரிகளில்

நீள நடந்தலைந்து
பரஸ்பரம் பரிமாறிக் கொண்டாட
பால்ய நட்பல்ல எங்களது
அந்நிய தேசமொன்றின்
அர்த்தப்படாத வாழ்க்கையில்
உணர்வுகளைத் தேடி
உறைந்து போயிருந்தேன்
பனிக்கால மரங்களைப் போல்"

—தர்சினி (விலகலுக்கான நெருக்கத்தில்)

தனக்கு பழக்கப்படாத புதிய நிலப்பரப்பில் எழுதப்படும் கவிதையின் வெளிப்பாடு தமிழ் கவிதையின் நேரெதிர்க் கவித்துவத்தை முன்வைக்கிறது. 'அதீத—தனிமை' கவிந்த வாழ்வின் விதியை எழுதும் சுவிதை வரிகளுடன் வாசிப்பைத் தொடரலாம்.

"உன்னுடைய தனிமை
பிறழ்வை உண்டு பண்ணியதில்லையா?
யாருமின்றி ஒருநாள்
நிர்வாணமாய் ஓடுவாயோ என்கிற அச்சத்தை
அது தரவில்லையாடி உனக்கு

—தான்யா

கல்குதிரை - 2013 ஜனவரி
பனிக்கால இதழ்

பாரதியின் நிகழ்த்துதல்

எம்.டி.எம். தனது வலைப்பூவில் பாரதியின் நிகழ்த்துதல் என்ற கவித்துவக்குணம் பற்றி ஒரு விவாதத்தை ஏற்படுத்தினார். அதனைச் சரியாகப் புரிந்து கொள்ளாத இன்னொரு தமிழ் எழுத்தாளர் நிகழ்த்துதல் என்பதை நாடக நிகழ்த்துதல் என்று தவறாகப் புரிந்து எதிர்வினை தந்தார். இந்த அறியாமை உலகமெங்குமுள்ள தமிழ் வலைப்பூக்களில் மகாகவி பற்றிய விவாதமாய் பரப்பப்பட்ட போது விஷயம் தெரிந்தவர்கள் தலையில் அடித்துக் கொண்டார்கள். எஸ். சண்முகம் நிகழ்த்துதல் என்றால் என்ன என்று தன் அசாதாரணமான தமிழ் விமர்சன அறிவால் விளக்குகிறார். மீண்டும் தனக்கிணையில்லாத கூர்த்த மதி நுட்பத்தை மரபு இலக்கிய மேற்கோள்கள் மூலம் வெளிப்படுத்துகிறார். தமிழ்மாணவர்கள், உண்மையான பாரதி விமர்சனம் முதன் முதலாக எஸ். சண்முகம் மூலம் தொடங்கப்படுவதை அவதானிக்க வேண்டும். (சிற்றேடு)

அன்புள்ள எம்.டி.எம் நெடு நாட்களுக்குப் பிறகு உங்களுடன் உரையாடுவது மகிழ்ச்சியளிக்கிறது. பாரதியார் மகாகவியா? என்ற விவாதம் குறித்த உங்களது கட்டுரை இவ்வாய்ப்பினை தந்துள்ளது. இத்தருணத்தை ஒரு உரையீடாகக் கொண்டு நமக்கிடையே விவாதத்தைத் தொடரலாம். பாரதி குறித்த உங்களின் கட்டுரை நுண்புலம் மிக்கதாக உள்ளது. நவீனகவிதையின் நிகழ்த்துதல் ஊடு கோணத்தைச் சுட்டுகிறது. உங்கள் கட்டுரையில் சொல்லியுள்ளது போல் சங்க இலக்கியக் கவிதைகளில் நிகழ்த்துதல் பண்புகள் உட்பொதிந்துள்ளன. இது என் ஆர்வத்தைத் தூண்டுகிறது. அகம் — தலைவன் மற்றும் தலைவி என்ற இரு கற்பனை கட்டமைப்பு அல்லது கவித்துவ ஊடுவெளியாகக் கொள்ளலாம் அல்லது நாடகீய பாத்திரமாகவும் எடுத்துக் கொள்ளலாம். கவிதையின் மொழிப் பருண்மை என்பது கூட ஒரு கோணத்தில் மொழியின் நிகழ்த்துதல் எனலாம். இத்தன்மை கவிதையின் மரபான வழக்காற்றில் வகைமை மற்றும் பாலினம் இடை—

யிலான மொழியின் நடனம் எனலாம். கவிதை எழுது முறைமை வழிவழியாக தமிழ்க் கவிதையின் வம்சாவழியோடு இயைந்து பயின்றுள்ளது. இவை சில தருணங்களில் புறக்கவிதைகளையும் தனக்குள் அமிழ்ந்துவிடச் செய்துள்ளது. பிரத்யேகமான இப்பண்பு தனதேயான தனிப்பண்புக்கூறானதாக தன்னை அகப்படுத்திக் கொள்கிறது. இவ்வகைமை இது நாயகன் நாயகி பாவமாகவும் தோழிகூற்றாகவும் உரையீட்டாளனது குரலாகவும் உருக்கொண்டுள்ளது.

மேற்கூறியவை தமிழ் பக்தி இலக்கியப் பிரதி தொகுதியினுள் உட்பொதிந்துள்ளன. குறிப்பாக திருஞான சம்பந்தரின் வரிகளான என் உள்ளம் கவர் கள்வன் என்பதும், மாணிக்க வாசகரின் திருக் கோவையாரும் நாம் விவாதித்து வரும் கவித்துவப் பண்பை நன்கு விரித்துரைக்கும் கையேடாக திகழ்கின்றன. அதில் வரும் கவிதையை இங்குக் குறிக்கிறேன்.

சொற்பா லமுதிவள் யான்சுவை
யென்னத் துணிந்திங்ஙனே
நற்பால் வினைத்தெய்வந் தந்தின்று
நானிவ ளாம்பகுதிப்
பொற்பா ரறிவார் புலியூர்ப்
புனிதன் பொதியில்வெற்பிற்
கற்பா வியவரை வாய்க்கடி
தோட்ட களவகத்தே

இக்கவிதை தன் கவித்துவ பாய்ச்சல் / பறத்தலை அடுத்த நிலைகளுக்கு இட்டுச் செல்கிறது. இதன் மூலம் புதிய கதையாடல் வலைப்பின்னல் உருவாகி அதன் மூலமாக இனிவரும் காலத்திற்கான கவித்துவத்தைக் கட்டமைக்கிறது. இது சொல்லப்படுவதற்கும் அதன் சுவைக்கும் வேறுபாடில்லை என்பது போல வருகிறது. புணர்ச்சியால் ஏற்படும் இன்ப நுகர்வதன் பொருட்டு நான் × இவள் என்பதை இருமையான தன் × பிற என்பதின் அழகை யாரறிவார் துய்க்கும் நானே அறிவேன் என பொருள்கூறும் பகுதியாக வருகிறது. இறைவன் பிற என்ற நிலையின் இன்புணர்வை அறிய பிறபாலின மாகத்தன்னுள்ளே பெண்ணை மறுபுனைவு செய்து கொள்கிறார். ஆயினும் இரண்டு நிலையும் தன்னுள்ளே ஒன்றோடு ஒன்றாக சங்கமித்து உள்ளதையும் அர்த்தநாரீசத்தையும் இது சுட்டுகிறது. இக்கவித்துவப் பண்பு பாலின மீறல் கதையாடலாகும்.

இதைப்போன்றே ஆழ்வார்களும் ஆண்டாளும் இம்மரபின் அதீத கவித்துவச் சாத்தியப்பாடுகள். இவ்வழியில் வந்த வேதாந்த தேசிகர் தனது கவித்துவத்தால் கோயிலைக் கடவுளின் உடலாக மொழிந்துள்ளார். இது குறித்து விரிவாக ஆய்வு நூலில் காணலாம். இதன் தலைகீழ் சாத்தியப்பாடாகத் திருமூலர் திருமந்திரத்தில் ஊன் உடம்பு ஆலயம் என்று விரிவுபடுத்துகிறார். சித்தர்கள் மரபில் இது ஆழமாகப் பதிந்துள்ளது. குறிப்பாக வள்ளலார் தன் திருஅருட்பாவின் ஆறாம் திருமுறையில் இறையியல் நிலைபாடான இறை என்பதை எல்லை கடந்த சாத்தியமாக உருமாற்றி மனத்திறன் கடந்த நிலைக்குக் கொண்டு செல்கிறார். மேலும் மதசார்பற்ற நிலைபெறலுக்கு எல்லாம் வல்ல இறைவனை நகர்த்துகிறார். தனது அனுபூதிக் கவிதையான வானத்தின்மீது மயிலாடக் கண்டேன். மயில் குயிலாச்சுதடி என்பதில் கவிதை அனுபவத்தின் விளிம்பைத் தொட்டு இறைநிலையைக் கவிதையின் நிகழ்த்துதல் என்னும் அனுபவ மாறாட்டமாக மாற்றுகிறார்.

வள்ளலாரின் முதல் ஐந்து திருமுறைகளின் கவித்துவத்தோடு சைவம் இறுதிப்படுகிறது. அல்லது சைவ இறையியலில் ஒருவகையான மூடுதல் நிகழ்கிறது. வேறு கோணத்தில் பார்த்தால் சைவத்தின் நீட்சி எனக் கொள்ளவும் இடமுண்டு. இப்பொருத்தப்பாட்டின் அடிப்படையில் வள்ளலார் தனது முந்தைய கவித்துவத்தை இறுதியடையச் செய்துவிட்டு நிகழ்த்துதல் கதையாடல் என்ற புதிய கவித்துவ வெளிக்குள் பாய்கிறார். இவரது ஆறாம் திருமுறையின் மற்றோர் பண்பு நாயகன் நாயகி பாவத்தில் புதிய பரிமாணம் பெறுகிறது. தன்னைப் பெண்ணாகவும் இறைவனை ஆணாகவும் மாறாட்டம் செய்தல் என்பதில் போகிறது. நாதன் என்னைக் கூடினார் என்று மெய்மறசங்கமம் நிகழ்த்தப்படுகிறது. தன்னைப் பெண்ணாக பாவிக்கும் வள்ளலாரது கவித்துவச் சாத்தியப்பாடு பாரதியில் கண்ணன் என் காதலனாக நீள்கிறது.

மேற்கண்ட மரபின் தொடர்ச்சியாக பாரதியார் நிகழ்த்துதல் கதையாடல் பண்பைத் தன் கவித்துவத்திற்குள் வரித்துக் கொண்டு மேலும் விரிவடையச் செய்கிறார். இதைக் கூடுதல் நிகழ்த்துதல் கவிப்பண்பென கூறலாம். ஆனால், பாரதியின் வசன கவிதைகள் அதிகமாக வேதக் கவித்துவத்தால் (ரிக்) பாதிப்படைந்தன என்பதை மறுப்பதற்கு இல்லை. இதையும் நாம் கணக்கில் எடுத்துக் கொள்ளவேண்டும். பாரதி சங்கக் கவிதைகளைப் படித்தவரா? என்பதற்குத் தெளிவான தடயம் ஏதும் இல்லை. ஆயினும் பாரதி, கம்பர், இளங்கோ, வள்ளுவர், ஆழ்வார்கள்,

சித்தர்கள், தாயுமானவர், பட்டினத்தடிகள் ஆகியோரால் பாதிப்படைந்துள்ளார்.

இதன்வழியில் பாரதியின் கண்ணன் பாட்டு, பாடல் அமைகிறது. "கடுமையுடையதடி எந்தநேரமும் காவல் உன் மாளிகையில் அடிமைப் புகுந்தபின்னும் — எண்ணும்போது அங்கு வருவதற்கில்லையடி" என்பதில் பாரதி புதுச்சேரிக்குத் தன்னைப் பெயர்த்துக் கொண்ட நிலையில் அங்கிருந்து தன் தாய்நாட்டுக்கு வர இயலாத தவிப்பையும் அதன் நிலப்பரப்பையும் தனது காதலியாக உருமாற்றம் செய்கிறார். இப்பண்பு நிகழ்த்துதல் கவித்துவத்தில் புதிய சேர்க்கை.

எம்டிஎம் உங்களது பதிவை வாசித்தபோது பல வருடங்களுக்கு முன்பு நான் படித்த புத்தகம் நினைவிற்கு வருகிறது. அது மல்லார்மேயின் கவிதையின் நிகழ்த்துதல் கவித்துவம் குறித்தது. இப்புத்தகத்திலிருந்து சில குறிப்புகளை எனது குறிப்பேட்டில் எழுதி வைத்திருந்தேன். அதில் ஒன்றை சொல்லிவிட்டு முடிக்கிறேன். பிரதி எவ்வாறு நிகழ்த்துதலின் பதிவை நம்முன் உருவாக்குகிறதோ அதேபோல் நிகழ்த்துதல் பிரதியின் பதிவை நம்முன் உருவாக்குகிறது.

சிற்றேடு ஜனவரி-மார்ச்-2012

ஆர்.ஆர்.தாமஸ், ரொபர்டோ பொலெனோ, தூரன் குணா, ஸ்ரீநேசன், தவசி கருப்பசாமி, றியாஸ் குரானா

சட்டகங்களுக்குள் அடங்காதவைகளைக் காணுங்கள் என்கிறார் ஆர்.எஸ். தாமஸ்

கைகளின் சட்டகத்திற்குள் பழகிவிட்டன நமது அன்றாட நகர அசைவுகள். எதிர்கொள்ளும் ஒவ்வொரு முகத்திற்குள்ளும் சேமித்து வைக்கப்பட்டுள்ள முன்தின கனவின்மையின் சுழற்சிகளின் வெளிறிய படிமங்களாக நடமாடுகிறோம். மணிக்கட்டின் நாடித்துடிப்பு கடிகாரச் சக்கரங்களின் விசைக்குள் சிக்குண்டு வீழ்கிறது. எண்ணிக்கையிலடங்காத மொழிகளின் லிபிகள் நீள்சரமாக நெடுஞ்சாலைகளில் ஒன்றையொன்று கவ்விக்கொண்டு பொருள் குவியலுக்குள் அமிழ்கிறது.

சொற்களை ஒருமுனையிலிருந்து மற்றொரு முனைக்கு பாய்ச்சும் கதிர்-அலைகளில்; சொன்மையின் உணர்பிரவாகம் நொறுங்குகிறது.அதைப் பற்றிய நினைவு எப்படி என்னுள்ளிருந்து வினாடிதோறும் அழிகிறது? பேச்சிற்கிடையில்/அவசர நடைக்கிடையில் எத்தனை புன்-முறுவல்களை ஸ்மரணை—யின்றி கண்டும் காணாமலும் இமைகளில் மிதித்து நடக்கிறேன். முறுவல்களுக்கப்பால் உள்ள ஒரு அரூப-உயிர்ப்பின் மாற்றமையின் வேட்கையை எனது படிமமற்ற சொற்கள் பிரதிகளில் அழிக்கின்றன.

பிரக்ஞையோடு அசைந்தாலும் உள்ளுக்குள் நினனவின்மையின் வடிவமழிந்த வெளியில் புற-உலகின் தோற்றங்களோடு தான்-நாம் உடன் அலைகிறோம். பார்த்தலின் மறதி நினைவு பெறுகிறது. தோற்றத்தின் பின்-பக்கத்தில் அதன் பொருண்மை நகைத்துக் காட்டுகிறது. நாம் எதிர்கொண்டு நோக்கும் ஒவ்வொன்றும் நம்மோடு தொடர்புள்ள மற்றொன்றை காட்சிப்படுத்திக் காட்டுகிறது. பொருண்மையின்- மொழியை சொல்லும்.

R.S.Thomas-இன் "Flowers"

But behind the flower
is that other flower
which is ageless, the idea
of the flower, the one
we smell when we imagine
it. that as often
as it is picked blossoms
again. that has the perfection
of all flowers, the purity
without the fragility.
Was it
a part of the plan
for humanity to have
flowers about it?

பக்கவாட்டில்கூட பார்த்தறியாத நகர விழிகளுக்குள் நிரம்பிவழியும் போக்குவரத்து திசைக்குறிகள்; முக்கியமின்மையின் குறியீடான முகக்குவியல்; யாரும் யாரையும் குறிப்பீடு செய்யாத இணைவற்றலில் மெலியும் அன்றாடங்களுக்கிடையே; எப்போதாவது நியானின் பூச்சற்ற மெல் ஒளியுடன் களிக்கும் தருணங்களில் மனம் குழந்தமையில் முகிழும்.

They are many
and beautiful, with faces
that are a reminder of those
of our own children, though they come painlessly
from the bulb's womb. We trouble
them as we go by, so they hang
their heads at our unreal
progress.

பொருட் பெருக்கத்தின் பிடியில் வாழ்வியலை ஒப்புக் கொடுத்துவிட்டு சுயசாரமற்ற வாழ்-நுகர்வின் கேலிக்கூத்தை கவிதையாக்குவதில் உருவகமாகப் பங்கு முக்கியமானது. இதுகுறித்து ரோலண் பார்த்தின் வரையறை வரிகள்

"the movement of metaphor ; it is Fiction, Farce , however, recurs lower down ; it is a metaphor which leans, fades, and falls (slacken).

The stereotype can be evaluated in terms of fatigue.

மேலும் நகர வாழ்வின் ஒற்றைத்தன்மை கொண்ட வார்படத்தை ஆர்.எஸ். தாமசின் கவிதை, மலர் என்ற 'metapahor'-ஐ வைத்து நொறுக்குகிறது. மலர் என்ற பருண்மையினைச் சுற்றி பின்னப்பட்ட தொடர் சுழல்வட்டமாகக் கவிதை சொல்லுதல் பிரதிசெய்யப்படுகிறது. இதில் Stereotype என்பதை 'போலியான வளர்ச்சி 'என்று கவிதையில் குறிப்பிடுவதை நகர உடலின் வாதையையும் அதன் மிகைச் சோர்வையும் இணைவில் கொண்டு மதிப்பீடு செய்யலாம்.

If flowers had minds,
would they not think they were the colour
eternity is, a window that gives
on a still view the hurrying
people must come to and stare at and pass by?

நிறக் குழப்பத்தில் உழலும் மனதிற்கு நிறம் நிலைபேறுடைமையின் குறியீடு என்பதை எப்படி அறிந்து கொள்ளும். நள்ளிரவு நெடுஞ்சாலைகளின் தனிமையிரக்கப் பாடலை; கதிரொளியை நாள் முழுதும் உள்வாங்கிய குறியீட்டு விளக்குகள் அணைந்து-ஒளிர்ந்து கசிந்து இசைக்கின்றன. உறைந்த காட்சிகளேயே தந்துகொண்டிருக்கும் சாளரங்களுக்கிடையே முந்திச் செல்லும் எத்தனிப்பைத் தவிர்த்துவிட்டு சட்டகங்களுக்குள் அடங்காதவைகளைச் சிறிதேனும் காணுங்கள்.

Flowers (Collected Poems) - R.S.Thomas

ROLAND BARTHE - by Roland Barthes

○

அரவமொன்று கைகளிலிருந்து நழுவிச் செல்லும் தருணம் - தவசிக்கருப்புசாமி

வேட்கை தன்னைத்தானே களைந்து கொண்டு; உடல்-வெளி—யிலிருந்து விடுவித்துக் கொள்ளும் பிரயத்தனத்தில் மொழிக்குள் தன்னைப் பதிந்து கொள்கிறது. விம்மிப் பெருகி நொறுங்கிய ஆடியின் பதிவுறும் பிம்பங்களெனப் பரவசப்படுகிறது. உடலின் ரோமக் கோட்டிற்குள்ளும் அதன் மேல்புற வெளிக்கும் இடையே நடனமாடிக் கொண்டிருகிறது. வெளிப்படாமல் விக்கித்துத் திணறும் கனல்வண்ணமாய் கனன்று இடையாட்டத்தில் களிக்கிறது.

அசைவாடும் படிமமாக வேட்கை உணர்வெல்லையின் விளிம்பில் தன்னை மாந்திரீகமாகப் பெருக்கிக் காண்பிக்கிறது

மாற்றமையில். ஆடியின் பிரதிபலிப்பை எதிர்நோக்குகிறது. முயங்கும் பொழுதின் வண்ண அலைகள் உடற்பரப்பில் தன்னைப் பூசிச்செல்கிறது. கமழ்ந்து தகிக்கும் ஆழ்மனம் தன்னை மாற்றமையுள் கரைக்க வேட்கையுறுகிறது.

அரவமொன்று கைகளிலிருந்து நழுவிச் செல்லும் தருணத்தின் மொழி கழன்ற தன்னிலையாக உணர்தளம் விரிகிறது. இணையும் கணம் வேண்டிய எதிர்பார்ப்பு புறத்திலுள்ள குறியீடுகளில் தனது வேட்டலின் மறைபொருளை வரைந்து காட்டுகிறது. அந்த வரைதலில் நெகிழ்ந்து பொங்கும் படிமங்களில் உரைந்துவிடுகின்றன ஏக்கங்கள். அப்படி தொடர்ச்சி—யின்மையின்-பிறனில் படிந்த வரைதோல் குறிகள் தொடர்ந்து அதன் கதையை மொழிந்து கொண்டே இருக்கும். இவை வாசிப்போரின் மனமறிந்து வரிசைக்கிரமத்தை மாற்றி மாற்றி கதைக்கும். கண்ணிரீல் தகித்து உருண்டோடும்; கூடலற்றுக் கழிந்த பொழுதுகளை எதில் கரைப்பது?

கவிதையின் பரப்பில் திட்டுத்திட்டாகச் சிந்திக் கிடக்கும் அவளது கூடலற்ற நீள்பொழுதுகளிடம் எண்ணற்ற வெம்மைகள் இன்னும் தன்-பிறனின்றி தகிக்கிறது.

வரிசைக் கூத்துக்குப்போன கப்பத்தரசன்
மண்டலம் கழித்து அந்தப்புரம் வந்திருக்கிறான்
நாட்டுக்கோழியடித்து நல்லண்ணை விட்டுப்பிரட்டி
குத்தி தீட்டிய பச்சநெல்லுச் சோற்றுக்கு
கண்ணீரில் உலை வைத்திருக்கிறேன்
தண்ணீர் வெளியடுப்பில் கொதிக்கிறது
மனைமெழுகி மஞ்சள் பூசிக்குளித்து
பொழிச்சலுக்கு காத்திருக்கிறேன் கண்டயிடம்
கை நனைத்து உண்டுகொழுத்த பெருமையில்
எதிர்குறட்டை போட்டுறங்குகிறான் மன்னவன் பிராணபதி
ஆக்கிவைத்த சாதங்கறி புகையோடிப்போகுது
அந்திபொழுதும் போச்சு அடிவெளுக்கும் வேளையுமாச்சி
அச்சம் மடம் நாணம் பயிர்ப்பு தொச்சமில்லை
வம்பில் கைபிடித்திழுத்துக் கேட்டேன்
ஏழுராத்திரி கதைபகர்கிறான் ஏகச்சக்ராதிபதி.

அழிபசி
(பக்கம்-33)

உடல் நிறைந்து கண்களில் தொக்கி நிற்கும் உணர்வின் குறியீட்டை உலையென்ற கொதித்தல் பண்பின் மேல் போர்த்தியுள்ள கவிதை தவசிக்குப்புசாமியுடையது. வெளியடுப்பில் கொதிக்கிறது என்ற குறியீட்டை சற்று நீட்சியுற்றுப் பாருங்கள் பொழிச்சலுக்குக் காத்திருக்கிறேன் என்ற வரிகள் எத்தனை அனாசயமாக தன்னிலையின் எல்லையை மொழிக்குள் விரித்துச் செல்கிறது. இதன் எதிர்மையில் நிகழும் கவிதையின் மற்றமை கைநனைத்து உண்டுவிட்டு எதிர்குறட்டை போடுகிறது. இந்த மாற்றமை எதிரிலுள்ள தன்னிலையின் பிறன்மையின் நினைவின்றி அயர்கிறது.

பொழுதின் சக்கரம் வட்டமடித்து திளைப்பின் கணங்கள் வெறுமைக்குள் மறைந்து போகிறது. வண்ணமிழந்து போகும் அவளின் வேட்கையுருவின் பிம்பத்தை தவசிக்கருப்புசாமியின் கதையாடல் மொழிக்குள் ஒரு தொடர்வரிசை கதைப்பிரதியை 'miniature' ஓவியமாகத் தீட்டுகிறது.

அதில் அவளது வேட்கையின் மொழி அச்சம் மடம் நாணம் பயிர்ப்பு தொச்சைமில்லை என களியாட்டத்தின் இரகசிய கண்ணசைப்பைப் போல் வம்பில் கைபிடித்திழுத்து கேட்க ஏழுராத்திரி கதை பகிர்கிறான்.

கவிதையின் மொழிக்குள் மீண்டும் அரவமொன்று நழுவி மறைகிறது.

அழிபசி
தவசிக்கருப்புசாமி
வெளியீடு: மணல்வீடு

○

வண்ணமாய் எரியும் தூரன் குணாவின் வேட்கை

கடந்து போகும் தருணங்களின் நினைவுகளில் சஞ்சரிக்கும் மொழிதான் கவிதை என்று தோன்றுகிறது. அதிலிருந்து கிளர்ந்து வெளிப்படும் வார்த்தைகள் சிலசமயம் தருணங்களைக் குறிப்பீடு செய்து பேசும். கவிதைக்குள் சுழிக்கும் நூதன உணர்வை வார்த்தைகளாய் உள்வாங்கிக் கொண்டு அதில் உறைந்திருக்கும் வேட்கையை அறிந்துகொள்கிறோம். கவிதைப்பிரதியின் வெளிமொழியின் வாசிப்பில் தன்னை அவிழ்த்துக் கொள்கிறது.

கவிதையின் பொருண்மையை உண்ர்வுகளாய் மட்டும் வார்த்தைகள்

கட்டியமைப்பதில்லை. அரிதாக எழுதப்பட்ட சில கவிதைகள் இதிலிருந்து பிறழ்ந்து புதிய பொருண்மை புலத்தை கட்டமைக்கின்றன. கவிஞர் தூரன் குணாவின் "கடல் நினைவு" தொகுதியை இரண்டு ஆண்டிற்குமுன் குணா என்னிடம் தந்திருந்தார்...

அப்போது குணாவின் கவிதைகளை முதல் முறையாக வாசித்தேன்.

ஆனால் இவரின் ஒரு விந்தையான கவிதை மனதில் மங்கலாய் படிந்துவிட்டிருந்தது.

சமீபத்தில் Czeslaw Milosz-இன் கவிதைகளை வாசித்துக் கொண்டிருந்த போது அதில் ஒரு கவிதையின் வரிகள் தூரன் குணாவை நினைவூட்டியது.

"நிலா உதிக்கும் தருணம் பெண்கள் மலர் ஒப்பனை நிரம்பிய ஆடையுடன் உலவிக்கொண்டிருந்தனர்,

அவர்களது விழிகளாலும், ரப்பைகளாலும் இவ்வுலகின் முழு ஒழுங்கும் என்னை செயலற்றுப் போகச்செய்தன...........

....
...."

-Czeslaw Milosz-

வெகுநாட்களுக்கு முன்பு வாசித்த குணாவின் கவிதை

அந்தியில்...
அந்தியில்
என்னைக் கடப்பவளின் உடலிலிருந்து
உயிர்த்த வண்ணத்துப்பூச்சியிலிருந்து
கிளர்ந்தெழும் கன்னிமையின்
வாசனையில்
நான் தாவரமாக
சட்டெனப் பூத்த
தாபத்தின் நீலமலரில்
வண்ணத்துபூச்சி
அமர்ந்த நொடியில்
பெருங்கழுகாகி
ராட்சத கால்களில்

அவளைக் கவ்விக்கொண்டு பறக்க,
நீலமாய் எரியத்துவங்கினேன் நான்.

தன்னைக் கடப்பவளிடமிருந்து உயிர்க்கும் வண்ணத்துபூச்சி—யிலிருந்து கன்னிமை அரூப வடிவம் பெறுகிறது; வாசனையாக. புலனால் உணரும் கவிதைதான் இங்கு உணர்கொம்புகளாகின்றன. மறுபடியும் தாபம் நீலமலராக ரூபப்படுத்தப்படுகிறது. இங்கு கவிதை சொல்லி அ-மனிதப்படுகிறார் 'தாவரமான' கவிதைசொல்லி என்ற நீலமலரில் கடந்து செல்பவளின் உடலிலிருந்து உயிர்த்த வண்ணத்துபூச்சி அமர்கிறது. தாவரமான கவிதைசொல்லி கழுகாகி அவளை கவ்வி பறக்கிறது. கவிதைக்குள் நிகழும் இத்தனை உருமாற்றங்களையும் அ-மனிதமைய கவிதையாடல் நிகழ்த்துகிறது... இறுதியாக வார்த்தைகள் கவிதையின் தர்க்கம் கழன்று கவிதை சொற்கள் வண்ணமாகின்றன...

"நீலமாய் எரியத்துவங்கி"

தூரன் குணாவின் வேட்கை... வண்ணமாக மாறி எரிகிறது.

கடல் நினைவு
தூரன் குணா
(தக்கை வெளியீடு)

○

மொழியழிந்த மரணப் பாதையில்... பொலெனோவின் காட்சில்லா

கணினித் திரையில் இருமை எதிர்வுகளின் அதர்க்க சமிக்ஞைகளின் கலவைக்குள் நிகழும் அதி-நகர்வுகளைப்போல் போல் மரணம் ஒளிப்படுகிறது. நாம் காட்சியைக் கண்டுணரும் காட்சிகள் அனைத்தும் வாழ்தலின் முறப்பக்கம் திரையாடுகிறது. அதன் பின்முனையில் நடக்கும் பிம்பக் கோர்வைகளுக்கான அலகுகள் வெறும் இருமை எதிர்வுகளுக்குள் நிகழத்தப்படுவது ஒரு விளையாட்டுதான்.

அனைத்துமே ஒரு தற்செயல்தன்மையின் திட்டமிடப்படாத சூட்சமமாக விரிகிறது. ஒரு தொலைக்காட்சியில் அழிவினைச் சுட்டும் காட்சியைக் காணும்போது; எதேச்சையாக விரல்படலில்; ஒரு கார்ட்டூன் காட்சிக்கு மாறும் திரை. இதில் நமது அறிவார்த்தம் என்ற புலம் முந்தைய உணர்வெளியை விட்டு மீண்டதுகூட தெரியாமல் கார்ட்டூனின் களிப்பில் மிதக்கும். ஒரு கணினியின்

வன்பொருள் எப்படி மென்பொருளின் நொடிமாற்றத்தில் முந்தைய செயல்-வெளியைவிட்டு சுவடின்றி தாவுகிறதோ அப்படி அறிதல் புலன் தாவுகிறது.

நிஜ ஓசைக்கும்; ஓசையின் மாதிரிக்கும் இடையேயான வேறுபாடு அழிப்பாக்கத்திற்குள் புதைந்துள்ளது. அதுபோல மரணம்-வாழ்வு இவையிரண்டும் தற்செயலின் அழிப்பாக்கத்தில் ஜீவிக்கிறது. சற்றும் யூகிக்க முடியாதவை நொடிப்பொழுதில் மின்னி மறைகிறது. பார்த்தல் வாழ்தலின் தப்பித்தலைச் செய்கிறது.

Roberto Bolano 'Godzilla in Mexico'-வின் கவிதை மரணம் விடுபட்ட போது விழிகளின் இமைகளைக் கூட சாத்திச் செல்லவில்லை என்று "முடிவுறா பார்த்தலைக்" குறிப்பீடு செய்கிறது.

Listen carefully my son; bombs were falling
over Mexico City
but no one even noticed.
The air carried poison through
the streets and open windows.
You'd just finished eating and were watching
cartoons on TV.

உணவருந்திவிட்டுத் தொலைக்காட்சியில் கார்ட்டூனைப் பார்க்கும் மகனிடம் ஒரு நிகழ்வின் தொடரை படுக்கைநேரக் கதைபோல கவிதையைச் சொல்ல ஆரம்பிக்கிறார் Roberto Bolano. அதை பக்கத்து அறையில் படித்துக் கொண்டிருந்துவிட்டு மரண மயக்கின் சுழல் வட்டமிடத் துவங்கிவிட்டதை உணர்ந்த தருணத்தில் பேசத் துவங்குகிறார்.....

I was reading in the bedroom next door
when I realized we were going to die.
Despite dizziness and nausea I dragging myself
to the kitchen and found you on the floor.

கார்ட்டூன் நிகழ்ச்சியின் சுழற்சிக்குள் மூழ்கிய மகனின் மனம் மரண கணத்தை உணராது தந்தையிடம் என்ன நிகழ்ந்தது என்று கேட்கிறான். ஒரு கார்ட்டூன் காட்சியின் பகுப்பில் நீளும் எண்ணற்ற பிம்பங்களின் அடர்த்திக்குள்ளிருந்து விடுபடாத குழந்தைமையின் வெளிப்பாடு தான் இக்கவிதையின் நுட்பம்.

மகனைத் தழுவிய கவிதைசொல்லி..,

We hugged. You asked what was happening
and I didn't tell you we were on death's program
but instead that we were going on a journey,
one more, together, and that you shouldn't be afraid.
When it left, death didn't even
close our eyes.

கார்ட்டூன் நிகழ்ச்சியின் பிடியிலிருந்து மீளாத தன் மகனுக்கு மரணம் திரையிடும் பேருறக்க நிகழ்ச்சியை துயில்நேரக் கதைகளாகச் சொல்லிச் செல்கிறார். இந்த புலன்கடந்த பயணத்தில் நீ மட்டுமன்றி நானும் உடனிருக்கிறேன் என்று தேற்றுகிறார்.

இந்த அநித்திய பயணத்திற்குள் காலம் சுவடற்று போதலை குறிக்கும் விதமாகவும் - மொழியழிந்த மரண பாதையில் –'நாட்கள்' 'வருடங்கள்' கரையும் மனித வகைமையின் தொடர்ச்சி—யின்மின்மையை பிறழ் எண்களெனக் கவிதை குறிக்கிறது.

What are we? you asked a week or a year later,
ants, bees, wrong numbers
and in the big rotten soup of chance?
We're human beings, my son, almost birds,
public heroes and secrets.

பேரகசிய ஏதொன்றைத் திருப்பும் மனகதியில் இக்கவிதை நம்மை ஆழ்த்துகிறது.

இருப்பின் ஒளி துளைக்காத ஆழத்திலிருந்து தொடர்வட்டச் சுழலாக விம்மி இப்படி வெளிப்படுகிறது கவிதைசொல்லியின் குரல்.

நாம் மனிதர்கள் ஏறக்குறைய பறவைகள் மற்றும் இரகசியங்கள்... என்று மரணதுள்ளிருந்து தனது மகனுக்கு மட்டுமல்ல நமக்கும் சேர்த்தே கவிதையை குறிப்பீடு செய்கிறார் ரோபர்ட்டோ போலனோ.

Godzilla in Mexico
Roberto Bolano
(The Romantic Dogs)

○

மொழிநிகர் பிம்பங்களுடன் உரையாடும் கவிஞர் றியாஸ் குராணா

அடர்ந்த தனிமையின் பித்தத்தில் உரையாடலை தேடி அலைகிறது மொழி. கவிதைசொல்லியை உறைந்துபோகச் செய்கிறது. மொழி தன்னிலிருந்து ஒரு மாற்றை உயிர்பித்துக் கொள்கிறது. மொழிக்குறிகளின் சேர்க்கையிலும்-சேர்க்கை—யின்மையிலும் பிரதி உயிரிகளை உயிர்ப்பித்துக் கொண்டே இருக்கிறது. ஒருவகையில் பிரதிகளில் தோன்றித் திரியும் மொழிநிகர் பிம்பங்களுடன் சதா பேசுகிறார் கவிஞர் றியாஸ் குராணா. இவரது கவிதைகளில் வரும் மொழிநிகர் பிம்பங்கள் எல்லாம் இவரிலிருந்து கழற்றி மொழிக்குறியாக உருமாற்றமடைந்த இரட்டைகள்.

இவ்வாறு பிரதிகளில் பதிலிகளையும், இரட்டைகளையும் - தனது கவிதையின் வெளியில் ஈன்றுகொண்டே செல்லும் இவரது கவித்துவம் சற்று வித்யாசமானது. தனது மறைவேட்கையை ஒரு “அவளாக” மாற்றி பின்தொடரும் இவர் ஒரு புனை உயிரியாக பக்கங்களுக்கு மாறிவிடுகிறார்

இன்னும் 22 பக்கங்கள் கடந்தால்
அவளை சந்தித்து விடுவேன்.
நேரடியாக அவளிருக்கும்
பக்கத்திற்கு நுழைந்தேன்
அடைப்புக் குறிகள் நிரம்பி இருந்தன.
அவைகளை திறக்க வேண்டும்
உள்ளே நாய் உறங்குகிறது என்று குறிப்பிருக்கிறது.
....
....
....
....
....
தனியாக இருக்க முடியவில்லை என்பதால்
தன்னை ஒரு (காப்பி) எடுத்து எதிரே இருந்த
நாற்காலியில் உட்கார வைத்தாள்.
மாலை இனிதே கழிந்தது. பின் வீட்டிற்கு கூட்டிச்சென்றாள்.

பிரதியில் உள்ள அவளை கண்டடைய பக்கங்களில் பயணிக்கும் இவர் 23-ஆம் பக்கத்தில் இருக்கிறாள்; அடைப்புக்குறிகளுக்கிடையே. இங்கு ஸ்தம்பிக்கிறது கவிதை...

மேலும் இவர் தேடிச்சென்ற அவள் பிம்பம் மற்றொரு பக்கத்தில் தனிமையினை கரைக்க தன்னையே ஒரு படியாகி "தன்னிலை"-யின் எதிர்புறம் அமரச் செய்கிறாள். பின்பு தனது பதிலியான பிம்பத்தை தன்னுடன் அழைத்துச் செல்கிறாள்.

அடைப்புக்குறிகளால் தன் மறைவேட்கை நிறைவேறாத அவனும்; பின்பு தன் தனிமைக்கு மாற்றாக தன்னையே படி எடுப்பதன் மூலமாக "போலி இரட்டையை" தன்னுடன் கூட்டிச்செல்லும் அவள்.

இப்படி மொழிபிம்பங்களைப் படிவப்படுத்துகிறது இக்கவிதை.

மிகுதியை எங்கு வாசிக்கலாம்
றியாஸ் குரானா
(காகம் வெளியீடு)

○

ஸ்ரீநேசனின் ஏரிக்கரையில் வசிப்பவன்

அதீத அசைவின் அசைவின்மையில் ஸ்ரீ நேசனின் பிரதியியல் சொல்லிச் செல்லும் மொழியின் கதியில் காலம் எங்குத் தன்னை கட்டமைத்துக் கொள்கிறது? ஒரு எழுத்து வகைமை மற்றொரு வகைமையோடு தன்னை மயங்கச் செய்துகொள்ளும் போது காலம் சற்று வெறித்து ஸ்தம்பிக்கிறது. கனவின் காட்சிவெளிக்குள் உறைந்து நிற்கும் காலம்; விழிப்பின் விளிம்பில் கசிந்து கசிந்து நெகிழ்கிறது.

குறிப்பிட்ட புள்ளிக்குள் குவியும் கவிதையின் சொல்லலை உள்வாங்கும் தருணத்தில்; கவிதையாக்க நுட்பம் இருவேறு காலவெளியின் இடைவெளிக்குள் தன்னை நிகழ்த்திக் கொள்கிறது. இயங்கும் குறியீடுகள் ஒன்றிலிருந்து மற்றொன்றின் இடைவெளியை சொற்களுக்குள் கட்டமைத்துவிடுகிறது.

இயற்கூறு தன்மையுடைய குறியீடுகளால் உணர்வின் இயல்பை சற்று திணறவைக்கக் கூடியவை கவிதையில் உயிர்ப்புறும் சொல்லுயிரிகள்.

உடல்-மன விளிம்பை ஒரு இரசவாதத்தால் கலவிகொள்ளச் செய்பவை "ஸ்ரீ நேசனின் கவிதைகள்".

இடையில் ஒரு தும்பி.
ஒரு மரங்கொத்தி

ஒரு மரத்திற்கும் அதன் இன்னொரு மரத்திற்கும்
ஒரே நேரத்தில் பறக்கிறது
ஒரு பெண்ணை
ஒரே நேரத்தில் இருவர்
இருவேறு இடங்களில் இருந்து சுகிக்கின்றனர்
இடையில் ஒரு தும்பி
அதன் மெல்லிய உள் சிறகுகளை
வினாடிக்கு இருபது முறை அடித்துக்கொண்டு நிற்கிறது.

மரங்கொத்தி இரண்டு மரங்களிடையே பறத்தல் என்பதில் ஒரே நேரம் என்பது இரட்டை எதிர்புள்ளிக்குள் அசைந்தும் அசையாது தன் மிதத்தலை நிகழ்த்திக்காட்டும் பறவை காலத்தை படிமமாகத் திரளச் செய்கிறது.

இதன் juxtaposed கவிதைப்பிம்பமாக ஒருபெண்ணை இருவர் இருவேறு நிலப்பரப்பில் கலவியுறுகின்றனர். அப்படிச் சுகிக்கும் தருணத்தை பறத்தலின் நிர்சலன உறைதலோடு கவிதையின் பிரதியில் அ-இயக்க நொடியில் மிதக்க விடுகிறார் ஸ்ரீ நேசன்.

பறத்தல் மற்றும் இருவேறு காலப்புள்ளிகளை குறிப்பீடு செய்யும் மரம். இரு மாற்று நிலப்பரப்பு இங்கு அமைவு கொள்கிறது. இந்த இருமைப் வெளிகளின் இடையில் தும்பி ஒற்றை நொடிக்குள் தனது இருபது சிறகடிப்பில் அதீத-அசைவில் அசைவின்மையை பிறப்பிக்கிறது.

ஏரிக்கரியில் வசிப்பவன்
ஸ்ரீநேசன்
(ஆழி பப்ளிஷர்ஸ்)

நியான்சொற்கள் வாக்கியமற்று திணறும் பேரோசையின் இரைச்சலை படிசெய்கின்றன - நேசமித்ரன் கவிதைகள்

நகரத்தின் நிலப்பரப்பு நினைவு போல கலைந்து கிடக்கிறது. யாருமற்ற பேரொலியொன்று இரைந்து கொண்டேயிருக்கிறது. ஒருங்குபெற சேரும் பிம்பங்கள் பிளந்து தன்னிலை தடுமாறித் தவிக்கிறது.

ஒளிபுகா கண்ணாடியின் சருமத்தில் பட்டுச்சிதறும் உருவங்களின் இடையே நம் உருவம்; தன் உருவம் தேடி அலைந்து தூர்ந்துபோன களைப்பின் மொழிதான் நேசமித்திரனின் கவிதைகள்.

நியான் சொற்கள் வாக்கியமற்றுத் திணறும் பேரோசையின்

இரைச்சலை இவரது கவிதைகள் பேசிப்பேசி... மௌனமாகி நிற்கிறது. இயக்கம் ஸ்தம்பித்து போன நகரத்தின் அதீதவேகம். உற்றுப் பார்த்தால் நகர்ந்தும் நகராத படிமம் போல தோன்றுகிறது.

அப்படியெனில் நாம் உணரும் அசைவுகள் செயற்கை ஊக்கம் என எண்ணத் தோன்றுகிறது. இதைக்குறிக்கும் ஒரு சொற்குறிதான் — "ஸ்டெராயிடும் ஐபில்லும்" ஸ்டெராயிடும் ஐபில்லும் அற்று அன்றைய நாள் இனிதே முடிந்தது.

கணினித் திரைக்கு இருபுறமும் இருந்த முகமற்ற கிகலோவுக்கும் அவளுக்கும் பிஃக்சல்கள் மற்றும் டெசிபல்கள் வழி. நகரம் இங்கு கணினி திரையின் இருபுறமாக பதிலிப்படுதப்படுகிறது. இயல்பான நிலையிலிருந்து பிறழ்ந்த கணம். ஒரு கணினிக்கு முற்—பிற்புறம் 'கிகோலா' மற்றும் 'அவள்' இடையேயான வேட்கைப் பரிமாற்றம் பிக்சல்களின் மறுசேர்க்கையிலும் டெசிபெல்களின் சரக்கோர்வையாலும் இணைவு ஏற்படுகிறது. இக்கவிதை நகர்மிகைகளின் கதையாடலை முன்வைக்கிறது.

பெருநகரங்களைக் கட்டமைத்திருக்கும் சொல்லாடல்கள் அனைத்திலும் கண்ணுக்குப் புலப்படாத இறையாண்மையின் அதிகாரக் கரங்களின் பிடிகளில் இயங்குகிறது. தொடர் கண்காணிப்பின் வட்டத்துள் அன்றாட வாழ்வியல் நிகழ்த்தப்படுகிறது. நாமல்லாத ஒரு வாழ்வை நம்மீது வைத்துத் தைக்கப்பட்டிருப்பதை உணரவியலாத ஒருவித மயக்கினில் கழிகின்றன. வரையறைகளுக்குள் அடங்காத அதிகாரத்தின் குறிவயமாக்கத்தின் வசத்தில் கட்டுண்டு கிடக்கின்றன.

பெருங்கதையாடல்களின் பிடியில் சிக்குண்டிருக்கிறோம் நாம் என்ற தன்னுணர்வு கூட அற்று வாழ்ந்து கொண்டிருக்கிறோம். அவைகளை அவிழ்க்கும் கவிதையாடல்களை அகப்படுத்தும் பிரதிகளே அரசியல் மொழிக்கான முன் நகர்வுகள் எனலாம். அத்தகைய பிரதியாக்கத்தினைக் கொண்டிருப்பவை நேசமித்ரனின் கவிதைகள்.

நாம் எதிர்கொள்பவை மற்றும் கடப்பவை எல்லாம் உள்ளீடற்றப் பொருண்மையை உடையவை. அதன்பின்னே இயங்கும் கார்பரேட் பெருநிறுவனங்களின் வணிகச் சொல்லாடல்கள்; நம் அனுமதியைப் பெற்றே நம்மைக் கையாளுகின்றன. எல்லோரையும் அதிகாரத்தின் அங்கங்களாக மாற்றப்படுவதற்கான நோக்கிலேயே செலுத்தப்படுகின்றன. எங்கு துவங்கி எங்கு பாய்கிறது என்று அறியாத நிலையில், ஒரு வலைப்பின்னலாய்த் தன்னை மாற்றிக் கொண்டே இருக்க; உள்ளார்ந்தத் தன்மையை இழந்துவிட்ட அல்லது மறக்கடிக்கப்பட்ட தற்கால நிலப்பரப்பின் வாழ்வு மேற்பரப்பில் தொடர்கிறது. இதையொருவித Surface Writingஎன்ற நவீனத்துவத்தின் பிந்தைய வகைமையில் நேசமித்ரன் தனது கவிதைகளை எழுதியிருக்கிறார்.

சுய விசாரணைக்கான உந்துதலற்ற மறதியின் அரசியலைக் கட்டவிழ்க்கின்றன. நேசமித்ரன் கவிதைகளை வாசிக்கும் போது உருவாகும் மேற்பரப்பின் மீது நம்மையும் நமது கூட்டு அரசியலையும் படியெடுத்துச் செல்கிறார். மேலும் இதன் மொழியானது பன்மைக் குறிப்பீட்டை வாசகரின் மனதில் மூண்டெழச் செய்வதற்கான வல்லமையை உடையன. அனைத்து அதிகார ஒப்பனைகளையும் கலைத்தழிக்கும் கவித்துவத்தை நேசமித்ரன் கவிதைகள் செய்கின்றன. நம்மீது கட்டமைக்கப்பட்டிருக்கும் அடுக்குகளைக் கீழறுப்பு செய்யத் தேவையானக் கவிதையாடல்களை நேசமித்ரன் கவிதைகள் அளிக்கின்றன.

அமைப்பியல் - பின்அமைப்பியல் - பின்நவீனத்துவம்

1

இலக்கியப் பிரதிகளில் ஒன்றாக விளங்குவது திறனாய்வுப்பிரதி. அதை 'விமர்சனம்' என்ற சொற்கொண்டும் குறிப்பிடலாம். குறிப்பாக படைப்பிலக்கியங்களை அணுகுவதற்கு இது உதவும். 'திறனாய்வு' என்ற சொல்லைக் கல்விப்புலம் சார்ந்த தமிழியல் ஆய்வுகளுக்கும் 'விமர்சனம்' என்ற சொல்லைக் கல்விப்புலம் சாராத இலக்கியச் சிறுபத்திரிகைகளைச் சார்ந்து எழுதப்பட்டவைகளைக் குறிக்கப் பயன்படுத்தப்படுகிறது. இவ்விரண்டு சொற்களுக்கும் இடையில் சிறிய வேறுபாடு இருப்பினும், ஏறக்குறைய இவ்விரண்டுமே ஒரு பொதுப்பண்பைச் சுட்டியே பொருண்மை கொள்ளக் கூடியதாக விளங்குகிறது. தமிழில் இருபதாம் நூற்றாண்டின் பிற்பகுதியில் இலக்கிய விமர்சனத்தின் பெரும்போக்காக விளங்கியவை தமிழியல் ஆய்வு, மார்க்சிய இலக்கிய ஆய்வு, ரசனைவாத விமர்சனம் மற்றும் செவ்வியல் இலக்கியப் பிரதிகளின் நயங்களை எடுத்தியம்பும் நயவுரைகளையும் இதன் ஒரு பகுதியாக விரிவடைந்தது எனக்கொள்ள வேண்டும். இவைகளின் இடையிலான ஊடாட்டத்தின் வழியே இயங்கி வந்த பிரதியியல் மரபில்; எண்பதுகளின் முதற்பகுதியில் விமர்சன உலகில் புதியக் கோட்பாட்டுத் தோற்றத்தை உருவாக்கியது 'ஸ்டரக்சுரலிசம்' (1982) (அமைப்பியல்) என்ற பேராசிரியர் தமிழவனின் நூல். அதுவரை அறியப்பட்டு வந்த விமர்சனக் கொடிமரபில் ஒரு பெரும் மாற்றத்தை அளித்தது. கவிதை, புனைக்கதை, நாடகம் எனப் பல்வேறு இலக்கிய வடிவங்களாக அணுகப்பட்டு வந்த முறைமை அமைப்பியல் என்ற நூலின் வருகைக்குப் பின் 'பிரதி' என்ற பண்பு மாற்றத்தைக் கண்டது. அனைத்து எழுத்து வகைமைகளும் மொழியால் எழுதப்பட்டவை அல்லது ஆக்கப்பட்டவை

என்பதால் மொழிப் பிரதியாகக் கொள்ளப்பட்டது. ‘பிரதி’ என்ற கருத்தாக்கம் தமிழ் விமர்சன உலகில் அழுத்தமாகக் கால்கொண்டது. மேலும், பிரதி என்பதை ஒரு பருண்மையான வடிவமாக அமைப்பியல் முன் வைத்தது. அதன் அடிப்படை— யில்தான் பருண்மையான பகுப்பாய்வு (Objective Analysis) என இதன் விமர்சன முறை அழைக்கப்பட்டது.

இதோடன்றி செய்முறைத் திறனாய்வு எனவும் சொல்லப்பட்டது. இதனை மொழி ரீதியாக இலக்கியப் பிரதிகளைக் காண விழையும் புதிய போக்குத் தமிழில் உண்டாகியது. இதையே மற்றுமொரு வகையில் ‘வாசிப்பு’ (Reading) எனவும் அழைக்கலாம். ஓர் இலக்கியப் பிரதியை வாசிப்பதும் அதைக் குறித்து எழுதப்படும் விமர்சனமும் ஏறக்குறைய ஒன்றுதான். ஒரு பிரதி ஆசிரியன் — வாசகன் — உரையாளன் அல்லது விமர்சகன் என்ற பங்கேற்பாளர்களை இயல்பிலேயே கொண்டிருக்கிறது. ஆசிரியன் மொழி கொண்டு எழுதப்பட்ட பிரதியானது ஒரு பருண்மைத் தன்மையை அதன் வடிவத்தில் அடைகிறது. அவ்வாறுள்ள பருண்மையான பிரதியைத்தான் வாசகன் வாசிக்கிறான். வாசிப்பவனுக்கும் வாசிக்கப்படும் பிரதிக்குமான இணைவுக்கூறு மொழிதான். அதேபோல, ஆசிரியனுக்கும் பிரதிக்கும் இடையிலான இணைவும் மொழிதான். ஆகவே, பிரதியின் முழு சுழற்சியும் மொழியில்தான் சம்பவிக்கிறது. ஆகவே, உரையாளனின் தொடர்பும் மொழிவழியானதே. பிரதியின் ஊடாகவே ஆசிரியன் பிரதியைத் தொழிற்படுத்தினாலும் பிரதி எழுதப்பட்டு முடிந்தவுடன் அப்பிரதியுடனான அவனது தொடர்பு என்பது விடுபடுகிறது. அதன் பிறகு பிரதியானது தன்னளவில் பருண்மையானதாக வடிவெடுக்கிறது. இப்போது பிரதியைச் சுற்றி வாசகர்களும் X உரையாளர்களும் நிறைகிறார்கள். இத்தகைய சூழலில் பிரதியை ஆக்கியோன் என்பவனின் தேவை வாசிப்போனுக்கும் உரையாளனுக்கும் தேவையற்றதாகி விடுகிறது.

மொழியால் கட்டமைக்கப்பட்ட பிரதிகளை அணுக மொழிவழியான கோட்பாடுகளை முன்வைப்பது அமைப்பியல். மேலும், பிரதிக்குள் இயங்கக்கூடிய அமைப்பாக்கங்களை எவ்வாறு இனம்கண்டு வாசிப்பது எனும்போது, அமைப்பியல் அதற்கு ஏதுவானதாக இருக்கிறது. பல்வேறு சொல்லாடல்களால் ஆனது பிரதி. அச்சொல்லாடல்களின் வலைப்பின்னலாக விளங்குகின்றன இலக்கியங்கள். கவிதை X உரைநடை என இரண்டின் உள்ளும் புறமும் இதில் அமைந்துள்ளது. சொல்லாடல் என்பது ஒரு பிரதியை மொழி எவ்வாறு ஒழுங்கமைத்திருக்கிறது என்பதும்

மொழியை ஓர் உண்மையை நோக்கிச் செலுத்துவதும்... இதனை நாம் வாசிக்கும் தருணங்களில் எல்லாம் மனதில் இருத்திக்கொள்ள வேண்டும். இதனோடு கூட சசூரின் மொழியியல் கூறுகளையும் இணைத்தே அமைப்பியலை உள்வாங்கிக் கொள்வது நமக்கு நன்மை பயக்கும். குறிப்பிட்டுச் சொல்வதென்றால், சசூரின் கருதுகோள்களைப் பற்றி விளங்கிக் கொள்ள அவசியம். 'குறி', 'குறிப்பான்' 'குறிப்பீடு' மற்றும் பொருண்மைப் படுத்தலின் சங்கிலித் தொடரில் காணப்படும் 'இடுகுறிப் பண்பு'. அடுத்ததாக இருமை எதிர்வுகள், பேச்சு அகத்தன்மையும் x முன்னிலைப் பண்பு, எழுத்து இன்மைப்பண்பு என்பதில் x பேச்சிற்கு அல்லது ஒலிப்பிற்கு சசூர் அளிக்கும் அழுத்தம்.

இப்போது நாம் மேலேகண்டவற்றை ஒவ்வொன்றாக அணுகி விளங்கிக் கொள்ள எத்தனிக்கலாம். 'குறி' என்பது மொழிக்குறியால் ஒரு பொருளைக் குறிக்க எழுதப்படுவது. 'குறிப்பான்' அத்தகைய குறியின் (ஒலியின்) ஓசை வடிவமாகவும், 'குறிப்பீடு' குறிப்பும் குறிப்பானும் குறிப்பீடு அன்றி பொருண்மைப்படுத்த விழையும் பொருண்மை எனக் கூறலாம். ஒரு கவிதைப் பிரதியானது இவை மூன்றையுமே உள்ளடக்கியதாகவே வழங்கி வந்திருக்கிறது. கவிதையை வாசிக்கும் போதும் மேற்சொன்ன மூன்றையுமே ஒருசேர நாம் வாசிக்கிறோம். ஆனால், பொருள் கொள்ளல் என்பது இதன் வழியே எவ்வாறு நிகழ்கிறது என்பதற்கு சசூர் இடுகுறித் தன்மையின் (Arbitrariness) மூலமே சாத்தியப்படுகிறது என்கிறார். தொடர் வாசித்தலில் நேரெதிர் எதிர்வுத் தன்மையால் குறிப்பாக்கம் உருவாகிறது. இந்த நேரெதிர் பண்பை இருமை எதிர்வு (Binary Opposition) என்று அழைக்கிறார். உதாரணத்திற்கு சுழியம் x ஒன்று. இருள் x ஒளி எனப் பலவற்றைக் கூறலாம். ஒன்றின் பண்பை மற்றொன்றின் இன்மையைக் கொண்டு அர்த்தப்படுத்திக் கொள்ளுதல். சுழியம் அல்லாதது ஒன்று எனவும் ஒளி அல்லாதது பொருள் கொள்ளுதலின் சுழற்சி இருள் எனப்படுகிறது. இதையடுத்த மற்றுமொன்று சசூரினால் சொல்லப்பட்டது. Langue and Parole இவை இரண்டுமே அமைப்பியலின் அடிப்படைகளில் மிக முக்கியமானவை. முறையே இவற்றை மொழிக்கிடங்கு x பேச்சு எனத் தமிழவன் தன் அமைப்பியல் நூலில் சொல்கிறார்.

"மொழி என்னும் குழப்பமான, ஒழுங்கற்ற ஒன்றை ஒழுங்குபடுத்திப் புரியும் தாரக மந்திரமாக சசூர் 'லாங்', 'பரோல்' என்னும் இரு கருத்தாக்கங்களை வைக்கிறார். இது பெரிய சாதனை. முதலில் மொழியானது அறிவியலுக்கு உட்படாத, மிகவும் கலவரம் தரத்தக்க, பகுத்தாய முடியாத ஒன்றாக இருந்தது என்று கருதியதை

மறந்துவிட முடியாது. இந்த ஒழுங்குபடுத்த முடியாத குழப்பத்திலிருந்து ஒரு சமூகப் பொருளாக, பிறருக்கு உணர்த்துவதற்கேற்ற ஒழுங்கு படுத்தப்பட்ட ஒன்றே 'மொழிக்கிடங்கு' என்கிறோம். நம்மிடம் நமக்கே தெரியாமல் நம் தேவைக்கேற்ப, சூழலுக்கேற்ப, கலாச்சாரத்துக்கேற்ப நாம் பேசுகின்ற வாக்கியத்தை நிறைவு செய்து கொண்டே செல்லுகின்ற ஒன்றுதான் 'மொழிக்கிடங்கு' எனப்படும். மொழிக்கான அலகுகள் மொழிக்கிடங்கில் அடுக்கி வைக்கப்பட்டிருக்கும். இந்த மொழிக்கிடங்கு எங்கும் தேடி அடையக்கூடியதல்ல (காட்டி நிரூபிக்கக் கூடியதுமல்ல). ஆனால், மொழிக்கிடங்கு நமக்குள் இல்லாமல் பேச்சு வராது. எங்கிருந்தோ நமக்கே தெரியாமல் வந்து நம் கருத்தை விளக்கியபடிச் செல்கிற மொழிக்கிடங்கின் செயல்பாடு உன்னதமானது. எனவே, மொழிக்கிடங்கை 'பேச்சு இல்லாத மொழி' என்கிறார் பார்த். மொழிக்கிடங்கு ஒரு செயல் அல்ல; தனிமனிதனைத் தாண்டிய பொதுமொழி அது." *(தமிழவன், அமைப்பியலும் அதன் பிறகும், பக்.31)*

ஆக, பிரதிக்குள் அமைப்பாக்கம் பெற்றிருக்கும் பல்வேறு கூறுகளுள் ஒரு வாசிப்பாளன் அறியாவிடிலும்; அது அவனறியாமலே உந்து சக்தியாக இருப்பது மொழியே எனலாம். நமக்குள் கொடி வழியாகவே மொழிவழி கருத்தாக்கங்கள் ஏற்கனவே கையளிக்கப்பட்டிருக்கின்றன என்பது இதன் மூலம் புலப்படும். சசூரின் முக்கிய கருத்தாக்கக் கூறுகளினால் எழுச்சிப் பெற்ற ஒரு கோட்பாடாகவே அமைப்பியலைக் கருதலாம்.

சசூருடன் மற்றுமொரு முக்கியமான கோட்பாட்டாளர் கிளாட் லெவிஸ்ட்ராஸ். இவர் மானுடவியலில் தொன்மங்களையும் ஆதிவாசிகளையும் குறித்து மிகக் காத்திரமான ஆய்வுகளைச் செய்தவர். இவர் பயன்படுத்திய கோட்பாட்டு உபகரணங்களும் அமைப்பியல் சிந்தனையாக்கத்திற்குப் பெரும் கொடையாக அமைந்தன. இவரும் 'லாங்' மற்றும் 'பரோல்' (Langue X Parole) தொன்மங்கள் குறித்த அலசலுக்கு உபயோகித்தார். தொன்மங்களில் இடுகுறித்தன்மையும்; அற்புதத் தன்மையும் உள்ளதெனக் குறிக்கிறார். அவ்வாறு இருப்பினும் பல்வேறு கலாச்சார சூழலில் உருவான தொன்மங்களுக்கிடையில் ஒரு ஒத்தத் தன்மையும் சேர்ந்து இருந்து வந்திருக்கிறது என்கிறார். இருமை எதிர்வைக் கொண்டு தொன்மங்களைப் புரிந்துக் கொள்ளலாம் என விரித்துரைத்துள்ளார். இதிலிருந்து. இருமை எதிர்வுச் சிந்தனையினை மேலுமொரு வளர்நிலைக்கு எடுத்துச்செல்லும் விதமாகப் 'பொய்ம்மை இரட்டைகள்' என்ற

கோட்பாட்டை வடிவமைக்கிறார். பொய்ம்மை இரட்டைகள் என்பதை விளக்குமுகமாக ஒரு தொன்மக் கதையை லெவி–ஸ்ட்ராஸ் எவ்வாறு எடுத்துரைக்கிறார் எனக் காணலாம்.

ஒரு பெண்ணுக்குப் பிறக்கும் இரட்டைக் குழந்தைகளில் ஒன்று கணவனுக்கும் மற்றொன்று அவனைத் தந்திரமாகக் களவாடியவனுக்குமாக பிறக்கின்றன. களவாடியவனைத் தந்திரக்காரன் என்கிறது கதை. அப்பெண் கடவுளைக் காணப் பயணிக்கிறாள். காணப்போகும் கடவுளைக் கணவனாகக் கருதுகிறாள். இப்பயணத்தில் குறுக்கீடு செய்யும் தந்திரக்காரன் தானேதான் அந்தக் கடவுள் என அவள் நம்பும்படிச் செய்கிறான். பிறகு அவளைக் களவாடிவிடுகிறான். பின்பு அவள் தன் கணவனைச் சந்திக்க நேரிடுவதில் கணவன் மூலமாகவும் கருத்தரிக்கிறாள். இந்த எதிரும் புதிருமான இரட்டைச் சேர்க்கை–யினால் இரட்டைக் குழந்தைகள் பிறக்கின்றன.

அந்த இரட்டைச் சேய்களை இரட்டைப் பிறவியென்பதால் இது தந்திரக்காரன், கணவன் ஆகிய இரட்டைச் சேர்க்கையில் கருத்தரித்திருப்பதால் ‘பொய்ம்மை இரட்டை’ என்கிறார்.

இவ்வாறு பொய்ம்மை இரட்டைகளாகப் பிறக்கும் சேய்களில் ஒருவன் வீரனாகவும் மற்றவன் கோழையாகவும் நேரெதிர் பண்பு கொண்டவர்களாக இருக்கிறார்கள். அதாவது, கணவனுக்குப் பிறந்தவன் வீரனாக, இந்தியர்களுக்குச் சாதகமானவனாக இருக்க; மற்றவன் வெள்ளையர்களுக்கு ஆதரவாளனாகவும், ஒருவன் இந்தியர்களுக்கு நன்மை செய்பவனாகவும் மற்றவன் எதிர்பாராத பல சங்கடங்களை இந்தியர்களுக்கு கொணர்பவனாகவும் இருக்கின்றனர். இதே தன்மை கொண்ட தொன்மப் பண்புகள் வட அமெரிக்காவில்…

பொய்மை இரட்டைகள்

கணவன் x தந்திரக்காரன்

கணவன் வழிமகன் x தந்திரக்காரன் வழிமகன்

வீரன் x கோழை

இந்தியர்களுக்கு ஆதரவு x வெள்ளையர்களுக்கு ஆதரவு

நல்லவைகளைக் கொணருபவர்கள்

துரதிர்ஷ்டத்தை கொணருபவர்கள்

…

உள்ளது போலவே தென் அமெரிக்காவிலும் காணக் கடைக்கிறது என்கிறார் லெவிஸ்ட்ராஸ். மேலும், அவர் எடுத்துக் கூறிய தொன்மத்தினூடாகக் காணப்படும் நேரெதிர் பண்புகள் தொன்மத்தில் விரவியுள்ள இருமை எதிர்வுச் சிந்தனைக் கூறுகளின் அடுக்கை இவ்வாறு காணலாம். இவ்வாறு தொன்மங்களுக்குள் புதைந்திருக்கக் கூடிய இருமை எதிர்வுச் சிந்தனை அமைப்புகளை விரித்து அறிந்து கொள்ள லெவிஸ்ட்ராஸின் அணுகுமுறை நமக்குப் புதிய அறிதல் முறையாக உதவுகிறது.

(லெவிஸ்ட்ராஸ், ஆதிவாசிகள், தொன்மங்கள் (அமிர்தா) சண்முகம்)

2

அமைப்பியலும் பின் அமைப்பியலும் 1950—களின் வழியே 1970—1980—களில் ஆங்கில விமர்சன உலகில் தனது ஆழமான சுவடைப் பதித்தது எனலாம். அமைப்பியலில் சில கூறுகளை மறுதலிக்கும் விதமாகப் பின் அமைப்பியல்; அமைப்பியலின் அடுத்தக்கட்ட வளர்ச்சியாகவும் நீட்சியாகவும் காணத்தக்கது. எந்தப் பிரதியையும் தனித்து வைத்துப் புரிந்துகொள்ள இயலாது. அதை இன்னும் நீண்ட அமைப்பின் பொருத்தப்பாட்டில் வைத்தே விளங்கிக் கொள்ள வேண்டும். இந்த இடத்தில் அமைப்பியல் என்ற கோட்பாட்டுப் புள்ளியில் இருந்து பின்அமைப்பியல் நிலைப்பாட்டிற்கு நகர்ந்தவர்களில் மிக முக்கியமானவர் ரோலாண்ட் பார்த் என்பவர். இவரை இலக்கிய அமைப்பிய பின்அமைப்பியலாளர் என்றழைக்கலாம். இலக்கியப் பிரதிகளை இவர் தனது விமர்சனங்களில் கையாண்ட விதம் மிகவும் அற்புதமானது.

3

ரோலண்ட் பார்த்தின் பிரத்யேகமான இலக்கியக் கோட்பாட்டுக் கொடைகளாகச் சிலவற்றை இங்கு சொல்லலாம். அவைகளில் பிரதானமானவைகளைப் பற்றிக் காணலாம். எழுத்துச் செயல்பாடு என்பதை இவ்வாறு விளக்குகிறார்:

"இங்கு எழுதல் என்பது என்ன என்ற கேள்வி உருவாகிறது. அதாவது, எதை எழுதுகிறோம், எதை எழுத முடியும் என்ற சாத்தியப்பாட்டைத்தான் எழுதுதல் என்கிறோம்.

மொழி, நடை என்றும் கருத்தாக்கங்களுடன் 'எழுதுதல்' என்னும் புதுவகை கருத்து ஒன்றையும் பார்த் சேர்த்தார். இந்த மூன்றும்தான்

உருவத்தின் மூன்று பரிமாணங்கள் என்றார் பார்த். மொழி என்பது இலக்கியத்தின் உள்பகுதியில் உள்ளதென்றால், நடை என்பது இலக்கியத்தின் வெளியில் உள்ளது. அதாவது மொழியைக் காரணமாகவும் நடையை அதன் வெளிப்படுத்தப்பட்ட தன்மையாகவும் பார்த் விளக்குகிறார். எனவே மொழிக்கும் நடைக்கும் இடைப்பட்ட இன்னொன்றையும் கண்டார். அதன் பெயர் எழுதுதல். இந்த எழுதுதலை இன்னொரு வகையாகவும் விளக்கலாம்.

அதாவது ஒரு மனிதனுக்குப் புறவயமான வரலாற்லோ தனிமனித அகத்திலோ இதைக் காண முடியாது. இரண்டிற்கும் நடுவில் வருவது என்ற பார்த்...3" *(தமிழவன், அமைப்பியலும் அதன் பிறகும்)*

மேலே நாம் காணும் 'எழுத்துச் செயல்பாடு' என்பதில் மிக முக்கியமான புள்ளியைப் பார்த் தொடுகிறார். புறவயமான வரலாற்றிலோ அல்லது தனிமனித அகத்திலோ பிரதிகளைக் காண முடியாது. இவையிரண்டும் இயங்கிக் கொண்டிருக்கும் வெளியின் இடையில்தான் பிரதிகளை எழுதுதல் என்பது சம்பவிக்கிறது என்கிறார். இதன் ஒளியில் இலக்கியப் பிரதிகளின் உருவாக்கப் புலத்தை நாம அகம் x புறம் இடைப்பட்டதாகக் கொள்ளலாம்.

பிரதியாக்கத்தின் செயலைக் குறித்த பார்த்தின் கருத்துக்கள் இலக்கிய அமைப்பியலின் அடிப்படைகளாக ஏற்கலாம். அடுத்து எழுதப்பட்ட பிரதிகளின் 'ஆசிரியன்' என்பவனின் நிலையைப் பற்றியும் அவன் இருக்கிறானா? அல்லது இறந்து விட்டானா? என்ற வினா நம்முள் எழுவது இயல்பு. இதற்கான நூதனமான விடையை பார்த் மொழிகிறார். படைப்புலகில் 'ஆசிரியன் இறந்து விட்டான்' என்ற பார்த்தின் கருத்தாக்கம் மிகப்பெரும் அதிர்வை உருவாக்கியது. பிரதிகளுக்குள் ஊடாடும் புனை உயிர்களின் குரல்கள் அனைத்துமே ஆசிரியனின் குரல்கள்தானா? அல்லது அவைகளுக்குத் தன்னளவில் தனித்ததொரு இருத்தல் இருக்க வாய்ப்புள்ளதா? போன்ற ஐயங்களுக்கு 'ஆசிரியன் இறந்து விட்டான்' என்பதை எவ்வாறு விளங்கிக் கொள்ள வேண்டும். தத்துவத்தில் உடைப்பை ஏற்படுத்திய 'கடவுள் இறந்து விட்டான்' என்ற நீட்ஷேவின் அறிவிப்பும் மேற்குலகின் அறிவு மரபில் உடைப்புகளை ஏற்படுத்தியது. அதேபோல் பார்த்தின் கருத்தாக்கமும் படைப்பிலக்கியத்தைப் பார்த்த விதத்தில் புதிய கோணத்தைக் காண்பித்து எழுதப்பட்ட

பிரதியொன்றில் வெளிப்படும் குரல்கள் அதன் நூலாசிரியரின் குரல் என்று கொள்ளலாகாது. ஏனெனில், ‘எழுதுதல்’ என்ற செயல்பாட்டில் உருவானதே ‘பிரதி’. எழுதி முடித்தவுடன் எழுதுவோனின் தொடர்பு அற்றுவிடுகிறது. அதன் பிறகு பிரதி தானே வாசிப்பில் இயங்கத் துவங்குகிறது. அதன் இயக்கத்திற்கு ஆசிரியன் தேவையில்லை. எப்படி ‘தத்துவத்தின் முடிபு நிலை கடவுள்’ எனக்கொண்டு அதன் கற்பனைச் சிதைக்கப்பட்டதோ அதுபோல் ‘ஆசிரியன்’ என்ற கருத்தாக்கம், வாசக உரை கூறும் கற்பனையைச் சிதைக்கிறது எனலாம். எண்ணற்ற வாசிப்பில் எண்ணிலியான வாசிப்புரைகளும் பொருண்மைக் கூட்டலும் செழிக்க இக்கருத்தாக்கம் வகை செய்கிறது. இதை சராசினின் பால்சாக்கின் நாவலை ஒரு செய்முறை விமர்சனம் மூலம் விளக்கி ஆசிரியனின் இறப்பை அறிவிக்கிறார் ரோலண்ட் பார்த். மேலும், ‘எழுத்துச் செயல்பாடு’ என்பது தெளிவற்ற மங்கியத் தன்மை (Ericture) கொண்டது என்கிறார் பார்த்.

பார்த்தின் கருத்துக்களோடு மற்றுமொரு முக்கியமான பிரதியியல் கருத்தாக்கத்தை நாம் காண வேண்டும். (Inter-textuality) பரஸ்பர பிரதியாக்கம் என்பதாகும். இந்தக் கருத்தாக்கச் சொல்லை ஜுலிய கிறிஸ்தியெவா உருவாக்கினார். இச்சொல் எதைச் சுட்டுகிறது என்றால், இலக்கியப் பிரதிகள் மற்றப் பிரதிகளிலிருந்து விலகிய தனித்த இருப்பு கொண்டதல்ல. மாறாக, பல்வேறு இலக்கிய பிரதிகளின் பகுதிகளின் பரப்பாக இயங்குவிது.

“Text is a absorption and transformation as another”

ஜுலிய கிறிஸ்தியெவாவின் பரஸ்பர பிரதியாக்க கருத்தாக்கம் ரோலண்ட் பார்த்தின் கருத்தாக்கத்திலிருந்து வேறுபட்டதாகவும் உள்ளது. ஒரு படைப்பாக்கம் நிகழும்போது, அதனைச் சூழ்ந்துள்ள பன்மைப் பிரதிகளின் பரஸ்பர உறவு முக்கியமானதாகிறது. ஆகையால், எந்தவொரு பிரதியும் முழுமுற்றாக எதனோடும் தொடர்பற்றது அல்ல.

4

நாம் இதுவரை கண்டு வந்த வரிசையில் அடுத்து காணப்போவது மிசேல் பூக்கோ. இவர் எந்தவொரு கோட்பாட்டு வரையறைக்குள்ளும் தன்னை அடையாளப்படுத்திக் கொள்ள விரும்பாதவர்.

இருப்பினும் அமைப்பியல், பின் அமைப்பியல், பின்நவீனத்துவத்தோடு தொடர்புபடுத்தி விவாதிக்கப்படுபவர். இவர் தன்னை சிந்தனை முறை அல்லது சிந்தனை மரபின் வரலாற்றாசிரியர் என்று அழைத்துக் கொண்டார். பூக்கோ சமூக விஞ்ஞானம் மற்றும் சமூகத்தின் தற்காலத்தைக் கட்டமைக்கக் கூடிய சொல்லாடல்களைப் பற்றி அதிகம் சிந்தித்தும் எழுதியும் உள்ளார். இவரது கருத்தாக்க முறைமையை முழுவதுமாக விளங்கிக் கொள்ள வேண்டுமெனில், "The Archaeology of Knowledge', 'The Order of Things' இந்த இருநூற்களிலும் அறிவுப்பரப்பு எத்தகைய ஒழுங்கின் வெளியில் உருவ அமைப்பு கொண்டு தன்னகப் படுத்தப்பட்டுள்ளன என்பதை ஆய்கிறார். இதன் விளைவாகச் சமூக நிறுவனங்களாலான மனநோய் விடுதிகள், மருத்துவமனை, சிறை ஆகியவைகளில் எவ்வாறு, எந்த அதிகாரச் சொல்லாடலின் பின்புலத்தில் இயங்குகின்றன என்பதையும் விரிவாகப் பேசுகிறார். அதிகாரம் என்பது மேலிருந்து கீழ்நோக்கிப் பாய்வதுமல்ல. சமூகத்தளத்தில் நீக்கமற அனைத்துத் தளங்களிலும் பரவி இயங்குபவை. இதற்கான மூலகங்களைக் கண்டு தெளியும் செயலாகவே பூக்கோவின் சொல்லாடல் அலசல்கள் அமைகின்றன. 'அதிகாரத்தின்' பிடியிலிருந்து எந்தவொரு மனிதனும் தப்பவே இயலாது. ஆயினும், ஒவ்வொருவனும் தன்வயப்பட்டிருக்கம் அதிகாரத்தைக் கீழறுப்பு செய்ய முடியும். பூக்கோ தன் இறுதிப் பேட்டியில் தனது மாணவர்களிடம் ஒன்றைச் சொல்கிறார் அதை இங்கு காண்போம்.

அவர் முன்வைத்தவை:

1. பொருட்களின் உருவமைப்பிற்கான விதிகள்

2. கருத்தாக்க உருவமைவதற்கான விதிகள்

3. குறிப்பிட்ட வழிமுறைகளை உருவமைக்கும் விதிகளான இடையீடுகள்

4. நடைமுறை உத்திகளான (மூலோபாயங்கள்) உருவமைக்கும் விதிகளை கையாளுவது.

மனித உடல் எத்தகைய அதிகாரச் சொல்லாடல்களால் கட்டப்பட்டிருக்கிறது, அதைப் பகுத்தாய்ந்து அதன் பிடியிலிருந்து விடுபட எத்தகைய வழிமுறைகளைக் கொள்வது? என்ற வினாக்கள் மனித வரலாற்றின் நெடுகிலும் எழுப்பப்பட்டுள்ளன. அதிலிருந்து விடுபட எண்ணற்ற போராட்டங்களும், விடுவிப்புகளும் நிகழ்ந்துள்ளன. அவைகளின் வழியே தேர்ந்த பாடல்களும் மானுட

அறிவு பெற்றிருக்கிறது. அதில் அதிகாரம் x இறையாண்மை என்பது காரண அறிவை வசப்படுத்தத் தன்கீழ் இருத்திக் கொண்டது. காரண அறிவின் ஒரு பிரதான பண்பாக இறையாண்மைக்கு உட்படுவது. அதனைக் கீழறுப்பு செய்து விடுபடுவது காரண அறிவுநிலையைக் காட்டிலும், Unreason—இன் உலகைச் சார்ந்த மானுடர்களே இறையாண்மையின் அதிகாரத்திற்கு உட்படாதவர்களாக உள்ளனர். பைத்திய நிலை, அதீத பாலியல் நிலை, விளிம்பு நிலையில் உள்ளோர், திருடர்கள். இவர்கள் உடல் ரீதியாகவும், மனரீதியாகவும் இறையாண்மை, அதிகாரம் இவற்றின் ஆளுகையை மீறியவர்களாக உள்ளார்கள். மேலும், ஒவ்வொரு மனிதனும் அதிகாரக் கண்காணிப்பின் கீழ்தான் வாழ்கிறான். இதில் பூக்கோ சொல்லும் கண்காணிக்கப்படுபவனும் x கண்காணிப்பாளனும் பரஸ்பரம் ஒருவரை மற்றொருவர் கண்காணிக்கும் வண்ணமே இருக்கிறார்கள் என்கிறார்.

பூக்கோவின் ஆசிரியன் என்பது யாது? என்ற கட்டுரை இலக்கிய பிரதிகள் ஆய்வில் புதிய வெளிச்சத்தைப் பாய்ச்சக் கூடியது. பிரதிகளுக்கும் அதன் ஆசிரியர்களுக்கும் இடையில் உள்ள இணைவும் x இணைவின்மையும் நவீன இலக்கிய விமர்சனத்தில் பெருத்த விவாதங்களுக்கு உரியவை. ஆசிரியர் இறந்துவிட்டான் என்ற ரோலண்ட் பார்த்தின் கருத்தாக்கத்தின் மற்றொரு பரிமாணத்தைக் கொண்டுள்ளது. ஆசிரியனுக்கு அவன் எழுதிய பிரதிக்கும் நடுவில் அவன் என்னவிதமாக செயலாற்றுகிறான்? என்பதை நாம் ஆழமாகச் சிந்திக்க வேண்டும். பிரதிகளில் ஆசிரியன் பருண்மையானவனா? அல்லது பிரதியில் ஊடாடும் மொழிக்குரலா? அல்லது பிரதியாகவே உள்ளானா? இதற்கு பூக்கோவின் சிந்தனையை அறிந்து கொள்வதன் மூலம் சில தெளிவுகளைப் பெறலாம். "ஆசிரியன் என்பவன் ஒருவகை இனம் அல்லது பிரதிகளை ஒருங்கிணைக்கும் ஒருவழி, (பிரதிகளுக்கு) ஒரு வரலாறு உள்ளது. அதை எதிர்ப்புக்குள்ளாக்குவது" என விரிக்கிறார். இதன்படிப் பார்த்தால் ஆசிரியன் என்பது ஒருநிலை என்றே கொள்ளலாம்.

பின் அமைப்பியலில் அதிகம் விவாதிக்கப்படும் கோட்பாட்டாளர் ழாக் தெரிதா. இவரையொரு சிந்தனையாளர் என்று அழைப்பதே பொருத்தமானதாக இருக்கும். பிரதிகள் அனைத்துமே ஒருவகையான மொழிதான் என்று கூறுகிறார். இதனை அடிப்படையாகக் கொண்டு பார்த்தால், அர்த்தம் அல்லது பொருண்மை என்பது வாசித்தலின் வழியே தள்ளிப்போட்டுக் கொண்டே செல்லலாம். மொழிக்குறிகளால் ஆன பிரதிக்கு

எஸ்.சண்முகம் கட்டுரைகள்

ஒற்றை அல்லது நிலையான அர்த்தம் அல்லது பொருண்மை இருக்கச் சாத்தியமில்லை. இதன் அடிப்படையில் 'கட்டவிழ்த்தல்' மற்றும் 'வித்தியாசம்' என்ற கருத்தாக்கங்களைப் பல்வேறு பிரதிகளை எடுத்துக் கொண்டு, அதன்வழி செயல்படுத்திக் காண்பிக்கிறார். அகம் இலக்கியம், அகவயம் தத்துவம் என்பதைக் கட்டவிழ்க்க முடியும். அதேபோல் 'தத்துவம்' என்பதும் ஒருவகை மொழியே என்கிறார். தத்துவம் ஒரு பெருங்கதையாடலையும் மொழிக்குறிகளின் தொகுப்பாகப் பார்க்கையில், அந்த மொழிக்குறிகளின் உதவியின்றித் தனித்து தத்துவம் என்ற குறிப்பீட்டைச் சாத்தியப்படுத்த முடியாது. இதனைக் கட்டவிழ்ப்பு செய்யும்போது 'தத்துவம்' தனது மொழி கடந்த செயல்பாட்டிலிருந்து கழன்று வெறும் மொழிக்குறிகளாகவே தங்கிவிடுவதைக் காணமுடியும். அமைப்பாக்கத் தன்மையின் அமைப்புருவை ஆழ்ந்து விசாரித்தலில் அது நிறைவுறும். கட்டவிழ்த்தல் செயல்பாடு என்பது பிரதிக்குள் உள்ளார்ந்துள்ள அர்த்தங்களின் படிநிலையைத் தலைகீழ்ப்படுத்தும் முறைமையாகும்.

'அழிப்பாக்கம்' என்ற சிந்தனை முறையின் கோட்பாட்டாக்கத்தை வலுவூட்டியவர் தெரிதா. எழுதப்பட்ட பிரதிக்குள் ஆசிரியனும் x பிரதிக்கும் இடையில் அழிப்பாக்கம் நிகழ்கிறது. பிரதியாக உருவெடுத்த பின்னரும் அது வாசிப்பில் செயலாற்றும் போதும் மறு அழிப்பாக்கத்திற்கு ஆளாகிறது. இவ்வாறு தொடர்ச்சியான சுழற்சியில் பிரதியில் அழிப்பாக்கம் நிகழ்ந்து கொண்டே இருக்கிறது. எழுதியவன் கொண்டிருந்த பொருண்மையாக்கம் வாசிப்பவன் கொள்ளும் பொருண்மைக்கும் மத்தியில் அழித்தல் சதா சம்பவித்தபடிதான் பயணிக்கிறது. ஒரு குறி, ஒரு குறிப்பிட்ட 'குறிப்பீட்டைதான் செய்கிறது என்று அறுதியிட்டுக் கூறமுடியாது. அதனால், நீர்மை நிலையில் குறியீட்டாக்கம் இடம்பெறுகிறது. அதுபோலவே, கட்டவிழ்தல் பிரதியின் மையத்திலிருந்து அதன் விளிம்புக் குறிப்பீட்டைத் தள்ளிவிடுகிறது. வரையறுத்து விளக்க முடியாத ஒரு மங்கலான நிலையில்தான் பிரதிகள் இயங்குகின்றன. ஆகையால், பிரதிகளுக்கான மையமாக்கல் அமைப்பாக்கத்தில் யாவும் தகர்ந்து போகின்றன. மையமகற்றப்பட்ட மையமற்ற கட்டமைப்புகள் பிரதிகளில் நிலவுகின்றன. இச்சூழலில் பிரதிகள் தொடர்ச்சியான அழிப்பாக்கங்களுக்கு உள்ளாகின்றன. 'எழுதுதல்' என்பதே ஒருவகையான அழிப்பாக்கம் மற்றும் பிரதிகள் மங்கலானவை, பிரதிக்குள் நிலைபெற்ற பொருண்மை என்ற நிலை இல்லை. தொடர்ச்சியான தள்ளிப்போடலின் ஊடே எழுத்து இயங்குகிறது.

கட்டவிழ்த்தல் என்ற கோட்பாடு மையத்தின் மற்றும் ஓரங்களின் கட்டமைப்பின் வழியே நம்மை சிந்திக்கத் தூண்டுகிறது.

பிரதிகளில் 'நினைவிலி'யின் பங்கு பற்றிய விவாதங்கள் தொடர்ச்சியாக நிகழ்ந்து வந்துள்ளன. கனவுநிலை பற்றியும் இலக்கிய விமர்சனத்தில் பேசப்பட்டுள்ளன. இவை பிராய்டிய உளப்பகுப்பாய்வின் ஒளியில் காணப்பட்டன. இதில் மொழியின் பங்கு பற்றிய கருத்தாக்கங்களும் சேரும். இலக்கிய ஆக்கம் என்பது தூய விழிப்புநிலையில் தொழிற்படுகிறதா ? அன்றி நினைவிலிச் செயலாக்கத்தில் நிகழ்த்தப்படுகிறதா ? என்ற கேள்விகள் இருந்தே வந்துள்ளன.

5

பின்அமைப்பியல் சிந்தனையாளர்களில் மிக முக்கிய பங்கு வகிக்கும் உளப்பகுப்பாய்வின் எல்லைகளை விரிவாக்கம் செய்தவர் ழாக் லக்கான். இவரது கருத்தாக்கங்களில் சிலவற்றைக் காணலாம். 'நினைவிலி மனம்' என்பது மொழிபோல் கட்டமைக்கப்பட்டுள்ளது. கனவும்கூட அதே அமைப்பாக்கத்தைக் கொண்டே செயல்படுகிறது என்கிறார்.

பொதுவாக, மையப்படுத்தப்பட்ட ஒருங்கு இணைக்கப்பட்ட தன்னிலை மீதான தாக்குதலை லக்கானின் எழுத்துக்களும் / உரைகளும் செய்கின்றன. பிரதியில் 'தன்னிலை' என்பதன் உருவாக்கம் எவ்வாறு உருவெடுக்கிறது. அது எத்தகைய அலகுகளால் கட்டமைக்கப்படுகிறது ? ஆகிய வினாக்கள் உள்ளன. தன்னிலை என்பது 'Inter Subjective' ஆனது. நாம் புழங்கும் அனைத்துத் தளங்களாலும் அதன் சொல்லாடல்களாலும் உருவமைகிறது. மனிதத் தன்னிலை என்பதும்கூடப் புறம், அகம் பகுப்புகளைத் தாண்டிய இரண்டின் இடையே செயல்படுகிறது. மேலும், 'தன்னிலை' என்பது ஒரு தொடர்நிலையாக்கத்திற்கு உட்பட்டதும் அல்ல. அது Discontinuous தன்மையில்தான் உயிர்த்திருக்கிறது. நினைவிலியை முன்நிலைப்படுத்தும் லக்கானிய கருத்தாக்கத்தின் வழியே பிரதிகளில் உள்ள தன்னிலையாக்கத்தை வாசித்தறிய வேண்டும். கார்டிசிய கருத்தாக்கமான 'நான் சிந்திக்கிறேன், ஆகையால் நான் இருக்கிறேன்' என்பது லக்கானிடம், 'நான் இருக்கிறேன். எங்கு சிந்திக்காது இருக்கின்றேனோ அங்கு உண்மையான தன்னிலை என்பது நினைவிலியே' என்ற முடிபுக்கு லக்கானிய கருத்தாக்கமாகிறது. எட்கர் ஆலன்போவின் 'The Purloined Letter' கதைப்பிரதி மீதான தனது உரையினில் லக்கான் அதில் நினைவிலி, உளப்பகுப்பாய்வின் செயலாக்கம் மற்றும்

மொழிவயத்தின் பங்கும் அதன் தன்மைகள் பற்றிப் பரந்த அளவில் விவாதிக்கிறார். லக்கானின் உளப்பகுப்பாய்வு விமர்சன முறைமையை முழுமையாக எடுத்துக் காட்ட வல்லது.

'பின்நவீனத்துவம்' எனத் தமிழ் இலக்கியச் சூழலில் 1990—களில் துவங்கி இன்றுவரை விவாதிக்கப்பட்டும், எடுத்தாளப்பட்டும் வருகின்றது. இதனை ஒரு இலக்கிய விமர்சனக் கோட்பாடாக மட்டுமே சுருக்கிவிட முடியாது. அறிவின் நிலையைக் குறித்தும் நவீனத்துவத்தின் மீதான தாக்குதலாகவும் அமைந்தது. பின்நவீனத்துவம் என்பதை முன்வைத்த தத்துவவியலாளர் ழான் பிரான்சுவா லியோடார்ட். இவரது நூலான 'The Post Modern Condition: A Report on Knowledge (1979. Manchester, Marcheste: University Press 1984)' ஆகும். அப்புத்தகத்தின் துவக்கக் கருத்துக்களில் ஒன்றைக் கீழே சொல்லி லயோடார்டின் கருத்துக்களை விவாதிக்கலாம்.

"Our working hypothesis is that the status of knowledge is attend as societies enter what is known as the post&industrial age and cultures enter what is known as Postmodern age" (*Postmodern Condition*, Pg.3)

அறிவின் நிலை எவ்வாறு சமூகங்களாக மாற்றப்பட்டுள்ளன. தொழிற்மய காலத்தில் மற்றும் தன்வழியே கலாச்சாரங்கள் நுழைவதையே பின் நவீனத்துவ காலம் என லயோடார்ட்டின் துவக்கக் கருத்தாக்கம் அமைகிறது. இதில் ஆரம்பித்து நவீனத்துவம் x பின் நவீனத்துவம் இரண்டிற்கும் இடையிலான அழகியல் வேறுபாடுகளின் வழியாக ஒரு கதைப்பாடலை உருவாக்குகிறார். பின் நவீனத்துவம் என்றால் என்ன என்ற வினாவிற்கான விடையாய்,

A work can become modern only if it is first postmodern. Postmodernism thus understood is not modernism at, its end but in the nascent state, and this state in constant' (*Postmodern Condition* Pg.7) இப்படிக் குறிப்பிடுகிறார்.

லயோடார்டின் இலக்கான தாக்குதல் மீதுதான் அதிகம் கவனப்படுகின்றன. இதனோடு கூடவே பெருங்கதையாடல்களின் மீதும் கவனத்தைச் செலுத்துகிறார் லயோடார்ட். இவைகள் பெரும்கருத்தியலை உருவாக்கித் தனிமனிதர்களைக் கட்டுப்படுத்துகின்றன என்பது முடிபு. ஒற்றைத் தத்துவச் சொல்லலாடல்களின் வழியே அதிகாரத்துவம் மனிதத் தன்னிலையைத் தன்வயப்படுத்திக் கொள்கிறது. அதிகாரத்திற்கு ஆளான அல்லது கட்டுப்படுத்தப்பட்ட ஒன்றாகவே 'மானுடநிலை' மாறிவிடுகிறது. இத்தகைய அதிகார நுகத்தடியிலிருந்து

விடுவிப்பதற்கான உபயங்கள் எவை எனப் பார்க்கும்போது பன்மைத்தன்மை, பன்முனைக் கொண்ட கதையாடல்கள் எனச் சோல்லலாம். இத்தன்மைகளைக் கண்டடையும் பயணமாகத் தொடரலாம். லயோடார்டின் முக்கியக் கருத்துகளாவன:

மொழி விளையாட்டு

நுண் — கதையாடல்கள்

ஒன்றை மற்றொன்றோடு ஒப்பீடு செய்யாமை

முன் நிகழ்வு

முன்புறத்தன்மை

எனச் சொல்லலாம். இவை முன்மொழியும் தன்மைகளாவன எவை ? இக்கூற்றை இலக்கியப் பிரதிகளின் பொருத்தப்பாட்டில் எவ்வகையாகக் கையாளுவது ?

ஓர் இலக்கிய பிரதியானது பல்வேறு மொழி விளையாட்டுகளால் அமைப்பாக்கம் பெற்றுள்ளது. அவைகள் செழித்தோங்கச் செய்வதே முக்கியம். ஒரு மொழி விளையாட்டை மற்றொன்றுடன் ஒப்புவைத்து நோக்குவதே வாசித்தல், பொருண்மைப்படுத்தல் கூடாது. இதைத்தான் incommensurable என்கிறார் லயோடார்ட். மொழி விளையாட்டின் பன்மையில்தான் பிரதிகள் செழிக்கின்றன. இவற்றிற்கிடையிலான ஒப்பீடு ஒன்றின் மீது மற்றொன்று அதிகாரம் செலுத்தவும் மேல் x கீழ் என்ற படிநிலையாக்கத்திற்கு இட்டுச்செல்லும் பெருங்கதையாடல்கள் (தத்துவச் சொல்லாடல்களின் அதிகாரம்) நொறுக்கப்பட்டு நுண்கதையாடல்களாக அதை விடுவிக்க வேண்டும்.

‘மனிதன், மையம், கருத்து எல்லாமே வெறும் கதை சொல்லல்தாம் என்று கூறுவதையும் நாம் கணக்கிலெடுக்க வேண்டும்‘ (தமிழவன், மொழிதல் கோட்பாடும், தமிழும், பக்.19)

6

பின்நவீனத்துவக் கலாச்சாரம் குறித்த மிக முக்கியமான கருத்தாக்கங்களை அளித்தவர்களில் ழான் பூத்ரியா (Jean Baudillard) என்ற தத்துவவாதி பிரதானமானவர். பின்நவீனத்துவ சமூகம் மெய்ம்மையின் தொடர்பிழந்து இருப்பதையும், எப்படி சமூக மெய்ம்மைகளே மாதிரிகளைப் போலச் செய்கிறது என்பதையும் கூறுகிறார். மெய் உவகையைத் தீர்மானிக்கக் கூடியவைகளாக இக்கூறுகள் அமைகின்றன. பின்நவீனத்துவக் கலாச்சாரம் செயற்கை அலகுகளால் ஆனது. இவருடைய பதிலிப்படுத்தல்

(போலித்தோற்றம் அல்லது பிம்பப்போலி) என்பதை இவரது நூலின் வாசகர்களை வைத்து விளங்கிக் கொள்ளலாம்.

'It is no longer a question of initiation, nor duplication, nor even parody. It is a question of substituting the signs of the real for the real'

நிஜ உலகின் குறிகள் பதிலிப்படுத்தப்படுகின்றன. மெய்ம்மைக்காக நாம் வாழும் நிலப்பரப்பு இன்று பிம்பங்களால் நிரப்பப்பட்டுள்ளன. பிம்பங்கள் நம்மைக் கட்டமைக்கின்றன. நமது வேட்கையினைக் கிளர்த்தி மூண்டெழச் செய்கின்றன. பிம்பங்களின் உலகில் மானுடன் என்பவனின் தன்னிலை என்ன? மானுடனும் பிம்பத்தின் பிரதிமையா? இவ்விடத்தில்தான் Simulacra-வின் தன்மைகளைப் பற்றிப் பேசுகின்றார்.

ஒரு பிம்பம் நிஜத்தின் அல்லது மெய்ம்மையின் தெளிவான போலியாக இருக்கிறது. பிம்பம் ஒரு மாயத்தோற்றமாக அங்கீகரிக்கப்படுகிறது. நிஜத்தின் இடத்தைக் குறிக்கும் குறியாகிறது.

• பூதிரியா இரண்டாவதாக Simulacra பத்தொன்பதாம் நூற்றாண்டு தொழிற் புரட்சியோடு இணைவுடையது. பிம்பத்திற்கும் x பிரதிநிதித்துவத்திற்கும் (பிம்பம்) இடையிலான வேறுபாடுகள் நொறுங்கியதற்கான காரணம் பெரு உற்பத்தியும் மிகையான போலிப்படிகளும்.

• அடுத்ததாக, பின்நவீனத்துவக் காலத்துடன் தொடர்புடையது. நாம் Simulacra-வின் முற்பட்ட தன்மை, நிஜம் அல்லது மெய்மை என்பது மெய்ம்மையின் முற்பட்ட தன்மையாலும் தீர்மானிக்கிறது. இதனூடாக Hyper reality என்ற ஒன்று இயக்கத்திற்கு வருகிறது. இங்கு 'real' without origin of reality' என்ற வரையறையைத் தருகிறார்.

இவற்றோடு கூடாகவே டெல்யூஸ் கத்தாரியின் பங்களிப்புகளும் முக்கியமானவை. பிராய்டிய நினைவிலி என்பது முதலாளித்துவ அமைப்பாக்கம் என்று விளக்குகிறார். அதில் அதிகார அலகுகளின் உறவு முறையினால் அடக்குமுறை எந்திரத்தின் ஆளுகைக்கு உட்படுகிறது. இவர்களது இன்னொரு கருத்தாக்கம் (Rhizome) வேர்த்தண்டு மற்றும் (Minor Literature) சிறுவாரி இலக்கியம்.

இலக்கியக் கோட்பாடுகளும் மறு உருவாக்கங்களும் என்ற தலைப்பின் வரையறைக்குள் வைத்து அமைப்பியல், பின்அமைப்பியல், பின்நவீனத்துவம் ஆகியவை இக்கட்டுரையில் விவாதிக்கப்பட்டுள்ளன. தமிழில் 'அமைப்பியல்' என்ற சொல்லும் அது குறிக்கும் கோட்பாடும் ஏறக்குறைய கோட்பாடுகளின் ஒளியில்

பல்வேறு திறனாய்வுகளும் இலக்கிய விமர்சனக் கட்டுரைகளும் எழுதப்பட்டுள்ளன. அதில் நவீன இலக்கியப் பிரதிகளை ஆய்வு செய்வோரும் அமைப்பியலின் கோட்பாட்டுச் சட்டகத்தில் அலசல்களை மேற்கொள்கின்றனர். அதில் பின்அமைப்பியலும், பின்நவீனத்துவமும் பின்னிப் பிணைந்து பயணிக்கிறது.

'அமைப்பியலை' தமிழ் விமர்சன உலகிற்கு அறிமுகப்படுத்திய பேராசிரியர் தமிழவனின் இரு தனித்துவமிக்க பங்களிப்பு

i) மொழிதல் கோட்பாடும் தமிழும்

ii) பழந்தமிழ் அமைப்பியல் மற்றும் குறியியல் ஆய்வுகள்

தமிழவன் தொல்காப்பியரின் கூற்று என்ற சிந்தனையையும் இணைத்துப் புதிய திறனாய்வு முறையைக் கண்டடைகிறார். திருப்பாவைப் பிரதியை இதன்வழியே ஆய்வு செய்து தமிழவன் எழுதியுள்ள கட்டுரை ஒரு முன்னோடி முயற்சியாகும். இலக்கியப் பிரதிகளில் உள்ள நான் x நீ எதிர்வுகளின் வழியே நிகழும் சொல்லலின் ஊடாகப் பிரதியின் பல்குரல் தன்மையையும் முன்வைப்பது. மேலும், பிரதியின் உள்ளார்ந்த மொழி அமைப்பாக்கங்களை வெளிப்படுத்துவது, குரல்களில் உள்ள அதிகாரத்தைக் கீழறுப்பு செய்வது இத்திறனாய்வின் நோக்கு. இதில் (Dialogic Imagination) உரையாடல் கற்பனை'. 'நான் x நீ' பற்றிய தமிழவனின் கருத்துக்களைப் காண்போம்.

'இப்போது அக இலக்கியங்களில் தலைகாட்டிய கூற்று என்னும் உத்தி, மொழியின் உள் கிரியையால், படைப்பாற்றலால் உருவான ஒன்று எனப் புரிந்துக் கொள்கிறோம். அதாவது. இருவர் நான் x நீ என்று ஒருவர் இன்னொருவரை வெளிப்படையாய் விளித்துத் தன் கூற்றை நிகழ்த்தலாம். இது இலக்கியத்தில் வரும்போது உரையாடல் கற்பனை (Dialogic Imagination) என்று பக்தினால் அழைக்கப்படுகிறது. வொலஷினோவ் மொழியில் உள்ளதெனக் கூறிய கூற்று. இலக்கியத்திலும் செயல்படுகிறதென பக்தின் விளக்கியது தமிழச் சூழலில் ஒரு மொழிசார்ந்த இலக்கியக் கோட்பாட்டை உருவாக்க இவ்வாறு பயன்பட்டன சுட்டிவிட்டு' (தமிழவன், மொழிதல் கோட்பாடும் தமிழும்)

'நான் x நீ எதிர்வு எப்படி ஒரு மொழிதல் கோட்பாட்டின் அல்லது உரையாடல் கோட்பாட்டின் சக்தியைத் தன்னுள் கொண்டிருக்கிறது எனப் பார்ப்போம். வொலஷினொவ் கூறுவது போல் இருநபர்களின் குரல்கள் மொழியில் வெளிப்படும் என்பதும், பக்தின் கூறுவது போல் இரு ஆசிரியர்களின் மொழிநடைகளே

இலக்கியத்தின் மொழி நடையிலுள்ள உரையாடல் குரல் வழி வெளிப்படும் என்பதும் இங்கு நமக்குப் பயன்படுகின்றன.

புதுக்கவிதைகளில் வெளிப்பட்ட நான் X நீ என்ற உரையாடல் குரலும் சங்ககால அகக்கவிதைகளில் வெளிப்பட்ட கூற்றும் பக்தினின் உரையாடல் கற்பனை என்ற கருத்தாக்கமும், வொலஷினொவின் இருநபர்களால் சுட்டப்படுவன. மொழியின் குறிகள் என்ற சித்தாந்தமும் ஒத்தத் தன்மையுடையனவாக நமக்கு விளங்குகின்றன. நான் மற்றும் நீ. இருநபர்களின் சங்கேத வடிவமான பிரசன்னம்; இரு சக்திகளின் பிரசன்னம். அகம் மற்றும் புறம் என்னும் சங்கேதங்களால் மொத்த தமிழிலக்கிய வரலாற்றை விளக்கும் மரபு உண்டு' (தமிழவன், மொழிதல் கோட்பாடும் தமிழும், பக்.30)

7

'கூற்று — உரையாடல் கற்பனை' என்ற கருத்தாக்கத்தையும் நான் X நீ என்ற எதிர்வுகளையும் துணை கொண்டு புதுக்கவிதைகள், திருப்பாவை, சங்க இலக்கியமெனதனது உரைவாசிப்பின் மூலம் தமிழிற்கான தனி இலக்கியக் கோட்பாடாகவே கடந்த இருபது ஆண்டுகளில் வளர்த்தெடுக்கிறார் தமிழவன். இதன் மூலமாக 'நான்மை', 'தான்மை' எனும் பண்பு கவிதைகளில் உருப்பெறுகிறது என்பது இதன் முதற் கட்டமாக வளர்ச்சி பெற்றுள்ளது. அடுத்துவரும் காலங்களில் நான்மை X தான்மை என்ற உபகரணத்தை பிரயோகித்து கவிதைப் பிரதிகளைக் கட்டுடைத்து வாசிக்கலாம். இந்த நான்மை X தான்மை என்பது தமிழவன் வந்தடைந்திருக்கும் நவீன கோட்பாட்டுப் புலம் என்பேன். 'தன்னிலை' என்பதன் பிரதியியல் வடிவமெனத் தான்மையைச் சித்தரிக்கலாம் 'நான்' என்பதால் வடிவம் 'நான்மை' எனக் குறிப்பிடலாம். ஒவ்வொரு கட்டத்திலும் விமர்சனக் கோட்பாடுகள் ஒன்றை உள்வாங்கி மற்றொன்றாக அகவயப்படுகிறது. அவ்வாறு தமிழ் விமர்சன மரபிற்குள் அகவயமானதுதான் அமைப்பியல், பின் அமைப்பியல், பின்நவீனத்துவக் கூற்று.

இறுதியாக, சிலவற்றைச் சொல்லிவிட்டுக் கட்டுரையை நிறைவு செய்ய விரும்புகிறேன். பேராசிரியர் தமிழவன் அவர்களை அடியொற்றி இலக்கிய விமர்சனம் எழுதியவர்கள் நாகார்ஜுனன், பேராசிரியர் சிவசு, எஸ். சண்முகம், ஜமாலன், முபீன் சாதிகா எனப் பலரையும் சொல்லலாம். இவர்களை ஏறக்குறைய தமிழவனின் சிந்தனைப் பள்ளியைச் சேர்ந்தவர்கள் என்றே வகைப்படுத்தலாம். அமைப்பியல் அடிப்படைகளில்

சில வேறுபாடுகளுடன் விமர்சனத்தில் தொடர்ந்து இயங்கி வருபவர்களில் எம்.டி. முத்துக்குமாரசாமி, பேராசிரியர் அ. மார்க்ஸ், பேராசிரியர் பஞ்சாங்கம், எம்.ஜி. சுரேஷ், முருகேச பாண்டியன், பேராசிரியர் நோயல் ஜோசப் இருதயராஜ். பேராசிரியர் க. பூரணச்சந்திரன் என இன்னும் இந்த வரிசையில் பலரும் எழுதி வருகிறார்கள். இவர்கள் ஒவ்வொருவரும் தனித்த நோக்குடையவர்கள் எனக் குறிப்பிட்டுச் சொல்ல வேண்டும். தமிழ் இலக்கிய விமர்சனத்தின் பன்முகத்தன்மைகளை இவர்களது எழுத்துக்கள் எடுத்து இயம்புகிறது. அமைப்பியல் கோட்பாட்டின் தொடர் விரிவாக்கம் இன்றுவரை நீட்சி பெற்றுக்கொண்டே வளர்ந்துக் கொண்டிருக்கிறது. அமைப்பியல் கோட்பாட்டின் சொல்லாக்கங்களை பிரதி - சொல்லாடல் — பரஸ்பர பிரதியாக்கம் கலைத்துப் போடுதல் கட்டுடைத்தல் — பல்குரல் தன்மை — சிதறடிக்கப்படுதல் – பிளவுண்ட மனோநிலை என்பவை எல்லாம் இலக்கியம் எழுதக்கூடிய அனைவரின் எழுத்திலும் பயன்படுத்தப்படுகின்றன. அமைப்பியல் விமர்சனத்தின் தமிழ் தன்மையாக்கத்தின் விளைவே இத்தகைய சொற்கள் புழங்குகின்றன. துவக்கத்தில் 'படைப்பு' என்பவர்கள் கூட இன்று பிரதி என்றே பிரயோகிக்கத் துவங்கிவிட்டனர். தமிழ் விமர்சன பரப்பில் தவிர்க்கவியலாத கோட்பாடாக அமைப்பியல் வேரூன்றி இருப்பதை நாம் உள்ளத்தில் கொள்ள வேண்டும்.

பயன்பட்ட நூல்கள் கட்டுரைகள்:

1. அமைப்பியலும் அதன் பிறகும் தமிழவன்.

2. மொழிதல் கோட்பாடும் தமிழும் தமிழவன்.

3. பழந்தமிழ் அமைப்பியல் மற்றும் குறியியல் ஆய்வுகள் — தமிழவன்

4. தமிழவன் கட்டுரைகள் — 1

5. தமிழவன் கட்டுரைகள் — 2

6. Structuralism & John Sturrock

7. The Material Word: Some Theories of Language and its Limits - David Silverman and Brian toole.

8. Encyclopedia of Literature and Criticism & Edited by Martin Coyly, Peter Garride, Malcolm Kendall and John Peck.

Articles Ref:

1. Structuralism and Post Structuralism by Steven Connor Destruction & Miguel mapp

2. The New Criticism & Rick Rylance

3. Postmodernism & Tim Woods

4. Michael Foucault & Aesthetics the essential works & 2

5. ஆதிவாசிகள் தொன்மங்கள் — லெவிஸ்டிராஸ். எஸ். சண்முகம் (தமிழில்)

6. The Lyotord Reader, Edited by Andrew Benjamin

7. Simulacra and simulation - Jean Baudrillard

8. Look... Listen... Read... & Claude Levis Strauss

தூயநெஞ்சக் கல்லூரி திருப்பத்தூர்
இலக்கியத் திறனாய்வு பயிலரங்கில் வாசிக்கப்பட்ட கட்டுரை

என் தமிழ் விமரிசனப் பயணம்
'மேலும்' விருது ஏற்புரை

நவீன இலக்கிய விமர்சனம் இன்று பல்வேறு கோணங்களில் நவீனம் அடைந்திருக்கிறது. விமர்சனம் என்ற வகைமை தனித்த கோட்பாடாகவே இலக்கியத்தில் வடிவம் பெற்றுள்ளது. அது கவிதை, சிறுகதை, நாவல், நாடகம், இசை, ஓவியம், சினிமா என்று கலை வகைமைக் குறித்துப் பேசுகிறது; குறிப்பாகத் தமிழில் இலக்கிய விமர்சனம், அதிகமாகக் கவிதை குறித்தே எழுதப்பட்டுள்ளது. ஆனால், இருபதாம் நூற்றாண்டு உரைநடையின் காலமாகவே கணிக்கப் பெறுகிறது. புதுக்கவிதையின் தோற்றம் துவங்கி இன்றுவரை எழுதப்பெறும் பெரும்பான்மையான கவிதைகள் உரைநடையைக் கைக்கொள்கின்றன. இத்தகைய உரைநடைத் தன்மை கவிதையின் உள்ளார்ந்த மொழிப் பண்பாகவே உருப்பெற்றுள்ளது. இவ்வகையான உரைநடைப் பண்பு கவிதைக்குள் தன்வயமாகி, தமிழில் தனிவகைமையாகப் புதுக்கவிதை மாறியுள்ளதைக் குறிப்பிட வேண்டும்.

பெரும்பாலும் இலக்கியப் பிரதிகளை அடிப்படையாகக் கொண்டே இலக்கிய விமர்சனம் இயங்குகிறது. பிரதிகள் கட்டமைக்கப்படும் தொழில்நுட்பத்தையும், அதற்கான சொல்லாடல்களின் வலைப்பின்னலையும் ஒருசேரக் கண்டறிவதும் விமர்சனத்தின் ஒரு செயலாகும். ஒரு பிரதி தனக்கான வாசகனையும் உள்ளடக்கியது. பிரதிக்கும் — வாசகனுக்கும் இடையேயான புனை மொழி வெளியில்தான் விமர்சகன் செயலாற்றுகிறான். விமர்சன செயல்பாடு என்பது ஒருவகை வாசிப்புதான். அந்த வாசிப்பு மூலமாகப் பிரதிக்கும் வாசகனுக்கும் இடையேயொரு இணைவாக்கம் ஏற்படுத்தித் தருவதே விமர்சனத்தின் செயல்பாடு. இதை நவீன விமர்சனக் கோட்பாடு பிரதி வாசகன் இடையேயான Interface என்று அழைக்கிறது. மற்றும் வாசக எதிர்வினை (Reader response theory) பிரதியின் வாசிப்புக் கலாச்சாரத்தை, உயர்தளத்தினை அடையச்

செய்யக் கூடியது. மேலும் ஒரு பிரதி தன்னோடு தொடர்புடைய பிற பிரதிகளையும் உள்ளடக்கியுள்ளது. ஆகையால் ஒரு இலக்கியப் பிரதியை நாம் அணுகும் போது; அதோடு பின்னியுள்ள பிற பிரதிகளையும் சேர்த்தே அணுகுகிறோம். இதை பரஸ்பர பிரதியாக்கம் எனலாம். பிரதி எழுதப்படும் போதும் வாசிக்கப்படும் போதும் ஒருவித அழிப்பாக்கம் (Erasure) நிகழ்கிறது. இவை எல்லாம் நவீன இலக்கிய விமர்சனக் கோட்பாடுகளில் சில.

தமிழவனின் 'ஸ்டக்சுரலிசம்' நூல் வெளியான பின்பு ஏறக்குறைய பத்தாண்டுகளில் நிகழ்ந்த விமர்சன அணுகுமுறை மாற்றங்கள் குறிப்பிடத் தகுந்தவை. அமைப்பியல், பின் அமைப்பியல், குறியியல், பின்—நவீனத்துவம் ஆகியவை ஒரு அறிதல் மாற்றத்தைத் தந்தன. மேலும், கோட்பாடு குறித்த பல விவாதங்கள் தமிழ் விமர்சனப் பரப்பில் நிகழ்ந்தது; அதன் விளைவாகவே, நான் கவிதை எழுதுவதிலிருந்து விடுபட்டு விமர்சனம் எழுத முற்பட்டேன் (ஒரு பழைய கதவு, பொம்மை அறை). எந்தப் பிரதியையும் பருண்மையான அலசலுக்கு (Objective Analysis) உட்படுத்தவும், செய்முறை விமர்சனம் — கட்டுடைத்தல் ஆகிய விமர்சனக் கட்டுரைகள் எழுதவும் அந்நூல் உதவிற்று. மரபான ஆய்வு முறையிலிருந்து இந்நவீன விமர்சன முறைமை புதிய சாத்தியப்பாடுகளை அளித்தது. குறிப்பாக லெவிஸ்ட்ராஸ், மிசேல் பூக்கோ, ழாக் தெரிதா, ழாக் லக்கான், ழான் பிரான்சுவா லயோடார்ட், பூதியார் ஆகியோரது நூல்கள் பெருமளவு வாசிக்கப்பட்டு விவாதிக்கப்பட்டவை. இவையன்றி பின்காலனியக் கோட்பாட்டாளர்களான எத்வத் சையத், ஹோமி பாபாவின் எழுத்துக்களையும் வாசித்து நிகழ்ந்த விவாதங்களால் இலக்கிய முறையில் அதீத மாற்றம் ஏற்பட்டது.

2

இதன் மூலம் புனைகதைகளையும், நாவல்கள் குறித்தும் மாறுபட்ட பார்வை கிடைத்தது. தமிழின் முதல் நாவல்களான *'பிரதாப முதலியார் சரித்திரம்', 'கமலாம்பாள் சரித்திரம்', 'பத்மாவதி சரித்திரம்'* ஆகிய பிரதிகளைப் புதிய ஒளியில் வாசிக்க முடிந்தது. உலகின் முதல் நாவல்களான Don Quixote; The Histories of Gargantua and Pantagruel: The Life and Opinion of Tristram Shandy; Tales of Genji ஆகியவை பற்றிய பின்அமைப்பியல் பார்வைகள் அதனை (Self Dissi pation) தன்னிலையைச் சிதறடிக்கும் பிரதிகளாக வாசித்தன; மேலும் அவை மற்றமையை (Otherness) தன்னிலையின் மற்றொரு பகுதியாகக் கண்டன; அதோடு ஒழுக்கவியல் விதிகளைக்

கீழறுப்பு (Subvert) செய்பவை என நவீன வாசிப்புகள் உணர்த்தின. இக்கருத்தாக்கம் காப்பியத்தின் நீட்சி நாவல் என்ற (லூகாஸின்) கருத்தாக்கத்தை தகர்த்தது. நாவல் எழுதுவது என்பது ஒரு வகையில் தன்னிலையை அழிப்பாக்கம் செய்வதுதான். அதன் படிவமாக (Trace) மற்றமை (Otherness) கிடைக்கிறது. ஒருமுறை தமிழரசு மலருக்காக (1994—95) 'அ.சா.ஞா.'வுடன் ஒரு நேர்காணலை நான் நிகழ்த்திய போது காப்பியம் எதைப்பற்றிப் பேசுகிறது என்று கேட்டேன். அதற்கு அ.ச.ஞானசம்பந்தன் 'விழுமியங்களின் வீழ்ச்சியை'ச் சொல்கிறது என்றார்.

இவ்வாறு தன்னிலையின் தகர்வை அல்லது சிதறடிப்பை உலகின் முதல் நாவல்கள் மட்டுமே பேசின என்பதோடு அல்லாமல், தமிழின் முதல் நாவலான 'பிரதாப முதலியார் சரித்திர'த்தில் தன்னிலை அல்லது அகப்பரப்பு எவ்வாறு பிரதியில் உருக்கொள்கிறது? இதைச் செய்முறை விமர்சனமாக எழுதினேன். 'வித்தியாசம்' இரண்டாவது இதழில் வெளியான 'கதைமொழி சொல்லுகிற அகப்பரப்பு' என்ற கட்டுரையை இங்குக் குறிக்கிறேன். சல்மான் ருஷ்டியின் கதை பிரதி மற்றும் அரேபிய இரவுகள், டான் குயிக்ஸாட், கார்லோஸ் புயந்தஸ் கஸ்டான்ஸியா கதையிலும் எவ்வாறு அகப்பரப்பு, கதையாடலில் கட்டமைக்கப்படுகிறது என்பதை விரிவாக விவாதித்தேன். இதில் எடுத்துக்கொண்ட அனைத்துக் கதைப்பிரதியிலும், அகப்பரப்பு என்பது மொழியில் கதைக்குள்ளேயே மொழியப்படுகிறது; கதைக்குள்ளேயே களையப்படுகிறது: பல்வேறு பிரதியில் உட்சரடாக ஓடும் கதையாடல் ஒப்புமையைத் தான் 'கதைமொழி' என்று குறிக்கிறேன்.

இதன் தொடர்ச்சியான, 'கதைமொழியும் கதை நகரமும்' என்ற கட்டுரை ரோலண்ட் பார்த்தின் Empire of Signs என்ற புத்தகத்தில் ஜப்பான் பற்றிய குறியியல் கட்டுரையின் தர்க்கத்தையும், தமிழவனின் ஜி.கே.எழுதிய மர்ம நாவல் பிரதியையும் முன்வைத்து எழுதப்பட்டது. நாவலில் வரும் 'சுருங்கை' என்ற கற்பனை நகரம் பற்றிய கதையாடலையும், சிலப்பதிகாரத்தில் வரும் 'சுருங்கை' எவ்வாறு குறியாக நாவலில் கையாளப்படுகிறது என்பதையும் என் கட்டுரை விரிவாக விவாதித்திருக்கிறது; இதனோடு நவீன புனைகதையாளரான இட்டாலோ கால்வினோவின் 'Baron in the Trees' மரங்கள் மீது ஏறி நிலப்பரப்பைக் காணும் மனிதர்கள் பற்றிப் பேசுகிறது. புதுமைப்பித்தன் 'கபாடபுரத்தில்' கடல் மட்டத்திற்குக் கீழே புதையுண்ட நகரம் பற்றி விவாதித்திருக்கிறேன். மேற்சொன்ன இரு பிரதிகளுக்கிடையே உள்ள ஒப்புமை

கொண்ட கதையாடலைக் கதைமொழி என்ற என் நூல் கட்டமைக்கிறது. இதன் பன்முகப் பரிமாணங்களை நவீன விமர்சனக் கோட்பாடுகளின் மூலம் விளக்கியிருக்கிறேன். விமர்சனத்தின் பங்கைப் பற்றிக் குறியியலாளர், நாவலாசிரியர் உம்பர்த்தே எக்கோ கூறியதை நினைவு கூர்கிறேன்.

‘ஒவ்வொரு பிரதியும் (நான் எழுதியதைப் போல) சோம்பலான இயந்திரம், அதன் வேலையை, வாசகனைச் செய்யச் சொல்லும். பெறுநர் புரிந்து கொள்ளும் அத்தனையும் பிரதி செய்தி சொல்லும் பட்சத்தில் அது ஒருபோதும் முடிவுறாது’ (Six Walks in the Fictional Woods - Umberto Eco - Norton Lectures)

அதுபோல் மார்த்தா ஆன் செல்பையின் Grow Long Blessed Nights என்ற நூலில் Reading Tamil Cankam Poetry என்ற பகுதியில் திணை பற்றிய புதிய கோணங்களை இவர் முன்வைக்கிறார்.

‘Tinai is an extremely difficult word to translate neatly. The word Landscape and the phase Poetic Situation are currently accepted and the most widely used definition; but there is a problem’ (p.35) ‘In the Poems, Tinai becomes more than a landscape or Poetic gesture’ (p.53)

திணை என்பதை மொழிபெயர்ப்பதிலுள்ள சிக்கலை எதிர்கொள்வதைப் பற்றிய விவாதம் இதில் முன்வைக்கப்படுகிறது. அடுத்து வரும் பக்கங்களில் ‘திணைக் கவித்துவம்’ பற்றிய விவாதத்தில் மார்த்தா ஆன் செல்பை முன்வைக்கும் கருத்தாக்கம்.

The entire Tinai scheme can be thought of as a system of Physical / Psychic gestures. This gesturing, how ever is not restricted to the human character in the poems! (p.35)

மேற்கண்டவாறு தனது வரையறைகளைப் புதிய வாசிப்பாக, ‘செல்பை’ முன்வைக்கிறார். இத்தகையப் புதிய அணுகுமுறைகள் விமர்சனத்திற்கான உத்வேகத்தை அளிக்கின்றன.

இதுபோன்று மேலும் இதழில் வந்த தமிழவனின் ‘திருப்பாவை — ஓர் அமைப்பியல் விமர்சனம்’ கட்டுரையைப் பார்ப்போம். மரபிலக்கிய விமர்சனப் பார்வையோடு அணுகுவதில் புதிய பரிமாணங்களைக் காட்டியது. நாகார்ஜுனனின் புறநானூற்றில் இறையாண்மை பற்றியக் கட்டுரை: ஜமாலனின் மொழியும் நிலமும்‘; அ. மார்க்ஸ் தொல்காப்பியம், மரபிலக்கியம் பற்றிய கட்டுரைகள், எம்.டி.எம் எழுதிய ‘சங்க இலக்கியத்தின் அறிவுத் தோற்றவியல்’ போன்ற புதிய அணுகுமுறை கொண்ட கட்டுரைகள் மரபிலக்கியம் மீது புதிய நோக்கினை முன்னிறுத்தின.

இது போன்ற யூத சுய—மரபுக் கோட்பாட்டை முன்வைத்து புதிய விமர்சனக் கோட்பாட்டை உருவாக்கியவர் Harold Bloom. இவர் அமெரிக்க இலக்கிய விமர்சகர்களில் முக்கியமானவர். பல்வேறு விமர்சன நூல்களை எழுதியவர். அவரது நூல்களில் என்னை மிகவும் பாதித்தது 'Kabbalah and Criticism' என்ற புத்தகம். யூத புனித நூலான கபாலாவின் கூறுகளையும், Charles Sanders Peirce—இன் குறியியல் கோட்பாட்டையும், இணைத்து புதிய விமர்சனக் கோட்பாட்டை முன்வைத்தார். இந்நூல் கபாலாவைப் பற்றியதாகவும், சார்லஸ் சாண்டர்ஸ் பியர்ஸின் Thirdness என்பதைக் கவிதையியலோடு பொருத்தியும் வாசிக்கிறது.

Here is Pierce on Thirdness 'In its genuine form, Thirdness is the triadic relation existing between a sign, its object and the interpreting thought itself. A sign, is considered as constituting the mode of being of a sign. A sign mediates between the interpretant sign and its object. A third is something which brings a first inter relation to a second…'

தற்கால உரை கூறுதலின் அர்த்தம் குறித்துப் பேசும் 'Harold Bloom' கபலாவை இணைக்கிறார்.

Contemporary interpretation is that meaning related to texts is always a wandering meaning even as the related Jews were a wandering people.......

மேற்காட்டியவை போல் நாமும் நமது மரபான திணைக் கோட்பாடுகளைக் கொண்டு மேற்கத்திய கவிதைகளை அணுகலாம். இதன் ஒரு வெளிப்பாடாக 'அகம் / புறம் கோட்பாட்டுப் பின்னணியில் மேற்கத்திய கவிதை' என்ற கட்டுரையை எழுதினேன். அக்கட்டுரையில் குறுந்தொகை பாடலான 'யாயும் ஞாயும் யார் ஆகியரோ' என்ற பாடலையும் ஸ்பானியக் கவிஞர் பாப்லோ நெருடாவின் 'நிர்வாணம்' கவிதையையும் ஒப்புமைப்படுத்தி உள்ளேன்.

இரண்டிலுமுள்ள பொதுப் பண்புகளைத் திணைக் கோட்பாட்டின் துணை கொண்டு விவரித்துள்ளேன். இம்முறையைக் கைக்கொண்டு இன்னும் பல மேற்கத்திய கவிதைகளை அணுகலாம். திணைக் கோட்பாட்டைத் தமிழின் சுய இலக்கிய விமர்சனக் கோட்பாட்டுச் சாதனமாகக் (Tool) கையாளலாம். நமது சுய கவித்துவ அறிதல் முறையை வளர்த்தடுக்கலாம்.

4

இன்றைய சூழலில் அதிகம் விவாதிக்கப்படுவது பின் நவீனத்துவ கோட்பாடு. அதன் கோட்பாட்டாளர்களில் மிகவும் முக்கியத்துவம் வாய்ந்த இருவரைக் குறிப்பிட வேண்டும்; அதிலொருவர் ழான் பிரான்சுவா லயோடார்ட்; மற்றொருவர் புதிரியா. குறிப்பாக லயோடார்டின் மொழி விளையாட்டு (Language Games),நுண்ணிய கதையாடல்கள் (Micro Narratives) ஆகியவை அனைத்துக் கலை, இலக்கிய, கலாச்சாரப் பரப்பை ஆராய உதவுகின்றன. மேலும் அவை இலக்கியப் பிரதிகளின் பரப்பைப் பகுத்தறிய உதவுகின்றன.

இலக்கியப் பிரதிகளின் தொகுதியை நவீனத்துவத்திற்கு முந்தியவை என்றும் நவீனத்துவம்—பின் நவீனத்துவம் என்றும் பகுப்பை உருவாக்கலாம். குறிப்பாக இருபதாம் நூற்றாண்டின் புதுக்கவிதையின் தோற்றம், இலக்கிய அறிவாக்கப் பரப்பில் ஒரு விநோதமான நிகழ்வு. புதுக்கவிதையின் கவித்துவம் பன்முகத்தன்மையோடும், பல்குரல் தன்மையோடும் முகிழ்த்தது. இதன் கவித்துவ வெளிப்பாட்டைப் பின் நவீனத்துவத்தின் துணை கொண்டு நுணுக்கமாக அறிந்து கொள்ளலாம். நான் ந.பிச்சமூர்த்தி துவங்கி, ஆத்மாநாம் வரையிலான கவிதையின் பிரதிபலிப்பை உள்வாங்கிக் கொள்ள முயற்சித்தேன். அதன் விளைவாக புதுக்கவிதை மார்டனிசமும், போஸ்ட் மார்டனிசமும்' என்ற கட்டுரையை 'வித்தியாசம்' முதல் இதழில் எழுதினேன். இதில் பிச்சமூர்த்தியின் கவிதைகள் எவ்வாறு உருவகத்திற்குள் சிக்கியுள்ளன என்பதைக் கண்டுள்ளேன். பிச்சமூர்த்தியின் கவிதையில் உள்ளார்ந்துள்ள நவீனத்துவ பண்புகளையும் வெளிப்படுத்தினேன். அடுத்து ஞானக்கூத்தனின் 'கால வழுவமைதி' கவிதை நவீனத்துவப் பண்புகளால் நிறைந்துள்ளதை, மூன்று வாசிப்புகளால், நவீனத்துவக் கவிதைத்துவமாக முன்வைத்தேன்.

1) மேடைப் பேச்சை எள்ளல் செய்தல்

2) மேடைப் பேச்சை எழுத்தில் பதிவு செய்தல்

3) டேப்பில் பதிவு செய்வது போல மேடை பேச்சை வெள்ளைத் தாளில் மறுபடி எடுத்தல்

அடுத்ததாக, ஆத்மாநாமின் 'உலக மகாயுத்தம்' என்ற கவிதையில் புதிய உத்வேகம் காணப்படுகிறது. அதில் முற்றுப்புள்ளி இடாத, கதை சொல்லும் பாணியைக் கையாளுகிறார். இதே போல் எனது மற்றொரு கட்டுரையில் பிரமிளின் 'குறளிகள்' கவிதையின் இருமை எதிர்வுகளைக் கொண்டு கதை சொல்லும் உத்தி கையாளப்படுவதையும் சுட்டியுள்ளேன்.

நவீனத்துவத்திற்குள் பொதிந்துள்ள பின்நவீனத்துவ உந்துதல்கள் பின் — நவீனத்துவக் கவித்துவமாக மாற்றமடைகின்றன. இந்திரனின் 'சாம்பல்', 'வார்த்தை' போன்ற கவிதைகள் சிதறுண்ட கதையாடலாக உருப்பெறுகின்றன. விமர்சனத்தின் முக்கிய சவால்களில் ஒன்று நாம் கொள்ளும் பிரதியின் தேர்வாகும்; மற்றொன்று, வாசிப்பிலிருந்து புதிய கோட்பாட்டுச் சட்டகத்தை உருவாக்குதல். எவ்வாறு பிரதியின் வாசிப்பின் வழியாக உருவாகும் சட்டகம் மூலம் பொதுவான பழக்கப்பட்ட வாசிப்பில் புலப்படாத படைப்பாக்கப் பண்புகள் வெளிப்பட வேண்டும்.

கேட்போரின் கலை என்றழைக்கப்படும் இசைக்கலை கலையின் மற்றொரு வகைமை. பொதுவாக மேற்கத்திய செவ்வியல் இசைக் கோர்வைகளைக் கேட்டு உணர்வதற்கு ஒரு தனிப்பயிற்சி தேவைப்படுகிறது. ஒவ்வொரு இசைக் கோர்வையாளருக்கும் தனிப்பாணி உள்ளது. மேற்கத்திய நாடுகளில் பள்ளி படிக்கும் காலத்திலேயே இசையும் ஒரு பாடமாகப் பயிற்றுவிக்கப்படுகிறது. ஆனால் நமது செவ்வியலிசையாகக் கூறப்படும் கர்நாடக இசை பெருந்திரளான கேட்டுணரும் பயிற்சியில்லை. மக்களுக்கு முறையாகக் அதிகம் திரைப்படப் பாடல்களையே கேட்கும் பழக்கம் இங்குள்ளது. செவ்வியல் இசைக்கும் திரையிசைக்கும் இடையே பெரும் ஜனக்கூட்டத்தை ஈர்க்கும் வல்லமையுள்ள இசை வடிவங்களாக மேற்கில் உள்ளவை எவை? ராக், ரெகே, ஜாஸ், புளூஸ், பாப் போன்ற வகைமைகள் உள்ளன. இவைகளில் அதிகார எதிர்ப்பு பண்பு, உட்சரடாக ஓடுகிறது. குறிப்பாக பாப்டிலன், ஜோன் பையாஸ் பாப்மார்லி போன்ற கலைஞர்களைச் சொல்லலாம். இவர்கள் தங்கள் இசைக்கோர்வைகள் மூலமாக, வியட்நாம் போர் எதிர்ப்பு, போர் மறுப்பியக்கம், மனித உரிமை மீறல்கள் குறித்துத் தங்களது பாடல்களில் பிரதிபலித்துள்ளனர்.

இவர்கள் பெரும்பாலும் நேரடி இசை நிகழ்வுகளிலும், இசைத்தட்டு வெளியீடுகள் வழியாகவும் மக்களைச் சென்றடைகின்றனர். கறுப்பின மக்களின் பெரும் பங்களிப்பாகக் கருதப்படும் ஜாஸ் (Jazz) இசை செவ்வியல், இசைக் கோர்வைகளுக்கு (Symphony) நிகரான இவர்களில் முக்கியமானவர்கள் சார்லி பார்க்கர், மைல்ஸ், டேவிஸ் லூயி ஆம்ஸ்ட்ராங், ஹர்பி ஹான்காக், சானி ரோலின்ஸ், ஜான் கொல்டேரன், தியோனியஸ் மான்க் ஆர்னெட் கோல்மென் ஆகியோர். இவர்களது ஜாஸ் கோர்வைகள் அமெரிக்க இசை வரலாற்றில் மிக முக்கியமான பங்கு வகித்தன.

மிகப்பெருமளவில் உலக இளைஞர்களை ஆட்கொண்ட இசையாக ராக் இசை வடிவம் உள்ளது. அதில் ராக் மற்றும் புளூ இசை கிடார் கலைஞரான ஜிம்மி ஹென்றிக்ஸ் (Jimi Hendrix) கிடார் வாசிப்பு முறை மிகப்பெரிய மாற்றத்தை உருவாக்கியது. Distortion என்று கூறப்படும் நூதனமான ஒலியை தனது கிடார் வாசிப்பின் மூலம் வெளிப்படுத்தியவர் ஜிம்மி ஹென்றிக்ஸ். அதன்றி அவரது நேரடி நிகழ்வுகளில் அவர் கிடாரை வாசித்த முறை Wood stocks, Festival-இல் ரசிகர்களை அதிர வைத்தது. பற்களைக் கொண்டு தான் நினைத்த ஒலிக்கோர்வைகளை வெளிக்கொணர்ந்தார்.

இலக்கிய வகைமைகளில் நிகழ்த்தப்படும் பரிசோதனை முயற்சிகள் போலவே இசையிலும் பரிசோதனைகள் மேற்கொள்ளப்படுகின்றன. மேற்கத்திய செவ்வியல் இசையில் Schoenberg மற்றும் ஜான் கேஜ் (John Cage) ஆகியோரது Atonal கோர்வைகள் முக்கியமானவை. அதேபோல் ராக் இசையில் பல பரிசோதனை முயற்சிகளை மேற்கொண்ட பிரிட்டிஷ் ராக் இசைக்குழு பிங்க் பிளாய்ட் (Pink Floyd); இவர்களின் இசைத்தட்டுக்கள் என்னை மிகவும் ஈர்த்தன. மற்ற குழுக்களிடம் கேட்டுப் பழகாத புதிய ஒலிகள் இவர்கள் கோர்வைகளில் ஒலித்தன. இவர்களது மேடை நிகழ்வுகளில் பிரயோகிக்கப்பட்ட ஒளி அமைப்புகள் மற்றும் Back Projection முக்கியமானது. இவர்களது இசையை கேட்கும் தருணங்களில் மனிதனின் Sensory Perception-இல் ஏற்படும் விநோத அனுபவம் புலன்வெளியை இசை சப்தங்கள் விரிவடையச் செய்தன. இசைக் கேட்டல் அனுபவம் தன்னிலையைக் கரைக்க வல்லது.

பிங்க் பிளாய்டின் இசைவெளியையும் அதில் சஞ்சரித்த புலன்வெளி அபூர்வ அனுபவங்களையும் பகிர்ந்து கொள்ளும் விதமாகக் கட்டுரை எழுதினேன். ‘சமன் குலைக்கும் ராக் இசை’ என்று அது சிறிய வெளியீடாக வந்தது. ஒரு இலக்கியப் பிரதியை எப்படி வாசிக்கிறோமோ அப்படித்தான் இசை கேட்பது என்பதும். இலக்கிய விமர்சனம் என்பது பிரதிக்கும் x வாசகனுக்கும் இடையே ஒரு இணைவாக இயங்குகிறது. கதைப்பிரதியை எழுதும் கதைசொல்லியின் பிரதியெழுதும் அனுபவம் மற்றும் அதன் தொழில்நுட்பம் பற்றி அதிகம் அறிய இயலுவதில்லை. ஒரு கதையை எழுதுபவருக்கும், எழுதப்பட்ட பிரதிக்கும் இடையே உள்ள சொல்லாடல்களின் வலைப்பின்னலை வெளிக்கொணர்வது தான் விமர்சனத்தின் பணி. அம்முறையில்

'வீடுபேறு' சிறுகதைத் தொகுதி மூலம் எனக்குத் தெரிய வந்தவர் மா. அரங்கநாதன். 'முன்றில்' என்ற சிறு பத்திரிகையை நடத்தியவர். 1994—இல் வெளிவந்த 'தமிழரசு' இலக்கிய மலரில் வெளியான, 'ஜேம்ஸ் டீனும் செண்பகராமன் புதூர்காரரும்' சிறுகதையை வாசித்தபோது அப்பிரதியின் அதிநவீன கதையாடல் உத்தி என்னை வெகுவாக ஈர்த்தது. இவரது கதைகளில் வரும் 'முத்துக்கறுப்பன் யார்? என்று தேடும் முகமாகவே இவரது அனைத்துச் சிறுகதைகளையும் படித்தேன். முத்துக்கறுப்பன் ஒருவரா? அல்லது இரட்டையரா?" என்ற முடிவடையா என் தேடல் தொடருகிறது. சங்க இலக்கியத்தின் 'இன்மைப் பண்பு மற்றும் சைவத்திருமறைகளின் தத்துவார்த்த கவித்துவம் மற்றும் 'பக்தி' என்ற கோட்பாடு வைதிக மறுப்பு, ஜேகிருஷ்ண மூர்த்தி-ஆக Textual Allusion இவரது கதைகளில் தென்பட்டது. இவை குறித்து அரங்கநாதனிடம் பலமுறை நான் விவாதித்திருக்கிறேன்.

தமிழவன், நாகார்ஜுனன், எஸ். சண்முகம் (நான்), டி. கண்ணன், நஞ்சுண்டன் இணைந்து நடத்திய காவ்யா வெளியிட்ட இதழ் வித்தியாசம். அதில் அரங்கநாதன் மற்றும் வள்ளலார் பற்றிய சிறப்பிதழ் வெளியிடத் திட்டமிட்டிருந்தோம். ஆனால் அது நிகழாமல் போனது. பின்பு மா. அரங்கநாதன் சிறுகதைகள் முழுத்தொகுப்பிற்கு தமிழவன் எழுதிய முன்னுரையை வாசித்தேன். அது அரங்கநாதனது கதைகள் மீது ஒரு புதிய ஆர்வத்தைத் தூண்டியது.

இந்த உந்துதல் காரணமாக 'இன்மை அனுபூதி இலக்கியம்' என்ற நீண்ட பேட்டி ஒன்றை மா. அரங்கநாதன் அவர்களிடம் எடுத்தேன். பொதுவாகப் பேட்டிகள் சுருக்கமாகவே எடுக்கப்பட்டுள்ளன. தமிழில் சில பேட்டிகள் விரிவாகச் செய்யப்பட்டுள்ளன. ஆனால் அரங்கநாதனது இப்பேட்டி ஏறக்குறைய பெரிய அளவு புத்தகத்தில் 125 பக்கங்கள் வந்துள்ளன. இதனைக் காணொலித் தொகுப்பாகவும் ஆவணப்படுத்தியுள்ளேன்.

மா. அரங்கநாதனது இலக்கிய வாழ்வின் அனைத்துப் பரிமாணங்களையும் உள்ளடக்கிப் பேட்டி நிகழ்த்தப்பட்டுள்ளது. அவரது சங்க இலக்கியப் பயிற்சி, பக்தி இலக்கிய ஈடுபாடு, சைவ சித்தாந்த ஆர்வம், வைதீக எதிர்ப்பு, சித்தர் மரபு, ஜே. கிருஷ்ணமூர்த்தி மீதான நாட்டம், சினிமா முதலியன. மற்றொன்று, மேலை இலக்கியத் தேர்வு ஆகியவை பற்றி பேட்டியில் விரிவாக விவாதித்துள்ளார். குறிப்பாகச் சங்க இலக்கியத்தின்

தனிப்பண்பான இன்மை எவ்வாறு அவரது கதைகளில் பிரதியாக்கப்பட்டுள்ளது என்பது விவாதிக்கப்பட்டுள்ளது.

சங்க இலக்கியம் — தொல்காப்பியம் — அமைப்பியல் — பின் அமைப்பியல் — பின் நவீனத்துவம் ஆகியவை குறித்த விமர்சன ஆய்வு கட்டுரைகள் வெளியிட்ட பேராசிரியர் சிவசு அவர்களை ஆசிரியராகக் கொண்டு வெளிவந்தது 'மேலும்' தமிழ் நவீனக் கோட்பாட்டுச் சூழலில் பெரும் மாற்றத்தை மேலும் செய்தது. 'மேலும்' இதழின் வாசகனாகவே நான் விமர்சனக் கோட்பாட்டிற்கு அறிமுகமானேன். நான் முறையாகத் தமிழ் படிக்காது, வணிகவியல் இளங்கலை பச்சையப்பன் கல்லூரியில் படித்தேன். இந்தப் பின்னணியில் எண்பதுகளில் 'ஒரு பழைய கதவு' மற்றும் 'பொம்மை அறை' என்ற இரு கவிதைத் தொகுதிகளை வெளியிட்டேன். தொண்ணூறுகளில் தமிழவனின் அறிமுகம் மூலம் அப்புத்தகத்திற்கான முன்னுரை கேட்பதில் தொடங்கியது அவருடனான என் பழக்கம்.

அது முதல் அவருடன் தொடர்ச்சியான கோட்பாட்டு விவாதங்கள் தொடர்ந்தன. மற்றொருபுறம் என் நண்பரும் விமர்சகருமான நாகார்ஜுனனின் கலாச்சாரம் அ—கலாச்சாரம் — எதிர்கலாச்சாரம் புத்தகத்திற்கு நிகழில் நான் விமர்சனம் எழுதினேன். அதைத் தொடர்ந்து கோட்பாடு பற்றிய உரையாடலும் விவாதங்களும் இன்றுவரை நாகார்ஜுனனுடன் தொடர்கிறது. மற்றொரு நண்பரான விமர்சகர் ஜமாலனுடன் விவாதங்கள், எனது 'கதை மொழி' புத்தகத்திற்கு முன்னுரை வழங்கிய அ. மார்க்சுடன் நடந்த பதிவுகள், பின் காலனிய இசை ஆய்வாளரும் (Singing the classical; ------- the modern post colonial politics of music in South India) என்ற ஆய்வு நூலாசிரியரும், மானுடவியல் பேராசிரியர் (Bryan Mawr College) (Amanda Weidman) அமந்தா வைட்மானுடன் நிகழ்த்திய புதிய கோட்பாட்டு விவாதங்களும்; அவர் அண்மையில் அமெரிக்க ஆய்வுலகத்தில் நிகழும் விவாதங்களை எனக்கு அறிமுகப்படுத்தியுள்ளார். சமீபத்தில் வெளிவந்த பல விமர்சனக் கோட்பாட்டுப் புத்தகங்களைத் தந்து எனது வாசிப்பை வளப்படுத்தியுள்ளார். இவர்களது நட்பும், பகிர்வும் என்னை எழுத வைக்கின்றன.

'மேலும்' இதழின் வாசகனாகத் துவங்கி, இன்று அதன் ஆசிரியர் பேரா. சிவசு வழங்கும் 'தமிழ் இலக்கிய விமர்சன' விருதினைப் பெறுவதில் அளவற்ற மகிழ்ச்சி அடைகிறேன்.

என்னைச் சூழ்ந்துள்ள அனைத்து நண்பர்களுக்கும், இளைஞர்களுக்கும் நன்றிகளை உரித்தாக்குகிறேன். என் வாழ்வின் அனைத்துப் பரிமாணங்களையும் முகச்சுளிப்பின்றி பகிர்ந்து கொண்ட என் துணைவியார் எஸ். பாரதிக்கு என் அன்பான நன்றிகள்.

சிற்றேடு அக்டோபர்-டிசம்பர்-2013